சித்திரம் பேசுதடி

ரஷ்மி பன்சல்

சித்திரம் பேசுதடி

MBA பட்டம் இல்லாமல் வியாபாரம் செய்யும் இருபது தொழில் முனைவோர்கள், தங்களுக்கான வழியைத் தாங்களே தேடிக் கொண்டவர்கள், அவர்களுடைய ஊக்கமளிக்கின்ற கதைகள்.

தமிழில்: Dr. லக்ஷ்மி விஸ்வநாதன்
மிஸ்டிக்ஸ்ரைட்

MYSTICSWRITE
Content Developers & Editors

Westland Ltd

வெஸ்ட்லேண்ட் லிமிடெட்

61 ஸில்வர்லைன் பில்டிங், 2ஆம் தளம், ஆலப்பாக்கம் மெயின் ரோட், மதுரவாயல், சென்னை 600095

93, 1ஆம் தளம், ஷாம்லால் ரோட், புது டில்லி 110002

www.westlandbooks.in

ஆங்கிலத்தில் முதற்பதிப்பு, ஏக்லவ்யா எஜுகேஷன் ஃபவுண்டேஷன் 2010
ஆங்கிலத்தில், வெஸ்ட்லேண்ட் லிமிடெடின் முதற்பதிப்பு 2012
தமிழில் முதற்பதிப்பு, வெஸ்ட்லேண்ட் லிமிடெட் 2015

பதிப்புரிமம் © ரஷ்மி பன்சல் 2010

அனைத்து உரிமைகளும் காப்புடைமையானவை

ISBN: 978-93-85152-40-5

புத்தக மற்றும் பக்க வடிவமைப்பு: ஜாம் வென்சர் பப்லீஷிங் ப்ரைவேட் லிமிடெட்
அட்டை வடிவமைப்பு: அம்ருத் வத்சா
அச்சேற்றம்: கோப்சன்ஸ் பேபர்ஸ் லிமிடெட்

இத்தமிழாக்கம் மிஸ்டிக்ஸ்ரைட், சென்னை உடன் இணைந்து செய்யப்பட்டது.
தமிழாக்கம்: Dr. லக்ஷ்மி விஸ்வநாதன்

பொறுப்பு எல்லை

இந்த புத்தகத்தைத் தயாரிக்கும் போதும் அச்சிடும் போதும் போதிய கவனமும் தேவையான முயற்சியும் எடுத்துக்கொள்ளப்பட்டுள்ளது. இந்த புத்தகத்தின் ஆசிரியர் மற்றும் வெளியிட்டாளரோ அல்லது அச்சிட்டவரோ, அறியாத வகையில் ஏற்பட்டிருக்கும் எந்த தவறுக்கும், பொறுப்பாளிகள் அல்ல. இந்த புத்தகத்தை வெளியிட்ட வெஸ்ட்லேண்ட் லிமிடெட் மற்றும் அச்சிட்டவர்கள் இந்த புத்தகத்தில் உள்ளவற்றிலிருந்தோ அவற்றின் மூலமாகவோ ஏற்படும் எத்தகைய பாதிப்பிற்கோ இழப்பிற்கோ பொறுப்பாளிகள் இல்லை. எல்லா தாவாக்களும் சென்னையின் தகுதிமிக்க வழுக்குமன்ற எல்லைக்கு உட்பட்டது.

இந்த புத்தகம் வர்த்தகம் அல்லது கைம்மாறாக வழங்குதல் மறு விற்பனை, வாடகைக்கு விடுதல், சுற்றுக்கு அனுப்புதல் ஆகிய வேறு எந்த வகை பயன் பாட்டிற்கோ அல்ல என்றும், எந்த வடிவிலும் நூல் முழுவதுமாகவோ, பகுதியாகவோ (திறனாய்வு அல்லது விமர்சனங்களில் சிறிய அளவிலாக எடுத்துக் காட்டுவதற்கன்றி) பதிப்பாளர்களின் எழுத்து பூர்வ அனுமதி இல்லாமல் பயன்படுத்தக் கூடாது என்ற நிபந்தனையுடன் விற்பனை செய்யப் படுகிறது.

அர்ப்பணிப்பு

என் பெற்றோர்கள், மனோரமா
மற்றும் பிரஹலாத் சந்திர
அகர்வால். என்னுடைய எல்லாப்
புள்ளிகளுக்கும்.

நன்றி

எனக்கு ஆசிரியர், நண்பர், தத்துவவாதி மற்றும் வழிகாட்டியாக இருந்த திரு. சுனில் ஹண்டாவிற்கு எனது மனமார்ந்த நன்றிகள். இந்தப் புத்தகத்தை எழுதி பதிப்பிப்பதற்கு அவர் அளித்த வலிமையான ஆதரவிற்கும் ஊக்கத்திற்கும் என் நன்றி கலந்த வணக்கம்.

என்னுடைய நண்பர்கள் பியூல் முகர்ஜி, தீபக் காந்திக்கு, ஒவ்வொரு அத்தியாயத்தையும் எழுதிக் கொண்டிருக்கும் போதே பொறுமையாகப் படித்து உடனடியாக மதிப்பு மிக்க பின்னூட்டத்தைக் கொடுத்ததற்கு.

சுவஸ்திக் நிகம், ஏ. சீனிவாச ராவ் மற்றும் சௌரப் தாதர், IIM, LEM அகமதாபாத்தில் படித்து வரும் மாணவர்களுக்கு, கண்கள் தெறித்து வரும் அளவுக்கு இப்புத்தகத்தைப் படித்துப் பிழைத் திருத்தம் செய்ததற்கு.

மதன் மோகன் - ஒவ்வொரு பக்கமாக அமைத்து, சிரித்துக் கொண்டே ஒவ்வொரு திருத்தத்தையும் செய்ததற்கு.

நிகில் சஹஸ்ரபுத்தே, அவினாஷ் அகர்வால் மற்றும் சூர்யா ரகுநாதன் - மிக அழகாகத் துல்லியமாகப் பேச்சை எழுத்துப் படி ஆக்கியதற்கு.

அம்ருத் வத்ஸா - மற்றுமொரு ஊக்கமளிக்கும் அட்டையை வடிவமைத்ததற்கு.

என் பெண் நிவேதிதா - வேலை செய்வதற்கு அவளுடைய அறையை எனக்குக் கொடுத்ததற்கு, மற்ற எழுத்தாளர்கள் எப்படிச் செய்கிறார்கள் என்பதற்குச் சில முக்கியமான குறிப்புகள் கொடுத்ததற்கு.

என் கணவர் யதினுக்கு - எங்கள் பத்திரிகை JAM மை நடத்திக் கொண்டிருப்பதற்கு.

என் அம்மா தவிர வீட்டு உதவியாளர்கள் லதா, ஸோனு- ஒவ்வொரு பெண்ணுக்கும் வீட்டில் தேவைப்படும் ஆதரவைத் தந்ததற்கு.

இறுதியாக இந்தப் புத்தகத்தில் குறிக்கப்பட்டுள்ள ஒவ்வொரு

நன்றி

தொழில் முனைவோருக்கும் - தங்களுடைய மனதைத் திறந்து, தங்களுடைய கதையைப் பகிர்ந்து கொண்டதற்கு.

ஏனெனில் இந்தக் கதைகள் தான் அடுத்த தலைமுறையினரை பசியோடும் விழிப்போடும் இருப்பதற்கு இயங்கச் செய்து ஊக்குவிக்கும்.

அதன் மூலம் ஒரு கிளர்ச்சி மிக்கப் புதிய உலகைப் படைப்பதற்கு.

"முன்னோக்கிப் பார்த்துக் கொண்டிருக்கும்போது உங்களால் புள்ளிகளை இணைக்க முடியாது; பின்னால் பார்த்துத் தான் உங்களால் இணைக்க முடியும். அதனால் நீங்கள் உங்களுடைய உள்ளுணர்வு, விதி, வாழ்க்கை, கர்மா இவற்றில் எதிலோ நம்பிக்கை வைக்க வேண்டும். இந்த அணுகுமுறை என்னை கைவிட்டதில்லை, தவிர அது என் வாழ்க்கையில் எல்லா மாற்றங்களையும் ஏற்படுத்தி உள்ளது."

- ஸ்டீவ் ஜாப்ஸ், ஸ்டான்போர்டு (Stanford) பல்கலைக் கழகம்
தொடக்கச் சொற்பொழிவு (2005)

ஆசிரியர் குறிப்பு

பதினேழாவது வயது வரையில் ஒரு மாணவியாக நான் விரும்பியதெல்லாம் எந்த முயற்சியும் இல்லாமல் எனக்குக் கிடைத்தது.

பள்ளி இறுதி வகுப்பில் நான் முதல் மாணவியாகத் தேறினேன்.

தேசியத் திறமை ஆய்வு உதவித் தொகையை வென்றேன்.

க்விஸ்ஸில் பல பரிசுகளும் கேடயங்களும்.

ஆனால் எனக்குப் பதினேழு வயதாக இருக்கும்போது நான்கு அமெரிக்கப் பல்கலைக் கழகங்களுக்கு நான் விண்ணப்பித்திருந்தேன். இரண்டு உடனடியாக மறுப்பு தெரிவித்து விட்டன. மூன்றாவதில் காத்திருப்போர் பட்டியலில் என் பெயர்; நான்காவது என்னை ஏற்றுக் கொண்டது, ஆனால் எந்தப் பண உதவியும் கிடையாது.

நான் நொறுங்கிப் போனேன்.

பெற்றோர்களுடன் இந்தியாவிற்குத் திரும்பி வந்தேன், இளங்கலை படிப்பிற்காக செயிண்ட் சேவியர் (St Xavier's) கல்லூரிக்கு விண்ணப்பித்தேன். அதிர்ஷ்டமில்லை.

இறுதியாக சோபியா (Sophia) கல்லூரியில் இளம்கலை பொருளாதாரத்தில் சேர்ந்தேன்; வேடிக்கை என்னவென்றால் இங்கிருந்த இந்த மூன்றாண்டுகள் தான் என்னுடைய வாழ்க்கையின் மிகச் சிறந்த நாட்கள்.

நான் வளர்ந்தேன், நான் மேம்பட்டிருந்தேன்; தன்னம்பிக்கையோடு சுதந்திரமானவளாக மாறினேன். கல்லூரி பத்திரிகையின் ஆசிரியர்-மாணவர் பேரவை உறுப்பினர், கல்லூரிகளுக்கு இடையிலான விழாக்களில் பங்கேற்பு.

புத்தகப் புழுவாக இருந்த நான் ஒரு அழகான வண்ணத்துப் பூச்சியாக மாறினேன்.

இதற்கிடையில் செய்திப் பத்திரிகைகளான *தி இண்டியன் போஸ்ட்* The Indian Post, *த சண்டே அப்சர்வர்* The Sunday Observer, *மிட்டே* Mid-day, தவிர *டைம்ஸ் ஆப் இண்டியா* The Times of India குழுவினரின் *த இண்டிபெண்டன்ட்* The Independent போன்றவற்றில் கல்லூரியில் மூன்றாம் ஆண்டு படித்துக் கொண்டிருக்கும்போதே எழுதினேன்.

ஆசிரியர் குறிப்பு

ஆசிரியர் குறிப்பு

இவற்றிற்கெல்லாம் என்ன அர்த்தம்? நான் விரும்பிய வகையில் எனக்கு விஷயங்கள் நடைபெறவில்லை. எனக்காக கடவுள் வைத்திருந்த திட்டம் வேறு மாதிரியானது.

இறுதியில் எல்லாமே செயல்பட்டது துல்லியமாக.

நான் IIM அகமதாபாத்தில் படிக்கச் சென்றேன், என்னுடைய சொந்தப் பத்திரிகையை ஆரம்பித்தேன், எனக்கு எப்போதுமே மிகவும் பிடித்தமான எழுதுவதைத் தொடர்ந்து செய்தேன். ஒரு நல்ல நாளில் IIM அகமதாபாத் தொழில் முனைவோர் பற்றி ஒரு புத்தகம் எழுதும் வாய்ப்பு கிடைத்தது. நான் அதை இறுக்கிப் பிடித்துக் கொண்டேன்.

உங்களுக்குத் தெரிந்த அந்தப் புத்தகம் - "ஸ்டே ஹங்க்ரீ ஸ்டே ஃபூலிஷ்.'' (Stay Hungry Stay Foolish)

2009 ஜனவரியில், 15 வது ஆண்டு மாணவர் ஒன்று சேர்க்கைக்காக நான் வளாகத்தில் இருந்தபோது ஸ்டே ஹங்க்ரீ ஸ்டே ஃபூலிஷ் புத்தகத்தின் விற்பனை 50,000 பிரதிகளைத் தாண்டியிருந்தது. இதைக் கொண்டாடுவதற்கு IIM அஹமதாபாத் டீன், எனக்கு வெள்ளித் தட்டு ஒன்றைப் பரிசாகக் கொடுத்தார்.

"இங்கு நான் என்ன செய்து கொண்டிருக்கிறேன்?'' என்று அடிக்கடி நான் நினைத்துக் கொண்டிருந்த அதே வகுப்பறையில் இது நடந்தது.

அன்றைக்கு அதற்கான பதில் எனக்குக் கிடைத்தது.

நான் புள்ளிகளை இணைத்திருந்தேன்.

உண்மையில் ஒரு திட்டம் இருக்கிறது. ஒரு பெரிய திட்டம். வாழ்க்கையில் உங்களுடைய ஒவ்வொரு அனுபவமும் - நல்லதோ கெட்டதோ - நீங்கள் யாராக இருக்கிறீர்களோ அவ்வாறு உங்களை உருவாக்கி உள்ளது.

திடீரென்று நடைபெற்ற ஒரு சம்பவம்.

ஒற்றைச் சொல்.

ஒரு சம்பாஷனை.

உங்களுடனேயே தங்கி விட்ட நீங்கள் படித்த ஏதோ ஒரு கட்டுரை.

இவைதான் உங்கள் வாழ்க்கைப் பயணத்தில் ஏற்படும் எதிர்பாராத திருப்பங்கள்.

ஆசிரியர் குறிப்பு

ஆசிரியர் குறிப்பு

இவை 'சேருமிடத்திற்கு' அழைத்துச் செல்கின்றன.

அதனால் வெளியில் வாருங்கள், அதிகமாகச் செயல் படுங்கள், அதிகமாகக் கற்றுக் கொள்ளுங்கள், அதிகமாக அனுபவியுங்கள். உங்களுடைய வாழ்க்கை என்ற திரைச் சீலையில் நிறைய நிறைய புள்ளிகளை உருவாக்குங்கள்.

பளிச்சென்று அழுத்தமாக வண்ணம் தீட்டுங்கள் - நீங்கள் தேர்ந்தெடுத்த வண்ணங்களைக் கொண்டு கலைப் படைப்பு போன்ற ஒரு வாழ்க்கையை உருவாக்குங்கள்.

ஒரு அழகான விஷயம், ஒரு மகிழ்ச்சியின் ஊற்று, உங்கள் மனதின் வெளிப்பாடு.

இவ்வாறு செய்த மனிதர்களைப் பற்றி இந்த புத்தகத்தின் ஒவ்வொரு கதையும் சொல்கிறது. இந்த மனிதர்கள் நம்பிக்கையோடு ஒவ்வொரு புள்ளியாக முன்னேறிப் பாய்ந்தார்கள்.

ரஷ்மி பன்சல்

மும்பை, பிப்ரவரி 2010

ஆசிரியர் குறிப்பு

பொருளடக்கம்

- உழைப்பும் உத்வேகமும்
- அடைந்தே தீருவது என்கிற வெறியார்வம்
- கருத்து வெளிப்பாடு

உழைப்பும் உத்வேகமும்

இந்தத் தொழில் முனைவோர்களுக்கு வர்த்தகத்தில் முறையான எந்த விதப் பயிற்சியும் இல்லை. ஊன்றிக் கவனித்தல், திரும்பச் சோதனை செய்தல், செய்ய வேண்டியவற்றில் மனதை முழுவதுமாகச் செலுத்துதல் போன்றவை மூலமாக அவர்கள் கற்றிருக்கிறார்கள். இறுதியாக, வர்த்தகம் ஒன்றும் ஏவுகணை அறிவியல் இல்லையே!

பக் -2 **பிழைக்கத் தெரிந்தவர்**

பிரேம் கணபதி - பிறப்பு 1973

தோசா பிளாசா (Dosa Plaza)

பல்லாயிரக்கணக்கான மற்றவர்களைப் போல் ஒரு சிறந்த எதிர்காலத்தைத் தேடி அவர் மும்பைக்கு வந்தார். மெக்டொனால்ட்ஸால் உந்தப்பட்டவர் அவர். சாதாரண பாத்திரம் கழுவும் ஊழியராக இருந்த பிரேம் கணபதி இந்தியா முழுவதிலும், 26 கிளைகளை உடைய 'தோசா பிளாசா' என்ற துரித உணவு கடைகளுக்குச் சொந்தக்காரராக உயர்ந்தார்.

பக் -23 **உருவாக்குபவர்**

குன்வர் சச்தேவ் - பிறப்பு 1962

சூ காம் (Su-Kam)

குன்வர் சச்தேவ் பி எஸ் ஸி பட்டதாரி. ஆனால் சிறந்த பொறியியாளர்கள் செய்வதை அவரால் செய்ய முடியும். பள்ளியில் அவர் ஒரு சாதாரண மாணவர். மாணவப் பருவம் கடந்த பிறகு இயற்பியலில் அவருக்குப் பேரு விருப்பம் ஏற்பட்டது. அதை அவர் ஒரு லாபகரமான தொழிலாக மாற்றினார். இன்று Su-Kam என்ற ரூ 500 கோடி கம்பெனியை அவர் நிர்வாகம் செய்கிறார். மின்னணுவியல் சார்ந்த திறன் (Power electronics) என்ற துறையில் அவர் முன்னணியில் இருக்கிறார்.

பக் -48 **அன்புள்ள ஆசிரியருக்கு**

கணேஷ் ராம் - பிறப்பு 1960

விடா (Veta)

கல்லூரியில் படிக்கும் பொழுது கணேஷ் ராம் NSS தொண்டராகப் பங்கேற்றார். கற்றுக் கொடுப்பதில் தனக்குத் திறமை இருக்கிறது என்பதை அப்போது அவர் உணர்ந்தார். 1981 ல் கோச்சிங் கொடுக்கும் ஒற்றை மையமாக இருந்த விவேகானந்தா ஸ்டடி சர்க்கிள் இந்தியாவின் மிகப்பெரிய ஆங்கிலம் பேசக் கற்றுக் கொடுக்கும் வீடாவாக வளர்ந்தது.

பொருளடக்கம்

உழைப்பும் உத்வேகமும்

இந்தத் தொழில் முனைவோர்களுக்கு வர்த்தகத்தில் முறையான எந்த விதப் பயிற்சியும் இல்லை. ஊன்றிக் கவனித்தல், திரும்பச் சோதனை செய்தல், செய்ய வேண்டியவற்றில் மனதை முழுவதுமாகச் செலுத்துதல் போன்றவை மூலமாக அவர்கள் கற்றிருக்கிறார்கள். இறுதியாக, வர்த்தகம் ஒன்றும் ஏவுகணை அறிவியல் இல்லையே!

பக் -76 மகளிர் மட்டும்

சுனிதா ராம்நாத்கர் - பிறப்பு 1954

பெம் கேர் ஃபார்மா (Fem Care Pharma)

தன் இரண்டாவது பெண் குழந்தை பிறந்து நான்கு மாதங்களுக்குப் பிறகு துடிப்பான இந்த இல்லத்தரசி பளிச்சிடும் முகப் பொலிவைத் தரும் Fem க்ரீமை விற்பனைக்குக் கொண்டு வந்தார். அடுத்து வந்த 27 ஆண்டுகளில் வீட்டிலேயே நிறுவப்பட்ட இந்த சருமப் பராமரிப்பு நிறுவனம் பல பெரிய பன்னாட்டு நிறுவனங்களுக்கு எதிராகத் தன்னை நிலை நிறுத்திக் கொண்டது; சமீபத்தில் தான் டாபருக்கு இது விற்கப்பட்டிருக்கிறது.

பக்-103 உணவு சாம்ராஜ்யம்

N. மகாதேவன் - பிறப்பு 1955

ஓரியண்டல் க்வுசைன்ஸ் (Oriental Cuisines)

ஒரு சீன உணவகத்தைத் தொடங்குவதற்காகச் சென்னை பல்கலைக் கழகத்தில் புகழ் மிக்க பேராசிரியர் வேலையையும் மகாதேவன் துறந்துள்ளார். ஆனால் வரவு செலவு கணக்குகளைப் பற்றிய அவருடைய அறிவு அவருடைய இந்த வேலைக்கும் உதவியது. இன்று பல நாடுகள், பலவகைச் சமையல்கள் என்று மிகப் பெரிதாக விரிந்துள்ள ஒரு உணவு சாம்ராஜ்ஜியத்தை நிர்வகிக்கிறார்.

பக்-135 மனிதாபிமானம்

ஹன்மந்த் கெய்க்வாட் - பிறப்பு 1972

பாரத் விகாஸ் க்ரூப் (Bharat Vikas Group)

பொறியியல் மாணவனாக இருந்த ஹன்மந்த் கெய்க்வாட் தன் கல்லூரி படிப்பிற்காக டியூஷன் சொல்லிக் கொடுத்துச் சம்பாதித்தார். இன்று அவர் ரூ 300 கோடி வியாபாரம் நடக்கும் பாரத் விகாஸ் குரூப் (BVG) என்பதை நடத்தி வருகிறார். இவருடைய வாடிக்கையாளர்களாக மிகச் சிறந்த கார்ப்பரேட் கம்பெனிகள் மட்டுமல்லாது ராஷ்டிரபதிபவனும் இருக்கிறது.

பொருளடக்கம்

உழைப்பும் உத்வேகமும்

இந்தத் தொழில் முனைவோர்களுக்கு வர்த்தகத்தில் முறையான எந்த விதப் பயிற்சியும் இல்லை. ஊன்றிக் கவனித்தல், திரும்பச் சோதனை செய்தல், செய்ய வேண்டியவற்றில் மனதை முழுவதுமாகச் செலுத்துதல் போன்றவை மூலமாக அவர்கள் கற்றிருக்கிறார்கள். இறுதியாக, வர்த்தகம் ஒன்றும் ஏவுகணை அறிவியல் இல்லையே!

பக்-159 **வாழ்க்கை வாழ்வதற்கே**
ரஞ்சீவ் ராம் சந்தானி - பிறப்பு 1968
தந்திரா டி ஷர்ட்டுகள் (Tantra T-Shirts)

ரஞ்சீவ் ராம் சந்தானி மைக்ரோ பயாலஜி படித்தார், ஆனால் அதை முழுவதுமாக வெறுத்தார். விளம்பர ஏஜென்சியில் சேர்ந்தார், அங்குள்ள பதவி நிலை அமைப்பை வெறுத்தார். இறுதியாக அவர் தந்திராவைத் தொடங்கி தனக்குத் தானே முதலாளியாக ஆனார். இவருடைய கம்பெனி விசித்திரமான, தனித்துவமான வாசகங்களை நம் நாட்டு டி ஷர்ட்டுகளில் அச்சடிக்கிறது. அது இவருக்கு மிகவும் பிடித்துள்ளது.

பக்-185 **மகிழ்ச்சியைப் பரப்புங்கள் எங்கேயும் எப்போதும்**
சுரேஷ் காமத் - பிறப்பு 1958
லேசர் சாப்ட் இன்போசிஸ்டம்ஸ் (Laser Soft Infosystems)

சுரேஷ் காமத் IIT யில் M Tech படித்தவர். மென்பொருள் நிறுவனத்தை நடத்துகிறார். அங்கு கணிப்பொறிக்கான செயல்கட்டளைகளை எழுதும் (**Programming**) பணி, பொறியாளர்களுக்கு மட்டுமல்லாமல் எல்லோருக்கும் பொதுவானது. சமூகப் பொறுப்பும் நல்ல வியாபாரமும் ஒன்றாக இணைந்து இயங்க முடியும் என்று சுரேஷ் காமத் நம்புகிறார். இதற்கு அவருடைய நிறுவனமே சான்றாக உள்ளது.

பக்-209 **தன் கையே தனக்குதவி**
ரகு கன்னா - பிறப்பு 1985
காஷ்யுவர்டிரைவ் (Cashurdrive)

ரகு கன்னாவிற்கு 24 வயது, கல்லூரியை விட்டு வந்தவுடனே ஒரு நிறுவனத்தை ஆரம்பித்தார் காஷ்யுவர்டிரைவ் ஒரு எளிமையான கருத்தின் அடிப்படையில் தொடங்கப்பட்டது. அதற்கு முதலீடு, அலுவலகம், சிறப்புத் தொழில் நுட்பம் போன்று எதுவுமே தேவையில்லை. அனுபவம் மிகைப்படுத்தப்படுகிறது, எதைத் தொடங்குவதற்கும் இப்போதை விட சிறந்த நேரம் இல்லை என்பதை அவர் கதை சொல்கிறது.

பொருளடக்கம்

அடைந்தே தீருவது
என்கிற வெறியார்வம்

சில தொழில் முனைவோர்கள் குறிப்பிட்ட கருத்து அல்லது பேரார்வத்தால் செலுத்தப்படுகிறார்கள். மாறுதலான ஏதோ ஒன்று காலத்தைக் கடந்து நிற்கிறது. இப்போது பார்க்கப் போகும் முயற்சிகள் அந்தக் கனவுகளை நனவாக்குகின்றவை.

பக்-232 **புத்தகப்புழு**
ஆர் ஸ்ரீராம் பிறப்பு - 1964
க்ராஸ்வேர்ட் (Crossword)

வியாபாரத்தைத் தொடங்க வேண்டும் என்று கொழுந்து விட்டு எரியும் பேராசை ஸ்ரீராமிடம் இருக்கவில்லை. புத்தகங்கள் நிறைந்த உலகில் தன்னை மூழ்கடித்துக் கொள்ள வேண்டும் என்று மட்டும் விரும்பினார். கல்லூரிப் படிப்பை முடிக்காத இவர் இந்தியாவின் மிகப் பெரிய சங்கிலித் தொடரான புத்தகக் கடைகளைக் கட்டி அமைத்தார். மேலும் பரவலாகப் படித்தல் என்ற கிருமியைப் பரப்பினார்.

பக்-261 **மாற்றத்திற்கு வாக்கு அளிக்கவும்**
சௌரப் வியாஸ் - பிறப்பு 1979
கௌரவ் ரத்தோர் - பிறப்பு 1980
பொலிட்டிகல் எட்ஜ் (PoliticalEDGE)

ஹாஸ்டலில் நண்பர்கள், தவிர அரசியல் மீது பொதுவான காதல் - இவை இந்த அதிசயமான நிறுவனம் பிறப்பதற்குக் காரணமாக இருந்தன. லட்சியங்களைக் கொண்டுள்ள இந்த இரு இளைஞர்களும் தங்களுடைய புத்தியைப் பயன்படுத்தி அரசியல்வாதிகளுக்கு மட்டுமே ஆராய்ச்சி மற்றும் ஆலோசனை சேவைகளைக் கொடுக்கிறார்கள்.

பக்-283 **தலைமை ஏற்றுச்செல் - பின்தொடர்வார்கள்**
சத்யஜித் சிங் - பிறப்பு 1967
சக்தி சுதா இண்டஸ்ட்ரீஸ் (Shakti Sudha Industries)

சத்யஜித் சிங் நுகர்வோர் பொருட்களை விநியோகிக்கும் பணியில் ஈடுபட்டிருந்தார். வாழ்க்கையின் வசதிகளை அனுபவித்துக் கொண்டிருந்தார். இருப்பினும் ஒரு நாள் அந்த வியாபாரத்தை முடினார். மக்கானாவை (அல்லிவிதை) வர்த்தகரீதியாகப் பெரிய அளவில் விற்பது என்ற அறைகூவலை எடுத்துக் கொண்டார். அப்படிச் செய்யத் தொடங்கிய போது அதை கடமையும் பொறுப்பும் உள்ள பணியாகத் தொடர்ந்தார் ஆயிரக்கணக்கான விளிம்பு நிலை விவசாயிகளுக்கு அனுகூலங்களை அவரால் கொண்டு வர முடிந்தது.

பொருளடக்கம்

அடைந்தே தீருவது என்கிற வெறியார்வம்

சில தொழில் முனைவோர்கள் குறிப்பிட்ட கருத்து அல்லது பேரார்வத்தால் செலுத்தப்படுகிறார்கள். மாறுதலான ஏதோ ஒன்று காலத்தைக் கடந்து நிற்கிறது. இப்போது பார்க்கப் போகும் முயற்சிகள் அந்தக் கனவுகளை நனவாக்குகின்றவை.

பக்-303 **கூட்ட நெரிசலை விட்டு விலகி...**

சுனில் பூ - பிறப்பு 1961

ப்ளான்டேர்ஸ் டெய்ரி (Flanders Dairy)

இவர் நகரத்தில் பிறந்தவர் பண்ணையில் வேலை செய்ய விரும்பினார். கல்லூரியை முடித்தவுடன் சுனில் பெல்ஜியத்திற்குச் சென்றார். அங்கு சீஸ் செய்வதைக் கற்றுக் கொண்டார். கடந்த 20 ஆண்டுகளாக ப்ளான்டேர்ஸ் டெய்ரியில் அதைத்தான் செய்துக் கொண்டிருக்கிறார். ஒவ்வொரு வினாடியையும் மகிழ்ச்சியாகக் கழிக்கிறார்.

பக்-318 **மின்சாரக் கனவுகள்**

சேத்தன் மைனி - பிறப்பு 1970

ரேவா எலக்ட்ரிக் கார் கம்பெனி (Reva Electric Car Company)

சேத்தன் மைனிக்கு மின்னணுவியல் (electronics), தவிர கார்களின் மீதும் சிறு வயதிலிருந்தே மிகவும் விருப்பம். இந்தப் பேரார்வத்தினால் தான் மின்சாரக் காரைத் தயாரிக்க வேண்டும் என்ற கனவு அவருக்குத் தோன்றியது. இன்று அத்தகைய வண்டிகளை ரேவா உற்பத்தி செய்வது மட்டுமல்லாது, ஜெனரல் மோட்டார்ஸ் போன்ற பெரிய கம்பெனிகளுக்கு அதன் தொழிற் நுட்பத்திற்கான உரிமத்தையும் கொடுக்கிறது.

பக்-344 **காகிதப் புலி**

மஹிமா மெஹ்ரா - பிறப்பு 1970

ஹாத்தி சாப் (Haathi Chaap)

மறுமுறை பயன்படுத்தும் 'மறுசுழற்சி' (recycling) துறையில் வேலை செய்ய விரும்பினார். ஆனால் அரசாங்கச் சார்பில்லாத அமைப்புகளில் (NGOs) அல்ல. அதனால் கையால் தயாரிக்கும் காகித வியாபாரத்தைத் தொடங்கினார். அந்த வியாபாரப் பாதையில் சுவையான விஷயங்களைத் தெரிந்து கொண்டார்; யானைச் சாணத்தின் எதிர்பாராத பயன் உட்பட.

பக்-358 **விவசாய வித்தகர்**

சமர் குப்தா - பிறப்பு 1963

த்ரிகாயா விவசாயம் (Trikaya Agriculture)

சமர் நகர வாழ் பையன். எரியும் லட்சியம் எதுவும் இல்லாதவர். ஆனாலும் வாழ்க்கை ஒரு சவாலை எறிந்ததும் அதைச் எதிர்கொள்ள முடிவு செய்தார். கடந்த பத்து ஆண்டுகளாக த்ரிகாயா விவசாயம் பொழுது போக்கிலிருந்து வியாபாரமாக வளர்ந்திருக்கிறது. இந்தியாவில் "என்ன வளர்க்கலாம்" என்ற எல்லைக் கோட்டிற்கு அப்பால் நகர்ந்துள்ளது.

பொருளடக்கம்

கருத்து வெளிப்பாடு

படைப்பாற்றல் மிக்கவர்களுக்குத் தம் கருத்தை வெளிப்படுத்த ஒரு மேடை தேவைப்படுகிறது. அத்தகைய திறன் தனிச்சிறப்பு வாய்ந்ததாக இருந்தால் அதற்கான மேடை உருவாக்கப்படவேண்டும். அவ்வாறு செய்யும் போது அந்தக் கலைஞனும் தொழில் முனைவோராக ஆகிறான்.

பக்-382 **கதை சொல்லி**

அபிஜித் பன்சோத் - பிறப்பு 1972
ஸ்டூடியோ ABD (Studio ABD)

NID யில் படிப்பை முடித்திருந்த அபிஜித் பன் சோதிற்கு ஏன் உள்நாட்டு வடிவமைப்பாளர்கள் மேல் நாட்டுக் கருத்துகளால் ஊக்கமும் எழுச்சியும் அடைகிறார்கள் என்ற சந்தேகம் இருந்து வந்தது. டைடனின் "இந்தியன் ஹெரிடேஜ்" மற்றும் 'ராகா' தொகுப்புகளை வடிவமைப்பதில் அவர் முன்னோடியாக இருந்தார். இப்போது அவர் தன் சொந்த வடிவமைப்பு நிறுவனத்தை நடத்தி வருகிறார்.

பக்-404 **வாய்மையே வெல்லும்**

பரேஷ் மோகாஷி - பிறப்பு 1969
'ஹரீஷ்சந்திராசி பாக்டரி' (Harishchandrachi Factory)

பரேஷ் மோகாஷி நடிகராக வேண்டும் என்று விரும்பினார். ஆனால் மராத்தி நாடக மேடையில் நாடக ஆசிரியராக, இயக்குனராகத் தனக்கென்று ஒரு இடம் இருப்பதைக் கண்டு பிடித்தார். எதிர்பாராத விதமாக தாதா சாஹேப் பால்கேயின் வரலாற்றை அவர் படிக்க நேர்ந்தது. அது அவரை ஒரு புது முயற்சிக்கு இட்டுச் சென்றது. எல்லோராலும் மிகவும் புகழப்பட்ட இவருடைய திரைப்படம் இந்தியாவின் அதிகாரப்பூர்வ நுழைவாக 2009, ஆஸ்கார் விழாவுக்குத் தேர்ந்தெடுக்கப்பட்டது.

பொருளடக்கம்

கருத்து வெளிப்பாடு

படைப்பாற்றல் மிக்கவர்களுக்குத் தம் கருத்தை வெளிப்படுத்த ஒரு மேடை தேவைப்படுகிறது. அத்தகைய திறன் தனிச்சிறப்பு வாய்ந்ததாக இருந்தால் அதற்கான மேடை உருவாக்கப்படவேண்டும். அவ்வாறு செய்யும் போது அந்தக் கலைஞனும் தொழில் முனைவோராக ஆகிறான்.

பக்-422 அவதாரம்

கிருஷ்ணா ரெட்டி - பிறப்பு 1984

பிரின்ஸ் டான்ஸ் க்ரூப் (Prince Dance Group)

ஒரிஸ்ஸாவில் ஒரு சிறு நகரத்தில் தினசரி கூலி வேலை செய்வோரை ஒரு குழுவாக இணைத்து 'பிரின்ஸ் டான்ஸ் க்ரூப்' என்ற ஒன்றை கிருஷ்ணா ரெட்டி அமைத்தார். தனித்துவம் மிக்க இந்தக் குழு புராணக் கதைகளை அடிப்படையாகக் கொண்ட நடனத்தை மிகச் சிறப்பாக ஆடி பார்வையாளர்களை மகிழ்ச்சி அடையச் செய்தது; எப்போது? 'India's Got Talent' என்ற மிக முக்கியமான போட்டியில் கலந்து கொண்டு இவர்கள் வெற்றியடைந்த போது.

பக்-438 காட்டின் அழைப்பு

கல்யாண் வர்மா - பிறப்பு 1980

கானக உயிரினப்புகைப் படக்கலைஞர்
(Wildlife Photographer)

22 வயதில் யாஹூவில் கல்யாண் வர்மாவிற்கு கனவில் கிடைப்பது போன்ற ஒரு வேலை கிடைத்தது. ஆனால் ஒரு நல்ல நாளில் தன்னுடைய பெருவிருப்பமான கானக உயிரினப் புகைப்படம் எடுப்பது என்ற தன்னுடைய பெரு விருப்பத்தை நிறைவேற்றுவதற்காக அந்த வேலையை விட்டு விலகினார். இன்று, தான் உண்மையாக நேசிக்கும் ஏதோ ஒன்றின் மூலமாகத்தன் கனவுகளையும் நனவாக்கிக் கொண்டு பணமும் சம்பாதிக்கும் ஒரு மடையன் என்பதற்கு ஒரு வாழும் உதாரணமாக இருக்கிறார்.

உழைப்பும் உத்வேகமும்

இந்த தொழில் முனைவோர்களுக்கு வர்த்தகத்தில் முறையான எந்த விதப் பயிற்சியும் இல்லை. ஊன்றிக் கவனித்தல், திரும்பத் திரும்பச் சோதனை செய்தல், செய்ய வேண்டியவற்றில் மனதை முழுவதுமாகச் செலுத்துதல் போன்றவை மூலமாக அவர்கள் கற்றிருக்கிறார்கள். இறுதியாக, வர்த்தகம் ஒன்றும் ஏவுகணை அறிவியல் இல்லையே!

பிழைக்கத்
தெரிந்தவர்

பிரேம் கணபதி

"தோசா பிளாசா"
(Dose Plaza)

பல்லாயிரக்கணக்கான மற்றவர்களைப் போல் ஒரு சிறந்த எதிர்காலத்தைத் தேடி அவர் மும்பைக்கு வந்தார். மேக்டோனால்ட்ஸால் உந்தப்பட்டவர் அவர். ஒரு சாதாரண பாத்திரம் கழுவும் ஊழியராக இருந்த பிரேம் கணபதி, இந்தியா முழுவதிலும் 26 கிளைகளை உடைய "தோசா பிளாசா" என்ற துரித உணவு கடைகளுக்குச் சொந்தக்காரராக உயர்ந்தார்.

முதல் தடவையாக அவரை நான் சந்திக்கச் சென்ற போது "என்னோட இங்கிலீஷ் அவ்வளவு நல்லா இருக்காது" என்றார் பிரேம் கணபதி.

"சொல்லப்போனா இந்தியும் அவ்வளவு சரியா இருக்காது," ஒரு அசல் தமிழ் உச்சரிப்புடன். அவர் பேசுவதைப் புரிந்து கொள்வது கூட சில நேரங்களில் கடினமாக இருந்தது.

ஆனால் ஒரு மொழி அவருக்குச் சரளமாக இருந்தது, அதுதான் வியாபாரம் என்ற மொழி.

வணிக உரிமைப் பெயர் (Branding)? எனக்கு அது கட்டாயம் வேண்டும்.

வரவு செலவு கணக்கு எழுதுவது? அதில் எப்போதும் ஒரு கண் வைக்க வேண்டும்.

வாடிக்கையாளர் திருப்தி? அதற்கு மாற்றாக எதுவும் இல்லை.

இவற்றையெல்லாம் கற்பதற்கு எந்த ஒரு பிசினஸ் ஸ்கூலுக்கும் போக வேண்டிய தேவை அவருக்கு ஏற்பட வில்லை. கல்லூரிக்கு வெளியில் அழுக்கும், வெப்பமும் நிறைந்த மும்பை தெருக்களில் இந்த அறிவைப் பெற்றார்.

ஹோட்டலில் பாத்திரம் கழுவும் ஊழியராக அவர் தன்னுடைய தொழிலைத் தொடங்கினார். கடினமாக உழைத்து முன்னேறினார். டீக்கடையிலிருந்து, தெருவோரத்து தோசைக்கடை, வாஷி ரயில் நிலையத்திற்கு அருகில் சிறு உணவுக்கடை என்று முன்னேறினார், இதுவே ஒரு பெரும் சாதனையாகப் பலருக்கும் இருந்திருக்கும்.

ஆனால் இந்த மனிதருக்கு அல்ல.

நியூ பாம்பேயின் முதல் வணிக வளாகமான Center One னில் ஒரு பெரிய உணவகத்தைப் பிரேம் கணபதி தொடங்கினார்; அதற்குப் பிறகு அவர் எதையும் யோசிக்கவே இல்லை.

இன்று நாடு முழுவதிலும் 26 "தோசா பிளாசா" கடைகள் உள்ளன; நியூசிலாந்தில் ஒரு பிராஞ்சைசியும் உண்டு.

இது ஒன்றும் எளிதானது அல்ல, ஆனால் இது சாத்தியமாகக் கூடியதே. பிரேம் கணபதியின் கதை உங்களுக்கு நம்பிக்கையை அளிக்கிறது; இந்த நாட்டில் யார் வேண்டுமானாலும் எதை வேண்டுமானாலும் நிச்சயமாகச் சாதிக்க முடியும். நம்மிடையே நூறு திருபாய் அம்பானிகள் இருக்கலாம். ஆனால் நமக்கு லட்சக்கணக்கான பிரேம் கணபதிகளும் கட்டாயம் வேண்டும்.

பிழைக்கத் தெரிந்தவர்

பிரேம் கணபதி
தோசா பிளாசா

தமிழ் நாட்டில் தூத்துக்குடி மாவட்டத்தில் நாகலாபுரத்தில் பிரேம் கணபதி பிறந்தார். இவருக்கு ஆறு சகோதரர்கள், ஒரு சகோதரி; அந்தக் குடும்பத்தில் நாலாவது குழந்தை இவர்.

"எங்க அப்பா விவசாயம் செய்தார். அதுக்கு முன்னாடி கரி வியாபாரம். ஆனா அவர் ரொம்ப நஷ்டமடைந்தார். அந்தச் சமயத்துலதான் நான் பிறந்தேன். அப்புறம் அந்த வியாபாரத்தையும் மூடிட்டார்." விவசாயம் செய்வது கூட ரொம்ப லாபகரமானது இல்லை; இருந்தாலும் அதன் மூலம் ஓரளவிற்கு வாழ்க்கையை நடத்திச் செல்ல முடிந்தது.

இவருடைய அப்பா யோகாவும் உடற்பயிற்சியும் சொல்லிக் கொடுக்கும் ஆசிரியர். தன் தந்தை சற்று வித்தியாசமானவர் என்று நினைவு கூர்கிறார். *"அவர் என்ன காரியம் செய்தாலும் சாதாரண மனுஷங்க செய்யறத விட கொஞ்ச வேறமாதிரியா தான் செய்வார்"* உதாரணமாக, நாணயமாக இருத்தல் என்பதை அவர் தன் வாழ்க்கையின் வழிமுறையாகவே கொண்டிருந்தார். "எங்க அப்பா எனக்கு வியாபாரத்த சொல்லிக் கொடுக்கல. அதுல அவர் வெற்றியும் அடையல. ஆனா என்னுடைய எண்ணங்களை, என்னோட மதிப்புகளை அவர் வாழ்ந்த முறை ஆழமாகப் பாதித்தது. இந்த அளவு வெற்றி எனக்கு கிடைச்சிருக்கிறதுக்கு நான் அவருக்குக் கடமைப் பட்டிருக்கிறேன்."

இவர் நாடார் இனத்தைச் சேர்ந்தவர். அதனால் ஊரில் இருந்த அந்த இனத்தைச் சார்ந்த பள்ளியில் 10 ம் வகுப்பு வரை படித்தார். "தமிழ் நாட்டின் முதல் மந்திரியாக இருந்த காமராஜ் நாடார் என்னைப் போல இருக்கறவங்களும் படிக்கணும் என்று கட்டாயக் கல்வியை ஆரம்பித்தார்."

அந்தக் கிராமத்தில் நாடார் இனத்தவருக்கான ஒரு கோவிலும் அதைச் சார்ந்த ஒரு பள்ளியும் இருந்தது. பிரேம் படித்தது எஸ். சி. என் உயர்நிலைப் பள்ளி. அதில் சுற்றுப் புறங்களில் இருந்த 18-20 கிராமங்களிலிருந்து மாணவர்கள் கல்வி கற்றனர்.

"இப்போ அங்கு 12 வகுப்பு இருக்கு. இந்த வருஷம் மாவட்ட அளவுல அந்தப் பள்ளி முதலிடத்தை அடைந்திருக்கு" என்று மகிழ்ச்சியாகக் கூறுகிறார் பிரேம்.

இன்று எஸ். சி. என் உயர்நிலைப் பள்ளி மாணவர்கள் பெரிய பெரிய லட்சியங்களை அடைய முயற்சி செய்யலாம். ஆனால் 10ம் வகுப்பைப் பிரேம் முடித்த போது சம்பாதிப்பதற்கு ஒரே ஒரு வழிதான் இருந்தது. பள்ளியை விடு! வேலைக்குச் செல்! "எங்க ஜாதியில் 8 அல்லது 10 வகுப்போட படிப்பை நிறுத்திடுவோம். *பிறகு மளிகைக் கடை, துணிக்கடை, பாத்திரக்கடை என்று வேலைக்குச் சேர்ந்திடுவோம்.*"

பண நெருக்கடி மிகவும் இருந்தது. சென்னையில் ஏற்கனவே அவரது தந்தையும் சகோதரர்களும் வேலையில் இருந்தனர். பிரேமும் அங்கு சென்றார். அவருடைய உறவினரின் காபிக் கடையில் அவருக்கு வேலை கிடைத்தது.

காப்பிக் கொட்டையை அரைப்பதில் இருந்து எல்லா வேலையையும் அங்கு கற்றார். தன் கிராமத்தில் நடந்த திருவிழாவிற்குச் சென்று திரும்பிய பிறகு பிரேம் வேறொரு இடத்தில் வேலையை எடுத்துக் கொண்டார்; அது காபியும் அரிசியும் விற்கும் கடை. அதிலேயே அவர் தொடர்ந்து இருந்திருப்பார். அந்த வியாபாரத்திற்கான எல்லா விவரங்களையும் கற்றிருந்திருப்பார். ஆனால் அவருக்கு விதித்திருந்தது வேறு மாதிரியாக இருந்தது.

"*என்னோட முதலாளியோட அண்ணா 1990ல் பம்பாயிலிருந்து வந்தார். அவரோட நான் பம்பாய்க்குக் கிளம்பிட்டேன்.*"

ஏன் போனார்? ஏன் போகக் கூடாது? பிரேமுக்கு அப்போது 17 வயது. தன்னைச் சுற்றியுள்ள உலகைப் பற்றி அறிந்து

கொள்வதில் ஆவலாக இருந்தார். யாரிடமும் எதுவும் சொல்லாமல் கனவு நகரமான மும்பைக்குக் கிளம்பி விட்டார். இது ஒரு இந்தி சினிமாவின் ஆரம்பக் காட்சி போல் தோன்றுகிறது. அங்கு இவர் சென்ற பிறகு நடந்தது மேலும் சினிமாத்தனமாக இருந்தது. மும்பையில் இவருக்குத் தெரிந்த ஒரே ஆள், சென்னையில் இருந்து கூடவே வந்தவர், பாந்த்ரா ரயில் நிலையத்திற்கு அழைத்துச் சென்றார், பிறகு மறைந்து விட்டார்.

"*இங்க பேசற பாஷையெல்லாம் எனக்கு ஒண்ணும் தெரியலை.*" அருகிலிருந்த மாரியம்மன் கோவிலுக்கு ஒரு தமிழர் இவரைக் கூட்டிச் சென்றார். நல்ல மனம் படைத்த சிலர் டிக்கட் வாங்கி பிரேம் கணபதியைச் சென்னைக்கு அனுப்பப் பணம் வசூல் செய்ய ஆரம்பித்தனர்.

பிரேம் சொன்னார். "*முடியவே முடியாது. நான் இங்கேயே ஏதாவது வேலை தேடிக்கிறேன்.*"

மும்பை என்ற மாதரசி புதிதாக வேலை தேடி அங்கு வருபவர்களைத் தன்னுடைய அழுக்கான புடவை முந்தானையில் முடிந்து கொள்கிறாள். அது போல சையானிலுள்ள தாஸ் பேக்கரி கடையில் பிரேமுக்கு விரைவாகவே ஒரு வேலை கிடைத்தது. என்ன வேலை அது? பாத்திரங்கள் கழுவுவது, பீட்சா மற்றும் பர்கர் செய்கின்ற அடுப்புகளைத் துடைப்பது. ஆறுமாதங்களுக்குப் பிறகு அவர் தன்னுடைய கிராமத்திற்குச் சென்றார். திரும்பி வரும்பொழுது அவருக்கு வேறொரு வேலை கிடைத்தது. இம்முறை செம்பூரிலுள்ள சத்குரு ஹோட்டலிலுள்ள பேக்கரியில்.

1991 அந்த ஹோட்டல் முதலாளி வாஷி APMC மார்க்கெட்டில் இன்னொரு கடை துவங்கினார். இப்பொழுது குருதேவ் ஹோட்டலில் சமையலறைப் பாத்திரம் கழுவும் வேலை கிடைத்தது.

"பாத்திரம் கழுவும் வேலை" என்று தெளிவாக்கினார்.

"*நான் அவர்கிட்ட கெஞ்சி கேட்டுகிட்டேன். நான் பத்தாவது வரைக்கும் படிச்சிருக்கேன். கொஞ்சம் இங்கிலீஷும் தெரியும். எனக்கு வெயிட்டர் வேலை குடுங்க. இல்ல வெளியில டீ விக்கிற வேலை குடுங்க. ஒண்ணுமே இல்லைன்னா குறைஞ்ச பட்சம் மேசை தொடைக்கிற வேலையாவது குடுங்க.*"

வயிறு வேண்டுமானால் காலியாக இருக்கலாம். ஆனால்

ஒரு மனிதனின் வயிற்றில் நெருப்பு இருக்க முடியுமா? நிச்சயமாக அது பிரேம் கணபதியிடம் இருந்தது.

பிரச்சினை என்னவென்றால் அந்த முதலாளி இந்த இளைஞனைத் தவிர்க்க ஆரம்பித்தார். ஆலிவர் ட்விஸ்டைப் போல் இவன் மேலும் மேலும் கேட்டான். உண்மை இதுதான். தன் ஊர்க்காரர்கள் என்ற எண்ணம் அவரிடம் அதிகம் இருந்தது. மதராசிகளுக்கு வெயிட்டர் போன்ற கடையில் முன்னே இருந்து செய்யும் வேலைகள் தரப்படுவதில்லை. அவர்களுக்குச் சமையலறை ஒதுக்கப்பட்டிருந்தது. உள்ளூர்காரர்களுக்கும் மங்களூர் வாசிகளுக்கும் முன்னுரிமை தரப்பட்டது.

"நான் ரொம்ப வருத்தப்பட்டேன்" என்றார் பிரேம். ஆனால் அவரால் எதுவும் செய்ய முடியவில்லை, தனக்கான நேரத்திற்காகக் காத்திருப்பதைத் தவிர.

அப்போது அவருக்கு அதிர்ஷ்டம் அடித்தது. அருகிலேயே பிரேம் சாகர் என்ற புதிய உணவகம் திறக்கப்பட்டது. இங்கு அவருக்கு டீ விற்கும் வேலை கிடைத்தது. பாத்திரம் கழுவுவதை விட டீ விற்பது எந்த வகையில் சிறந்தது? டீ விற்பதற்கு வெளியில் சென்றால் 10% கமிஷன் கிடைக்கும். தவிர வாடிக்கையாளர்களைப் பழக்கப்படுத்திக் கொள்ளும் வாய்ப்பும் கிடைக்கும். மனிதர்களிடம் உறவு முறையை ஏற்படுத்திக் கொள்வது எங்கு இட்டுச் செல்லும்? யாருக்குத் தெரியும் எங்கு என்று?

பிரேம் கணபதி இயல்பாகவே அதற்கேற்றவர். மற்ற சிறுவர்கள் ஒரு நாளைக்கு 300 ரூபாய்க்கு விற்க முடிந்தபோது சாதாரணமாக தினமும் அவரால் ரூ 1000 வரை விற்க முடிந்தது. அது என்ன ரகசியம்?

"எல்லார்கிட்டையும் நான் நல்ல விதமா பழகினேன். கடைக்குப்பக்கத்தில் தமிழ்நாடு மெர்க்கன்டைல் பாங்க் இருந்தது. அங்கிருக்கிறவங்க போன் பண்ணி என் பேரைச் சொல்லிக் கூப்புடுவாங்க."

"நான் சிரித்துக் கொண்டே எல்லாருக்கும் வணக்கம் சொல்லுவேன். கொஞ்சம் பேசுவேன். நல்லபடியா அவங்களைக் கவனிப்பேன். யாருக்கு எந்த விதமான டீ பிடிக்கும்னும் எந்த நேரத்திற்கு வேணும்னும் தெரிஞ்சுக்கு வேன். மதிய உணவோட என்ன குளிர்பானம் அவருக்கு வேணும்னு கேப்பேன். இதையெல்லாம் நான் தெரிஞ்சி வைச்சிருந்தேன்."

"என்னுடைய கடையை எல்லா இடங்களிலும் திறக்கணும். அதையும் வேகமா செய்யணும்."

"ஏன்னா மார்க்கெட் பூரா ஒவ்வொருத்தருக்கும் ஒரு ருசி இருக்கும். ஒவ்வொருத்தரையும் நல்ல முறையில் கவனிச்சிக் கொடுக்க முயற்சித்ததால் எனக்கு நல்ல பேரு கிடைச்சுது."

நீங்கள் விற்பது டீயாக இருக்கலாம். பார்சூன் 500 வாடிக்கையாளருக்குச் சேவை செய்வதாக இருக்கலாம். லட்சியம் ஒன்றே தான். எப்போதுமே!

விரைவில் ஒரு நாளைக்கு ரூபாய் 100 வரை பிரேம் சம்பாதிக்க ஆரம்பித்தார். உணவும் உறைவிடமும் இலவசம். ஆனால் அவருக்கு இதற்கு மேலும் கிடைக்கப் போகிறது. வங்கியில் அவருடைய வாடிக்கையாளர்களுள் ஒருவர் ஒரு தமிழர்; அவர் ஒரு யோசனை சொன்னார். வாஷி செக்டார் 3-4 மார்க்கெட்டில் ஒரு டீக்கடையை வைக்க அவர் விரும்பினார். தேவையான முதலீட்டை அவர் செய்வார். பிரேம் அந்தக் கடையை நடத்த வேண்டும். இருவரும் 50:50 பங்குதாரர்கள்.

மகிழ்ச்சியோடு ஒப்புக்கொண்டார் பிரேம் கணபதி. ஒரு *மளிகைக் கடையின்* பின்புறத்தில் *டீக்கடை* நிறுவப்பட்டது. ஆரம்பித்த நாள் முதல் விறுவிறுப்பாக வியாபாரம் நடந்தது. இரண்டு மூன்று மாதங்களுக்குப் பிறகு முதலீடு செய்தவருக்குப் பேராசை ஏற்பட்டது. மாதத்திற்கு ரூ 8,000 முதல் 10,000 வரை லாபம் கிடைத்தது. அதில் 50% எதற்குக் கொடுக்க வேண்டும்.

"என்ன நீக்கி விட்டுச் சம்பளத்திற்கு வேற ஒரு ஆள வைச்சார்."

பிரேம் கணபதிக்கு "எல்லாம் முடிந்து விட்டது." பழைய நிலைக்குத் திரும்பியாயிற்று.

இது நடந்தது, 1992ம் ஆண்டு. விடுமுறைக்குத் தன் கிராமத்திற்கு பிரேம் சென்றார். தன் மாமாவிடம் இருந்து சிறு தொகையைக் கடனாகப் பெற்றுக் கொண்டு மும்பை திரும்பி வந்தார். கூடவே அவர் தம்பியும் வந்தார். ரூபாய் 20,000 முதலீடாகக் கொண்டு பிரேம் சொந்தமாகத் தெருவோரக் கடையைத் திறந்தார்.

வியாபாரம் நன்றாக நடந்தது. ஆனால் அருகிலிருந்த குடியிருப்பு வளாகச் சங்கம் அவருக்குப் பிரச்சினையைக்

கொடுத்தது. தினந்தோறும் ஏற்பட்ட அந்தத் தொல்லையைத் தாங்க முடியாமல் பிரேம் ஒரு கைவண்டியை வாங்கினார்; பஸ் நிலையம் அருகே தன் கடையைத் திறந்தார். இதுவும் சிறிது நாட்களே செயல்பட்டது.

"முடிந்து போயிற்று என்று சொல்லக் கூடாது" அல்லது "எழுந்து நின்று நடந்து கொண்டே இருக்க வேண்டும்," என்பதாக எப்படி வேண்டுமானாலும் இதைச் சொல்லலாம். விரைவிலேயே பிரேம் வேறொரு இடத்தைக் கண்டுபிடித்தார், வாஷியின் செக்டார் 17ல் ஒரு தென்னக உணவுக்கடையைத் திறந்தார். அவருக்கு இட்லி அல்லது தோசை செய்வது பற்றி எதுவுமே தெரியாது. அருகிலிருந்த தென்னிந்திய வீடுகளிலிருந்து தேவையான மாவை வாங்கிக் கொள்வார். எப்படிச் செய்வது என்பதைக் கூர்ந்து கவனித்துத் திரும்பத் திரும்பச் செய்து கற்றுக் கொண்டார்.

தோசை மாவு தரமாக இல்லை என்றுணர்ந்து ஒரு மாவரைக்கும் இயந்திரம் வாங்கி, தானே மாவை தயாரிக்கத் துவங்கினார்.

1992லிருந்து 1997 வரை, பாம்பே மெர்க்கன்டைஸ் பாங்கிற்கு வெளியே பிரேமின் தோசைக் கடை பெரிய வளர்ச்சி அடைந்தது.

"எனக்கு ரொம்ப நல்ல பேர் கிடைச்சது."

"நல்ல லாபமும் கிடைச்சது." பிரேம் கணபதிக்கு மாதந்தோறும் லாபமாக ரூ 20,000 கிடைத்தது.

பிரச்சினை இல்லாமல் எந்த வியாபாரமும் இல்லை.

"ஆரம்பத்தில் சிட்கோகாரர்கள் தொந்திரவு செய்தார்கள். அப்புறமா முனிசிபாலிட்டி காரங்க வந்தாங்க. அவுங்களும் நிறைய பிரச்சினை பண்ணாங்க."

தனக்கென்று ஒரு இடம் வேண்டும் என்பது இப்போது புரிந்தது.

இந்த காலகட்டத்தில் வாஷியில் செக்டார் 11ல் ஒரு வாடகை வீட்டில் பிரேம் வசித்து வந்தார். அந்த இடம் தான் சமையலறையாகத் திகழ்ந்தது. அங்கு வகை வகையான சட்னிகள், உருளைக் கிழங்கு மசாலா, தோசை மாவு ஆகியவை தினமும் தயார் செய்யப்பட்டன. 24 மணி நேரமும் கடையைக் கவனிக்க வேண்டியிருந்தது. அவருடைய இரு சகோதரர்கள் உதவி புரிய அவருடன் சேர்ந்து கொண்டனர்.

ஆனால் இவ்வளவு சிறிய கடை எப்படி அவ்வளவு வெற்றிகரமாகச் செயல்பட்டது? மும்பை முழுவதிலும் எல்லா உடுப்பி ஹோட்டல்களிலும் இட்லியும் தோசையும் கிடைத்தன. அந்நிலையில், தெருவிலிருந்த இந்தக் கடைக்கு மக்கள் ஏன் கூட்டமாக வந்தனர்? ஏனெனில் அது வித்தியாசமாக இருந்தது.

"நான் ரொம்ப சுத்தமா எல்லாத்தையும் கவனிப்பேன். தெருவோரத்துல இருக்கற மற்ற கடைக்காரர்கள் எல்லாம் *லுங்கி* கட்டுவாங்க. ஆனா நாங்க எப்பொழுதும் பாண்ட், சர்ட் போடுவோம். தலை முடியை இழுத்துக் கட்டியிருப்போம். அந்த வண்டியை *ரொம்ப ரொம்ப சுத்தமா வைச்சிருப்போம். சாப்பாடெல்லாம் புதுசா தயார் பண்ணுவோம். பழைய சாப்பாட்ட விக்க மாட்டோம்.*"

ஒரு பெரிய பெயர் பலகையில் நீலம் மற்றும் வெள்ளை நிறங்களில் பெரிய எழுத்துக்களில் "பிரேம் கணபதி தென்னிந்திய துரித உணவகம்" என்று எழுதப்பட்டது. தனக்கென்று ஒரு வணிக உரிமைப் பெயர் *(பிராண்டிங்)* வேண்டும் என்பது தெளிவாகவும் பொருத்தமானதாகவும் ஆரம்பம் முதலே அவர் மனதில் இருந்தது.

சாமான்ய மனிதர்களிடையே மட்டுமல்லாது காரில் வரும் பெரிய பணக்காரர்கள் கூட இந்தக் கடைக்கு வரத் துவங்கினார்கள், மெர்சிடிஸ் கார்களில் வரும் பெரிய பெரிய பணக்காரர்கள் கூட. குறைந்த விலையில் தரமான உணவு அங்கு கிடைத்தது. ரூ 4க்கு 2 இட்லி ரூ 10க்கு ஒரு தோசை, ஓட்டலை விட இது மிகக் குறைந்த விலை.

1997ல் பிரேம், சுமார் 2 லட்ச ரூபாய் சேமித்தார். அதை முதலீடாகக் கொண்டு, சென்னையில் ஒரு மளிகைக் கடையைத் தன் தம்பிகளுக்காக ஆரம்பித்தார். இன்னும் ஓரிரு ஆண்டுகள் இங்கு பணியாற்றிய பிறகு அவரும் கூட சென்னைக்கே சென்றிருக்கக் கூடும். ஆனால் 1998, ஜனவரியில், துணிகரமான ஒரு முயற்சியில் இறங்கினார்.

வாஷி ரயில் நிலையத்திற்கு அருகில் ரூ 50,000 முதலீடு செய்து ஒரு கடையை ரூ 5000 மாத வாடகைக்கு பிரேம் எடுத்தார். அங்கு தான் "பிரேம் கணபதியின் பிரேம் சாகர் தோசா பிளாசா" பிறந்தது. இங்கிருந்து தான் அவருக்கே

"எப்பவும் நானே கடைல நிக்க முடியாது. அதனால வணிக உரிமைப் பெயர் நிச்சயமா செய்யணும்."

உரித்தான ஒரு பிராண்டிற்கான பயணம் தொடங்குகிறது.

"தோசா பிளாசா" என்ற இந்த பெயர் பிரேமுக்கு எப்படிக் கிடைத்தது? அது ஒரு சுவாரசியமான கதை. அந்தச் சமயத்தில் என் IIT மாணவன் ஒருவன் பிரேமின் அறையில் அவரோடு தங்கியிருந்தான். இந்த மாணவன் அவருக்கு ஒரு மின்னஞ்சல் விலாசம் ஏற்படுத்திக் கொடுத்தான். மேலும் இணையதளத்தை எப்படிப் பயன்படுத்துவது என்பதையும் கற்றுக் கொடுத்தான். மாலை மூன்றிலிருந்து ஆறு வரை பிரேமுக்குக் கிடைக்கும் ஓய்வு நேரத்தில் அவர் ஒரு இணையதள சேவை மையத்திற்குச் சென்று தகவல்களைத் தேடுவார்.

"சாப்பாடு தொடர்பானது மட்டுமே நான் அங்கே தேடுவேன். அப்போதான் மெக்டொனால்ட், பீட்சாஹட் என்ற பெயரெல்லாம் எனக்குப் புரிஞ்சுது."

தன்னுடைய தோசைகளால் தனக்குப் புகழ் கிடைத்திருக்கிறது என்பதை பிரேம் உணர்ந்தார். அதனால் தன் கடையின் பெயரிலும் அது பிரதி பலிக்க வேண்டும் என்று நினைத்தார். பீட்சாஹட் பீட்சாக்களுக்குப் பெயர் போனது. அது போல பல பெயர்களை தோசா பேலஸ், தோசா பார்க், தோசா இன் என்று யோசனை செய்து பார்த்தார்.

அதே நேரத்தில் கோகோ கோலா என்ற பிராண்ட் எப்படிப் பிரபலமானது என்பதைத் தெரிந்து கொண்டார். கோலா என்பதற்கு முன்னால் கோகோ என்பதை சேர்த்திருந்தார்கள். ஏனெனில் அது சிறப்பாக ஒலித்தது. உச்சரிப்பதற்கு எளிதாக இருந்தது. தன்னுடைய தோசைக்கும் உயிர்ப்பு ஏற்படுத்தக் கூடிய ஒரு சொல்லைக் கட்டாயமாகத் தன்னாலும் கண்டுபிடிக்க முடியும் என்று எண்ணினார்.

நியூ பாம்பேயில் வாஷி பிளாசா என்பது மிகப் பழமையானதும் மிகவும் பிரபலமானதும் ஆன ஒரு கட்டிடம். அடிக்கடி வேலை விஷயமாக பிரேம் அங்கு செல்வார். ஒரு நாள் திடீரென்று "தோசா பிளாசா" என்பது அவருக்குத் தோன்றியது. கேட்பதற்கு அது நன்றாக ஒலித்தது. இதுதான் தன் கடைக்குச் சரியாக இருக்கும் என்று எண்ணினார்.

"அப்புறமா ஒரு நாள் பிளாசாக்கு என்ன அர்த்தம்னு அகராதியில தேடினேன். திறந்த வெளி உள்ள ஒரு கட்டடத்துக்குப் பிளாசான்னு அர்த்தம்னு தெரிஞ்சிக் கிட்டேன்."

அவருடைய கடையும் திறந்த வெளியில் அமைந்திருந்ததால் "பிரேம் கணபதியின் பிரேம் சாகர் தோசா பிளாசா" என்ற பெயர் பொருத்தமானதாக இருந்தது.

இந்தத் திறந்தவெளி உணவகத்திற்கு ஒரு வலைத்தளத்தையும் ஏற்படுத்தினார் - இந்த நாட்டில் ஒரு தோசைக் கடைக்கு இவ்வசதி ஏற்படுத்தியிருப்பது இதுதான் முதல் முறை என்று நான் நினைக்கிறேன்! ஆனால் இதற்கு மேலும் பல விஷயங்கள் வர இருக்கின்றன.

சாப்பிட வருபவர்கள் விதவிதமான உணவு வகைகளை விரும்பினார்கள். அதனால் மூன்று நான்கு மாதங்களுக்குப் பிறகு அருகில் "சைனீஸ் பிளாசா" என்று மற்றொரு உணவத்தைத் திறந்தார். அது பெரும் சேதத்தை ஏற்படுத்தியது! "ஒரு சீன உணவகத்தை எவ்வாறு நடத்துவது என்று தெரியல."

அவற்றை எப்படி சமைக்கிறது என்றும் தெரியல. தேவையான பொருள்களும் கிடைக்கல. தவிர அந்த இடமும் சரியில்ல. 'அலிபாபா சைனீஸ்' என்று பக்கத்திலேயே வேற ஒண்ணும் இருந்தது."

இந்தக் கடை மூலம் நஷ்டம் ஏற்பட்டது; ஆரம்பித்த மூன்று மாதங்களிலேயே மூடப்பட்டது. ஆனால் அதற்காகச் செலவழித்த பணம் வீணில்லை, ஏனெனில் அதிலிருந்தும் எதையோ கற்க முடிந்தது என அவர் நினைத்தார்.

மறுபடியும் பிரேம் பல வகையானவற்றைச் சோதனை செய்து பார்த்தார். அதே பழைய மாதிரியான தோசையில் புதுப்புது மாதிரிகளில் உணவு வகைகளை வைத்துத் தயாரித்தார்.

"செஷ்வான் தோசா"

"மஞ்சூரியன் தோசா"

"பன்னீர் சில்லி தோசா"

அவர் கடைக்கு வரும் என்ஐஐடி மாணவர்களிடம் அந்த உணவு வகைகளைச் சாப்பிடக் கொடுப்பார்.

"இந்த அமெரிக்கன் சாப்ஸி தோசா சாப்பிட்டுப் பாருங்க. இது புளிப்பும் இனிப்புமாகச் சுவையாக இருக்கும்" என்று சொல்வார்.

அந்த மாணவர்கள் உடனே அவற்றைச் சுவைத்துப் பார்ப்பார்கள், நன்றாக இருக்கிறது என்று பாராட்டுவார்கள்.

அந்த வகையில் தான் தோசா பிளாசாவின் உணவுப் பட்டியலில் சைனீஸ் தோசாவிற்கு ஒரு தனி இடம் கிடைத்தது. வருபவர்களுக்கு அதன் சுவை பிடித்திருந்தது, மீண்டும் மீண்டும் அங்கு வந்து அதை விரும்பிச் சாப்பிட்டனர். பிரேமும் புதுப்புது வகைகளை உருவாக்கி அவற்றிற்குப் புதிய பெயர்களையும் சூட்டினார். பல வகையான சமையல் குறிப்புகளைத் தேடிச் சென்றார். பல்வேறு வகையான உணவு முறைகளையும் ஆராய்ந்து எதோடு எதைச் சேர்த்தால் சுவை கூடும் என்பதைப் புரிந்து கொண்டார்.

ஆனால் அவருக்கு முன்மாதிரியாக இருந்தது மெக்டொனால்ட்ஸ் தான். எதற்காகவது அவருக்கு விடை தெரியவில்லை என்றால் "அவர்கள் இதை எப்படிச் செய்வார்கள்?" என்று யோசிப்பார்.

"மெக்டொனால்ட்ஸ் தங்களுடைய பொருட்களுக்குப் பின்னால் TM என்று குறிப்பிடுவதை நான் பார்த்தேன். அதைப் பார்த்ததும் என்னோட குறிப்புகளுக்கும் TM (டிரேட் மார்க்) செய்ய வேண்டும் என்று நினைச்சேன். ஏன்னா அதுக்குள்ள பலபேரும் என்னப்பாத்து காப்பி அடிக்க ஆரம்பிச்சாங்க. சாய் சாகர் தோசா பிளாசா, உடுப்பி தோசா பிளாசா போல." ஒரு வழக்கறிஞர் உதவியுடன் தோசா பிளாசா என்ற டிரேட் மார்க்கை அவர் பதிவு செய்து கொண்டார். இப்பொழுது அவருடைய 27 சமையல் குறிப்புகளுக்கும் தனி உரிமை (copyright), வணிக உரிமைக் குறிகளும் (Trade Mark) உள்ளன.

தன் உணவு வகைகளில் அவர் மிகுந்த கவனத்தோடு இருக்கும் அதே நேரத்தில் வணிக உரிமைப் பெயர் மற்றும் விளம்பரத்தின் முக்கியத்துவத்தையும் உணர்ந்திருந்தார்.

"மனிதர்கள் என்னோட கடையைத் தேடி வரணும். அதுக்காக நான் பெரிய முயற்சி எடுத்துக்கிட்டேன். நியூ பாம்பேல எத்தன காலேஜ் இருக்கோ அங்கெல்லாம் என்னோட கடையைப் போட்டேன். பெரிய பேனர் கட்டி விளம்பரம் செஞ்சேன்."

மெதுவாக, ஆனால் நிச்சயமாக அந்த முயற்சிகளுக்குப் பலன் கிட்டியது. 2002 ம் ஆண்டுக்குள் தோசா பிளாசாவின் வெற்றிகரமான கதை உறுதி செய்யப்பட்டது. இரண்டு கிளைக் கடைகள், பதினைந்து ஊழியர்கள், மாதத்திற்கு ரூ 10 லட்சத்திற்கு வியாபாரம் என்றால் பிரேம் கணபதி ஒரு திருப்தி அடைந்த இளைஞனாகத்தானே இருந்திருக்க

வேண்டும்? ஆனால் இதற்கு மேலும் செய்ய வேண்டும் என்ற பேரார்வம் அவருள் கொழுந்து விட்டு எரிந்து கொண்டிருந்தது.

"வியாபாரத்திலேர்ந்து எப்பவும் நான் லாபத்த எடுக்கவே மாட்டேன். எங்க வீட்டுச் செலவுக்கு மட்டும் கொஞ்சம் எடுப்பேன்."

அவர் இன்னும் வளர விரும்பினார். அதற்காக இன்றைய வங்கி இருப்பைத் தியாகம் செய்வதற்குத் தயாராக இருந்தார். அது என்ன யோசனை? நிறைய முதலீடு செய்து சில தொடர் கடைகள் ஏற்படுத்த வேண்டும் என்பது அவர் விருப்பம்.

"எனக்கு இன்னும் நிறைய கடை திறக்கணும்; இன்னும் நல்லா செய்யணும்; ஜனங்களுக்கு நல்ல உணவு கொடுக்கணும்; இது தான் என்னோட இலட்சியம்."

தொலை நோக்கும் லட்சியமும் தேவை, ஆனால் தற்செயலாக ஏற்படும் சில சம்பவங்கள் வாழ்க்கையில் முக்கியப் பங்கு வகிக்கின்றன.

அவருக்கு இவ்வாறு நடந்தது. நியூ பாம்பேயின் முதல் வணிக வளாகமான சென்டர் ஒன்றை ஏற்படுத்தியவர்களுள் சிலர் மதிய உணவு சாப்பிட தோசா பிளாசாவிற்கு வருவார் கள். அமன் என்ற இளைஞன் அதில் திட்ட மேலாளராக இருந்தார். பிரேமிடம் அவர் அன்பாகப் பேசுவார்.

"எங்களுடைய இடத்தில் ஒரு கடை ஆரம்பிக்கிறீர்களா?" என்றார் ஒரு நாள் திடீரென்று.

பிரேமுக்கு அந்த யோசனை மிகவும் பிடித்திருந்தது. அவருடைய சகோதரர்கள் தீவிரமாக எதிர்த்த போதிலும், அவர் இதில் விருப்பம் காட்டினார். இதற்குப் பெரிய அளவில் முதலீடு செய்ய வேண்டி இருந்தது. முன்பணம் மட்டும் ரூ 3 லட்சம், தவிர தேவையான பொருட்கள், இயந்திரங்களின் விலை, தவிர உள் அலங்காரத்திற்கும் செலவு செய்ய வேண்டும்.

வங்கியில் அவருக்குக் கடன் கிடைத்திருக்கக் கூடும்; ஆனால் தன்னுடைய விஷயம் அவ்வளவு வலுவானதல்ல என்று அவர் கருதினார். அடமானம் வைப்பதற்கு எந்தச் சொத்தும் அவரிடம் இல்லை. அப்படி இருக்கும்பொழுது யார் கடன் தர முன் வருவார்கள்?

மற்ற பல தொழில் முனைவோர்கள் போல பிரேமும் தன்

குடும்பத்தாரிடமும், நண்பர்களிடமும் கடன் கேட்டார். *"அங்க இங்க கேட்டு கொஞ்ச கொஞ்சமா பணம் சேர்த்தேன். என் வேலைய நான் செய்துகிட்டே இருந்தேன்."*

அந்த வணிக வளாகம் கட்டி முடிந்த போது பிரேமின் கடையும் திறப்பதற்குத் தயாராக ஆயிற்று. 2003, ஆகஸ்டில், சென்டர் ஒன் மால் திறக்கப்பட்டது. முதல் நாளிலிருந்தே தோசா பிளாசாவிற்குப்பெருத்த வரவேற்பு இருந்தது.

முதல் நாள் விற்பனை ரூ 44,000த்தைத் தொட்டது. முதல் மாத வியாபாரம் ரூ 6 லட்சம். லாப சதவிகிதம் 15-20.

இந்த நேரத்தில் அமன் ஒரு யோசனை கூறினார். இன்னமும் அதிகமாக பிராண்டிங் செய்ய வேண்டும் என்பதால் "Think Why not" என்ற விளம்பரக் கம்பெனியிடம் பிரேமை அழைத்துச் சென்றார்.

இந்த கம்பெனியில் ஒரு வாடிக்கையாளராகச் செல்ல பிரேம் உடனே தயாராக இருந்தார்.

"ஒரு வாரம் தினமும் அவரோட நான் நேரத்த செலவிட்டேன். சாப்பாடு வாங்கிக் கொடுத்தேன். என்னோட உணவு வகைகள அவர் புரிஞ்சிக்க நேரம் கொடுத்தேன்."

பிறகு அவர்கள் வேகமாகச் செயல்பட்டு கடைக்கான அடையாளம், சிறப்புச்சின்னம், உணவுப் பட்டியல், விளம்பர வாசகங்கள் போன்றவற்றைத் தயாரித்துக் கொடுத்தனர்.

இன்று வரை தோசா - பிளாசா தொடர்ந்து அவற்றைப் பயன் படுத்தி வருகிறது.

இவ்வாறு விளம்பரம் செய்வது சிறப்பானது தான், ஆனால் இலவசமாகச் சில விளம்பரங்களும் சிறப்பானவைதான். '108 தோசைகள்' என்ற தோசா பிளாசாவின் வாசகம், தொலைகாட்சி மற்றும் செய்தித்தாள்கள் மூலமாகப் பெரும் வரவேற்பைப் பெற்றது.

இப்போது எனக்குள் ஒரு முக்கிய கேள்வி தோன்றியது. உணவுப் பட்டியலில் இந்த 108 அயிட்டங்கள் காணப்படு கின்றனவே, அவை உண்மையா அல்லது வெறும் விளம்பரமா?

இதை நான் கேட்டதும் எனக்கு வேண்டிய எந்த அயிட்டத் தையும் தான் கொடுப்பதாகப் பிரேம் உறுதி அளித்தார்.

"எங்ககிட்ட 5, 6 சாம்பார், குழம்பு வகை உண்டு, 5-10 சட்னி

உண்டு. தோசைகள் அதே தான். கறிகாய்களும் அநேகமா அதேதான். வெவ்வேறு விதமா கலந்து கொடுப்போம்.

அவருடைய ரகசியம் இப்போது உங்களுக்கும் தெரிந்துவிட்டது!

உணவோடு சரியானவற்றைச் சரியான வகையில் பொருத்தி ஒரு சுவையான பெயரைக் கொடுப்பதற்கு ஊழியர்களுக்குப் பயிற்சி அளிக்க வேண்டும். இதுதான் முக்கியமான விஷயம் இப்படித்தான் சாலட் ரோஸ்ட் தோசா, அல்லது மெக்சி ரோல் தோசா போன்றவை செய்யப்படுகின்றன. கற்பனைத் திறன் உண்டு. ஆனால் ரொம்ப விசித்திரமாக இருக்காது. தாங்கள் என்ன சாப்பிடப் போகிறோம் என்பது மக்களுக்குத் தெரிந்திருக்க வேண்டும்.

தொடர்கடைகளை நடத்துவதின் அடுத்த முக்கிய விஷயம் சுவை. எப்போதும் எல்லா இடத்திலும் ஒரே மாதிரியாக இருப்பது. எந்தக் கிளைக் கடைக்குச் சென்றாலும் ருசி ஒரே மாதிரியாக இருக்க வேண்டும். அதனால் தோசா பிளாசாவில் எல்லா முக்கிய குழம்பு, சாம்பார், சட்னி வகைகள் ஒரே சமையலறையில் செய்யப்பட்டன.

சென்டர் ஒன் கிளைக் கடையின் வெற்றி ஒரு திருப்புமுனையாக ஆயிற்று. ஏகப்பட்ட வாய்ப்புகள் முன்னே விரிந்து கிடந்தன. ஆனால் ரயில் நிலையத்தில் இருந்த அவருடைய கடையிலிருந்து 200 மீட்டர் தொலைவில் மற்றொரு புது கடையைத் திறப்பது என்பது ஒன்று. அதிகத் தொலைவில் கிளைக்கடைகள் இருந்தால் எவ்வாறு நிர்வகிப்பது?

இரண்டு விஷயங்கள் நடந்தேறின. முதலில் பிராஞ்சைஸ் என்பது என்ன என்று பிரேம் கணபதி கற்றுக் கொண்டார். தோசா பிளாசாவுக்காக ஒரு கம்பெனியிடமிருந்து சில இயந்திரங்களை அவர் வாங்கியிருந்தார். அந்தக் கம்பெனி, தானே சினி வொண்டர் மால் வளாகத்தில் ஒரு கிளைக் கடையைத் திறக்க விரும்பியது.

'எங்களுக்கு பிராஞ்சைஸ் வேண்டும்,' என்று கம்பெனி உரிமையாளர் கேட்டார். "பிராஞ்சைஸ் என்றால் என்ன?" எனக்குத் தெரியல. ஆனா "சரி" என்று சொன்னேன். "கொஞ்சம் டைம் குடுங்க, யோசிக்கிறேன்" என்றேன். உடனே போய் அதுக்கான அர்த்தத்தைத் தேடிக் கண்டு பிடிச்சேன்."

உலகிலுள்ள பெரிய துரித உணவு தொடர் கடைகள் எல்லாமே பிராஞ்சைஸ் அடிப்படையில் தான் செயல்படுகின்றன

"என்னோட நண்பர் MBA முடித்தவர். இப்போ வேலை இல்ல. முதல்ல 20,000 சம்பளத்துல அவர் வேலைல இருந்தார். MBA க்குப் பிறகு ரூ 12000த்துக்கு மருந்து விக்கற வேல கிடைச்சது."

என்பதை பிரேம் உணர்ந்தார். அப்படி என்றால் தோசா - பிளாசாவும் ஏன் அதைச் செய்யக் கூடாது? நான் கேட்டேன்;

அவரிடமிருந்து பிராஞ்சைசஸ் பெற்றுக் கொண்டு, அவருடைய ரகசியங்களைக் கற்றுக் கொண்டு அவரவர் தன் சொந்தக் கடையை திறந்தால் என்ற பயம் ஏற்படவில்லையா?

"இல்லை, எனக்கு அந்தக் கவலை இல்லை. ஏனென்றால் முக்கியமான சாமான்களெல்லாம் என்னோட கட்டுப் பாடுலதான் வெச்சிருந்தேன். சமையல் குறிப்புகள், மசாலாக்கள், குழம்பு, சட்னி வகைகள் எல்லாமே என்னோட சமையல் அறையிலிருந்துதான் போகும். வேலை செய்யறவங்களையும் நானே அனுப்புவேன். அவங்களுக்குச் சம்பளத்த மட்டும் அவர் கொடுப்பார்."

இம்மாதிரி பிராஞ்சைசஸ் எடுப்பவர் பில் போட்டு பணத்தை வசூலிக்க வேண்டும், தேவையான பொருட்களை வாங்கிப் போட வேண்டும். தவிர அதை நடத்துவதற்கான மற்ற செலவினங்களைப் பார்த்துக் கொள்ள வேண்டும். விற்பனையில் 6-8% உரிமைத் தொகை (Royalty) தோசா - பிளாசாவிற்குக் கிடைக்கும். வளர்வதற்கு இது சுலபமான வழி, அடுத்தவருடைய முதலீட்டில்!

இரண்டாவதான முக்கிய விஷயம் தோசா - பிளாசாவின் சீராக அமைக்கப்பட்ட செயல்முறை. ஒரு மென்பொருளில் இந்தக் கம்பெனி முதலீடு செய்து மற்ற கிளைக் கடைகளின் எல்லா செயல்பாடுகளையும் ஒரு இடத்திலிருந்தே நிர்வகிக்கும் முறையை ஏற்படுத்தியது. வணிக ரீதியாக எல்லாவற்றையும் செய்ய வேண்டும் என்ற அவருடைய நோக்கமே இவற்றைச் சாதிக்க வழிவகுத்தது.

2004ல் ஈஸ்வரன் என்பவரை வியாபாரத்தில் தன் கூட்டாளியாகப் பிரேம் சேர்த்துக் கொண்டார். ஈஸ்வரனுக்குக் கணினியையும் மென்பொருளையும் நன்றாகப பயன்படுத்தத் தெரியும். அதே நேரத்தில் தோசா - பிளாசா பல்வேறு துறைகளையும் (departments) ஏற்படுத்தியது.

"ஆரம்பத்தில் நிறைய கிளைக் கடைகளைத் திறப்பதில் ஆர்வமாக இருந்தேன். எப்படியோ அவை செயல்பட்டன.

லாபமும் கிடைத்தது. அப்புறமா எல்லாத்தையும் விவரமா திட்டமிட ஆரம்பித்தோம்."

பொருட்கள் வாங்குவது, சந்தைப் படுத்துவது, வரவு செலவைக்கணக்கிடுதல் ஆகியவை மிகவும் முக்கியமானவை ஆயிற்று.

"ஒவ்வொரு உணவு தயாரிப்பிற்கும் ஆன செலவைக் கணக்கிட்டோம். எவ்வளவு கிராம் மாவு, எவ்வளவு கறிகாய் தேவை என்று எல்லாவற்றையும் கணக்கிட்டோம்."

ஒவ்வொரு கிளைக் கடைக்கும் ஒரு பயிற்சி மேலாளர் சுழற்சி முறையில் அனுப்பப்பட்டார். எல்லா இடங்களிலும் செலவினங்கள் ஒழுங்காகச் செய்யப்படுகின்றனவா என்பதை அவர் மேற்பார்வை பார்ப்பார். ஆனால் யார் இந்த மேலாளர்கள்? அவ்வளவாக வெளியில் தெரியாத, கவர்ச்சி ஏதும் இல்லாத இந்த தோசா வியாபாரத்தில் சேர அவர்கள் எப்படிச் சம்மதித்தார்கள்?

"எல்லாமே உறவுமுறையால் தான்" என்றார் பிரேம்.

"என்னோட ஹோட்டல் தொழில்ல எல்லோருடனும் எனக்கு நல்ல தொடர்பு இருந்தது." நல்ல பெயருள்ள பெரிய கம்பெனிகளில் பல ஊழியர்கள் பணி செய்து வந்தாலும் அவர்களுடைய எதிர்பார்ப்பை அவர்களால் அடைய முடியவில்லை.

தோசா - பிளாசாவின் செயல் துறை மேலாளர் மேன்டோன்சா இதற்கு ஒரு உதாரணம். மெக்டொனால்ஸிலிருந்து அவர் தேர்ந்தெடுக்கப்பட்டிருந்தார். ஆனால் எப்படி?

"ஒரு நாள் பேசுவதற்கு அவரைக் கூப்பிட்டேன். அஞ்சு வருஷமா வேலை செஞ்ச பிறகும் அந்த அயல்நாட்டு கம்பெனில அவருக்குப் பணி உயர்வு கிடைக்கல. தோசா - பிளாசா வளர்ந்து வரும் கம்பெனி என்று சொன்னேன்."

என் பேச்சை கேட்டு அவர் சம்மதித்தார்.

"அவருக்குச் சம்பளம் அதிகமாகத் தரப்படவில்லை. சற்று குறைவாகவே இருந்தது." ஆனால் பிரேமின் கனவிற்குள் மென்டோன்சா இழுக்கப்பட்டார்.

"அவர்கிட்ட என் லட்சியத்த சொன்னேன். இங்கு அவருக்கு அதிக மரியாதை, அதிக பெயர், அதிக சுதந்திரம் கிடைக்கும். அதனால எங்கிட்ட அவர் சேர்ந்தார்."

பிரேம் கணபதி தன்னுடைய ஊழியர்களுக்கு லாபத்தில் பங்கு கொடுக்கிறாரா? இது வரையில் ஈஸ்வரனுக்கு மட்டுமே பங்கு உண்டு. ஆனால் அவர்களிடையே இந்த வியாபாரம் தங்களுடையது என்ற எண்ணம் உண்டு.

தோசா - பிளாசாவில் மேலாளர்கள் மட்டுமல்ல, எல்லா நிலைகளில் உள்ள ஊழியர்களுமே அதன் வெற்றிக்கு முக்கிய காரணம். ஆரம்பத்திலேயிருந்தே அங்கிருந்தவர்களுள் 80% இன்னமும் தோசா - பிளாசாவில் பணிபுரிகிறார்கள். அவர்களுக்கு முறையான கல்வித் தகுதி இல்லாமல் போகலாம். ஆனால் அவர்களும் கற்றுக் கொண்டு வளர்ந்திருக்கிறார்கள். மேலும் அவர்கள் இப்போது மாதத்திற்கு ரூ 15,000 வரை சம்பாதிக்கிறார்கள்.

பிரேம் கணபதி மற்றொரு விஷயத்திலும் உறுதியாக இருக்கிறார் - சாதி, மதம் என்று எதையும் அவர் பார்ப்பதில்லை. வட இந்தியர்களும், தென்னிந்தியர்களும் இந்தியாவின் கிழக்குப் பகுதியில் இருந்து வந்தவர்களும் தோசா - பிளாசாவில் இணைந்து பணியாற்றுகிறார்கள்.

"கடினமான உழைப்பையும், திறமையையும் மட்டுமே நாங்கள் இங்கு மதிக்கிறோம்."

இன்று தோசா - பிளாசாவில் 150 ஊழியர்கள் உள்ளனர், 26 கிளைக்கதைகள் இருக்கின்றன. 5 இவர்களுடைய கம்பெனிக்குச் சொந்தமானவை. மீதி பிராஞ்சைஸ் பெற்று நடத்தப்படுகிறது.

வட இந்தியாவில் கிளைக்கதைகள் ஏற்படுத்துவதற்காகப் பிராஞ்சைஸ் இந்தியா ஹோல்டிங் லிமிடட் என்ற கம்பெனியோடு 67:33 என்ற அடிப்படையில் ஒரு ஒப்பந்தம் செய்துக் கொள்ளப்பட்டது. இதை நான் எழுதிக் கொண்டிருக்கும் இந்தச் சமயத்தில் மேலும் 10 புதிய கிளைக்கடைகள் திறப்பதற்கான நடவடிக்கைகள் மேற்கொள்ளப்பட்டு வருகின்றன. மேலும் அமெரிக்கா, ஜப்பான், ஆஸ்திரேலியா ஆகிய இடங்களிலிருந்து தோசா - பிளாசாவிடம் பிராஞ்சைஸ் பெறுவதற்கு விசாரித்து வருகிறார்கள். நியூசிலாந்தில் ஏற்கனவே தோசா - பிளாசாவின் ஒரு பிராஞ்சைஸ் கடை உள்ளது.

மார்ச் 2009ல் தோசா - பிளாசாவின் வருமானம் 5 கோடியைத் தாண்டியது. ஒன்றை நினைவில் வைத்துக் கொள்ளுங்கள். இந்த கம்பெனிக்குப் பிராஞ்சைசிடமிருந்து

கிடைக்கும் வருமானம் ராயல்டி மட்டுமே. முதலீட்டாளர் களுக்கு இது லாபகரமானது தான், ஆனால் சிறிய வியாபாரம் தான் என்று சொல்லக்கூடும் என்று நான் எண்ணினேன். இதை விடப் பெரிய வர்த்தகக் குழுவோடு இணைவதற்கு தோசா - பிளாசாவிற்கு முடியுமா?

பிரேம் கணபதியும் அவ்வாறே எண்ணுகிறார்.

"எங்கெல்லாம் எங்களால் கடைகள் திறக்க முடியலையோ அங்க மட்டுமே பிராஞ்சைஸுக்கு அனுமதி குடுக்கிறோம். மும்பை - பூனே நெடுஞ்சாலையில் ஒரு புது மாதிரியான கடை திறந்திருக்கோம். அது போல 20 கடைகள் திறக்க எண்ணியிருக்கோம்."

நான் எனக்குள் நினைத்துக் கொண்டேன், "இவற்றிற்கெல்லாம் எங்கிருந்து தொழில் துவங்க முதலீடுகள் (Venture capital), தவிர தனியார் பங்கு முதலீடுகள் (Private equity) போன்றவை கிடைக்கும்?"

தோசா - பிளாசா இவற்றைப் பற்றி எல்லாம் கூட எண்ணி வருகிறது. இதுவரை ஒன்றும் செயல்படவில்லை. அந்த கரித்துண்டுகளுக்கிடையே அவர்களால் இன்னமும் வைரத்தைக் காண முடியவில்லை. ஆனால் இவற்றால் எல்லாம் பிரேம் சோர்ந்து போய் விடவில்லை.

"இப்பவும் நான் நடுவுலதான் இருக்கேன்; இன்னும் வேகமாப் போகணும். இல்லேன்னா பிரச்சினைதான் ஏற்படும்."

பிரச்சினைகள் வந்து கொண்டே தான் இருக்கின்றன. முன்னேறிச் சென்று நீங்கள் அவற்றை எதிர் கொள்ள வேண்டும். அந்தப் பகுதியில் புதுப்புது மால்கள் வந்து கொண்டிருக்கின்றன. சென்டர் ஒன் கடையில் வியாபாரம் படுத்து விட்டது. சென்ற ஆண்டு அந்தக் கடையை மூடிவிடத் தீர்மானித்தார்.

இதற்கிடையில் தென்னிந்திய சிற்றுண்டி வகைகளை விற்கும் மேலும் பல கடைகள் வந்து விட்டன. வெவ்வேறு விதமான உணவு வகைகள் விற்பனை செய்யப்படுகின்றன. மேலும் மேலும் போட்டிகள் உருவாகின்றன. பல பிரச்சினைகளை எதிர் கொள்ள வேண்டி உள்ளது. எல்லைகளை வெல்ல வேண்டி உள்ளது.

"கொஞ்சம் பொறு. வியாபாரத்துல, நான் முதல் தலைமுறையைச் சேர்ந்தவன். எனக்கு இன்னும் கொஞ்சம்

டைம் அதிகமா தேவைப்படுது என்று என் மனைவியிடம் நான் சொல்வேன்" என்றார் பிரேம்.

அவருடைய இரு குழந்தைகளும் ஒரு பெண் உள்பட, ஹோட்டல் நிர்வாகத்தில் சேரவேண்டும் என்று அவர் விரும்புகிறார். "ஆனா, அவுங்க லட்சியம் வேற மாதிரியா இருந்தா நான் தடுக்க மாட்டேன்" என்கிறார்.

பிரேம் கணபதிக்கு இப்போது 36 வயது தான் ஆகிறது. ஆனால் வயதிற்கு மீறிய விவேகம் உள்ளது.

"படிக்கறதுக்கு வாய்ப்பு கிடைத்தால் கட்டாயம் படிக்கணும். ஆனா வேலை செய்துகிட்டே கத்துக்கவும் முடியும். நல்ல மாணவனுக்கு ஒவ்வொரு மனுஷனிடமிருந்தும், ஒவ்வொரு அனுபவத்துல இருந்தும் கொஞ்சமாவது கத்துக்க முடியும்."

கற்றுக் கொண்டே இருக்கவும், நடந்து கொண்டே இருக்கவும், வளர்ந்து கொண்டே இருக்கவும்.

இளம் தொழிலதிபர்களுக்கு...

துணி வியாபாரம் செய், உணவு வியாபாரம் செய்.

எதைச் செய்தாலும் சிறப்பா செய்யணும். பிராண்டிங் செய்யணும்.

செலவெல்லாம் சரியா கணக்கிடணும், இதர ஒழுங்கு முறைய செஞ்சா கட்டாயம் லாபம் கிடைக்கும்.

எந்த வியாபாரத்துலயும் உணவு வியாபாரத்துல முக்கியமா கவனிக்க வேண்டியது, எந்த இடத்துல கடை திறக்கறோம் என்பது. பஸ் நிலையத்திற்கு முன்னால் என்றால் எதை வாங்குவார்கள்.

தவிர எல்லாரையும் விட கொஞ்சம் சிறப்பா செய்யணும். சுத்தமும், சுகாதாரமும் கட்டாயம் இருக்கணும். வணிக உரிமைப் பெயர் (பிராண்டிங்) இருக்கணும். இந்த மாதிரி கடை இருக்கு என்று ஜனங்களுக்குத் தெரியணும்.

வடையை விற்றாலும் அது இருப்பது மக்களுக்குத் தெரியணும்.

மேஜை மேல உணவை அழகா அலங்காரமா வைச்சா ஒரு ரூபாய் அதிகமா கிடைக்கும்.

அதிர்ஷ்டம் இருக்கலாம். ஆனா வீட்டுல சும்மா உட்கார்ந்து இருந்தா அதிர்ஷ்டம் கிடைக்காது. முயற்சி செய்தால் அதிர்ஷ்டமும் கூடவே வரும்.

நான் பம்பாய்க்கு வந்தது ஒரு விபத்து.

உணவு வியாபாரத்துக்கு வந்தது விபத்து.

எவ்வளவு நல்லா செய்ய முடியும் என்பதை நான் பயிற்சி செய்யறேன்.

வேலையைப்பத்தி நல்ல விவரம் தெரிஞ்சுக்கணும்.

நல்ல தரமான பொருள் கொடுக்கணும். சாப்பிட வர்றவங்களை நல்லா கவனிக்கணும்.

என்கிட்டே எத்தனை பிரச்சினைகள் இருந்தாலும் அத என்னால தீர்க்க முடியும். என் கூட வேலை செய்யறவங்கள உற்சா கப்படுத்திக் கொண்டே இருப்பேன். கஷ்டங்கள விலக்கித் தள்ளி வைப்பேன்.

இது தான் என்னோட ரகசியம்.

உருவாக்குபவர்

குன்வர் சச்தேவ்

சூ - காம்
(Su-Kam)

குன்வர் சச்தேவ் பிஎஸ்ஸி பட்டதாரி. ஆனால் சிறந்த பொறியாளர்கள் செய்வதை அவரால் செய்ய முடியும். பள்ளியில் அவர் ஒரு சாதாரணமானவர். மாணவப் பருவம் கடந்த பிறகு இயற்பியலில் அவருக்கு மிகவும் விருப்பம் ஏற்பட்டது. அதை அவர் ஒரு லாபகரமான தொழிலாக மாற்றினார். இன்று சூ-காம் என்ற ரூ 500 கோடி கம்பெனியை அவர் நிர்வாகம் செய்கிறார். மின்னணுவியல் சார்ந்த திறன் (பவர் எலக்ட்ரானிக்ஸ்) என்ற துறையில் அவர் முன்னணியில் இருக்கிறார்.

பள்ளியில் மிக நன்றாகப் படிக்கும் சிலர் பொறியாளர்களாக ஆகிறார்கள்.

மற்றும் சிலர் சாதாரணமான மாணவனாக இருந்து பின்னாளில் புதுப்புது பொருட்களை உருவாக்குபவர்களாக ஆகிறார்கள்.

சிறுவனாக இருந்த போது குன்வர் சச்தேவ் இயற்பியலையும் கணிதத்தையும் வெறுத்தார்; ஆனால் இன்று மின்னணுவியல், இன்வெர்டர்கள் இவற்றைச் சுவாசித்து உயிர் வாழ்கிறார். சூ காம் ஆராய்ச்சி மேம்பாட்டு மையம், கணினி அலுவலகம் போல் சிறிய சிறிய அறைகளாகத தடுக்கப்பட்டுள்ளது; ஆனால் உண்மையில் அதுதான் இந்த உருவாக்குபவர்கள் - பொறியாளர்களின் கர்ம பூமி ஆகும்.

குன்வர் சச்தேவைப் போலவே. இருந்தாலும் அவரை முதலில் நீங்கள் சந்திக்கும்போது, "சிறிய பையனைப் போன்று குட்டையாக இருக்கும் இவரா ரூ 500 கோடி கம்பெனியின் நிர்வாக இயக்குநர்?" என்று ஆச்சரியப்படாமல் இருக்க முடியாது.

என் எண்ண ஓட்டத்தை அவர் புரிந்து கொண்டார் போல் இருக்கிறது; கண்களில் விஷமத்தனம் கொப்பளிக்க, அவர் என்னை வரவேற்றார். "என்னைப்பற்றி ஏன் எழுத விரும்புகிறீர்கள்? ரத்தன் டாட்டா போன்று பிரபலமாக உள்ள யாரையாவது நீங்கள் சந்தித்திருக்கலாமே!"

இந்தப் புத்தகத்தைப் பற்றிய என்னுடைய குறிக்கோளை அவருக்கு விவரித்தேன் - அடுத்த தலைமுறைத் தொழில் முனைவோரை ஊக்குவிப்பது, கற்றுக் கொடுப்பது, வழி நடத்துவது, *"நீங்களும் ரொம்பப் பிரபலம் தான்" என்று நான் முகஸ்துதி செய்ய வேண்டும் போல் இருக்கிறது என்று நினைத்துக் கொண்டேன்.*

ஆனால் அவர் சிரித்துக் கொண்டே சொன்னார், "நீங்களும் என்னைப் போலவே இருக்கிறீர்கள். நம் இருவருக்கும் கொஞ்சம் பைத்தியக்காரத்தனம் இருக்கிறது; *என்ன செய்ய வேண்டும் என்று நினைத்தோமோ அதைச் செய்கிறோம்.* என்னை நம்பச் செய்ய வேண்டும் என்று நீங்கள் பல விஷயங்களைச் செய்கிறீர்கள். ஏதோ ஒரு வகையில் உங்கள் புத்தகத்தை நீங்கள் எழுதி முடிப்பீர்கள்."

அவருடைய கம்பெனியை அவர் நிறுவி மேலெடுத்துச் செல்வது போல் அவருடைய பேச்சும் இருக்கிறது.

உருவாக்குபவர்

குன்வர் சச்தேவ்

சூ - காம்

குன்வர் சச்தேவின் தந்தை ரயில்வே கிளார்க். ஆனால் அவர் மற்றவர்களிடமிருந்து வேறுபட்டவர்.

"என் தந்தை ரயில்வேயில் பணிபுரிந்தாலும் வியாபாரம் செய்ய வேண்டும் என்று ஆசைப்பட்டார்." அரசாங்க வேலையோடு அவர் ஒரு வியாபாரத்தையும் செய்து வந்தார். அதனால் எல்லோரும் தொழில் முனைவோர்களாக இருந்த பஞ்சாபி பாக் என்ற இடத்திற்கு ரெயில்வே காலனியிலிருந்து தன்னுடைய வீட்டை மாற்றிக் கொண்டார்.

குன்வரின் தந்தை பலவிதமான வியாபாரங்களைச் செய்தார். மளிகைக் கடை, டெய்லர் கடை போன்று; ஆனால் எதிலுமே அவர் வெற்றியடையவில்லை. "பலரையும் தன்னுடன் கூட்டாளியாக இணைத்துக் கொண்டு, தொழிலை ஆரம்பிப்பார். எல்லாம் சேர்ந்து வரும்போது பிரச்சினைகள் ஆரம்பிக்கும். அதனால் என் தகப்பனாருக்கு எப்பொழுதுமே பணப் பிரச்சினை இருந்து வந்தது."

குடும்பம் கஷ்டத்தோடேயே வாழ்ந்து வந்தது. கிளார்க்கின் சம்பளம் மிகவும் குறைவு. அதிலிருந்து ஒரு சிறு பகுதியை எடுத்து அவர் வியாபாரத்தில் செலவிடுவார். "எங்களுடையது மத்திய தரக் குடும்பம் கூட இல்லை. அதை விடத் தாழ்ந்தது. பிறந்த நாளுக்கு ஒரு சட்டையோ அல்லது ஷூவோ பரிசாகக் கிடைப்பது என்பது பெரிய விஷயம்,"

அவர் ஆறாவது வகுப்பு படிக்கும்போது நிலைமை ரொம்ப மோசமாகப் போனது. அதனால் புகழ் பெற்ற ஹன்ஸ்ராஜ் பள்ளியிலிருந்து அரசுப் பள்ளிக்குக் குன்வர் மாறினார். இதை அவர் எப்படி உணர்ந்தார்? "நான் அப்போது சிறுவன். எனக்கு எதுவும் தெரியாது." ஆனால் அவர் இளமைப் பருவம் மகிழ்ச்சியாகவும் அமைதியாகவும் இல்லை என்பது உறுதி.

"என்னுடைய குடும்பத்தைப் பொறுத்த வரையில்... ரொம்பக் குழப்பமான நாட்கள் அவை. என்னுடைய இளமைப்

பருவத்தைப் பற்றிப் பேசுவதற்கு நான் விரும்பவில்லை. என்னுடைய அம்மாவும் அப்பாவும் எப்பொழுதும் சண்டை போட்டுக் கொண்டே இருப்பார்கள். யாரிடமும் நான் எதைப் பற்றியும் பேச மாட்டேன். தனிமையானவனாகவே நான் வளர்ந்தேன்."

இதைச் சொல்லும்போது ஏதோ ஒரு நரம்பைத் தொட்டது போல் சிறிதளவு உணர்ச்சி வெளிப்படுகிறது. ஆனால் துளிக் கூட சுய பச்சாதாபம் இல்லை. உண்மையில் இருள் சூழ்ந்த அந்த நாட்களைப் பற்றிப் பேசும்போது அவரால் ஒரு மின்னல் கீற்றைப் பார்க்க முடிகிறது.

"எனக்குப் பின்னால் ஆதரவாக யாரும் இல்லை என்பது எனக்குத் தெரியும்; நான் என்னை மட்டுமே சார்ந்திருக்க வேண்டும் என்பதும் தெரியும். இந்தச் சூழ்நிலையில் என்னுடைய முடிவுகளை நானே எடுத்தேன்; மிகவும் சுதந்திரமானவனாக இருந்தேன்; இது எனக்கு வாழ்க்கையில் பேருதவியாக இருந்தது."

குன்வருக்குப் படிப்பில் அவ்வளவு நாட்டம் இல்லை. ஏதோ ஒரு வழியாகச் சமாளித்து வந்தார். ஒரு ஆசிரியர் கூட அவருக்கு உற்சாகத்தையும் ஊக்கத்தையும் அளிக்கவில்லை. தவிர குடும்பத்தினரும் அதைப் பற்றி அக்கறை காட்டவில்லை.

"என் தந்தை தன்னுடைய வாழ்க்கையிலேயே மூழ்கி இருந்தார். என்னைப்பற்றிக் கவலைப்படவோ, என்னை வழி நடத்தவோ அவருக்கு நேரமே இல்லை."

ஆனாலும் அவருக்கே உரித்தான இந்தக் கணத்தி'லிருந்தும் ஏதேனும் கற்கலாம் என்ற பாணியில் குன்வர் மேலும் கூறுகிறார், "எது எப்படி இருந்தாலும் சோம்பேறித்தனமாக என் தந்தை உட்கார்ந்திருப்பதை நான் பார்த்ததே இல்லை, எப்போதுமே கடினமாக உழைத்துக் கொண்டே இருப்பார்." குடும்பத்தில் மூன்று பிள்ளைகளுக்கும் இந்த குணம் வந்திருக்கிறது.

சிறுவனாக இருந்தபோது, காலையில் சீக்கிரம் எழுந்து தந்தையின் மளிகைக் கடைக்குச் செல்வார். வேலையாள் நேரம் கழித்துத் தான் வருவான். முட்டைகளும், பிரெட்டும் கெட்டுப் போகக் கூடியவை. அவற்றை விரைவாக விற்க வேண்டும். இதனிடையே இவருடைய அண்ணா ஒரு சிறிய வியாபாரத்தை ஆரம்பித்தார். குன்வர் அங்கும்

சென்று அவருக்கு உதவியாக இருப்பார்.

"என்னுடைய அண்ணா சைக்கிளில் சென்று பேனாக்களை விற்பார். நானும் கூடப் போவேன். எனக்கு ஒரு ரூபாயோ இரண்டு ரூபாய்களோ கிடைக்கும். அதுவே பெரிய விஷயம் தான்."

பன்னிரண்டாம் வகுப்பிற்குப் பிறகு அண்ணாவுடன் தொடர்ந்து வேலை செய்து கொண்டே இந்து கல்லூரியில் மேல்படிப்பு சேர்ந்தார். இது ஒரு மிகப் பெரிய முன்னேற்றம். இந்த அனுபவம் முழுமையாக அவருடைய தோற்றத்தையும் இயல்பையும் மாற்றியது.

"நான் படித்த பள்ளியில் எல்லோரும் ஹிந்தி பேசுவார்கள். ஆனால் இங்கு கல்லூரியில் எல்லோரும் ஆங்கிலம் பேசினார்கள். முதலாம் ஆண்டு நான் மிகவும் வெட்கப்பட்டுக் கொண்டிருந்தேன். யாருடனும் பேசமாட்டேன். பேசமுடியுமா என்பதே சந்தேகமாக இருந்தது."

ஆங்கில நாவல் படிக்கும் படி யாரோ ஒருவர் யோசனை சொன்னார். அவர் எடுத்த முதல் பெரிய புத்தகம், அயன் ராண்ட் எழுதிய "த ஃபவுண்டன் ஹெட்." (The Fountain head)

"ஒரு வாரத்திற்கு அந்தப் புத்தகத்தைச் சும்மா பார்த்து விட்டு வைத்து விட்டேன். என்னால் படிக்க முடியாது என்றே நினைத்தேன். மனதைத் தேற்றிக் கொண்டு படிக்க ஆரம்பித்தேன். வருடக் கடைசிக்குள் முப்பது நாவல்களை முடித்து விட்டேன். பிறகு என்னுடைய மொழிப் பிரச்சினை தீர்ந்தது. எல்லோரிடமும் பேசத் தொடங்கினேன், நிறைய நண்பர்கள் கிடைத்தார்கள்."

இறுதி ஆண்டுக்குள் குன்வர், காலேஜில் மிகவும் பிரபலமானவராக ஆனார், மாணவர் பேரவை, கல்லூரி கலாச்சார அமைப்பு போன்றவற்றில் முக்கியப் பொறுப்புகளை ஏற்றார்.

"ஒவ்வொரு ஆண்டும் மாணவர்கள் கலாச்சார விழாவுக்காகப் பணம் வசூல் செய்வார்கள். இதுவரை அதிகப்பட்சமாக வசூலான தொகை ரூபாய் ஒரு லட்சம். ஆனால் நாங்கள் அந்த வருஷம் ரூபாய் ஐந்து லட்சம் வசூல் செய்தோம். மூன்று லட்சம் செலவு செய்து விட்டு அடுத்த தலைமுறையினருக்காக இரண்டு லட்சத்தைக் கொடுத்தோம்" என்கிறார் மகிழ்ச்சியுடன்.

அவருடைய படிப்பைப் பொறுத்த வரையில் அவர் என்றுமே அதற்கு முன்னுரிமை அளிக்கவில்லை.

"நான் சேர்ந்தது பிஏ கணிதப் புள்ளியியல். ஒவ்வொரு ஆண்டும் நான் தேர்ச்சி பெற்றேன், ஏனென்றால் நான் தோற்க விரும்பவில்லை. நான் கவனமாகவே படிக்கவில்லை. இவற்றைப் படிப்பதால் என்ன பிரயோசனம் என்று எண்ணுவேன்." முக்கியமானது என்னவென்றால் அவர் வகுப்பறைக்கு வெளியே நிறைய கற்றார். "என்னை யாராவது சவாலுக்கு அழைத்தால், என்னை நிரூபித்துக் காட்ட முயற்சி செய்வேன். என்னுடைய வியாபாரத்தில் நிறைய பேர் பேசுவதோடு நிறுத்தி விடுவார்கள். ஆனால் நாங்கள் அதை நடத்திக் காட்டுவோம். நாங்கள் தோற்றால் மீண்டும் மீண்டும் மீண்டும் முயற்சி செய்வோம். நான் எதையும் எளிதாக விட்டு விட மாட்டேன்."

"மனிதர்களுடன் எப்படிப் பேசுவது, எப்படிப் பழகுவது, எப்படி குழுவாக இணைந்து செயல்படுவது, பொறுப்புகளை ஏற்று எப்படியெல்லாம் நடத்துவது என்பதை எல்லாம் கற்றேன். நான் சற்று குட்டையானவன். இந்தச் சிறுவனால் என்ன செய்ய முடியும் என்று நினைப்பார்கள். அதனால் எனக்குப் போட்டியாக யாராவது வந்தால் அவர்களிடம் என்னை நிரூபித்துக் காட்ட எல்லா முயற்சிகளையும் செய்வேன். அதனால் வாழ்க்கையில் மேலும் பல சவால்களை எதிர் கொண்டேன். மிகப் பெரிய லட்சியங்களை எனக்கு அமைத்துக் கொண்டேன்."

அவற்றுள் முக்கியமானது வியாபாரத்தில் பெரிதாகச் சாதிப்பது. 1984ல் கல்லூரிப் படிப்பு முடிந்தது. அண்ணனுடன் தொழிலில் சேர்ந்தார். அந்தப் பேனாவிற்கு சூ காம் என்று பெயரிட்டார். அதற்கு ஒரு பிராண்ட் கிடைக்க வேண்டும் என்று எண்ணினார்.

"பெரிய பெரிய பேச்சாக நான் பேசுவதைப் பார்த்து என் குடும்பத்தினர் கவலைப்பட்டனர். "இப்படி எல்லாம் கனவு காணலாமா? உண்மையை ஏற்றுக் கொண்டு தன்னால் சாதிக்க முடிந்ததையே குறிக்கோளாகக் கொள்ள வேண்டாமா? என்றனர். இது அவரவர் விருப்பம். அந்தச் சிறிய கடையிலேயே திருப்தி அடைந்த அவரது சகோதரர் இரவெல்லாம் நன்றாகத் தூங்குவார். ஆனால் குன்வருடைய கனவுகள் அவரை எப்பொழுதும் விழிப்புடன் வைத்திருந்தது."

> "நான் பஞ்சாபி பாகில் வளர்ந்தேன். அங்கு எல்லோருமே சிறு கடைகளை வைத்திருக்கும் வியாபாரிகள். ரயில்வே காலனியில் வளர்ந்திருந்தால் நான் இன்றைக்கு இருக்கும் இடத்தை அடைந்திருக்க மாட்டேன்."

"என் சகோதரரின் எண்ணமும், என் கருத்தும் வேறு வேறாக இருந்தன. வாழ்க்கையில் என்ன செய்ய வேண்டும் என்று அவர் நினைத்தாரோ அதைச் செய்ய நான் விரும்பவில்லை. இது நாள் வரை செய்திருந்ததை அப்படியே கட்டிக்காக்க அவர் நினைத்தார்."

"இப்போது அவரிடம் இரண்டு கடைகள் இருந்தன. "நீ ஒன்றை கவனி. நான் ஒன்றை பார்த்துக் கொள்கிறேன்" என்று கூறினார். ஆனால் எனக்கு அதில் விருப்பமில்லை."

"உண்மையில் நாங்கள் அப்பொழுது ஓரளவு லாபம் சம்பாதித்துக் கொண்டிருந்தோம். ஆனால் ஒரு பிராண்ட் பெயரை ஏற்படுத்த வேண்டும் என்பது என் விருப்பம். அந்தச் சமயத்தில் லக்சர் என்பது ஒரு பிராண்ட். அதன் உரிமையாளர் டி.கே. ஜெயின். அந்த உரிமையாளரின் இருக்கையில் அமர வேண்டும் என்று நான் ஆசைப்பட்டேன். இதில் என் சகோதரனுக்கு ஆர்வம் இல்லை. அந்த அளவுக்கு விற்பனை செய்ய முடியும் என்பதில் அவருக்கு நம்பிக்கை இல்லை."

சிறிது நாட்களுக்கு அவருடன் தொடர்ந்து வேலை செய்து வந்தார். ஆனால் 2½ ஆண்டுகளுக்குப் பிறகு அவருடன் தன்னால் வேலை செய்ய முடியாது என்பதைக் குன்வர் உணர்ந்தார். இதனால் வீட்டில் பெரிய சண்டை ஏற்பட்டது. இந்தச் சிறுவனால் தானாகத் தனியாக என்ன செய்து விட முடியும் என்பதே கேள்வி.

"சிறிது நாட்களுக்கு வீட்டில் உட்கார்ந்திருந்தேன். பேனா விற்கும் தொழிலைச் செய்யப் போவதில்லை என்பதை நான் தீர்மானமாகச் சொல்லிவிட்டேன்." ஒரு சாதாரண மனிதன் தனக்குத் தெரிந்த அந்த ஒரே வியாபாரத்தையே செய்து கொண்டிருப்பான். ஆனால் குன்வர் தனது சகோதரருடன் போட்டியிட விரும்பவில்லை. அது தான் காரணம்.

மேலும் ஒரு குழப்பமும் இருந்தது. கல்லூரியில் கூடப் படித்த கீதாவை அவர் காதலித்து வந்தார். வருங்கால மாமனார் "வாழ்க்கையில் செட்டிலாகும் வழியைப் பார்"

என்று சொல்லி வந்தார். அதனால் குன்வர் ஒரு வேலையை எடுத்துக் கொண்டார். கூடவே மாலைக் கல்லூரியில் சட்டம் பயின்றார்.

"சட்டம் படிக்க வேண்டும் என்று ரொம்ப நாட்களாகவே எண்ணி வந்தேன். சட்ட நடவடிக்கைகள் எங்கள் வீட்டில் எப்போதும் பிரச்சினையாக இருந்தது. என் தந்தை பலரையும் எதிர்த்து வழக்குகளை நடத்தி வந்தார். நீதிமன்றத்துக்கும் வழக்கறிஞர் வீட்டுக்குமாக அலைந்து என் தாய் கஷ்டப்பட்டுக் கொண்டிருந்தார். அதனால் எப்போதுமே சட்டம் படிக்க வேண்டுமென்று நான் நினைத்துக் கொண்டிருந்தேன்."

வாழ்க்கையில் முதன் முறையாகக் குன்வர் இப்போது தான் தீவிரமாகப் படித்தார்.

"முழு மூன்று ஆண்டுகள் சட்ட வகுப்புகளுக்குச் சென்றேன். என் பேராசிரியர்கள் என் மீது அன்பு காட்டினார்கள். வழக்கறிஞராகத் தொழில் செய்ய வேண்டும் என்று நான் ஒரு போதும் நினைக்காவிட்டாலும் அவர்கள் நான் அத்தொழிலை மேற்கொள்ள வேண்டுமென்று எண்ணினார்கள்."

படிப்பது என்பதே மகிழ்ச்சியான ஒன்று என்று இருந்த சமயத்தில் ஆசிரியரின் அன்பும் ஆதரவும் கிடைத்தது மனதிற்கு ஒரு அருமருந்தாக இருந்தது. அந்த மாணவனுக்கு அது ஒரு விதமான சிறப்பைக் கொடுத்தது.

இதற்கிடையில் குன்வருக்குக் கல்யாணம் ஆயிற்று. அதுவும் எப்படி? திடீரென்று, வியப்பூட்டும் வகையான ஒரு சூழ்நிலையில்.

"எனக்குப் பெண் கொடுக்க அவர்கள் விரும்பவில்லை. அதனால் இருவரும் வீட்டை விட்டு சென்று மணம் புரிந்தோம். என் வீட்டிற்கும் என் மனைவியை என்னால் அழைத்துச் செல்ல முடியவில்லை. அங்கு பலப்பல விஷயங்களை நான் பார்த்திருக்கிறேன். அவற்றையெல்லாம் அவள் அனுபவிக்க வேண்டாம் என்று நான் நினைத்தேன்."

நண்பர்கள் வாழ்த்துக்களோடு திருமணம் நடந்தேறியது. இந்த இளம் தம்பதி தாங்களே தங்கள் வாழ்க்கையை அமைத்துக் கொள்ள வேண்டியிருந்தது. அப்போது குன்வர் ரூ 3000-4000 வரை மாதச் சம்பளம் பெற்றுக் கொண்டிருந்தார். தன் கையிருப்பிலிருந்த சிறு தொகையில் வேண்டிய சில பொருட்களை வாங்கினார். அவர்

ஒருவருடைய சம்பளத்தைக் கொண்டு குடும்பம் நடத்த முடியாது என்பதைப் புரிந்து கொண்ட கீதா, உடனே வேலை தேடிக் கொண்டார். இதற்கிடையில் ஒன்பதிலிருந்து ஐந்து மணி வரையிலான இந்த வாழ்க்கையை விட்டு மேலும் முன்னேறிப் போகவேண்டும் என்று குன்வர் தீவிரமாக எண்ணத் தொடங்கினார்.

"வாழ்க்கையில் எதையோ பெரிதாகச் சாதிக்க வேண்டும் என்ற உந்துதல் எனக்குள்ளே இருந்து வந்தது. என்னவாக ஆக வேண்டும் என்ற எண்ணம் மாறிக் கொண்டே இருந்தது. சில சமயம் வழக்கறிஞர், சில சமயம் தொழிலதிபர்..."

திருமணம் குன்வரின் வாழ்க்கையில் ஸ்திரத் தன்மையையும் வேலையை விடுவதற்கான துணிவையும் கொடுத்தது. ஆனால் தெளிவாக எதுவும் தெரியவில்லை. இறுதியாக, கேபிள் டிவி வியாபாரத்தைத் தொடங்கினார்; அது பற்றிய விவரம் எதுவும் அவருக்குத் தெரியாது.எப்படிச் செய்வது, எப்படி நடத்துவது என்று எதுவுமே தெரியாத நேரம் அது.

அது 1989 ம் ஆண்டு. அந்த நாட்களில் அதற்கு மாஸ்டர் ஆன்டெனா டிவி சிஸ்டம் என்று பெயர். இரண்டு தூர்தர்ஷன் அலை வரிசைகள் இருந்தன. அதில் ஒன்று விசிஆர் மூலமாக ஒளிப்பரப்பட்டது. மற்றொரு அலைவரிசை கேபிள் மூலமாக; அடுக்குமாடி குடியிருப்புகளுக்குச் சென்று செயலாளர் மற்றும் அங்கத்தினர்களைச் சந்தித்து எல்லோருக்கும் பலன் தரும் விதமாக கேபிள் டிவியை பரிந்துரை செய்வது தான் குன்வரின் வேலை.

"இக்குடியிருப்பு வாசிகளுக்குப் பொதுவான சில வசதிகள் உண்டு. அவரவர் தனித்தனியாக ஆண்டெனாக்களை வைத்துக் கொள்வதை விட குடியிருப்புக்கு மொத்தமாக ஒரு ஆண்டெனாவை ஏற்பாடு செய்து கொண்டால் அந்தக் கட்டிடம் முழுவதும் ஒவ்வொரு வீட்டிலும் தொலைக்காட்சி நிகழ்ச்சிகளைப் பார்க்க முடியும். இதை எல்லோரிடமும் எடுத்துச் சொல்ல வேண்டியிருந்தது."

"என் தந்தைக்கு எப்போதுமே தொழிலில் கூட்டாளிகள் இருந்தனர். ஆனால் அவர் தொடர்ந்து சிரமப்பட்டுக் கொண்டே தான் இருந்தார். எப்படியோ அது என் மனதில் ஆழமாக பதிந்திருந்தது; அதனால் என்னுடைய வியாபாரத்தில் நான் கூட்டாளியாக யாரையுமே சேர்த்துக் கொள்ளவில்லை."

தொலைக்காட்சிப் பெட்டிகளை விற்கும் கடைகளுக்கும் ஹோட்டல்களுக்கும் இது தேவைப்பட்டது. இதற்கான செலவு ஒரு லட்சம் முதல் பத்து லட்சம் வரை ஆகும். இந்தப் பணியைச் செய்வதற்கு டெல்லியில் இரண்டு அல்லது மூன்று கம்பெனிகள் மட்டுமே இருந்தன. அவர்களுள் மிகச் சிறந்த கம்பெனிக்காக குன்வர் பணியாற்றினார். ஆனால் அது கடினமாக இருந்தது.

இவர் சிறந்த விற்பனையாளர். அதனால் விரைவிலேயே நான்கைந்து ஆர்டர்களைப் பிடிக்க முடிந்தது. ஆனால் அந்த கேபிள் ஒயர்களைப் பொருத்துவது கம்பெனியின் வேலை; அவர்கள் அதில் சுறுசுறுப்பைக் காட்டவில்லை.

"முன் தொகையாக என்னிடம் பணம் கொடுத்தவர்கள், சொன்ன நேரத்தில் வேலை நடக்காததால் என் மீது கோபம் கொண்டனர். அவற்றுள் ஒன்று ஒரு ஹோட்டல். கொடுத்த பணத்தைத் திருப்பிக் கேட்டனர்."

அப்போது நான் அவர்களிடம் சொன்னேன், "என்னுடைய மோட்டார் சைக்கிளின் சாவியை எடுத்துக் கொள்ளுங்கள். மோட்டார் சைக்கிளை விற்று உங்கள் பணத்தை எடுத்துக் கொள்ளுங்கள். ஏனெனில் நீங்கள் கொடுத்த பணத்தைக் கொண்டு பொருட்களை வாங்கி விட்டேன். அதைப் பொருத்துவதற்கான ஆட்கள் என்னிடமில்லை. நீங்கள் எனக்கு ஒரு வாய்ப்பு கொடுத்தால் உங்கள் வேலையை முடித்துக் கொடுக்கிறேன்."

இது குன்வர் வாழ்க்கையில் ஒரு திருப்பு முனையாயிற்று.

"கேபிளை எப்படிப் பொருத்துவது என்ற பணியை நான் கட்டாயம் கற்றுக் கொள்ள வேண்டும் என்பதை அன்று புரிந்து கொண்டேன். உடனே அந்தத் தொழிலாளருடன் இணைந்து எல்லாவற்றையும் முழுவதுமாகக் கற்றுக் கொண்டேன். என் கைகளைப் பயன்படுத்தி வேலை செய்தேன். அன்று முதல் விஷயங்களைக் கற்றுக் கொள்ளத் தொடங்கினேன்."

9, 10 ம் வகுப்பு இயற்பியல் புத்தகங்களைக் குன்வர் படிக்க ஆரம்பித்தார். "அவற்றில் பாதி விதிகள் தான் எனக்குப் புரிந்தது. வாழ்க்கையின் அடிப்படைக்கல்வியைக் கற்க முதலிலிருந்து ஆரம்பித்தேன். இந்தப் படிப்பு மிகவும் தேவை என்பதையும் அவற்றை என்னால் புரிந்து கொள்ள முடிந்தது என்பதையும் உணர்ந்தேன். எவை எல்லாம் பிடிக்கவில்லை என்று விலகிச் சென்றேனோ அவையெல்லாம் இப்பொழுது சுவாரசியமாக இருந்தது.

அதைப்பற்றி முழுவதுமாகப் புரிந்து கொண்டார் குன்வர். தன்னுடன் வேலை செய்ய ஒருவனைத் தேடினார். ஒரு நாள் தாத்தா வீட்டில் ஒரு சிறுவனைச் சந்தித்து அவனைத் தன்னுடன் சேர்த்துக் கொண்டார்.

"நான் அந்தப் பையனுக்குப் பயிற்சி கொடுத்தேன். அந்தத் தொழிலில் இருந்த மற்றும் பலரோடும் எனக்குத் தொடர்பு ஏற்பட்டது. பல புதிய விஷயங்களை அவர்களிடமிருந்து கற்றேன். என்னுடைய வியாபாரம் வளர்ந்தது. என்னிடம் பத்துப் பையன்களை வேலைக்கு அமர்த்தினேன். எனக்கு வியாபாரத்தில் நல்ல பெயர் கிடைத்தது."

பிறகு 1992 ல் கேபிள் டிவி ஒரு பெரும் வளர்ச்சியைக் கண்டது. போட்டிக் கம்பெனிகள் நிறைய வந்தன. புதிதாக எதையாவது ஒன்றைச் செய்ய வேண்டும் என்று குன்வர் முடிவு செய்தார்.

"என்னைப் போல் ஒரு சிலருக்கே இந்தக் கேபிள் வியாபாரம் பற்றி முழுவதுமாகத் தெரிந்திருந்தது. அதனால் அதற்குத் தேவையான பொருட்களை விற்பனை செய்யத் தீர்மானித்தேன்." இப்போதும் அவருக்கு உண்மையான அனுபவமும் திறமையும் இல்லை. ஆனால், எப்படியோ அதைத் தெரிந்து கொள்ளலாம் என்ற நம்பிக்கை அவரிடம் இருந்தது.

"ஒரு சிறிய இடத்தில் இரவு பகலாக நான் என் வேலையைத் தொடங்கினேன். வாழ்க்கை எப்படிப் போயிற்று என்று எனக்குத் தெரியாது."

இந்த வியாபாரம் நல்ல லாபத்தைத் தந்தது. 1996 - 1997ல் 50 தொழிலாளர்களுடன் ஒரு தொழிற்சாலையைத் தொடங்கினார். அவருக்கென்றே தனியாக ஒரு வண்டியை வைத்துக் கொண்டார். இதற்கான முதலீட்டிற்கு அவர் வங்கிகளை அணுகினாரா? ஆம், 1997 ஒரு முறை மட்டும் அவருக்கு ரூ 2 லட்சம் வங்கிக் கடன் கிடைத்தது. அதற்குப் பிறகு தொடர்ச்சியாக அவருக்குக் கடன் தர மறுத்துவிட்டார்கள்.

அது ரொம்பக் கஷ்டமான கால கட்டம்.

"உங்களிடம் ஒன்று சொல்ல விரும்புகிறேன். சில நேரங்களில் என்னிடம் ஒரு ரூபாய் கூட இருக்காது. என் மனைவி ரொம்ப ஆதரவாக இருந்தாள். அவள் ஆசிரியராகப் பணியாற்றி நன்றாகச் சம்பாதித்துக்

கொண்டிருந்தாள். ஆனால் நான் அவளிடம் பணம் கேட்க மாட்டேன்." ஓ... ஆண் என்ற மமதையா? அப்படி இல்லை. அதற்கான தைரியம் தன்னிடம் இல்லை என்று குன்வர் செ ான்னார்.

"சில நேரங்களில் இப்படியும் நடந்திருக்கிறது. கையில் காசும் இருக்காது. வண்டியில் பெட்ரோலும் இருக்காது. ஐந்தாறு கிலோ மீட்டர் வண்டியைத் தள்ளிக் கொண்டே போவேன். எல்லோரையும் விட மேம்பட்டவன் என்ற எண்ணம் என்று நீங்கள் சொல்லலாம். ஆனால் என்னுடைய துயரத்தை யாரிடமும் என்னால் பகிர்ந்து கொள்ள முடியாது... என்னிடம் ஏதாவது இல்லையென்றால் அது இல்லாமலேயே சமாளிப்பேன். அதற்காக அழுது கொண்டிருக்க மாட்டேன். இன்றைக்கு உங்களிடம் இதையெல்லாம் சொல்கிறேன். ஆனால் அப்பொழுது என் மனைவியிடமோ, நண்பர்களிடமோ எதையும் சொன்னதில்லை."

ஏனெனில் சொன்னாலும் யாருக்கும் புரியாது. அவரவர் அனுபவித்துத் தெரிந்து கொள்ள வேண்டியவை இவை.

அதிர்ஷ்டவசமாக, சில விஷயங்கள் நல்ல விதமாக நடக்க ஆரம்பித்தன. 1998 ல் இன்வெர்டர்கள் வியாபாரத்தில் இறங்கலாம் என்று குன்வர் நினைத்தார். அப்போது கேபிள் டிவி வியாபாரம் நன்றாக நடந்து கொண்டிருந்தது. ஆண்டு வருமானம் ரூ 3-4 கோடிகள். நல்ல லாபம் கிடைத்தது. ஆனால் பல பெரிய கம்பெனிகள் இந்தத் துறையில் செயல்படத்துவங்கின. அதனால் இவர் பொருட்களுக்கான தேவை குறைய ஆரம்பித்தது.

"என்னால் தரமான பொருட்களை உற்பத்தி செய்ய முடியவில்லை. நான் நிறைய ஆராய்ச்சி செய்தேன். ஆனால் திறமையும் பயிற்சியும் உள்ள தொழிலாளர்கள் எனக்குக் கிடைக்கவில்லை. ஸ்பெக்ட்ரம் அனலைசர் என்பதைக் கூட ரூ 20 லட்சம் கொடுத்து நான் வாங்கினேன். இது ஒரு மிகப்பெரிய தொகை. அந்தக் காலத்தில் ஒரு வீடு கூட வாங்கியிருக்க முடியும்."

ஆனால் குன்வருக்கு வியாபாரம் தான் முக்கியம். அவரை அடுத்த நிலைக்கு எடுத்துச் செல்லக் கூடிய ஒரு மிஷினை வாங்குவதற்குத் தன் கையில் இருக்கும் பணத்தைச் செலவழிக்க அவர் தயாராக இருப்பார். இத்தகைய மனப்போக்கை விவரிப்பது கடினம். பேரார்வம் மற்றும் பெரு விருப்பம் ஆகியவற்றால் ஆட்கொள்ளப்பட்ட ஒரு

> "பள்ளியில் நான் இயற்பியலைக் கண்டு ஓடுவேன். வரலாறு பிடிக்காது. இன்று சாப்பிடாமல் கூட இந்தப் புத்தகங்களைப் படித்துக் கொண்டிருக்கிறேன். எனக்குப் போதுமானது இன்னும் கிடைக்கவில்லை. நான் தொடர்ந்து கற்றுக் கொண்டே இருக்கிறேன்."

மனிதருக்குத்தான் இது புரியும்.

"நான் சம்பாதித்தது எல்லாவற்றையும் என் வியாபாரத்திலேயே முதலீடு செய்தேன்; ஏனெனில் அதுதான் என் வாழ்க்கை. இந்த ஸ்பெக்ட்ரம் அனலைசர் பற்றி என் மனைவியிடம் சொல்லவே இல்லை. நிச்சயமாகச் சண்டையில் தான் முடிந்திருக்கும். நான் தொடர்ந்து முதலீடு செய்து வந்தேன்; இறுதியில் இன்வெர்டர் வியாபாரத்தைத் தொடங்கினேன்."

வட இந்தியாவில் இன்வெர்டர்களுக்கான தேவை மிக அதிகமாக இருந்தது என்பதைக் குன்வர் உணர்ந்து கொண்டார். ஆனால் எல்லோருமே ஒரே மாதிரியான கருவியைத் தான் தயாரித்து வந்தார்கள். அதைவிட சிறப்பான ஒன்றை அவரால் செய்ய முடியுமா? ஆம், அதை விபத்து என்றும் சொல்லலாம். வடிவமைப்பு என்றும் சொல்லலாம். அது இப்படித்தான் நடந்தது.

குன்வரின் வீட்டில் இருந்த ஒரு இன்வெர்டர் அடிக்கடி பழுதாகி, வேலை செய்யாமல் இருந்தது. ஒரு நாள் அதை சீர்படுத்த ஒருவன் வந்தபோது குன்வரும் அருகிலிருந்தார். அதன் உள்ளே மிக மட்டமான PCB என்பதைப் பயன்படுத்தியிருந்தனர். இதைப் பற்றி கேபிள் டிவி காலத்திலிருந்தே குன்வருக்கு நிறைய தெரியும்.

உடனே கடைக்குச் சென்று மிக உயர்ந்த, தரமான ஒரு இன்வெர்டரைக் குன்வர் வாங்கிக் கொண்டு வந்தார். தன்னுடைய ஆட்களிடம் இதிலுள்ள PCB யைப் பயன்படுத்தி ஒரு இன்வெர்டர் செய்யுமாறு கூறினார். ஆனால் அதற்குரிய தொழில் நுட்பம் அவர்களுக்குத் தெரியவில்லை.

கேபிள் டிவியில் பயன்படுத்துவது ஒரு வகை மின் அணுவியல், இன்வெர்டர்களில் வேறொரு வகை. இதற்கான பொறியியல் வல்லுனர்கள் வேறு படிப்பைப் படித்தவர்கள். ஏதாவது ஒரு வகையில் மட்டுமே அவர்கள் சிறப்பாகப் பயிற்சி பெற்றிருப்பார்கள்.

ஆனால் குன்வருக்கு இரண்டு வகைகளிலும் அனுபவம் இருந்தது. ஸ்பெக்ட்ரம் அனலைசரைப் பயன்படுத்தி அவர் பரிசோதனைகளை மேற்கொண்டார். "நான் நிறையப் புத்தகங்களும் கட்டுரைகளும் படிப்பேன். எது எல்லாம் கிடைக்கிறதோ அதைப் படிப்பேன். அந்த காலக்கட்டத்தில் இணையதளம் பிரபலமாக இருக்கவில்லை. நான் பொருட்காட்சிகளுக்குச் சென்று பெரிய பெரிய புத்தகங்களை வாங்கி வருவேன்."

அது ஒரு வலுவான உந்துதல். மற்றவர்களுக்குப் புரிகிறதோ இல்லையோ அது பற்றி நான் கவலைப்படமாட்டேன்.

அறிவு என்பது அறிவைப் பெறுவது மட்டுமே. இது முட்டாள் தனமாகத் தோன்றலாம், ஆனால் இது எப்போதுமே முன்னோக்கிச் செல்வதற்கான வழியாகும்.

உதாரணத்திற்கு, அவர் வாங்கிய ஸ்பெக்ட்ரம் அனலைசர். கேபிள் டிவியின் ஆம்ப்பிளி ஃபையர் மற்றும் மாடுலேட்டர் இவற்றைச் சோதிக்க குன்வர் அதைப் பயன்படுத்தினார். அப்படிச் செய்ய வேண்டும் என்பது கட்டாயம் இல்லை; சிறு உற்பத்தியாளர்கள் அவற்றைச் செய்வதில்லை. ஆனால் அவர் அதில் பரிசோதித்தார்; ஏனெனில் தரமாகவும், துல்லியமாகவும் தன் சேவை இருக்க வேண்டும் என்பதில் அவர் தீவிரமாக இருந்தார்.

எனக்கு இதில் ஒரு சந்தோஷம் இருந்தது. ஒரு நாள் இல்லாவிட்டால் ஒரு நாள் நிச்சயம் இதன் மூலம் பலன் கிடைக்கும் என்று நம்பினேன்.

"கண்டிப்பாக, வெவ்வேறு கருவிகள் எவ்வாறு செயல்படுகின்றன என நான் கற்றுக் கொண்டேன். வழக்கத்திலிருக்கும் பலவற்றையும் நான் கற்றுக் கொண்டு எனது ஊழியர்களுக்கும் கற்றுக் கொடுத்தேன்."

இறுதியாக அவருடைய உதவியாளர் ஒரு இன்வெர்டரைச் செய்து முடித்தார்; ஆனால் சந்தையில் அது பெரிதாகப் பேசப்படவில்லை. அதற்காக அவர் தன் முயற்சி களைக் கைவிடவில்லை. மேலும் மேலும் முயற்சித்தார், மேம்படுத்தினார். அதற்காகக் கருவிகளை மேலும் மேலும் வாங்கினார்.

ஒரு ஆண்டுகாலம் உழைத்து ஒரு முதல் இன்வெர்டரைச் செய்து முடித்தார்கள். பிறகு அதைப் பிரித்துப் போட்டு மறுபடியும்

இணைத்து மேலும் சிறப்பானதொன்றை உருவாக்கினார்கள். இவருடைய கம்பெனி முதலாம் ஆண்டில் நூறு இன்வெர்டகளைத் தயார் செய்தது.

பெரிய உற்பத்தியாளர்கள், "இவ்வாறெல்லாம் பரிசோதனை செய்து பார்க்க வேண்டிய அவசியம் இல்லை" என்றார்கள். "என் வழி தனி வழி," "என் வழி ராஜப்பாட்டை" என்ற வகையான மனிதர் குன்வர். தன் யோசனைகளைச் செயல்படுத்துவதில் அவர் தீர்மானமாக இருந்தார்.

இறுதியில் ஒரு பாட்டரியில் செயல்படுகின்ற ஒரு சிறிய மின் சுற்றுப் பாதையைக் கொண்ட ஒரு இன்வெர்டரைச் செய்து முடித்தார்கள். மற்றவர்கள் பயன் படுத்தியது இரண்டு பாட்டரிகள். இந்த இன்வெர்டரின் தரமும் உயர்வாக இருந்தது. அதற்குச் சந்தையில் வரவேற்பு இருந்தது, விற்பனை அதிகரித்தது.

"எங்களுடைய இன்வெர்டர் சிறிதளவு மின்சாரத்தை மட்டுமே செலவழித்தது. மற்றவர்களுடைய இன்வெர்டர்களின் தொழில் நுட்பம் மோசமாக இருந்தது. சரியான முறையில் அவை சார்ஜ் ஆகாமல் இருக்கும். இன்வெர்டர் சுவிட்சைப் போட்டவுடன் அவை செயலிழந்து போகும். அதனால் மக்கள் நொந்து போனார்கள்."

ஒருவேளை அந்தக் கம்பெனிகள், விற்பனை செய்ததை விட அதிகப் பணத்தை ரிப்பேர் செய்வது மூலம் பெற்றார்களோ?

"எனக்கு இது புரியவே இல்லை" என்றார்.

"மிக நல்ல பொருளை மட்டுமே உற்பத்தி செய்ய வேண்டும் என்று நினைப்பீர்களா?" நான் கேட்டேன்.

"எனக்குத் தெரியவில்லை, சிறந்த பொருளை நான் தயாரிக்க விரும்பினேன். மேலும் அதன் மீது எனக்கு நம்பிக்கை ஏற்பட வேண்டும் என்று எண்ணினேன். இந்தத் தொழில் நுட்பத்தை வைத்துக் கொண்டுதான் செயல்பட வேண்டும் என்று எனக்குத் தெரிந்திருந்தது." இதற்குத் தொடர்பான தொழில் நுட்பத் திறனுடையவர்களிடம் அவர் வேலை கற்றுக் கொண்டார். அவர்களிடம் புதுப்புது கருத்துக்கள் இருந்தன.

ஒரு சிறப்பான பொருள் இருப்பது ஒரு நல்ல விஷயம், ஆனால் சிறப்பான பொருள்களையும் வாங்குவதற்கு ஆட்கள் வேண்டும். தொழில் நுட்பத்தில் முனைப்பாக

"நான் பெரிய பெரிய விஷயங்களைப் பேசுவேன்; அது என் குடும்பத்திற்குக் கவலையைக் கொடுத்தது. என் கனவுகள் மிகப் பெரியவை. இன்னும் 50 ஆண்டுகள் வேலை செய்தாலும், மேலும் செய்வதற்கு நிறைய இருந்தது."

இருக்கும் கம்பெனிகள் சந்தைப்படுத்துவதை கவனிக்கத் தவறி விடுவார்கள். சூ காமும் அதற்கு விதிவிலக்கல்ல.

2000ம் ஆண்டில் போகிற போக்கில் குன்வரிடம் ஒருவர் அவர் பொருளுக்கு பிராண்ட் பெயர் இல்லை என்று கூறினார்.

என்ன உளறுகிறார் இவர் என்று நினைத்துக் கொண்டார் குன்வர்.

சூ-காமை விட யாருமே சிறப்பான ஒரு இன்வெர்டரைச் செய்யவில்லை என்பது அவருக்குத் தெரியும். உண்மையில் குன்வரின் இன்வெர்டரைப் பார்த்து மற்றவர்கள் செய்தார்கள்.

ஆனால் அந்த மனிதர் விடாமல், "மற்ற கம்பெனிகளுக்கு பிராண்ட் பெயர் இருக்கிறது. கடைகளுக்குச் சென்று நீயே பார்" என்றார்.

குன்வர் மனதில் இது ஆழப்பதிந்தது. உடனே சென்று அதைப் பற்றி ஆராய்ந்தார். நண்பர் சொல்வது உண்மை என்று புரிந்தது. கடைகளில் சூ-காம் இன்வெர்டர் தான் வேண்டும் என்று யாரும் கேட்டு வாங்கவில்லை. இதைப் மாற்ற உடனே ஏதாவது செய்தாக வேண்டுமே.

உடனே அவர் ஒரு விளம்பரக் கம்பெனியைச் சந்தித்து தன்னுடைய பிரச்சினையைக் கூறினார்.

"ஒரு பிராண்ட் பெயர் உருவாவதற்கு நீங்கள் உதவ முடியுமா?" என்று கேட்டார்.

ஒரு ஆண்டுக்கு ரூ 25-30 லட்சம் வரை விளம்பரத்திற்காகச் செலவு செய்ய வேண்டியிருக்கும் என்று குன்வரிடம் அவர்கள் சொன்னார்கள். 20 லட்சத்திற்கு அவர்களுடன் ஒப்பந்தம் பேசி முடித்தார்.

விளம்பரம் செய்ய வேண்டும் என்பதைப் புரிந்து கொண்ட உடன் அது பற்றிய எல்லாவற்றையும் தெரிந்துக் கொள்ள வேண்டும் என்று விரும்பினார். அதன் விளைவாக முற்றிலும் மாறுபட்ட சில யோசனைகள் அவருக்குத் தோன்றின.

"டைம்ஸ் ஆப் இந்தியா பத்திரிகையில் வரி விளம்பரப் பக்கத்திற்கும் மற்ற பக்கங்களுக்கும் வெவ்வேறு விகிதத்தில் பணம் செலுத்த வேண்டும். வரி விளம்பரப் பக்கத்தில் நான்கு வரிகள் வேண்டும், அந்த பக்கத்தில் குறிப்பிட்ட இடத்தில் வேண்டும் என்று கேட்டேன். என்னிடம் இருந்து வாசகத்தை வாங்க வந்தவருக்கு அதிக விஷயம் தெரியவில்லை. நான்கு வெவ்வேறு வரிகள் எழுதி அவற்றையெல்லாம் ஒன்றாக இணைத்தேன். அதனால் அது ஒரே விளம்பரமாக ஆயிற்று."

வரி விளம்பர பக்கத்திலேயே சிறப்பு விளம்பரம் செய்ய முடியும் என்று புரிந்து கொண்டார். இதைப் பத்திரிகைக் காரர்கள் புரிந்து கொள்ள சில காலம் ஆயிற்று. ஆனால் அதற்குள் சிறிது பணம் மட்டும் செலவழித்துப் பலரையும் கவரும் வகையில் அவரால் விளம்பரம் செய்ய முடிந்தது! பின்னர் தொலைக்காட்சியில் விளம்பரம் செய்தார். அதில் இன்வெர்டருக்கான முதல் விளம்பரம் இவருடையது தான்!

அடுத்து வந்த நாட்களில் வேறு பல யோசனைகளும் குன்வருக்குத் தோன்றின. பெரிய பலகையில் சூ காம் என்று மட்டும் எழுதுவது அவற்றுள் ஒன்று.

"என்னுடைய நிர்வாகத்தில் இரண்டு மூன்று பேர் வேலையைச் சிறப்பாக செய்யாமல் இருந்தார்கள். அவர்களிடம் இந்த வேலையைக் கொடுத்தேன். அவர்கள் இந்தியா முழுவதும் எல்லா இடங்களிலும் இந்தப் பலகையை வைப்பதற்கான எல்லா ஏற்பாடுகளையும் செய்தனர். இதனால் எந்த அளவுக்குப் பாதிப்பு இருந்தது என்பது எனக்குத் தெரியவில்லை. ஆனால் விற்பனை அதிகரித்தது, சூ-காம் பிரபலமானது."

சாலையோர உணவகங்களின் உரிமையாளர்களிடம் இந்த பலகைகளில் தங்களுடைய பொருட்களையும் விளம்பரப் படுத்திக் கொள்ளுமாறு சொன்னார்.

"சிலர் அதை ஏற்றுக் கொள்ளவில்லை. அவர்களுக்கு டி சர்ட் போன்ற சிலவற்றைக் கொடுத்து அனுமதி பெற்றுக் கொண்டேன். அங்கங்கு பிரச்சினைகள் எழும்பொழுது அவற்றிற்கு ஏற்றாற்போல் செயல் பட்டோம். சிறிது சிறிதாக என்னுடைய பிராண்ட் மக்கள் மத்தியில் பிரபலமாயிற்று."

இன்று வோடோபோனிலிருந்து ஏர்டெல் வரை இத்தகைய திட்ட அணுகுமுறைகளைச் செயல்படுத்துகின்றனர்.

2002ம் ஆண்டுக்குள்ளாக சூ-காம் நல்ல நிலையை

> "என்னுடைய உயரம் எனக்கு எப்போதுமே ஒரு பெரிய பிரச்சினை. இவ்வளவு குட்டையான ஆளால் என்ன செய்து விடமுடியும் என்று மக்கள் நினைப்பார்கள். ஆனால் போட்டி, சவால் என்று வந்து விட்டால், முடித்துக் காட்டுவேன் என்று எனக்குள் நான் சொல்லிக் கொள்வேன்."

அடைந்தது. வருமானம் ரூ 10 கோடியைத் தாண்டியது. தொடர்ந்து அதை மேம்படுத்திக் கொண்டே இருந்தனர்.

அடுத்த ஆண்டில் சூ-காம் சைன்வேவ் இன்வெர்டர், தவிர பிளாஸ்டிக்கால் ஆன இன்வெர்டர் போன்றவற்றைத் தயாரித்தது. இந்தியாவிற்கு இவை இரண்டுமே புதியவை. மேலும் நாட்டின் பல பாகங்களிலும் விற்பனை அதிகரித்தது. ஹைதாராபாத்தில் முதல் கிளை அலுவலகம் திறந்தனர். ஸ்ரீலங்காவிற்கு முதன்முறையாக ஏற்றுமதி செய்தனர்.

"டெல்லியில் இருந்த என்னுடைய ஊழியர் ஒருவரை இன்வெர்டரை விற்பனை செய்ய வங்க தேசத்திற்கு அனுப்பினேன். ஆனால் அவருக்கு அது தான் முதல் தடவை. எதுவும் செய்ய முடியாமல் அவர் திரும்பினார். அடுத்த முறை நான் அவருடன் சென்றேன். பின்னர் அந்நாட்டிற்கும் நாங்கள் ஏற்றுமதி செய்யத் தொடங்கினோம்."

ஆப்பிரிக்காவில் நடந்த பொருட்காட்சியில் சூ-காம் பங்கேற்றது. அதன் பின்னர் அங்குள்ள நாடுகளுக்கு சூ-காம் அதிகளவில் ஏற்றுமதி செய்ய துவங்கியது.

உண்மையிலேயே எல்லாமே மிகவும் நன்றாக நடந்து கொண்டிருந்தது. ஆனால் ரொம்ப சோகமான சற்றும் எதிர்பாராத ஒரு திருப்புமுனை அவர் வாழ்க்கையில் ஏற்பட்டது.

"ஒரு பெரிய கம்பெனி ஒப்பந்த அடிப்படையில் தங்கள் பெயரில் விற்பதற்கு இன்வெர்டர்களைச் செய்து தருமாறு கேட்டுக் கொண்டது."

"உங்களுடைய பெயரில் விற்பதற்கு நான் ஏன் பொருட்களை உற்பத்தி செய்யவேண்டும்?" என்று அதை அவர் மறுத்து விட்டார்.

அதற்கான விளைவுகளைப் பின்னர் அவர் எதிர் கொள்ள நேர்ந்தது. மட்டம் தட்டும் வகையில் அப்படி அந்தக் கம்பெனியிடம் அவர் பேசியதால் அவர்கள் சில வேலைகளைச் செய்தனர். சூ-காம் கம்பெனிக்குச் சுங்க வரித்

துறையினர் சோதனை செய்ய வந்தனர். பல வழக்குகள் அவர் மீது தொடுக்கப்பட்டு பெரிய பிரச்சினையில் மாட்டிக் கொண்டார்.

"உண்மையில் எந்தத் தவறும் செய்ததாகவே நான் புரிந்து கொள்ளவில்லை. நான் பஞ்சாபி பாகில் வளர்ந்தவன். அங்கிருந்த கடைக்காரர்களும், சிறு வியாபாரிகளும் வருமான வரி, சுங்க வரி இவற்றை எல்லாம் பெரிதாக எண்ணவில்லை. நான் வியாபாரம் செய்கிறேன். அதைச் சிறப்பாக செய்கிறேன் என்பது மட்டுமே எனக்குத் தெரிந்திருந்தது."

ஒவ்வொருவரும் வாழ்கிறோம். அதன் மூலம் கற்கிறோம்.

"எனக்கு ஒரு அந்தஸ்து ஏற்பட்டவுடன் எனக்குக் குழி பறிக்கச் சிலர் வருவார்கள் என்பதை நான் புரிந்து கொள்ளவில்லை. நான் முட்டாள் என்று என் மனைவி கூடச் சொன்னாள். ஆனால் வியாபாரத்தை இந்த விதமாக செய்யக் கூடாது என்பதை அன்று நான் புரிந்து கொண்டேன். இது என் பெயரை கெடுக்கக் கூடிய ஒரு விஷயம். இதை நீங்கள் எப்படி எழுதுவீர்கள் என்று எனக்குத் தெரியாது."

இது எப்போதோ நடந்து விட்டது. இப்போது இதைப் பற்றி பேசுவது மற்றவர்களுக்கு ஒரு பாடமாக இருக்கும்.

இந்தக் காலகட்டத்தில் தன்னை முழுவதுமாக மாற்றிக் கொள்ள வேண்டும் என்று குன்வர் புரிந்து கொண்டார். அவர் அப்படியே ஆனார். ஆனால் அது கடினமான காலகட்டமாக இருந்தது.

"என் மீது பல வழக்குகள் இருந்தன. சிறையில் அடைக்கப்படுவதற்கான வாய்ப்புகள் ஏராளம். அரசுக்குச் செலுத்த வேண்டிய அதிக அளவு தொகையை நான் செலுத்தினேன். என் கம்பெனியை மூடி சீல் வைத்து விட்டனர். கம்பெனியை வேறு யாரோ எடுத்துக் கொள்ளப் போவதாக ஒரு வதந்தி பரவியது."

போட்டி கம்பெனி, 50% சூ-காம் ஊழியர்களைத் தங்கள் பக்கம் இழுத்துக் கொண்டது.

"என்னுடைய வியாபார வாழ்க்கையில் அதுதான் மிகமிக மோசமான காலகட்டம். மன உளைச்சலால் சில நாட்கள் பித்துப் பிடித்தது போல இருந்தேன். அலுவலகத்திற்குச் செல்வேன், யாருடனும் பேசமாட்டேன். வீட்டிற்குத் திரும்பி விடுவேன். சுங்கத்துறையினரைக் கையாள்வதற்கான ஆள்பலம் என்னிடம் இல்லை. தனி ஒருவனாக, நானே

எல்லாவற்றையும் எதிர்கொள்ள வேண்டியிருந்தது. தவிர, கம்பெனியையும் பார்த்துக் கொள்ள வேண்டியிருந்தது."

"என் மனைவிக்கு என்ன செய்வதென்றே தெரியவில்லை. ஆனால் எனக்கு ஆதரவாகப் பக்க பலமாக அவள் இருந்தாள். பிறகு இதிலிருந்து நான் மீண்டு வந்தேன். என்னை விட்டுப் பிரிந்து சென்றவர்களும் திரும்பி வந்தார்கள். மறுபடியும் நாங்கள் உற்பத்தியைத் தொடங்கினோம். ஒரு RRD (ஆராய்ச்சி) துறையை ஆரம்பத்திலிருந்து ஏற்படுத்தினோம்."

இதற்குள்ளாகப் பல புதிய தொழில் நுட்ப உருவாக்கங்களை சூ-காம் மேம்படுத்தியிருந்தது. அவற்றைப் பாதுகாக்க வேண்டியிருந்தது. இந்தத் தொழிலில் நீடித்து நிற்க வேண்டும் என்றால் அவர்கள் உருவாக்கிய பொருட்களுக்குக் காப்புறுதி செய்து கொள்ள வேண்டும் என்று அவர் விரும்பினார். 2004ல் காப்புறுதிக்கான முயற்சிகளில் அவர் இறங்கினார்.

கடந்த ஐந்தாண்டுகளாக நல்ல தரமான பொருட்கள், பிரபலமான பிராண்ட் பெயர், வலுவான விற்பனையாளர்களின் இணைப்பு இவற்றின் மூலமாக சூ காம் மிகப் பெரிய வளர்ச்சியை அடைந்தது. 2004 ல் சூ-காமின் வியாபாரம் ரூ 100 கோடி; இன்று ரூ 500 கோடியை தொட்டிருக்கிறது. அதில் ரூ 80 கோடி ஏற்றுமதிச் சந்தை மூலம் கிடைக்கிறது.

வழுவழுப்பான சாலையாகத் தோன்றினாலும் ஆங்காங்கு மேடு பள்ளங்கள் இருந்திருக்கின்றன.

"2006ல் வியாபாரம் மிகச் சிறப்பாக இருந்தது. அப்போது என் தொழிலாளர்கள் சிலர் என்னுடன் என் லட்சியத்தைப் பகிர்ந்து கொள்ளவில்லை என்பதைக் கவனித்தேன். அதனால் 2007ல் சிலரை வேலையை விட்டு நீக்கி விட்டேன். என் வியாபாரம் ஓரளவு படுத்துவிட்டது." அதனுடைய பாதிப்புகள் மூன்று ஆண்டுகளுக்குப் பிறகும் தொடர்ந்து கொண்டிருந்தது. முன்னாள் ஊழியர்கள் கம்பெனியைப் பற்றி வதந்திகளைப் பரப்பி வந்தனர்.

"இது என்னுடைய சொந்தத் தவறு. இந்தப் பிரச்சினைகள் தொடர்ந்து கொண்டுதான் இருக்கின்றன. என்னுடைய தவறுகளிலிருந்து நான் கற்றுக் கொள்வேன்."

"ஆனால் உண்மையில் பிரச்சினை தான் என்ன?"

"நாங்கள் ஒன்றாக இணைந்து உருவாக்கிய புது பொருட்கள், புது தொழில் நுட்பத் திறன்கள் இவற்றைச் சந்தையில் மக்கள் மத்தியில் அவர்கள் போய் பேச வேண்டும் என்று நான் விரும்பினேன். ஆனால் அவர்களுக்கு கார்கள், நல்ல சுக வாழ்க்கை இவற்றில் தான் அதிக ஆர்வம். என்னுடைய பேரார்வத்தை அவர்கள் பகிர்ந்து கொள்ளவில்லை."

பணம் பிரச்சினையே இல்லை. தான் ஒரு நல்ல முதலாளியாக இருந்ததாகக் குன்வர் சொல்கிறார். ஆனால் ஒரு முதலாளி கம்பெனிக்காக, தான் நினைக்கும் அளவு மற்றவர்களும் நினைக்க வேண்டும் என்று எண்ணுவது நடக்கக் கூடியதல்ல. ஒரு பெரிய லட்சியக் கனவு அது. பங்குச் சந்தைப் பட்டியலில் இவருடைய கம்பெனியின் பெயர் இருந்திருந்தால் நிலைமை வேறுமாதிரியாக இருந்திருக்கும். அதன் பங்குகள் பெருமளவு மதிப்புப் பெற்றிருக்கும்.

இந்தச் சமயத்தில் மறுபடியும் ஒரு கம்பெனி சூ காமை வாங்கிக் கொள்வதாக அணுகினார்கள். அது அமெரிக்காவைச் சேர்ந்த ஒரு பன்னாட்டுக் கம்பெனி. உலகிலேயே மிக அதிகளவு இன்வெர்டர்களை உற்பத்தி செய்யும் கம்பெனி அது.

"போன முறை இது மாதிரி கேட்டபோது நான் ரொம்ப சொதப்பி விட்டேன். அதனால் இந்த முறை நான் தந்திரமாக நடந்து கொண்டேன். அவர்கள் என்னை அமெரிக்காவிற்குக் கூப்பிட்டார்கள். அங்கு சென்று அவர்களைச் சந்தித்தேன். சிங்கப்பூருக்கு அழைத்தார்கள். அங்கும் சென்று பார்த்தேன். ஆனால் இந்தக் கம்பெனியை நான் விற்கப் போவதில்லை என்பதில் உறுதியாக இருந்தேன்."

ரிலையன்ஸ், பங்குதாரர்களாக இணைவதாக கூறி குன்வரை அணுகியது. ரிலையன்ஸும் ஒரு சிங்கப்பூர் கம்பெனியும் இணைந்து சூ-காமில் ரூ 45 கோடியை முதலீடு செய்தது. மிக விரைவாக வளர்வதற்கான ஒரு நிலை ஏற்பட்டது.

2006ல் துபாயில் ஒரு அலுவலகம் நிறுவப்பட்டது. அதே ஆண்டில் உலகில் 100 KVA inverter தயாரிக்கும் இரண்டாவது கம்பெனியாக சூ-காம் இருந்தது. இந்தியாவின் முதல் எஸ் எம் எப்* (சீல்டு, மெயின்டெனன்ஸ் ப்ரீ பாட்டரி) தயாரிக்கும் ஒரு தொழிற்சாலையைத் தொடங்கினார், ஒரு வணிக உரிமைப் பெயர் பதிவோடு. அமெரிக்காவிலும் இது காலூன்றி உள்ளது. அந்நாட்டிற்கும் இது ஏற்றுமதி செய்யப்படுகிறது.

* சீல்வைக்கப்பட்டது. பாட்டரிக்கு பராமரிப்பு தேவையில்லை.

அவருக்குக் கிடைத்துள்ள விருதுகளும் பாராட்டுகளும்:

"மிகச் சிறந்த தரமான இன்வெர்டர்கள் தயாரிப்புக்கான தேசிய விருது."

"நுகர்வோர் மின்னணு சாதனங்களில் மிக அதிக அளவு ஏற்றுமதி செய்ததற்கான விருது."

"கம்பெனிக்குச் சொந்தமான RRD என்பதற்கான இந்திய அரசாங்கத்தின் அறிவியல் தொழில் நுட்ப அமைச்சகத்தின் பாராட்டு."

கடைசியாக, "மேரிக்கோ இன்னோவேஷன் பவுண்டேஷனின்" இன்னோவேஷன் ஃபார் இந்தியா 2008 விருதைப் பெற்றுள்ளார். ஆஹா, இன்னோவேஷன் - உருவாக்குதல்! இதைப் பற்றி பல கம்பெனிகளும் பேசுகின்றன, ஆனால் ஒரு சிலரே நடைமுறைப் படுத்துகின்றனர். சூ-காம் நிச்சயமாக வேறு மாதிரியானது.

ஆராய்ச்சி - மேம்படுத்துதல் (RRD) பகுதியில் 32 ஊழியர்கள் பணி புரிகின்றனர்; எல்லோருமே பொறியியல் வல்லுனர்கள். அவர்கள் பணியை 'உருவாக்குதல்' என்று சொல்வது சரியல்ல. புதிது புதிதாக வடிவமைத்துக் கண்டுபிடித்துக் கொண்டு இருக்கிறார்கள்.

"2006ல் 50 தொழில் நுட்பப் பொருள்களுக்குக் காப்புறுதி பெற விண்ணப்பித்திருந்தோம். இப்போது ஒவ்வொரு மாதமும் இரண்டிரண்டு தொழில் நுட்பங்களுக்குக் காப்புறுதி பெற விண்ணப்பித்து வருகிறோம்; ஏனெனில் எங்களிடம் புதிது புதிதாகப் பல கருத்துக்கள் உள்ளன." "நாங்கள்" என்று அந்தப் பொறியியாளர்கள் சொன்ன போதிலும் முக்கால்வாசி கருத்துக்கள் குன்வரிடம் தான் தோன்றுகின்றன.

"சில நாட்கள் அவர் இரவு 11 மணிக்குக் கூப்பிட்டு இதை இவ்வாறாக ஏன் முயற்சி செய்து பார்க்கக் கூடாது? என்று கேட்பார்" என்கிறார் ஒரு பொறியாளர்.

சூ-காம் ஆய்வுக் கூடம் முழுவதிலும் புதுப்புது வடிவமைப்புகள் நிறைந்துள்ளன; அவற்றுள் சில வர்த்தக ரீதியாக லாபம் ஈட்டக் கூடியவை. "பவர் குவாலிடி மானிடர்," மற்றும் "பேட்டரி ஈக்வலைசர்" ஆகிய இரண்டும் சமீபத்தில் வெற்றி தேடித்தந்தவை. குளிப்பதற்குத் தேவையான தண்ணீரைச் சூடாக்கும் கீசருக்கு (geyser) நேரம் காட்டும் வசதி எதற்கு? என்றாவது ஒரு நாள் அதற்கான தேவை வரும் என்கிறார் குன்வர். தவிர புதிதாக

எதையோ உருவாக்கியிருக்கிறோம் என்பதே மகிழ்ச்சியான ஒன்று தானே!

வருங்காலம் எப்படி இருக்கும்? இந்தியாவிலும் உலகம் முழுவதிலும் இன்வெர்டர்களுக்கான தேவை தொடருமா? இன்வெர்டர்கள் தயாரிப்பது மட்டுமல்லாது "பவர் பேக் அப்" கம்பெனியாகவும் சூ-காம் தன்னை வெளிப்படுத்திக் கொள்கிறது. உதாரணமாக, தொலைதொடர்பு கோபுரங் களோடு இன்வெர்டரை இணைக்கிறது சூ-காம். இது மலிவானது. அதிக ஆற்றலுள்ளது. தவிர சூரிய சக்தியால் இன்வெர்ட்டர் இயங்குவதால் பசுமை அல்லது சுற்றுப் புறச் சூழலுக்குப் பாதிப்பை ஏற்படுத்தாததாகவும் உள்ளது.

"சக்தியைப் பாதுகாப்பதற்கான தேவை அதிகரித்துள்ளது. இந்தத் துறைப் பற்றி யாருமே தற்சமயம் யோசிப்பது இல்லை. சக்தி தோற்றுவிக்கப் பட்டவுடன் நாம் அதைப் பயன்படுத்தியாக வேண்டி உள்ளது. இல்லாவிட்டால் அது வீணாகிவிடுகிறது. அதை எப்படிச் சேகரித்துப் பாதுகாப்பது என்பது தான் இப்போது நம் முன்னால் உள்ள கேள்வி. இதற்கான ஒரு சில பதில்கள் தன்னிடம் இருப்பதாகக் கருதுகிறார், குன்வர். "மிகப் பெரிய இன்வெர்டர்கள்" என்பது தான் அதற்கான பதில்.

"கனவு காண்பது என்பது என்னிடம் உள்ள பிரச்சினை. இதில் தொடர்ந்து ஆராய்ச்சி செய்ய வேண்டும் என்பதில் நான் தெளிவாக இருக்கிறேன். மூன்று ஆண்டுகளுக்கு முன்பு 100 KW இன்வெர்டர் ஒன்றைத் தயாரித்தேன். அது மாதிரிச் செய்வது சாத்தியமானது என்று அப்போது யாரும் நினைத்துக் கூடப் பார்த்ததில்லை."

இவற்றுள் *எதுவுமே* சாத்தியம் என்று யார் தான் எதிர்பார்த்திருப்பார்கள்!

"எனக்கு அப்போது புரியவில்லை... வாழ்க்கையில் எல்லாவற்றையுமே நான் தாமதமாகத்தான் புரிந்து கொள்கிறேன். குழல் விளக்கு (Tubelight) போன்றவன் நான். வாழ்க்கையின் சிறிய விஷயங்களை நான் புரிந்து கொள்வதில்லை என்று என் மனைவி சொல்வாள். ஆனால், மற்றவர்கள் நினைத்துக் கூட பார்க்காதவற்றை நான் புரிந்து கொள்கிறேன்..."

எப்படி அதைச் செய்வார்? அது அவருக்குத் தெரியாது. ஆனால் அதைச் செய்து முடிப்பார், அதில் சந்தேகமில்லை.

ஒருநாள் - எல்லா நாடுகளிலும் பெரிய தொட்டிகளில் சக்தி சேமித்து வைக்கப்படும், 500 KW இன்வெர்ட்டர்கள் தயாரிக்கப்படும் என்றெல்லாம் குன்வர் தன் மனக்கண்ணில் படமாகப் பார்க்கிறார்.

"உண்மையில் இந்தத் துறையில் எதுவும் அதிகமாகச் செயல்படுத்தப் படவில்லை. இன்று கூட 100 ஆண்டு பழைய முறையிலான விநியோகம் மற்றும் மின் கடத்தும் வடிவமைப்புகளையே பின்பற்றுகின்றனர். என்னுடைய கனவுகள் மிகப் பெரியவை; அதனால் இன்னும் ஒரு 50 ஆண்டுகள் பணியாற்றினாலும், அடுத்த தலைமுறையும் இணைந்து செயலாற்றினாலும் எல்லாவற்றையும் செய்து முடிக்க முடியாது."

ஐந்து தொழிற்சாலைகளில் 1600 ஊழியர்கள் சு காமில் பணியாற்றுகின்றனர். ஆனால் குன்வருக்கு ஒரு பெரிய கிளர்ச்சியை இது ஏற்படுத்தவில்லை. இந்தக் கம்பெனியில் இப்போது தொழில் ரீதியான ஒரு செயல் துறை அதிகாரி (CEO) உள்ளார். தினசரி வேலைகளை அவர் கவனித்துக் கொள்கிறார். அதனால் குன்வருக்கு விருப்பமான பணியில் அவரால் முழு கவனத்தையும் செலுத்த முடிகிறது.

உருவாக்குதல், மீண்டும் உருவாக்குதல், புது சாத்தியக் கூறுகளைப் பற்றிக் கனவு காணுதல். எப்போதும் பாய்ந்து முன்னேறுவது; எப்போதும் விசை ஊட்டப்பட்டு இருப்பது.

இளம் தொழிலதிபர்களுக்கு...

மனிதர்கள் வேலையை ஏற்கிறார்கள், அதிலேயே திருப்தியடைந்தவர்களாக இருக்கிறார்கள். ஏனெனில் தங்களுடைய தகுதி, தங்களால் என்ன செய்ய முடியும் என்பதை அவர்கள் அறிவதில்லை. எதையாவது செய்தால் பின்னர் நம்பிக்கை தானே வரும்.

தீர்மானங்கள் எப்போதும் சரியானவையா அல்லது தவறானவையா என்பது இல்லை, அவற்றின் முடிவுகள் மட்டும் நம்பிக்கை அளிப்பதாக அல்லது நம்பிக்கை இழக்கச் செய்வதாக இருக்கக் கூடும். ஆனால் மதில் மேல் பூனையாக நீங்கள் இருக்க முடியாது. வாழ்க்கையில் நன்மை, தீமையை அலசி முடிவுகளை எடுக்க வேண்டும். ஒவ்வொரு தொழில் முனைவோருக்கும் இருக்க வேண்டிய முக்கியமான தகுதி இது!

வாழ்க்கையில் தவறுகள் கட்டாயம் ஏற்படும். நானும் தவறுகள் செய்து பிறகு அவற்றிலிருந்து கற்றிருக்கிறேன். சிலர் உங்களுடன் தொடர்ந்து வரலாம்; சிலர் வராமலும் போகலாம். உங்களுடைய பேரார்வம் மற்றும் பெருவிருப்பம் உங்களைச் செலுத்த வேண்டும்.

பணம் மட்டுமே உங்களைச் செலுத்துவதாக இருக்கக் கூடாது. பணம் வரும், போகும், நீங்கள் வெற்றியடைந்தால் அது அதிகமாகும். இது தான் என்னுடைய பேரார்வம். அதை அடைவதற்காக நான் பணியாற்றினேன். வேறு எந்த விசையும் என்னைச் செலுத்தவில்லை.

அன்புள்ள ஆசிரியருக்கு

கணேஷ் ராம்

விடா
(VETA)

கல்லூரியில் படிக்கும் பொழுது கணேஷ் ராம் NSS தொண்டராகப் பங்கேற்றார். கற்றுக்கொடுப்பதில் தனக்குத் திறமை இருக்கிறது என்பதை அப்போது அவர் உணர்ந்தார். 1981ல் கோச்சிங் கொடுக்கும் மையமாக இருந்த விவேகானந்தா ஸ்டடி சர்கிள், இந்தியாவின் மிகப் பெரிய ஆங்கிலம் பேசக் கற்றுக் கொடுக்கும் வேடாவாக வளர்ந்தது.

மும்பை பஸ் நிறுத்தத்தில் "வேடா இங்கிலீஷ் ஸ்பீக்கிங் க்ளாசஸ்" என்ற விளம்பரத்தை முதன் முறையாக நான் பார்த்தபோது "பிரமாதம் - பொருத்தமான நேரத்தில் தொடங்கப்பட்டிருக்கிறதே!" என்று நினைத்துக்கொண்டேன்.

90களில் கணினி பிரபலமாக இருந்தது போல, ஆங்கிலத்தில் பேசும் திறன் இன்றைக்குத் தேவையானதாக இருக்கிறது.

கூகுளில் வேடா என்று தேடினேன். இந்த மிகப் பெரிய வியாபார வாய்ப்பை அடையாளம் கண்ட இந்த புத்தி சாலி மனிதர் யார் என்று தேடினேன். ஒருவேளை எம்பிஏ படித்த ஒருவருக்குத் தொழில் துவங்க யாராவது முதலீடு செய்திருக்கலாம், விளம்பரத்திற்கான செலவைப் பார்த்து இவ்வாறு எண்ணினேன். அல்லது ஒரு பணக்காரத் தந்தையின் மகன் அல்லது மகள் இந்தக் கல்வித் தொழிலில் இறங்கியிருக்கலாம் என்றும் தோன்றியது.

என் எண்ணம் தவறு, முற்றிலும் தவறு. 1981லிருந்து வேடா செயல்பட்டு வருகிறது.

BPO, KPO, LPO க்களுக்கு முன்னால். CNN, CNBC, HBO தொலைக்காட்சிகளுக்கு முந்தைய காலம்.

ஆங்கிலத்திற்கு மகுடாபிஷேகம் செய்யப்பட்டு அதில் திறமை இருப்பது தான் வேலைக்கு முக்கியமான தகுதி என்று கருதப்படுவதற்கு முந்தைய காலகட்டம் அது.

லட்சக்கணக்கான மாணவர்களுக்கு கணேஷ்ராம் ஆங்கிலத்தில் பேசக் கற்றுக் கொடுத்து அவர்களுடைய வாழ்க்கை சிறப்படையச் செய்துள்ளார்.

ஒரு தொலை நோக்குப் பார்வை உடையவர் என்று அவரைக் குறிப்பிடலாம் என்று உங்களுக்குத் தோன்றும்போது, "எனக்குத் தொலை நோக்குப் பார்வை எதுவும் இல்லை, தவிர வியாபாரத் திட்டம் எதுவும் இல்லை," என்று உறுதியாகச் சொல்கிறார்.

எளிமையான அவருடைய தி.நகர் அலுவலகத்தில் உட்கார்ந்திருக்கும் பொழுது இலக்கு, குறிக்கோள், திட்டம், இந்த ஆண்டுக்குள் இந்த வளர்ச்சி என்பதான எதையும் நான் பார்க்கவில்லை.

எளிமையான அந்த ஆசிரியரிடம், தன்னுடைய மாணவர்கள் எல்லோரும் தேர்ச்சி பெற வேண்டும் என்ற கொழுந்து விட்டெரியும் விருப்பத்தை மட்டுமே நான் பார்த்தேன்.

அன்புள்ள ஆசிரியருக்கு

கணேஷ் ராம்

விடா

கணேஷ் ராம் ஒரு பணக்கார குடும்பத்தில் பிறந்தார். வருங்காலத்தை எண்ணிப் பார்த்துச் செயல்படும் ஒரு குடும்பம் அது.

"பொறியியலில் டிப்ளமா படிப்பதற்கு என் தாத்தா பனாரஸ் ஹிந்து பல்கலைக் கழகத்திற்குச் சென்றார். திரும்பி வந்த அவர் தஞ்சாவூர் மாவட்டத்தில் முதல் அரிசி அரவை மில்லைத் தொடங்கி, பெரிய செல்வந்தர் ஆனார்."

ரைஸ் மில் ராமையருக்கு மூன்று மகன்கள்; அவர் செய்த வியாபாரத்தைத் தொடர்ந்து செய்வதில் அவர்களுக்கு விருப்பம் இல்லை. மேலும் தவிர்க்க முடியாததும் நடந்தது.

"ஒரு தனி நபர் வங்கிக்கு உத்தரவாதம் கொடுக்குமாறு என் தாத்தாவை வற்புறுத்தினார்கள். அந்த வங்கி மூழ்கி விட்டது; அதனுடன் அவருடைய பெயரும் புகழும் சேதமடைந்தது. சொத்துக்களை எல்லாம் அவர் விற்க நேர்ந்தது. அதற்குப் பிறகும் அவரிடம் கொஞ்சம் சொத்துக்கள் இருந்தது; ஆனால் அடுத்த தலைமுறையினரால் காப்பாற்ற முடியாமல் எல்லாமே அழிந்து போயிற்று."

அதற்கும் மேலாக கணேஷுக்கு ஒரு வயதாக இருந்தபோது அவரது தந்தை இறந்து விட்டார். அவர் அம்மாவிடம் சிறிது பணம் இருந்தது, அவருடைய பெற்றோரின் ஆதரவும் இருந்தது. ஆனால் திடீரென்று ஏழைகள் என்று சொல்லுமளவிற்கு அவர் குடும்பம் தாழ்ந்த நிலையை அடைந்தது.

சிறுவன் கணேஷின் குடும்பம் கும்பகோணத்திலிருந்து சென்னைக்கு வந்தது. "என் தந்தை இறந்த போது என் அண்ணாவிற்கு வயது 14; குடும்பத்தைக் காப்பாற்ற அவர் சிறு வயதிலேயே வேலைக்குப் போனார். அவரால் தான் நானும் என் அக்காவும் படிப்பை முடித்தோம்."

அவர் படித்தது கார்ப்பரேஷன் பள்ளி மற்றும் அரசுக் கல்லூரி; ஆனாலும் அவர் நல்ல கல்வியைக் கற்றார். நந்தனத்திலுள்ள அரசுக் கல்லூரியில் படிக்கும் போது என்எஸ்எஸ் ஸில் பங்கேற்ற கணேஷ், சேரிப் பிள்ளைகளுக்கு மாலை நேரங்களில் கல்வி கற்பித்தார். கற்றுக் கொடுப்பதில் உள்ள சந்தோஷத்தை அவர் அப்போது முதன் முறையாக அனுபவித்தார்.

"நான் கணிதத்தில் மிகவும் தேர்ந்தவனாக இருந்தேன். இது தான் நான் விரும்பியது என்பதை உணர்ந்தேன். ஒரு சேரி மாணவன் கூட நான் கற்றுத் தருவதை புரிந்துக் கொள்கிறான் என்றால் எனக்கு அவர்களைப் பயிற்றுவிக்கும் திறன் உள்ளது என்று அர்த்தம்!"

இதற்கிடையே இயற்பியலில் பிஎஸ்சி முடித்தார். உடனே அவருக்கு *இந்தியன் எக்ஸ்பிரஸில்* ஒரு வேலை கிடைத்தது. 1981ல் உதவி ஊதியமாக ரூ 750 கொடுத்து, நிர்வாகத்தில் பயிற்சியும் அளிக்கப்படுவது ஒரு மிகப் பெரிய வாய்ப்பு. ஆனால் அந்தப் பணியை ஏற்பதில் அவருக்கு ஆர்வம் இல்லை.

சுதந்திரமாக வேலை செய்ய விரும்புவதாக அவர் தன் அம்மாவிடம் சொன்னார்.

"நீ மிகப் பெரிய தப்பு செய்கிறாய். உன்னால் என்ன செய்ய முடியும்?" என்று கேட்டார். "சமூக சேவை செய்வேன் அல்லது சொந்தமாக எதையாவது செய்வேன்" என்றார்.

"இவ்வாறு செய்ய நான் உன்னை அனுமதிக்க மாட்டேன். உனக்கு ஒரு வேலை கிடைத்திருக்கிறது. நீ அதை ஏற்றால் ஒரு அதிகாரியாக ஆவாய். குடும்பம் உயர்ந்த நிலைக்கு வரும்" என்றார்.

ஆனால் கணேஷ் பிடிவாதமாக இருந்தார். இறுதியில் அவர் அம்மா குடும்ப ஜோசியரைக் கலந்தாலோசிக்கத் தீர்மானித்தார்.

கணேஷின் கையையும், ஜாதகத்தையும் பார்த்த ஜோசியர்,

"அந்தக் கம்பெனியில் வேலையில் சேர்ந்தாலும் ரொம்ப நாட்கள் நீடிக்க மாட்டான். அவன் செய்ய விரும்புவதைச் செய்ய அனுமதியுங்கள்" என்றார்.

அதனால் அவருடைய அம்மா விருப்பமில்லாமல் சம்மதித்தார்.

"என்ன செய்யப் போகிறாய்?" என்று கேட்டார்.

"எனக்கு படிப்பு சொல்லிக் கொடுக்க முடியும். ஆசிரியர் வேலைக்குப் போகிறேன் அல்லது சொந்தமாக எதையாவது செய்கிறேன். என்னைப் பற்றி நீங்கள் கவலைப் படவேண்டாம். எனக்கு உணவும் தங்க இடமும் மட்டும் கொடுங்கள். நான் எதையாவது நிச்சயம் செய்கிறேன்!"

உங்களுக்கு எப்போதும் ஒரு நிச்சயமான திட்டம் இருக்க வேண்டும் என்பதில்லை; ஆனால் ஏதோ ஒரு உள்ளுணர்வு இருக்கும். நீங்கள் புத்திசாலியாக இருந்தால் அதுவே வழிகாட்டியாக இருந்து சரியான வழியில் உங்களை அழைத்துச் செல்லும்.

"என்ன செய்வது," "எங்கு ஆரம்பிப்பது" என்று யோசித்துக் கொண்டிருந்த வேளையில் நந்தனம் விரிவாக்கப் பகுதியில் மாடியில் கூரை வேய்ந்த ஒரு வீட்டை கணேஷ் பார்த்தார்.

தைரியமாகச் சென்று அந்த வீட்டுச் சொந்தக்காரரைச் சந்தித்தார்; அந்த இடத்தைத் தனக்கு வாடகைக்குத் தருமாறு கேட்டார்.

"இங்கு என்ன செய்யப் போகிறாய்" என்று கேட்ட அவருக்கு,

"மாணவர்களுக்கு டியூஷன் வகுப்புகள் எடுக்கலாம் என்று நினைக்கிறேன்," என்றார் கணேஷ்.

அதை ஏற்றுக்கொண்ட வீட்டுக்காரர் மூன்று மாத முன்பணமாக ரூ 500 யும் மாத வாடகையாக ரூ 175/- கொடுக்குமாறு சொன்னார்.

கணேஷ் 500 ரூபாய்க்கு எங்கு போவார்? தன் அம்மாவிடம் சென்று அந்தப் பணத்தைக் கேட்டார், ஓரிரு மாதங்களில் திருப்பித் தருவதாக உறுதி அளித்தார்.

தயக்கத்தோடு அவர் சொல்வதை அம்மா ஏற்றுக் கொண்டார். அப்படியாக அவருடைய பயணம் தொடங்கியது...

வீட்டின் அந்த மாடியைச் சுத்தப்படுத்தி, கணேஷ் தன் பணியைத் துவங்கினார். பிளஸ்டூவில் தோல்வி அடைந்திருந்த மூன்று மாணவர்களைக் கண்டு பிடித்தார்

இந்த இளைஞர் அவர்களிடம் சொன்னார், "இது ஜனவரி மாதம்; ஏப்ரல் மாதத்தில் உங்களுடைய தேர்வுகளை எழுதப் போகிறீர்கள். இந்த மூன்று மாதங்களுக்குள்ளாக உங்களுக்கு நல்ல பயிற்சி அளித்து உங்களைத் தேர்ச்சி பெறச் செய்கிறேன். என்னிடம் கற்றுக் கொள்கிறீர்களா?"

மகிழ்ச்சியோடு அவர்கள் சம்மதித்தனர். மாதச் சம்பளம் ரூ 30 கொடுக்க அவர்கள் தயாராக இருந்தனர்.

1981, ஜனவரி 12ம் தேதி, சுவாமி விவேகானந்தரின் பிறந்த நாளன்று ரிப்பன் வெட்டி தன் மையத்தைத் திறந்தார், கணேஷ். எல்லாம் நன்றாகப் போய்க் கொண்டு இருந்தது. ஆனால் வாடகை 175 மாதக் கடைசியில் கொடுக்க வேண்டுமே; அவருக்கு ரூ 90 தான் கிடைக்கும்.

ஒரு வாரம் சென்ற பிறகு தனக்கு உதவி செய்ய முடியுமா என்று கணேஷ் தன் மாணவர்களிடம் கேட்டார்.

"நான் சொல்லிக் கொடுப்பது உங்களுக்குப் பிடித்திருக்கிறதா?" என்றார்.

ரொம்பவும் பிடித்திருப்பதாகச் சொன்ன அவர்கள் கணக்குப் பரீட்சையில் நல்ல மதிப்பெண்கள் எடுக்க முடியும் என்ற நம்பிக்கை தங்களுக்கு இருப்பதாகச் சொன்னார்கள்.

கணேஷ் தன்னுடைய சூழ்நிலையை அவர்களிடம் விளக்கினார். தன் தாயாயிடமிருந்து மேலும் பெறுவதற்கோ அல்லது மாணவர்களிடமிருந்து அதிக சம்பளம் பெறுவ தற்கோ அவர் விரும்பவில்லை. ஆதலால் அடுத்து என்ன செய்வது?

சுரங்கப்பாதை இருட்டாக, முடிவற்றதாகத் தோன்றும் போது குறிக்கோளும் இலக்கும் உடைய ஒரு மனிதன் எவ்வாறோ ஒரு ஒளிக்கீற்றைக் காண்கிறான். மாற்றி யோசிப்பதன் மூலமாகத்தான் அந்தச் சிக்கலிலிருந்து வெளிவர முடியும்.

"உங்கள் வயதை உடைய மாணவன் ஒருவனை நீங்கள் ஒவ்வொருவரும் இங்கு கற்றுக் கொள்ள அழைத்து வர முடியுமா?" என்று கணேஷ் அவர்களுடைய மூன்று மாணவர்களைக் கேட்டார்.

"நான் நன்றாகக் கணக்குப் போடுவேன். அதைச் சொல்லிக் கொடுக்கவும் என்னால் முடியும் என்பதைப் புரிந்துக் கொண்டேன். நான் சொல்லிக் கொடுப்பதைச் சேரி மாணவனாலேயே புரிந்து கொள்ள முடிகிறது என்றால் பலருக்கும் சொல்லிக் கொடுக்க முடியும் என்பதைப் புரிந்து கொண்டேன்."

அதற்குச் சம்மதித்த அவர்கள் ஒவ்வொருவரும் இரண்டு மாணவர்களைக் அழைத்து வந்தார்கள்.

முதல் மாதத்திலேயே கணேஷுக்கு ஒன்பது மாணவர்கள்; ஒவ்வொருவரும் ரூ 30 கொடுக்க மாதக்கடைசியில் அவருக்கு ரூ 270 கிடைத்தது.

"வாடகை ரூ 175, மின்சாரத்திற்கு ரூ 10; ஆகா, முதல் மாதமே எனக்கு லாபம் கிடைத்தது" என்றார் கணேஷ்.

அந்தப் பணத்தை அவர் வங்கியில் போட்டார். மெதுவாக, வாய் வார்த்தையாக இவருடைய டியூஷன் மையம் பற்றி அறிந்து நிறைய மாணவர்கள் சேர்ந்தார்கள். பரீட்சையில் தோற்றவர்கள் மட்டுமல்ல, புத்திசாலி மாணவர்களும் மேலும் சிறப்பாகச் செய்ய அவரை நாடி வந்தனர்.

"கணக்குப் பாடத்தை யார் நன்றாகச் சொல்லிக் கொடுத்தாலும் மாணவர்களைக் கவர முடியும்" என்று அடக்கத்தோடு சொல்கிறார் கணேஷ்.

ஆரம்பத்தில் 12ம் வகுப்பு மாணவர்களுக்காகத்தான் வகுப்புகள் நடத்தப்பட்டன. ஆனால் 8, 10 வகுப்பில் படித்தவர்களும் அவரிடம் கற்க விரும்பினார்கள். மூன்று மாதங்களுக்குள்ளாக காலையிலிருந்து மாலை வரை அந்த வீட்டிற்கு ஏகப்பட்ட மாணவர்கள் வந்து போயினர்.

அந்தக் கூரையை மேலும் சிறிது தூரத்திற்கு நீட்டிக்க முடியுமா என்று வீட்டுச் சொந்தக்காரரிடம் கணேஷ் கேட்டார்.

உடனே அதற்குச் சம்மதித்த வீட்டுச் சொந்தக்காரர், 1000 சதுர அடி கொண்ட அந்த மொத்த இடத்தையும் கூரை போட்டு மூடினார். இரண்டு மூன்று வெவ்வேறு வகுப்புகள் நடைபெற்றன. ஆசிரியர்களுக்கான தேவை அதிகரித்தது.

"நான் மெதுவாக அண்ணாவிடமும், அக்காவிடமும் கேட்டேன். நான் கணக்கு நன்றாகப் போடுவேன், அவள்

காமர்ஸ் மற்றும் பொருளாதாரத்தில் தேர்ந்தவள். என் அண்ணாவிற்கு ஆங்கிலம் மிகவும் நன்றாக வரும்."

"அலுவலக நேரம் போக, காலையிலும் மாலையிலும் எனக்கு உதவ முடியுமா என்று அவர்களிடம் கேட்டேன்."

இருவரும் சம்மதித்தனர். கணேஷால் எதையோ சாதிக்க முடியும் என்பதை இப்போது குடும்பத்தினர் உணர்ந்து கொண்டிருந்தனர். வங்கியில் அவர் பணத்தை மாதாமாதம் செலுத்தி வருகிறாரே!

ஆறு மாதங்களுக்குள்ளாக கணேஷுடைய டியூஷன் மையத்தில் எல்லாப்பாடங்களும் கற்பிக்கப்பட்டன. ஹிந்தி கற்றுக் கொடுக்க புதிதாக ஒருவரை நியமித்தார். உயிரியல் சொல்லிக் கொடுக்க மற்றொருவர் தேவைப்பட்டார். இப்படியாக இவருடைய வியாபாரம் நன்றாக வளர்ந்து வந்தது.

இத்தோடு அது நிற்கவில்லை. கணேஷின் மனம் தொடர்ந்து சிந்தித்துக் கொண்டே இருந்தது. முதலாம் ஆண்டு முடிந்தவுடன் அவர் இருந்த பகுதி வசதியானதல்ல என்று உணர்ந்தார்.

"மக்கள் வசிக்கும் இடத்திலிருந்து என் மையத்திற்கு வருவதற்கு பஸ் வசதி இல்லை. சென்னையின் மற்ற பகுதியிலிருந்து வரும் மாணவர்களுக்குச்சிரமமாக இருந்தது. வர்த்தகப் பகுதிக்கு மாற்றிக் கொண்டு செல்லலாமா, என்று தோன்றியது."

இதற்குள்ளாக 20லிருந்து 25 ஆயிரம் ரூபாய் அவர் சேமித்து இருந்தார். பெரிய அளவில் சிந்திப்பதற்கான துணிவை அது கொடுத்தது.

"சென்னையின் சிறந்த வர்த்தகப் பகுதி எது என்று யோசித்தேன். தி.நகர் சிறந்த பகுதி என்ற முடிவிற்கு வந்தேன். அங்கு

"சுமாராகப் படிக்கும் மாணவனும் தேர்வு பெற வேண்டும் என்பது என் எண்ணம். உனக்கான நேரம் முடிந்தது. இதற்கு மேலும் சொல்லித் தரமாட்டேன் என்று நான் சொல்ல மாட்டேன். மற்ற ஆசிரியர்களிடமும், "பரீட்சையில் ஒவ்வொரு மாணவனும் தேர்வு பெற வேண்டும் என்பதை உறுதி செய்ய வேண்டும், என்று சொல்வேன்."

வருவதற்கு பஸ் மற்றும் ரயில் வசதி உண்டு.

தி. நகரில் இடம் தேடி அலைந்தேன். பெரிய தொலைநோக்குப் பார்வை எதுவும் என்னிடம் இல்லை. வியாபாரத் திட்டம் எதையும் தயார் செய்யவில்லை. முதலாம் ஆண்டு இந்த அளவு வருமானம், அடுத்த ஆண்டு இவ்வளவு அதிகம் இருக்க வேண்டும் என்றெல்லாம் திட்டமிடவில்லை. தவிர, முறையான நிர்வாக அனுபவமும் எனக்கு இல்லை."

கல்லூரியிலிருந்து நேராக வியாபாரத்திற்கு வந்தாயிற்று. எந்த முன் அனுபவமும் இல்லை. ஆனால் கணேஷை எதோ ஒரு உள்ளுணர்வு அல்லது நடைமுறைச் சிந்தனை வழி நடத்திச் சென்றது.

இறுதியாக தி.நகரில் மாட்லி தெருவில் ஓர் இடத்தைத் தேர்ந்தெடுத்தார். ("இப்போதும் எங்களுடைய கிளை இங்குள்ளது" என்கிறார்) அங்கும் ஒரு மொட்டை மாடி இருந்தது.

அதற்குக் கூரைப் போட்டுத் தர முடியுமா? என்று வீட்டின் சொந்தக்காரரிடம் கேட்டார் கணேஷ்.

அவர் சம்மதித்தார்.

ரூ 5000 முன்பணம், மாத வாடகை ரூ 550 என்று முடிவு செய்யப்பட்டது. அப்போது ஒரு முக்கிய முடிவை எடுக்க வேண்டி இருந்தது; இதற்கு என்ன பெயரைப் பலகையில் எழுதி வெளியில் வைப்பது என்ற கேள்வி எழுந்தது.

"நந்தனத்தில் என் மையத்திற்கு விவேகானந்தா ஸ்டடி சர்க்கிள் என்று பெயர் சூட்டினேன். ஏன் விவேகானந்தா என்று கேட்கலாம். கல்லூரி நாட்களிலிருந்தே விவேகானந்தரைத் தான் நான் முன் மாதிரியாகக் கொண்டிருந்தேன்."

"நிறைய பேர் இதை நூலகம் என்று தவறாக எண்ணினார்கள். அதனால் விவேகானந்தா கல்வி நிலையம் என்று பெயர் மாற்றப்பட்டது."

இது ட்யூஷன் மையமாக இல்லாமல் பள்ளி சாரா தனித்தேர்வாளர் பயிற்சி மையமுமாகச் செயல்பட்டது. இப்போது அவர் விளம்பரம் செய்யவும் ஆரம்பித்தார்.

ஆரம்பத்தில் சுவரொட்டிகள், பெரிய துணிகளில் எழுதி மாட்டுவது போன்றவற்றில் விளம்பரம் செய்யப்பட்டது. ஒரு விளம்பரக் கம்பெனியிடம் பொறுப்பைக் கொடுத்திருந்தாலும்

இரவு நேரங்களில் கணேஷ் தானே நேரில் சென்று பார்ப்பார். எல்லா விஷயங்களிலும் அவருடைய தனிப்பட்ட கவனிப்பு இருக்கும்.

"நீ என்ன செய்தாலும் அதை நன்றாக செய் என்பதில் நான் எப்போதும் நம்பிக்கை உடையவனாக இருக்கிறேன். என்னுடைய குறிக்கோள்: நான் எதைச் செய்தாலும் உண்மையுடனும் எனக்கு திருப்தி அளிக்கும் வகையிலும் அதைச் செய்வேன்."

உதாரணத்திற்கு, சுமாராகப் படிக்கும் மாணவர்களுக்கு அதிக வகுப்புகள் எடுக்க வேண்டும் என்பது அவர் குறிக்கோள்.

இரண்டு ஆண்டுகளுக்குள்ளாக விவேகானந்தா கல்வி நிலையம் 800 மாணவர்களைக் கொண்டு, சென்னையில் மிகப் பெரிய டுடோரியல் மையமாக ஆயிற்று.

ஒரு நாள் அவருடைய அண்ணா ராஜகோபாலன் இவரிடம் கேட்டார். "இந்த மாணவர்களுக்கெல்லாம் ஆங்கிலம் சரியாகப் பேச வரவில்லையே, அதற்கும் நாம் பயிற்சி கொடுக்கலாமா?"

கணேஷ் சொன்னார், "ஏன் கூடாது? உங்களுக்கு ஆங்கிலம் நன்றாக வரும். உங்களுக்கு விருப்பம் இருந்தால் மற்ற பாடங்களை விட்டு விட்டு ஆங்கிலம் பேசுவதில் மட்டும் கவனம் செலுத்தலாம்."

அவ்வளவு எளிதாக அது உறுதி செய்யப்பட்டது. ஒரு குழுவாக (பேட்ச்) மாணவர்கள் சேர்த்துக் கொள்ளப்பட்டனர். சில மாதங்களில் அவர்களால் ஆங்கிலத்தில் தடையில்லாமல் பேச முடிந்தது. ஆனால் எப்படி? உண்மையில் அது அவ்வளவு எளிதா?

"வகுப்புகளை என் அண்ணா மிக எளிமையாகவும் நகைச்சுவையாகவும் நடத்தினார். சின்னச் சின்ன கதைகள், நகைச் சுவைத் துணுக்குகள் சொல்வார். அதனால் சுமாரான மாணவர்கள் கூட ஆர்வத்தோடு புரிந்து கொண்டனர்."

என் அண்ணாவுக்கென்று ஒரு தனி பாணி இருந்தது.

அவருடைய பயிற்சி, நடைமுறை சார்ந்ததாக இருந்தது. மாணவர்களுக்குப் புரியும் வகையில் சொல்லிக் கொடுக்க அவரால் முடிந்தது.

தாய் மொழியில் பேசும்போது இலக்கண விதிகளைத் தெரிந்து கொண்டு நாம் பேசுவதில்லை. உன்னிப்பாகக்

கவனித்து கற்கிறோம். அதே முறையில் ஆங்கிலத்தை ஏன் கற்பிக்கக் கூடாது என்பது அவர் வாதம்.

அது முடியும் என்பதை அவர் கண்டு பிடித்துள்ளார். அவருடைய வகுப்புக்குக் கூட்டமாக வரும் மாணவர்களின் எண்ணிக்கை அதை உறுதி செய்கிறது. நூறு மாணவர்களுக்கு ஒரே நேரத்தில் பாடம் நடத்த மைக் தேவைப்பட்டது, கணேஷ் ஒரு பெரிய ஹாலை வாடகைக்கு எடுத்தார்.

"நூற்றி ஓராவதாக ஒரு மாணவன் வருவான். சார், எனக்காக ஒரு நாற்காலி போட முடியுமா, என்பான். இடமில்லை என்றால் ஒரு மூலையில் நின்று கொண்டே கவனிக்கிறேன், பிரச்சினை இல்லை என்பான்."

வெற்றிக் கனியைப் பறித்துத் தரும் ஒருவர் தன்னிடம் உள்ளார் என்பதை கணேஷ் இப்போது புரிந்து கொண்டார். ஆங்கிலப் பயிற்சி மட்டுமே முக்கியமானதாக வைத்துக் கொள்ள முடியும். அந்த மையத்தில் எல்லாப் பாடங்களுக்கும் நடுவில் இதுவும் ஒன்று என்பதாகச் செய்ய வேண்டாம் என்பதை உணர்ந்தார்.

அப்படியானால் அதைச் செய்ய வேண்டியது தானே? என்ன சிக்கல்? ராஜகோபாலனுக்கு அரசுப்பணி இருந்தது. மாலையில் மட்டுமே அவரால் வகுப்புகளை எடுக்க முடிந்தது. ஆனால் இப்போது முடிவெடுப்பதற்கான நேரம் வந்து விட்டது.

விவேகானந்தா கல்வி நிலையத்திற்கு மாதத்திற்கு ரூ 4 லட்சம் வரும்படி வந்தது. லாபம் 80% முதலீடு எதுவும் இல்லை. ஆரம்பத்தில் வாங்கிய ரூ 500 தவிர; (அதுவும் உடனேயே திருப்பிக் கொடுக்கப் பட்டது).

தைரியத்தை வரவழைத்துக் கொண்டு வேலையை விட முடியுமா என்று அண்ணாவிடம் கேட்டார்.

அது நல்ல யோசனை தான். ஆனால் ராஜகோபாலன் சற்றே தயங்கினார். மறுபடியும் குடும்ப ஜோசியரைக் கலந்து ஆலோசித்தனர். அது சரியான யோசனைதான் என்று அவரும் உறுதியாகச் சொன்னார்.

"அது ஒரு தைரியமான முடிவு. அப்போது எனக்கு 24 வயது. என்னுடன் அவர் சேர்ந்த போது என்னை விட அவர் மிகப் பெரியவர் என்ற எண்ணம் எனக்குத் தோன்றியது. அவருடைய அனுபவத்திற்கு மரியாதை கொடுக்க

> "எதைச் செய்தாலும் அதை நல்ல முறையில் செய்ய வேண்டும் என்று நினைப்பேன். உண்மையாகச் செய்வேன். எனக்குத் திருப்தி தரும் வகையில் செய்வேன்."

வேண்டும் என்று நினைத்தேன். அதனால் உடனடியாக அந்த மையத்திற்கு அவரை பிரின்ஸிபாலாக ஆக்கினேன்."

தொழில் கூட்டாளிகளின்-அதிலும் அவர்கள் குடும்ப அங்கத்தினர்களாகவே இருந்தால்-அவர்களின் எதிர்பார்ப்பு களை நிர்வகிப்பது ஒரு கலை. ஆனால் திரைச் சீலை பெரிதாக இருந்தால் ஒவ்வொருவரும் அவர்கள் விருப்பப்படி கோடுகளை வரைய முடியும், ஒரு பெரிய படம் இறுதியில் அழகாக வண்ணம் தீட்டப்பட்டிருக்கும்.

அந்தப் பெரிய திரைச் சிலையைக் கவனித்துப் பார்ப்பது தான் கணேஷின் பணியாயிற்று. அவர் பாடம் எடுப்பதை இப்போது நிறுத்திக் கொண்டார்; நிர்வாகத்தில் கவனம் செலுத்தத் தொடங்கினார். முக்கியமாக வியாபாரத்தை வளர்ப்பது, அதை முன்னெடுத்துச் செல்வது.

ராஜகோபாலன் வேலையை விட்டுவிட்டதால் காலை, பகல், மாலை என்று ஆங்கில வகுப்புகள் எடுக்கத் தொடங்கினார். ஆனால் கணேஷுக்கு வேறு பல யோசனைகளை இருந்தன; பெரிய பெரிய ஆசைகளும் இருந்தன.

தன் அண்ணாவிடம் அவர் கூறினார், "நீங்கள் பேசுவது, கற்பிப்பது எல்லாவற்றையும் எனக்கு எழுதிக் கொடுங்கள். நான் அதைப் பிரதி எடுத்துக் கொள்கிறேன்" என்றார்.

அவருடைய யோசனை தொலை தூரக்கல்வித் திட்டத்தைத் தொடங்குவது.

தமிழ் மற்றும் ஆங்கில தட்டச்சு இயந்திரங்களை கணேஷ் வாங்கினார்.

அவற்றை இயக்குவதற்கு ஆட்களை அமர்த்தினார்.

அவர்கள் அடிப்பதை ஸ்டென்ஸில் மூலம் பிரதி எடுத்தார்.

அவற்றைத் தைத்துப் புத்தகமாக்கினார்.

"தமிழில் 'கல்கண்டு' என்று ஒரு பத்திரிகை இருந்தது. இளைஞர்கள் அதை அதிகமாகப் படித்தனர். அதில் சுயமுன்னேற்றக் கட்டுரைகள் அதிகமாக வரும். அந்த பத்திரிகையில் கால்பக்க அளவு விளம்பரம் செய்தேன்.

அந்த விளம்பரம் தமிழில் இருந்தது - "உங்களுக்கு ஆங்கிலத்தில் பேசவேண்டுமா? எங்களுக்கு எழுதுங்கள். நாங்கள் பாடங்களை அனுப்புகிறோம்."

இந்த விளம்பரத்திற்கு நல்ல வரவேற்பு இருந்தது. ஒவ்வொரு வாரமும் கணேஷ் அதில் விளம்பரம் செய்தார். "மக்கள் எங்களுக்கு எழுதுவார்கள்; தகவல் ஏடுகளை அனுப்புவோம். விண்ணப்பத்தைப் பூர்த்தி செய்து மணியார்டரை அனுப்புவார்கள். எங்களுக்கு அது கிடைத்ததும் நாங்கள் பாடங்களை அனுப்புவோம்."

அந்தப் படிப்புக்கான பணம் ரூ 90. ஒவ்வொரு மாதமும் 200-300 மாணவர்கள் சேர்ந்தார்கள். பிரபலமான மற்ற பத்திரிகைகளிலும் விளம்பரம் செய்ய கணேஷ் தீர்மானித்தார்.

"இதற்கான வரவேற்பு மிகப் பிரமாதமாக இருந்தது. விவேகானந்தா கல்வி நிலையத்தின் இந்தப் படிப்பு தமிழ்நாடு முழுவதிலும் பிரபலமாயிற்று. ஒவ்வொரு நாளும் நாங்கள் 300 மாணவர்களைச் சேர்த்துக் கொண்டோம்."

படிப்பதற்கான இந்தப் பாடங்களைத் தவிர முக்கிய மையங்களில் அவ்வப்போது மாணவர்களை நேரில் சந்திக்கும் வகுப்புகள் நடத்தப்பட்டன. பரீட்சை கிடையாது. உணவின் ருசி சாப்பிடுவதில் உள்ளது; இங்கு இத்திட்டத்திற்கான சாட்சி பேசுவதில் உள்ளது.

தமிழ்நாடு முழுவதும் பிரபலமாக இருப்பது ஒரு சிலருக்குப் போதுமானதாக இருக்கலாம். அரிசி மில் ராமையரின் பேரன் இன்னமும் அதிகமாகப் பெரிய அளவில் சிந்தித்தார்.

தன் அண்ணாவிடம் அவர் சொன்னார், "நம்முடைய தமிழ்ப் பாடங்களைத் தெலுங்கில் மொழி பெயர்க்க யாரையாவது கண்டுபிடிக்கலாம். பிறகு ஆந்திராவிலும் நம் வகுப்புக்களைத் தொடங்கலாம்!"

ஒரு மொழி பெயர்ப்பாளர் கண்டுபிடிக்கப்பட்டார். தெலுங்கு மூலமாக ஆங்கிலப் பயிற்சிக்கான பாடங்கள் தொடங்கப் பட்டன. பாடங்களின் தொகுப்பு இப்போது பெரிதாகி விட்டது. ஸ்டென்ஸில்செய்வது கடினமாகி விட்டது.

பாடங்களை அச்சடிப்பதற்கான நேரம் வந்து விட்டது.

அந்த கால கட்டத்தில் அச்சடிப்பது ஒரு சிக்கலான முறை. ஒரு அச்சுக் கோப்பவர் ஈய எழுத்துக்களைக் கொண்டு

பாடங்களை அமைப்பார். பிறகு அச்சுப் பிழை பார்க்க வேண்டும். பிழை திருத்திய பிறகு அச்சகத்திற்கு அனுப்ப வேண்டும்.

"இது ஒரு நீண்ட நடைமுறை. ஒவ்வொரு முறை அச்சுக் கோத்த பிறகும் பிழைத்திருத்தம் செய்ய வேண்டும்."

ஆனாலும் ஸ்டென்ஸிலிங் செய்வதை விட இது சற்று மேலானது.

ஒவ்வொரு முறையும் 3000 பிரதிகள் எடுக்கப்பட்டன. ஒன்றிரண்டு மாதங்களுக்கு அவை இருக்கும். பிறகு முதலிலிருந்து எல்லாவற்றையும் செய்ய வேண்டும்.

"மிகப் பெரிய பணி இது. ஆனாலும் நாங்கள் எப்படியோ சமாளித்து வந்தோம்" என்கிறார் கணேஷ்.

இதற்கிடையே ஒரு குழப்பமான நேரம் வந்தது. இப்போது பாடத்திட்டம் தெலுங்கிலும் இருந்தது. ஆனால் விவேகானந்தா கல்வி நிலையம் என்பது ஆந்திர பிரதேசத் திற்கு பொருந்தாது. அதனால் 1988ல் "விவேகானந்தா இன்ஸ்டிடியூட்" என்ற பெயரை கணேஷ் தேர்ந்தெடுத்தார்.

எல்லாம் நன்றாகப் போய்க்கொண்டிருந்த நேரத்தில் வருமான வரித்துறையினரிடமிருந்து உங்கள் வருமானத்தைப் பதிவு செய்திருக்கிறீர்களா என்று கேட்டு ஒரு கடிதம் வந்தது.

இல்லை என்பது தான் அதற்கு பதில்.

"எனக்கு வரி பற்றி எதுவும் தெரியாது. நான் வியாபாரம் மட்டும் தான் செய்து வந்தேன். நான் ரொம்பவும் கவலைப்பட்டேன். ஆனால் அது ஒரு ஆரம்ப நிலை ஆய்வு மட்டுமே. அது ஒரு அறிவிப்பு இல்லை, என்பது பிறகு புரிந்தது."

ஒரு பிரைவேட் லிமிடெட் கம்பெனியாக மாற்றுமாறு ஒரு நண்பர் ஆலோசனை கூறினார். அப்படியாக விவேகானந்தா கல்வி நிலையம் பிரைவேட் லிமிடெட் என்று பெயர் சூட்டப்பட்டது.

ஆங்கிலப் பயிற்சி வகுப்பு மிக வேகமாகத் துடிப்புடன் வளர்ந்து கொண்டிருந்த நேரத்தில் மற்ற வகுப்புகளிலும் மாணவர்கள் இருந்தனர். அந்தக் கட்டிடம் முழுவதிலும் விவேகானந்தா மாணவர்களே இருந்தனர்.

1988ல் மற்ற பாடங்களைக் கற்பித்தலில் வரும் வருமானத்தை

> "எனக்கு வெளி ஏஜென்ஸிகளோ ஆலோசகர்களோ கிடையாது; அதனால் நான் எப்போதும் தொடர்ந்து யோசித்துக் கொண்டே இருப்பேன். எங்களுடைய எல்லா விளம்பர வாசகங்களையும் நாங்களே எழுதினோம்; எங்களிடமே இருந்த ஏஜென்ஸியே அதை வெளியிட்டன."

விட ஆங்கிலப் பயிற்சியில் அதிக அளவு வருமானம் வருகிறது என்பது புரிந்தது. வெவ்வேறு பாடங்களை நடத்த நிறைய ஆசிரியர்கள் தேவைப்பட்டனர். அதனால் மற்ற வகுப்புகளை மூடிவிட கணேஷ் தீர்மானித்தார்.

ஆங்கிலப் பயிற்சி அளிக்கும் மையமாக விவேகானந்தா இன்ஸ்டிடியூட் ஆயிற்று.

ஒரு தொழில் முனைவோராக வெற்றி பெறுவதற்குச் செய்ய வேண்டியதை ஆங்கிலம் சொல்லிக் கொடுப்பது மூலம் பெறுவது ஒரு சிறு அளவு மட்டுமே. எல்லாவற்றிற்கும் உரிமையானவரான கடவுள் சிறியவற்றில் தான் இருக்கிறார். பெரிய நிறுவனத்தைக் கட்டி மேலெடுத்துச் செல்ல வேண்டுமென்றால் சிறிய விஷயங்களிலும் கவனம் செலுத்த வேண்டும்.

பிழைத்திருத்துபவர்கள் சில நேரங்களில் தவறு செய்வதை கணேஷ் கவனித்தார். அதனால் பாடங்களில் சில தவறுகள் இருந்தன. அது அவருக்குக் கவலையைக் கொடுத்தது.

இந்த காலகட்டத்தில் போட்டோ டைப் செட்டிங் என்ற மிகப் பெரிய மாறுதல் அச்சுத் தொழிலில் ஏற்பட்டது. இப்போது கணினியில் அச்சுக் கோத்தால் போதும். அச்சடிப்பது சிக்கலானதாக இருந்தாலும் ஒவ்வொரு முறை பிரதி எடுக்கும்போதும் பிழைத்திருத்தம் செய்ய வேண்டியதில்லை.

இதற்கிடையில் அவர் தொடர்ந்து விரிவாக்கம் செய்து கொண்டிருந்தார். மேலும் பல மொழிப்பெயர்ப்புகள் - மலையாளம், கன்னடம், ஹிந்தி மொழி பெயர்ப்புகள் செய்யப்பட்டன; அதிக மாணவர்கள் சேர்ந்தனர்; வியாபாரம் மேலும் வளர்ந்தது.

புதிதான ஒவ்வொரு திட்டத்திற்கும், நேரில் சென்று நடத்தும் வகுப்புகளும் ஏற்படுத்தப்பட்டன.

"இரண்டு மாதங்களுக்கு ஒரு முறை அந்தந்தப் பகுதியிலுள்ள பள்ளியை வாடகைக்கு எடுத்துக் கொள்வோம். என்னுடைய

மாணவர்களுக்கெல்லாம் முன்னரே அறிவித்துச் சந்தேகங்களை நேரடியாகத் தீர்த்து வைப்போம். சில கேள்விகளைக் கொடுத்து பதிலெழுத வைப்போம். அதற்கென ஆசிரியர்களைத் தேர்ந்தெடுத்துத் திருத்திக் கொடுப்போம். இது ஒரு மிகப்பெரிய செயல்பாடாக இருந்தது."

இவற்றை எல்லாம் நிர்வாகம் செய்வதற்கு 40-45 ஊழியர்கள் விவேகானந்தா இன்ஸ்டிடியூட்டில் பணியாற்றினார்கள்.

ஒரு மிகப்பெரிய பணியை இந்த ஊழியர்கள் செய்ய வேண்டி இருந்தது; மாணவர்கள் அனுப்பும் விண்ணப்பப் படிவங்களோடு அவர்களுடைய மணியார்டர் படிவங்களை இணைக்க வேண்டி இருந்தது. இது ஒரு மிகப்பெரிய வேலை.

"சில மாணவர்கள், பணம் அனுப்பி விட்டோம், பாடங்களை நீங்கள் அனுப்பவில்லையே என்று கேட்டார்கள். மற்றவர்கள் விண்ணப்பங்களை மட்டும் அனுப்பி இருப்பார்கள். மணியார்டரை அனுப்பி இருக்க மாட்டார்கள். இது ஒரு மிகப்பெரிய பிரச்சினையாக இருந்தது."

சார்ட்டர்ட் அக்கவுண்ட்டன்டாக இருந்த நண்பரின் யோசனைப்படி ஒரு கணினியை வாங்கினார்கள்.

அது அவர்களுடைய முதல் கணினி. அதுதான் புதிய மாடல். அதைக் கையாள்வதற்காக ஒருவரைப் பணியில் அமர்த்தினார். விண்ணப்பங்களோடு மணியார்டரைச் சேர்ப்பது இப்போது எளிதாயிற்று.

1990ல் வியாபாரத்திற்கான முன்மாதிரி ஏற்படுத்தப்பட்டது. ஐந்து மொழிகள் மூலமாக ஆங்கிலப் பயிற்சி அளிப்பதோடு புதிதாக "எஃபெக்டிவ் இங்கிலீஷ்" (Effective English) என்ற திட்டமும் நடத்தப்பட்டது.

"*காம்படிஷன் சக்ஸஸ் ரெவ்வியூஸ்*" (Competition Success Review) என்ற பத்திரிகையில் விளம்பரம் செய்யப்பட்டது. ஆங்கிலம் மூலமாக ஆங்கிலம் பயிற்சி அளிக்கப்பட்டது. இது ஒரு மேல்நிலை வகுப்பாக இருந்தது.

1995க்குள் விவேகானந்தா இன்ஸ்டிடியூட்டிற்கு 70-80 லட்சம் ரூபாய் வருமானம் கிடைத்தது. அதே 45 ஊழியர்களுடன் எல்லாவற்றையும் நடத்தினர். அது தான் அந்த திட்டத்தின் அழகு.

"விளம்பரம் செய்வது தான் என்னுடைய மிகப் பெரிய

செலவினம். தென்னிந்திய மொழிகள் எல்லாவற்றிலும் உள்ள பிரபல பத்திரிகைகளிலும் நான் விளம்பரம் செய்தேன்."

கிட்டத்தட்ட 10 லட்சம் மாணவர்களின் வாழ்க்கை இவர்கள் மூலமாகச் சிறப்பாக மேம்படுத்தப்பட்டது.

"ஒவ்வொரு முறை நாங்கள் ஒரு மைல் கல்லை அடைந்ததும் கமலஹாசன் அல்லது ரஜினிகாந்த் போன்ற ஒரு பிரபலமானவரை அழைத்து எங்கள் பாடங்களை விநியோகித்தோம்."

1995ல் மற்றொரு திருப்புமுனை ஏற்பட்டது, இரண்டு காரணங்களுக்காக. முதலாவதாக, கணினி மூலம் அச்சடிப்பது பிரபலமானதால் மற்ற பிரச்சினைகள் தீர்ந்தது. இரண்டாவதாக தொலை தூர வகுப்பு மிக உச்சத்தை அடைந்திருக்கிறது என்பதை கணேஷ் கவனித்தார். மற்றவை எல்லாம் மாறும்போது விவேகானந்தா இன்ஸ்டிடியூட்டும் மாற வேண்டி இருந்தது.

"எங்களுக்கு வெளியிலிருந்து ஆலோசனை சொல்ல யாரும் இல்லை. அதனால் தொடர்ந்து நான் யோசித்துக் கொண்டே இருப்பேன். எல்லா விளம்பர வாசகங்களும் எங்களாலேயே எழுதப்பட்டது. நாங்களே அவற்றை வெளியிட்டோம்."

"இந்த நிலையில் 93-94 ல் தொலைக்காட்சி பிரபலமாகி வந்தது. முக்கியமாக, தனியார் அலைவரிசைகளான 'சன் டிவி' போன்றவை"

எப்போதும் கணேஷிற்கு தோன்றும் ஒரு கேள்வி - யார் எங்களுடைய இலக்கு, பாடங்கள் யாரைச் சென்றடைய வேண்டும்? தவிர அந்த இலக்கை மிகத் திறமையாக எப்படி அணுகுவது?

"எங்களுடைய விளம்பரங்களைத் தினசரிகளுக்கு நாங்கள் அனுப்புவதே இல்லை. வார, மாதாந்திரப் பத்திரிகைகளில் மட்டுமே விளம்பரம் செய்தோம். காரணம் படிப்பதற்கு நேரம் இருப்பவரே தொலை தூரக் கல்வியை விரும்புவார். ஆனால் சிறிது சிறிதாகப் பத்திரிகைகளைப் படிப்பது குறைந்து கொண்டே வந்தது."

உதாரணத்திற்கு, பிரபல தமிழ்ப் பத்திரிகையான குமுதம் 6 லட்சம் பிரதிகள் விற்பனை ஆயிற்று. ஆனால் சில ஆண்டுகளாக, அதனுடைய விற்பனை குறையத் தொடங்கியது.

குமுதத்தின் மூலமாக எங்களுடைய வியாபாரம் 'ஓகோ' என்று இருந்த போது ஒரு பக்க விளம்பரத்திற்கு ரூ 6000 கொடுக்க வேண்டி இருந்தது. 1995ல் ஒரு பக்கத்திற்கு ரூ 35000ம் ஆயிற்று. மலையாள மனோரமாவும் இவ்வாறே விளம்பரத் தொகையை அதிகரித்தது.

கணேஷ் தொலைக்காட்சியிலும் விளம்பரம் செய்ய ஆரம்பித்தார். இதன் மூலம் அவருடைய பிராண்ட் பெயர் எல்லோரிடையேயும் பரவிற்று. ஆனால் மாணவர்கள் அதிகமாகக் கிடைக்கவில்லை. இந்த ஊடகம் இதற்குப் பொருத்தமானதாக இல்லை.

தவிர இதில் ஒரு சிக்கலும் இருந்தது. படிக்கும் வழக்கத்தைத் தொலைக்காட்சி பெரிதும் பாதித்தது; தொலை தூரக் கல்வியும் இதனால் பாதிப்படைந்தது.

"ஒரு நாளைக்கு 2000 மாணவர்களிடமிருந்து எங்கள் பதிவு மெதுவாக குறைய ஆரமித்தது. நான் மிகவும் கவலைப் பட்டேன். நான் ஏதாவது தவறு செய்கிறேனா... அல்லது சந்தை நிலவரம் மாறிவிட்டதா?"

15 லட்சம் மாணவர்களுக்குப் பல மொழிகளில் பயிற்சி அளித்த பிறகு இப்போது மறுபடியும் சுய ஆய்வு செய்வதற்கான நேரம் வந்தது.

என்ஐஐடி மற்றும் ஆப்டெக் போன்றவர்கள் பிராஞ்சைஸ் வேண்டுமென்று விளம்பரம் செய்வதை கணேஷ் கவனித்தார். இது தான் வருங்காலத்திற்கான வியாபார முறை என்பதைப் புரிந்து கொண்டார். முழுவதுமாகத் தொலை தொடர்பு பயிற்சி என்பதிலிருந்து நேரடிப் பயிற்சி மையங்கள் என்பதற்கு மாற வேண்டும் என்று உணர்ந்தார்.

இந்த பிராஞ்சைஸ்களைக் கவனிப்பதற்கு என்றே மேஜர் ராஜன் என்பவர் புதிதாகப் பணியில் அமர்த்தப்பட்டார். சென்னை, ஐதராபாத், பெங்களூரில் இவ்வகையான மையங்கள் தொடங்கப்பட்டன. பாடங்கள் மற்றும் ஆசிரியருக்கான பயிற்சி, பிராண்ட் பெயர் ஆகியவற்றை ஒரு குறிப்பிட்ட உரிமைத் தொகையைப் பெற்றுக் கொண்டு இவர்கள் கொடுப்பார்கள். கட்டமைப்பு வசதிகளில் மட்டும் அவர்கள் முதலீடு செய்வார்கள்.

2003ல் தென்னிந்தியா முழுவதும் விவேகானந்தா இன்ஸ்டிடியூட்டுக்கு 60 மையங்கள் இருந்தன; ரூ 14 கோடி வருமானம் கிடைத்தது; நூறு ஊழியர்கள் இருந்தனர். ஆனால் இப்போது புதுமையான ஒரு பிரச்சினை ஏற்பட்டது.

போலியான லக்ஸ் சோப், போலியான காட்பரீஸ் சாக்லேட் போல இப்போது போலியான விவேகானந்தா இன்ஸ்டிடியூட்கள் தோன்ற ஆரம்பித்தன.

விவேகானந்தா இன்ஸ்டிடியூட் என்ற பெயரைப் பதிய வைக்க முடியவில்லை. விவேகானந்தரின் பெயர் எல்லோருக்கும் பொதுவானது.

அதனால் ஆங்காங்கு சுவாமி விவேகானந்தா இன்ஸ்டிடியூட், ஸ்ரீ விவேகானந்தா இன்ஸ்டிடியூட், விவேகானந்தா அகாடமி, விவேகானந்தா வித்யாலயா என்று தோன்ற ஆரம்பித்தன.

மற்றவர்கள், கணேஷ் ராமின் விவேகானந்தா இன்ஸ்டிடியூட்டின் புகழில் தாங்களும் குளிர்காய்ந்தனர்.

"என்னிடம் பிராஞ்சைஸ் பெற்றவர்கள் தொழில் நுட்ப அறிவைப் பெற்றதும் 'எதற்காக உரிமைத் தொகையை எங்களுக்குக் கொடுக்க வேண்டும்,' என்று நினைத்தனர். தங்களுக்குச் சொந்தமான ஆங்கில வகுப்புகளை வெவ்வேறு பெயர்களில் தொடங்கினர்."

நீதிமன்றத்தில் வழக்குகள் போடப்பட்டன. இன்றும் கூட சேலம் விவேகானந்தா இன்ஸ்டிடியூட்டிற்கு எதிராக ஒரு வழக்கு நிலுவையில் உள்ளது.

"இது எங்களுடைய சேலம் கிளை என்று மக்கள் நினைத்தார்கள். என்னால் எதுவும் செய்ய முடியவில்லை."

இந்தப் பிரச்சினைகள் எல்லாம் கம்பெனியைப் பாதித்தன. வளர்ச்சி குன்றத் தொடங்கியது.

"நான் எனக்குள் நினைத்துக் கொண்டேன் - மிகக் குறைவான அறிவோடு சிறிய வயதிலேயே வியாபாரத்தைத் தொடங்கியாயிற்று. நம்மால் என்ன செய்ய முடியுமோ அதைச் செய்தாயிற்று. இனிமேல் பயிற்சியும், அனுபவமும் உடையவரின் உதவியைப் பெற வேண்டும்."

இந்திய அளவில் பிரபலமான விளம்பர நிறுவனங்களைத் தொடர்பு கொண்டனர். 2004 ஜனவரியில், ஜேடபிள்யூடி என்ற கம்பெனியோடு ஒப்பந்தம் செய்து கொண்டனர்.

தன்னுடைய பிரச்சினைகளை எல்லாம் கணேஷ் ராம் அவர்களிடம் சொன்னார்.

"காலத்திற்கு ஏற்ப, மக்களின் மனப்போக்கிற்கு ஏற்ப நாமும் மாற வேண்டும். அதனால் உங்கள் கம்பெனியின் பெயரை

"ஒரு நாளில் 2000 மாணவர்கள் புதிதாக எங்கள் மையங்களில் சேர்வது படிப்படியாகக் குறைந்து வந்தது. நான் மிகவும் கவலைப் பட்டேன். பெரிய தவறு செய்து விட்டேனோ! அல்லது மார்கெட் மாறி விட்டதா?"

விடா (VETA) விவேகானந்தா இங்கிலீஷ் ட்ரெய்னிங் அகாடமி என்று மாற்றி விடலாம்," என்று அவர்கள் சொன்னார்கள்.

கணேஷ் திகைப்படைந்தார்.

விவேகானந்தா என்ற பெயரை விடுவதற்கு அவருக்கு மனமில்லை.

ஆனால் அவர்கள் வற்புறுத்தினார்கள். மாற்றத்திற்குச் சாதகமான விவாதங்கள் கருத்துக்கள், புதிய அடையாளச் சின்னங்கள் எல்லாவற்றையும் கொடுத்தனர்.

"நான் எதுவும் சொல்லப் போவதில்லை; ஏனெனில் யோசிக்கும் திறனே என்னிடம் இல்லை. நீங்கள் சொல்வதைச் செயல்படுத்துவோம்." என்றேன். "கண்ணை மூடிக்கொண்டு அவர்கள் சொன்னவற்றை மனதில் எண்ணிப் பார்த்தேன். அப்படியாக விவேகானந்தா இன்ஸ்டிடியூட் வேடாவாக மாறியது."

2004 ஏப்ரலில் அத்திட்டத்திற்கான தொடர் செயல்பாடுகள் பெரிய அளவில் செய்யப்பட்டன.

ஒரு மாநிலத்தில் மட்டும் பெயர் மாற்றத்தை முதலில் செய்து பார்க்கலாம் என்று கணேஷ் வற்புறுத்தினார். கர்னாடகாவில் பிராஞ்சைஸ் பெற்றுக் கொண்டவர்கள் எவ்வாறு அதை எதிர்கொள்கிறார்கள் என்பதைப் பார்க்க விரும்பினார். நம்பிக்கை தருவதாக இருந்தது அந்த மாநிலத்தில். அதனால் நாடு முழுவதும் வேடா என்பதை எளிதாக மாற்ற முடியும் என்ற நம்பிக்கை கணேஷிற்கு வந்தது.

இந்தப் பெயர் மாற்றத்தின் மூலம் வேறொரு பிரச்சினையையும் அவர்கள் எதிர்கொள்ள வேண்டி இருந்தது. செய்து கொண்டுள்ள ஒப்பந்தத்தின்படி பிராண்ட் பெயரை விளம்பரப்படுத்துவதை கணேஷ் ராம் செய்ய வேண்டும், ஆனால் அந்தந்தப்பகுதி விளம்பரத்தை பிராஞ்சைஸ் பெற்றவர்கள் செய்ய வேண்டும். துரதிருஷ்டவசமாக அவர்கள் அவ்வாறு செய்யவில்லை.

அதனால் பெயர், மாற்றத்தின் போது தன் மற்ற விதிகளையும் கணேஷ் ராம் மாற்றினார்.

"அந்தந்தப்பகுதி வளர்ச்சியையும் நானே பார்த்துக் கொள்கிறேன். இப்போது நீங்கள் 20% உரிமைத் தொகையோடு பாடப் புத்தகங்களுக்கான தொகையும் கொடுக்கிறீர்கள். மாறாக சமமான பங்குதாரர்களாக இனிமேல் நாம் இருக்கலாம்."

இப்போது பிராஞ்சைஸ் பெற்றுக் கொள்பவர்கள் மையத்திற்கான வாடகை, ஆசிரியர்களுக்கான ஊதியம் போன்றவற்றைக் கவனித்துக் கொண்டு குறைந்த பட்ச தரத்தையும் உறுதி செய்யவேண்டும். தன் பங்கிற்கு வேடா அவ்வப்பகுதி விளம்பரங்கள், இலவசமாகப் புத்தகங்கள் கொடுப்பதோடு, பிராண்ட் பெயரை வளர்ப்பதையும் பார்த்துக் கொள்ளும்.

இந்த வழிமுறையைக் கர்னாடகாவில் ஏற்றுக் கொண்டனர். ஆனால் சென்னையில் இருந்த பதின்மூன்று பேரும் இதற்கு ஒத்துழைக்க மறுத்தனர். மேலும் வேடா என்று பெயர் மாற்றம் செய்யவும் அவர்கள் தயாராக இல்லை.

மேஜர் ராஜன் மிகவும் கவலைப்பட்டார். அவரிடம் கணேஷ், "இவ்வளவு நாட்களாகத் தொலைநோக்குப் பார்வை எதுவும் என்னிடம் இல்லை. இப்போது தான் ஒரு லட்சியமும், குறிக்கோளும் என்னிடம் உள்ளன. அவற்றை நோக்கி நாம் செல்வோம்," என்று கூறினார்.

"இத்தனை ஆண்டுகளாக விஷயங்கள் தானாகவே நடந்து கொண்டிருந்தன. ஒரு இலக்கையும், முறையான வருமான மாடல் எதையும் நான் வைத்திருக்கவில்லை. எவ்வளவு சாதிக்க வேண்டும் என்று திட்டமிடவில்லை. எவ்வளவு தூரம் செல்ல வேண்டும் என்பதையும் சிந்தித்துப் பார்க்கவில்லை..."

ஆனால் இப்போது கணேஷ் உறுதியுடன் இருக்க விரும்பினார் - தன்னுடைய கொள்கைகளை அவர்கள் ஏற்றுக் கொண்டால் அவர்களுடன் இணைந்து போவது, அல்லது தான் மட்டுமே தனியாக முன்னேறிச் செல்வது.

அந்த 13 பேர்களில் ஒருவர் மட்டுமே வேடாவுடன் இணைய விரும்பினார். அதைப் பற்றி கணேஷ் கவலைப்படவில்லை.

"மேட்லி தெருவில் உள்ள பெயர் பலகையிலும் மைலாப்பூரிலும் வேடா என்று பெயர் மாற்றம் செய்யப்பட்டது. விவேகானந்தா இன்ஸ்டிடியூட் என்பது இனிமேல் விடா என்று அழைக்கப்படும், இந்த இடங்களிலிருந்து மட்டுமே செயல்படும். என்று நாங்கள் அறிவிப்பு செய்தோம்."

இந்தச் பெயர் மாற்றத்திற்கான திட்ட நடவடிக்கைகள் நாடு முழுவதும் மிகப் பெரிய அளவில் வரவேற்கப்பட்டது. CNBC தொலைக்காட்சியிலும் இது பற்றிய விவாதம் நடத்தப்பட்டது.

இவற்றைச் செய்வதற்கு முன் JWT, கணேஷிற்கு பெயர் மாற்றம் செய்வது பற்றி ஒரு கடைசி வாய்ப்பு கொடுத்தது.

"தென்னிந்தியா முழுவதிலும் நாங்கள் ஆய்வு செய்தோம். விவேகானந்தா இன்ஸ்டிடியூட் ரொம்பப் பிரபலமாக உள்ளது. ரொம்ப வலிமையான பெயர் அது. அதை மாற்றுவதற்கு உண்மையிலேயே உங்களுக்கு விருப்பம் உள்ளதா?"

"இந்தப் பெயர் மாற்றம் நிச்சயமாக ஒரு வருத்தமான விஷயம் தான்." ஆனால் நான் அவர்களிடம் கூறினேன்.

"கடைசி முறையாக இந்த மாற்றத்தைச் செய்கிறேன்," என்றேன்.

வாழ்வா சாவா என்று முடிவெடுக்க வேண்டிய ஒரு தருணம் இது என்று அவர் சிரிக்கிறார்...

"விவேகானந்தா ஸ்டடி ஸ்ர்க்கிளிலிருந்து விவேகானந்தா கல்வி நிலையத்திலிருந்து, விவேகானந்தா இன்ஸ்டிடியூட் என்று பல பெயர் மாற்றங்கள். இதுவே கடைசி முறையாக இருக்கட்டும். எனக்கு எந்த வித லட்சியமும் கொள்கைகளும் இருக்கவில்லை. இப்போது உணர்வு பூர்வமாக ஒரு முடிவை எடுக்க விரும்புகிறேன். நிச்சயமாக இது ஒரு நல்ல முடிவு தான்."

அவரிடமிருந்து பிரிந்து சென்ற அந்த 12 கிளைகள் என்ன ஆயிற்று?

"எதிர்த்து நின்று போராடினால் நான் விட்டுக் கொடுப்பேன் என்று அவர்கள் நினைத்திருக்கலாம். ஆனால் ஆரம்பத்திலிருந்தே நான் ஒரு சுதந்திரமான ஆள். ஒருபோதும் விட்டுக் கொடுத்துத் தழைந்து போகமாட்டேன்."

அவர்கள் தொடர்ந்து விவேகானந்தா பெயரைப்

பயன்படுத்திக் கொண்டிருந்தனர்; மறுமுறையும் கணேஷ் அவர்கள் மீது வழக்குத் தொடர்ந்தார்.

அவரிடம் ஒரு சிறந்த வக்கீல் அந்தச் சமயத்தில் இருந்தார். எப்படி அந்த வழக்கை அணுகுவது என்று தெரிந்து கொண்டு நீதிமன்றத்தில் தடை உத்தரவை வாங்கினார்.

அவர்களும் இரண்டு மூன்று குழுக்களாகப் பிரிந்துவிட்டனர். VLC என்று ஒருவரும் E Square என்று ஒருவரும் பெயர் சூட்டிக் கொண்டனர். ஆனால் வேடாவின் பெயர் மாற்றும் திட்டநடவடிக்கைகள் மிகப் பெரியதாகவும் வலுவானதாகவும் இருந்தது; அதனால் விவேகானந்தா இன்ஸ்டிடியூட் தான் இப்போது விடா என்று அழைக்கப்படுகிறது என்பதை மக்கள் புரிந்து கொண்டனர்.

ஜே டபிள்யு டியின் தலைமை அலுவலர் அனிதா குப்தா ஒரு நாள் கேட்டார், "கணேஷ் ராம், பெயர் மாற்றம் செய்ததில் உங்களுக்கு வருத்தமா? ரூ 4.5 கோடிகள் இத்திட்டத்திற்காக நீங்கள் செலவிடவேண்டி இருந்திருக்கிறது."

"இல்லை. உண்மையில் நான் மகிழ்ச்சியாக இருக்கிறேன்" என்று கணேஷ் கூறினார்.

அனிதா குப்தா, "ஏன்?" என்று வினவினார்.

"நல்ல வேளையாக நான் தென்னிந்தியாவில் மட்டும் புகழ் பெற்றிருந்தேன். அதனால் இந்தப் பெயர் மாற்றத்தை இந்த நான்கு மாநிலங்களுக்கு மட்டும் தெரியப் படுத்தினால் போதுமானதாக இருந்தது. நாடு முழுவதும் விவேகானந்தா இன்ஸ்டிடியூட் பெயர் பெற்றிருந்தால் ரூ 4 கோடி அல்ல, ரூ 40 கோடி செலவழித்திருக்க வேண்டும்!" என்று கணேஷ் பதில் கூறினார்.

ஆஹா, எவ்வளவு நம்பிக்கையோடு பார்க்கிறார் அவர்!

வேடா என்பது நாகரீகமாக, சுருக்கமாக, இனிமையாக இருக்கிறது; அதனால் எளிதாக மக்களால் ஏற்றுக் கொள்ளப்படும் என்று கணேஷ் நம்பினார். பெயர் மாற்றத்திற்குப் பிறகு மறுபடியும் தன் வியாபாரத்தை விஸ்தரிப்பதில் அவர் கவனம் செலுத்தினார். தொலை தூரக் கல்விக்கு அதிக முக்கியத்துவம் தரப்படவில்லை வெவ்வேறு ஊர்களில் பயிற்சி மையங்களைத் திறப்பதில் கவனம் செலுத்தினார்.

வகுப்பறைகளில் பாடம் நடத்தியதால் அதிகப் பணத்தை

வசூலிக்க முடிந்தது. தொலை தூரப்படிப்புக்கு ரூ 975 என்றால் வேடா பயிற்சி மையத்தில் நேரடி வகுப்புக்கு ரூ 1600 கொடுக்க வேண்டி இருந்தது. தவிர வெள்ளி, தங்கம், வைரம் என்று பாட நிலைகள் மாணவர்களின் தேவைக்கேற்ப பிரிக்கப்பட்டன.

மாணவனை வகுப்பில் சேர்த்துக் கொள்வதற்கு முன்னால் ஒரு தேர்வை வைத்து அவனுக்கு 120 மணி நேரம் அல்லது 80 மணி நேரம் அல்லது 40 மணி நேரம் என்பதாக வகுப்புகள் நடத்தப்பட்டன.

தொழில் திட்டம் ஒன்றை இலக்காக வைத்துக் கொள்ள வேண்டும் என்று கணேஷிற்கு ஜேடபிள்யூடி ஆலோசனை கூறியது.

2005ல் 70 மையங்கள்... 2006ல் 100 மையங்கள் என்பதாகத் திட்டம் வகுக்கப் பட்டது. ஒரு திட்டத்தை வகுத்துக் கொண்டு அதை நோக்கிச் செயல் படவேண்டும் என்று கணேஷ் ராமிற்குச் சொல்லப்பட்டது.

அதனால் வருமானத்திற்கான வரைமுறைகளும், இலக்குகளும் வகுக்கப்பட்டன.

2004ல் விடா தன் ஆடிட்டரையும் மாற்றியது. வரவு செலவு கணக்குகளைப் பார்ப்பதோடு நிதி நிலைமைப் பற்றியும் அவர் ஆலோசனை சொன்னார்.

ஆடிட்டர் கேட்ட முதல் கேள்வி, "நீங்கள் இது வரை வங்கியை அணுகியதே இல்லையா?"

"இல்லையே, நான் ஏன் செல்ல வேண்டும்? நான் வங்கியில் முதலீடு மட்டுமே செய்து வருகிறேன். கடன் எதுவும் வாங்கவில்லை. ஏனெனில் என் வியாபாரத்திற்கு அது தேவைப்படவில்லை!" என்றார் கணேஷ்.

திட்டப்படி வேகமாக வளர வேண்டும் என்றால் இந்த முறையை மாற்றியாக வேண்டும் என்றார் ஆடிட்டர். தன்னுடைய செயல்பாடுகளையும் மாற்றிக் கொள்ள வேண்டும் என்று கணேஷ் புரிந்து கொண்டார்.

இதுவரை "பிராண்ட் பெயரை வளர்ப்பதற்காகவே நிறைய பணத்தை நான் செலவழித்தேன் என்பதைப் புரிந்து கொண்டேன். பிராஞ்சைஸ் பெற்றவர்கள் 69 பேர்கள் இருந்தனர், 2004ல் கம்பெனிக்குச் சொந்தமாக ஒரே ஒரு மையம் மட்டும் தான் இருந்தது."

சென்னையில் அவரிடம் பிராஞ்சைஸ் பெற்றவர்கள் திடீரென்று அவரை விட்டு விலகிப் போனதை கணேஷ் பார்த்துள்ளார். இவ்வளவு தூரம் பிராண்ட் பெயரை ஏற்படுத்திய பிறகு இன்னும் சிலர் கூட்டாக இணைந்து அதே மாதிரி செய்தால் என்ன செய்வது? கம்பெனிக்குச் சொந்தமான மையங்களை அதிக அளவில் ஏற்படுத்து வதற்கான நேரம் வந்து விட்டது என்று அவர் தீர்மானித்தார்.

அதனால் 2004ல் முதன் முதலாக வேடா, வங்கியிலிருந்து கடன் பெற்றது. முதலில் ரூ 4 கோடி பிறகு ரூ 6 கோடி. வேடாவின் தலைமை அலுவலகம் இருந்த கட்டிடம் இத்தொகைக்கு அடமானமாக வைக்கப் பட்டது.

போதுமான அளவு மூலதனம் இருந்ததால் வேடா விரைவாக விரிவாக்கம் செய்யப்பட்டது. டெல்லி, கொல்கத்தா, மும்பை போன்ற பெரு நகரங்களில் மையங்கள் ஏற்படுத்தப்பட்டன. தவிர, தனிநபர் உரிமைப் பங்கு முதலீடுகளும் (பிரைவேட் ஈக்விடி இன்வெஸ்டர்ஸ்) ஏற்றுக் கொள்ளப்பட்டன.

2007ல் SALF பங்குதாரர்களுக்கு இம்முறையில் ஒரு சிறிய அளவு பங்கு விற்பனை செய்யப்பட்டது. பல ஆண்டுகளாகச் செய்யப்பட்ட கடின உழைப்புக்கான தொகையைப் பெற்றுக் கொள்வதற்கா? இல்லை என்கிறார் கணேஷ். கிடைத்த எல்லா பணமும் கம்பெனியிலேயே முதலீடு செய்யப்பட்டது மேலும் வளர்ச்சி அடைவதற்காக.

இன்றைய நிலைமைப்படி* வேடாவிற்கு 250 மையங்கள் உள்ளன, அவற்றுள் 70, கம்பெனிக்குச் சொந்தமானவை. திட்டமிட்டபடி எல்லாமே நடைபெறுகின்றன.

"என்னுடைய வியாபாரத்தில் சிறு முதலீட்டாளர்களும், அங்கீகரிக்கப்படாதவர்கள் மட்டுமே எனக்குப் போட்டியாளர்கள். ஆங்கிலப் பயிற்சி அளிக்கும் மையங்களைப் பொறுத்தவரையில் நாடு தழுவிய அளவில் பிராண்ட் பெயர் பெற்ற வேறு எந்த மையமும் இல்லை."

தொலை தூரக்கல்வி என்னவாயிற்று - முழுவதுமாக மூடப்பட்டு விட்டதா?

"இப்போது அதை மறுபடியும் ஆரம்பிக்கலாம் என்று இருக்கிறோம். தொழில் ரீதியான ஆலோசகர் ஒருவரைப் பணியில் அமர்த்தியிருக்கிறேன். அவர் சில மாற்றங்களைச்

---

* 2010 ஜனவரியில் எடுக்கப்பட்ட குறிப்புப் படி

அன்புள்ள ஆசிரியருக்கு 73

சொல்லியிருக்கிறார். வீடுகளிலிருந்தே பாடங்களைக் கற்பதற்கான வழிமுறையைப் பற்றி யோசனை செய்து வருகிறோம்."

கணினி மூலமாகக் கற்பிப்பதும் யோசிக்கப் பட்டு வருகிறது.

இன்று இந்தியா முழுவதிலும் வேடா மையங்களில் 2 லட்சம் மாணவர்கள் படிக்கிறார்கள். NIIT க்கும் இதற்கும் வித்தியாசம் இருக்கிறதா?

"NIIT அதிகப்பணம் வசூல் செய்கிறது. எங்களுடையது பொதுமக்களுக்கானது. ஆங்கிலம் எல்லோருக்கும் தேவையாக உள்ளது. எங்களுடைய வருமானம், எங்களுடன் உள்ள மாணவர்களின் எண்ணிக்கையோடு தொடர்பு கொண்டுள்ளது."

2011க்குள்ளாக 500 வேடா மையங்கள் அமைக்கப்பட வேண்டும் என்று கணேஷ் தீர்மானித்திருக்கிறார். 100% துணை நிறுவனமாக ஒன்று சிங்கப்பூரிலும் பிராஞ்சைஸ் பெறுபவர்களால் நடத்தப்படுகின்ற மையங்களாக ஸ்ரீலங்கா, தாய்லாந்து, இந்தோனேஷியாவிலும் அமைக்கப்பட்டுள்ளன. தமிழ்நாட்டில் செயல்பட்ட ஒன்று ஆந்திராவிலும், கர்னாடகாவிலும் செயல்பட முடிந்தது என்றால் அதே மாடல் இந்தியா முழுவதிலும், ஆசியாவின் பிற நாடுகளிலும் ஏன் செயல்பட முடியாது?

இப்போது கார்ப்பரேட் அலுவலகங்களிலும் பயிற்சி அளிப்பதற்கான ஏற்பாடுகளை வேடா செய்து வருகிறது.

அப்படியானால் 28 ஆண்டுகளாக கணேஷை செலுத்துவது எது?

"திருப்தி... அதிர்ஷ்டவசமாக பலப்பல இளைஞர்களின் வாழ்க்கையைச் செம்மைப் படுத்துகின்ற வியாபாரத்தை நாங்கள் செய்கிறோம்."

உண்மை, ஆனால் மற்றொரு நிலையில், தோல்வியுற்ற மாணவர்களுக்குச் சமூக சேவையாக செய்வதை இலக்காகக் கொண்டது நடைபெறவில்லை; அவரை இப்போது செலுத்துவது வியாபார நோக்கம். அதிருஷ்டவசமாக பல இளைஞர்களின் வாழ்க்கையைச் செம்மைப் படுத்தும் வியாபாரத்தைச் செய்து வருகிறார்கள். ஆனால் இன்னொரு நிலையில் பார்த்தால் - தொடக்கத்தில் தேர்ச்சி பெறாத மாணவர்களுக்குப் பாடம் நடத்திய போதே சமூக

சேவை என்றில்லாமல் நல்ல வியாபார நோக்கமே, அவரைச் செலுத்தி இருக்கிறது என்பது உண்மை. வியாபாரத்தைப் பொறுத்தவரையில் கல்வியாகிய பிரமிடின் அடிப்பாகத்தில் உள்ள நிறைய மாணவர்களை முன்னுக்குக் கொண்டு வருவதோடு லாபமும் பெற முடிகிறது.

கணேஷ் ராம் நல்ல வாழ்க்கையை, ஒரு சமச்சீரான வாழ்க்கையை, கடின முயற்சியோடு கூடிய மகிழ்ச்சியான ஒரு வாழ்க்கையை 30 ஆண்டுகளாக வாழ்ந்து வருகிறார்.

அந்த ஜோசியர் சொல்லி இருக்கலாம், "அதுதான் அவருக்கு விதித்திருக்கிறது" என்று. ஆனால் அது மேலும் உறுதி பெறுகிறது.

மேலும் விருப்பம்.

மேலும் துணிவு.

இளம் தொழில்திபர்களுக்கு...

மற்றவர்களைப் பார்த்து காப்பி அடித்து வியாபாரத்தை ஆரம்பிப்பவர்களை நான் பார்த்திருக்கிறேன். யாரோ ஒருவர் வெற்றி அடைந்ததைப் பார்க்கிறார்கள், உடனே அதையே செய்யத் தொடங்குகிறார்கள். இல்லை, அப்படி இருக்கக் கூடாது. புதியதான ஒன்றை நீங்கள் செய்ய வேண்டும்.

1980ல் என்னுடைய மற்ற எல்லா வகுப்புகளையும் மூடிவிட்டு ஆங்கிலப்பயிற்சி அளிப்பதில் மட்டும் கவனம் செலுத்தத் தீர்மானித்தேன். வருங்காலத்தில் இந்தியாவில் ஒரு நாள், BPO க்களுக்கும் IT வளாகங்களும் ஏற்பட்டு ஆங்கிலம் தான் மிகவும் முக்கியம் என்ற ஒரு நிலை வரும் என்பது எனக்குத் தெரியாது.

நீங்கள் எதையும் வேறு மாதிரியாகச் செய்ய வேண்டும். உங்களுடைய எண்ணத்தில் நம்பிக்கை வைக்க வேண்டும். அதில் தொடர்ந்து செயல்படவேண்டும்.

நான் எதையும் தேடிச் செல்லவில்லை; ஆனால் தேவைக்கேற்ப அவ்வப்போது என்னையும், என் வியாபார மாடலையும் மாற்றிக் கொண்டேன். தவிர புதிய விஷயங்களையும் முயற்சித்து வந்தேன்.

கடைசியாக ஒரு வார்த்தை "வியாபாரம் என்றால் என்ன? அது பொது அறிவு!"

இன்று ஒரு இளைஞனுக்கு மனதில் 100% உள்ளார்ந்த ஈடுபாடு, சேவை செய்வதற்கான தூண்டுகோல் தவிர சிறந்ததைச் செய்வதில் விருப்பம் போன்றவை இருந்தால் எந்தப் புது முயற்சியும் வெற்றி பெறும்!

மகளிர் மட்டும்

சுனிதா ராம்நாத்கர்
பெம் கேர் ஃபார்மா
(Fem Care Pharma)

தன் இரண்டாவது பெண் குழந்தை பிறந்து நான்கு மாதங்களுக்குப் பிறகு துடிப்பான இந்த இல்லத்தரசி பளிச்சிடும் முகப்பொலிவைத்தரும் ஃபெம் க்ரீமை விற்பனைக்குக் கொண்டு வந்தார். அடுத்து வந்த 27 ஆண்டுகளில் வீட்டிலேயே நிறுவப்பட்ட இந்தச் சருமப் பராமரிப்பு நிறுவனம் பல பெரிய பன்னாட்டு நிறுவனங்களுக்கு எதிராகத் தன்னை நிலை நிறுத்திக் கொண்டது; சமீபத்தில் தான் டாபருக்கு இது விற்கப்பட்டிருக்கிறது.

நீங்கள் கடுமையாக உழைத்து அழகிய வீடு, கார், வேலைக்காரர்கள், வாழ்க்கையின் எல்லா வசதிகளையும் பெறுகிறீர்கள். ஆனால் ஒரு வேளை, இவை எல்லாமே உங்களிடம் ஏற்கனவே இருந்தால் - பிறகு என்ன?

சரி, நீங்கள் ஒரு இல்லத்தரசி, சற்றே வெறி அல்லது ஆர்வம் உள்ளவர்; எதையோ செய்ய வேண்டும் என்ற அரிப்பு இருப்பதால் நீங்கள் ஒரு வியாபாரத்தை ஆரம்பிக்கிறீர்கள். உங்களுக்குச் சிறிது அதிர்ஷ்டமும் உண்டு. அதனால் உங்களைப் போன்ற வெறி உள்ள ஒரு தம்பி உங்களுக்கு இருக்கிறார், அவரையும் வியாபாரத்தில் இணைத்துக் கொள்கிறீர்கள்; 25 ஆண்டுகளுக்குப் பிறகு ரூ 100 கோடி மதிப்புள்ள நிறுவனம் உங்களிடம் உள்ளது.

ஃபெம் என்பதற்குப் பின்னால் உள்ள கதை இது தான். இது இந்தியாவில் இந்தியாவுக்காகச் செய்யப்பட்ட அழகு சாதனப்பொருள் தயாரிக்கும் நிறுவனம். இது பன்னாட்டு பிராண்டுகளுடன் போட்டியிட்டுத் தலை நிமிர்ந்து நின்றது. இதை எப்படி அவர்கள் செய்தார்கள்?

இதைக் கண்டுபிடிப்பதற்காக சுனிதா ராம்நாத்கரை நரிமன் பாயிண்டில் பகட்டாக இல்லாமல், செயல்படத்தக்கதாக உள்ள அவருடைய அலுவலகத்தில் நான் சந்தித்தேன். அவருடன் இருக்கும்போது அவர் உயிர்த் துடிப்போடு இருப்பவர் என்பதை நீங்கள் உணர்கிறீர்கள். அவருடைய கண்கள் பளிச்சிடுகின்றன; அட்டகாசமாகச் சிரிக்கிறார். பல ஆண்டுகளுக்கு முன் முதன் முறையாக அவர் தன் பளிச்சிடும் கிரீமைச் செய்து காட்டிய போது இருந்த அதே உற்சாகத்தோடு வாழ்பவராக, நேற்று தான் அது நடந்தது போல் பேசுகிறார்.

வாழ்க்கையின் மீது சுனிதாவிற்கு இருக்கும் உற்சாகம் மற்றவர்களுக்கும் தொற்றிக் கொள்கிறது. பெண்களுக்கு எது வேண்டும், எந்தப் பொருள் விற்கும் என்பதை வெகு நுட்பமாக அவர் புரிந்து கொண்டிருக்கிறார். அதோடு IIT யில் ஏரோநாடிக் இன்ஜினியரிங் படித்த அவரது சகோதரர் சுனில் பொபாலேயின் தொழில் நுட்பம் மற்றும் காரண ரீதியான அறிவும் சேர்ந்துக் கொண்டது. அது தான் சந்தையில் மிகப் பெரிய பிராண்டுகளுக்குச் சவாலாக ஃபெம் நிறுவனத்தை இருக்க வைத்தது.

பெண்கள் வேலைக்குச் செல்லாத காலகட்டத்தில் தனக்கென்று ஒரு தொழிலை ஏற்படுத்திக் கொண்ட ஒரு பெண்ணின்

கதை இது. ஒரு பெண்மணி ஆறு மாத இடைவெளியில் ஒரு பெண் குழந்தையையும் பெற்றெடுத்து ஒரு நிறுவனத்தையும் தொடங்கினார். தவிர இரண்டு குழந்தைகளையுமே மிகச் சிறப்பாக வளர்த்தார்.

ஏனெனில் எப்போதுமே அவர் சொல்லவில்லை, "நான் ஒரு இல்லத்தரசி மட்டுமே"

ஏனெனில் அவர் சொல்லவில்லை, "நான் பொறிக்குள் சிக்கிக் கொண்டுள்ளேன்."

ஏனெனில் அவர் சொன்னார், "என்னால் கனவு காண முடியும், தவிர அவற்றை நனவாக்கவும் முடியும்."

அதைப் போல், தீர்மானித்து விட்டால் ஒவ்வொருவருமே, எந்த இடத்திலுமே, எந்த நேரத்திலுமே செயல்பட முடியும்...

மகளிர் மட்டும்

சுனிதா ராம்நாத்கர்
பெம் கேர் ஃபார்மா

சுனிதா தெற்கு மும்பையைச்சேர்ந்த பெண்.

"அடிக்கடி இடம் மாறும் ஒரு பணியில் என் தந்தை இருந்ததால் நான் ரொம்பச் சின்னவளாக இருந்த போது பல இடங்களில் நாங்கள் வசித்திருக்கிறோம். ஆனால் எனக்கு நினைவு தெரிந்ததிலிருந்து - இரண்டாம் வகுப்பிலிருந்து - நாங்கள் மும்பையில் தான் வசிக்கிறோம்."

சுனிதாவின் தந்தை ஒரு அரசுத் துறை மருத்துவர். இறுதியாக, செயிண்ட் ஜார்ஜ் மருத்துவமனையில் சூப்பரின்டெண்ட்டாகப் பணியாற்றி ஓய்வு பெற்றார். கல்வி தான் முக்கிய விஷயமாகக் கருதப்பட்டது; சுனிதாவிற்குச் சிறப்பான கல்வி கிடைத்தது.

"நான் கதீட்ரலில் படித்தேன், பிறகு எல்பின்ஸ்டன் கல்லூரியில் BSc வேதியியல் படித்தேன். அந்தக் காலத்தில் அது பேரும் புகழும் பெற்ற கல்லூரி."

பிறகு, சுனிதா பொது ஜன தகவல் தொடர்பு படிப்பு ஒன்றை முடித்து விட்டு Pfizer கம்பெனியில் பொது ஜன தொடர்புத் துறையில் பயிற்சிப் பணியில் சேர்ந்தார். அதற்குப் பிறகு 70 களில் எல்லாப் பெண்களும் செய்ததைப் போல் அவரும் திருமணம் செய்து கொண்டார்.

"1976, டிசம்பர் 31ம் தேதி என் திருமணம் நடந்தது, அதனால் திருமண வரவேற்பு நிகழ்ச்சி 1977ல்" என்று சொல்லிச் சிரிக்கிறார் சுனிதா. "அப்போது எனக்கு 21 வயது தான் ஆகியிருந்தது."

அது ஒரு பணக்கார குடும்பம்; மரைன் டிரைவ்வில் விசாலமான, காற்றோட்டமான வீடு. வேலையாட்கள், டிரைவர், சமையல்காரர் என்று எல்லோருமே இருந்ததால் எதையும் செய்வதற்கான தேவை இருக்கவில்லை. எந்த ஒரு இளம் பெண்ணுக்கும் ஒரு கனவு உண்மையானது போன்ற நிலை - ஆனால் சுனிதாவிற்கு அல்ல.

"எதற்குமே நான் பிரயோசனமில்லை என்பது போல் உணர்ந்தேன், ஏனெனில் எதைச் செய்வதற்கும் பணியாட்கள் இருந்தனர். பொழுது போகாமல் தவித்தேன். எதையாவது செய்ய வேண்டுமென்று விரும்பினேன்."

1979ல் ஒரு அழகான பெண் குழந்தை பிறந்தது. ஆனால் "எதையாவது செய்ய வேண்டும்" என்ற அரிப்பை அது கூட குணப்படுத்தவில்லை. வேலைக்குச் சென்றிருக்கலாம்; சுனிதாவிற்கு அதில் இஷ்டமில்லை. "இந்திய பெண்களுக்காக எதையோ செய்ய வேண்டும் என்கிற ஒரு தெளிவற்ற எண்ணம் தோன்றிக் கொண்டே இருந்தது." அந்த எதோ ஒன்று தான் முகத்தை வெளிர் நிறமாக்கும் களிம்பு என்பதைக் கண்டுபிடித்தல்.

"அந்தக் காலத்தில் வெளிர் நிறமாக்கும் களிம்பு, சந்தையில் கிடைக்கவில்லை. பெண்கள் ப்ளீச்சிங் பவுடரோடு ஹைட்ரஜன் பெராக்சைட் திரவத்தையும், அமோனியா திரவத்தையும் கலந்து உபயோகித்தனர். முகத்திற்கு அது எரிச்சலைத் தந்தது."

ஆனாலும் அதைப் பயன்படுத்தினர். ஏனெனில் முகத்திலுள்ள முடியை நீக்க எதையாவது செய்தாக வேண்டுமே...

இந்த வாய்ப்பு சுனிதாவிற்கு எப்படிக் கிடைத்தது?

"கடைகளில் கிடைக்காதது, ஆனால் நான் பயன்படுத்த விரும்பிய எதுவோ அதை நான் கண்டுபிடித்தேன்."

இதைத் தவிர வேறு ஏதாவது பொருட்களை அவர் ஆராய்ச்சி செய்தாரா?

"உண்மையில் இந்த ஒன்றைப் பற்றி மட்டும் சிந்தித்தேன். வேறு எதுவும் இல்லை. ஒரு பழி வாங்கும் எண்ணத்தோடு

அதைக் கண்டுபிடிக்க முயன்றேன்" என்று சிரித்துக் கொண்டே சொல்கிறார்.

வேடிக்கையாக, தன் கைச் செலவுக்காக ஒரு இல்லத்தரசி நடத்துகின்ற ஒரு சிறு வியாபாரமாக இது இருந்திருக்கக் கூடும். ஆனால் விதி வேறு எதையோ இவருக்காக வைத்திருந்தது.

"என் தம்பி சுனில் அப்போது தான் IIT Powai லிருந்து பட்டம் பெற்று வெளியே வந்திருந்தான். அவன் ஏரோநாட்டிகல் என்ஜினியர். அழகு சாதனப் பொருட்களைப் பற்றி அவனுக்கு எதுவும் தெரியாது. குறிப்பாக வெண்மையாக்கும் களிம்பு பற்றி எதுவும் தெரியாது. ஆனால் நான் அவனிடம் என் எண்ணத்தைக் கூறி அதில் கவனம் செலுத்த முடியுமா, என்று கேட்டேன்."

அந்த நேரத்தில் ஏர் இண்டியாவில் COD துறையில் அவர் பணியாற்றிக் கொண்டிருந்தார். ஆறு மாதங்களுக்குள்ளாக அந்தப் பணியில் சலிப்பும், ஏமாற்றமும் அடைந்தார். ஏர் இண்டியா என்று அல்ல. பொதுவாகவே விமானச் சேவை தொழிலில்.

"நான் படித்து முடித்தவுடன் பார்ப்பதற்குத் தோன்றுவதைப் போல் விமானத் தொழில் அத்தனை ஒன்றும் கிளர்ச்சி ஊட்டுவது அல்ல என்பதைப் புரிந்து கொண்டேன். உதாரணமாக, போயிங் (Boeing) விமானத்திற்கு அதற்கென்றே சொந்தமான பராமரிக்கும் குறிப்புகள் உள்ளன. ஒரு பொறியியல் பட்டதாரியாக அதில் குறிப்பிட்டுள்ளவற்றை மட்டுமே நான் செய்ய வேண்டியதிருக்கும். அனுபவம் வளர வளர சான்று தருகிற உங்கள் திறனும் வளர்கிறது; அந்த வகையில் மட்டும் நீங்கள் முன்னேற முடியும்."

இதில் எந்தச் சவாலும் இல்லை, புதிதாக உருவாக்குவதற்கு ஒன்றும் இல்லை. மேல் வகுப்பு மாணவர்கள் ஏற்கனவே இப்பணியில் ஈடுபட்டுச் சலிப்படைந்திருக்கிறார்கள்.

"எனக்கு போயிங்கிலிருந்து வேலைக்கான உத்தரவு வந்தது. உடனே நான் பணியில் சேர வேண்டும்; விருந்தினர் விசாவில் பணியாற்ற வேண்டும் என்று சொல்லப்பட்டது. அதை நான் மறுத்து விட்டேன்."

அதனால் சுனிலும், 'எதையாவது செய்ய வேண்டும்' என்று காத்துக் கொண்டிருந்தார்; பல பணிகளைப் பற்றி ஆய்வு மேற்கொண்டிருந்தார்.

"அந்த நேரத்தில் உலோகத்தைப் பொடி செய்து பயன்படுத்தும் முறை (Powdered metallurgy) பரவிக் கொண்டிருந்தது. இந்தியாவில் வாகனத் தொழிற்சாலை மிகவும் பின் தங்கி இருந்தது என்பதை நான் உணர்ந்தேன். அடுத்து வரும் நாட்களில் மற்ற நாடுகளுடன் சமமாக இருப்பதற்கு நாம் நிறையச் செய்ய வேண்டும். அப்போது உலோகப் பொடியில் செய்த பொருட்களுக்கு மிகப் பெரிய தேவை ஏற்பட்டு விடும்."

ஒரு IIT பட்டதாரியின் தொழில் நுட்பத் திறனுக்கு அதிகம் பொருந்தக் கூடியதாக இந்த உலோகப் பொடியிலான பொருட்கள் இருக்கக் கூடும்; இந்த வெளிர் நிறம் தரும் களிம்போடு அவரைத் தொடர்பு படுத்திப் பார்க்க முடியவில்லை. ஆனால் அவருக்கு அத்தகைய எந்தப் பிரச்சினையும் இருக்கவில்லை. சுனிதா சொன்னதைக் கேட்டவுடன் ஏன் செய்து பார்க்கக் கூடாது என்று அவரும் நினைத்தார்.

உலோகத்தூள் திட்டம் சிக்கலானது, முதலீடு தொடர்பானது, வாகனத் தொழிற்சாலையின் வெற்றியோடு இணைந்தது. இந்தக் களிம்புத் திட்டம் ஓரளவிற்கு எளிமையானது, சிறு முதலீடு போதும், தவிர நுகர்வோரைச் சார்ந்தது. மிகவும் முக்கியமாக அப்போது அதற்கான ஒரு தேவை இருந்தது. கடைகளில் எளிதாகக் கிடைக்கவில்லை.

"உண்மையில் இந்தக் களிம்பு யோசனையை நான் அவனுக்குள் திணித்தேன்," என்று நினைவு கூர்கிறார் சுனிதா. சுனிலைப் பொறுத்த வரையில் அது உண்மையிலேயே ஒரு நல்ல முடிவு, ஒரு புத்திசாலித் தனமான முடிவு.

அவர் அதை அப்படிப் பார்த்திருக்கலாம். ஆனால் IIT யில் பட்டம் பெற்ற ஒருவர், அடுத்த இரண்டு ஆண்டுகளை அந்தக் களிம்பு தயாரிப்பதில் செலவு செய்வது மற்றவர்களுக்கு, குறிப்பாகக் குடும்பத்தாருக்கு சிறிதும் புத்திசாலித்தனமாகத் தோன்றவில்லை.

சுனில்: கேலிக்குரியது என்று என் தந்தை நினைத்தார். "என்ன *முயற்சியில்* ஈடுபட்டிருக்கிறே?" என்று கேட்டார்.

இருப்பினும் இவர்களை அவர் ஆதரித்தார். எதிலும் குறுக்கிடவில்லை, எந்தக் கேள்வியும் கேட்கவில்லை. சும்மா அவர்கள் விரும்பியதைச் செய்ய அனுமதித்தார்.

"நிறையப் பொது அறிவோடும், நிறைய நுட்ப உணர்வோடும் இதைச் சந்தைப் படுத்த வேண்டும். முகத்தில் முடி என்பது சங்கடமானது. அதனால் தான் முகத்தில் முடி நிழலை ஏற்படுத்துகிறது என்று சொல்கிறோம்."

"தானே சொந்தமாக எதையாவது செய்ய வேண்டுமென்று விரும்புவதாக சுனில் சொன்ன போது, 'இல்லை, நீ வேலைக்குப் போக வேண்டும்' என்றெல்லாம் என் தந்தை சொல்லவில்லை, அல்லது IITயில் படித்ததற்கு அந்த அளவிற்காவது நீ சம்பாதிக்க வேண்டும் என்றும் சொல்லவில்ல."

ஒரு வேளை தன்னுடைய வேலையில் அவர் ரொம்ப மும்முரமாக ஈடுபட்டிருந்தாரோ என்னவோ, ஆனால் நம்பிக்கை என்பது தான் உண்மை. "நீங்கள் என்ன செய்கிறீர்கள் என்பதை நீங்கள் அறிவீர்கள், அதை நான் நம்புகிறேன்... செய்யுங்கள்."

அக்காவிற்கும் தம்பிக்கும் தாங்கள் என்ன செய்கிறோம் என்பது தெரியும், ஆனால் எப்படி என்பது தெரியாது.

ஜோலன் என்ற பெயரில் கடைகளில் ஒரு களிம்பு கிடைத்தது. அது வெளிநாட்டிலிருந்து கடத்தப்பட்டு மிக உயர்ந்த விலையான ரூ 400க்கு விற்கப்பட்டது. நம் நாட்டிலேயே செய்யப்பட்ட அதே போன்ற தரமான பொருள், குறைவான விலையில் கிடைத்தால் கட்டாயமாக அதை வாங்குவதற்கு நிறைய பேர் இருப்பார்கள்.

இப்போது அவர்கள் முன்னால் இருந்த கேள்வி - இதை எப்படி நடத்திக் காட்டுவது.

IITயில் முதல் இரண்டு ஆண்டுகளில் சுனில் வேதியியல் படித்திருப்பதால் சுனிதாவைப் போல் வேதியியலில் சுனிலுக்கும் பிஎஸ்ஸி அளவு அறிவு இருந்தது. ஆனால் கல்லூரியில், பரிசோதனைச் சாலையில் வேதியியலைப் புரிந்து கொள்வது என்பது ஒன்று; அழகு சாதனப் பொருளை உற்பத்தி செய்வது என்பது வேறு.

"நம்மிடையே மருந்துகளைச் செய்பவர்கள் இருக்கிறார்கள். ஆனால் ஒப்பனைப் பொருட்கள் செய்பவர்கள் இல்லை," என்கிறார் சுனில். வெளிநாட்டிலிருந்து எதையோ கொண்டு வந்து அதைப் போல அப்படியே எளிதாகச் செய்து விடவும் முடியாது.

"வெளிநாடுகளில் பணியாற்றும் மூத்த மாணவர்கள் பலரிடமிருந்து இந்தக் களிம்பைச் செய்யும் வழிமுறை எங்களுக்குக் கிடைத்தது. ஆனால் அதைச் செய்வதற்கு 20 பொருட்கள் தேவை என்றால் அவையெல்லாம் இங்கே கிடைக்க வேண்டுமல்லவா?"

மூலப் பொருள் கிடைப்பது ஒரு பிரச்சினை, அவற்றை விற்பவர்கள் தரமானவற்றைத் தரவில்லையென்றால் அது ஒரு பிரச்சினை. இறக்குமதி செய்வது என்பது இயலாத காரியம். அதனால் உள்நாட்டுப் பொருட்களைக் கொண்டு செய்வதுதான் ஒரே தீர்வு. அதற்குப் பல முயற்சிகள், பல தவறுகள். சுனிதாவின் சமையலறை தான் பரிசோதனைச் சாலை! மிக்ஸியை உபயோகித்து இரண்டு ஆண்டுகளுக்குப் பலப்பல பரிசோதனைகளை மேற்கொண்டனர்; நண்பர்கள், அறிமுகமானவர்களிடையே அவற்றைப் பரிசோதித்துப் பார்த்தனர்.

"என் தந்தை அந்தேரியில் ஒரு சிறிய இடத்தை வாங்கினார். நாங்கள் உற்பத்தியை அங்கு தொடங்கினோம். ஆரம்பித்த புதிதில் இரண்டு வாரங்களுக்கொரு முறை தொழிலாளர்களைக் கூப்பிட்டு ஓரளவு உற்பத்தி செய்வோம். அவற்றை எடுத்துக் கொண்டு போய் நான் விற்பனை செய்வேன்."

இவர்கள் பின்பற்றிய திட்டம் எளிமையானது. ஒரு செயல் விளக்கம் கொடுக்க வேண்டும். வெளிரச் செய்யும் களிம்பு, என்ன செய்யும் என்பது பற்றிய விழிப்புணர்வு அதிகம் இல்லை; அதனால் நேரடியாக எடுத்துச் சென்று விளக்குவதே சிறப்பானது.

அந்தச் செயல் விளக்கம் இவ்வாறு நடைபெற்றது-சில பெண்களை ஒரு இடத்தில் சேர்ப்பது, இரு கைகளிலும் சிறிது களிம்பைக் கொடுத்து இரண்டு முகங்களில் தடவச் செய்வது - அவருடைய சருமம் ரொம்ப மென்மையானது என்று சொல்பவர், அவருடைய தோலை வெண்மையாக்க வேண்டும் என்று சொல்பவர் ஆகியோரிடம் பரிசோதிக்கப்பட்டது.

ஃபெம் இன்ஸ்டோ - ப்ளீச் என்பது ஒரு புதிய கருத்து; ஆனால் விளைவுகள் கருத்தை ஈர்க்கிற வகையில், கண்களுக்குத் தெரிவதாக இருந்ததால் உடனடியாக அதற்கு வரவேற்பு இருந்தது.

"முதல் செயல் விளக்கத்திலிருந்தே அதை எல்லோரும்

விரும்பத் தொடங்கினார்கள். களிம்பு தடவிய மற்றும் களிம்பு தடவாத தோல் இவற்றிற்கிடையேயான வேறுபாட்டை மக்களால் உடனடியாகக் கண்டுபிடிக்க முடிந்தது. களிம்பைப் பயன்படுத்திய பிறகு முடி மறைக்கப்பட்டது, முகச் சருமம் மேலும் வெண்மையாயிற்று, சிறிது மிருதுவாகவும் கூட."

ஒரு சிறந்த பொருளைத் தயாரிப்பது பாதி யுத்தத்தை வென்றதாகும். அடுத்தது, சற்றுக் கடினமான பகுதி - உங்களுடைய பொருளைக் கடை அலமாரிகளுக்குக் கொண்டு செல்வது. இங்கும் பொது அறிவோடு, சுனிதா ஒரு எளிமையான செயல் முறையை மேற்கொண்டார்.

"வாக்கேஷ்வர் என்ற இடத்தில் நான் செயல் விளக்கம் செய்தால் அந்தப் பகுதிகளில் உள்ள நாலைந்து கடைகளில் இந்தக் களிம்பை விற்பனைக்கு வைப்பேன். அந்தக் கடைகளின் பெயர்களை ஜெராக்ஸ் செய்து, அடுத்த முறை வாங்குவதற்காக அவர்களிடம் கொடுப்பேன்."

ஒவ்வொரு பகுதியாக, ஒவ்வொரு செயல் விளக்கம் மூலமாக வாடிக்கையாளர் மனதையும் கடை அலமாரிகளில் இடத்தையும் ஃபெம் வெற்றி கொண்டது. மும்பையில் விநியோகஸ்தர்கள் கிடைப்பதற்கு ஒரு ஆண்டு காலம் ஆயிற்று. இந்தியாவின் மற்ற பகுதிகளுக்குச் செல்ல மேலும் ஓராண்டு ஆயிற்று. இதற்கிடையில் மேலும் அதிக வாடிக்கையாளர்களுக்கு இந்தக் களிம்பு பற்றி சொல்லிக் கொடுக்கப்பட்டது.

"இந்தக் களிம்பு உடனடி பலனைத் தரும் என்பதைச் சொல்வதற்காக 'இன்ஸ்டோ ப்ளீச்' என்ற சொல்லை நாங்கள் பயன்படுத்தினோம். எப்படி அதைக் கலப்பது, 15 நிமிடங்கள் வைத்துக் கொண்டு பிறகு கழுவுவது என்பதை நாங்கள் விவரித்தோம்."

பார்ப்பது தான் நம்பிக்கையைக் கொடுக்கும்; இந்த உண்மையைப் பரப்புவதற்காக இந்தியா முழுவதிலும் செயல் விளக்கங்கள் தரப்பட்டன.

"நாங்கள் பொருட்காட்சிகளில் பங்கெடுத்துக் கொண்டோம்.

"ஃபெம்மின் தத்துவம் இது தான். பெண்களுக்கு எது தேவையோ, எது கிடைக்கவில்லையோ அதை உற்பத்தி செய்ய வேண்டும். அப்படி இல்லாமல் எங்கள் பரிசோதனை சாலைகளில் எங்களால் உற்பத்திச் செய்ய முடிந்தவற்றை அல்ல."

எங்கெல்லாம் பெண்கள் கூடுவார்களோ அங்கெல்லாம் நாங்கள் இருந்தோம்!" என்றார் சுனிதா சிரித்துக் கொண்டே.

எதையோ செய்கிறோம் என்ற உத்வேகம். *பிடிவாதத் தோடு கூட*, காலையிலிருந்து இரவு வரை செயல் விளக்கம் செய்கின்ற உற்சாகமும் இருந்தது.

"சில நாட்களில் காலனியில், *மகளிர் மன்றங்களில்*, குடியிருப்புகளில் என்று வெவ்வேறு இடங்களில் 6 செயல் விளக்கங்கள், நடைபெறும். நான் இளம் பெண்களுக்குச் செயல் விளக்கம் செய்வதற்குத் தொடர்ந்து பயிற்சி அளித்துக் கொண்டிருந்தேன்."

"நான் செய்ததை ஏன் செய்தேன் என்று இப்போது நீங்கள் கேட்டால் அதற்கான பதில் என்னிடம் இல்லை. அது அப்படித்தான் நடந்தது, நானும் அதோடு சென்று கொண்டிருந்தேன்."

முதல் செயல் விளக்க நாளிலிருந்தே மக்கள் இதை விரும்பத் தொடங்கினர். சரியான விலையான ரூ 19 க்கு அதை விற்றனர். அதற்குப் பிறகு யோசிப்பதற்கு எதுவுமே இல்லை.

"1982, ஜனவரி 12ந்தேதி ரூ 13,500க்கு எங்களுடைய முதல் பில் இருந்தது. எப்படி இதை இவ்வளவு ஞாபகமாகச் சொல்கிறேன் என்றால் அன்று தான் அந்துலே அரசாங்கத்தை விட்டு விலகினார்" என்கிறார் சுனில்.

முதலாண்டு வருமானம் ரூ 1.1 லட்சம். அடுத்த ஆண்டு ரூ 11 லட்சமாக உயர்ந்தது. தேவை அதிகரிக்கவே, உற்பத்தியும் அதிகரித்தது. பணியாளர்களின் வருகை வாரம் ஒரு முறையிலிருந்து வாரம் இரு முறை, வாரம் மும்முறையாயிற்று. இறுதியில் ஒவ்வொரு நாளும் குழுக்களாகப் பலர் பணியாற்றினர்!

இந்த வெற்றியைப் பார்த்து பல போலிகள் உருவாயின. கடைகளில் பல இன்ஸ்டோ பிளீச்' களிம்புகள் விற்பனைக்கு வந்தன. அதனால் 'இன்ஸ்டோ பிளீச்' என்ற பெயரை நீக்கி விட்டு 'ஃபேர்னஸ் ப்ளீச்' என்று குறிப்பிட்டனர். ட்யூபிலிருந்து மாறி ஜாடியில் களிம்பு அடைத்து விற்கப்பட்டது. அவர்களுக்குக் கிடைத்த எல்லா லாபத்தையும் விளம்பரம் செய்வதில் முதலீடு செய்தனர்.

அவர்களிடம் அதிகப்பணம் இல்லை. அதனால் விளம்பரம்

எளிமையாக அதே நேரத்தில் நினைவில் நிற்பதாக இருக்க வேண்டும். சுனிதா தான் இந்தச் சிறு விளம்பர வாசகத்தை உருவாக்கினார்.

"ஃபெம் *பயன்படுத்திப் பெறுவீர் பளிச் வெண்மை, பதினைந்தே நிமிடங்களில்.*"

"மேலுதடு முடி, கீழ் தாடை முடி அல்லது முகத்தில் மறைக்க வேண்டிய முடி என்பது பற்றி எல்லாவற்றையும், தவிர ஆண் போல் தெரியக் கூடாது என்பது பற்றியும் இதற்கு மேல் என்னால் எதுவும் சொல்ல முடியவில்லை."

இவையெல்லாம் தர்ம சங்கடமான உண்மைகள், அவற்றைக் கேட்க யாரும் விரும்புவதில்லை.

"இதனுடைய ஒரே ஒரு பக்க விளைவு இதை பயன்படுத்துவதால் நீங்கள் மேலும் வெண்மையாகிறீர்கள். இதைத்தான் நான் வலியுறுத்த விரும்பினேன்."

தவிர இந்த விளம்பரம் சுமார் 10 நொடிகளுக்கு மட்டும் தான் வரும்.

"கண்ணாடி முன்னால் ஒரு பெண்-சோனாலி பிந்த்ரே - இருப்பார். அவர் சொல்வார் 'ஃபெம் ப்ளீச்' என் சருமத்தை அழகுபடுத்துகிறது" சொல்லிவிட்டு அவர் திரும்புவதற்குள் அந்த விளம்பரம் முடிந்து விடும்!"

அதிர்ஷ்டவசமாக இது நடந்தது, 1980களில். அப்போது *சாயாகீத், ஏ ஜோ ஹை ஜிந்தகி, ஹம்லோக்* போன்ற மிக அதிகமானவர்கள் பார்த்த நிகழ்ச்சிகள் மிகவும் குறைவாகவே இருந்தன. அதனால் ஒவ்வொரு விளம்பரத்தையும் கண்கள் விரியப் பார்ப்பார்கள்.

"அந்த காலகட்டத்தில் பிராண்ட் பெயர்கள் உருவாக்கப்பட்டன. ஏனெனில் யாருமே சானல்களை மாற்ற மாட்டார்கள். எங்களுடைய விளம்பரம் சற்று *அதிகமாக*வே மக்களிடம் சென்றடைந்திருக்கிறது என்று நான் நினைக்கிறேன். ஏனெனில் இவ்வளவு ஆண்டுகளுக்குப் பிறகும் பலரும் அதை நினைவு கூர்கிறார்கள். எங்களிடம் மட்டும் இன்னும் சற்று அதிகமாகப் பணம் இருந்திருந்தால்..." என்கிறார் சுனிதா ஏக்கத்தோடு.

இந்தக் களிம்பு பிரபலமாகி விட்டது - அடுத்தது என்ன? கடைகளில் அது தான் முதல் என்பதாக இருக்கக் கூடிய ஒரு பொருளாக இருக்க வேண்டுமே தவிர நானும் இருக்கிறேனே

என்பது போல் அல்ல. அதற்காக அவர்கள் தேர்ந்தெடுத்த பொருள் திரவ சோப்.

"அந்த நேரத்தில் திரவ சோப் கிடையாது. தியேட்டர்களில் ஹோமொகோல் உள்ள உலோக டம்ளர்கள் ஒவ்வொரு வரிடமாகச் செல்லும் என்பதைத் தவிர வேறு எதுவும் கிடையாது!"

இந்தியாவில் கை கழுவ முதல் திரவ சோப் - ஃபெம் சாப்ட் அண்ட் ஜென்டில் சோப் - என்பது 1987ல் அறிமுகம் செய்யப்பட்டது. அதில் சிறப்பாகத் தேங்காய் எண்ணையை அடிப்படையாகக் கொண்ட ஒரு கலவை இருந்தது. மேலும் இந்திய மார்க்கெட்டில் மற்றொரு 'முதல்' - மீண்டும் நிரப்பக் கூடியவையாக இவை கிடைத்தன.

15 நிமிடங்களில் பளிச் வெண்மை போல் இதற்கான விளம்பரம் "ஒரு தொடுகை, ஒரு துளி சோப்."

"இதற்கு நாங்கள் இவ்வாறு செயல் விளக்கம் தந்தோம். மீனை வெட்டுகிறீர்கள், கைகளில் நாற்றம் அடிக்கிறது. கை கழுவ சோப்பைத் தொடுகிறீர்கள், சோப்பில் அந்த நாற்றம் நீடிக்கிறது. ஆனால் முத்துப் போல் ஒரு துளி ஃபெம் பயன்படுத்தினால் நாற்றம் போய் விடுகிறது."

இது வரையில் எல்லாம் சரி திரும்பவும் அதே கேள்வி, மேலும் என்ன? இதற்குள்ளாக FDA வால் ஃபெம் அங்கீகரிக்கப்பட்டது. அதனால் ஷாம்பூக்கள், சோப்புகள், க்ரீம்கள் எதை வேண்டுமானாலும் உற்பத்தி செய்யலாம். ஆனால் அதனால் எந்தக் குறிக்கோளையும் சாதிக்க முடியாது என்று நினைத்தார் சுனிதா.

"எங்களால் உற்பத்தி செய்யக் கூடியது என்பதாக இல்லாமல் பெண்களுக்குத் தேவையானதைத் தயாரிப்பது தான் முக்கியமான விஷயம்; செயல் விளக்கம் கொடுக்கும் போது நாங்கள் காதுகளைத் திறந்து வைத்துக் கொண்டு உன்னிப்பாகக் கேட்டுக் கொண்டே இருப்போம். அவர்களிடமிருந்து பல யோசனைகளை கிடைத்தன, அவற்றுள், தொடர்ந்து அவர்கள் கேட்டுக்கொண்டு இருந்த ஒன்று - சிறப்பான ஒரு முடி நீக்கும் களிம்பு."

அந்த காலகட்டத்தில் ஆன் பிரெஞ்சு ரொம்பப் பிரபலம், ஆனால் அதன் நாற்றம் ஊரைத் தூக்கும்.

"முடி நீக்கும் அந்தக் களிம்பை ஒரு அறையில் நீங்கள் பயன்படுத்தத் தொடங்கினால் வீடு முழுவதும்

வீட்டில் எல்லாவற்றையும் கவனிக்க ஆட்கள் இருந்தனர். நான் பிரயோசனமில்லாதவளாக உணர்ந்தேன்... நல்ல படிப்பு இருந்தும் நானாகவே எதுவும் செய்யாமல் இருந்தது என்னை உறுத்திக் கொண்டிருந்தது. அதனால் தான் நான் சுனிலைப் பிடித்துக் கொண்டேன், நாமே எதையாவது தொடங்கலாம் என்று சொன்னேன்."

எல்லோருக்கும் அது தெரியவரும். அதனால் ஒரு முக்கியமான பொருளை உருவாக்கி அதை முடிந்த அளவுக்கு நாற்றமில்லாததாகச் செய்தோம்."

இந்தப் பொருளின் பசைத் தன்மையைச் சரியாக நிர்வகித்தார்கள், அது முடியின் வேர் வரை ஆழமாகச் சென்று அதைக் கரையச் செய்தது.

"ஆன் பிரெஞ்சு பயன்படுத்திய உடனே முடி திரும்பவும் வளரத் தொடங்கும், இதைப் பயன்படுத்தினால் நீண்ட நாட்களுக்குப் பிறகு முடி வளரும். தவிர அதை விட நல்ல வாசனை இதில் இருந்தது. அதனால் 1989ல் இதை அறிமுகப்படுத்திய போது விளம்பரம் செய்யாமலே இது எல்லோருடைய கவனத்தையும் ஈர்த்தது."

மூன்று பொருட்கள், ஆரம்பத்தில் அறிமுகப்படுத்தப் பட்டவை, எல்லாமே அந்தந்த வகையில் முதன் முதலானவை, அவை ஒவ்வொன்றும் தாமே புது வகையைத் தோற்றுவித்தன.

பிறகு, தாராளமயமாக்கல் கொள்கை வந்தது; அதோடு கூட பன்னாட்டு நிறுவனங்களும் வியாபாரச் செயல்பாடுககளும் முழுமையாக மாறின.

டெட்டால் நிறுவனம் திரவ சோப் உற்பத்தியைத் தொடங்க இவர்களை அணுகியது. தேங்காய் எண்ணெய் சேர்த்த ஒரு செய்முறைக் குறிப்பு அவர்களுக்குத் தேவைப்பட்டது; இல்லாவிட்டால் அதை ஷாம்பூ என்று கருதி அதிக உள்நாட்டு வரி விதிக்கப்படும்.

"உலகம் முழுவதிலும் தேங்காய் எண்ணெயைச் சேர்த்துத் தயாரிக்கும் சோப்பின் செய்முறைக் குறிப்பு டெட்டாலிடம் இல்லை. 1990-91ல் அவர்களுக்காக அதை உற்பத்தி செய்யத் தொடங்கினோம்."

இந்த நேரத்தில் ஃபெம்மின் மூன்று பொருட்கள், பிறகு டெட்டாலுடனான ஒப்பந்தம்; ஆகா, இவை எல்லாவற்றையும்

உற்பத்தி செய்ய இவர்களுக்கு இடம் போதவில்லை. அவர்கள் பணியாற்றி வந்த இடம் முழுவதையும் ஏற்கனவே அவர்கள் பயன்படுத்திக் கொண்டிருந்தனர். இறுதியாக 1993ல் நாசிக்கில் 25,000 ச.அடி கொண்ட இடத்திற்கு உற்பத்தி செய்யும் பகுதியை எடுத்துச் சென்றனர்.

இப்போது இமாசலப் பிரதேசத்தில் பட்டி என்ற இடத்தில் 50,000 ச.அடி கொண்ட இரண்டாவது தொழிற்சாலையை அமைத்துள்ளனர். உள்நாட்டு வரி விலக்குக் கிடைப்பதால் இது மிகவும் கவனத்தை ஈர்க்கும் இடமாக உள்ளது.

இந்தத் தொழில் முனைவோரின் பயணத்தில் இந்த மூன்று தொழிற்சாலைகளும் மூன்று மைல் கற்கள் போன்றவை.

முதல் 10 வருடங்கள் மும்பையில்,

அடுத்த 10 வருடங்கள் நாசிக். பிறகு மாறிய இடம் பட்டி.

ஒவ்வொரு நிலையிலும் சவால்களை எதிர்கொள்ள வேண்டியிருந்தது - மாசு படிந்த ஒரு பாதையிலிருந்து உங்களுக்கான ஒரு சாலையை அமைத்துக் கொள்ள வேண்டும்.

"எங்கள் தொழிற்சாலை இருந்த இடத்திற்கு எங்கள் தந்தை பணம் கொடுத்திருந்தார். வியாபாரத்தை நடத்துவதற்குத் தேவையான முதலீட்டிற்காக ஸ்டேட் வங்கியை அணுகினோம். தொகையின் அளவு குறைவாக இருந்த வரை அவர்கள் கடன் கொடுத்தார்கள். அதிக முதலீடு தேவைப்பட்டபோது வட்டி விகிதம் அதிகமாயிற்று. என் கணவர் கணக்கு வைத்திருந்த நார்த் கனரா கௌர் சாரச்வத் வங்கிற்குச் சென்றோம்."

அவர் குடும்பம் பத்தாண்டு காலமாக அவர்களிடம் தான் கணக்கு வைத்திருந்தது.

"அவர்களுடன் எங்களுக்கு நல்ல உறவு முறை இருந்தது. எங்களுடைய வங்கிக் கணக்கை அவர்களிடம் மாற்றிக் கொண்ட பிறகு 1997 வரை எல்லாமே சரியாகச் சென்றன; பிறகு நாங்கள் கார்ப்பரேஷன் வங்கிக்கு மாறினோம்."

1994ல் ஃபெம் அதிக அளவு பங்குகளைப் பொது மக்களுக்கு விற்று ரூ 6 கோடியைத் திரட்டியது. தன் வாழ்க்கையின் 'மிகப் பெரிய தவறு' இது என்று சுனில் சொன்னார். ஏன்?

"ஏனெனில் எங்களுடைய வருமானத்தில் 34% எந்தப் பணியையும் செய்யாத பலரோடு பகிர்ந்துக் கொள்ள வேண்டியதாயிற்று. அதுவும் என்ன... மிகவும் குறைந்த தொகையான ரூ 6 கோடிக்காக!"

உண்மை என்னவென்றால், வளரும் ஒரு நிறுவனத்திற்கு எப்போதுமே போதுமான முதலீடு இருக்காது. குறைவான அளவு மட்டுமே சம்பளமாக எடுத்துக் கொள்ளப்பட்டது - சேர்க்கப்பட்ட பணம் எல்லாமே வியாபாரத்திலேயே முதலீடு செய்யப்பட்டது. இருப்பினும் எப்படியோ அது போதுமானதாக இல்லை...

ஒரு நாள் ஃபெம் தன் வியாபார முறையை மாற்றத் தீர்மானித்தது.

"2001-2002ல் எல்லாவற்றையும் வெற்றிகரமாகச் சமாளிக்கக் கூடிய நிலை வந்தது. எப்படியெனில் நாங்கள் 'பணம் கொடுத்துப் பொருளைப் பெறுதல்' (Cash and carry) முறையைத் தொடங்கினோம். இதன் பிறகு செயல் படத் தேவையான பணம் எங்களுக்குத் தேவைப்படவில்லை. வங்கியிலிருந்து ஒரு குறிப்பிட்ட தொகை வரை பணம் பெறலாம் என்ற வாய்ப்பு எங்களுக்கு கொடுக்கப்பட்டது, ஆனால் நாங்கள் அதைப் பயன்படுத்தவில்லை."

'கேஷ் அண்ட் கேரி' என்பது எளிமையானது. பணத்தை முதலில் பெற்றுக் கொண்டு பிறகு வியாபாரிகளுக்குப் பொருளைக் கொடுப்பது.

"எங்களுடைய பொருட்களை அனுப்புவதற்கு முன்னால் நாங்கள் காசோலைகளையும் டிமாண்டு டிராப்ட்களையும் பெற்றுக் கொள்வோம். எந்த நேரத்திலும் விற்பனையை விட நாங்கள் பெறுவது அதிகமாக இருந்தது."

எந்த நிறுவனத்திற்கும் இது ஒரு லட்சியமான சூழ்நிலை. ஆனால் அதை அவ்வளவு எளிதாகவா அமல் படுத்த முடியும்? வியாபாரம் என்ற சுற்றுச் சூழலுக்குக் கடன் பிராண வாயுபோன்றது. 'கேஷ் அண்ட் கேரி' என்றால்

"எங்களுக்கு எந்த நஷ்டமும் ஏற்படவில்லை. ஆனால் ஒரு வசதியான இடத்தைப் பிடிப்பதற்கு 10 வருடங்ககள் - 1982-1992 ஆயிற்று. மேலும் ஒரு 10 ஆண்டுகளுக்குப் பிறகு எங்களுக்குக் கடனும் இல்லை, கவலையும் இல்லை."

மூச்சுத் திணறுவது போன்ற நிலைமை. அப்படி என்றால் சில்லறை வியாபாரிகள் அதற்கு ஏன் ஒப்புக் கொள்ள வேண்டும்? ஏனெனில் ஃபெம்முக்கு ஒரு பிராண்ட் பெயர் இருந்தது, அது இருக்கும் நிலையை யாரும் அலட்சியப் படுத்த முடியாது.

"இந்த மூன்று வகைகளிலும் நாங்கள் ஆதிக்கம் செலுத்தி வந்தோம் - எந்த ஒப்பனைப் பொருள் அலமாரியிலும், கடையிலும், முடி நீக்கும் களிம்பு, திரவ சோப் மற்றும் பளிச் வெண்மையாக்கும் களிம்பு ஆகியவை இல்லாமல் இருக்காது. இது எங்களுக்கு ஒரு பெரிய சக்தியை, அதிகாரத்தைக் கொடுத்தது, அதனால் முதலில் பணத்தைக் கொடுங்கள் என்று எங்களால் கேட்க முடிந்தது."

ப்ராக்டர் அண்ட் கேம்பிள் முதன் முதலாக 2001ல் கேஷ் அண்ட் கேரி முறையைத் தொடங்கியது; ஃபெம் அவர்களிடமிருந்து இந்த யுக்தியைத் தெரிந்து கொண்டது.

"ரொம்ப நாட்களுக்கு முன்பிருந்தே லீவர் இந்த முறையைப் பின்பற்றியது; ஆனால் பிராக்டர் அண்ட் கேம்பிளுக்குப் பிறகு தான் சிறிய நிறுவனங்களும் இதைச் செய்யத் தொடங்கின."

ஆரம்பத்தில் பிரச்சினைகள் இருந்தன. சந்தைப் பங்குகளை ஃபெம் இழந்து விடும் என்று வியாபாரிகள் சொன்னார்கள்.

"உங்கள் பொருளில் முடக்குவதற்கு யாரிடம் பணம் இருக்கிறது? குறைவாக ஆர்டர் செய்வோம்" என்றார்கள்.

சரி என்று சொல்லிவிட்டார்கள். எத்தனை விற்பனை செய்ய முடியுமோ அதை மட்டுமே சில்லறை வியாபாரிகள் ஆர்டர் செய்யட்டும்.

"முதல் மாதம் பெரிய அளவு தேக்கம் - சும்மா அலமாரிகளில் நிரப்பி வைப்பதற்காக அல்லாமல் தங்களால் எவ்வளவு விற்பனை செய்ய முடியுமோ அந்த அளவு மட்டுமே ஆர்டர் செய்தார்கள். ஆனால் 2-3 மாதங்களுக்குப் பிறகு, மறுபடியும் எங்களுடைய ஆர்டர்கள் அதிகரிக்கத் தொடங்கின."

இதற்கான காரணம் எளிமையானது. உங்களுடைய பொருட்களைப் பணம் கொடுத்து நான் வாங்கி விட்டால் எவ்வளவு விரைவாக விற்க முடியுமோ அப்படி விற்று என்னுடைய பணத்தை நான் திரும்பப் பெற்றுக் கொள்ள வேண்டும்.

வெற்றிப் பெருமிதத்தோடு சுனில் சொல்வது. "வியாபாரிகள் எங்களுடைய பொருட்களை வேகமாக விற்கத் தொடங்கினார்கள். அதனால்தான் அவற்றின் விற்பனை அதிகரித்தது."

அதிகப்படியாக வந்த ஒவ்வொரு ரூபாயும் விளம்பரம் செய்வதற்கும் தேவையை அதிகரிப்பதற்கும் பயன்படுத்தப் பட்டது. இது ஒரு முன் கூட்டியே திட்டமிடப்பட்ட ஆபத்து, ஆனால் இது நல்ல பலனைத் தந்தது.

இந்த நேரத்தில் 2001ல் ஃபெம் விற்பனை ரூ 25 கோடிகளைத் தாண்டியது. எட்டு ஆண்டுகளுக்குப் பிறகு வருமானம் 4 மடங்காகப் பெருகியது - ரூ 100 கோடி* பன்னாட்டு நிறுவனங்கள் ஒரு குட்டிக் குடியரசு நாட்டுக்கான தொகை போன்றதை விளம்பரத்திற்காகச் செலவழித்துக் கடுமையாகத் தாக்கிய போதிலும் ஃபெம் தன்னுடைய இடத்தில் உறுதியாக இருந்தது.

"இன்று வரை அந்தந்த வகையில் நாங்கள் தான் முதன்மையானவர்கள் அல்லது இரண்டாவது, மூன்றாவது இடத்தில் இருக்கிறோம். பளிச் வெண்மையாக்கும் களிம்பில் சந்தையின் 90% விற்பனை செய்து முதலிடத்தில் இருக்கிறோம். திரவ சோப்பில் இப்போதும் இரண்டாவது இடம் - முதலில் டெட்டால் (Dettol) பிறகு ஃபெம் பிறகு லைப்பாய் (Lifebuoy). முடி நீக்கும் களிம்பில் நாங்கள் மூன்றாவது, இப்போது வீட் (veet) எங்களை தாண்டிச் சென்று விட்டது. இதில் முதலாவது ஆன் பிரெஞ்ச் (Anne French), இரண்டாவது, வீட், பிறகு மூன்றாவதாக ஃபெம்."

டெட்டாலுக்கு இவர்கள் உற்பத்தி செய்து கொடுத்தார்கள், திரவ சோப்பில் அது முதலிடத்தைப் பெற்றிருக்கிறதே என்பதான வருத்தம் உண்டோ?

"இல்லவே இல்லை. எதாவது ஒரு நேரத்தில் எங்களைத் தாண்டி அவர்கள் சென்று விடுவார்கள் என்பது எங்களுக்குத் தெரியும். அவர்களிடம் நிறையப் பணம் இருக்கிறது; ஒவ்வொரு ஐந்து நிமிடங்களிலும் ஒவ்வொரு தொலைக்காட்சியிலும் அவர்களால் விளம்பரம் செய்ய முடியும்."

*ஃபெம் விற்பனையில் 60% பளிச் களிம்பிலிருந்து கிடைத்தது. கம்பெனி வருமானம் ரூ 100 கோடியில் 08-09 நிதி ஆண்டின் ஃபார்மா உற்பத்திப் பொருட்களின் விற்பனை ரூ 21 கோடியும் அடங்கும்.

முடி நீக்கும் சந்தையில் வீட் நுழைந்த போது இதே மாதிரி தான் நடந்தது.

"இன்று ஒவ்வொரு இடத்திலும் பன்னாட்டு நிறுவனங்கள் ஆசனம் போட்டு அமர்ந்துள்ளன; ஆனால் எங்களுடைய பொருட்களின் தரத்தாலும் நாங்களே அவற்றில் நேரடியாக ஈடுபடுவதாலும் இந்த மூன்று வகைப் பொருட்களிலும் அதே இடத்தில், முதல் மூன்று இடத்தில் நிற்க முடிகிறது."

அப்படியானால் பன்னாட்டு நிறுவனங்களால் ஃபெம் அச்சுறுத்தப்படவில்லையா?

"ஓ, அது எப்போதும் நடைபெறுகிறது. கடவுள் அருளால் சீனாக்காரர்களுக்கு முடி இல்லை. இருந்திருந்தால் அவர்கள் சந்தைக்குள் வந்து எங்களை நிர்மூலமாக்கி அழித்திருப் பார்கள்," என்று சிரித்தவாறு சொல்கிறார் சுனிதா.

பன்னாட்டு நிறுவனங்களின் கவசத்தில் ஒரு சிறிய ஓட்டை இருக்கிறது. அது ஃபெம்முக்குச் சாதகமாகச் செயல்பட்டது. அதற்கென்று ஒதுக்கப்பட்ட ஒரு இடம் இருக்கிறது.

"பன்னாட்டு நிறுவனங்கள் தாங்களே சொந்தமாகப் பொருட்களை உற்பத்தி செய்வதில்லை. வெளி நாடுகளில் அவர்கள் விற்கின்ற அதே பொருட்களையே இந்தியாவிற்கும் கொண்டு வருவார்கள். தவிர பளிச்சென்று வெண்மையாக்கும் களிம்புகளை அவர்கள் விற்பதில்லை. அதனால் முடி நீக்கும் களிம்பிற்கும் திரவ சோப்பிற்கும் அழியக் கூடிய ஆபத்து உண்டு. ஆனால் பளிச் வெண்மைக் களிம்பு எங்களுடைய புகழ் கிரீடம்; அதற்கு எந்த ஆபத்தும் இல்லை."

ஒருவேளை வெள்ளை நிறத்தவர்களான அமெரிக்கர் களுக்கும் ஐரோப்பியர்களுக்கும் இத்தகைய களிம்பிற்கான தேவை இல்லையோ? அல்லது இதற்கான சந்தை மிகவும் சிறியதாக இருப்பதால் மிகப் பெரிய நிறுவனத்தின் கவனத்தை அது ஈர்க்கவில்லையோ?

"திருமண வரவேற்பு போன்ற சிறப்பு நிகழ்ச்சிகளுக்குச் செல்லும் போது மட்டுமே வருடத்தில் ஒரு முறையோ அல்லது ஆறு மாதத்திற்கு ஒரு முறையோ அவர்கள் பளிச் வெண்மைக் களிம்பைப் பயன்படுத்துகிறார்கள். சோப், பற்பசை போல் தினமும் பயன்படுத்தப்படும் பொருள் அல்ல அது. அதற்கென்று ஒதுக்கப்பட்ட இடம் ஒன்று உள்ளது."

இத்தகைய இடத்திலிருந்து செழித்து வளர்வதற்கு ஃபெம் மிகவும் கடுமையாக உழைத்திருக்கிறது.

"இன்றும் கூட நாங்கள் செயல் விளக்கங்களை அளித்துக் கொண்டிருக்கிறோம், ஆனால் தொலைவான இடங்களில்; நகரங்கள், டவுன்கள் போன்ற இடங்களில் இந்தக் களிம்பு பற்றி எல்லோருக்கும் தெரிவதால் அங்கெல்லாம் நாங்கள் போவதில்லை. ஆனால் இரண்டாம் நிலை டவுன்கள், தவிர கிராமங்களில் பெண்களுக்குச் செயல் விளக்கம் தேவைப்படுகிறது. வாங்குவதற்கு முன்னால் அவர்களுக்கு நம்பிக்கை அளிக்க வேண்டியிருக்கிறது."

இதற்கான செலவு அதிகம், அதிக கஷ்டமானதும் கூட; ஆனால் சந்தையில் விரிவாக்கம் செய்வதற்கு இது முக்கியமானது.

1989க்குப் பிறகு எந்தப் புதுப் பொருளையும் ஃபெம் அறிமுகப் படுத்தவில்லை; இருப்பினும் இந்த நிறுவனம் இதன் முதன்மைப் பொருளான பளிச் வெண்மைக் களிம்பில் பல முன்னேற்றங்களைச் செய்துள்ளது.

'ஆக்சி' (Oxy) என்ற மிக மிக உயர்ந்த களிம்பை நாங்கள் தயாரித்திருக்கிறோம். முதல் இரண்டு ஆண்டுகளில் அழகு நிலையங்கள் மூலமாகவே 'ஆக்சி' பிரபலமாக்கப்பட்டது. பிறகு தான் சந்தையில் அது அறிமுகம் செய்யப்பட்டது.

இது ஒரு மாறுதலான திட்டம், ஆனால் நல்ல முறையில் செயல்பட்டது. மத்திய கிழக்கு, தூரக் கிழக்கு, தவிர ட்ரினிடாட் உட்பட சில ஆப்ரிக்க நாடுகளுக்கும் ஃபெம் தன்னுடைய பளிச் வெண்மைக் களிம்பை ஏற்றுமதி செய்கிறது.

"அங்குள்ள சந்தைகளில் விளம்பரம் செய்வதற்கான தேவை இல்லை. கடைகளில் சிறு சிறு குறிப்புகள், கையேடுகளோடு விற்கப்படுகிறது. ஜோலன் தவிர சாலி ஹென்சன் என்ற மற்றொரு களிம்பும் உள்ளது. இது குறைவான வீரியம் உடையது. நம் நாட்டு மக்களின் தோல் அல்லது முடியில் அது வேலை செய்வதில்லை."

நாங்களும் உண்டு என்பதாக ஃபெம் அறிமுகப் படுத்திய ஒரு பொருள் பொட்டானிக்கா என்ற பெயரில் தயாரிக்கப்பட்ட முதுமையைத் தவிர்க்கும் களிம்பு. ஆனால் அது நன்றாக விற்பனை ஆகவில்லை.

"ஆம்... முதுமையைத் தவிர்க்கும் எங்களுடைய களிம்பு மிக அழகானது. உண்மையில் கார்னியேயை விட எல்லா

வகையிலும் சிறந்தது. ஆனால் கார்னியேயைப் போல எங்களால் நிச்சயமாக விளம்பரம் செய்ய முடியாது. இன்றைய காலகட்டத்தில் உங்களுடைய பொருட்களைப் பற்றி கோபுரத்தின் உச்சியிலிருந்து கத்த வேண்டியுள்ளது..."

நல்ல அழகான முறையில் விளம்பரம் செய்ய வேண்டும் என்று பலமுறை தோன்றிய போதிலும் அதற்குத் தேவையான பணம் இல்லாமல் போனது என்று சுனிதா நினைவு கூர்கிறார்.

"தொலைக்காட்சியில் விளம்பரம் செய்வதற்கு, அடுத்த பருவத்தில் கிடைக்கக்கூடிய பணத்திற்காக நான் காத்திருக்க வேண்டியதாயிற்று. மிகக் குறைந்த செலவில் விளம்பரம் செய்ய வேண்டும் என்பதற்காக மிகவும் கடுமையாக நாங்கள் உழைக்க வேண்டியிருந்தது. சிறு சிறு விளம்பரக் கம்பெனிகளை அணுகுவோம். பெரிய நிறுவனங்களில் விளம்பர வாசகங்களை எழுதுபவர்களை அணுகி, எங்களுக்காகத் தனிப்பட்ட முறையில் குறைவான தொகையில் விளம்பரங்களை அவர்களிடம் எழுதி வாங்கிக் கொள்வோம்."

நல்ல அறிவு நுட்பத்துடன் திட்டமிடப்பட்ட நடவடிக்கை. ஆனால் இது நிலைத்து நிற்குமா? தன்னுடைய பொருள் வகைகளின் முதலாவது, இரண்டாவது, மூன்றாவது என்ற இடங்களை எவ்வளவு நாட்களுக்கு ஃபெம்மால் தக்க வைத்துக் கொள்ள முடியும்?

இந்த மாதிரியான சூழ்நிலையில் எல்லாவற்றையும் விட்டு கொடுத்து 25 ஆண்டுகளாகப் பாடுபட்டதை விற்று பணம் சம்பாதிக்கலாம் என்று பலருக்கும் தோன்றும். அத்தகைய வாய்ப்பு ஃபெம்முக்கும் கிடைத்தது.

நல்ல கவர்ச்சியான பெண்ணைத் தேடி மணமகன்கள் வருவது போல் இத்தனை ஆண்டுகளில் பல பேர் இந்த நிறுவனத்தை வாங்குவதற்கு முன் வந்தனர். அவர்கள் எல்லோரும் திருப்பி அனுப்பப்பட்டனர். ஆனால் 2008 நவம்பரில், தானே முழுவதுமாக வாங்கிக் கொள்வதாக* டாபர் முன் வந்த போது இந்தத் தொழில் முனைவோர்கள் அதை ஏற்றுக் கொண்டனர்.

*2008 நவம்பரில் ஃபெம்மிடமிருந்து 72.15 % பங்குகளை ரூ 203.7 கோடிக்கு முழு தொகையையும் பணமாகக் கொடுத்து டாபர் பெற்றுக் கொண்டது; மேலும் 20 % பங்குகளை ரூ 54 கோடிக்கு வெளிப்படையாகக் கொடுத்தும் பெற்றுக் கொண்டது.

"இந்தக் கம்பெனியை ரூ 100 கோடியிலிருந்து ரூ 500 கோடி உள்ளதாக வளர்க்க வேண்டுமென்றால் அதற்குத் தேவையான உள்ளீடுகளைக் கொடுக்க எங்களால் முடியாது என்பதைப் புரிந்து கொண்டோம். வரப்போகும் காலங்களிலும் எங்களால் இது முடியக் கூடிய காரியமே அல்ல."

"முதல் யோசனை - 15% பங்குகளை விற்று புதிய முதலீடுகளைப் பெறுவது என்பது. ஆனால் டாபர், மிகவும் அழுத்தமாகப் பேசி எங்களால் மறுக்க முடியாத ஒரு தொகையைக் கொடுக்க முன் வந்தார்கள்."

"முக்கியமாக சியவனபிராஸ் (Chawanprash) மற்றும் ஹாஜ்மூலாவை (Hajmola) டாபர் (Dabur) தயாரித்து வந்தது. சருமப் பாதுகாப்பில் நுழைய அவர்கள் விரும்பினார்கள். ஆனால் இன்று வரை குலாபாரி (பன்னீர்) என்ற ஒரே ஒரு பொருள் தான் அவர்களிடம் இருந்தது. ஃபெம் என்ற பெயர் அவர்களுக்குப் பிடித்து விட்டது. அது உயர்தரமானது, நல்ல முறையில் பேக் செய்யப்பட்டிருக்கும்; தவிர கடை அலமாரிகளில் அவற்றிற்கென்று ஒரு இடம் உண்டு என்பதால் ஃபெம்மை வாங்க அவர்கள் விரும்பினார்கள்.

இதோடு டாபரின் பணபலத்தையும் பங்குச் சந்தையில் பட்டியலிடப்பட்ட நிறுவனமாக ஃபெம் இருப்பதையும் சேர்த்துக் கொள்ள வேண்டும். தவிர இருதரப்பினரும் அதைச் சொர்க்கத்தில் நிச்சயிக்கப்பட்ட திருமணமாகக் கருதினர்.

"எங்களுடைய வசதிகளை அவர்கள் நகலெடுக்கவில்லை... எங்களுடைய ஆட்கள் தனிச்சிறப்பு வாய்ந்தவர்கள்... எங்களிடம் இருப்பது போன்ற இத்தகைய திறமைசாலிகள் டாபரிடம் இல்லை" என்று கூறினார் சுனில்.

அவர்களால் தொடங்கப்பட்ட ஒரு சிறிய நிறுவனமாக இருந்த போதிலும் இத்தனை ஆண்டு காலத்தில் மிகவும் திறமை வாய்ந்த ஊழியர்களை அது தன் பக்கம் இழுத்துக் கொண்டிருக்கிறது.

"பல மருந்து நிறுவனங்களும் மேலும் பெரிய நிறுவனங்களால் வாங்கப்பட்டு, இணைத்துக் கொள்ளப்பட்டன. பல மனிதர்கள் அவற்றிலிருந்து ஓய்வு பெற்று வெளியே வந்த பிறகு வேறு வேலையைத் தேடினார்கள். அவர்கள் அச்சுறுத்தும் வகையான சம்பளத்தைக் கேட்கவில்லை. அதனால் அத்தகைய திறமை வாய்ந்த பல ஊழியர்களை

இணைத்துக் கொண்டு எங்கள் நிறுவனத்தை முன்னெடுத்துச் சென்றோம்."

வழிமுறைகளையும், உற்பத்திக்கான விதிகளையும் பன்னாட்டு நிறுவனங்களைப் போல் இந்த நிறுவனத்தில் பயன்படுத்த முடிந்தது.

"எங்களிடம் உள்ள மருந்தக ஊழியர்கள் இதை ஒரு ஒப்பனைப் பொருள் நிறுவனமாகக் கருதாமல் மருந்தக நிறுவனமாகக் கருதுகிறார்கள். அதன் காரணமாக எங்களுடைய உற்பத்தி செய்யும் முறைகள் மிகப் பிரமாதமானவை. எங்களுடைய தொழிற்சாலை மிகவும் சிறந்தது. எங்களுடைய பொருட்கள் முழுமையாகத் தரமானவை; சந்தையில் எங்களுடைய பொருட்களுக்கும் பன்னாட்டு நிறுவனப் பொருட்களுக்கும் இடையே எந்த வித்தியாசத்தையும் நீங்கள் பார்க்க முடியாது."

தரக்கட்டுப்பாடு, மிக உயர்தரமான ஆய்வுக்கூடம், மிகச் சிறந்த சருமப் பரிசோதனைக் கருவி என்று இவை எல்லாமே ஃபெம்மிடம் இருந்தன. ஒன்றே ஒன்று தான் இவர்களிடம் இல்லை - இவர்களுக்குப் பின்னால் இதைத் தொடர்ந்து செய்ய ஒருவரும் இல்லை. இதற்கான ஒரு காரணம், அக்குடும்பத்தில் உள்ள எந்தக் குழந்தைக்குமே அந்த வியாபாரத்தில் ஈடுபட விருப்பம் இல்லை.

"என்னுடைய இரண்டு பெண்களும் வளர்ந்து விட்டனர். ஒரு பெண்ணுக்குத் திருமணமாகிவிட்டது. அவள் வாஷிங்டனில் இருக்கிறாள். மற்றொருத்தி எம்பிஏ வை முடித்து விட்டாள். நிதி ஆய்வு செய்வதில் ஈடுபட்டுள்ளாள். இருவருமே ரொம்பவும் சுதந்திரமான மனப்போக்கு உள்ளவர்கள்..."

அவர்களுடைய அம்மாவைப் போல!

ஆனால் அது ஒன்றும் எளிதானதாக இருந்திருக்க முடியாது - அவர்கள் சிறுமிகளாக இருந்த போது, அப்போது வியாபாரமும் ஆரம்ப கட்டத்தில் இருந்தது. இவ்வாறு பல கடமைகளையும், பொறுப்புகளையும் ஒரே சமயத்தில் சுனிதாவால் எப்படி நிர்வாகம் செய்ய முடிந்தது?

"இந்த பளிச்வெண்மைக்களிம்பைப் பற்றி நாங்கள் யோசித்துச் செயல்படத் துவங்கியபோது நான் இரண்டாவது முறை கர்ப்பமாக இருந்தேன். 1981 செப்டம்பரில் தேஜல் பிறந்தாள், 1982 ஜனவரியில் ஃபெம் அறிமுகம் செய்யப்பட்டது. உண்மையில் ஒரே சமயத்தில் சொல்லப்போனால் நான்

இரண்டு குழந்தைகளைப் பிரசவித்திருந்தேன்."

கூட்டுக் குடும்பமாக வசித்தது பெரிதும் உதவியாக இருந்தது. தவிர வீட்டிற்கருகிலேயே நரிமன் பாயிண்டில் அலுவலகம் இருந்ததும் வசதியாக இருந்தது.

"எது எப்படியிருந்தாலும் நான் மதியம் ஒன்றிலிருந்து மூன்று வரை ஒவ்வொரு நாளும் வீட்டிற்குச் சென்று விடுவேன். அந்த நேரத்தில் குழந்தைகள் பள்ளியிலிருந்து வந்திருப்பார்கள். அவர்களுக்கு உணவு கொடுத்துத் தூங்கச் செய்த பிறகு நான் இங்கு வருவேன். மாலையில் கீழே விளையாடச் சென்று விடுவார்கள். அவர்கள் வருவதற்குள் நான் வீட்டிற்குப் போய் விடுவேன். அதனால் அவர்களைப் பார்த்துக் கொள்வது கடினமாக இல்லை!"

பொருட்காட்சி சமயங்களில் குழந்தைகள் அங்கு வருவார்கள். திருமணமாகாத சுனிதாவின் மைத்துனருக்குக் குழந்தைகள் மீது பாசம் அதிகம். பொறுப்பாக அவர்களைக் கவனித்துக் கொள்வார். இருப்பினும் தொழிலை நடத்துவது ஒன்றும் மலர் படுக்கை அல்ல, நீ ஏன் வேலைக்குப் போக வேண்டும்' என்ற முன்போன்ற பிரச்சினை அவ்வப்போது கேட்கப்படும்.

"என்னுடைய தலைமுறையில் எங்களை வேலைக்குப் போக 'அனுமதிப்பது' என்பதே மாமியார் வீட்டாரால் காட்டப்படும் பெரிய சலுகையாகக் கருதப்பட்டது. ஆனால் என் கணவர் அஜய் எனக்கு உற்ற துணையாக இருந்தார். அது தான் முக்கியமானதாக இருந்தது."

அஜய் அச்சக வியாபாரத்தில் அப்போது இருந்தார். ஆனால் சில ஆண்டுகளில் திரவ சோப் உற்பத்தி செய்யும் பொறுப்பு அவரிடம் கொடுக்கப்பட்டது. அதனால் எல்லாமே குடும்பத்தைச் சார்ந்தவர்களால் நடத்தப்படுவது என்றாகியது. நிச்சயமாக ஒவ்வொருவரும் தாங்கள் எதில் சிறந்தவர்களாக இருந்தார்களோ அதையே மேற்கொண்டனர்.

"உற்பத்தி செய்தல், பொருட்களை வாங்குதல், ஊழியர், விற்பனை வரி *போன்றவற்றை* சுனில் நிர்வாகம் செய்தான். விநியோகம், சந்தைப்படுத்துதல், விற்பனையை அதிகரித்தல், விளம்பரம் செய்தல், ஏற்றுமதி, கேன்டீன் வசதி போன்ற எல்லாவற்றையும் நான் பார்த்துக் கொண்டேன்."

இவ்வாறு எல்லாமே 27 ஆண்டுகள் மிக அழகாகச் செயல்பட்டன. 2009 ஜூன் 30ம் தேதி, இந்த அத்தியாயம்

முடிவுற்றது. புதிதாக ஒன்று தொடங்கப்பட்டது.

தான் மிகவும் விரும்பிய ஒன்றை சுனிதா செய்யப் போகிறார். இன்னொரு பிராண்டைக் கட்டி எழுப்பப் போகிறார்.

"ஃப்ளாரிடாவில் உள்ள மிச்சல் குழுமத்தில் ஃபெம்முக்கு 25% பங்கு உள்ளது. ஆப்பிரிக்க - அமெரிக்கர்களுக்காக வெண்மையாக்கும் பொருட்களை அது உற்பத்தி செய்கிறது. டாபருக்கு இதில் ஆர்வம் இல்லை. அதனால் அந்தப் பங்குகளை நான் வாங்கிக் கொண்டேன்."

துபாய், யுகே, ஆப்பிரிக்கா போன்ற இடங்களில் மிச்சல் குழுமத்திற்கான சந்தையை சுனிதா பார்த்துக் கொள்ளப் போகிறார். இதற்கிடையில் அடுத்த ஐந்து ஆண்டுகளுக்கு அவரது கணவர் சோப் உற்பத்தியைத் தொடர்ந்து செய்வார்.

மிகச் சிறப்பு வாய்ந்த வேதியியல் தொழிற்சாலையை சுனில் கவனித்துக் கொள்ளப் போகிறார் - இந்த வியாபாரத்தில் டாபருக்கு ஆர்வம் இல்லாததால்.

இது ஒரு பெரிய பயணம் - உற்சாகமும் கிளர்ச்சியும் மிக்க ஒரு இல்லத்தரசியும், அதே அளவு உற்சாகத்தைக் கொண்ட IIT படித்த ஒரு சகோதரனும் சாலையின் அடுத்த திருப்பத்தில் என்ன இருக்கிறது என்று தெரியாமல் முன்னேறிச் செல்வதான அவர்களது பயணம்.

"இந்த வியாபாரத்தில் இவ்வளவு மும்முரமாக ஈடுபடுவேன் என்று நான் நினைக்கவில்லை; இது இவ்வளவு வளர்ச்சி அடையும் என்பதையும் எதிர்பார்க்கவில்லை. கைச் செலவிற்குப் பணம் வருகின்ற ஒரு வியாபாரம் என்பதாகத்தான் என் பேரம் இருந்தது... ஆனால் ஒவ்வொரு நாளும் எங்களுக்குப் புதுப்புது பாடங்கள், புதுப்புது அனுபவங்கள் கிடைத்தன. அவற்றோடு நாங்களும் வளர்ந்தோம்."

தவிர சில சமயங்களில் அது தான் சிறந்த வழி. அது தான் ஒரே வழி. உங்களுக்கானது எந்த இடமோ அதற்கு இட்டுச் செல்கின்ற ஒரே வழி.

இளம் தொழிலதிபர்களுக்கு...

சுனிதா ராம்நாத்கர்

நீங்கள் ஒரு தொழிலைத் தொடங்க வேண்டுமென்றால் எது மக்களுக்கு வேண்டுமோ, எது எளிதாகக் கிடைக்காததோ அதைக் கண்டுபிடியுங்கள் என்று நான் சொல்வேன். எந்த ஒரு சேவைக்கோ அல்லது பொருளுக்கோ மக்களிடம் இருப்பதான ஒரு வேட்கை; சாத்தியமாகக் கூடிய மிகச் சிறந்த வழியில் அந்தத் தேவையைத் திருப்தி செய்யுங்கள்.

பொதுவாகவோ அல்லது அந்தத் துறையிலோ நீங்கள் முழுவதுமாகக் கற்றிருக்க வேண்டும். பிறகு அதைச் செய்து மனிதர்களைத் திருப்திபடுத்தி அவர்களுடைய தேவையைப் பூர்த்தி செய்து மகிழ்ச்சியடையச் செய்யுங்கள். அந்தப் பொருளுக்கென்று ஒதுக்கப்பட்ட இடத்தை வளர்த்து முன்னெடுத்துச் செல்லுங்கள். பிறகு உங்களிடம் பணம் இருக்குமானால் உலகம் உங்கள் காலடியில். அந்தத் துறையிலோ அல்லது வேறு எதிலோ நீங்கள் எதை வேண்டுமானாலும் செய்யலாம்.

நான் ஒரு சராசரியான பெண். என்னாலேயே செய்ய முடியும் என்றால், நிச்சயமாக ஒவ்வொருவராலும் செய்ய முடியும். என்னுடைய காலகட்டத்தில் தடங்கல்கள், மாமியார் வீட்டு இடையூறுகள் என்றெல்லாம் இருந்தன. ஆனால் இந்தத் தலைமுறையினருக்கு, ரொம்பவும் புரிந்து கொள்ளும் பெற்றோர்களும் மாமியார் வீட்டாரும் உள்ளனர். தவிர ஆணும் பெண்ணும் சமம், அல்லது குறைந்த பட்சம் சமமாக நடத்தப்படுகின்றனர் என்கிற ஒரு விவேகமான சமூகமும் உள்ளது. இந்த அனுகூலத்தைப் பயன்படுத்திக் கொள்ளுங்கள். மிகப் பெரிய தொடுவானத்தை, மிகப் பெரிய எல்லைகளை உங்களால் தாண்டிச் செல்ல முடியும். இதைவிட உயரத்தை உங்களால் தாண்ட முடியும்.

சுனில் பொபாலே

தொழில் முனைவோராக இருப்பதிலுள்ள சிறப்பு - தொடர்ச்சியாக அது மாறிக் கொண்டே இருப்பது.

எந்த விதமான மாற்றமுமே இல்லாத ஒரே மாதிரியான வேலையைச் செய்வது என்பதை என்னால் கற்பனை செய்து கூடப் பார்க்க முடியவில்லை. அந்த வகையில் நான் அதிர்ஷ்டக்காரன் என்று தான் சொல்ல வேண்டும்.

நான் அதிர்ஷ்டக்காரனாக இருக்க வேண்டும் என்பதில் நான் உறுதியாக இருந்தேன்.

நீங்களும் அப்படியே இருக்க வேண்டும்.

உணவு
சாம்ராஜ்யம்

M. **மகாதேவன்**

ஓரியண்டல் க்வுசைன்ஸ்
(Oriental Cuisines)

ஒரு சீன உணவகத்தைத் தொடங்குவதற்காகச் சென்னைப் பல்கலைக் கழகத்தில் புகழ் மிக்கதான பேராசிரியர் வேலையையும் மகாதேவன் துறந்துள்ளார். ஆனால் வரவு செலவு கணக்குகளைப் பற்றிய அவருடைய அறிவு அவருடைய இந்தத் தொழிலுக்கும் உதவியது. இன்று பல நாடுகள், பல வகைச் சமையல்கள் என்று மிகப் பெரிதாக விரிந்துள்ள ஒரு உணவு சாம்ராஜ்ஜியத்தை நிர்வகிக்கிறார்.

உணவக வியாபாரம் என்பது உணவு பற்றியதாக இருக்கும் என்று நீங்கள் நினைக்கலாம்.

ஆனால் உண்மையில் அது *மனிதர்களைப்* பற்றியது என்பதை மகாதேவன் அறிந்து வைத்திருக்கிறார்.

சென்னையிலுள்ள லே மெரிடியன் ஹோட்டலில் (Meridien Hotel) நாங்கள் சந்தித்தோம். *அது* ஒரு ஞாயிற்றுக் கிழமை; காபி ஷாப் காலியாக இருந்தது. ஆனால் சந்திப்புக்கு ஏற்றதான இடமாக அது இல்லை.

என்னுடைய கைகேமராவைப் பலமுறை நான் சரி செய்து கொண்டேன். ஆனால் மேஜை மிகவும் சிறியதாக இருந்தது. பலமுறை முயற்சித்தேன். அவருடைய தலை மட்டும் என் கேமரா கோணத்திற்குள் வரவில்லை.

எங்களுடைய சிரமத்தை அங்கு இருந்த ஒரு பணியாளர் கவனித்தார். அருகில் அமைந்திருந்த பார் பகுதிக்கு எங்களை அழைத்துச் சென்று அமரச் செய்தார். சந்தடி இல்லாமல், ரொம்பவும் வசதியாக அது இருந்தது. நாங்கள் அவருக்கு நன்றி தெரிவித்தோம்.

விசிட்டிங் கார்டுகள் கொடுத்துக் கொண்டோம். மகாதேவனின் கார்டைப் பார்த்தவுடன் பணியாளரின் கண்களில் ஒளி தென்பட்டது.

"ஓ, நீங்கள் தான் சாரா (zara) ஹோட்டலுக்குச் சொந்தக்காரரா!" என்று கேட்டார்.

மகாதேவன் சிரித்துக் கொண்டே "எப்போதாவது என்னை வந்து பாருங்கள்!" என்றார்.

தேவை ஏற்படும் போது வேலை கொடுப்பதாகச் சொல்லாமல் சொல்லப்பட்டது.

மகாதேவனின் கதையைக் கேட்டுக் கொண்டிருந்தபோது 30 ஆண்டுகளுக்கு முன்பு அத்தகையதொரு இளைஞனாகத்தான் அவர் இருந்திருப்பார் என்று நினைத்தேன். தான் பணியாற்றும் ஹோட்டலுக்கு வந்திருப்பவரைத் திருப்திப் படுத்துவதற்கு எதைச் செய்யவும் தயார் என்ற எண்ணமுடையவராக இருந்திருப்பார்.

ஆர்தர் ஹெய்லியின் (Arthur Hailay) நாவலால் இவர் தூண்டப்பட்டுள்ளார். பலப்பல மைல்கள் சுற்றிக் கொண்டு சென்று தனக்கு அந்நியமான ஒரு கனவை முழுவதுமாக உண்மையாக்கி இருக்கிறார்.

உணவு சாம்ராஜ்யம்

M. மகாதேவன்
ஓரியண்டல் க்வுசைன்ஸ்

தென்னிந்தியாவின் உள் பகுதியிலிருந்து வருகிறார் மகாதேவன்.

கோயமுத்தூருக்கு அருகிலுள்ள உடுமலைப் பேட்டை என்ற சிறிய ஊரில் அவர் வளர்ந்தார். கேரளாவில் பாலக்காட்டில் இருந்த அவர் தந்தை ஒரு மருத்துவர். பின்னாளில் தமிழ்நாட்டிற்கு வந்தார்.

மகாதேவனின் சகோதர சகோதரிகள் மருத்துவர்கள். அவரும் அந்த படிப்பையே தேர்ந்தெடுப்பார் என்பது எதிர்பார்க்கப்பட்டது. ஆனால் இந்த இளைஞனுக்கு வேறு பல யோசனைகள் இருந்தன. பிகாம், எம்காம் முடித்த அவர் சென்னைக்கு வந்தார்; சென்னைப் பல்கலைக்கழகத்தில் உதவிப் பேராசிரியராகப் பணியில் அமர்ந்தார்.

ஆர்தர் ஹெய்லியின் 'ஹோட்டல்' என்ற நாவலை அவர் படித்துக் கொண்டிருந்த போது ஒரு திருப்பு முனை ஏற்பட்டது.

"அந்தக் கதை என்னை மிகவும் கவர்ந்தது. ஒரு 'ஹோட்டலுக்குச் சொந்தக்காரராக வேண்டும்' என்று மனதிற்குள் எண்ணிக் கொண்டேன்." முக்கியமான விஷயம் என்னவென்றால் அந்த விருப்பம் அவரை விட்டுப் போகவே இல்லை. எதையாவது செய்ய வேண்டும் என்று தீர்மானித்தார்.

ஆனால் மிகச் சிறிய வயதான அந்த இளம் பேராசிரியருக்கு அந்தக் கனவை எப்படி உயிர்ப்போடு வைத்திருக்க முடியும்? கற்பிக்கும் பணியில் இருந்து கொண்டே வேறொரு பணியைச் செய்யத் தொடங்கினார். அம்பாசிடர் குழுமத்தால் அப்போது தான் எடுத்துக் கொள்ளப்பட்டிருந்த ஹோட்டல் சுதர்ஷன் என்பதில் நிர்வாகப் பயிற்சி பெறுபவராகப் பணியில் அமர்ந்தார். பகலில் மகாதேவன் தொடர்ந்து கற்பித்தார்; மாலையில் இரவுப் பயிற்சி மேலாளராகப் பணி புரிந்தார்.

"இந்தப் பணி எனக்குப் பிடித்திருந்தது; எனக்கு மக்களைச் சந்திப்பதில் விருப்பம் இருந்தது." விருந்தோம்பலில் அவருக்கு ஒரு தனி விருப்பம் இருந்ததால் இந்தப் பணியை மிகவும் மகிழ்ச்சியோடு செய்தார். ஆனால் குடும்பத்தாருக்கு இதில் சிறிதும் திருப்தியில்லை.

"குடும்பத்தில் நான் தான் கடைசிப் பிள்ளை, என் அம்மா என்னிடம் மிகவும் பிரியமாக இருப்பார். அவரது அனுமதி இல்லாமல் நான் எதையும் செய்ய மாட்டேன். ஹோட்டல் தொழிலுக்கு மாறுவதாக இருக்கிறேன் என்பதை அவரிடம் சொல்லி ஏற்றுக் கொள்ளச் செய்வது மிகவும் கடினமாக இருந்தது. ஏனெனில் உலகிலேயே மிகுந்த மரியாதைக்குரியதும் மிகவும் சிறப்பானதும் ஆசிரியர் தொழில் மட்டுமே என்று அவர் நினைத்தார்."

அம்மா கேட்டார், "பேராசிரியராக இருந்து விட்டு ஹோட்டல்காரனாக வேண்டுமென்று ஆசைப்படுகிறாயா? உனக்கென்ன பைத்தியமா?"

அந்தக் காலத்தில் - ஐந்து நட்சத்திர ஹோட்டலாக இருந்தாலுமே - ஹோட்டலில் பணிபுரிவதைப் பலராலும் ஏற்றுக் கொள்ள முடியாது. தவிர இரண்டு வேலைகளை ஒரே நேரத்தில் செய்வதும் கடினமானது!

"பகலிலும் இரவிலும் பணி புரிந்தீர்களா?" நான் கேட்டேன்.

"ஆம், பகலிலும் இரவிலும்."

"அது கடினமாக இலையா?"

"அது கடினமாகத்தான் இருந்தது. ஆனால் இன்றும் என்னால் 14-18 மணிநேரம் வேலை செய்ய முடியும். ஐந்திலிருந்து ஆறு மணி நேரத் தூக்கம் கிடைத்தால் எனக்கு அது போதும்."

மகாதேவனின் தினசரி வேலைகள் : காலை 9 முதல் மாலை 4 வரை கல்லூரி.

அறைக்கு வந்து ஒரு குளியல்.

மாலை ஆறிலிருந்து நள்ளிரவு வரை ஹோட்டல் பணிகள்.

அடுத்த நாள் காலை 9 மணிக்குக் கல்லூரி.

இவ்வாறு இரு பணிகளை செய்த போதிலும் இரவில் ஓரிரு மணி நேரம் மறு நாளுக்கானப் பாடங்களைத் தயார் செய்யாமல் இருக்கமாட்டார்.

"அவர் முதுநிலைப் பட்டப்படிப்புக்கு வணிகக் கணக்கியல் தவிர மேலாண்மைப் பாடங்களைக் கற்றுக் கொடுத்துக் கொண்டிருந்தார். தன் மாணவர்களுக்கு நல்ல முறையில் சொல்லித்தர வேண்டுமென்பதில் உறுதியாக இருந்தார்."

இதற்கு மேலாக, ஹோட்டல் பணி அவருக்குச் சிரமமானதாக இல்லை. அந்த வியாபாரத்தில் பயிற்சி பெறுவதற்காக, தான் அங்கு செல்வதை நினைவில் வைத்துக் கொண்டிருந்தார். ஓர் ஆண்டுக்குப் பிறகு இரவு மேலாளர் என்ற பதவி உயர்வும் மகதேவனுக்குக் கிடைத்தது. இப்போது திட்டமிடுதலும் மேற்பார்வை பார்ப்பதும் அவருடைய பணியாயிற்று.

"எதையாவது செய்யும் போது நீங்கள் மகிழ்ச்சியாக இருந்தால் நீங்கள் அலுப்பை உணரமாட்டீர்கள். ஆனால் உங்களுக்குப் பிடிக்காததைச் செய்ய நீங்கள் வற்புறுத்தப்பட்டால் மன அழுத்தம் அதிகமாகிறது. இப்போது நினைத்துப் பார்த்தால் அந்தப் பணியை நான் ரொம்ப எளிதாகச் செய்திருக்கிறேன் என்று புரிகிறது!"

1980 முதல் 1983 வரை மூன்று ஆண்டுகளுக்கு இந்த நிலை நீடித்தது. அந்த நேரத்தில் சொந்தமாக ஒரு சிறு வியாபாரத்தைத் தொடங்க வேண்டும் என்று அவர் தீர்மானித்தார், ஏன்? உலகத்தையே புரட்டிப் போடுவதான எந்த ஒரு தொலைநோக்குப் பார்வையோ அல்லது திட்டமோ அவரிடம் இல்லை. ஒரு சிறு யோசனை இந்த இளைஞனைத் துளைத்துக் கொண்டே இருந்தது. அந்த யோசனை நிறைய பணம் சம்பாதிப்பது!

"ஒவ்வொரு நாளும் ஹோட்டலில் வருகின்ற பலர் நிறைய செலவழிப்பதைப் பார்த்தேன்." ஷிவாஸ் ரீகல் மற்றும் சிக்கன் *டிக்கா* இவற்றிற்கு ரூ 2000 வரை செலவழிக்கும் பணக்காரர்களைப் பார்த்தார். இரண்டு வேலைகள் செய்த

போதிலும் ஒரு மாதத்திற்கு அவருக்குக் கிடைத்ததை விட அது அதிகமானது.

தான் ஒரு தொழில் முனைவராக வேண்டும் என்று விரும்பினார்.

அவருள் ஒரு நெருப்பு எரிந்து கொண்டிருந்தது, சிறப்பான வாழ்க்கையை வாழவேண்டும் என்று தூண்டுகின்ற ஒரு நெருப்பு. இப்படி வெளிப்படையாகச் சொல்வதைக் கேட்பதற்கு மிக நன்றாக இருக்கிறது.

"இந்தக் காரணம் அல்லது வேறு ஒரு காரணம் அதற்காக ஒரு முதலாளியாக வேண்டும் என்று பலரும் சொல்வார்கள். ஆனால் என் இலக்கு வேறு. வாழ்க்கையில் மேலும் மேலும் உயரவேண்டும் என்று நினைத்தேன். இதே மாதிரியான வேலைகளில் தொடர்ந்து ஒட்டிக் கொண்டிருப்பது என்னால் முடியாத செயல்."

ஒரு நிலையான உத்தியோகத்தை விட, பிஸினஸ் செய்வது ஆபத்துக்கள் நிறைந்தது என்று தோன்றலாம். ஆனால் இந்த உத்தியோகங்கள் நம்மை எங்குமே இட்டுச் செல்வதில்லை என்பதை நாம் மறக்கக் கூடாது. மூன்று ஆண்டுகளுக்கொரு முறை ஊதிய உயர்வு, பத்து ஆண்டுகளுக்கு ஒரு முறை பதவி உயர்வு. ஆனால் மகாதேவனுக்கு இது போதுமானதாக இல்லை.

1983ல் இந்த இளம் பேராசிரியர் தன் இரவுப் பணியை விட்டு விலகினார்; ரூ 60,000யிரத்தை முதலீடாகக் கொண்டு ஒரு சீன உணவகத்தைத் தொடங்கினார். அதில் பாதித் தொகை, அவருடைய வருங்கால வைப்பு நிதியிலிருந்தும் மீதி ஒரு கூட்டாளியிடமிருந்தும் கிடைத்தது. ஆனால் அந்தக் கடையை எப்படி அவர் அமைத்தார் என்பதைப் பாருங்கள். மாற்றி யோசிப்பதன் ஆற்றலைப் பாருங்கள்!

தாஜ் ஹோட்டலுக்கு எதிரில் பிரதான சாலையில் வெற்றிகரமாக நடந்து வந்த ஒரு இந்திய உணவகம் இருந்தது.

அதன் சொந்தக் காரரை அணுகிய மகாதேவன், "நான் இங்கு ஒரு சீன உணவு விடுதி தொடங்குகிறேன். நீங்கள் அத்தகைய உணவை விற்பதில்லை. என்னிடம் அதிகப் பணம் இல்லை. என்னுடைய சமையல் அறையை என் பணத்தில் நானே அமைத்துக் கொள்கிறேன். என்னால் உங்களுக்கு வாடகை

> "என் மாதச் சம்பளம் ரூ 800, ஒவ்வொரு ரூபாயையும் கணக்குப் பண்ணி செலவழிப்பேன். ஆனால் அங்கு வருபவர்களில் சிலர் என்னுடைய ஒரு மாதச் சம்பளத்தையும் ஒரே நாளில் ஊதித் தள்ளுவதைப் பார்த்தேன். இது அவமானமாக இருக்கிறது என்று சொல்லிக் கொள்வேன். இது தான் என்னைத் தூண்டும் நெருப்பாக இருந்தது."

தரமுடியாது. ஆனால் தினமும் உங்களுக்குப் பணம் கொடுக்கிறேன். என்னுடைய தினசரி வருமானத்தில் 20% உங்களுக்கு 80% எனக்கு" என்றார்.

அந்த சொந்தக்காரர், "ஒரு மூலையில் சீன உணவு தயாரிக்கப் போகிறார். என்னுடைய கடையிலிருந்து 20-22% எனக்குக் கிடைக்கிறது. எதுவும் செய்யாமலே இவரிடமிருந்து எனக்கு 20% கிடைக்கும்" என்று எண்ணிய அவர், இதற்குச் சம்மதித்தார்!

சமையலறையை அமைப்பதற்கும் பெரிய விளம்பரப் பலகையை வைப்பதற்கும் ரூ 60,000 செலவாயிற்று. மிகப் பிரமாதமான இடத்தில் அமைந்திருந்த இடம் மகாதேனுக்கு இலவசமாகக் கிடைத்தது. அம்பாசிடரில் பார்த்த வேலை அவருக்குப் பல வியாபாரத் தந்திரங்களையும், சூட்சுமங்களையும் கற்றுக் கொடுத்திருந்தது.

தன்னுடைய இந்தப் புதிய முயற்சியில் தனக்குத் தெரிந்ததை எல்லாம் செயல்படுத்தினார்.

"இரண்டு விஷயங்களில் நான் ரொம்பவும் முக்கியமாக இருந்தேன். நல்ல உணவு, நல்ல விலை. ஒரு கிண்ணம் சூப் ரூ 9-10. நன்றாக மூடிய பிளாஸ்டிக் பையில் சூடாகக் கொடுத்தால் எடுத்தும் செல்ல முடியும்."

இவருடைய கடைக்குப் பெயர் *சைனாப்ளேஸ்.* (China Place) அதில் பளபளக்கும் சுத்தமான கண்ணாடியில் ஆன சமையலறை. சாப்பிட வருபவர்களால் சமையலறையைப் பார்க்க முடியும். சமையல்காரர்கள் தலைமுடியை இழுத்துக் கட்டி தொப்பி அணிந்திருப்பார்கள். கைகளில் கையுறை உண்டு.

"இந்த வழிமுறையை, நாகரீகத்தை நான் 5 நட்சத்திர ஹோட்டலிடமிருந்து எடுத்துக் கொண்டேன். ஏனெனில் எல்லோரும் செய்வதைப் போன்று நானும் செய்யக் கூடாது என்பதில் உறுதியாக இருந்தேன். ரூ 10க்குச் சுகாதாரமான,

தரமான, அந்தப் பணத்திற்கான மதிப்புள்ள நல்ல உணவை என்னால் தர முடியும் என்பதை மக்களுக்குச் சொல்ல விரும்பினேன் நான்."

ஹோட்டலில் பணிபுரிந்தபோது சமையல் அறையில் எந்த அனுபவத்தையும் மகாதேவன் பெறவில்லை. ஆனால் உன்னிப்பாகக் கவனித்து எல்லாவற்றையும் கற்றார்.

"நான் அங்கு இரவு மேலாளராகப் பணியாற்றினேன்; ஆனால் என்னுடைய விருப்பம் உணவின் மீது இருந்தது. இன்று கூட என்னால் சமைக்க முடியாது; ஆனால் என்னுடைய நாக்கு கூர்மையானது! ஃபிரைட் ரைஸைக் (Fried rice) கொண்டு வந்து வைத்தவுடன் அதைப் பார்த்து விட்டு சோயா சாஸ் (Soy Sauce) தூக்கலாக இருக்கிறது என்று சமையல்காரரிடம் என்னால் சொல்ல முடியும்."

இறுதியாக, நீங்களே அந்தப் பணியைச் *செய்ய வேண்டும்.* என்பதல்ல, ஆனால் அந்தப் பணி என்ன என்பது உங்களுக்குத் *தெரிந்திருக்க வேண்டும்.* இந்தக் கொள்கையை மிகவும் வெற்றிகரமாக மகாதேவன் பயன்படுத்துகிறார்.

தொடக்கத்தில் இந்தப் பேராசிரியர் தன்னுடைய பகல் நேர வேலையைத் தொடர்ந்து செய்து வந்தார். அதனால் *சைனா பிளேஸில்* இரவு நேர உணவு மட்டுமே தயார் செய்யப்பட்டது. இருப்பினும் அது மிகப் பிரமாதமாகச் செய்யப்பட்டது. உணவுப் பொருள்களின் விலை ரூ 10-12 ஆக இருந்ததால் ஒரு நாளைக்கு ரூ 5000, அல்லது மாதத்திற்கு 1½ லட்சம் வருமானம் கிடைத்தது.

அதில் 20% அந்தக் கடைச் சொந்தக் காரருக்குச் சென்றது. ஆனால் வாடகையும், மின்சாரமும் இலவசம். உணவுப் பொருட்களின் செலவு, எடுத்துச் செல்லக் கட்டிக் கொடுப்பது, தவிர சமையல்காரர்களுக்கான சம்பளம் இவை மட்டுமே மகாதேவனின் செலவினங்கள். ஆனால் ஒவ்வொரு பைசாவிற்கும் அவர் கணக்கு வைத்திருந்தார்.

கணக்கியலைத் தானே அவர் மற்றவர்களுக்கு கற்றுக் கொடுத்திருக்கிறார்! அதனால் அதில் அவர் கவனமாக இருந்தார்.

உணவக வியாபாரத்தில் வெற்றி அடைய ஒரு சிறிய தத்துவத்தை மகாதேவன் நம்பியிருந்தார். அது என்ன என்று அறிய நான் ஆவலுடன் காத்திருந்தேன்.

"வருமானத்திலிருந்து செலவினத்தைக் கழித்தால் வருவது லாபம்" என்றார்.

நான் புரியாமல் விழித்தேன்.

"அவ்வளவு தான்"

சரி... அவ்வளவு தான். இதைப் புரிந்து கொள்ள ஒரு எம் பி ஏ தேவையில்லையே!

"நிச்சயமாக" என்கிறார் மகாதேவன். "சிறிது நாட்களுக்கு நான் துணை வியாபாரமாக நெஸ்லே (Nestle) ஏஜென்ஸி எடுத்திருந்தேன். அப்போது எனக்கு நாடார்களுடன் பழக்கம் ஏற்பட்டது. இந்தியாவிலேயே மிகுந்த புத்தி சாலிகள், மிகுந்த கவனத்தோடு வியாபாரம் செய்யும் ஜாதி" என்றார்.

ஒரு சிறிய மிட்டாய் கடைச் சொந்தக்காரரை மகாதேவன் அடிக்கடி சந்திப்பார். எல்லாவற்றையும் எழுதி வைத்துள்ள ஒரு சிறிய நோட்டுப் புத்தகத்தை அவ்வப்போது அந்தக் கடைக்காரர் வெளியே எடுப்பார். போன ஆண்டு யாருக்கு, எந்த விலையில், எவ்வளவு தள்ளுபடியில் கொடுத்திருக்கிறது போன்ற எல்லாவற்றையும் எழுதியிருப்பார். ஒரு பைசா அதிகமாக அல்லது குறைவாக அவரிடம் எந்த வியாபாரமும் செய்து விட முடியாது.

எண்களின் இந்த மந்திரம் மிகவும் முக்கியமானது என்று மகாதேவன் அவரிடமிருந்து கற்றார். மகாதேவன் கட்டி அமைத்துள்ள இந்தப் பெரிய சாம்ராஜ்ஜியத்தின் உள்ளூர ஓடுவதாக இந்த மந்திரம் இன்றும் கூட நிலைத்திருக்கிறது.

சைனா பிளேஸ் நன்றாக வளர்ந்தது, வருமானம் அதிகரித்துக் கொண்டே வந்தது. ஒரு நாள் அவர் கடைக்குத் தினமும் வரும் திரு ரெட்டி சொன்னார், "இந்தச் சாலையின் கோடியில் நான் ஒரு வணிக வளாகத்தைக் கட்டி வருகிறேன். தரைத்

"உங்களுக்குக் கிடைக்கும் பின்னூட்டம் உணர்வு பூர்வமானதாக இருந்தால் மக்கள் உங்களை விரும்புவார்கள், மரியாதை செய்வார்கள், உங்களைத் தலைவன் என்று ஏற்றுக் கொள்வார்கள். அதனால் வேலை என்ன என்று உங்களுக்குத் தெரிந்திருக்க வேண்டும்; அந்த வேலையை நீங்களே செய்ய வேண்டும் என்பது அவசியம் இல்லை.''

"என்னுடைய பல உணவகங்களிலும் சமையலறை கண்ணாடியால் ஆனது; சாப்பிட வந்திருப்பவர் தன்னை கவனிக்கிறார் என்பதை சமையல்காரர் உணர்ந்தவுடன் அதைச் சுத்தமாக வைத்துக் கொள்ள அவர் முயல்வார், தன்னுடைய விரல்களை அவர் மூக்கினுள் விடமாட்டார்!

தளம் காலியாக இருக்கிறது. நீங்கள் அங்கு வந்து கடையை நடத்துகிறீர்களா?"

சும்மா, நேரா வந்து அப்படி கேட்டாரா?

"அவருக்கு என்னைப் பற்றி நல்ல அபிப்பிராயம் இருந்திருக்கிறது. ஒவ்வொரு நாள் மாலையும் நான் இங்கு இருப்பேன். எல்லாவற்றையும் நானே கவனிப்பேன். வருபவர்களுடன் நன்றாகப் பேச்சுக் கொடுப்பேன்." பெரு விருப்பத்தோடும், மகிழ்ச்சியோடும் அந்தச் சிறிய வியாபாரத்தை மகாதேவன் நடத்துவதை அவர் கவனித்திருக்கிறார். மகாதேவனின் உற்சாகம் அவருக்கும் தொற்றிக் கொண்டிருக்கிறது.

70% முதலீட்டை ரெட்டி செய்வதாகச் சொன்னார். மீதி மகாதேவனுடையது. அதில் பாதி அவரது சேமிப்பு. மீதி கடன். *சைனா பிளேஸிலிருந்து* வேறு இடத்திற்குச் செல்வதற்கான நேரம் வந்து விட்டது என்று அவர் தீர்மானித்தார்; அந்தப் புது முயற்சியில் முழு கவனத்தையும் செலுத்த விரும்பினார்.

அந்த *டிக் டாக்* (Tic Tac) இந்திய உணவகச் சொந்தக்காரரிடம் மகாதேவன் சொன்னார், "இப்போது இந்தச் சமையலறை உங்களுடையது. அதைக் கட்டுவதற்கு நான் செலவழித்த தொகையை நீங்கள் கொடுக்க முடியுமா?"

அதற்கு அவர் சம்மதித்தார். அந்தத் தொகையையும் மகாதேவன் இந்தப் புது இடத்தில் முதலீடு செய்தார்.

இந்த நேரத்தில் மகாதேவன் ஒரு முக்கியமான விஷயத்தைப் புரிந்து கொண்டார். "பச்சை சிவப்பு என்று இனிமேல் சீன உணவகம் கிடையாது. நான் புதிதாக வேறுவிதமாக எதையாவது தொடங்க வேண்டும்."

கடையின் உள் அலங்காரத்தைச் செய்ய பரமேஷ்வர் காத்ரெஜை அணுகுவதற்கு மகாதேவன் தீர்மானித்தார். ஆனால் அவரை எப்படி அணுகுவது? அந்தப் பெண்மணி

ஒரு பிரபலம். சும்மா நினைத்த நேரத்தில் அவருடைய அலுவலகத்திற்குச் சென்று அவரைப் பார்த்து விடமுடியாதே!

ஆனால் அவர் பக்கம் அதிர்ஷ்டம் இருந்தது. *சைனா பிளேஸில்* எம்.எப்.ஹுசைன் மகாதேவனின் வாடிக்கையாளர்.

"அந்தக் காலத்தில் ஹுசைன் சென்னையில் இருந்தார். நான் அவரிடம் சென்று பரமேஷ்வர் காத்ரெஜிடம் என்னை அறிமுகப்படுத்துமாறு கேட்டுக் கொண்டேன். அவர் பெருந்தன்மையுடன் ஒத்துக் கொண்டு என்னை அழைத்துச் சென்றார்."

அந்தப் பெண்மணி கூறினார், "நான் அதிகம் பயணம் செய்ய மாட்டேன். இருமுறை தான் வந்து பார்ப்பேன். அந்தப் பணிக்கான என்னுடைய தொகை இது."

"எனக்கு அது ஒரு மிகப் பெரிய தொகைதான். என்னுடைய உணவு மிகவும் சிறந்தது என்று எனக்குத் தெரியும். அதனால் உள் அலங்காரமும் மிகவும் சிறப்பாக இருக்க வேண்டும் என்று நினைத்தேன்."

மிகவும் சுத்தமானதாகவும் உயர்தரமானதுமான வடிவங்களை அமைத்துத் தருமாறு மகாதேவன் கேட்டார்.

வெள்ளை மற்றும் நீல நிற வண்ணங்களில் மிக அழகாக அவர் எல்லாவற்றையும் அமைத்துக் கொடுத்தார். நீல நிற சோபா முதல் நாளிலிருந்தே பெரிய வரவேற்பைப் பெற்றது என்றார்.

இந்த உணவகத்திற்கு தி *காஸ்கேட்* என்று பெயர். அது ஒரு அழகான உணவு சாப்பிடும் இடம். ரூ 11 லட்சம் முதலீட்டில் தொடங்கப்பட்டது. தேவையான உடைமைகள், மரச் சாமான்கள், உள் அலங்காரத்திற்கு ரூ 10 லட்சம் செலவழிக்கப்பட்டது. உணவுப் பொருள் வாங்க ரூ 1 லட்சம். ஆனால் அதுவே போதுமானதாக இருந்தது.

"நாங்கள் கடனுக்குப் பொருள்களை வாங்குவோம். காசுக்குப் பொருட்களை விற்போம். *சைனா பிளேஸில்* எனக்குப் பொருள் விற்றவர்களே இங்கும் சப்ளை செய்தார்கள். என்னுடைய புது உணவகத்தைப் பார்த்து என்னுடன் இணைந்து செயலாற்ற விரும்பினார்கள். அவர்களுக்கான பணத்தை நான் உடனே கொடுத்து விடுவேன். எல்லோரிடமும் நம்பிக்கையை வளர்த்துக் கொள்வேன். இது மிகவும் முக்கியமானது."

முக்கியமாக, உணவு வியாபாரத்தில் மற்ற மனிதர்களின்

பணத்தில் உங்கள் வியாபாரத்தை மேற்கொள்ள முடியும். இது ஒரு சிறந்த விஷயம். உணவு வியாபாரத்திற்கான லைசன்ஸ் பெறுவது மிகவும் கடினமான காரியம். இதற்கான அனுமதிகளைப் பெற மகாதேவனுக்கு 1½ ஆண்டுகாலம் ஆயிற்று.

ஆனால் *காஸ்கேட்* என்ற இந்தக் கடையைத் திறந்தது அவருடைய வாழ்க்கையில் திருப்பு முனையாக அமைந்தது. அதற்குப் பிறகு எதைப் பற்றியுமே அவர் யோசிக்கவில்லை.

"அது 1987ம் ஆண்டு - நான்கு ஆட்களுடன் நான் தொடங்கினேன். இன்று இந்தியா மற்றும் 16 நாடுகளில் என்னிடம் 3000 பேர் வேலை செய்கிறார்கள். இதை என்னால் எப்படிச் சாதிக்க முடிந்தது? நான் வாய்ப்புகளுக்காகக் காத்திருந்தேன். அவற்றை உடனே பணமாக்கிக் கொண்டேன்."

எதைப்போல?

விற்பனை ஆகக் கூடிய யோசனைகளைத் தேர்ந்தெடுத்தேன். காஸ்கேட் ஒரு சீன உணவகம் மட்டுமல்ல ஆசியாவின் மற்ற உணவு வகைகளையும் சென்னையில் அளித்த முதல் உணவகம்.

முக்கியமாக, எதெல்லாம் *விற்பனை* ஆகுமோ அவற்றை மகாதேவன் புத்திசாலித்தனமாகத் தேர்ந்தெடுப்பார். மலேசியன் நூடுல்ஸ்ஸோடு சிக்கன் கறி - இது எப்போதுமே பிரபலம். அதே போல் பசியைத் தூண்டும் அபிடைசர்களும், மசாலா நிறைந்த சூப்புகளும் - இவை இந்தியர்களுக்கு மிகவும் பிடித்த உணவு.

துல்லியமாக அந்தந்த நாட்டு உணவு என்பதை விட மேசையில் பரிமாறுவது ஏதோ ஒரு வகையில் புதுமையானது என்பது முக்கியம். இந்தியர்களுக்கு கபாப் பிடிக்கும். அதோடு சிக்கன் துண்டுகள் உள்ள சூப் பரிமாறப்படும்.

காஸ்கேட் உணவகம் திறந்தவுடன் பல்கலைக்கழக வேலையை மகாதேவன் ராஜினாமா செய்தார். கற்றுத் தரும் பொறுப்பைக் குறைத்துக் கொண்டாயிற்று. ஆனால் இப்போது அவர் ஒரு உறுதியான முடிவை எடுக்க வேண்டியிருந்தது. அது ஒன்றும் கடினமானதாக இல்லை.

"*காஸ்கேட்* நல்ல முறையில் நடந்து வந்தது. முதல் மாதத்திலிருந்தே செலவு செய்வதற்கேற்ப வருமானம்

> "நான் என் ஆட்களிடம் எப்போதும் சொல்வேன், எப்போதும் நீங்கள் சிரித்துக் கொண்டே இருக்க வேண்டும்! உணவகத்திற்கான உடையை நீங்கள் அணிந்த மறுவினாடி உங்களுடைய தனிப்பட்ட வாழ்க்கை வெளியேறுகிறது. இதை ஒரு பிளாஸ்டிக் சிரிப்பு என்று நீங்கள் சொல்லலாம், ஆனால் நீங்கள் கட்டாயமாக சிரித்த முகத்தோடு இருக்க வேண்டும்; நீங்கள் வருபவர்களுக்கு வணக்கம் சொல்ல வேண்டும்.

கிடைத்தது. இரண்டாம் மாதத்திலிருந்து லாபம் வரத்தொடங்கியது. என்னுடைய கூட்டாளிகள் மிகுந்த மகிழ்ச்சியாக இருந்தார்கள்."

உணவக வியாபாரம் ஆபத்தான ஒன்று. ஆனால் மக்கள் அதை விரும்பி விட்டால் உடனடி பலன் கிடைக்கும். இரண்டு ஆண்டுகளுக்குள்ளாக நீங்கள் போட்ட மூலதனத்தை அதிலிருந்து எடுத்து விடமுடியும்.

"ஆனால் இதற்கு மாறாக, ஒரு விஷயத்தில் நீங்கள் கவனமாக இருக்க வேண்டும். அதுதான் உணவுப் பொருளின் விலை. 5 நட்சத்திர ஓட்டலில் காபியின் விலை 18-20% ஆனால் தனித்து நிற்பதான எங்களுடையதைப் போன்ற உணவகங்களில் அவ்வளவு அதிகம் விலை இருக்காது. 100 ரூபாய்க்கு ஒரு கிண்ணம் நூடுல்ஸ்சை நான் விற்றால் அதைத் தயாரிப்பதற்கான செலவு ரூ 35 - சிக்கன், நூடுல்ஸ், மசாலா மற்ற செலவுகள் உட்பட."

வாடகை, ஊழியர்களின் சம்பளம் ஆகியவை எப்போதும் ஒரே மாதிரியாக இருக்கும். ஆனால் நீங்கள் வாங்குகின்ற உணவுப் பொருட்களின் விலையை நீங்கள் கவனித்துக் கொண்டே இருக்க வேண்டும். உங்களுக்கே நீங்களே போட்டுக் கொள்ளும் லஷ்மண் கோட்டுக்குள் இருக்க வேண்டும்.

தி காஸ்கேட் வெற்றியடைந்த பிறகு மிகச்சிறந்த உயர்மட்ட உணவகம் ஒன்றை மகாதேவனால் ஆரம்பித்திருக்க முடியும், நகரின் வேறொரு பகுதியில். ஆனால் அவருக்கு முழு அளவில் மாற்றுகின்ற பல யோசனைகள் இருந்தன. அவருடைய கூர்மையான மனம் எப்போதுமே தன்னுடைய ஆன்டென்னாவை உயர்த்தியே வைத்திருந்தது. ஏனெனில் தூண்டுதல்கள் எங்கிருந்து வேண்டுமானாலும் வரக்கூடும்!

வழக்கத்திற்கு மாறான பல உணவுச் சாமான்கள் - உதாரணமாக கீக்கோமான் சோயா சாஸ், ஏன் அஜினோ மோட்டோ கூட இந்தியாவில் அந்த காலகட்டத்தில் கிடைக்கவில்லை. "அந்த நாட்களில் நானே நேரில் சிங்கப்பூருக்குச் சென்று இத்தகைய பொருட்களை வாங்கி வருவேன். அப்போது தான் கண்ணாடி மூலம் பார்க்கக் கூடிய பேக்கரி என்ற புதுக்கருத்தை அங்கு பார்த்தேன்."

இது தான் இந்தியாவிற்கு இனிமேல் வரப்போகிற மிகவும் நாகரீகமான விஷயம், என்பது தனக்குப் புரிந்தது என்கிறார் மகாதேவன்.

1989ல் அதன் விளைவாகப் பிறந்தது தான் ஹாட் *பிரெட்ஸ்*.

இந்த வியாபாரத்தின் தனித்துவமான மாடல் இதுதான்: பாரம்பரியமாகப் பொதுவான ஒரு சமையலறையில் பேக்கரி பொருள்கள் தயாரிக்கப்பட்டு முழுமையாகத் தயாரான ப்ரெட், தவிர மற்ற கேக் வகைகள் பல கடைகளுக்கும் அனுப்பப்படும். இங்கு *ஹாட் ப்ரெட்ஸில்* பேக்கரி பொருட்கள் அதே இடத்தில் தயாரிக்கப்பட்டு விற்கப்பட்டன. உண்மையில் வாடிக்கையாளர்கள் அவை தயாரிக்கப்படுவதைப் பார்க்கவும், வாசனையை நுகரவும் முடியும்.

"இதற்குத் தேவையான மிகச் சிறந்த இயந்திரங்கள் பிரான்சிலிருந்து வரவழைக்கப்பட்டன. என்னுடைய சமையல்காரர்களைச் சிங்கப்பூருக்கு அனுப்பிப் பயிற்சி பெறச் செய்தேன்," என்று நினைவு கூர்கிறார் மகாதேவன். இதற்கான மொத்த செலவு ரூ 14 லட்சம். அவ்வளவு தொகை எங்கிருந்து கிடைத்தது?

காஸ்கேட் நடத்திய போது மகாதேவன் சேமித்த தொகை 3-4 லட்சம். உள் அலங்காரச் செலவை அடுத்த ஆண்டுக்குள் ஈடு செய்து விடலாம். இன்னமும் ரூ 8 லட்சம் தேவைப்பட்டது. தமிழ்நாடு தொழில் முதலீட்டுக் கார்ப்பரேஷன் என்ற நிறுவனத்தை மகாதேவன் அணுகினார்.

"எனக்குக் கடன் கொடுப்பதை முடிவு செய்ய ஐந்து பேர் அமர்ந்திருந்தனர். பல கேள்விகளைக் கேட்டனர். என்னுடைய பின்னணி, என் படிப்புத்தகுதி, என் பேராசிரியர் பணி என எல்லாவற்றையும் பார்த்தனர்.

ஆனால் இந்த ஒரு விஷயம் இன்றும் கூட இருக்கிறது - தென்னிந்தியாவில் யாராவது ப்ரெட் சாப்பிட்டால், 'என்னாயிற்று

உனக்கு? உடம்பு சரியில்லையா?' என்று கேட்பார்கள். இந்த நாட்டில் காலை சிற்றுண்டிக்குச் சுடச்சுட இட்லியும், தோசையும் சாப்பிடுவதைத்தான் எல்லோரும் விரும்புகிறார்கள்!"

அவர்களுள் ஒருவர் கேட்டார், "மிஸ்டர் மகாதேவன், நீங்கள் மருத்துவமனைகளுக்கு இவற்றை விற்கப்போகிறீர்களா?"

மகாதேவன் சொன்னார், "சார், நான் மாடர்ன் ப்ரெட் தயாரிக்கப்போவதில்லை. இது சிற்றுண்டியைப் போன்றது. பீட்ஸா (pizza), பர்கர்ஸ் (Burger) போல, கறி பப் (Curry Puff) மற்றும் பிளாக் பாரஸ்ட் கேக் (Black forest cake) இவற்றை நான் விற்கப்போகிறேன்."

அந்தப் பொருட்களைத் தயாரித்து விற்பதற்கு முன்னால் அங்கு இருந்த அந்த ஐவரிடமும் தன்னுடைய யோசனையை நல்ல முறையில் மகாதேவன் விற்க வேண்டி இருந்தது! அதையும் அவர் அழகாகச் செய்தார். தான் என்னென்ன செய்யப் போவதாக இருந்தாரோ அவற்றைப் படங்கள் வரைந்தும் விவரமாக எழுதியும் கொடுத்தார் - சுவை மிக்க கேக் வகைகள் பப் போன்றவை!

இறுதியாக அவர்கள் இவர் கருத்தை ஏற்றுக் கொண்டார்கள். "நிச்சயமாக இது ஒரு வேறு விதமான வியாபாரம். சென்னையின் இளைய தலைமுறையினர் இவற்றைச் சாப்பிடத் தயாராகிக் கொண்டிருக்கிறார்கள். ரூ 8 லட்சம் அதிகமான தொகை அல்ல."

தவிர, அந்த இயந்திரங்களின் மதிப்பும் சரியாக ரூ 8 லட்சம் இருந்தது.

மிஷின்களை அடமானம் வைப்பீர்களா என்று கேட்டதற்கு ஆம் என்று மகாதேவன் உறுதி கூறினார்.

இந்தச் செயல்பாட்டின் அடுத்த நிலை இறக்குமதி லைசன்ஸைப் பெறுவது. அது கிடைப்பதற்கு 4½ மாதங்கள் ஆயிற்று. நினைவு கூறுங்கள், இது நடந்தது 1988 ல் வர்த்தக அமைச்சகத்திற்குச் சென்று நீங்கள் விண்ணப்பிக்க வேண்டி இருந்தது. அந்த அமைச்சகம் அனுமதிக்க மறுத்தது.

70% உணவகங்கள் தொடங்கிய முதல் ஆண்டே மூடப்படுகின்றன. இரண்டாம் ஆண்டு நீங்கள் அதைத் தொடர வேண்டும், மூன்றாம் ஆண்டு அதில் நிலைத்து விட்டால் பிறகு அது உறுதியாகச் செயல்படும். உலகம் எங்கிலும் இந்த இலக்கோடு தான் நாங்கள் பணியாற்றுகிறோம்.

"மக்களுக்கு எது தேவையோ அதை நீங்கள் கொடுத்தால் மறுபடியும் உங்களிடமே அவர்கள் வருவார்கள். பாந்தராவில் இருந்து நரிமன் பாயிண்டுக்கு வந்து ஒரு குறிப்பிட்ட கடைக்காரரிடமிருந்து பான் வாங்குபவர்களைப் பற்றி நான் இப்போதும் கேள்விப் படுகிறேன்."

"எண்ணூறு சதுர அடியில் ஒரு பேக்கரியை எப்படி உங்களால் அமைக்க முடியும்? இது ஒரு தொழிற்சாலை இல்லையே? நீங்கள் எமாற்றுகிறீர்களா?" என்றனர்.

மகாதேவன் தன் திட்டத்தை அவர்களிடம் விளக்கினார். ஒரே இடத்தில் பேக்கரிப் பொருட்களைத் தயாரித்து விற்கப்போவதாகச் சொன்னார். தவிர, ஜப்பானில் அவர் எடுத்திருந்த ஒரு வீடியோவையும் காண்பித்தார்.

மிகச்சிறிய இடத்தில் ஜப்பானியர்களால் இதைச் செய்ய முடியும் என்றால் ஏன் இந்தியர்களால் செய்ய முடியாது?

மூன்று முறை எல்லா விவரங்களையும் அவர்களிடம் விவரித்துச் சொன்ன பிறகு எப்படியோ மகாதேவன் அவர்களைச் சம்மதிக்க வைத்தார். அவர்கள் அந்த அளவுக்குக் கவலைப் பட்டிருக்க வேண்டாம்.

ஹாட் ப்ரெட்ஸுக்கு (Hot Breads) முதல் நாளிலிருந்தே நல்ல வரவேற்பு!

இந்தத் தொடர் கடைகள் பல புதுவகையானவற்றை விற்பனை செய்தன - கறி பன் இதன் உள்ளே சிக்கன் மசாலா வைக்கப்பட்டிருக்கும். இதற்கான தேவை மிக மிக அதிகமாக இருந்ததால் மிக விரைவாக பேக்கரி விஸ்தரிக்கப்பட்டது. ஆறு மாதங்களில் மூன்று கிளைகள் திறந்தனர், முதல் இரண்டு ஆண்டுகள் அமோகமாக விற்பனை நடந்தது.

டெல்லி, கொல்கத்தா, மும்பை ஆகியவற்றில் கிளைகள் திறக்கப்பட்டன.

1991க்குள்ளாக, *ஹாட் பிரெட்ஸுக்கு* ஏழு கிளைகள்; அவற்றுள் ஒன்று காட்மண்டுவில் இருந்தது. இதற்கிடையில், இந்த பேக்கரி தொடர் கடைகள் மூலமாக வந்த வருமானம் ஆண்டுக்கு ரூ 2 கோடி.

துபாயில் கடைகள் அமைக்குமாறு மகாதேவனிடம் கேட்டார்கள். அங்குள்ள வாய்ப்புகளைப் புரிந்து கொள் வதற்காக மகாதேவன் அங்கு சென்றார். இது ஒரு திருப்புமுனை.

"நான் மேலும் மேலும் வெளிநாடுகளில் கவனம் செலுத்தினேன், இந்தியாவில் என் கவனம் குறைந்தது. துபாய் அப்போது மிகப் பெரிதாக வளர்ந்து கொண்டிருந்தது. அதிக வளர்ச்சி, அதனால் அதிகத் தேவை இருந்தது."

துபாயில் பல புது முயற்சிகளை மகாதேவன் மேற் கொண்டார்; பிராஞ்சைஸ்களும் கொடுக்கப்பட்டன. அதோடு சொந்தமாக்கிக் கொள்ளும் மாடலும் இருந்தது. ஒவ்வொரு வியாபாரத்திலும் அவருடைய முதலீடு 20%க்குள்ளாக இருக்கும். அங்கிருந்து அவர் பாரிசிற்கும் பிறகு அமெரிக்காவிற்கும் சென்றார்.

அப்படியானால் இந்தியாவில் *ஹாட் பிரெட்ஸ்* என்னவாயிற்று? அது தானாகவே தன்னைப் பார்த்துக் கொண்டது. பிராஞ்சைஸ் வழியாக விரிவாக்கமும் நடந்தது. பெங்களூர், கொச்சின், ஹைதராபாத் ஆகிய இடங்களில் கடைகள் திறக்கப்பட்டன.

"ஆனால் பிராஞ்சைஸ் கொடுப்பது மிகப் பெரிய தவறு."

"ஏன்" நான் கேட்டேன்.

"ஏனெனில் பிராஞ்சைஸ் முறையை மக்கள் மதிப்பதில்லை. அந்த வியாபாரத்தின் தந்திரங்களைப் புரிந்து கொண்ட அடுத்த வினாடி அவர்கள் உரிமைத் தொகையைக் கொடுக்க மாட்டார்கள்!"

இதைத் தவிர பேக்கரியின் அடிப்படைக் கொள்கையிருந்தும் விலகிச் செல்வார்கள். உதாரணமாகச் சண்டிகரில் *ஹாட் ப்ரெட்ஸ்* கடையில் தோசைகள் விற்றனர்! பிராஞ்சைஸ் வாங்கிக் கொண்டவர் சொன்னார்.

"மிஸ்டர் மகாதேவன், தோசை கூட ஒரு விதமான பிரெட் தானே; அது தென்னிந்திய பிரெட்!"

நிச்சயமாக இது சரிப்பட்டு வராது என்பதை மகாதேவன் புரிந்துகொண்டார். தொடர்ந்து கவனிப்பதோ நல்ல முறையில் கட்டுப்படுத்துவதோ அவரால் செய்ய முடியவில்லை. தவிர இந்தியாவில் சட்டம், உரிமையாளர்களுக்கு ஆதரவாக இல்லை.

"*ஹாட் பிரெட்* பெயரை அனுமதி இல்லாமல் யாராவது பயன்படுத்தினால் நான் அவர்கள் மீது வழக்குத் தொடரவேண்டும். அதற்கு என்னிடம் அதிகளவு வக்கீல்கள்

இருக்க வேண்டும். மேலும் வழக்கும் பல ஆண்டுகள் நீடிக்கும்."

பிரச்சினைகள், பிரச்சினைகள். பிராஞ்சைஸ் கொடுப்பது சரியான முறையாக இல்லாமல் போகலாம். ஆனால் ஒன்று மட்டும் மகாதேவனுக்கு உறுதியாகத் தெரிந்தது - தனியாகச் செய்தால் உங்களால் விரைவாக வளர முடியாது.

அதனால் எப்போதுமே அவர் கூட்டாளிகளைச் சேர்த்துக் கொண்டார் - அதிலும் *மேலும் மேலும் வேண்டும்* என்று எண்ணுபவர்களை.

1993ல் சென்னையில் "*காப்பர் சிம்னி*" (Copper Chimney) என்ற உணவகத்தை ப்ளூ ஃபுட்ஸ் (Blue Foods) என்பதின் உரிமையாளர் சுனில் கபூருடன் இணைந்து தொடங்கினார்.

"அவர் 50% முதலீடு செய்தார், அதனால் நான் இன்றும் 4% உரிமைத் தொகைக் கொடுக்கிறேன்."

இவரைப் போன்ற உயர்ந்த எண்ணங்கள் இல்லாத ஒருவர், தனக்குச் சொந்தமான மிகச் சிறந்த உணவகத்தை ஆரம்பிப்பதை விரும்பியிருப்பார். உரிமைத் தொகை கொடுப்பதை நிறுத்தியிருப்பார். ஆனால் வாழ்க்கை என்பது உறவுகளால் ஆன ஒரு வலைப் பின்னல். நீங்கள் மிகவும் பேராசைப்பட்டால் சிறிது நாட்களுக்குப் பிறகு மிகவும் ஏழையாக ஆவீர்கள்.

எல்லாக் கூட்டு வியாபாரமும் சரிவர நடக்கும் என்று சொல்ல முடியாது. 2000ம் ஆண்டில் *ஹாட் பிரெட்டின்* தனது 50% பங்கை *ஹிந்துஸ்தான் டைம்ஸ்* குரூப் உரிமையாளர் ஷோபனா பார்த்தியாவின் மகன் ஹமீத் பார்த்தியாவிற்கு மகாதேவன் விற்றார். பி - எம் (B-M) (பார்த்தியா அண்ட் மகாதேவன்) என்ற பெயரில் புதிய கம்பெனி தொடங்கப்பட்டது. ஒவ்வொருவரும் 1.5 கோடி முதலீடு செய்தனர்.

ஹமீத் அப்போது தான் இந்தியாவிற்கு வந்திருந்தார். டெல்லியில் *ஹாட் ப்ரெட்ஸ்* ரொம்பப் பிரபலமாக இருந்ததை உணர்ந்தார். பெரிய அளவில் உணவு வியாபாரத்தில் ஈடுபட விரும்பியதால் டாமினோஸிடம் ஏற்கனவே அவர் பிராஞ்சைஸ் பெற்றிருந்தார்."

இருப்பினும் டாமினோஸ் பெரும் வளர்ச்சியை அடைந்து கொண்டிருந்தது ஹாட் பிரெட்ஸ் சுருங்கிவிட்டது. எங்கு, எதில் தவறு நடந்தது?

"எண்கள் எனக்கு மிகவும் முக்கியமானவை. 16 நாடுகளில் நான் செயல்படுகிறேன். ஒவ்வொரு மாதமும் விற்பனை எவ்வளவு, செலவு எவ்வளவு என்பதைப் பற்றித்தான் என்னுடைய ஈமெயில் குறிப்பிடப்பட்டிருக்கும்."

சிறிதும் பெரிதுமாகப் பல விஷயங்கள். பிராஞ்சைஸ் பெற்றுக் கொண்டவர்களில் சிலர் மிக மோசமானவர்கள், அவர்களை இந்த நிறுவனத்தால் ஒன்றும் செய்ய முடியவில்லை. தவிர, டெல்லியில் அவர்களுக்குச் சொந்தமாக இருந்த கிளைகள் எல்லாம் சுமாரான இடங்களில் அமைக்கப்பட்டு மிகவும் சுமாராக நிர்வாகம் செய்யப்பட்டது. அதனால் ஓராண்டுக்குள் அவற்றை மூட வேண்டியதாயிற்று.

இணைந்து தொழில் புரிவது (Joint Venture) என்பதில் *ஹாட் பிரெட்ஸ்* யாருடைய குழந்தையாகவும் இல்லை. 2009-ல் தான் விற்ற 50% பங்கை மீண்டும் வாங்கிக் கொள்ள மகாதேவன் தீர்மானித்தார்.

ஹாட் பிரெட்டின் 13 கிளைகள் மகாதேவனின் கட்டுப்பாட்டில் உள்ளன. அவை எல்லாமே சென்னையிலும் பாண்டிச் சேரியிலும் உள்ளன. அவற்றின் விற்பனை மாதத்திற்கு ரூ 11 லட்சம். கறி பன் என்பதை மீண்டும் ஒருமுறை இந்தியா முழுவதும் எடுத்துச் செல்ல அவர் திட்டமிட்டார்.

இதுவரை நாம் கேட்ட கதை மெச்சுதலுக்கு உரியது. ஆனால் என்னிடம் மகாதேவன் சொல்லியவற்றுள் இதுவரை சொன்னது, 20 ஆண்டுகளாக அவர் செய்தவற்றில் ஒரு சிறு துளிதான் - பனிப்பாறையின் உச்சிமுனை மட்டுமே என்று சொல்லலாம்!

காஸ்கேடில் (Cascade) வெற்றி பெற்றிருந்த போதிலும் சாதாராண விலை உள்ள சீன உணவு விற்கும் உணவகக் கடைகளுக்கு இந்தியர் மனதில் ஓரிடம் இருக்கிறது என்பதை மகாதேவன் உணர்ந்து கொண்டார். அதனால் *"வேங்க்ஸ் கிச்சன்"* என்ற உணவகத்தை ஏற்படுத்தினார். சென்னை, துபாய் மற்றும் டொரண்டோவில் இதற்கு இப்போது 9 கிளைகள் உள்ளன.

வெளிநாடுகளில் அவ்வூர்க்காரர்களோடு இணைந்து உரிமைத் தொகை அல்லது லாபத்தில் பங்கு என்ற அடிப்படையில் ஒப்பந்தங்கள் செய்து கொள்ளப்பட்டன.

மகாதேவனுக்கு நம்மிடம் பகிர்ந்து கொள்ள மேலும் பல

விஷயங்கள் உள்ளன. 2000த்தில் கொல்கத்தாவிலும், பெங்களூரிலும் தாய்லாந்து உணவகமான "*பென்ஜாரோன்ங்*" (Benjarong) ஏற்படுத்தப்பட்டன. அடுத்ததாக "*என்டே கேரளம்*" (Ente Keralam) என்ற பெயரில் கேரள உணவகம் ஏற்படுத்தப்பட்டது. பின்னர் ஆந்திரா மற்றும் செட்டிநாடு உணவு வகைகள் சேர்க்கப்பட்டதால் '*கோக்கும்*' (Kokum) என்று பெயர் மாற்றம் செய்யப்பட்டது. தற்போது இதைப்போன்ற மூன்று கிளைகள் பூனேயிலும் சென்னையிலும் உள்ளன.

2002ல் முழுமையான ஒரு புது வியாபார மாடல் தொடங்கப்பட்டது. ஓரியண்டல் இப்போது உணவு வளாகங்களைத் தொடங்கியது; அவர்களுடைய முதல் முயற்சி சென்னை ரயில் நிலையத்தில் '*பிளானட் எம்*' (Planet Yumm) என்ற பெயரில் தொடங்கப்பட்டது.

"*பிளானட் எம்*' 1400 சதுர அடியில் ஆரம்பிக்கப்பட்டது. தினசரி விற்பனை ரூ 5,00,000 - 6 லட்சம். நாடு முழுவதிலும் ஒரு சதுர அடிக்குக் கிடைத்த மிக உயர்ந்த வருமானம்" என்று பெருமையுடன் கூறுகிறார்.

உணவு வளாகங்கள் என்பது உணவுத்தொழில் என்பதை விட மனை, நிலம் விற்பனைத் தொழில் போன்றது 40,000 சதுர அடி எடுத்துக் கொண்டு அதை 10 சிறு கடைகளாகத் தடுக்க வேண்டும். ஓரியண்டல் தன்னுடைய காப்பி ஷாப், சீன மற்றும் தென்னிந்திய உணவு வகைகளை விற்கும்; மற்றவை மெக்டொனால்ட் (Medonald), கே எப் சி (KFC)அல்லது பீட்ஸா ஹட்டுக்கு (Pizza Hut) வாடகைக்கு விடப்படும்.

"உயர்தர உணவகங்களில் உங்களுக்கு அதிக லாபம் கிடைக்கும். ஆனால் வியாபாரம் நடக்கும் அளவு என்று பார்த்தால் உணவு வளாகம், காபி ஷாப்பிலும் அதிகம் கிடைக்கும்."

ஆனால் மகாதேவன் எல்லா முட்டைகளையும் ஒரே கூடையில் வைக்க மாட்டார். சிறந்த உயர்தர உணவகத்திற்கு அதற்கென்றே உள்ள ஒரு வசீகரம் உள்ளது என்கிறார்.

இதற்கிடையில் தன்னுடைய மற்றொரு தொடர் உணவுக் கடைகளை 2006ல் 'பிரெஞ்ச் லோஃப்ஸ்' (French Loaf) என்ற மற்றொரு காபி ஷாப்பைத் திறந்தார்.

"இது *ஹாட் பிரெட்ஸ்* போன்றது, உயர்தரமானது, விலை 30-40% அதிகமாக இருக்கும்."

இவர் சொல்லிக் கொண்டே வரும் இத்தனை தகவல்களையும் கேட்டு என் தலை சுற்றத் தொடங்கியது. ஒரு பெரிய விருந்தில் விதவிதமாக வைக்கப்படும் உணவு வகைகளைப் பார்க்கும் போது எவ்வளவு உணவு வகைகளைப் பார்த்தோம் என்றே நம்மால் கணக்கு வைத்துக் கொள்ள முடியாது. மகாதேவனின் உணவு சாம்ராஜ்ஜியமும் அது போன்றதே!

"ஏன் இத்தனை விதவிதமான பிராண்டுகள்?" என்று என்னால் கேட்காமல் இருக்க முடியவில்லை. பலரும் ஒன்று அல்லது இரண்டு வியாபாரம் தொடங்கி அதில் கவனம் செலுத்தி முழுவதுமாகக் கட்டி வளர்ப்பார்கள்.

மகாதேவனுக்கு வேறு விதமான கண்ணோட்டம் இருந்தது. தன் கம்பெனியை அவர் முத்துக்கள் கோக்கப்பட்ட ஒரு மாலையாக கருதுகிறார். அசிம் ப்ரேம்ஜியை (Azim Premji) உன்னிப்பாகக் கவனித்து அவர் கற்றுக் கொண்ட பாடம் இது.

மேலும் பைத்தியக்காரத்தனத்திலும் ஒரு வழிமுறை இருக்க வேண்டும் என்று விவரிக்கிறார்.

"உயரமாக வளர்வதற்கு மூன்று வழிகள் உள்ளன. முதலில் உணவு வளாகங்கள் - எங்களிடம் அவை 9 இருக்கின்றன; விரைவில் இன்னும் இரண்டை திறக்கப்போகிறோம். தொழில் ரீதியாக அனுபவம் உள்ள ஒருவர் இவற்றைக் கவனித்துக் கொள்கிறார்."

"பிறகு சீன மற்றும் ஆசியாவின் மற்ற பகுதி உணவு வகை. கேரள உணவிற்குத் தனி உணவகங்கள், ஏனெனில் என் அம்மா கேரளாவைச் சேர்ந்தவர்; தவிர கேரள உணவு வகையில் எனக்கும் விருப்பம் உண்டு."

"மூன்றாவதாக பேக்கரி. அதில் பல வகை பிராண்டுகள் உள்ளன. ஒவ்வொன்றும் ஒவ்வொரு வித வாடிக்கையாளர்களுக்காகத் தயாரிக்கப்படுகின்றன."

'பிரெஞ்ச் லோஃப்ஸ்' மேல்தட்டு மனிதர்களுக்கானது ஜெர்மனியிலிருந்து மாவு இறக்குமதி செய்யப்படுகிறது. அதோடு பல தானிய மாவும் ஒமேகா-3 யும் ஊட்டச் சத்துக்காகச் சேர்க்கப்படுகிறது. இந்த *பிரெட்* ரூ 75 லிருந்து ரூ 80 க்கு விற்கப்படுகிறது. ஹாட் பிரெட் மத்திய தர மக்களுக்கானது. அதன் விலை ரூ 12லிருந்து 20க்குள். இன்னமும் மலிவான விலையில் சாதாரணக் கடைகளிலும் கிடைப்பது *பிரெட் லைட்* (Bread Lite)

காரண ரீதியாக இவை எல்லாமே ஏற்கக் கூடியது. கூர்மையாக ஒவ்வொன்றும் விளக்கப்பட்டிருக்கிறது. ஆனால் முனைப்பு என்பது *லஷ்மணனின் கோடு அல்ல.* சில நேரங்களில் தானே தனக்கு வகுத்துக் கொண்டுள்ள கோட்டிற்கு வெளியே காலை வைக்கிறார், அவை நடைமுறை சார்ந்ததாக, அல்லது உணர்ச்சிகரமான காரணங்களுக்காக இருக்கலாம்.

ஓரியண்டலின் மிக உயர்தரமான முயற்சி 'சாரா' (zara); உண்மையிலேயே சென்னையின் இரவு வாழ்க்கை என்ற கருத்தை இது தான் ஏற்படுத்திக் கொடுத்தது. மகாதேவன் இதை விருப்பத்தோடு தொடங்கவில்லை; ஆனால் வற்புறுத்தலால் தொடங்க வேண்டி இருந்தது.

"*காப்பர் சிம்னி*" மற்றும் "*சைனா டவுன்*" (China town) உணவகங்களுக்கு முன்னால் அரசு ஒரு மேம்பாலத்தைக் கட்டியது. தடதடவென்று பிஸினஸ் 80-82% குறைந்தது. ரூம் போட்டு யோசிக்க வேண்டியதாயிற்று. வியாபாரத்தைத் திரும்பப் பெறுவதற்கு மது வகைகளை விற்பனை செய்ய வேண்டி இருந்தது.

"ஏன் அப்படி?" அந்தக் காலக்கட்டத்தில் சென்னையில் ஹோட்டல்களில் மட்டுமே மது வகைகள் பரிமாறப்பட்டன. இவருடைய உணவகங்களுக்குப் பின்னால் காலி மனை விற்பனைக்கு வந்தது. அதை வாங்கிய மகாதேவன் 20 அறைகளும் 40 படுக்கைகளும் உடைய ஹோட்டல் ஒன்றைக் கட்டினார். இவ்வகையாக 2002 ல் 'சாரா' திறக்கப்பட்டது. விற்பனை பிய்த்துக் கொண்டு போயிற்று!

"முயற்சி செய்து கொண்டே இரு" என்பது மகாதேவனின் தத்துவம். புதிதாக ஏதோ ஒன்று, இதுவரை செய்யாத ஏதோ ஒன்று. சும்மா உட்கார்ந்து, வருகின்ற பணத்தை எண்ணிக் கொண்டிருப்பது மட்டும் வியாபாரம் அல்ல.

"*மேப்பில் லீவ்ஸ்*" (Maple Leaf) என்ற பெயரில் துபாயில் அடுத்ததாக ஒரு சாக்லேட் ஷாப் விரைவில் தொடங்க இருக்கிறார்.

"ஆனால் சோதனை முயற்சிகள் எல்லாம் இங்கு, சென்னையில் தான் நடைபெறும். இது தான் வீடு, அதனால் தவறுகளுக்கு எல்லாம் அதிகம் செலவாகாது!"

தவிர உங்களுடைய கண்களையும் காதுகளையும் திறந்து வைத்துக் கொண்டு எல்லா இடத்திலிருந்தும் எதையாவது கற்றுக் கொண்டே இருக்க வேண்டும்.

"போன வாரம் தான் கலிபோர்னியாவில் ஒரு பேக்கரியை நான் எடுத்துக் கொண்டுள்ளேன்" என்று சிரித்துக் கொண்டே சொல்கிறார். "அங்கு அவர்கள் புளித்த மாவால் ஆன பிரெட்டைச் செய்து பார்த்து வருகிறார்கள். அதில் ஈஸ்ட் (yeart) சேர்ப்பதில்லை. அமெரிக்காவில் உள்ள என்னுடைய ஊழியர்கள் இதை எப்படிச் செய்வது என்று கற்றுக் கொள்வார்கள். இங்கு வந்து எல்லாருக்கும் கற்றுத் தருவார்கள்."

நிச்சயமாக இது ரொம்பப் பெரிய விஷயம். ஆனால் இத்தனை நாட்களில் இந்த நல்ல பேராசிரியர் ஏதாவது சில தப்புகளைச் செய்திருக்க மாட்டாரா? ஆம், என்று ஒத்துக் கொள்கிறார். ஆனால் அதற்கென்று ஒரு விதி உள்ளது என்பது அவருக்கு தெரியும்; அதைச் சரியாக்கிப் பொருத்தி விட்டால் சாதாரணமாக எல்லாமே நல்லபடியாகச் செயல்படும்.

"முதலாவது, பொருத்தமான இடம். இரண்டாவது, பொருள்களின் சரியான கலவை. மூன்றாவது, பொதுவாக, எல்லோராலும் ஏற்றுக் கொள்ளப்படும் உணவு வகை."

எல்லாவற்றையும் சுவையானதாகச் செய்வதில் தான் வெற்றி இருக்கிறது.

"நிச்சயமாக! நான் துபாய்க்குச் சென்றால் இந்திய வகைக் கேக்குகளைச் செய்ய மாட்டேன். அரேபிய வகைகளைச் செய்வேன். சான்பிரான்சிஸ்கோவில் உள்ள *ஹாட் பிரெட்ஸ்* கடையில் அங்குள்ள இந்தியர்களுக்காக நாங்கள் *வடா பாவ்* (Vada pav)செய்கிறோம். அவை வேகமாக விற்பனை ஆகின்றன. சட்னி, வெள்ளரிக்காய் இவற்றை ரொட்டித் துண்டுகளுக்குள் வைத்து சாண்ட்விச் செய்கிறோம். அந்நாட்டவர் இதை விரும்பிச் சாப்பிடுகிறார்கள்."

அவை எல்லாம் சரி, விதவிதமான ஆட்களுக்கேற்ப, வகை வகையான ருசிகளுக்கேற்ப எவ்வாறு உணவு தயாரிப்பது? அது ரொம்ப எளிது - நீங்கள் இலவசமாகச் சோதனை செய்து பார்க்க வேண்டும்.

பாரீஸில் முற்றிலும் பிரெஞ்சு மக்களுக்காக இரண்டு இந்திய உணவகங்களை மகாதேவன் நடத்துகிறார். இங்கு மசாலா பொருட்கள் மிகக் குறைந்த அளவே சேர்க்கப்படுகின்றன. தவிர இது ஒன்றில் மட்டும் அவர் கவனம் செலுத்தவில்லை; மற்றும் பலவற்றிலும்.

"அங்கு சமையலறையில் இரண்டு எக்ஸ்சாஸ்ட் ஃபேன்கள் இருக்கும். ஏனெனில் உள்ளே நுழையும் போதே கறியின் மணம் பரவினால் அந்நாட்டவர் மறுபடியும் அந்த உணவு விடுதிக்கு வரமாட்டார்கள். அலுவலகம் செல்லும் மக்கள் வரும் பகுதி அது. அங்கு மதிய உணவுக்காக அவர்கள் வருவார்கள்" என்கிறார் மகாதேவன்.

ஆனால் ஒரே நேரத்தில் ஒருவரால் இப்படிப் பல விஷயங்களில் கவனம் செலுத்த முடியுமா எனும் கேள்வி என்னுள் திரும்பத் திரும்ப எழுகிறது. இதற்கான பதில் ஆம் மற்றும் இல்லை. காஸ்கேட் என்ற ஒரு முயற்சியை மட்டும் மகாதேவன் தன் கையிலிருந்து போக அனுமதித்தார். முக்கியமாக வாழ்க்கை என்பது தேர்ந்தெடுப்பதில் தான் உள்ளது. வெளிநாடு வாழும் இந்தியராக மகாதேவன் ஆனார்.

"1994லிருந்து நான் வெளிநாட்டில் வாழும் இந்தியன். வெளிநாட்டுச்செயல்பாடுகளும் இங்குள்ள நடவடிக்கைகளும் முழுவதிலும் வெவ்வேறானவை. அங்கு சம்பாதிக்கும் பணத்தை நான் இங்கு கொண்டு வருவதில்லை, அதுபோலவே இங்கு சம்பாதிப்பதை அங்கு எடுத்துச் செல்ல மாட்டேன்."

வெளிநாட்டுச்செயல்பாடுகள் துபாயிலிருந்து கட்டுப்படுத்தப் படுகின்றன. ஏனெனில் அங்கிருந்து செயலாற்றுவது எளிது. ஆனால் வாழ்க்கை என்பது ஒரு சுழற்சி. இப்போது இந்தியா பெருமளவில் வளர்ந்து வருகிறது. மறுபடியும் மகாதேவன் இந்நாட்டில் விரிவாக்கம் செய்ய தன் சக்தியைச் செலவழிக்கிறார். இப்போது அவரை உற்சாகப்படுத்தவும் கடுமையாக வேலை வாங்கவும் பீபெல் காப்பிடல் (Peepul Capital) என்ற நிறுவனம் பிரைவேட் ஈக்விடி என்ற வகையில் அவரோடு இணைந்துள்ளது.

2007ல் ஓரியண்டல் க்வுசைனிலிருந்து 50% பங்குகளை 20 மில்லியன் டாலர்களுக்கு பீபெல் வாங்கிற்று. ஆனால் அந்த அளவு பணம் உண்மையிலேயே மகதேவனுக்குத் தேவைதானா? ஆம், இந்த உணவு வியாபாரத்தில் எவ்வளவு பணம் வந்தாலும் அதற்குத் தேவை உள்ளது.

உங்களுடைய உணவகங்கள் வாடிக்கையாளர்களைக் கவர்ந்திழுத்தால் தினசரி செயல்பாட்டிற்கான பணத் தேவையே இல்லை. ஆனால் விரைவாக, மிகவும் உயர்ந்து வளர வேண்டுமானால் எத்தனை பணம் கிடைத்தாலும்

அதற்குத் தேவை உள்ளது. உணவு சாம்ராஜ்யம் ஒன்றைக் கட்டும் மனப்பாங்கு அவரிடம் உள்ளதா என்பது எனக்குத் தெரியவில்லை. ஆனால் நிச்சயமாகப் பல எண்ணங்கள் அவர் மனதில் முட்டி மோதுகின்றன.

"சில நேரங்களில் வருத்தமும் சோர்வும் அடைவேன். நான் ஏன் ஒரு முதலீட்டாளரை என்னுடன் இணைத்துக் கொண்டேன் என நினைப்பேன். ஏனெனில் யாராவது ஒருவர் தன் பணத்தை முதலீடு செய்துவிட்டால் அந்தக் கம்பெனி மேலும் மேலும் வளர வேண்டும் என்று விரும்புகிறார்கள்."

2008ல் ஓரியண்டல் க்வுசைனின் வருமானம் ரூ. 20 கோடி. 2010 மார்ச்சுக்குள்ளாக ரூ 70 கோடியை தொடும் என்று எதிர்பார்க்கப்படுகிறது. 2010-2011 க்கான இலக்கு ரூ 100 கோடி.

"இந்த வேகம் என்னுடைய ரத்தத்தில் இல்லை" என்கிறார் மகாதேவன். அதனால் புத்திசாலியான மற்ற ஸ்தாபகர்களைப் போல் தான் விலகி, தொழில் ரீதியான அனுபவம் உள்ளவர்களிடம் பொறுப்புகளைக் கொடுத்துள்ளார்.

ஓரியண்டல் க்வுசைனின் செயல்துறை அலுவலர் (CEO) விஸ்வதீப் கியூலா. இவர் IIM அகமதாபாத்தில் 1989ல் MBA படித்தவர். இப்போது அவர் தான் எல்லா பொறுப்புகளையும் ஏற்றுள்ளார்.

"நான் வெளிவட்டத்தில் சும்மா, பார்த்துக் கொண்டு இருக்கிறேன். அவர் கூப்பிட்டால் மட்டுமே நான் உதவிக்கு வருகிறேன். ஏனெனில் ஒரு நிறுவனத்திற்கு ஒரு தலைவர் மட்டும் தான் இருக்க முடியும்."

ஆனால் தொழில் முனைபவர் ஒருவரால் நடத்தப்பட்ட ஒரு நிறுவனம் தொழில் ரீதியான அனுபவம் பெற்ற ஒருவருக்கு மாற்றப்படும்போது பல மன வருத்தங்களைத் தன்னுடன் கொண்டு வருவது இயற்கையே. மூன்றில் ஒரு பங்கு தொழிலாளர்கள் இந்தக் கம்பெனியில், மகாதேவனோடு வளர்ந்து, படிப்படியாக உயர் நிலையை அடைந்தவர்கள். அவர்கள் இந்தப் புது முதலாளிக்கு, அவருடைய புதுச் செயல்பாட்டு முறைகளுக்குத் தங்களைப் பொருத்திக் கொள்ள வேண்டியுள்ளது.

இது மிகவும் கவனத்துடன் கையாளப்படவேண்டிய ஒரு செயல்.

எல்லாப் பொறுப்புகளிலிருந்தும் மகாதேவன் விலகிக் கொண்டிருந்தார். அவர் தானே முழுமையாகக் கவனிக்கும் ஒன்று - வரவு செலவினங்கள். தினசரி அடிப்படையில் மின்னஞ்சல், எஸ்எம்எஸ் மூலமாக உணவு விற்பனை எவ்வளவு ஆகிறது என்பதை முழுவதுமாகக் கவனித்து வருகிறார். இப்போது இவை மிக அதிகமாக விரிவாக்கம் செய்யப்பட்டுள்ளதால் எஸ்ஏபி என்ற ஒரு கணினி மென்பொருளை ஓரியண்டல் பயன்படுத்துகிறது.

"என்னுடைய முக்கிய கவலை உணவின் விலை 35-36%க்குள் இருக்க வேண்டும். இல்லை என்றால் உங்களுடைய மூலதனம் எங்கு போகிறது என்பது உங்களுக்குத் தெரியாது."

இந்த வளர்ச்சிக்கு நடுவில் முதன் முறையாக ஓரியண்டலுக்கு நஷ்டம் ஏற்பட்டுள்ளது. இந்த நல்ல பேராசிரியரால் இதை ஏற்றுக் கொள்ள முடியவில்லை. சிரித்துக் கொண்டே கிண்டலாக அவர் கூறுவது, "ஒவ்வொரு நாளும் நான் விஸ்வதீப்பிடம் இதைக் கேட்பேன், ஓரியன்டலை எப்போது லாபம் சம்பாதிக்கும் நிறுவனமாக மாற்றப் போகிறீர்கள் என்று சொல்ல முடியுமா?"

தன்னுடைய சிறகுகளைப் பெரிதாக விரிக்கின்ற ஒவ்வொரு கம்பெனியும் எதிர்கொள்கின்ற அதே கவலையைத் தான் இப்போது இவர் அனுபவிக்கின்றார்.

"நாங்கள் வளர்கின்ற போது பல ஊழியர்களுக்கும் நல்ல சம்பளம் கொடுக்க ஆரம்பித்தோம். 11% - 14% ஆக இருந்த சம்பளம் திடீரென்று 22% ஆக உயர்ந்துள்ளது. அந்த அளவுக்கு விற்பனை உயரவில்லை... இன்னமும்!"

முதலீடு இருக்கிறது, பணத்தால் வாங்கக்கூடிய திறமை உள்ளவர்கள் கிடைக்கிறார்கள். இருப்பினும் வளர்ச்சி எளிதாக வருவதில்லை என்பதை மகாதேவன் அறிவார்.

"இந்த அளவுக்கு நாங்கள் வளர்ந்தவுடன் நிச்சயமாகத் தவறுகள் ஏற்படும். மிகப் பெரிய அளவில் செயல்படுவது ஒரு மிகப் பெரிய திரைச் சீலையில் வண்ணம் அடிப்பது போல், எதையோ, எங்கேயோ தெளிப்பதற்கான வாய்ப்புகள் உண்டு."

முதலீட்டாளர்களின் வற்புறுத்தல் ஒரு பக்கம் இருந்தாலும் மேலும் மேலும் பணம் ஈட்ட வேண்டும் என்ற உந்துதலும் தன்னுடைய பிராண்டைப் புகழ் வெளிச்சத்தில் வைக்க

உணவு சாம்ராஜ்யம்

வேண்டும் என்ற விருப்பமும் இப்போது மகாதேவனுக்கு இல்லை.

"நான் திறக்கும் ஒவ்வொரு நிறுவனத்திலும் 60 பேருக்கு வேலை கிடைக்கிறது. ஒரு அரசியல்வாதியைப் போல் நான் பேசவில்லை. ஆனால் தனிப்பட்ட முறையில் இது தான் இப்போது என்னைச் செலுத்திக் கொண்டிருப்பதாக நான் உணர்கிறேன்."

இன்று ஓரியண்டல் க்வுசைன்ஸ் உணவகங்களில் இந்தியாவில் 2000 ஊழியர்களும் வெளிநாடுகளில் 1200 பேரும் பணியாற்றுகிறார்கள். மேலும் பல ஊழியர்களை இணைத்துக் கொள்ள அவர் எப்போதுமே தயாராக இருக்கிறார்.

"இங்கிதமாக, நாகரீகமாக இருப்பவர்களைப் பார்க்கும் போதெல்லாம் அவர்களை எல்லாம் என் நிறுவனத்தில் சேர்த்துக் கொள்ள வேண்டும் என்று நினைக்கிறேன்!"

ஆனால் இன்றைய காலகட்டத்தில் ஊழியர்களைத் தக்கவைத்துக் கொள்வதுதான் சிரமமான செயல். அவர்களை ஊக்கத்தோடு செயல்படச் செய்வதற்கு மகாதேவன் பல வழி முறைகளைக் கையாள்கிறார்.

"என்னுடைய மிக உயர்ந்த உணவகங்களை நடத்துபவர்களுக்கு அவற்றிலிருந்து 10% கொடுக்கப்படுகிறது; லாபத்தில் அல்ல, விற்பனையில் 10%, பாத்திரங்களை கழுவும் ஊழியரிலிருந்து எல்லோருக்கும்."

ஒவ்வொரு உணவகத்தை நிர்வாகம் செய்கின்ற மேலாளரும் இத்தகையப் பல திட்டங்களைச் செயல்படுத்துகின்றனர். அப்படியானால் மகாதேவனுக்குத் தினசரி வேலை என்ன? உணர்ச்சிப் பூர்வமாகவும் தார்மீக ரீதியாகவும் தன் வியாபாரத்தில் அவர் பொறுப்பேற்றுக் கொண்டாலும் சமூகத்திற்குத் திரும்பக் கொடுப்பது என்பதில் இப்போது அவர் தன்னுடைய நேரத்தைச் செலவிடுகிறார்.

சென்னை லயோலா கல்லூரியில், 'வின்னர்ஸ் பேக்கரி' (Winner Bakery) என்பதை ஓரியண்டல் நடத்துகிறது. இது அரசு சாரா நிறுவனம் போன்றது. கார்ப்பரேஷன் இடவசதி செய்திருக்கிறது. சாதாரண, மற்ற வியாபாரம் போல் பேக்கரி செயல்பட்டாலும் அதில் கிடைக்கும் லாபம் கார்ப்பரேஷன் பள்ளிகளுக்குச் செல்கிறது. போன ஆண்டு அப்படிப் பள்ளிகளுக்குச் செலவழித்த தொகை ரூ 30 லட்சம்! மாணவிகளுக்குக் கழிப்பிட வசதி, ஏழை மாணவர்களுக்கு

மூக்குக் கண்ணாடிகள், ஆசிரியர்களுக்கு மாண்டசரி பயிற்சி ஆகியவற்றிற்காக அந்தத் தொகை செலவிடப்பட்டது.

இப்படிச் சொல்வதால் 'வின்னர்ஸ் பேக்கரி' யின் பொருட்கள் தரக்குறைவான பிராண்ட் என்று கருத வேண்டாம். நிச்சயமாக அப்படி இல்லை. பார்க் ஹோட்டல் கூட பேக்கரி உணவு வகைகளை இங்கிருந்து வாங்குகிறது.

மகாதேவனுக்குப் பிடித்தமான மற்றொன்று - கிராமப் புற இளைஞர்களுக்குப் பயிற்சி அளிப்பதற்காக உள்ள ஒரு பேக்கரி ஸ்கூல். அதன் மூலம் அவர்களுக்கு வேலை கிடைக்கும்.

"தென்னிந்தியாவில் பல இடங்களிலும் உள்ள கிராமங்களில் இளைஞர்கள் வேலை தேடி அலைகிறார்கள். நான் அவர்களைக் கூட்டிக் கொண்டு வருவேன். தங்குவதற்கு ஏற்பாடு செய்து, மாத உதவித் தொகையாக ரூ 1500 கொடுத்து, பேக்கரி தொழிலில் பயிற்சியும் அளிக்கிறேன்."

இது வரையில் 300 மாணவர்கள் தேர்ச்சி பெற்றுள்ளார்கள். ஓரியண்டல் தவிர மற்ற நிறுவனங்களிலும் அவர்களுக்கு வேலை கிடைத்துள்ளது.

மகாதேவனின் அடுத்த முயற்சி - பாரிஸ்டா பயிற்சி மையம். லயோலா கல்லூரியில் ஒரு சிறு காபி ஷாப் திறந்து அங்கு இறக்குமதி செய்யப்பட்ட இயந்திரங்களை வைத்துள்ளார். இத்தாலியிலிருந்து வந்துள்ள இருவர் அருகில் உள்ள சேரி இளைஞர்களுக்குக் கப்புசீனோ (Cappuccino), கபே லாட்டே (Cafe latte) மற்றும் பிரெஞ்சு பிரஸ் காபி ஆகியவற்றைத் தயாரிப்பதில் பயிற்சி அளிக்கின்றனர்.

சென்னை சென்ட்ரல் ஜெயிலில் மற்றொரு முயற்சியைத் தற்போது மகாதேவன் துவங்கியுள்ளார். அங்கு தனக்கு சிறிது இடம் தருமாறு சிறைச்சாலை உயரதிகாரியிடம் கேட்டுப் பெற்றிருக்கிறார் மகாதேவன். தொழிலாளர்களுக்கு ஊதியம் தரவேண்டாம், மின்சாரம் இலவசம், ஓரியண்டல் பெயரளவுக்கு வாடகை தருகிறது.

"நான் என்னுடைய ரூ 22 லட்சம் மதிப்புள்ள இறக்குமதி செய்யப்பட்ட இயந்திரங்களை அங்கு வைத்திருக்கிறேன். ரோட்டரி கிளப் ஒவ்வொரு மாதமும் மாவு மூட்டைகளை எனக்குக் கொடுக்கின்றது. அங்குள்ள சிறைக் கைதிகள் அந்த மாவைப் பயன்படுத்தி பிரெட் தயாரிக்கிறார்கள். அநாதை

ஆசிரமங்களுக்கும், கார்ப்பரேஷன் பள்ளிகளுக்கும், பான்யன் போன்ற சமூக சேவை நிறுவனங்களுக்கும் அவை விநியோகிக்கப்படுகின்றன."

எல்லாமே எந்தச் செலவும் இல்லாமல்!

தற்சமயம் அந்த சிறைச்சாலை பேக்கரி இரண்டு ஷிப்டுகளாக, 10 ஊழியர்களோடு செயல்படுகிறது. 300 சிறைக் கைதிகளுக்கு மேலாக இதற்கு விண்ணப்பித்திருக்கிறார்கள். ஆக, மிகப் பெரிய அளவு வளர்வதற்கான வாய்ப்பு உள்ளது.

தொண்டு செய்வது என்று வரும்போது யாருடனும், எந்த நிறுவனத்துடனும் இணைந்து கொள்ள மகாதேவன் தயாராக உள்ளார். ஆனால் இது அவருடைய கொள்கை... "அவர்களுக்கு மீனைக் கொடுக்காதீர்கள், மீன் பிடிக்கக் கற்றுக் கொடுங்கள்?"

ஒரு உண்மையான மீனவன் போல் கடலளவு வாய்ப்புகள் உள்ளன என்று மகாதேவன் நம்புகிறார். மற்றவர்கள் போட்டியாளர்கள் என்று நினைக்கக்கூடிய சக தொழில் முனைவோர்களுக்கு, ஒரு கலங்கரை விளக்கமாகச் செயல்படுவதில் அவர் மகிழ்ச்சி அடைகிறார்.

"வெளிநாடுகளுக்குப் பல இந்திய உணவகங்களை நான் எடுத்துச் சென்றுள்ளேன். செட்டிநாடு உணவு வகைகளுக்குப் பெயர் போன தென்னிந்திய பிராண்டான அஞ்சப்பர் ஒரு உதாரணம். தவிர, கள்ளிக்கோட்டையைச் சேர்ந்த ஒரு தம்பதிக்குத் துபாயில் ஒரு உணவகத்தை ஆரம்பிப்பதற்கு நான் உதவி புரிந்தேன். ஒவ்வொரு நாளும் மக்கள் அங்கு 45 நிமிடங்கள் கியூவில் நிற்கிறார்கள்."

அப்படியானால் இவை வியாபார ஒப்பந்தங்களா அல்லது முதலீடுகளா? அப்படி இருக்க வேண்டும் என்பதில்லை. மகாதேவனுக்குப் பலரையும் தெரியும். மற்றவர்களின் நன்மைக்காக அந்தத் தொடர்பைப் பயன்படுத்திக் கொள்வதில் அவர் மகிழ்ச்சி அடைகிறார்.

வேறு நாட்டில் வாழும் இந்தியர் பலரும் என்னிடம் சொல்வார்கள், "மிஸ்டர் மகாதேவன், என்னுடைய பணத்தை முதலீடு செய்ய ஏதாவது நல்ல உணவு விடுதியை உங்களுக்குத் தெரியுமா?" அவர் இரண்டையும் இரண்டையும் ஒன்றாக்கி ஐந்து என்பதைப் படைப்பார். அவருக்குத் தெரிந்த, அவர் விரும்பும் நகரங்களில் நல்ல

இடங்களைத் தெரிந்தெடுத்து, அவர்களுக்கு அறிவுரை சொல்வார். அவர்களுடைய புதுமுயற்சி செழித்து வளர வாய்ப்புகளைக் காட்டுவார்.

இதைச் செய்வதற்கு நிச்சயமாக ஒரு மிகப்பெரிய இதயம் வேண்டும்!

"துபாயில் மற்றுமொரு இந்திய உணவகம் திறக்கப்படுகிறது என்றால் 30-40 நபர்களுக்கு வேலை கிடைக்கிறது என்பதாகும். இங்கு அவர்களுக்கு ரூ 8000 கிடைத்தால் அங்கு அவர்களுக்கு ரூ 18000 கிடைக்கும்." இந்த திருப்திதான் மகாதேவனுக்குப் பதிலுக்குக் கிடைக்கும் வருமானம்.

பல பந்துகளை மகாதேவன் மேலே போட்டு பிடித்துக் கொண்டிருந்தாலும் மிக அழகாகத் தன்னுடைய வியாபாரத்தையும் குடும்பத்தையும் கவனித்துக்கொள்கிறார். "ஒவ்வொரு ஆண்டும் குடும்பத்தோடு ஒரு மாதம் விடுமுறையைக் கழிக்க, எங்காவது சென்று விடுவேன். எந்த அவசர நிலை என்றாலும் யாராலும் என்னைத் தொடர்பு கொள்ள முடியாது."

பள்ளி செல்லும் அவர் மகனும், கல்லூரி செல்லும் அவர் மகளும் அவருடைய வியாபாரத்தில் இணையலாம், அல்லது இணையாமல் போகலாம்.

இப்போது அவருக்கு அது பற்றி எதுவும் தெரியாது. அதைப் பற்றி அவர் கவலையும் படுவதில்லை. தான் விரும்பிய வகையில் அவர் தன் வாழ்க்கையை வாழ்கிறார், அதே மாதிரியான சுதந்திரத்தை அவர்களுக்கு நிச்சயமாக அவர் அளிப்பார்.

"நான் நிறைய பயணம் மேற்கொள்கிறேன், நிறைய மனிதர்களைச் சந்திக்கிறேன். எனக்கு ரொம்பப் பிடித்தவற்றை நான் செய்கிறேன். இத்தகைய வாழ்வை வாழும், அதிர்ஷ்டம் எத்தனை பேருக்குக் கிடைக்கும், என்று சொல்லுங்கள், பார்க்கலாம்!"

இன்னும் நிறைய அதிர்ஷ்டங்கள் கிடைக்கட்டும் என்று மௌனமாக நான் நினைத்துக் கொண்டேன்.

இளம் தொழிலதிபர்களுக்கு...

வருமானத்திலிருந்து செலவினத்தைக் கழித்தால் வருவது லாபம். இந்த ஒரு எளிமையான வாக்கியத்தை நீங்கள் எப்போதுமே மறக்கக்கூடாது.

நான் எப்போதுமே சொல்வேன் - "உங்களுடைய வீட்டுப் பாடத்தைச் சரிவர செய்யுங்கள்". எங்களுடைய கொள்கை - அளப்பது இருமுறை, வெட்டுவது ஒருமுறை. அளக்கவே இல்லை என்றால் வெட்டிக் கொண்டே இருப்பீர்கள்.

வாங்கக் கூடிய விலையில் தெப்பன்யாகியை நான் தயாரிப்பதாக இருந்தால் அதைச் செய்வதற்குத் தேவையான ஸா கேயை (ரைஸ் ஒயின்) இறக்குமதி செய்ய எவ்வளவு வரிகட்ட வேண்டும் என்பது எனக்குத் தெரிய வேண்டும். நீங்கள் என்ன செய்கிறீர்கள் என்பது உங்களுக்குத் தெரிய வேண்டும்; இல்லை என்றால் செய்கின்ற ஒருவருடன் இணைந்து கொள்ள வேண்டும்.

நான் தோல்வியை ஏற்றுக் கொள்ள மாட்டேன் என்கிற நெருப்பு உங்களுக்குள் எரிந்து கொண்டே இருக்க வேண்டும்.

நீங்கள் உணவு வியாபாரத்தில் இறங்கினால் சுத்தமும் சுகாதாரமும் மிகவும் முக்கியம் என்பதை மறந்து விட வேண்டாம். இதில் எதையும் நீங்கள் விட்டுக் கொடுக்க முடியாது. 16 நாடுகளில் உள்ள என்னுடைய 116 உணவகங்களிலும் பேக்கரிகளிலும் வேலை செய்யும் என் சமையல்காரர்களிடம் நான் கூறுவது, "இவை எல்லாம் என்னுடைய சொத்துக்கள் அல்ல. என்னுடைய சொத்துக்களான என்னுடைய மகனும் மகளும் அங்கு உட்கார்ந்து சாப்பிட்டுக் கொண்டிருக்கிறார்கள். அவர்கள் சாப்பிட முடியுமானால் மிஸஸ் அம்பானியாலும் இங்கு வந்து சாப்பிட முடியும்."

பகலில் வாங்க வேண்டும், இரவுக்குள் விற்றுவிட வேண்டும். உணவுப்பொருட்களைச் சேமித்து வைக்கக்கூடாது; கெட்டுப்போன உணவுப் பொருட்களை யாருக்கும் கொடுக்கக் கூடாது. "நான் நிறைவாகச் சாப்பிட்டேன். என் பணம் நல்ல முறையில் செலவாயிற்று" என்று எண்ணுகிற

வாடிக்கையாளர்கள் திரும்பத் திரும்ப உங்களிடமே வருவார்கள். நீங்கள் உறவுமுறையை வளர்த்துக் கொள்ள வேண்டும்.

இதையும் நினைவில் கொள்ளுங்கள், கவலைப்பட ஒன்றுமே இல்லை என்று எண்ணவே கூடாது. இந்தத் தொழிலில். 10 தடவை ஒரு வாடிக்கையாளர் வந்து நல்ல உணவைப் பெறுகிறார். அவருடைய 11 வது சாப்பாடு நன்றாக இல்லை என்றால் அந்த முதல் 10 தடவைகள் சாப்பிட்ட நல்ல உணவை அவர் மறந்து விடுவார். 11 வது சாப்பாட்டைப் பற்றி மட்டுமே அவர் பேசுவார்! இது தான் மனித இயல்பு.

அதனால் என்றுமே கவனக் குறைவாக இருக்கக் கூடாது. விட்டுக் கொடுத்து சமரசம் செய்து கொள்ளக் கூடாது.

மனிதாபிமானம்

ஹான்மென்ட் கெய்க்வாட்
பாரத் விகாஸ் குரூப் (BVG)
(Bharat Vikas Group)

பொறியியல் மாணவனாக இருந்த ஹன்மந்த் கெய்க்வாட் தன் கல்லூரிப் படிப்பிற்காக ட்டியூஷன் சொல்லிக் கொடுத்துச் சம்பாதித்தார். இன்று அவர் ரூ 300 கோடி வியாபாரம் நடக்கும் பாரத் விகாஸ் குரூப் (BVG) என்பதை நடத்தி வருகிறார். இவருடைய வாடிக்கையாளர்களாக மிகச் சிறந்த கார்ப்பரேட் கம்பெனிகள் மட்டுமல்லாது ராஷ்டிரபதி பவனும் இருக்கிறது.

பெரிய அலுவலகத்தில் ஒரு பெரிய மேஜைக்கு முன்னால் கெய்க்வாட் அமர்ந்திருக்கிறார். அவரையே உன்னிப்பாகப் பார்ப்பது போல் சுவாமி விவேகானந்தரின் பெரிய படம் மாட்டப்பட்டுள்ளது. "வேலைகளை முடிக்கக் கூடியவர்களை எனக்குப் பிடிக்கும்" என்ற வாசகம் எழுதிய அட்டை அவர் மேஜையில் வைக்கப்பட்டுள்ளது.

எனக்கு அவரைப் பிடித்திருக்கிறது, ஏனென்றால் அவருமே அத்தகையதொரு மனிதர்.

பல லட்சம் இந்தியர்களிடம் இல்லாதது போல் அவருக்குப் பின்னாலும் செல்வந்தர்கள் இல்லை, அத்தகைய மேல் வர்க்கத்தினருக்குக் கிடைக்கும் தனிப்பட்ட சலுகைகளும் இல்லை.

ஆனால் எல்லா இடங்களிலும் அவர் வாய்ப்புகளைக் கண்டார். தன்னுடைய கல்லூரிப் படிப்பிற்குத் தேவையான பணத்திற்காக அவர் ஆரம்பித்த வியாபாரம் ஒரு மிகப் பெரிய பன்முக நிறுவனமாக வளர்ந்துள்ளது. ஆண்டு வருமானம் ரூ 300 கோடி.

ஆயினும் அவர் மிக அடக்கமாக உள்ளார். உண்மையில் தன்னம்பிக்கை அற்று இருப்பதாகக் கூடத் தோன்றுகிறது. தன்னுடைய இளமைக்காலப் போராட்டங்களை விவரிக்கும் போது அவர் என் கண்களைப் பார்த்துக் கூடப் பேசவில்லை. தன் கதையைச் சொல்லிக் கொண்டே வரும்போது திடீரென்று அதிக நம்பிக்கையுடனும் அதிகாரத்துடனும் பேசுகின்றார்.

எருமைக்கொட்டகையிலிருந்து பிவிஜி நிறுவனமாக வளர்ந்த அவருடைய பயணத்தை என் கண் முன்னால் பார்ப்பது போல் எனக்குத் தோன்றுகிறது.

பாரத் விகாஸ் குரூப் வர்த்தக ரீதியாகப் பெரிய வெற்றியை அடைந்துள்ளது, ஆனால் அது மேலும் பல பெரிய விஷயங்களை உள்ளடக்கியதும் ஆகும்.

வேலையில் பெருமிதம்.

உழைப்பில் பெருமிதம்.

மனித உறவு முறையில் பெருமிதம்.

ஏனெனில் மிகப் பெரிய மரங்களும் அதன் வேர்களுக்கு ஏற்ப வலுவுள்ளவையாக இருக்கும்.

மனிதாபிமானம்

ஹான்மென்ட் கெய்க்வாட்
பாரத் விகாஸ் குரூப் (BVG)

சதாரா மாவட்டத்திலுள்ள கோரேகான் என்ற ஊரில் ஹன்மந்த் கெய்க்வாட் பிறந்தார்.

"கோரேகானுக்குப் (Koregaon) பத்து மைல் அருகிலுள்ள ரஹிமத்பூர் என்ற சிற்றூரில் நான் பிறந்தேன். நீதிமன்றத்தில் என் தந்தை கிளார்க்காக இருந்தார். மிகச் சிறிய வாடகை வீட்டில் நாங்கள் வசித்தோம்."

நான் புத்திசாலி மாணவன், குறிப்பாகக் கணக்கை நன்றாகப் போடுவேன்.

"முதல் வகுப்பிலிருந்து கணக்குப் பாடத்திற்காக நான் பரிசு கள் பெற்றுள்ளேன். நான் நான்காவது வகுப்பு படிக்கும்போது மாதத்திற்கு 15 ரூபாய் உதவித் தொகை கிடைத்தது."

அவர் ஆறாவது வகுப்பு படிக்கும்பொழுது குடும்பம் பூனேவிற்குச் சென்றது. தபோடிக்கு (Dapodi) அருகில் பூகேவாடியில் (Phugewadi) ஒரு மிகச் சிறிய (பத்துக்குப் பத்தடி) ஒரு அறை வீட்டில் வசித்தனர். இந்தச் சமயத்தில் தனக்கும் பணம் உள்ளவர் களுக்கும் இடையேயான வித்தியாசத்தை ஹன்மந்த் உணர்ந்து கொண்டார்.

"நான் எனக்குள் நினைத்துக் கொள்வேன், அவர்களிடம் நிறைய பணம் இருக்கிறது. அவர்கள் பணக்காரர்கள், நாங்கள் ஏழை."

அவர்களுடைய நிலைமை மேலும் மோசமாயிற்று. ஏனெனில் அவருடைய தந்தை கடுமையான நோய்வாய்ப்பட்டு, கஷ்டப்பட்டுக் கொண்டிருந்தார். ஒவ்வொரு ஆண்டும் இரண்டு, மூன்று மாதங்கள் அவர் மருத்துவமனையில் இருக்க வேண்டியதாயிற்று.

அவருடைய மருத்துவத்திற்காக ஹன்மந்தின் அம்மா தன்னுடைய நகைகளை அடகு வைத்தார்.

மேலும் அவருடைய அம்மா ஒரு முனிசிபல் பள்ளியில் வேலை ஏற்றதோடு, ஒழிந்த நேரத்தில் துணி தைத்தும் பணம் சம்பாதித்தார்.

அப்போது ஹன்மந்த் மாடர்ன் ஹைஸ்கூலில் படித்து வந்தார். பள்ளிக்குச் சென்று வர ஒவ்வொரு நாளும் பஸ் டிக்கட் வாங்க ஒரு ரூபாய் தேவைப்பட்டது. அது கிடைக்கவும் பாடுபட வேண்டியிருந்தது.

"தைத்த துணிகளை வாங்கிக் கொண்டு செல்ல வரும் பெண்களிடம் 'என் பையன் இன்று ஸ்கூலுக்குப் போக ஒரு ரூபாய் வேண்டும்; கொடுக்க முடியுமா' என்று அம்மா கேட்பார்." *இப்படியாக நாட்கள் கழிந்தன.*

இத்தனை பிரச்சினைகளுக்கிடையேயும் பத்தாவது வகுப்பில் ஹன்மந்த் 88% பெற்றார். அவருடைய அம்மாவின் பள்ளியின் தலைமை ஆசிரியர் மேற்கொண்டு படிப்பதற்கான வழியைச் சொன்னார்.

"உங்களுடைய மகன் நல்ல மதிப்பெண் எடுத்திருக்கிறான், அவனை டிப்ளமா வகுப்பில் சேருங்கள்."

டிப்ளமா படிப்பில் எல்லா புத்திசாலிப் பிள்ளைகளைப் போல ஹன்மந்த்தும் எலக்ட்ரானிக்ஸ் பிரிவைத் தேர்ந்தெடுத்தார். பூனேயிலுள்ள அரசு பாலிடெக்னிக்கில் சேர்ந்தார்.

முதலாம் ஆண்டு 74%, இரண்டாம் ஆண்டு 72% மூன்றாம் ஆண்டு மறுபடியும் 74% மதிப்பெண்கள் பெற்றார். அவர் இரண்டாம் ஆண்டு படித்துக் கொண்டிருந்தபோது இதய நோய் காரணமாகத் தந்தை இறந்து போனார்.

1990ம் ஆண்டு டிப்ளமா முடித்து விட்டு ஹன்மந்த் பிலிப்ஸ் கம்பெனியில் பயிற்சி பெறுபவராகச் சேர்ந்தார். அங்கு அவருக்குக் கொடுக்கப்பட்ட பணி அவருக்குத் திருப்தி அளிப்பதாக இல்லை.

"இதைச் சரிபார், அதை சரி செய் என்று *அவர்கள் சொன்ன பணியைச் செய்ய அவருக்கு விருப்பம் இல்லை.*"

அப்படியானால் பிறகு என்ன?

"நான் IAS படித்து ஆபீசர் ஆகவேண்டும் என்பது என் தந்தையின் கனவு. அதற்கு முயற்சி செய்யத் தீர்மானித்தேன். ஆனால் அதற்கு முன்னால் எனக்கு ஒரு பட்டப்படிப்பு வேண்டும். டிப்ளமா அதற்குப் போதாது."

ஒரு டிப்ளமா என்ஜினீயர் சாதாரணமாக பிடெக் படிப்பத்தான் தேர்ந்தெடுப்பார். ஆனால் எல்லாப் பொறியியல் கல்லூரிகளுக்கும் மிக அதிகமாகப் பணம் கட்டவேண்டும். அவருடைய அம்மாவின் சம்பளத் தொகையான ரூ 2300 மட்டுமே அந்தக் குடும்பத்திற்கான ஒரே வருமானம்.

பூனே முனிசிபல் கோ-ஆப்பரேடிவ் வங்கியிலிருந்து அவருடைய அம்மா ரூ 15000 கடன் பெற்று விஸ்வகர்மா இன்ஸ்டிடியூட்டில் அவரைச் சேர்த்தார்.

"நானும் எதையாவது செய்து கொஞ்சம் பணம் சம்பாதிக்க வேண்டும் என்று தீர்மானித்தேன்."

ஹன்மந்தும் அவருடைய நண்பன் யோகேஷ் ஆத்ரேயும் டிப்ளமா வகுப்புகளுக்கு ட்யூஷன் எடுத்தனர். முதல் மாதத்தில் அவர்களுக்கு ரூ 3200 கிடைத்தது. அதை இருவரும் சரிபாதியாகப் பங்கிட்டுக் கொண்டனர்.

"இன்னொரு குழுவிற்கு நான் தனியாக வகுப்புகள் நடத்தினேன்; அதன் மூலம் ரூ 5000 கிடைத்தது. *ஆனால் ரொம்பக் கஷ்டப்பட வேண்டியிருந்தது.*"

ஆசிரியர் தயாராக இருந்தார், அவரிடம் படிக்க மாணவர்களும் இருந்தனர்; ஆனால் அதற்காக ஒரு இடம் கிடைப்பது கடினமாக இருந்தது. இறுதியில் ஒரு நல்ல மனிதர் வகுப்புகள் எடுக்க இலவசமாகத் தன் கார் ஷெட்டைக் கொடுத்தார்.

இதற்கிடையில் வீட்டிற்கு வெள்ளை அடிக்கும் பணியையும் ஹன்மந்த் மேற்கொண்டார். இது ஒரு சிறந்த தொழிலாக இருக்கும் என்பதை விரைவாகக் கண்டுபிடித்தார்.

சுண்ணாம்பு அடிக்க 4 அல்லது 5 ஆட்கள் தேவை. மூலதனம் எதுவும் வேண்டாம். இரண்டு படுக்கை அறை கொண்ட வீட்டிற்கு ஆயில் பெயிண்ட் அடிக்க அவர்களிடமிருந்து ரூ 7000 அல்லது 8000 பெறலாம். டிஸ்டம்பர் அடிக்க வேண்டும் என்றால் ரூ 15,000.

லாபம் கிட்டத்தட்ட 40%.

தேவையான ஆட்களை ஹன்மந்த் தன்னுடைய கிராமத்திலிருந்து அழைத்து வந்தார். 10-12 நாட்களில் நான்கு ஆட்கள் ஒரு வீட்டிற்கான பணியை முடிக்க முடியும். எல்லாச் செலவும் போக ஒவ்வொரு பிளாட்டிற்கும் ரூ 5000 லாபம் கிடைக்கும்.

"இவ்வாறு ஒரு மாதத்திற்கு இரண்டு பிளாட்டுகளுக்கான பணியை முடிக்க முடிந்தது. அதனால் மாதத்திற்கு ரூ 10,000 எனக்கு வருமானம் கிடைத்தது. அதற்குப் பிறகு நான் என் அம்மாவிடமிருந்து ஒரு ரூபாய் கூட பணம் பெறவில்லை."

மூன்றாம் வருடக் கல்லூரிப் படிப்பிலிருந்து கல்லூரி கட்டணத்தை நானே கட்டினேன். ஆனால் நாங்கள் ரொம்பவும் சிக்கனமாக இருந்தோம்.

"என் வீட்டிலிருந்து கல்லூரி 21 கிலோமீட்டர் தூரத்தில் இருந்தது. ஒவ்வொரு நாளும் நான் 42 கிலோ மீட்டர் தூரம் சைக்கிளில் சென்று வருவேன்."

இந்தச் சமயத்தில் அவர் தந்தைக்குச் சேர வேண்டிய பணம் ரூ 80000 கிடைத்தது. சங்க்வி என்ற இடத்தில் இரண்டாயிரம் சதுர அடி மனை ஒன்றை இவரது குடும்பம் வாங்கியது; தவிர உறவினர்களின் உதவியோடு மேலும் இரண்டு அறைகளைப் பூனேயில் கட்டிக் கொண்டனர்.

வாழ்க்கை இப்போது சற்று வசதியாக இருந்தது, ஆனால் ஹன்மந்த்தின் இலக்கு மிக உயரத்தில் இருந்தது. கடைசி ஆண்டு படிக்கும்போது சுவாமி விவேகானந்தரின் எழுத்துக்களால் அவர் ஈர்க்கப்பட்டார்.

"வித்தியாசமாக எதோ ஒன்றைச் செய்ய வேண்டும்." நான் என்ன செய்ய வேண்டும் என்பது எனக்குத் தெரியவில்லை. ஆனால் 1993ல் நான் பாரத் விகாஸ் பிரதிஷ்டான் என்ற ஒரு அமைப்பை ஏற்படுத்தினேன்.

இந்த அமைப்பு ரூ 10, ரூ 30, ரூ 50 என்று சிறு சிறு தொகைகளாகப் பலரிடம் வசூல் செய்து இரண்டு, மூன்று மிக ஏழை மாணவர்களுக்கு உதவித் தொகையைக் கொடுத்தது.

"தங்களுக்கான பணத்தைத் தாங்களே தேடிக் கொள்ள வேண்டும் என்று இருந்த மாணவர்களை நாங்கள் தேர்ந்தெடுத்தோம். தவிர சம்பாதிப்பதற்காக எனக்குக் கிடைத்த வாய்ப்பு அவர்களுக்குக் கிட்டவில்லை."

அவர் கடைசி ஆண்டு படித்துக் கொண்டிருக்கும் போது ஒரு மிகப் பெரிய வாய்ப்பு அவரைத் தேடி வந்தது. அதற்கான கதவைத் திறக்க அவர் தயாராகக் காத்துக் கொண்டிருந்தார்.

வரப்போகின்ற நாட்களில் தேசிய விளையாட்டுக்கள்

"சுவாமி ராம் தேவ்ஜி சொல்கிறார்; 'செய்யும் தொழிலே தெய்வம், அதற்குரிய பூஜையும் ஆகும். சோம்பேறித்தனமாக இருப்பது கெடுதலானது. இதைப் புரிந்து கொண்டவன் சிறப்பானவனாக, உயர்ந்தவனாக ஆகிறான்."

பலே வாடி ஸ்டேடியத்தில் நடைபெறுவதாகவும் அதற்கான பணிகள் துரிதமாக நடைபெற்று வருவதாகவும் ஹன்மந்த் கேள்விப்பட்டார். நிலப்பரப்பில் இயற்கையான செடி கொடிகளால் பொலிவுபடுத்துதல் மற்றும் தோட்டங்களை அமைத்தல் ஆகியவற்றிற்கு ஆலோசனை கூறும் லாமா ஏஜென்சியை இவர் அணுகினார். ஸ்டேடியத்தினுள் கான்கிரீட்டால் நடைபாதைகள் அமைக்கும் ரூ 3 லட்சத்திற்கான ஒப்பந்தத்தை அவர்களிடமிருந்து பெற்றார்.

"கட்டுமானத் தொழில் எனக்கு ஓரளவுக்குத் தெரியும், தவிர எங்களுடைய வீட்டை அப்போது தான் காட்டியிருந்தோம். *சிமெண்ட், மணல்* விற்பவர்களையும் எனக்குத் தெரியும்."

இந்தப் பணியை முடித்து விடலாம் என்ற நம்பிக்கை எனக்கு இருந்தது.

"நான் எப்போதுமே வரவு செலவுக் கணக்கைப் பார்ப்பேன். *5 ஆட்கள் ஒவ்வொரு நாளும் எவ்வளவு வேலையைச் செய்ய முடியும்*, எவ்வளவு சிமெண்ட், மணல் தேவைப்படும், இவற்றை எல்லாம் நான் புரிந்து கொண்டிருந்தேன்."

ஏழு நாட்களில் அந்தப் பணியை முடிக்க முடியும். அதற்காகப் பேசப்பட்டத் தொகை 15 நாட்களில் கிடைக்கும். லாபமாக 50% கிடைக்கும். எல்லாமே செய்வதற்கு மிக எளிதாகத் தோன்றியது. ஹன்மந்த் அந்த ஒப்பந்தத்தை ஏற்றுக் கொண்டார். அதை விட முக்கியமாக, கொடுக்கப்பட்டிருந்த ஏழு நாட்களில் அந்த வேலையை அவர் முடித்து விட்டார்.

இந்தப் பணியை முடிப்பதற்குத் தொழிலாளர்களுக்குத் தூண்டுதலாக இருந்தார் ஹன்மந்த்.

1993ல் தினக் கூலியாகப் பெண்களுக்கு ரூ 50, ஆண்களுக்கு ரூ 100ம் கொடுக்கப்பட்டது.

அச்சமயத்தில் ஹன்மந்த் நினைத்தார், "இந்தப் பணியை ஏழு நாட்களுக்குள் முடிக்க வேண்டும், ரூ 1½ லட்சம் எனக்கு லாபம் கிடைக்கும். அதனால் அவர்களுக்கு இன்னும் கொஞ்சம் அதிகக் கூலி கொடுத்தால் என்ன?

அவர்கள் சந்தோஷப்படுவார்கள், தவிர உற்சாகத்தோடு பணிபுரிவார்கள்!"

ஒரு ஜோடிக்கு ரூ 150 தினக்கூலி என்றிருந்த போது ஹன்மந்த் ரூ 250 கொடுத்தார். தவிர காலை வேளைகளில் வடாபாவ், மாலைகளில் நாட்டுக் கள்ளும் வாங்கிக் கொடுத்தார்.

இதுவரையில் எல்லாம் நன்றாக நடைப்பெற்றன. முழுவதுமாகப் பணி முடிந்த *பிறகு* பிரச்சினைகள் தொடங்கின.

லாட்டூர் என்னும் இடத்தில் நில நடுக்கம் ஏற்பட்டது. அதனால் இந்த விளையாட்டுகள் ஆறு மாதங்களுக்குத் தள்ளிப்போடப்பட்டது. பிறகு மிகப் பெரிதாக மழை கொட்டத் தொடங்கிற்று. ஹன்மந்த் கட்டிய நடைபாதைகளில் வெள்ளம் பெருக்கெடுத்து ஓடியது.

"சிமெண்ட் போடுவதற்கு முன்பு நாங்கள் நிலத்தை சம நிலைப் படுத்தவில்லை. *அதனால் அங்கங்கு நான்கு அங்குல அளவுக்குத் தண்ணீர் நின்றது*."

அவருக்கு வரவேண்டிய பணம் நிறுத்தி வைக்கப்பட்டது.

எல்லோரும் மிகவும் கவலைப்பட்டார்கள்.

வீட்டில் இருந்த பெரியவர்கள் சிக்கலுக்குள் இந்த முட்டாள் சிறுவன் *மாட்டிக்* கொண்டு விட்டானே என்று திட்டினார்கள்.

பலேவாடியில் காலை ஏழு மணி முதல் இரவு வரை உட்கார்ந்து, இச்சிக்கலிலிருந்து எப்படி வெளிவருவது என்று ஹன்மந்த் யோசித்தார். அதற்கான தீர்வையும் கண்டுபிடித்தார். ரூ 250 அவரிடமிருந்து பெற்றுக் கொண்ட அதே தொழிலாளிகள் அவரிடம் வந்தனர். "நீங்கள் எங்களிடம் நல்லபடியாக நடந்து கொண்டீர்கள். இப்போது உங்களுக்கு ஒரு சிக்கல் ஏற்பட்டுள்ளது. நாங்கள் உதவி செய்கிறோம். *கட்டாயமாக உங்கள் வேலை முடிந்து விடும்*," என்றனர்.

அவர்களே தேவையான பொருட்களைக் கொண்டு வந்தனர்.

அவர்களே அதற்கான நேரத்தை ஒதுக்கினர்.

முதலில் செய்தபோது அந்தப் பணியை முடிக்க ஏழு நாட்கள் ஆயிற்று; ஆனால் இப்போது அதைச் சீர்படுத்த இரண்டு மாதங்கள் ஆயிற்று.

எப்படியோ அது செய்து முடிக்கப்பட்டது; பேசப்பட்ட தொகையும் கைக்கு வந்தது.

"முதல் செமஸ்டர் முழுவதும் நான் கல்லூரிக்குச் செல்லாததால் எந்தத் தேர்வையுமே எழுதவில்லை. அடுத்த தேர்வில் அவை எல்லாவற்றையும் சேர்த்து எழுதினேன். ஆனால், ஏற்றுக் கொண்ட அந்தப் பணியை என்னால் முடிக்க முடிந்தது. மேலும் ஒரு லட்ச ரூபாய் லாபமும் கிடைத்தது."

இது ஒரு மிகச் சிறந்த அனுபவம்.

1994ல் B Teach முடித்துவிட்டு இப்போது டாடா மோட்டார்ஸ் என்று அழைக்கப்படும் டெல்கோ கம்பெனியில் பயிற்சி பெறுபவராகச் சேர்ந்தார்.

"அங்கும் மிகவும் முயற்சி எடுத்துக் கொண்டேன்."

கடின உழைப்பு மட்டும் இல்லை. புத்திசாலித்தனமான பணி அது. அவரிடமிருந்து எதிர்பார்க்கப்பட்டதற்கு மிக மிக அதிகமாகச் செய்த பணி.

கணேஷ் லிமாயே மற்றும் யோகேஷ் ஆத்ரே* ஆகியோர் துணையோடு பல ஆண்டுகளாக அங்கு கிடந்த கேபிள் ஒயர்களைப் பயன்படுத்தக் கூடிய பொருளாக மாற்றினார். இதன் மூலமாகக் கம்பெனிக்கு ரூ 2 கோடி சேமிப்பு கிடைத்தது.

"தொழிலாளி மிக உற்சாகமாக இருந்தால் அவன் மேலும் நல்ல வேலைகள் செய்வான் என்று எனக்குத் தோன்றும்."

எல்லா வகையான ஒப்பந்தப் பணிகளையும் மேற்கொண்டு ஒவ்வொரு மாதமும் அதிக அளவு சம்பாதிக்க முடியும் என்றால் எதற்காக ரூ 7000 த்தைச் சம்பளமாக பெறவேண்டும்?

ஒரு எளிமையான காரணம்: சமூகத்தில் உயர்மட்ட நிலை.

"டெல்கொவில் வேலை என்பது மிக கௌரவமானது. கல்யாணத்திற்குப் பெண் கிடைப்பது எளிது என்று எல்லோரும் சொன்னார்கள்," என்கிறார் சிரித்துக் கொண்டே.

உண்மையில், ஹன்மந்த் அந்தக் கம்பெனியில் மிகப் பெரிய ஆள் என்று எண்ணிக் கொண்டு அவருடைய

** கணேஷ் லிமாயே (அவர் BVG இந்தியாவில் டைரக்டராக உள்ளார்). தவிர டியூஷன் வகுப்பில் ஹன்மந்த்தோடு இணைந்து பணியாற்றிய யோகேஷ் ஆத்ரே (வைஸ் பிரசிடெண்ட் ஆக இருக்கிறார்)*

"தொழிலாளிகளை மகிழ்ச்சியாக நான் வைத்திருந்தால் அவர்கள் நல்லபடியாகப் பணிபுரிவார்கள் என்று எனக்குத் தோன்றியது."

சொந்த கிராமத்திலிருந்து ஆட்கள் அவரைத் தேடிக் கொண்டு வருவார்கள். அவர் ஒரு வார்த்தை சொன்னால் போதும், அவர்களுக்கெல்லாம் வேலை கிடைத்து விடும் என்று எண்ணினார்கள்.

பட்டப்படிப்பு முடித்து பயிற்சி பெறும் ஒருவர், நிர்வாகக் குழுவில் மிகுந்த கீழ்மட்டப் பணியாளர். சிறிது சிறிதாக அவர் மேலே செல்ல வேண்டும். சீனியர் இஞ்சி னியரிலிருந்து அஸிஸ்டெண்ட் மானேஜர், பிறகு டெபுடி மேனேஜர், சீனியர் மானேஜர், டிவிஷனல் மானேஜர், AGM, DGM, GM வைஸ் பிரசிடெண்ட்... என்று இது ஒரு நீண்ட வலுவான நிறுவனத்தின் படிநிலை அமைப்பு.

தன் கிராமத்து மக்களுக்கு டெல்கொவில் அவரால் ஒரு வேலையை வாங்கித் தர முடியாமல் போகலாம், ஏதோ ஒரு பணியை அவர்களுக்குப் பெற்றுத் தர முடியலாமே.

"வெள்ளை அடிக்கும் பணி நடைபெற்றுக் கொண்டிருந்தது. என்னுடைய நால்வர் குழு தொடர்ந்து அந்தப் பணியைச் செய்து வந்தார்கள். ரூ 10-15 ஆயிரம் சம்பாதித்துக் கொண்டிருந்தார்கள்."

இத்தகைய இன்னும் சில பணிகள் அவருக்குக் கிடைத்தால் இது போன்ற இன்னும் சில குழுக்களை அமைக்கலாமே என்று எண்ணிய ஹன்மந்த் தன் கம்பெனியின் மேலாளரை அணுகினார்.

"சார், என்னுடைய கிராமத்து மக்கள் ஏழெட்டு பேர் வேலைத் தேடிக் கொண்டிருக்கிறார்கள். எனக்கு நீங்கள் ஏதாவது வேலை கொடுத்தால் அதை அவர்கள் செய்து முடிப்பார்கள்."

மேலாளர் கூறினார், நீ இந்தக் கம்பெனி ஊழியர். உனக்கு எந்தப் பணியையும் எங்களால் கொடுக்க முடியாது. சமூகப் பணிக்காகச் சட்டப்படியான ஏதாவது ஒரு அமைப்பை நீ ஏற்படுத்த வேண்டும்."

"எங்களிடம் அத்தகைய அமைப்பு ஏற்கனவே ஒன்று உள்ளது - பாரத் விகாஸ் பிரதிஷ்ட்டான் என்று." ஹன் மந்த் கூறினான்.

1997, மே 22ந் தேதி பாரத் விகாஸுக்குக் கட்டிடப் பராமரிப்பில் முதல் ஒப்பந்தம் 8 பேர்களுக்குக் கிடைத்தது.

"இண்டிகா கார் செய்யும் தொழிற்சாலை அப்போது தான் ஏற்படுத்தப்பட்டிருந்தது. அங்கு சுத்தப்படுத்தும் பணி அது. பெயிண்ட் ஷாப்பில் 4 பேர், சபாரியில் 2 பேர், தவிர ஹெச் பிளாக்கில் 2 பேர் பணியாற்றினர்."

இவர்களுடைய பணியை மேற்பார்வை செய்வது ஹன்மந்த் அல்ல. ஆனால் உமேஷ் மானே; பாரத் விகாஸில் முழு நேரப்பணி செய்வதற்காக அவர் நான்கு மாதங்களுக்கு முன்பே தன் வேலையிலிருந்து விலகி இருந்தார்.

"உமேஷின் குடும்பமும் என் குடும்பமும் மூன்று தலைமுறைகளாக உறவினர்கள். BVG *யின் வெற்றியில் உமேஷுக்குப் பெரிய பங்கு இருந்தது."*

1997, ஜனவரியில் கட்டிடப் பராமரிப்பு வேலையைப் பாரத் விகாஸுக்கு டெல்கோ கொடுக்கலாம் என்று உமேஷிடம் ஹன்மந்த் கூறியிருந்தார். அன்றே உமேஷ் தன் வேலையை விட்டு விட்டார்.

"நான் வங்கியில் ராஜினாமாக் கடிதத்தைக் கொடுத்து விட்டேன்" என்றார்.

"ஆனால் ஏன் அப்படிச் செய்தாய்? அந்தப் பணி நமக்குக் கிடைக்கலாம்... ஆனால் இதுவரை கையில் கிடைக்கவில்லையே" என்றார் ஹன்மந்த்.

"சரி... நீங்கள் சொல்லிவிட்டீர்கள், நான் ராஜினாமா செய்து விட்டேன்."

ஹன்மந்த்தையும் பாரத் விகாஸ் பற்றிய அவருடைய தொலை நோக்குப் பார்வையையும் முழுமையாக நம்பிய முதல் ஆள் உமேஷ்.

தங்கள் இருவரிடையே வேலையைப் பகிர்ந்து கொள்வது பற்றி இருவரும் முடிவெடுத்தனர்.

"இள வயதிலிருந்தே யாருடனும் போட்டியிடும் வழக்கம் எனக்கு இல்லை. எத்தனை முயற்சி எடுத்துக் கொள்கிறேனோ அந்த அளவுக்கு எனக்கு லாபம் கிடைக்க வேண்டும். அதே போல் கம்பெனிக்காக நான் எடுக்கும் முயற்சிக்காக ஊதியம் வரவேண்டும்."

"பணி நல்லபடியாக நிறைவேற்றப்பட்டால் மேலும் மேலும் வேலை கிடைக்கும். இது ஒரு சுழற்சி; அது சுழன்று கொண்டே இருக்குமாறு நீங்கள் கவனித்துக் கொள்ள வேண்டும்."

"நான் வேலை எடுத்துக் கொண்டு வருவேன். பணம் எவ்வளவு கிடைக்கும் என்பதை நான் பார்த்துக் கொள்வேன். பணியை நிர்வாகம் செய்வதை உமேஷ் பார்த்துக் கொள்வார். இன்றளவும் இவ்வாறு தான் செய்து வருகிறோம். இப்போது உமேஷ் வைஸ் சேர்மன் பதவி வகிக்கிறார்."

அதனுடைய முதலாம் ஆண்டில் பாரத் விகாஸின் வருமானம் ரூ 8 லட்சம். அடுத்த ஆண்டு அது ரூ 56 லட்சமாக உயர்ந்தது. இதுவரையிலும் ஹன்மந்த், டாடா மோட்டார்ஸில் பணியாற்றி வந்தார்.

"1999ல் எனக்குத் திருமணம் ஆயிற்று. வேலையை விட்டுவிடத் தீர்மானித்தேன். முழு நேரமாக BVG பணியைத் தொடங்கினேன்."

அப்போது அவர் செய்த முதல் காரியம் பாரத் விகாஸ் பிரதிஷ்டான் என்பதை பாரத் விகாஸ் சர்வீஸஸ் என்று பெயர் மாற்றம் செய்தது. உடனே அவருக்கு ஒரு ஒப்பந்தம் கையெழுத்தாயிற்று - இண்டிகா தொழிற் சாலையை இயந்திரங்கள் மூலமாக சுத்தப்படுத்துவது.

"ஓட்டிக் கொண்டு சென்று பெருக்கும் இயந்திரங்களையும், மற்ற உபகரணங்களையும் ரூ 60 லட்சத்திற்கு நாங்கள் வாங்கினோம். டாடா பைனான்ஸ் மூலம் டாடா கம்பெனி கடன் ஏற்பாடு செய்து கொடுத்தது."

ஒவ்வொரு தொழிற்சாலைக்கும் சென்று இயந்திரங்கள் மூலம் சுத்தப்படுத்துவது என்ற இந்த புதிய யோசனையை ஹன்மந்த் வியாபாரம் செய்தார். அப்போது ஒரு விஷயத்தை அவர் விரைவாகப் புரிந்து கொண்டார்.

"கம்பெனிகளுக்கு ஒரு முழுமையான தீர்வு தேவை. ஒப்பந்தக்காரர், ஆட்களோடு வந்து இயந்திரத்தைப் பயன் படுத்துவதாக இருந்தால் மட்டுமே கம்பெனிகள் அந்த ஒப்பந்தத்தைக் கொடுக்க விரும்புகின்றன. இறுதியாக அவர்கள் ஒரே ஒரு விஷயத்தில் தான் குறியாக இருந்தார்கள் - சுத்தமாக இருத்தல்."

பெங்களூரிலுள்ள GE Power என்பதிலிருந்து ஒரு வாய்ப்பு வந்தது. பெங்களூர் வந்து சுத்தப்படுத்தும் பணியைத் தங்களுக்குச் செய்ய அவர்களுக்கு விருப்பமா?

"*செய்யலாமே, ஒரு பிரச்சினையும் இல்லை*," என்று அவர்களுக்குப் பதில் அளித்தார் ஹன்மந்த்.

"ஒரு சுமோ காரில் நாங்கள் 10 பேர் ஏறிக் கொண்டோம். நான், உமேஷ் மற்றும் எட்டுப் பணியாளர்கள். இயந்திரத்தை வண்டியின் மீது வைத்துக் கட்டினோம்."

வெள்ளி அன்று பூனேயிலிருந்து கிளம்பிய அவர்கள் சனிக்கிழமை பெங்களூரை அடைந்தார்கள். அந்தத் தொழிற்சாலையின் திறப்பு விழா திங்கட்கிழமை. இந்தக் குழு உடனே பணியில் இறங்கியது.

இதற்கிடையே தங்குவதற்கான அறைகளைத் தேடிக் கொண்டு ஹன்மந்த் அலைந்தார். மாலைக்குள் ஒரு இடம் கிடைத்தது.

திங்கட்கிழமைக்குள் மொத்தத் தொழிற்சாலையும் பளிச்சென்று சுத்தமாக்கப்பட்டுவிட்டது. பணியின் தரம் கண்டு மேலாளர் மிகவும் மகிழ்ச்சி அடைந்தார். பூனேயிலிருந்து வந்த இந்தக் கம்பெனியைத் தன்னுடைய நண்பர் ஒருவருக்கு அவர் பரிந்துரை செய்தார். 100% ஏற்றுமதி செய்யும் ஹிம்மத் சிங் குழுவினரோடு ஒப்பந்தம் செய்து கொண்டார். விரைவிலேயே பெங்களூரில் 7-8 வாடிக்கையாளர்கள் அவருக்குக் கிடைத்தனர்.

இவர்கள் பணியைக் கேள்விப்பட்டுச் சென்னையிலிருந்தும் ஹைதராபாத்திலிருந்தும் கம்பெனிகள் இவரை அழைத்தன.

"சத்ரபதி சிவாஜி எனக்கு ஒரு லட்சிய புருஷர். *இப்பவும் அப்படித்தான் அவரைக் கருதுகிறேன்.* தெற்கு நோக்கிப் பயணம் சென்றபோது அவரைப் போல தெற்கு நோக்கிய பயணம் எனக்கும் கிடைத்திருக்கிறது என்று நினைத்துக் கொண்டேன். அவரைப் போல வெற்றியும் பெற வேண்டும் என்பது என் இலக்காயிற்று," என்கிறார் ஹன்மந்த் மகிழ்ச்சியுடன்.

இவ்வாறு சிறிது சிறிதாகத் தென்னிந்தியாவைப் பாரத் விகாஸ் வெற்றி கொண்டது.

ஒவ்வொரு புது இடத்திலும் நாங்கள் ஒரு நிலையான விதியைப் பின்பற்றினோம்.

"ஒவ்வொரு நகரத்திலும் என் கிராமத்தைச் சேர்ந்த ஒரு இளைஞனை எங்களுடைய நம்பிக்கைக்கு உகந்தவனாக, மேற்பார்வை பார்ப்பவனாக வைத்துக் கொள்வேன். 30% பணியாளர்களைப் பூனேயிலிருந்து அனுப்புவேன். 70% ஆட்களை அங்கிருந்தே எடுத்துக் கொள்வேன்."

மகாராஷ்ட்டிரா ஆட்களுக்குத் தினமும் ஒரு வேளை சாப்பாடு கொடுத்து, கவனித்துக் கொள்வதற்குச் சற்று அதிகம் செலவாயிற்று. ஆனால் ஒரு நல்ல சமநிலையை இதனால் பிவிஜியால் பெற முடிந்தது.

"ஒவ்வொரு இளைஞனுக்கும் *ரூ. 500, 1000 என்று செலவு பண்ண வேண்டி இருந்தது.* ஆனால் நீண்டகால நோக்கில் பார்த்தால் அவர்கள் வேலை நிறுத்தம் செய்வதில்லை, தொழிற்சங்கம் அமைத்துக் கொள்வதில்லை, அவர்களால் எந்தப் பிரச்சினையும் இல்லை."

அவ்வப்பகுதி மக்கள் BVG க்கு எந்த ஒரு தொல்லையும் கொடுக்க முடியாது. இது ஒரு மிகவும் முக்கியமான அம்சம். ஏனெனில் 24x7 என்ற வகையில் BVG தன் பணிகளை ஆற்றிக் கொண்டிருந்தது.

"ரயில் நிலையங்களுக்கும் விமான நிலையங்களுக்கும் விடுமுறை என்பதே கிடையாது... தசரா, தீபாவளி என்று. இத்தகைய செயல்பாடுகளுக்கு மனிதர்களோடு பணியாற்று கின்ற ஒரு பொருத்தமான செயல்முறை உங்களிடம் இருக்க வேண்டும். *அதை நான் வளர்த்துக் கொண்டேன்."*

இவை எல்லாமே, அலுவலகமாக மாற்றி அமைக்கப்பட்ட *ஒரு எருமைக் கொட்டகையிலிருந்து கவனமாகச் செயல் படுத்தப் பட்டது.* அதற்கான வாடகை மாதத்திற்கு ரூ 200.

"2003க்குள்ளாக ஒரு ஆண்டின் வருமானம் ரூ 4 கோடி ஆயிற்று; வரி கட்டிய பிறகு பாரத் விகாஸின் லாபம் 10-12%. இப்போது கம்பெனிக்கு ஒரு பெரிய வாய்ப்பு கிடைத்தது. புது தில்லியில் பாராளுமன்ற நூலகத்தைப் பராமரிக்கும் ஒப்பந்தம் கிடைத்தது."

சீனிவாசன் என்பவர் அங்கு தலைமைப் பொறியாளராக இருந்தார். ஒரு புகழ் பெற்ற ஏஜென்ஸிக்கு இந்தப் பணியைக் கொடுக்க அவர் விரும்பினார்; அதைச் செய்வதற்கு ரூ 40 லட்சம் விலையில் கருவிகளை நீங்கள் வாங்க வேண்டும்."

இந்தப் பொறுப்பை ஏற்க யாருமே முன் வரவில்லை,

"இரண்டு ரூபாய் செலவழித்தால் வாடிக்கையாளரிடமிருந்து மூன்று ரூபாய் பெற வேண்டும்."

ஏனெனில் ஆறுமாத ஒப்பந்தத்தைக் கொடுப்பதற்கு மட்டுமே சீனிவாசன் விரும்பினார்.

"உங்கள் பணியை நீங்கள் நன்றாகச் செய்தால் தொடர்ந்து உங்களுக்குப் பணி அளிக்கப்படும்; இல்லை என்றால் உங்களைத் தூக்கி எறிந்து விடுவேன்" என்றார்.

இதை ஏற்றுக் கொண்ட பாரத் விகாஸ், *"நாங்கள் செய்கிறோம்"* என்று முன் வந்தது.

"அவர் குறிப்பிட்ட காலத்திற்குள் எங்களால் பணியைச் செய்யமுடியும் என்பதில் நான் நம்பிக்கையுடன் இருந்தேன்.

அவர்கள் செய்து முடித்தார்கள். அந்த ஒப்பந்தம் மேலும் ஆறுமாதங்களுக்கு நீட்டிக்கப்பட்டது.

2004ல் BVG க்கு மேலும் புகழைத் தருவதான ஒரு பணி கிடைத்தது; மக்களவை, மாநிலங்களவை என்பதைக் கொண்டுள்ள பாராளுமன்றம் முழுவதையும் இயந்திரங்களால் சுத்தப்படுத்தும் பணி.

"நாங்கள் அந்த ஒப்பந்தப் புள்ளியை (Tender) வென்றோம். இங்கு பாதுகாவலர்கள் சில சிக்கல்களை உண்டாக்கினார்கள். மக்களவை மற்றும் மாநில அவைக்குள் எப்படி ஒரு தனியார் ஏஜென்சியை அனுமதிப்பது என்று எங்களைத் தடுத்தனர்."

ஒரு மாதத்திற்கு அந்தக் கட்டிடத்தில் பொதுவாக உள்ள பகுதிகளை மட்டும் BVG பராமரித்தது. அந்தப் பணி மிகவும் சிறப்பாக இருந்ததால் அவை உறுப்பினர் பலரும் இதே தரத்தைக் கொடுப்பதற்கு உள்ளேயும் ஏன் அவர்களையே அனுமதிக்கக் கூடாது என்று கேட்டனர்.

அவர்களிடையே சபாநாயகர் கூறினார், "இந்த முழு கட்டிடத்தின் பராமரிப்பையும் அதே ஒப்பந்தக்காரர் செய்ய வேண்டும் என்று நான் விரும்புகிறேன்."

அதனால் BVG அழைப்பிதழ் பெற்று இந்திய ஜனநாயகத்தின் கருவறைக்குள் நுழைந்தது.

அடுத்ததாக, பிரதம மந்திரியின் பங்களா BVG யிடம் ஒப்படைக்கப்பட்டது.

"அங்கு சிவப்புச் சலவைக் கற்களாலான ஒரு நடைபாதை, 200-300 மீட்டர்களுக்கு வட்டமாக அமைக்கப்பட்டிருந்தது. பிரதம மந்திரி காலை நடைப்பயணத்தை இங்கு மேற்கொள்வார். *அது முழுவதும் கருப்பு நிறமாக மாறி விட்டிருந்தது.* இதைச் சுத்தப்படுத்த முடியுமா?" என்று பிவிஜியிடம் கேட்டார்கள்.

"அதை உடனே நாங்கள் ஏற்றுக் கொண்டோம். மிகப் பிரமாதமாகச் சுத்தப்படுத்திக் கொடுத்தோம்."

இதன் தொடர்ச்சியாக பிரதம மந்திரியின் முழு பங்களாவையும் பராமரிக்கும் ஒப்பந்தம் BVG க்கு உடனே கிடைத்தது. இதைத் தொடர்ந்து வந்தது தான் ஒரு மிகப்பெரிய கௌரவம், ராஷ்ட்டிரபதி பவன்.

இது கூடவே, தனியார் துறையோடும் பல வியாபாரங்கள் நடந்து கொண்டிருந்தன.

டாடா மோட்டார்ஸ் கேட்டார்கள், "ஜாம்ஷெட்பூரில் பணியாற்றுவீர்களா?"

ஹன்மந்த் கூறினார், *"கட்டாயமாகச் செய்கிறோம்."*

"ருத்ரா பூர்?"

"கட்டாயமாகச் செய்கிறோம்."

அந்த முதல் வாடிக்கையாளர் BVG யின் மீது வைத்த நம்பிக்கையால் அவர்களால் பெரிய பெரிய பணிகளை ஏற்று லாபம் சம்பாதிக்க முடிந்தது.

"டாடா மோட்டார்ஸுக்கான எங்களுடைய முதல் பில் ரூ 12000. இப்போது பூனேயில் மட்டும் பல வகையான சேவைகளுக்காக மாதத்திற்கு எங்களுடைய பில் ரூபாய் ஒரு கோடி."

பஜாஜ் (Bajaj), மஹீந்திரா (Mahindra), அசோக் லேலண்ட் (Ashok Leyland), ஹியூண்டாய் (Hyundai), ஃவோக்ஸ்வேகன் (Volkswagen), ஃபியட் (FAT) - மோட்டார் துறையில் பெரிய பெரிய ஆட்களெல்லாம் BVG யின் வாடிக்கையாளர்கள்.

இயந்திரங்கள் உதவியோடு சுத்தப்படுத்துவது தவிர கட்டிடப் பராமரிப்பு, நிலப்பரப்பில் இயற்கையானவற்றை வைத்துப் பொலிவூட்டுதல், தோட்ட வேலை என்று பல பணிகளையும் பிவிஜி மேற்கொண்டது. வாடிக்கையாளர் கேட்பது - மின்சாரப் பணியிலிருந்து கட்டிடம் - பராமரிப்பு வரை

எதுவாக இருந்தாலும் அளிப்பதற்கு பி வி ஜி தயாராக இருந்தது.

ONGC, ITC ஹிந்துஸ்தான் லீவர் (Hindustan Lever), ஆக்சன் ஷ்யூர் மேலும் இந்திய ரயில்வே துறை ஆகியவை பாரத் விகாஸ் பணியாற்றிய ஒரு சில நிறுவனங்கள். எப்படி இவருடைய வியாபாரம் இவ்வாறு பரவிற்று? அது ரொம்ப எளிமையானது. ஒரு வாடிக்கையாளரைத் திருப்திபடுத்தினால் இன்றும் பலரை அவரே கொண்டு வருவார்.

"சந்தைப்படுத்துவதற்கு விளம்பரப்படுத்திக் கொள்ள எங்களிடம் அதிக ஆட்கள் இல்லை. பணியை நன்றாகச் செய்து முடிப்பது எங்கள் தத்துவம். *ஒருவருக்கு நம்முடைய வேலை நன்றாக இருந்தால் அவரே நமக்காக மார்க்கெட்டிங் செய்வார்.*"

BVG க்கு அரசு மற்றும் தனியார் துறையோடு செயல்படுவதற்கு இந்த வழிமுறை மிகவும் பயனுள்ளதாக இருந்தது.

"நீங்கள் கடுமையாக உழைப்பவராகவும் வேலையில் அர்ப்பணிப்பு உடையவராகவும் இருந்தால் வாய்ப்புகள் ஏராளமாகக் கொட்டிக் கிடக்கின்றன. ஒரே ஒரு வேற்றுமை என்னவென்றால் நாங்கள் பெரிய பெரிய ஒப்பந்தங்களைச் செய்து கொள்கிறோம்."

ஒரு காலத்தில் ரூ 10,000-20,000 ஒரு மாதத்திற்கான ஒப்பந்தம் என்றால் அது பி வி ஜிக்கு மிகப் பெரிய விஷயம். இப்போது ஒரு மாதத்திற்குக் குறைந்த பட்சம் ரூ ஒரு கோடி கிடைப்பதான ஒப்பந்தங்களையே அவர் செய்து வருகிறார்.

"மகாராஷ்ட்டிரா முழுவதிலும் உள்ள அரசு மருத்துவ மனைகளைச் சுத்தப்படுத்தும் மிகப்பெரிய ஒப்பந்தம் மாநில அரசிடமிருந்து எங்களுக்குக் கிடைத்துள்ளது. மாதத்திற்கு ரூ 4 கோடி என்று அதன் மூலம் ஆண்டிற்கு ரூ 48 கோடி கிடைக்கும். இது மாதிரி பெரிய விஷயங்கள் இப்போது நடைபெறுகின்றன."

இப்போது பிவிஜியின் ஆண்டு வருமானம் 300 கோடி.

"எங்களுக்குக் கௌஹாத்தி, சென்னை, பட்டி இங்கெல்லாம் கிளைகள் உள்ளன. 12 மாநிலங்களில் 22 இடங்களில் எங்களுடைய கிளைகள் உள்ளன. கம்பெனிக்குத் தனியார்

துறையிலிருந்து 60% வியாபாரமும் மீதி அரசுத்துறை மூலமாகவும் கிடைக்கிறது. மொத்தமாக சுமார் 300 நிறுவனங்களுக்கு பிவிஜி பணியாற்றுகிறது; அவற்றுள் சில முற்றிலுமாக வர்த்தக நிறுவனங்கள் அல்ல.

"பதஞ்சலி யோக பீடத்தை (பாபா ராம்தேவ்ஜியின் ஆசிரமம்) நாங்கள் பராமரிக்கிறோம். அதே போல் ஸ்ரீ ஸ்ரீ ரவிசங்கர்ஜியின் ஆசிரமத்திலும் பணியாற்றுகிறோம். ஒரு சமூகசேவையாக மகாராஷ்ட்டிராவிலுள்ள ஆறு கோவில்களைத் தினமும் சுத்தப்படுத்தும் வேலையையும் ஏற்றுக் கொண்டுள்ளோம். இந்தப் பணிக்குச் சம்பளம் பெறுவதில்லை."

அலந்தி, பண்டரிபுரம், துல்ஜாபூர் என்ற இந்தக் கோவில்களுக்குச் சாதாரண மனிதர்கள் போகிறார்கள். இங்கெல்லாம் எங்கள் பணி தொடர்கிறது.

இது உண்மையிலேயே மனதை வருடும் கதை. ஆனால் இத்தனைச் சிக்கலான பணிகளை ஹன்மந்த் எவ்வாறு சமாளிக்கிறார்? நூற்றுக்கணக்கான இடங்களில் எவ்வாறு உயர்தரமான பணியை பிவிஜியால் கொடுக்க முடிகிறது?

'முறைப்படுத்தப்பட்ட வழிமுறைகளை அமைப்பது தான்' - என்பது பதிலின் ஒரு பகுதி.

"ஒவ்வொரு நிலையிலும் எங்களுடைய கண்காணிப்பு இருக்கும். தரமான பொருட்களைப் பயன்படுத்துகிறோம். செய்கின்ற போதே அங்கங்கு சோதித்துப் பார்க்கிறோம். என்னவெல்லாம் பணிகள் என்பதைப் பட்டியலிட்டு வைத்திருக்கிறோம். எந்தப் பணியைத் தொடங்குவதற்கு முன்னாலும் கடைசிப் புள்ளி வரை முழுவதுமாகத் திட்டமிடுகிறோம்."

இந்த வகையில், ஃபியட் மற்றும் டாடா மோட்டார்ஸுக்காக ஒரு இடத்திலிருந்து மற்றொரு இடத்திற்குத் தொழிற் சாலைகளை முழுமையாக இடம் பெயர்க்கின்ற கடினமான செயலை பி வி ஜி வெற்றிகரமாக நிறைவேற்றியுள்ளது; சிங்கூரில் உள்ள நானோ தொழிற்சாலையின் ஒரு பகுதி உள்பட.

பாரத் விகாஸ் குரூப்பில் இப்போது 16,000 ஊழியர்கள் பணியாற்றுகின்றனர். "ஏழாம் வகுப்பு, பத்தாம் வகுப்பில் தோல்வி அடைந்தவர்களைப் பணியாட்களாக நாங்கள்

எடுத்துக் கொண்டு ஆரம்பச் சம்பளமாக மாதம் ரூ 4000-5000 வரை தருகிறோம். ESI, PF போனஸ் போன்றவையும் தருகிறோம்."

பட்டதாரிகள் சூப்பர்வைசர்களாக எடுத்துக் கொள்ளப்பட்டு ரூ 12,000-15,000 சம்பளம் பெறுகிறார்கள். துணை மேலாளர், மேலாளர், பொது மேலாளர் என்று இப்போது பாரத் விகாஸில் தொழில் ரீதியான பதவிகள் உள்ளன. வெளிநாட்டில் வாழும் இந்தியர் ஒருவரும் பணிபுரிகிறார்.

"முன்பெல்லாம் ஒருவருக்கு ரூ 50,000 சம்பளம் கொடுக்க வேண்டுமென்றால் நூறு முறை யோசிப்போம். இப்போது பொருத்தமான நபர் கிடைத்தால் இரண்டாவது முறை நாங்கள் யோசிப்பதே இல்லை."

மனிதவளம் என்பது தான் ஒரு கம்பெனியின் மிக மதிப்பிற்குரிய சொத்து. ஆனால் மனிதர்களை மனிதர்களாக எவ்வளவு தூரம் மதிக்கிறீர்கள் என்ற கேள்விக்குப் பல (CEO) செயல்துறை அலுவலர்களும் அக்கறையற்ற முறையில் பதில் சொல்கிறார்கள்.

ஹன்மந்த் கெய்க்வாடிற்கு அதிகபட்ச எண்ணிக்கையிலான ஊழியர்களுக்குத் தன்னால் முடிந்த அளவு செய்வதே விருப்பமாக இருக்கிறது, அதற்காக எத்தனை செலவானாலும் பரவாயில்லை.

அவருடைய முயற்சிகளின் விளைவாக மத்திய அரசு சமீபத்தில் ஒரு திட்டம் கொண்டு வந்துள்ளது. சின்ச்வாடாவில் 13,000 குறைந்தவிலை வீடுகள் கட்டப்படும் திட்டம் அது. இதில் 600 வீடுகள் பிவிஜி ஊழியர்களுக்குக் கிடைக்கும்.

"முதன் முறையாக, இந்த நாட்டில், எங்களுடைய பணியாட்களைப் போன்ற சாதாரண மனிதர்களுக்கான வீடுகள் கட்டிக் கொடுக்கும் திட்டம் வந்துள்ளது. சதுர அடி ரூ 300 என்ற விலையில் 500 சதுர அடியில் வீடுகள் கட்டப்படுகின்றன. அந்த வீட்டுக்காக அவர்கள் கொடுக்க வேண்டியது. ரூ 1.5 லட்சம். ஆனால் அந்த உடைமையின் சந்தை மதிப்பு ரூ 12லிருந்து ரூ 15 லட்சங்களாக இருக்கும்."

"ரூபாய் 12 லட்சம் மதிப்புள்ள வீட்டை ரூ 1.5 லட்சத்திற்குப் பெறுகின்ற அந்த 600 தொழிலாளர்களும் எப்போதும் முழு அர்ப்பணிப்புடனும், ஊக்கத்துடனும் பணியாற்றுவார்கள். செய் அல்லது செத்து மடி என்ற சூழ்நிலையில் அவர்கள்

எதை வேண்டுமானாலும் செய்யத் தயாராக இருப்பார்கள்.

"என்னிடம் குறைந்த அளவில் பணம் இருந்தாலும் என்னிடம் உறவோடு இருக்கும் அவர்களுக்கு, மிகச் சிறப்பானத்தைக் கொடுக்க நான் முயற்சிக்கிறேன். அதனால் எல்லாமே நன்றாக நடைபெறுகின்றன."

போன ஆண்டு வரை BVG பற்றி யாருமே அதிகம் கேள்விப்பட்டதில்லை. இன்று பத்திரிகையாளர்கள் நேர்காணல் செய்ய விரும்புகிறார்கள். எந்த நிர்வாகப் புத்தகங்களை ஹன்மந்த் படிக்கிறார் என்று கேட்கிறார்கள். அதற்கான அவருடைய பதில் -

"நான் எந்த மேலாண்மை, நிர்வாகப் புத்தகங்களையும் எங்கும் படித்ததில்லை. இது என் ரத்தத்தில் உள்ளது."

அவருடைய கொள்கைகள் எளிமையானவை:

"இரண்டு ரூபாய் நான் செலவழித்தால் வாடிக்கை யாளரிடமிருந்து நான் மூன்று ரூபாயைப் பெறவேண்டும்."

"உங்களுடைய பணியை எவ்வளவு சிறப்பாகச் செய்ய முடியுமோ அப்படிச் செய்ய வேண்டும்."

இருந்தாலும் விதி என்று ஒன்று இருப்பது உண்மை தான்.

"பாரத் விகாஸ் என்ற இந்த பெயரை 1991ல் நான் தீர்மானித்தேன். இது நல்ல பாதையில் சென்று கொண்டிருக்கிறது."

இந்த காரணத்திற்காகத் தான் பணம் கடன் கொடுப்பதற்கு வங்கிகள் வரிசையில் நிற்கின்றன.

"என் அம்மாவிற்கு ஒரு வாஷிங் மிஷினும், குளிர் சாதனப் பெட்டியும் வாங்குவதற்கு நான் விரும்பிய போது (அப்போது தான் டெல்கோவில் நான் சேர்ந்திருந்தேன்), ரூபாய் 30,000 எனக்குக் கடன் கொடுக்க வங்கிகள் மறுத்துவிட்டன."

இன்று பிவிஜி விண்ணப்பித்தால் ரூ 130 கோடி வரை கடன் தர வங்கிகள் தயாராக உள்ளன.

அவர்கள் 50% அடமானம் கூட கேட்பதில்லை - சும்மா ரூ 10 கோடி மட்டுமே கேட்கிறார்கள்.

ஆரம்பகாலத்தில் BVG யைப் பற்றி மக்கள் கேள்விப் பட்டிராத நிலையில் ஹன்மந்த் கெய்க்வாட் மீது ஒரு சிலர்

வைத்த நம்பிக்கையே எல்லாவற்றையும் மாற்றியமைத்தது. அத்தகைய ஒருவர் சாரஸ்வத் கூட்டுறவு வங்கியின் சேர்மனான ஏக்நாத் தாக்கூர்.

"இவர் ஒரு தொலைநோக்குப் பார்வையாளர். அவர் என்னிடம் கூறினார், அடமானம் வைப்பதில் எனக்கு நம்பிக்கை இல்லை. *கந்து வட்டிக் காரர்களுக்குத்தான் அது தேவை*. நான் செய்வது வங்கித் தொழில்" என்றார்.

2002 ல் கருவிகளை வாங்க BVG க்கு ரூ ஒரு கோடி கடன் தேவைப்பட்டது. அப்போது சாரஸ்வத் வங்கி அந்தப் பணத்தைக் கொடுத்தது - எந்த விதமான முதலீடோ அடமானமா கேட்காமலே.

"என்னுடைய வீட்டைக் கூட இந்தக் கடனுக்காக என்னால் கொடுக்க முடியவில்லை. ஏனெனில் அது அங்கீகரிக்கப்படாத கட்டிடம். ஏக்நாத் ஜீ (Eknathji) என்னை நம்பினார், எதையும் யோசிக்காமல் எனக்கு கடன் கொடுத்தார்."

மகாராஷ்ட்டிரா வங்கி அதிகாரி திரு.வாசே, ஐடிபிஐ அதிகாரி திரு பொங்கிர்வார் ஆகியோர் நிச்சயமற்ற இவருடைய ஆரம்பகாலங்களில் உதவியதை மகிழ்வுடன் நினைவு கூர்கிறார்.

பி வி ஜியின் இலக்கு இப்போது உண்மையாகி இருக்கிறது. ஆனால் இது ஒரு தொடக்கம் மட்டுமே.

"இப்போது எனக்கு 36 முடிந்து 37 வயதாகிறது. இன்னமும் நிறைய நாட்கள் உள்ளன. மக்கள் எனக்கு ஆதரவு தருகிறார்கள், முதலீட்டாளர்களும் ஆதரவு தருகிறார்கள்."

மதிப்பு மிக்க அறிவுரைகள் என்ற உருவிலும் ஆதரவு கிடைக்கிறது.

"2005ல் அனீஷ் ஜவேரியைச் (HSBC Securities) அப்போது அவர் டைரக்டர்) சந்தித்தேன். மதிப்பீடு செய்தல், பிரைவேட் ஈக்விடி மல்டிபிளையர் போன்ற கருத்துக்களை அவர் எனக்கு விளக்கிச் சொன்னார்.

அவர் சொன்னது, "கம்பெனியிடமிருந்து பணமாகப் பெற்றுக் கொண்டு வரி கட்டாமல் சேமிக்கலாம் என்று நினைக்காதே. வரியைக் கட்டிவிடு. அதன் மூலம் உன்னுடைய கம்பெனியில் மக்கள் முதலீடு செய்து, உன்னுடைய லாபத்தைப் பெருக்குவதன் மூலம், கம்பெனி வேகமாக வளர்வதற்கு அவர்கள் எவ்வாறு உதவி செய்கிறார்கள் என்பதைப் பார்."

துல்லியமாக அவர் சொன்னபடியே தான் நடந்தது. ஹன்மந்த்தைப் பல முதலீட்டாளர்களிடம் * அனீஷ் அறிமுகம் செய்தார்; அவர்கள் ரூ 6.5 கோடிகளை பி வி ஜியில் முதலீடு செய்தார்கள். போன ஆண்டு கோடக் ஒரு சிறு பங்கை ரூ 30 கோடிகளுக்கு எடுத்துக் கொண்டுள்ளது. விரைவாகவே மேலும் பல ஈக்விடிகளை ஹன்மந்த் ஏற்பார் என்று தோன்றுகிறது, ஏனெனில் அவர் மிகப்பெரிய திட்டங்களை வைத்திருக்கிறார்.

"அடுத்த ஐந்து ஆண்டுகளுக்குள் ரூ 3000 கோடி வருமானத்தை அடையவேண்டும் என்பது என் தொலை நோக்குப் பார்வை. ராம்தேவ்ஜி சொல்வது போல் *தொலைநோக்குப் பார்வை, கடுமையான உழைப்பு, மனத்துணிவு* இந்த மூன்று குணநலன்களும் இருந்தால் உங்களால் எதையும் சாதிக்க முடியும்."

கட்டிடப் பராமரிப்பு BVG இன் வியாபாரத்தில் அதிக அளவில் உள்ளது - 60% வரை. ஆனால் இதற்கும் மேலாக -சக்தி, மின்சார கட்டமைப்பு, கழிவுப் பொருட்களை நிர்வாகம் செய்தல் போன்று எல்லாவற்றிலும் தன் கம்பெனி கால் பதிக்க வேண்டும் என்று விரும்புகிறார்.

"என்னிடம் ஒரு தொழிற்சாலை உள்ளது. அங்கு பிளாஸ்டிக் கழிவுப் பொருட்களை எரி சக்தியாக மாற்றுகிறேன். அப்படி மாற்றுவதற்கு ரூ 12லிருந்து 15 வரை செலவாகிறது, அதை நான் ரூ 30க்கு விற்கிறேன். இதில் நல்ல லாபம் கிடைக்கிறது."

ஹன்மந்த் தொடர்ந்து புது வியாபாரங்களை, புது வாய்ப்புகளைத் தேடிக் கொண்டே இருக்கிறார். அப்படி என்றால் ஞாயிற்றுக்கிழமைகளில், விடுமுறை நாட்களில் தீபாவளி, தசரா போன்ற பண்டிகை தினங்களில் அவர் உழைத்துக் கொண்டே இருக்கிறார்.

"இப்போது சிறிது சிறிதாக உமேஷும் நானும் வாரத்தில் ஒரு நாள் விடுமுறை எடுத்துக் கொள்கிறோம். ஆனால் அதைக் குறிப்பிட்ட தினத்தில் எடுத்துக் கொள்வதில்லை." ஹனுமந்த்தின் மனைவியும் அவர்களுடைய இரண்டு மகள்கள் அதிதா (வயது 9), ஆர்யா (வயது 5) ஆகியோர் அவரைப் புரிந்து கொண்டு இருக்கிறார்கள்.

* *க்ரிதிதோஷி & ககன் சதுர்வேதி (ஆண்டிக் செக்யூரிடிஸ்), கிரிஷ் குல்கர்னி (டிடிஏ கேபிடல்), ராஜ்மிஸ்ரா (இண்டியா காபிடல்-* Indea Capital)

"எதையாவது செய்து எல்லோருக்கும் காட்ட வேண்டும். மூதாதையரிடம் இருந்து நான் எதையும் சொத்தாகப் பெறவில்லை. நான் டாடாவோ, பிர்லாவோ இல்லை."

ஆனால் இவ்வாறு தான் டாடாக்களும் பிர்லாக்களும் உருவானார்கள் என்று நான் நினைத்துக் கொண்டேன்.

இந்த வியாபார லட்சியங்களைத் தவிர பல சமூக சேவைகளையும் பாரத் விகாஸ் தொடர்ந்து செய்து வருகிறது. அடுத்த ஆண்டு ஹன்மந்த் செய்வதாக இருக்கிற திட்டம் ரூ 30 கோடியில் ஒரு நிதி ஏற்படுத்துவது, அதிலிருந்து ரூ 70-75 லட்சங்கள் வட்டி கிடைக்கும். இவற்றைக் கொண்டு ஏழாம் வகுப்பு முதல் பட்டப்படிப்பு வரை படிக்கும் சுமார் 3000 மாணவர்களுக்கு மாத உதவித் தொகை கொடுப்பது என்பது அவர் திட்டம்.

"இந்தத் திட்டத்திற்கு என்னுடைய சொந்தப்பணத்தைச் செலவிடுவதாக இருக்கிறேன். வியாபாரத்தில் என் பங்கை விற்று இதற்கான நிதியை ஏற்படுத்துவேன். அடுத்த ஆண்டு இதற்கான நிதியை என் பங்கு ஈக்விடிகளை விற்று ஏற்படுத்துவேன். அடுத்த ஆண்டு IPO (Iritial Public Offer) எடுத்துக் கொள்வதாகத் தீர்மானித்திருக்கிறேன்."

மேலும் பலவற்றைச் சாதிக்க வேண்டும்; பல வாக்குறுதிகளை நிறைவேற்ற வேண்டும்.

நிறைய சாதிக்க நிறைய வாய்ப்புகள் உள்ளன.

இளம் தொழில்திபர்களுக்கு...

அடிப்படையாக இருக்க வேண்டிய சில குணங்கள் - கடுமையான உழைப்பு, முழுமையான அர்ப்பணிப்பு, தரமான பணி. இவற்றிற்கு மாற்றாக எதுவும் கிடையாது.

நீங்கள் சொல்லலாம் - நான் வீட்டிலிருந்து வேலை செய்கிறேன், நான் காலையில் பதினோரு மணிக்கு எழுந்திருப்பேன்... இல்லை இதெல்லாம் சரி வராது.

எதையாவது செய்ய வேண்டும் என்றால் அவற்றைச் செய்தே ஆகவேண்டும்.

உங்கள் பணி நன்றாக இருந்தால் உங்களுக்கு மேலும் பல வேலைகள் கிடைக்கும் - உங்களுக்கு நான் இதற்கு உத்தரவாதம் கொடுக்கிறேன்.

செய்வதற்கு பல வகையான தொழில்கள் உள்ளன.

வெள்ளை அடிப்பது கூட ஒரு சிறந்த தொழில்தான்.

40 லட்சம் மனிதர்கள் பூனேயில் வசிக்கிறார்கள்; அவர்களுள் சுமார் 20 லட்சம் பேர் நல்ல இடங்களில், வசதியான வீடுகளில் வசிக்கிறார்கள் என்று வைத்துக் கொள்வோம். சரியாக 5 பேர் வீட்டில் வசிப்பதாகக் கணக்கிட்டாலும் நாலு லட்சம் வீடுகள் உள்ளன.

ஐந்து ஆண்டுகளுக்கு ஒரு முறை ஒரு வீடு வெள்ளையடிக்கப்படவேண்டும். அப்படி என்றால் ஒவ்வொரு ஆண்டும் சுமார் 80,000 வீடுகளுக்கு இது தேவை. வெள்ளையடிக்கும் தொழிலில் இந்த அளவுக்கு வாய்ப்புள்ளது; இதற்கு முன் பணம் ஒவ்வொரு வீட்டுக்காரரும் கொடுக்கிறார். உங்களுக்கு 40% லாபம் இதில் கிடைக்கும்.

தொழில் செய்ய வேண்டுமானால் முதலீட்டிற்கு நிறைய பணம் வேண்டுமே என்று எண்ண வேண்டாம். உண்மையான மனதோடு, நேர்மையாக உங்கள் வேலையைச் செய்தால் நீங்கள் செய்வது எதுவாக இருந்தாலும் கட்டாயம் அதில் வெற்றியடைவீர்கள்.

வாழ்க்கை
வாழ்வதற்கே

ரஞ்சீவ் ராம்சந்தானி
தந்திரா டி ஷர்ட்டுகள்
(Tantra T-Shirts)

ரஞ்சீவ் ராம்சந்தானி மைக்ரோ பயாலஜி படித்தார், ஆனால் அதை முழுவதுமாக வெறுத்தார். விளம்பர ஏஜென்சியில் சேர்ந்தார், அங்குள்ள பதவி நிலை அமைப்பை வெறுத்தார். இறுதியாக அவர் தந்திராவைத் தொடங்கி தனக்குத்தானே முதலாளியாக ஆனார். இவருடைய கம்பெனி விசித்திரமான தனித்துவமான வாசகங்களை நம் நாட்டு டிஷர்ட்டுகளில் அச்சடிக்கிறது. அது இவருக்கு மிகவும் பிடித்துள்ளது.

ரஞ்சீவ் இடம் முதலில் நான் பார்த்தது - தந்திரா டி-ஷர்ட்டை அவர் அணிந்திருக்கவில்லை.

அதை நான் சொன்னதும், அது ஒன்றும் பெரிய விஷயம் இல்லை என்பது போல் தோள்களைக் குலுக்கினார்.

தன்னுடைய டி-ஷர்ட்டுகளைத்தானே அணிந்து விளம்பரம் செய்ய வேண்டும் என்ற தேவை ரஞ்சீவுக்கு இல்லை - நீங்கள் எங்கு சென்றாலும் அவற்றைப் பார்க்கிறீர்கள். மக்கள் பெருமையாக அணிந்திருக்கும் அவற்றில் ஓம் அடையாளம், எல்லா வகை மேடு பள்ளங்களிலும் செல்கின்ற ஆட்டோ ரிக்ஷா அல்லது தாஜ்மகால் படங்கள் அச்சடிக்கப்பட்டிருக்கின்றன. ஆக்ரா வழியாக என்ற இந்த புகழ் பெற்ற வாசகமும் இடம் பெற்றிருக்கிறது.

இளம் ஆண் பெண் காதலுக்குக் கரன் ஜோஹர் என்ன செய்தாரோ அதை டி-ஷர்ட்டுக்குத் தந்திரா செய்கிறது.

மேட் இன் இந்தியா - **நம் நாட்டுக்குச் சொந்தமானது.**

இந்த பைத்தியக்காரத்தனமான கருத்துக்குப் பின்னாலிருந்த மனிதர் சாதாரணக் கனவுகளை உடைய ஒரு சாதாரணமான மனிதனாகத் தான் தன் வாழ்க்கையைத் தொடங்கினார்.

யோசிக்காமல் எதையோ காகிதத்தில் கிறுக்கியது போல்.

ஆனால் அவர் தேடிக் கொண்டே இருந்தார், முயற்சித்துக் கொண்டே இருந்தார், படைப்புத் திறனுக்கான அந்தத் தொடக்கத்தைத் தேடிக் கொண்டே இருந்தார்.

இந்தத் தேடுதல் அவரை விளம்பரத் துறைக்குக் கொண்டு சென்றது, பிறகு அதிலிருந்து ரொம்ப ரொம்ப தொலைவுக்கு; அங்கு கருத்துக்கள் உயிர் பெற்றன. ஒரு டி-ஷர்ட்டில்.

தந்திரா டிஷர்ட்டுகளில் தகவல்கள் எழுதப்பட்டிருக்கும்.

ரஞ்ஜீவின் வாழ்க்கை சொல்லும் தகவல் - கேக்கை நீங்கள் வைத்துக் கொள்ளலாம், அதை நீங்கள் சாப்பிடவும் செய்யலாம்.

படைப்புத்திறனோடு இருங்கள், நிறைய பணத்தை சம்பாதியுங்கள்.

வெறியுடனும் அதே நேரத்தில் வெற்றியுடனும் இருங்கள்.

கனவு காணுங்கள்;

அதைச் செயல்படுத்துங்கள்; மகிழ்ச்சியோடு இருங்கள்.

இது ஒரு நல்ல வாழ்க்கை; நீங்கள் எங்கிருந்தாலும் எதைச் செய்தாலும் உங்களுக்கு எல்லாமே நல்லதாக நடக்கட்டும்.

வாழ்க்கை
வாழ்வதற்கே

ரஞ்சீவ் ராம்சந்தானி
தந்திரா டி ஷர்ட்டுகள்

மும்பையின் ஆன்மீக மையமான கொலாபாவில் ரஞ்சீவ் ராம்சந்தானி பிறந்தார்.

"தோபி தாலாவில் (Dhobi Talao) சேவியர் பள்ளியில் நான் படித்தேன் அதில் ICSE பாடத்திட்டம் இல்லை. SSC தான். என்னுடைய பெற்றோர்கள் அரசுத் துறையில் பணியாற்றிக் கொண்டிருந்தனர். மத்தியதரக் குடும்பங்கள் எப்படி இருக்குமோ அத்தகைய குடும்பம் தான் என்னுடையது."

ரஞ்சீவ் ஒரு சராசரி மாணவன். முதல் பத்து மாணவர்களுக்குள் ஒருவர் இல்லை. கடைசிப் பத்திலும் இல்லை. ஆனால் வசதியாக, யாருக்கும் அதிகம் தெரியாதவராக நடுவில் எங்கேயோ இருந்தார்.

"நான் பத்தாவது தேர்வில் தேர்ச்சி பெற்றேன். மிகக் குறைவாக மதிப்பெண்கள் பெற்றேன். நாகரீகமான தெற்கு மும்பைக் கல்லூரியில் எனக்கு இடம் கிடைக்காது. அதிர்ஷ்டவசமாக என் பெற்றோர்கள் சிந்தி தொடர்பைப் பயன்படுத்தி ஜெய்ஹிந்த் கல்லூரியில் என்னைச் சேர்த்தனர்."

அடுத்த ஐந்து ஆண்டுகள் ரொம்பச் சாதாரணமாகச் சென்றது. இறுதியில் அவர் மைக்ரோ பயாலஜியில் பட்டம் பெற்றார். நுண்கிருமிகளும் பாக்டீரியாவும் எந்தக் கிளர்ச்சியையும் அவருக்குத் தரவில்லை. ஆனால் அவருடன் கூட இருந்தவர்கள் அவருக்குள் இருந்த நெருப்பை

அணையாமல் பார்த்துக் கொண்டனர்.

"கல்லூரி என் மனதை விரிவுபடுத்தியது என்று நினைக்கிறேன். வழக்கமாக எல்லோரும் செய்வதைச் செய்பவர்களாக என் நண்பர்கள் இல்லை. நாங்கள் கேட்டது ஃபிராங்க் சப்பாவின் (Frank zappa) இசை, நாங்கள் படித்தது ஹிட்ச்ஹைக்கர்ஸ் கைடு (Hitchhiker's Guide) போன்ற புத்தகங்களை... இவை எல்லாமே மற்றவர்கள் செய்வதிலிருந்து மிகவும் வித்தியாசமானது."

இந்த நேரத்தில் *MAD* பத்திரிகையால் உந்தப்பட்ட ரஞ்சீவ் கார்ட்டூன்கள் வரைய ஆரம்பித்தார். *மிட் - டே* (Mid-day) பத்திரிக்கை அலுவலகத்திற்கு ஒரு நாள் நேராகச் சென்று தன்னுடைய கார்ட்டூன்களைக் காண்பித்தார்.

இரண்டு நாட்களுக்குப் பிறகு அதன் ஆசிரியர் அனில் தார்க்கர் இவரைக் கூப்பிட்டு வேலையில் சேருமாறு கூறினார்.

அவர் வரைந்த கார்ட்டூனுக்கு டுவிஸ்ட் அண்டு ஷௌட் என்று பெயர். ஜோரான் என்ற புனைப் பெயரில் அது ஞாயிற்றுக் கிழமை பத்திரிகையில் வெளி வந்தது.

ஒன்றிலிருந்து மற்றொன்று என்று எல்லாமே விரைவாகவே நடைபெற்றன; மற்றொரு பிரபலமான பத்திரிகையான *பிஸினஸ் இண்டியாவில்* (Business India) வேறொரு கார்ட்டூன் பகுதியையும் ரஞ்சீவ் தொடங்கினார். இதன் பெயர் 'லைக் ஃபாதர் அன்லைக் சன்' - அந்தப் பத்திரிகையை நடத்திய அப்பா மகன் ஆகியோரைப் பற்றிய விஷயங்கள் நகைச்சுவையாகச் சொல்லப்பட்டன.

இந்த அளவுக்குப் படைப்புத் திறன் இருந்த போதிலும் மைக்ரோப்சுக்கும் ரஞ்சீவுக்குமான தொடர்பு தொடர்ந்தது. பட்டப்படிப்பை முடித்த பிறகு சோபியா பாலிடெக்னிக்கில் கிளினிகல் பெத்தாலஜி படிப்பில் தவறாகப் போய்ச் சேர்ந்து விட்டார்.

"அது பயங்கரமானது. மொத்த வளாகத்திலும் நாங்கள் 5 பேர் மட்டுமே இருந்தோம். அடால்ப் ஹிட்லர், ஜோசப் ஸ்டாலின் இருவரும் ஒன்றாக இணைந்தது போன்ற ஒரு சர்வாதிகாரி - ஒரு பார்சி பெண்மணி அங்கு தலைமை ஆசிரியையாக இருந்தார்."

ரஞ்சீவ் அந்தப் படிப்பை வெறுத்தார். மூத்திரம், மலம்

ஆகியவற்றைப் பரிசோதிக்கும் அந்த எண்ணத்தையே அவர் வெறுத்தார். சரி, அப்படியானால் ஏன் அவர் அதைத் தொடர்ந்து படித்தார்?

"விஷயம் என்னவென்றால் எதிலுமே தோல்வி அடையக்கூடாது. நான் மூன்று ஆண்டுகள் மைக்ரோ பயாலஜியைப் படித்தேன். அதற்கு அடுத்த படியாகத் தொடரக் கூடிய மேற்படிப்பு இது தான்."

தவிர வேறு என்ன செய்வது என்றும் எனக்குத் தெரியவில்லை.

"தாங்கள் யார், தாங்கள் என்ன செய்ய வேண்டும் ஆகியவற்றை சிலர் 18 வயதில் கண்டுபிடிக்கிறார்கள், அதற்கான பதிலை மற்றும் சிலர் 26 வயதில். இன்னும் சிலர் வாழ்நாள் முழுவதிலும் அதைக் கண்டுபிடிப்பதே இல்லை. ஒவ்வொருவரும் வெவ்வேறு நேரங்களில் முளைத்து எழுகிறோம், அல்லது முளைக்காமலே போகிறோம்."

அந்த நேரத்தில் என்ன செய்வதென்று தனக்குத் தெரியவில்லை என்பதை ரஞ்சீவ் வெளிப்படையாகச் சொல்கிறார். பிரிட்டிஷ் ஏர்வேஸின் ஒரு விளம்பரம் - ஸ்டூவர்டஸ் தேவை - அதற்கு விண்ணப்பித்தார்.

"அந்த வார்த்தைக்கானத் தெளிவான அர்த்தம் எனக்குத் தெரியாது. என்னுடைய முழு அளவு கலர் புகைப்படத்தைக் கூட அனுப்பி வைத்தேன். அவர்கள் பதில் அனுப்பினார்கள். "உங்களுடைய விண்ணப்பத்திற்கு நன்றி, ஆனால் எங்களுக்குப் பெண் ஊழியர்கள் தான் தேவை..." எனக்கு ரொம்ப அவமானமாகப் போயிற்று.

ஒபராய் ஹோட்டலில் ஹோட்டல் நிர்வாகம் என்ற ஒரு குறுகிய காலப் படிப்பில் சேர்வதற்கு விண்ணப்பித்தார். கடைசி நேர்காணலுக்கு டெல்லிக்குச் சென்றார். அதில் அவர் தேர்வாகவில்லை.

அதனால் ரஞ்சீவ் பெத்தாலாஜி படிப்பை முடித்து பாட்டியா மருத்துவமனையில் பரிசோதனைச் சாலை உதவியாளராகச் சேர்ந்தார். ஒரு வீட்டின் அடித்தளத்தில் ஒரு இருட்டறையில் மூத்திர மாதிரிகளை அளவெடுக்கும் பணியைச் செய்தார்.

"ஒரு நல்ல நாளில் அந்தப் பரிசோதனை உடையில் கண்ணாடியில் பார்த்துக் கொண்டு என்னையே நான் கேட்டுக் கொண்டேன், "இங்கு நான் என்ன செய்து

கொண்டிருக்கிறேன்?" நான் மகிழ்ச்சியோடு செய்கின்ற எதையோ, என்னைச் செலுத்துகின்ற எதையோ நான் செய்ய வேண்டும். அந்த நிமிடத்தில் தான் விளம்பரத்துறையில் சேர்வதைப் பற்றிய எண்ணம் வந்தது."

ஏன் விளம்பரத் துறை? ஏனெனில் அங்குள்ளவர்கள் பைத்தியம் பிடித்தவர்கள்; வெறியோடு, வேடிக்கையாக, நகைச்சுவை வாசகங்களை எழுதுவார்கள், கேலிச் சித்திரங்களை வரைவார்கள். கலைஞர்களுக்கும் கார்ட்டூன் வரைபவர்களுக்கும், கவிஞர்களுக்கும், மனமகிழ் கலையில் ஈடுபட்டவர்களுக்கும் அங்கு இடம் உண்டு.

மருத்துவமனைப் பணியை உதறித் தள்ளிய ரஞ்சீவ் கேசி கல்லூரியில் படைக்கும் எழுத்தாற்றல் திறனைக் கற்க ஒரு பகுதி நேர வகுப்பில் சேர்ந்தார்.

அந்தக் கல்லூரியில் நரிமன் பாயிண்டில் உள்ள ஒரு ஏஜென்சியில் பணியாற்றிய ஒருவரை நான் சந்தித்தேன். அவர் சொன்னார், "நான் உனக்கு ஒரு வேலையை வாங்கித் தர முடியும்."

ரஞ்சீவ் சொன்னார், "சரி, நான் அதை எடுத்துக் கொள்கிறேன்."

அங்கு விளம்பர வாசகங்களை எழுதும் பணி கிடைக்கவில்லை, வாடிக்கையாளர் சேவை செய்யும் பணி கிடைத்தது. இருந்தாலும் அவர் அதை ஏற்றார்.

"என்னுடைய மாதச் சம்பளம் ரூ 1900. வெற்றிலை மெல்லும் சபாரி சூட் (Safari Suit) அணிந்த மார்வாடி என் முதலாளி," என்று சொல்லிச் சிரிக்கிறார். "நான் நினைத்த மாதிரிப் படைப்பாற்றல் திறன் உள்ளவர்கள் இருக்கும் இடமாக அது இல்லை. ஒரு அரசாங்க அலுவலகம் போல் இருந்தது!"

இங்கு உலகத்தையே தன்னுடையக் கருத்துக்களால் மாற்றி விட வேண்டும் என்று எண்ணுகிற ஒரு இளைஞன் மட்டமான வாடிக்கையாளர் சேவை செய்யும் பணியில் ஈடுபடவேண்டியிருந்தது. அவமானமாக இருந்தது, ஆனால் அதுவும் வாழ்க்கையின் அனுபவத்தில் ஒரு பகுதி.

ஒரு ஆண்டுக்குப் பிறகு (ஊதிய உயர்வு ரூ 100) தொழில் ரீதியாகப் பணியாற்றும் விளம்பர ஏஜென்சிகளில் முயற்சி செய்வதற்கான நேரம் வந்து விட்டதாகத் தீர்மானித்தார். ஒரு தம்பதி நடத்தின கம்பெனிக்குச் சென்று ஒரு தேர்வு எழுதினர்.

"ஒரே நேரத்தில் இரண்டு ஏஜென்சிகளிலிருந்து எனக்கு

"என் பெற்றோர்களைப் பற்றிய ஒரு சிறப்பான விஷயம் என்னவென்றால் (அதற்காக இன்றும் அவர்களுக்கு நான் நன்றி சொல்லிக் கொண்டிருக்கிறேன்) எதிலும் தலையிட மாட்டார்கள், கவலைப் படாமல் அமைதியாக இருப்பார்கள், எந்தவிதப் பேராசையும் அவர்களிடம் இல்லை, நான் நானாக இருக்க அனுமதித்தார்கள்."

அழைப்பு வந்தது. ஒன்று இங்கேயே நரிமன் பாயிண்டில் உள்ள கரிஷ்மா அட்வர்டைசிங் கம்பெனி. மற்றொன்று வொர்லியில் உள்ள த எட்ஜ் (The Edge). உலகின் அடுத்த பகுதிக்குச் செல்லும் இடமாக வொர்லி எனக்குத் தோன்றியது."

முடிவு செய்வதற்கு முன் இரு முதலாளிகளையும் நேரில் சந்திக்கத் தீர்மானித்தார் ரஞ்சீவ்.

"ஷீலா சையத் ஒரு மகிழ்ச்சியான, உடனடியாக முடிவு செய்பவராக, மிகச் சிறந்தவராகத் தோன்றியது. எனக்கு அந்தப் பெண்மணியை மிகவும் பிடித்தது. இரண்டு பஸ்கள் மாறி அங்கு செல்ல வேண்டி இருந்தாலும் நான் வொர்லியில் உள்ள த எட்ஜ் கம்பெனியில் சேர்ந்தேன்."

ரஞ்சீவ் தன் தேர்வை மிக நன்றாச் செய்திருந்ததால் ஒரு சீனியர் காபிரைட்டர் என்பவராகத் தவறாக வேலையில் சேர்க்கப்பட்டார். அதற்கும் மேலாக, *பிஸினஸ் இண்டியா* பத்திரிகையின் அட்டைப் படத்தில் அவர் வரைந்த கார்ட்டூன் வெளிவந்தது. உடனே நவநாகரீக இளைஞன், புது தினுசு என்பதாக அவர்கள் அவனைக் கருதினார்கள்.

அந்த இளைஞனுக்குத் திறமை இருக்கிறது என்று கருதினார்கள்.

"எனக்கு மாதச் சம்பளம் ரூ 2500. ஆனால் அது முக்கியமல்ல. நான் ஒரு நிஜமான ஏஜென்சிக்குள் இறுதியாக நுழைந்துள்ளேன்."

ஒரு நாள் அவருடைய முதலாளி ஷீலா சையத் தனது ஊழியர்களுக்குப் பெரிய விருந்து கொடுத்தார். அப்போது தி எட்ஜ் என்ற அந்த கம்பெனியிலிருந்து தான் விலகப் போவதாக அறிவித்தார். அவரும் அவரது கணவர் முன்னவர் சையத்தும் (அப்போது அவர் எவரெஸ்டு அட்வர்டைஸில் கம்பெனியில் நிர்வாக இயக்குனராக இருந்தார்) டிரைடன் என்ற ஒரு புதுக் கம்பெனியை ஆரம்பிப்பதாக இருந்தார்கள்.

அதனால் தி எட்ஜின் பல ஊழியர்களுடன் சேர்ந்து ரஞ்சீவும் டிரைடனில் சேர்ந்தார்.

"நான் டிரைடனில் 1991லிருந்து 1997 வரை பணியாற்றினேன். பிரபலமான ஃபெரோஸ்ஷா மேத்தா (Pherozshah Mehta Road) சாலையில் அந்த அலுவலகம் இருந்தது."

டிரைடன் ஒரு நிலையான, பாதுகாப்பான இடம்; ஆனால் பரபரவென்று உச்சிக்குச் சென்று, பரிசுகளையும் பாராட்டுகளையும் பெறுகின்ற ஒன்று அல்ல. வியாபார நிர்ப்பந்தங்கள் ஆதிக்கம் செலுத்தின. வாடிக்கையாளர் சேவையைக் கவனிப்போர் எல்லாவற்றையும் தீர்மானித்தனர். சிறந்தக் கருத்துக்கள் முளையிலேயே கிள்ளி எறியப்பட்டன.

"என்னை அவர்கள் கேன்ஸ் விழாவிற்கு அனுப்பினார்கள், சிங்கப்பூரிலும் பாரீசிலும் நடந்த பணி தொடர்பான கூட்டங்களுக்கு அனுப்பினார்கள். பணத்தைப் பொறுத்தவரை என்னை நன்றாகக் கவனித்துக் கொண்டார்கள். எனக்குக் கார் கொடுத்திருந்தார்கள். எனக்கு எல்லாம் வசதியாக இருந்தது!"

இருப்பினும் ரஞ்சீவ் பிரச்சினை செய்பவராக, நிர்வாகத்தினரிடம் கஷ்டமான கேள்விகளைக் கேட்பவராக இருந்தார்.

"எனக்கு இது நன்றாக நினைவில் இருக்கிறது - ஏஜென்சியின் அலுவலகக் குறிப்புக் கையேட்டை எழுதச் சொன்னார்கள். நான் மறுத்து விட்டேன். நான் சொன்னேன், "நான் என்ன எழுத வேண்டும் என்று நீங்கள் சொல்வதில் எனக்கு நம்பிக்கை இல்லை. அதில் எதுவும் உண்மை இல்லை!" இப்படி நான் சொன்னதால் மேலதிகாரிகளோடு எனக்குப் பிரச்சினை ஏற்பட்டது."

அந்தக் கம்பெனியின் வழிமுறையோடு ஒத்துப் போவதற்கு ரஞ்சீவால் முடியவில்லை. தன் படைப்புத் திறனின் உந்துதலால் வாரக் கடைசி நாட்களில் சில சோதனைகளை மேற்கொண்டார்.

"ஒரு பகல் வேளையில் பாரில் அமர்ந்து குடித்துக் கொண்டே நாங்கள் நான்கு நண்பர்கள் இந்த உலகத்தையே வெல்வது தொடர்பாகத் திட்டம் தீட்டிக் கொண்டிருந்தோம். எதையாவது செய்ய வேண்டும், மற்றவர்களுடைய கருத்துக்களுக்காக இல்லாமல் நம்முடைய சொந்த தொலைநோக்குப்

பார்வைக்காகச் செய்ய வேண்டும் என்று தீர்மானித்தோம்."

அப்போது எங்களுக்குத் தோன்றிய யோசனை "டி ஷர்ட்டில் இந்தியா"; 1991ல் ரஞ்சீவ் யூகேவிற்கு (UK) சென்றதிலிருந்து இந்த யோசனை இருந்து வருகிறது. அங்கு அவர் ஸ்காட்லாந்து நாட்டின் குறிப்பிட்ட நாகரிகத்தின் அடிப்படையில் தயாரிக்கப்பட்டப் பல டி-ஷர்ட்டுகளைப் பார்த்திருந்தார்.

"ஓ! அணிந்து கொள்ளக் கூடிய ஒரு போஸ்டரைப் படைப்பது போல் இருக்கிறதே - டி ஷர்ட்டைப் பயன்படுத்தி எதை வேண்டுமானாலும் தெரிவிக்கலாமே."

இந்தியா திரும்பி வந்த பிறகு இதற்குச் சிறிது அருகில் உள்ளதாகக்கூடஎதையும் அவர்பார்க்கவில்லை.ஆனால்இந்த யோசனையைச் செயல்படுத்துவதற்கு ரஞ்சீவிற்கு இன்னும் ஒரு ஆறு ஆண்டுகள் பிடித்தன.

"இதற்கு நாங்கள் தேர்ந்தெடுத்த பெயர் தந்திரா - உச்சரிப்பதற்குவசதியாக,சிறியதாக, வலிமையானதாக,தவிர, இந்தியாவோடு சம்பந்தப்பட்டதாக அது இருந்தது. மேலும் தலைமறைவாக இருப்பது போன்ற ஒரு உணர்வையும் கொடுத்தது."

எங்களுடைய அந்தத் திட்டத்தைப் போன்றே!

இதற்கான நடவடிக்கைகள் எளிமையானவை. தோள் கொடுக்கும் இந்தத் தோழர்கள் சில புது வடிவமைப்புகளை உருவாக்குவார்கள், பிறகு அவற்றை எப்படி அச்சடிப்பது என்று கண்டு பிடிப்பார்கள்.

"எங்களுள் மூத்த கலைஞனின் பெயர் சனத். முதல் மூன்று வாசகங்களான காதி, காளி கோவா ஆகியவற்றை அவர் உருவாக்கினார்."

ஆனால் காகிதத்தில் வரைவது என்பது ஒன்று, அதை டி ஷர்ட்டில் மாற்றுவது என்பது வேறு.

"நீங்கள் தவறான வழியிலே சென்றால் உங்களுக்கு ஒத்துக் கொள்ளாத எதையோ ஒன்றை நீங்கள் சாப்பிட்டது போல் இருக்கும்; உள்ளுக்குள் நீங்கள் விழிப்போடு இருக்க வேண்டும். உங்களுக்குள் பேசிக் கொண்டு விஷயம் என்ன என்பதைப் புரிந்து கொள்ள வேண்டும்."

> "1991ல் (MAD) பத்திரிகையின் நியூயார்க் தலைமை அலுவலகத்திற்கு நான் சென்றேன். நான் சும்மா நேரே சென்று உள்ளே நுழைந்தேன். ஒரு ஆள் என்னை அழைத்துக் கொண்டு சென்று அலுவலகத்தைச் சுற்றிக் காண்பித்தான். வில்லியம் கெய்ன்ஸ், ஆஞ்சலோ டாரஸ் ஆகியோரைச் சந்தித்தேன். மேலும் அல் ஜபியின் (AL Jaffee) ஓவியங்களைப் பார்த்தேன். அவை இன்பக் கிளர்ச்சி ஊட்டுபவையாக இருந்தன!"

"நாங்கள் ஆரம்பித்த போது, துணியைப் பற்றியும் அச்சடிப்பதைப் பற்றியும் எங்களுக்கு எதுவும் தெரியாது. முதலில் ஒருவரை அணுகியபோது, "இதெல்லாம் சரிப்படாது! ஆறு அல்லது எட்டு நிறங்களில் அச்சடிப்பது சாத்தியமே இல்லை என்று கூறினார்."

நான் சொன்னேன், "சரி. ஆனால் நீங்கள் மறுமுறையும் முயற்சி செய்ய வேண்டும்!"

விளம்பரத்துறையில் சிவப்பில் பதினெட்டு வெவ்வேறு வகைகள் உள்ளன.

"என் மனதில் இருந்த அந்த சிவப்பு நிறம் வரவில்லை என்பதால் நான் அவரிடம் கோபித்துக் கொண்டு கத்தினேன்."

பயந்து போன அவர் "எடுத்துக் கொண்டு போ, செய்ததையும் இலவசமாக எடுத்துக் கொள், போய் விடு" என்றார்.

அடுத்ததாக *டான்* (Dawn) என்றழைக்கப்பட்டக் கம்பெனிக்கு ரஞ்சீவ் சென்றார். அங்கும் அந்த உரிமையாளரிடம் இவர் சண்டை போட்டார். டான் *பனியன்கள்* தயாரிக்கும் வியாபாரத்தில் ஈடுபட்டிருந்தனர் - மாதிரிக்கு அவர்கள் அனுப்பியவையும் அது போலத்தான் இருந்தது.

"ஒரு விளம்பரக் கம்பெனியிலிருந்து நீங்கள் வந்தால் உங்களுக்குப் பலவகையான மனப்பான்மை அல்லது நடத்தை முறைகள் இருக்கலாம். ஏனெனில் நீங்கள் யாரோ ஒருவருக்காகப் பணியாற்றுகிறீர்கள். அது உங்களைப் பாதுகாக்கிறது. நீங்களாகவே தொழில் செய்யும் போது உங்களுக்குத் தெரிந்ததை வைத்துக் கொண்டு தான் பணியாற்ற வேண்டியுள்ளது."

இறுதியாக அந்த முதல் இரண்டு மூன்று வாசகங்களைக்

கொண்ட சுமார் 500 டி-ஷர்ட்டுகளை ரஞ்சீவ் தயாரித்தார். இவை கடைகள் மூலமாக இல்லாமல் நேரடியாக விற்கப் பட்டன. அந்த ஏஜென்ஸியில் ஒரு திருப்பம் ஏற்பட்டிருக் காவிட்டால் முழுமையான டி-ஷர்ட் வியாபாரம் வார இறுதி பொழுது போக்குத் தொழிலாகவே இருந்திருக்கும்.

"சனி, ஞாயிறு நாள்களுக்கு நான் ரொம்பவே மதிப்புக் கொடுப்பேன். ஆனால் சனிக்கிழமைகளில் பணியாற்ற மாட்டேன். சனிக்கிழமைகளில் அழைப்பு வந்தால் அதைச் செய்ய மாட்டேன் என்று அர்த்தமில்லை. இப்போது பிரச்சினை என்ன என்றால் வாடிக்கையாளர் சேவையில் ஈடுபட்டுள்ள இந்த நபர் ஒரு அரை குறை யோசனையோடு என்னிடம் வந்து, "திங்கள்கிழமை காலை 10 மணிக்குள் அந்த விளம்பரத்தை நான் முடிக்க வேண்டும்" என்றார்.

நான் சொன்னேன், "இது முடியக்கூடிய செயல் அல்ல, நீங்கள் நிறைய பணம் கொடுத்தாலன்றி, உடனே இந்த ஆள் போய் என் மேலதிகாரியிடம் சென்று என்னைப் பற்றிப் புகார் செய்தார்."

திங்கட்கிழமை காலை மேலதிகாரியிடமிருந்து ஒரு குறிப்பு வந்தது - "உனக்கு இங்கு பணிபுரிய ஆவல் இருக்கிறதா என்பதை எனக்குத் தெரியப்படுத்தவும்."

போதும் என்றாகி விட்டது ரஞ்சீவிற்கு. நீண்ட விடுமுறை எடுத்துக் கொள்வது என்ற முடிவிற்கு வந்தார்.

அவருடைய அடுத்த நடவடிக்கை. குர்லா ஸ்டேஷன். அங்கிருந்து திருப்பூர்; இந்தியாவில் டி-ஷர்ட்டுக்குப் பெயர் பெற்ற இடம்.

"எனக்கு அங்கு சிலருடன் தொடர்பு இருந்தது. பெரிய எண்ணிக்கையில் பனியன்களை வாங்கச் சென்றேன்."

பெரிய எண்ணிக்கை என்றால் 2000 உருப்படிகள், நான்கு, ஐந்து அச்சடிக்கப்பட்ட வாசகங்கள். மொத்த முதலீடு ரூ 1.2 லட்சம்.

இது வரை எல்லாம் சரி, ஆனால் அத்தனை பனியன்களை உண்மையில் எவ்வாறு *விற்பது*?

முதல் நாளிலிருந்தே மக்கள் அதை வாங்குவார்கள் என்பதில் ரஞ்சீவிற்கு எந்தச் சந்தேகமும் இல்லை. ஆனால் அந்தச் சந்தேகங்கள் எல்லாம் சில்லரை வியாபாரியின் மனதில் இருந்தது. ஏனெனில் தந்திரா அப்போது சோதனை

காலகட்டத்தில் இருந்த ஒரு பிராண்ட். முன்பே அதைப் பற்றிக் கேள்விப் பட்டிருக்கிறார்கள். அதை பார்த்திருக்கிறார்கள்.

"விளம்பரத்துறையில் இதற்கு முடக்குதல் என்று பெயர். தந்திரா சும்மா ஒரு டி-ஷர்ட் மட்டும் அல்ல. அது தகவல் பரிமாற்றம் என்பதாகும். எங்களுடைய விவர அட்டை கூட வாடிக்கையாளரிடம் பேசும்!"

ஒரு மிகச் சிறந்த புதுப் பொருளுக்கும் அதை எடுத்துச் சொல்ல ஒரு போதகர் தேவைப்படுகிறார். பெரிய மூக்குடன் கழுகுக் கண்களும் உடைய ஒரு சிந்திக் கடைக்காரர் திரு.ஹதிராமணி, தந்திராவை முதலில் நம்பியவர். அவரைக் கொலாபாவில் கண்டுபிடித்தனர்.

"எங்களுடைய ஆரம்பக்கால அச்சடிக்கப்பட்ட வாசகங்கள் சுற்றுலா வருபவர்களுக்குப் பொருத்தமானது. அதனால் இந்த இடம் மிக வசதியாக இருந்தது. அவர் 10-20 டி-ஷர்ட்டுகளைத் தன் கடையில் விற்பனைக்கு வைத்துக் கொள்ளச் சம்மதித்தார். அன்று இரவே அவை விற்கப் பட்டுவிட்டன!"

உடனடியாக அடுத்த நாள் காலை அவர் எங்களைக் கூப்பிட்டு, "*இன்னும் 500 உருப்படிகளை அனுப்புங்கள்!*"

அப்படியானால் அங்கு என்ன மாயாஜாலம் நடந்தது? அவர் கடை இருந்த இடம் என்பது முக்கியமான ஒன்று, தவிர, ஹதிராமணியிடம் இந்தப் பொருளைப் பற்றி ஒரு சரியான இதயமும் சரியான துடிப்பும் இருந்தது என்பது ரஞ்சீவின் அபிப்ராயம். உடனே மற்ற கடைக்காரர்கள் 'பொருள் விற்றுக் கொண்டு இருக்கிறது' என்பதை உணர்ந்து ரஞ்சீவிடம் ஆர்டர்கள் கொடுக்க ஆரம்பித்தார்கள்.

"தொடக்கத்தில் எங்களுடைய டி ஷர்ட்டுகளை வாங்குவதற்கு என்றே மக்கள் கொலாபாவிற்கு வந்தார்கள்; பின்னர் பாந்த்ரா, லோகண்ட்வாலா ஆகிய இடங்களில் உள்ள கடைகளிலும் எங்கள் பொருள் விற்பனைக்கு வைக்கப்பட்டது. சுற்றுலா வருபவர்களிடையே மட்டுமல்லாது, உள்ளூர் மக்களிடையே, குறிப்பாகக் கல்லூரி மாணவர்களிடையேயும் தந்திரா பிரபலமாயிற்று."

திருப்பூரில் மிகப் பெரிய எண்ணிக்கையில் பொருட்களை வாங்குவது எளிதானது, அதனால் அதிக அளவில் விற்பது கடினமானதாக அல்ல.

> "ஒருவரிடம் வேலை செய்யும் போது மற்றவருடைய கனவுகளை நிறைவேற்றுவதற்காக நாம் பணியாற்ற வேண்டியிருக்கிறது; அவருடைய கனவு பணம் சம்பாதிப்பது என்பதாக மட்டும் இருக்கலாம். அதனால் மேலும் மேலும் செய்ய வேண்டும் என்ற எண்ணத்தோடு நாம் தவிக்க வேண்டியிருக்கும்."

"திருப்பூரில் சிறப்பாக, ஏற்றுமதி செய்யப்படும் பகுதி. ஆரம்பக்காலத்தில் உள்ளூர் வியாபாரிகளை அவர்கள் மட்டமாக நடத்தினார்கள். அவர்களிடையே ஒரு வேடிக்கையான வழக்கம் இருந்தது. தொழிற்சாலைக்குள் நுழைந்தவுடன் உங்களுக்கு மாலை போட்டு ஆரத்தி எடுப்பார்கள். பிறகு கேட்பார்கள், "எந்த கம்பெனிக்காக வாங்குகிறீர்கள்? அமெரிக்காவிற்கா? ஜெர்மனிக்கா? பிரான்சு நாட்டிற்கா?"

நீங்கள் உள்ளூர் அல்லது உள்நாடு என்றால் உங்களிடம் இருந்து மாலையைப் பிடுங்கிக் கொள்வார்கள்!

விரைவாகவே ரஞ்ஜீவ் சரியான ஓட்டலில் தங்குவது போன்ற சில வியாபாரத் தந்திரங்களைக் கற்றுக் கொண்டார்.

ஒரே ஒரு ஐந்து நட்சத்திர ஹோட்டல் தான் திருப்பூரில் இருந்தது. அவர்கள் அங்கிருக்கும் விருந்தாளிகளின் பட்டியலைத் தொழிற்சாலைக்கு அனுப்பி விடுவார்கள். அதனால் நாங்களும் அங்கு தங்க ஆரம்பித்தோம். விரைவில் ஆர்டர்களை எடுத்துக் கொண்டு எங்களைத் தேடி வந்தார்கள்.

"ஆனால் நாங்கள் வாங்கியது ஆரம்பத்தில் 3000-4000 உருப்படிகள். மாதத்திற்கு 10,000 வாங்கும் நாளைப் பற்றி நான் கனவு கண்டு கொண்டிருப்பேன்."

"லாபத்தைப் பற்றி எங்களுக்கு எதுவும் தெரியாது. விற்கும் ஒவ்வொரு டி-ஷர்ட்டிலிருந்தும் 30-40 ரூபாய் எங்களுக்குக் கிடைக்க வேண்டும் என்பது தான், ஒரு ஏஜென்சியின் படைக்கும் திறனுள்ள ஒரு டைரக்டர் என்ற நிலையில் என் குறிக்கோளாக இருந்தது."

ஆனால் இந்தக் கம்பெனியில், ரஞ்சீவ் படைப்பாளராக, வாடிக்கையாளர் சேவை செய்பவராக, செயல் துறை அலுவலராக எல்லாம் கலந்த ஒருவராக இருக்க வேண்டும்.

மேலும் தொடக்கத்திலிருந்து துணிமணி வியாபாரத்தைப் பற்றிய ஒவ்வொரு சிறுசிறு விஷயங்களையும் அவர் கற்க வேண்டி இருந்தது.

"1997ல் நாங்கள் ஒரு பல்பொருள் அங்காடியை அணுகியது. எனக்கு நினைவில் இருக்கிறது. அதற்குப் பொறுப்பாக இருந்தவர் ஒரு பெண்மணி. எவ்வளவு தூரம் டி-ஷர்ட் சுருங்கும் என்று அவர் கேட்டார். எங்களுக்கு அதுபற்றி எதுவுமே தெரியவில்லை; தவிர டி-ஷர்ட் செய்யப்படும் துணியை முதலில் பரிசோதனைச் சாலையில் பரிசோதிக்க வேண்டும் என்பதும் தெரியாது!"

இதற்கு ரஞ்சீவ் என்ன செய்தார்? ஒரு சிவப்பு நிற டி ஷர்ட்டை வாளியில் இரவு முழுக்க ஊறவைத்தார்! அந்தத் தண்ணீரைக் கண்ணாடி பாட்டில்களில் சேகரித்தார்.

"அவற்றை எடுத்துக் கொண்டு சென்ற அன்று அந்தப் பெண்மணியை எங்களால் சந்திக்க முடியவில்லை. பாட்டில்களைத் தூக்கிக் கொண்டு நாங்கள் வருவதைப் பார்த்த மற்ற ஊழியர்கள் சரியான முட்டாள்கள் என்று எண்ணி சிரித்திருக்கக்கூடும்!"

இறுதியில் இந்தப் பல்பொருள் அங்காடி தந்திரா டி-ஷர்ட்டுகளை நிறைய வாங்கியது. ஆனால் இதன் காரணமாக எல்லாம் சரியாக ஆவதற்குக் கிட்டத்தட்ட ஒரு ஆண்டு ஆயிற்று. ஆனால் இது கற்பதற்கான ஒரு அனுபவம். ரஞ்சீவ் வேறு ஒரு அணுகுமுறையை மற்றொரு புதுக் கடையில் முயற்சி செய்தார். இதை அவர் 'மாய மந்திரக் கடிதம்' என்று குறிப்பிடுகிறார்.

"ஒவ்வொரு ஆண்டும் சில கடிதங்களை நான் அனுப்புவேன். அந்த நபரை அணுகுவதற்காக, பொருள்களைப் பற்றி முழுவதுமாக அவர் அறிந்து கொள்வதற்காக, நம்பிக்கையான உள்ளுணர்வுச் சக்தியை பெறுவதற்காகவும் அனுப்புவேன். வியப்பிற்குரிய வகையில் 10ல் 9 முறை அது பயனளிப்பதாக இருந்தது!"

ஒரு சில்லரை விற்பனையாளருக்கு அனுப்பப்பட்ட அந்தக் கடிதம் ஏன் தந்திரா டி-ஷர்ட்டுகளை அவர் வாங்கி இருப்பில் வைக்க வேண்டும் என்பதற்கான 10 காரணங்களைக் கொண்டிருந்தது. அந்தப் பத்துக் காரணங்களும் ரொம்பவும் ஆற்றல் உள்ளவை.

கடிதத்தைப் பார்த்த மார்க்கெட்டிங் மேனேஜர் கூப்பிட்டு, "சரி, நேரில் வந்து விளக்க முடியுமா?" என்றார்.

"அவர் ஒரு கண்டிப்பான பேர்வழி, அவருடைய உதவியாளர்களும் அதே கண்டிப்போடு கோபப் பார்வையோடு அவர் அருகில் இருந்தனர். எங்களைப் போன்ற இளைஞர்களின் மனதில் அச்சம் ஊட்டுவதற்காக அவர்கள் அப்படி இருந்தார்களா என்று நினைத்தேன்!"

எவ்வளவு லாபம், எவ்வளவு எண்ணிக்கைகள் என்ற பல கணக்குகளை அவர் ரஞ்சீவின் முன் வைத்தார்.

"அது எதுவுமே எனக்குப் புரியவில்லை. (உங்களுக்குத் தெரியுமா? எனக்கு எப்போதுமே கணக்கு வராது!) இறுதியாக ஒரு பைத்தியக்காரத்தனமான பேரத்திற்கு நான் ஒத்துக் கொண்டேன். பின்னாளில் ஷாப்பர்ஸ் ஷாப் (Shoppers Stop), குளோபஸ் (Globus), பிரமிட் (Pyramid) போன்ற கடைகளுக்குச் சென்ற போதும் மிகக் குறைவான அளவு லாபத்திற்குத்தான் என்னால் கொடுக்க முடிந்தது."

ஆனால் நிச்சயமாக இந்த டி ஷர்ட் பற்றி எல்லோருக்கும் தெரிய வந்தது. அது இந்த பிராண்டை மேலெடுத்துச் செல்வதற்கு உதவியாக இருந்தது.

மற்ற எல்லா வியாபாரங்களையும் போல துணி வியாபாரத்திலும் மொத்த விற்பனை என்ற கருத்து இருந்தது. ஆனால் தந்திராவைப் பொறுத்தவரை ஆரம்பக் காலங்களில் நேரடியாகச் சில்லரை விற்பனையாளர்களுக்கு கொடுப்பது என்ற முறை வசதியானதாக இருந்தது.

"மும்பையில் நாங்கள் ஒரு வினியோகஸ்தரை ஏற்பாடு செய்தோம்; ஆனால் பல கடைக்காரர்களும், நேரடியாக எங்களிடமே ஆர்டர் செய்வதை விரும்பினார்கள். தவிர, சோம்பேறியான அந்த வினியோகஸ்தர் எங்கள் வியாபாரத்திற்கு எந்த விதத்திலும் உதவியாக இல்லை!"

'நாங்கள்' என்று சொல்லும் போது, அந்த குழுவில் இருந்த மற்ற நால்வர் என்ன ஆனார்கள்?

"அந்த நான்கு பேரில் ட்ரைடனின் சௌகரியங்களை விட்டு வருவதற்கு ஒருவர் மறுத்து விட்டார். அந்தக் கம்பெனி அவருக்குப் பெரிய அளவில் ஊதியத்தை உயர்த்தியது, அவர் அங்கேயே ஒட்டிக் கொண்டு விட்டார். முதல் டி-ஷர்ட்டுகளை உருவாக்கிய கலைஞன் சனத் தானாகத்

"ஒரு MBA என்னுடன் இணைந்திருந்தால் என் சிந்தனையைக் குழப்பி இருப்பார்; 'இதெல்லாம் சாத்தியமாகக் கூடிய காரியமே அல்ல' என்று சொல்லி இருப்பார்.''

தனியாகத் தொழில் செய்வதை விரும்பினார். அந்த மூன்றாவது ஆள் என்னுடன் சேர்ந்தார், ஆனால்..."

கூட்டாளியாக அவர்கள் இணைந்தது திருப்திகரமாக இல்லை. ஓராண்டுக்குள்ளாக அந்த இருவரும் பிரிந்து அவரவர் வழிகளில் சென்றனர்; அந்த ஆள் தானே சொந்தமாக ஒரு போட்டி டி-ஷர்ட் பிராண்டை உருவாக்கினார்.

"இது தர்மத்திற்கு மாறானது என்று ஆரம்பத்தில் நான் நினைத்தேன்; ஏனெனில் நாங்கள் உற்பத்தி செய்யும் அதே பொருட்களை அதே கடைகளுக்குச் சென்று அவர் விற்கக் கூடும் என்பதால். ஆனால் அது தான் வாழ்க்கை," என்று தோள்களைக் குலுக்கிக் கொள்கிறார். "ஆனால் அது எந்த விதத்திலும் தந்திராவின் விற்பனையைப் பாதிக்கவில்லை."

கொலாபாவில் ஸ்டிராண்ட் சினிமாவிற்குப் பின்னால் ஒரு சிறிய அலுவலகத்தில் மிகக் குறைவான ஊழியர்களை வைத்துக் கொண்டு ரஞ்சீவ் தன் வியாபாரத்தைக் கவனித்துக் கொண்டார்.

"ஜெய்ஹிந்த் கல்லூரியிலிருந்து இந்த இளைஞன் திடீரென்று ஒரு நாள் என்னிடம் வந்து, என்னுடன் வேலை செய்ய விரும்புவதாகக் கூறினான். நான் உடனே அவனைப் பணியில் அமர்த்தினேன். கணக்கு வழக்குகளைப் பார்க்க ஒரு பெண் அக்கவுண்டன்ட் இருந்தாள். நான் வெளிநாட்டுக்குச் சென்றிருந்தபோது என் பணத்தைக் கையாடி விட்டாள். ஆறு மாதங்களுக்குப் பிறகு தான் நான் இதைக் கண்டு பிடித்து அவளை வேலையிலிருந்து நீக்கினேன்."

2000-2001 வரை எல்லாமே தாறுமாறாகச் சென்று கொண்டிருந்தன.

"கோவா, டெல்லியிலிருந்து கடைக்காரர்கள் திடீரென்று அலுவலகத்திற்கு வருவார்கள். 'உங்களுடைய டி-ஷர்ட்டுகள் எங்களுக்கு வேண்டும்' என்பார்கள். இந்த மிகச் சிறிய இடத்திலிருந்து நாங்கள் செயல்படுவதைப் பார்த்து அவர்கள் எல்லோரும் அதிர்ச்சி அடைவார்கள்."

இந்த காலகட்டத்தில் மாதத்திற்கு 10,000 டி-ஷர்ட்டுகளை தந்திரா விற்பனை செய்து வந்தது.

எல்லாம் சரியாக நன்றாகப் போய் கொண்டிருக்கிறது; ஆனால் இந்த வியாபாரத்தின் ஆத்மாவைப் போன்றதான அந்தப் படைக்கும் திறன் பகுதி என்ன ஆயிற்று? ஏதோ ஒரு வேடிக்கையான கேலியான வாக்கியத்தைத் தேர்ந்தெடுத்து ஒரு டி-ஷர்ட்டில் அச்சடித்து விட முடியும். ஆனால் ஏதோ ஒன்று சிறப்பானதாக, வித்தியாசமானதாக தந்திராவில் இருந்தது.

முதலாவதாக, படைப்பாற்றலின் தரம். படைப்பாற்றல் மிக்க பலர் வடிவங்களை உருவாக்கியுள்ளார்கள். அதில் பிரபலமான கார்ட்டூனிஸ்ட்டான ஹேமந்த் மோர்பாரியா என்பவரும் ஒருவர். தவிர தந்திரா பிராண்ட் டி-ஷர்ட்டுகளுக்குச் சாதாரணமானவர்களும் விசிறிகள்.

"ஏர் இந்தியாவில் பைலட்டாக இருந்தவர் என்னைத் தொடர்பு கொண்டு தன்னுடைய யோசனைகளை எங்களுக்கு அனுப்பலாமா என்று கேட்டார். அவருடைய ஒரு கருத்தை நாங்கள் ஏற்றுக் கொண்டோம். அது தான் 'ஆட்டோ-ரிக்க்ஷா' டி-ஷர்ட். அது இன்றளவும் விற்பனையாகிறது."

உண்மையில் *யோசனைகளை*, புதுக் கருத்துக்கள் இவற்றைப் பெறுவது ஒரு பிரச்சினையே அல்ல. அவற்றுள் பொருத்தமானவற்றைத் தேர்ந்தெடுப்பது - அவற்றைக் கொண்ட டி-ஷர்ட்டுகள் அதிக அளவில் விற்கப்படுவதால் அதிக அளவு லாபம் பார்ப்பது - என்பதில் தான் சூட்சுமம் இருக்கிறது. இதற்குப் படைப்புத் திறன் மிக்க மனம் வேண்டும் என்பதல்ல, தேர்ச்சி பெற்ற, வியாபாரத் திறன் உள்ள மனம் என்பது தான் தேவை.

"உண்மையில் அது 100% உள்ளுணர்வு தான்."

'ஒன்றிற்கு மாற்றாக' இன்னொன்றைப் படைப்பது என்பதை ரஞ்சீவ் நம்பவில்லை.

"விளம்பர ஏஜென்ஸியில் நடைபெற்றது எனக்கு நினைவிற்கு வருகிறது. ஒரு அணுகு முறையைத் தேர்ந்தெடுப்பார்கள், பிறகு அதற்கு மாற்றான ஒன்று, அதன் பிறகு அதற்கு மாற்றான ஒன்று என்று செயல்பட்டார்கள். இது நேர்மையற்றது என்பது என் எண்ணம். நீங்கள் எதையாவது நம்ப வேண்டும், பின் அதில் தொடர்ந்து செயல்பட வேண்டும்."

அடிப்படையில் அந்தக் கருத்து வலிமையானதாக இருந்தால் அச்சடிக்கப்படும் எழுத்துக்கள், அதன் படங்கள் போன்ற அதன் வடிவமைப்பை ரஞ்சீவ் மேலும் சிறப்பாகச் செய்வார். அந்தக் கருத்து அப்படி இல்லையென்றால்...? அது அப்படித்தான்.

"அது நன்றாக இருந்தால் மக்கள் வாங்குவார்கள். இல்லை என்றால் மக்கள் வாங்கமாட்டார்கள். அது தான் இந்த விஷயத்தில் உள்ள கடுமையான உண்மை" என்கிறார் ரஞ்சீவ்.

எப்படி இருந்தாலும் தந்திராவில் *எல்லாமே* விற்பனை மட்டும் அல்ல.

"குறைவாக விற்ற வாசகங்களைக் கொண்ட டி-ஷர்ட்டுகளையும் எங்களுக்குப் பிடிக்கும். ஏனெனில் அவை எல்லாமே எங்களுடைய குழந்தைகள்!"

சில சமயங்களில் கொலாபாவில் நரீசன்ஸ் என்ற பகுதியில் நின்று கொண்டிருப்பார். ஒரு கடை முழுவதும் ஷோ கேஸில் தந்திரா டி-ஷர்ட்டுகளை வைத்திருப்பார்கள். அங்கு நின்று கொண்டு, வருபவர் போகிறவர்களை சும்மா வேடிக்கை பார்த்துக் கொண்டிருப்பார்.

"புரிந்து கொள்ள முடியாத சில வாசகங்களையும், படங்களையும் - (99% மக்களுக்கு நிச்சயமாக அது புரியாது) கொண்ட சில டி-ஷர்ட்டுகளை யாராவது ஒருவர் உற்றுப் பார்த்தால் எனக்கு மிகவும் மகிழ்ச்சியாக இருக்கும். ஆனால் அதைப் பார்த்துச் சிரித்து விட்டு அதை அந்த ஒரே ஒரு ஆள் வாங்கினாலும் கூட அது மேன்மையானது, மதிப்பு மிக்கது."

இதன் பொருள், "இந்த பிராண்ட் எப்போதும் சாதாரணமானதாக முடக்கப்பட்டு விடக்கூடாது, விசித்திரமானதாகவே அது இருக்கட்டும்!"

கடந்த 12 ஆண்டுகளாக தந்திரா 2000 வடிவங்கள் உள்ள டி-ஷர்ட்டுகளை உற்பத்தி செய்துள்ளது. இருப்பினும் அவற்றுள் எதுவுமே ஒரு குறிப்பிட்ட காலத்தில் அலமாரியில் இருக்கவில்லை. அதற்கும் மேலாக அதற்கு இணையாக

"ஒவ்வொரு மனிதனுக்குமே எழுந்து நின்று இவ்வாறு சொல்லத் தோன்றும் - பாருங்கள், இது தான் நான்."

> "தந்திரா ஒரு நேர்மையான பொருள். தள்ளுபடி விற்பனையை நாங்கள் செய்வதில்லை. ஏனெனில் வியாபாரத்தை விட்டுச் சென்று விடாத அளவிற்கு எவ்வளவு முடியுமோ அவ்வளவு குறைந்த விலையைத் தான் நாங்கள் ஏற்கனவே தீர்மானித்திருக்கிறோம்!"

வேறு சில பிராண்டுகளையும் தயாரிக்கிறது, அவை 'பார்க்கிங் டாக்' (Barking dog), லைன் *மாரோ*' (Line maro) என்ற பெயர்களில், 'இந்தியா'வை முன்னிலைப் படுத்தாமல் நம் நாட்டுச் சந்தைக்காக நல்ல வாசகங்களோடு தயாரிக்கப் படுகின்றன.

"ஒரு கடைக்குத் தந்திரா பிராண்ட் டி-ஷர்ட்டுகளை நான் கொடுத்தால் அடுத்துள்ள கடைக்காரர் என்ன செய்வார்? 'நானும் இந்த வியாபாரத்தில் இருக்கிறேன்' என்ற சில பிராண்டுகளை உருவாக்கினால் எங்களுடைய விற்பனையை இரட்டிப்பாக்கலாம். சில சமயங்களில் இவ்வாறு கூட எண்ணுவேன் - எங்களுடையதைப் போன்றே போலியானவற்றை நாங்களே தயாரித்துத் தெருக்களில் போட்டு விற்கலாமா என்று. ஆனால் அது முழு அளவிலான மாற்றமாக இருக்கும்!"

இன்னொரு விஷயத்திலும் தந்திராவிற்கு அதிக மதிப்பு உள்ளது, அது அவர்களுடைய டி-ஷர்ட்டுகளின் தரம். மற்ற பிராண்டுகளைப் போல் அல்லாமல் ஒவ்வொரு முறை தோய்த்த போதும் அது மேலும் சிறப்பானதாக ஆயிற்று. அதற்கான ரகசியம் உயர்தரமான அதிக அளவு நூலிழைகளைக் கொண்டிருப்பது 'gsm'. ஒவ்வொரு சதுர அங்குலத்திலும் அதிக இழைகள் இருக்கும்.

"அப்படியானால் ஆரம்பத்திலிருந்தே குறைவான முயற்சி, குறைவான செலவு அதனால் தரமற்றவை என்பதை செய்யக் கூடாது என்பதைத் தீர்மானித்திருந்தீர்களா?" என்று நான் கேட்டேன்.

"இல்லை, அப்படியெல்லாம் ஒன்றும் இல்லை எங்கள் அறியாமைதான் அதற்குக் காரணம்!" என்று ரஞ்சீவ் பதிலளித்தார்.

சரி, இந்த அறியாமை நல்ல பலனைக் கொடுத்தது என்பதில் சந்தேகமில்லை. "ஆரம்பத்தில் எளிதில் எதையும் நம்பாதவர்கள் இப்போது சொல்வது; 'இந்த முட்டாளுக்கு

இவ்வளவு திறமை இருக்கிறது என்பது எங்களுக்குத் தெரியாது. இப்பொழுது பார், எவ்வளவு நன்றாகச் செய்கிறார்!' "

2001ல் இந்த நேரத்தில் ரஞ்சீவ் தன் மைத்துனனான விமல் மரிவாலாவைத் தன் வியாபாரத்தில் இழுத்துக் கொண்டார். உற்பத்தியையும் சந்தைப் படுத்துதலையும் அவரிடம் ஒப்படைத்தார். தான் அப்போது பார்த்து வந்த வேலையில் விமலுக்கு அதிகத் திருப்தி இல்லாமல் இருந்த நேரம் அது. ரஞ்சீவுடன் இணைவதற்கு அவர் மகிழ்ச்சியுடன் சம்மதம் தெரிவித்தார்.

"விமல் என்னைவிட நன்றாக உயரமாக இருப்பான்" என்று ரஞ்சீவ் வேடிக்கையாகச் சொல்கிறார்.

இதில் உண்மை என்னவென்றால் செய்வதையே *திரும்பத் திரும்ப செய்வது*, படைக்கும் திறன் உள்ளவர்களுக்குச் சிரமமான காரியம். ஒவ்வொரு வாரமும் மால்களின் உரிமையாளர்களைச் சந்திக்க வேண்டும், அதற்கு நகரம் முழுவதும் எல்லா இடங்களுக்கும் செல்ல வேண்டும். வெஸ்ட் சைட், புரோவோக் ஆகிய பெரிய கடைக்காரர்கள் தங்களுக்கே ஆனதான டி-ஷர்ட்டுகளைத் தயாரித்து தரும்படிக் கேட்டனர். ஒவ்வொருவரிடமும் சென்று தன்னுடைய கருத்துக்களை விற்பது ரஞ்சீவிற்குக் கிளர்ச்சியூட்டுவதாக இல்லை.

"விளம்பரக் கம்பெனியிலிருந்து நான் வெளியேறியதற்கான முக்கியக் காரணமே என்னுடைய வாடிக்கையாளருக்கு நான் விரும்பியதை விற்பதற்குத்தான். அதனால் விமலும் நானும் வேலைகளைப் பகிர்ந்து கொண்டோம்.

"படைக்கின்ற வேலைப் பக்கம் அவர் வரமாட்டார். மற்றவற்றில் நான் தலையிட மாட்டேன்."

உற்பத்தி விமலின் முழுப் பொறுப்பாக இருந்தது. மிகக் கடினமாக உழைக்க வேண்டி இருந்தது. ஒரு தொழிற் சாலையில் மட்டுமே 4-5 வெவ்வேறு ஆர்டர்கள் மாறி மாறி நடக்கும் படியாகத் திட்டமிடப்படுகிறது. ஒன்றில் பனியன்களைத் தயாரிப்பது நடக்கும், மற்றொன்றில் சாயம் தோய்க்கப்படும்; அதே நேரத்தில் மூன்றாவதில் வெட்டப்பட்டு அச்சடிக்கப்படும்.

ஒவ்வொரு வகையிலும் பொதுவாக 30,000-40,000 உருப்படிகள் இருக்கும். அவற்றுள் எவ்வளவு நிறங்கள்,

எவ்வளவு அளவுகள், எத்தனை விதமான ஸ்டைல்கள் என்பனவற்றை ஆர்டர்களின் அடிப்படையில் விமல் தீர்மானிப்பார்.

தந்திராவிற்குச் சொந்தமான உற்பத்தி செய்யும் தொழிற்சாலைகள் இல்லை. இரண்டு மூன்று வெவ்வேறு தொழிற்சாலைகளுக்கு வேலைகள் கொடுக்கப்படும். இருப்பினும் இவருடைய ஊழியர்கள் தரக் கட்டுப்பாட்டைப் பார்த்துக் கொள்வார்கள்.

"மொத்தமாக வாங்கப்படும் துணி முதலிலேயே சோதனைக்கு உட்படுத்தப்படுகிறது. பின்னர் அவை கடைகளுக்கு அனுப்பப்படுவதற்கு முன்பு பலவகையான தரக் கட்டுப்பாடு சோதனைகளுக்கு உட்படுத்தப்படுகின்றன."

அப்படியானால் ஆண்டுக்கு எத்தனை டி-ஷர்ட்டுகளை தந்திரா தயாரிக்கிறது? என்னுடைய யூகம் மாதத்திற்கு ஒரு லட்சம் டி-ஷர்ட்டுகள். அந்த அளவில் இருந்தால் கம்பெனியின் ஆண்டு வருமானம் ஏறக்குறைய ரூ 25 கோடியாக இருக்கும்.

இவ்வளவு பெரிதாக விற்பனை இருக்கின்ற போது தந்திராவிடம் குறைந்த அளவிலேயே ஊழியர்கள் உள்ளனர். மிகச் சிறிய நரிமன் பாயிண்ட் அலுவலகத்தில் சுமார் 25 பேர். குடோனில் இன்னொரு 25 பேர், திருப்பூரில் சுமார் 20 பேர்.

இதற்கிடையே தந்திரா, நாடு முழுவதிலும் தன் கால் தடத்தைப் பதித்திருக்கிறது, பல்வேறு வகைகளில் சில்லரை விற்பனையைச் செய்கிறது. மால்களின் மூலமாக 30 லிருந்து 40% விற்பனை ஆகிறது. தொடக்கத்தில் இவற்றில் தன் பொருட்களை வைத்து விற்பதில் ரஞ்சீவிற்கு அதிக விருப்பம் இல்லை.

"மால்களுக்குச் சென்றால் என் பிராண்ட் என்பது தனித்து நிற்காது என்று நான் நினைத்தேன். ஆனால் மால்களில் மிக அதிக அளவு விற்பனை ஆகிறது. நான் என் பிராண்டை அங்கு வைக்காவிட்டால் அந்த இடத்தை வேறொரு பிராண்ட் பிடித்துக் கொள்ளும்."

அவருக்குள் இருந்த சிந்தி குணம் இறுதியாக மேலெழும்பி உள்ளது!

அதே நேரத்தில் தந்திரா EBO க்களையும் (Exclusive Brand

Outlets) ஆரம்பித்தது. டெல்லி, ஜெய்ப்பூர், மும்பை மற்றும் கௌஹாத்தி, ஷில்லாங், சிம்லா போன்ற இடங்களில் 20க்கும் மேற்பட்ட EBO க்கள் உள்ளன. இவற்றைத் தந்திராவின் விநியோகஸ்தர்கள் கவனித்துக் கொள்கிறார்கள்.

"அழுத்தமாக மனதைத் தொடுவதாக உள்ள எங்களுடைய பிராண்டு போன்றவற்றிற்கு எங்களுடையதை மட்டுமே விற்கின்ற கிளைக் கடைகள், மிகவும் முக்கியம். வாடிக்கையாளர் உள்ளே நுழைந்தால் மிக முழுமையான அனுபவத்தை அவர் பெறுகிறார். *எதையாவது* ஒன்றை வாங்காமல் அவர் கடையை விட்டுப் போகமாட்டார்!"

அதனால் தான் EBOக்கள் தந்திரா விற்பனையில் 25-30% பங்களிக்கிறது.

இதற்கும் மேலாக, பெரிதாக வளர்ந்து கிளைகளைப் பரப்பி உள்ள தந்திரா, சாதாரண வட்ட வடிவ கழுத்துள்ள டி-ஷர்ட்டுகளிலிருந்தும் தாண்டிச் சென்றுள்ளது.

"குளிர் காலத்துக்கு ஏற்றது போலோ கழுத்து வகை, சாதாரணமானவை, முழுக்கை உடையவை என்று பலவற்றைச் செய்கிறோம். கிளப்பில் அணிவதற்கு என்றே சிலவற்றைத் தயாரிக்கிறோம். டி-ஷர்ட்டுக்கென்றே ஒரு சூப்பர் மார்க்கெட்டை ஆரம்பிக்க நாங்கள் விரும்புகிறோம் - யாராவது முதலீடு செய்யத் தயாராக இருந்தால்..."

உண்மையில் முதலீட்டாளர்களை ரஞ்சீவ் தேடிக் கொண்டிருக்கவில்லை. இப்போதும் கூட்டாளிகளுடன் இணைந்து செயல்படும் நிறுவனமாகத்தான் உள்ளது. நம்ப முடியாத இன்னொரு விஷயம்; கடந்த 12 ஆண்டுகளில் எந்த வங்கியிலிருந்தும் ஒரு ரூபாய் கூட தந்திரா கடன் வாங்கவில்லை.

"உண்மையில் இப்போது இருப்பதை விட நூறு மடங்கு அதிகமாக உயர்வது ஒன்றும் கடினமானதல்ல; நாங்கள் அதைச் செய்ய விரும்பவில்லை; ஏனெனில் அது மன உளைச்சலையும் உயர் ரத்த அழுத்தத்தையும் ஏற்படுத்துவதாக இருக்கும்."

இப்போது, இந்த நேரத்தில் ரஞ்சீவ் மகிழ்ச்சியாகச் சவாரி செய்து கொண்டிருக்கிறார்.

"மகிழ்ச்சியாகவும் திருப்தியாகவும் இருக்கிறது. நல்ல வருமானமும் வருகிறது. இதை விட ஒரு மனிதனுக்கு

வேறு என்ன வேண்டும்? சாப்பாட்டிற்குத் தேவையானதைப் பெற வேண்டும், நீங்கள் மகிழ்ச்சியுடன் ஈடுபடும் வேலை உங்களுக்கு மகிழ்ச்சியைத் தருவதாக இருக்க வேண்டும். DVD யில் ஒரு சினிமாவைச் சுற்றுப்புறத்தில் நல்ல ஒலி அமைப்போடு பார்ப்பதைப் போல!"

வாழ்க்கையின் தரம், நம் விருப்பப்படி சுதந்திரமாக இருப்பது. இதைத்தான் ரஞ்சீவ் நிச்சயமாகச் செய்கிறார்.

"என்னுடைய நேரத்தை எப்போது வேண்டுமானாலும் மாற்றி அமைக்க முடியும். சில நாட்கள் மூன்று அல்லது நான்கு மணிக்கு வீட்டிற்குப் போவேன். என்னுடைய இஷ்டத்திற்கு நான் செய்யும் வேலையில் எனக்குப் பிடித்த மற்றொரு அம்சம் நான் எப்படி இருக்கிறேனோ அதே போல் வேலைக்கு வரமுடியும். யாருக்காகவும் எந்தப் பாசாங்கையும் செய்ய வேண்டாம், எனக்கு விருப்பம் இல்லை என்றால் முகச் சவரம் கூட செய்து கொள்ள வேண்டாம்!"

யாருமே உங்களைத் தடுக்க மாட்டார்கள், நுண்ணுணர்வோடு இரு என்று சொல்ல மாட்டார்கள். உண்மையில் 1997ல் அவருக்குத் திருமணம் ஆகாதபோது, தன்னுடைய திருமண விளம்பரத்தைக் கூட தந்திரா டி-ஷர்ட்டின் விவர அட்டையில் போடலாமா என்று யோசித்தார்!

"இது முட்டாள் தனமானது இல்லையா! நான் சொல்ல வருவது என்னவென்றால் எதை வேண்டுமானாலும் நீங்கள் செய்யலாம். உண்மையில் நாங்கள் நினைக்கும் அளவுக்கு விதிகளை நாங்கள் உடைப்பதில்லை; ஏனெனில் நாங்கள் வளர்ந்து விட்டோம், ஒரு நிறுவனமாகப் பெயர் பெற்று விட்டோம்..."

இது ஒன்றும் தவறான செயல் அல்ல.

"எனக்கு ஏதாவது நடக்கலாம்; யாராவது ஒருவருக்கு ஏதாவது நடக்கலாம்! அதனால் ஒரு முறையை, ஒரு வடிவமைப்புத் துறையை உருவாக்க வேண்டுமென்று முயற்சி செய்து வருகிறேன். எங்களுடைய பிராண்ட் எது என்பதையும், எத்தகைய வேலை எங்களுக்குத் தேவை என்பதையும் புரிந்து கொள்கிற ஒரு மனித வங்கியை நாங்கள் உருவாக்குவோம்."

உண்மையான சவால் இது தான். தந்திராவைப் புத்துணர்வோடு நாகரிகமானதாக, பொருத்தமானதாக வைத்திருப்பது - இப்போது அதன்மீது நம்பிக்கை

வைப்பவர்களுக்கும் தவிர அடுத்த தலைமுறை டி-ஷர்ட் ஆர்வலர்களுக்கும்...

"என்ன, நான் கவலைப்படுகிறேன் என்று நினைக்கிறீர்களா?" இப்படித்தான் ரஞ்சீவின் பதிலாக இருக்கும் என்று உணர்ந்தேன்.

அதற்கு வாய்ப்பே இல்லை!

இளம் தொழிலதிபர்களுக்கு...

உடல் உறவு கொள்வதை விட உங்களுக்குச் சொந்தமான தொழிலைச் செய்வது சிறந்தது.

இந்த உலகில் இரண்டு வகையான மனிதர்கள் இருக்கிறார்கள் என்று நான் நம்புகிறேன். மற்றவர்களுக்காக உழைக்க விரும்புவர்கள் ஒரு வகை, தங்கள் சொந்தப் பணியைச் செய்ய விரும்புபவர்கள் மற்றொரு வகை. சொந்தமாகத் தொழிலை ஆரம்பிக்க விரும்புகிறவர்களில் சிலர் தங்களைத் தாங்களே ஏமாற்றிக் கொள்கிறார்கள், மற்றும் சிலருக்கு உண்மையிலேயே திறமை இருக்கிறது. முதலில் உங்களுக்குத் திறமை இருக்கிறதா இல்லையா என்பதைக் கண்டுபிடியுங்கள்!

உங்களுக்குத் திறமை இருந்தால் கடினமாக உழையுங்கள். அதையே செய்து கொண்டிருங்கள். செயல்படத்தக்கதாக அதை உருவாக்குங்கள்.

முதல் இரண்டு ஆண்டுகளுக்குள் அது செயல்படவில்லை என்றால் பிறகு அது செயல்படுவதற்கான வாய்ப்பு மிகவும் குறைவு.

நிறைய பேர் சொல்வார்கள், "ஓ, வியாபாரம் செய்யப் போகிறாயா? தவறு செய்து தோல்வி அடைவாய், வெளியில் என்ன இருக்கிறதென்று உனக்குத் தெரியாது..."

நான் அவர்களிடம் சொல்வேன், "அங்கு வெளியில் எதுவும் இல்லை. அங்கு எல்லாம் தெளிவாக, எளிமையாக இருக்கிறது. தினமும் உங்கள் கதவைத் தட்டி பணத்தைக் கொடு, பணத்தைக் கொடு என்று யாரும் கேட்கப்போவதில்லை!"

எந்த வியாபாரத்தை நீங்கள் செய்தாலும் எல்லையற்ற சாத்தியக் கூறுகள் இருப்பதாக நான் நினைக்கிறேன். நீங்கள் செயல்படப்போகும் களத்தில் நிறைய ஆராய்ச்சிகளை மேற்கொள்ளுங்கள்; படைப்புத் திறனோடு இருங்கள்; இதற்கு முன்னால் செய்யாத முறையில் விஷயங்களைச் செய்யுங்கள்.

நீங்கள் செய்வது உங்கள் மனதைத் தொட வேண்டும். இதுவரை அம்மாதிரி நடைபெறாத வகையில் உங்களுக்குள் எதையோ ஒன்றை இயங்கச் செய்ய வேண்டும்.

சொந்தமாக உங்களுடையதாக ஒன்றைச் செய்யும் போது உங்களிடமே ஒரு அமைதியை நீங்கள் காண முடியும் உங்களுடைய மரபணுவை, உங்களுடைய ஒத்திசைவை வாழ்க்கையில் உங்களுடைய வேகத்தை நீங்கள் பின்பற்றுகிறீர்கள். உங்களுக்குள் இருக்கும் உங்கள் ஆத்மாவோடு நீங்கள் இணைக்கப்படுகிறீர்கள்.

வாழ்க்கையில் விற்பனை இலக்குகளை அடைவது நம் லட்சியம் அல்ல. வாழ்க்கையின் குறிக்கோள் மகிழ்ச்சியாக இருப்பது; அதைத்தான் தலாய் லாமா சொல்கிறார்... உண்மையில் இது தான் எங்களுடைய அடுத்த டி-ஷர்ட் சொல்வதும்!

மகிழ்ச்சியைப் பரப்புங்கள்
எங்கேயும் எப்போதும்

சுரேஷ் காமத்
லேசர் சாஃப்ட் இன்ஃபோ சிஸ்டம்ஸ்
(Laser Soft Infosystems)

சுரேஷ் காமத் IIT யில் M Tech படித்தவர். மென்பொருள் நிறுவனத்தை நடத்துகிறார். அங்கு கணிப்பொறிக்கான செயற்கட்டளைகளை எழுதும் (Programming) பணி, பொறியாளர்களுக்கு மட்டுமல்லாமல் எல்லோருக்கும் பொதுவானது. சமூகப் பொறுப்பும் நல்ல வியாபாரமும் ஒன்றாக இணைந்து இயங்க முடியும் என்று சுரேஷ் காமத் நம்புகிறார். இதற்கு அவருடைய நிறுவனமே சான்றாக உள்ளது.

என்னைப் பார்த்தவுடன் அவர் சொன்ன முதல் வார்த்தைகள், "இன்று இங்கு வந்து எங்களுடன் நேரத்தைச் செலவிட்டதற்கு மிக்க நன்றி."

அவருடைய பேச்சு மிக மென்மையாக, நேர்மையாக உள்ளது.

அவருடைய நிறுவனத்தின் பெயரைப் போலவே.

அவருடைய நிறுவனம் லேசர் சாஃப்ட்; கணினி மென்பொருள் தொழிலில் ஈடுபட்டுள்ளது. ஆனால் நீங்கள் எதிர்பார்ப்பது போல் அது இல்லை. கண்ணாடி கோபுரங்கள் அங்கு இல்லை. கஃபே காஃபி டே (Cafe Coffee Day) பாணியிலான காண்டீன்கள் இல்லை. நாகரிகமான அடையாள அட்டை அணிந்த ஊழியர்கள் இல்லை.

வளசரவாக்கத்தில் நான் நுழைந்தவுடன் டிரைவர் என்னைத் தவறான இடத்திற்கு அழைத்து வந்து விட்டார் என்று நிச்சயமாக நம்பினேன்.

அது மத்திய தர மக்கள் வசிக்கும் பகுதி. IT வளாகம் இல்லை. திடீரென்று இளம்பச்சை நிற சிமெண்ட் கட்டிடத்தில் லேசர் சாஃப்ட் என்ற பெயர்ப் பலகையைப் பார்த்தேன்.

தலைமை அலுவலகம் இன்னும் சற்றுத் தள்ளி இருந்தது. அதன் தோற்றம் இதை விடச் சாதாரணமாக இருந்தது. ஆனால், ஏன் இந்த இடத்தை அவர் தேர்ந்தெடுத்தார், ஏன் தன்னுடைய நிறுவனம் அடுத்த இன்ஃபோசிஸ் (Infosys) ஆக மாற வேண்டாம் என்பதை சுரேஷ் விளக்கியபோது அவர் கருத்து மிகவும் அர்த்தம் பொதிந்ததாக உணர்ந்தேன்.

சாதாரண மனிதர்களால் அசாதாரணமான செயல்களைச் செய்ய முடியும் என்று நம்புகிறார்.

வாழ்க்கைத் தரத்தை விலையாகக் கொடுப்பதால் வளர்ச்சி யைப் பெற முடியாது.

மென்பொருள் எல்லோராலும் வாங்கக் கூடியதாக இருக்க வேண்டும்.

கோலியத்துகளுக்கு நடுவில் அவர் ஒரு டேவிட்.

ராட்சசர்களுக்கிடையில் அவர் குள்ளமானவர்.

ஆனால் அவர் உயர்ந்து நிற்கிறார்.

வியாபாரத்திற்கு ஒரு ஆழ்ந்த சமூகப் பொறுப்பு இருக்கிறது; நிறுவனத்தின் அளவு உண்மையில் முக்கியமே இல்லை, அது உங்கள் இதயத்தின் அளவைப் பொறுத்தது.

மகிழ்ச்சியைப் பரப்புங்கள்

எங்கேயும் எப்போதும்

சுரேஷ் காமத்
லேசர் சாஃப்ட் இன்ஃபோ சிஸ்டம்ஸ்

கீழ் நடுத்தர வர்க்கக் குடும்பத்தில் மைசூரில் சுரேஷ் காமத் பிறந்தார். "என் தந்தை ஒரு பில்லிங் கம்பெனியில் பணி புரிந்தார். என் அம்மா எட்டாம் வகுப்பு வரை படித்திருந்தார். ஐந்து குழந்தைகளுள் நான் தான் மூத்தவன்."

சிறுவனான சுரேஷின் வாழ்க்கையில் சுவாமி விவேகானந்தர் மிக முக்கிய தூண்டுகோலாக இருந்தார்.

"மைசூரில் என் வீட்டிற்கருகில் சிவானந்தா ஆசிரமம் இருந்தது. தினமும் அங்கு சொற்பொழிவுகள் நடக்கும். தத்துவம் பற்றிச் சான்றோர்கள் பேசுவார்கள்."

அதைப் பற்றி அறிய சுரேஷிற்கு ஆவல் இருந்தது. சுவாமி விவேகானந்தரின் வாழ்க்கை பற்றிய சில புத்தகங்களை ஒருவர் இந்தச் சிறுவனுக்குக் கொடுத்தார். விவேகானந்தருடைய வாழ்க்கையால் அவர் ஈர்க்கப்பட்டார்

ஆரம்பத்தில் அதிலிருப்பவை அவ்வளவாக அவருக்குப் புரியவில்லை. ஆனால் ஒன்று மட்டும் நன்றாகப் புரிந்தது. பல சான்றோர்களும் தத்துவவாதிகளும் எதோ ஒன்றைப் பற்றிக் குறிப்பிட்டுப் பேசுவார்கள்; ஆனால் விவேகானந்தர் அவர்களிடமிருந்து மாறுபட்டிருந்தார். நாட்டுப்பற்று, மதம், ஆன்மீகத் தேடல் என்று எல்லாவற்றையும் இணைத்து அவர் பேசினார்.

"*ஞான லோகம்* என்பது மிகவும் தூண்டுவதாக இருந்தது. நம் நாட்டிற்காக எதையாவது செய்ய வேண்டும் என்று எண்ணினேன்." அப்போது சுரேஷிற்கு வயது 12.

இதைப் புரிந்து கொண்ட வகையில், அவர் மிகவும் கடுமையாக உழைக்க ஆரம்பித்தார். அது கல்வியில் பிரதிபலித்தது.

மருத்துவராக வேண்டும் என்பது அவர் கனவு. அதன் மூலம் சமூகத்திற்குச் சேவை செய்ய வேண்டும் என்று எண்ணினார்.

அப்போது ஒரு சில மருத்துவக் கல்லூரிகளே இருந்தன. இட ஒதுக்கீடு முறை பரவலாக இருந்தது. அதனால் மைசூரில் நேஷனல் இன்ஸ்டிடியூட் ஆஃப் என்ஜினியரிங்கில் (National Institute of Engineering) பி டெக் (B Teach) படிப்பில் சேர்ந்தார்.

படிப்பில் மிகச் சிறந்து விளங்கிய சுரேஷ், தங்கப் பதக்கம் பெற்றார். IIT மெட்ராஸில் கம்ப்யூட்டர் சைன்ஸ் எம் டெக் முடித்தார். 1982ல் முதுகலைப் பட்டம் பெற்ற பிறகு பட்னி கம்ப்யூட்டர்ஸ் என்ற நிறுவனத்தில் மூன்று மாதப் பயிற்சி எடுத்துக் கொண்டார். அப்போது இவருடன் திரு. நாராயண மூர்த்தியும் பணி புரிந்தார்.

மூன்று மாதங்களுக்குப் பிறகு மும்பையில் பட்னி நிறுவனத்திலும் சென்னையில் TCS-ஸிலும் நிரந்தர வேலை கொடுக்கப்பட்டது. இரண்டு விஷயங்களில் சுரேஷ் மிகத் தெளிவாக இருந்தார்.

"எந்தக் காரணத்தைக் கொண்டும் வெளிநாடு செல்லக் கூடாது என்று நான் தீர்மானித்திருந்தேன். சில நாட்களுக்குப் பிறகு என் சொந்த நிறுவனம் ஒன்றைத் தென்னிந்தியாவில் எங்கேயாவது ஓரிடத்தில் ஆரம்பிக்க வேண்டும் என்பது என் விருப்பம்."

எதையாவது கற்றுக் கொள்ளலாம் என்ற எண்ணத்தோடு சுரேஷ் TCS வேலையை ஏற்றுக் கொண்டார். மூன்று நான்கு ஆண்டுகள் அங்கே தொடர்ந்து பணியாற்றினார். நிறைய அனுபவத்தைப் பெற்றார், ஆனால் அதிகமாகச் சேமிக்க முடியவில்லை.

"அப்பாவுக்கு மாதம் ரூ 500 அனுப்புவேன், என் வீட்டு வாடகை ரூ 500. என்னுடைய மாதச் செலவு ரூ 300. ரூ 5 அல்லது 10க்கு மேல் என்னால் சேமிக்க முடியவில்லை."

நான்கு ஆண்டுகளில் சுரேஷின் சேமிப்பு ரூ 200. அது தான் அவர் தொடங்க இருந்த நிறுவனத்திற்கான மூலதனம்!

1986 ம் ஆண்டின்படி பார்த்தாலும் இது ஒன்றும் அதிகத்தொகை இல்லை. பணம் இருப்பது அல்லது அது இல்லாமல் இருப்பது என்ற இரண்டுமே முடிவு எடுக்க முடியாமல் மதில் மேல் பூனையாக இருப்பதற்குச் சரியான காரணம் ஆகாது.

மென்பொருள் நிறுவனங்கள், அப்போதும், இப்போதும் சேவைத் துறையில் சிறப்பாகச் செயல்படுகிறார்கள். சுரேஷ் அதற்கு மாறான நிலையை எடுத்துக் கொண்டார். "என்னுடைய நிறுவனப் பொருட்களை உற்பத்தி செய்து விற்பனை செய்வதில் முனைப்பாக இருக்க வேண்டும் என்று நான் விரும்பினேன்."

கூட இருந்தவர்கள் கூறினார்கள், "நீ ஒரு முட்டாள், நாலைந்து மாதங்களில் உன் நிறுவனத்தை மூடி விடுவாய்."

நான் சொன்னேன், "இதை நானே கண்டு பிடித்துக் கொள்கிறேனே..."

அவருடைய அப்பாவைத் தவிர யாருமே அவரை நம்பவில்லை. அப்பா கூறினார், "நீ கட்டாயமாக வெற்றியடைவாய், வேலையைத் தொடங்கு."

இந்தச் சவாலை ஏற்றுக் கொண்டு சுரேஷ் 1986, மே 1ந் தேதி, தன்னுடைய நிறுவனத்தைத் தொடங்கினார். ரூ 1000 சம்பளத்தில் 5 பேரை ஊழியர்களாக அமர்த்திக் கொண்டார். அவருடைய சிறிய வீட்டிலிருந்தே எல்லோரும் பணியாற்றினார்கள்.

"பொறியாளர்களை என்னால் அணுக முடியவில்லை. அதனால் நான் என் IIT க்குச் சென்றேன். நான் பணியில் அமர்த்திய 5 பேரில் சிலர் BSC, சிலர் B.Com. அவர்கள் எவருக்குமே கணிப்பொறிக்கான கட்டளை எழுதுவது (Programming) பற்றி எதுவுமே தெரியாது. இவர்கள் ஐவருக்கும் நானே பயிற்சி அளித்தேன். முதல் சில மாதங்கள் மிகவும் சிரமமாக இருந்தது. ஆனால் ஆச்சரியம் என்னவென்றால், வாடிக்கையாளர்களைக் கண்டுபிடிப்பது எளிதாக இருந்தது."

நகரின் பெரிய வங்கியான தி ஸ்டேட் பாங்க் ஆஃப் இந்தியாவிற்குள் தானாக நேராகச் சென்று சுரேஷ் அணுகினார்.

தலைமை அலுவலகத்தில் அவர்களுடைய கிளை ஒன்றில் ஒரு பிரச்சினை இருப்பதாகவும் அதைத் தீர்க்க முடியுமா என்றும் ஒரு அதிகாரி கேட்டார்.

"கட்டாயமாகச் செய்கிறோம். ஆனால் எங்களிடம் கணினி இல்லை. இரவில் இங்கு பணியாற்ற எங்களை அனுமதிப்பீர்களா?" என்று சுரேஷ் கேட்டார்.

கிளை மேலாளர் அதற்கு ஒத்துக் கொண்டார்.

இப்படிப் பகல் நேரத்தில் இவருடைய குழு அந்த வங்கிக் கிளையில் இருந்து கொண்டு வங்கியின் செயல்பாடுகளைக் கற்றது. இரவில் வங்கியின் கணினிகளில் பணியாற்றியது. ஒரே மாதத்தில் இவர்கள் உருவாக்கிய ஒரு மென்பொருள் அவர்களுடைய பிரச்சினையைத் தீர்ப்பதாக இருந்தது.

அந்த நேரத்தில் அந்த வங்கி "DD" என்ற ஒரு செயல்பாட்டை மேற்கொண்டதில் பல பணிகளும் தேங்கிப் போயிற்று. இதன் விவரம் வருமாறு; வங்கியின் ஒரு குறிப்பிட்ட கிளை ஃபர்டிலைசர் (Fertilizer) தொழிற்சாலையின் கணக்கு வழக்குகளைப் பார்த்துக் கொண்டது. நாடு முழுவதிலிருந்து விவசாயிகளிடமிருந்து இந்த நிறுவனத்திற்குக் காசோலைகள் வந்தன. காசோலைகளைப் பெற்றுக் கொண்ட வங்கி இந்த நிறுவனத்திற்கு உடனே பணம் கொடுத்தது. இந்தக் காசோலைகளை மற்ற பல கிளைகளுக்கும் அனுப்பிப் பணத்தைப் பெறுகின்ற ஒரு கடினமான பணியை வங்கி மேற்கொள்ள வேண்டியதாயிற்று.

இதை மனிதர்கள் தாங்களாகவே செய்ய வேண்டியிருந்தது. வெறும் 4 அல்லது 5 பேர் மட்டுமே இருந்தனர். வேலை ஏகமாக இருந்தது, அதனால் நாட்கணக்கில் காசோலைகள் அங்கேயே தேங்கிக் கிடக்க நேரிட்டது!

"இந்த முழு நடவடிக்கையையும் கணினி மூலமாகச் செய்யவும் நாங்கள் கண்டுபிடித்தோம். இரண்டு வாரங்களுக்குள்ளாகத் தேங்கி இருந்த பணி முடிக்கப்பட்டுவிட்டது" என்று தாங்கள் அடைந்த முதல் வெற்றியைச் சந்தோஷமாக நினைவு படுத்திக் கொள்கிறார், சுரேஷ்.

இதில் சுவையான விஷயம் என்னவென்றால் அந்தக் குழுவில் யாருக்குமே வங்கிப் பணி தெரியாது. ஆனால் அவர்கள் புத்தகங்கள் மூலமாகவும், உன்னிப்பாக கவனித்தல் மூலமும் யாரிடமிருந்தும் எல்லாவற்றையும் கற்றுக் கொள்ளத் தயாராக இருந்தனர். மேலும், தங்களை நிரூபித்துக் கொள்ள

> "IT தொழில், மட்டற்ற வேகத்தோடு செல்ல வேண்டும் என்று கருதுகிறது. ஆனால் இதிலிருந்து நான் மாறுபடுகிறேன். அதிவேகமாக அந்த நிறுவனம் வளர்ந்தால் அதன் ஊழியர்கள் மன உளைச்சல் அடைகிறார்கள், நிலை குலைந்து போய், செயல் படாமல், சோர்வடைந்து, சக்தியை இழக்கிறார்கள். இம்மாதிரிச் செய்வது தேவையற்றது என்று நான் நினைக்கிறேன்."

வேண்டும் என்பதிலும் உறுதியாக இருந்தனர்.

இவர்கள் வேலையால் திருப்தி அடைந்த வங்கி இவர்களுக்கு மேலும் பல வாய்ப்புகளைக் கொடுத்தது. "DD" க்காக இவர்கள் உருவாக்கிய இந்த முறையை வங்கியின் மற்ற கிளைகளும் வாங்கிக் கொண்டன.

"எங்களுடைய முதல் விற்பனையில் எங்களுக்கு ரூ 4000 கிடைத்தது; அதற்குப் பிறகு அந்த மாதத்தில் நாங்கள் மிகவும் கடுமையாக உழைத்தோம். உடனடியாக அந்த மென்பொருளை (Software) மற்ற கிளைகளுக்கும் விற்றோம். பிறகு அவர்கள் மற்ற பிரச்சினைகளோடு எங்களை அணுகினார்கள். சிறிது சிறிதாக வங்கிப் பணியின் மற்றப் பகுதிகளிலும் பணியாற்ற நாங்கள் சென்றோம்."

DDRR சிஸ்டம், ஜெனரல் லெட்ஜர், நடப்புக் கணக்குகள், ஏற்றுமதிகள் என்று பல நடவடிக்கைகளையும் கணிப்பொறி மூலமாகச் செய்கின்ற முயற்சியில் லேசர் சாஃப்ட் ஈடுபட்டது.

இதற்கிடையில் அப்பல்லோ மருத்துவமனைகளையும் சுரேஷ் அணுகினார். இவருடைய குழு மருத்துவ மனைக்குச் சென்று, அவர்களுடைய செயல்பாடுகளை ஆராய்ந்து, அவர்களுடைய உடல் நலத் திட்டங்களைப் புரிந்து கொண்டது. 10 மாதங்களுக்கு உள்ளாக மருத்துவமனையின் மருத்துவப் பதிவுக் குறிப்புகளை முழுவதுமாகக் கணினி மயமாக்கியது.

இரண்டு மிகப் பெரிய வாடிக்கையாளர்கள், வளர்ந்து வரும் ஒரு இளைய நிறுவனத்தை முழுவதுமாக நம்பின. ஆம் அது அப்படித்தான்!

முதலாம் ஆண்டு இறுதியில் லேசர் சஃப்ட்டின் வருமானம் ரூ 64,000. அடுத்த 5 ஆண்டுகளுக்கு வங்கிப் பணியில்

தொடர்ந்து கவனத்தைச் செலுத்தித் தகர்க்க முடியாத புகழைப் பெற்றது.

"1991க்குள்ளாக, வங்கித் துறையில் 52 பிரிவுகளில் நாங்கள் பணியாற்றினோம். தவிர, நாட்டின் மிகப் பெரிய வங்கிக்காகப் பணியாற்றியதால் பெரிய அளவில் பணிகளை நாங்கள் மேற்கொள்ள வேண்டியிருந்தது."

இந்த அனுபவத்தின் துணை கொண்டு இந்தியன் வங்கி, கார்ப்பரேஷன் வங்கி போன்ற மற்ற வங்கிகளையும் சுரேஷ் அணுகினார். "கார்ப்பரேஷன் வங்கியில், பெரிய பெரிய நிறுவன வாடிக்கையாளர்களின் பணத்தை நிர்வகிக்கும் முறையை நாங்கள் உருவாக்கினோம். ஒரு மாதத்திற்குள்ளாக இதைச் செய்து முடித்தோம், இரண்டாவது மாதம் அதைச் செயல்படுத்தினார்கள். பதினைந்து நாட்களுக்குள்ளாக முழுமையாக எல்லா விவரங்களும் கணினி மயமாக்கப்பட்டது."

இந்த முறையால் வங்கிக்கு அதிக அளவில் பணத்தைக் கையாள முடிந்தது. அதனால் வங்கிக்குக் கோடிக்கணக்கில் லாபம் கிடைத்தது. இன்றளவும் இதே மென்பொருளைத் தான் அவர்கள் பயன்படுத்துகிறார்கள்.

வெவ்வேறு வாடிக்கையாளர்களுக்கும் இந்தப் பொருளை விற்க முடியும் என்பது இதன் ஒரு சிறப்பியல்பு. ஆனால் அவரவரின் தேவைக்கேற்ப சில சில மாறுதல்களைச் செய்ய வேண்டி இருக்கும்.

"ஒவ்வொரு வங்கியும் வெவ்வேறு வகையானவை. வெவ்வேறு வகையான முறைகளும், கணக்கியல் முறைகளும் அவர்களிடம் இருக்கின்றன. அவரவர் தேவைக் கேற்ப இந்த மென்பொருளை மாற்றா விட்டால் அது பயனற்றதாகி விடும்."

இவ்வாறு அவரவர் தேவைக்கேற்ப மாற்றுவது தொடக்கத்தில் மிக அதிகமாக 30-40% ஆக இருந்தது. பலவேறு வங்கிகளோடு பணியாற்றிய பிறகு, வேற்றுமைகளைப் புரிந்து கொண்ட லேசர் சாஃப்ட் ஒரு பொது வரையறையை அந்த மென்பொருளில் ஏற்படுத்திக் கொடுத்தது, அதன் மூலமாகப் பிரச்சினையை அது தானாகவே தீர்க்க முடிந்தது.

மருத்துவமனை சேவைகளிலும் புது வாடிக்கையாளர்களான மணிபால் மருத்துவமனை, பாம்பே மருத்துவமனை

ஆகியோருடன் இணைந்து இந்த நிறுவனம் பணியாற்றத் தொடங்கியது.

ஒரே பாதையின் வழியாகத் தான் எல்லா வாடிக்கையாளர்களும் - வாய்மொழியாகப் பரவி இவர்களைத் தேடி வந்தனர். 1991ல் ஒரு முழு கிளையையும் கணினி மயமாக்குவது என்ற மிக உயர்ந்த ஒப்பந்தம் லேசர் சாஃப்ட்டுக்குக் கிடைத்தது.

"சென்னையில் ஸ்டேட் வங்கியின் ஒரு கிளை வெளிநாட்டுப் பணிகளைக் கவனித்து வந்தது. அந்நாட்களில் இது தான் இந்த வங்கியின் மிகப் பெரிய கிளை அலுவலகம். அதன் மூலம் தான் அதிகமான லாபம் கிடைத்தது. ஆனால் அங்கு சில அடிப்படைப் பிரச்சினைகள் இருந்தன."

"பத்திரங்களையும், பில்களையும் எடுத்துக் கொண்டு ஏற்றுமதியாளர்கள் நிதி கேட்டுக் கொண்டு வங்கிக்கு வருவார்கள். ஒரு நாளைக்கு அத்தகைய பில்களில் 25 மட்டுமே ஊழியர்களால் கையாள முடிந்தது, பிறகு 'மறுநாளைக்கு வாருங்கள்' என்று வாடிக்கையாளரைத் திருப்பி அனுப்ப வேண்டி இருந்தது. கணினி மயமாக்கப்பட்ட பிறகு அந்தக் கிளையால் அத்தகைய 200 பில்களைக் கையாள முடிந்தது."

ஒரு இரவிற்குள்ளாக அவர்களுடைய லாபம் இரட்டிப்பாகியது என்பதில் ஆச்சரியம் ஒன்றும் இல்லை.

லேசர் சாப்ட்டின் சிறந்த பணியைப் பற்றி எல்லோருக்கும் தெரிய வந்தது. நாடு முழுவதிலுமிருந்து ஏற்றுமதி இறக்குமதிகளைக் கையாளும் கிளைகள் இவர்களைத் தேடி வந்தனர். இந்த ஒப்பந்தம் லேசர் சாஃப்ட்டைப் பொறுத்தவரை ஒரு "திருப்பு முனைத் தருணம்" ஆயிற்று. அந்த நேரத்தில்

"மென்பொருள் துறையில் 8 அல்லது 9 ஆண்டுகளுக்குப் பிறகு கணிப்பொறி செயல்பாட்டிற்குக் கட்டளை எழுதும் பணியை நிறுத்திவிட்டு நீங்கள் மேலாளராக ஆகிறீர்கள். இது தவறு. நாங்கள் இப்போதும் அவற்றை எழுதுகிறோம், புதிய தொழில் நுட்பங்களோடு இணைந்து பணியாற்றுகிறோம், மூத்த பணியாளர்களின் அனுபவத்தைக் கொண்டு சிறப்பான பொருள்களை உற்பத்தி செய்கிறோம்."

"மென் பொருளை நாங்கள் சரியான விலைக்கு விற்கிறோம். இருந்தாலும் ஒவ்வொரு ஆண்டும் லாபம் சம்பாதிக்கிறோம். வரிகளைக் கட்டுகிறோம், ஓய்வூதியம் கொடுக்கிறோம், எங்கள் ஊழியர்களுக்கு நல்ல சம்பளம் கொடுக்கிறோம். இது தான் சரியான உதாரணம் என்று நான் நினைக்கிறேன்."

இந்த நிறுவனத்தில் ஏறத்தாழ 40 பேர் பணியில் இருந்தனர்; அவர்களுடைய வருமானம் ரூ 30 லட்சத்தை எட்டியது. ஒரு பெரிய காலடியை எடுத்து வைத்து முன்னேறுவதற்கு இது ஒரு சரியான வாய்ப்பு.

"டெல்லி, கொல்கத்தா, மும்பை, இந்தூர், கொச்சின் என்று பல இடங்களுக்கும் நாங்கள் சென்றோம். மொத்தமாக 65 நகரங்கள் என்று நான் நினைக்கிறேன்!"

அடுத்த மூன்று, நான்கு ஆண்டுகளுக்கு இந்த நிறுவனம் தொடர்ந்து மும்முரமாக உழைக்கும் அளவிற்குப் பணி இருந்தது. இந்த நேரத்தில் நம் நாட்டுப் பொருளாதாரம் விரிவடைந்தது. நிதி அமைச்சர் மன்மோகன்சிங் கொண்டு வந்த சீர் திருத்தங்கள் வங்கிகளில் தாக்கத்தை ஏற்படுத்தின.

"ஏற்றுமதி இறக்குமதி முழுமையாக மாறியது, அந்தக் கால கட்டத்தில் எங்களுக்குப் பல வாய்ப்புகள் கிடைத்தன. எங்களுடைய வருமானத்தில் 60-70% இந்தக் கிளை வங்கிகளிடமிருந்தே வந்தது."

லேசர் சாஃப்ட்டின் சிறந்த விற்பனைத் தகுதி (USP) என்பது வங்கிப் பணியைத் தலையிலிருந்து கால் வரை முழுவதுமாகப் புரிந்து கொண்டது தான். அதனால் மேலும் வலிமையான மென்பொருளை அவர்களால் வடிவமைக்க முடிந்தது. நல்ல மென்பொருளுக்கு வடிவமைப்பு மிகவும் முக்கியம்; அவரவர் தேவைக்கேற்ற மென்பொருளை லேசர் சாஃப்ட்டால் உருவாக்க முடிந்தது. அவர்கள் சூழ்நிலைக் கேற்ப மாற்றங்களை ஏற்றுக் கொண்டு மென்பொருளைத் தயாரித்தார்கள்.

"ஒரு வங்கி எப்படிப் பணியாற்றுகிறது என்பதை மிகப் பொறுமையாக இருந்து, நாலைந்து ஆண்டுகள் கடுமையாக உழைத்து நாங்கள் புரிந்து கொண்டிருந்தோம். அவர்களுக்கான மென்பொருளை வடிவமைப்பதற்கு இது எங்களுக்குப் பேருதவியாக இருந்தது."

1998க்குள்ளாக, 200 ஊழியர்களை இந்நிறுவனம் பணியில் அமர்த்தியிருந்தது. தவிர அவர்களுடைய வருமானம் சில கோடிகள். மற்றுமொரு - இந்திய - மென்பொருள் - வெற்றிக்கதை என்பதாக இருக்கக் கூடிய இது, இங்கிருந்து மாற்றுப் பாதையில் செல்லத் தொடங்கியது. அளவு, உயர்ந்த வளர்ச்சி தவிர உலகளவில் கால் பதித்தல் போன்றவற்றில் சுரேஷ் காமத் அக்கறை காட்டவில்லை. இந்தத் தொழில் முனைவோருக்கு வியாபாரம் செய்வது தான் இறுதியான இலக்கு என்பதல்ல, மற்ற விஷயங்களைச் சாதிப்பதற்கு இது ஒரு பாதை என்பதாகும்.

அப்படி என்றால்? சமூகப் பொறுப்பேற்கும் ஒரு நிறுவனம் என்பதாக லேசர் சாஃப்ட் தன் பணிகளைச் செய்ய விரும்பவில்லை - அது சமூக ரீதியாகப் பொறுப்பேற்கும் ஒரு கார்ப்பரேட் கம்பெனி.

"இன்று வரை யாருக்கும் ஒரு பைசா கூட நாங்கள் லஞ்சம் கொடுத்ததில்லை; அதனால் தான் இவ்வளவு தூரம் எங்களால் வர முடிந்தது" என்றார் சுரேஷ் ஹம்ம்ம்... ஆனால் இந்த வாக்கியம் தானே இன்போசிஸ்ஸைப் பிரபலமாக்கியது!

இதில் புதிதாக என்ன இருக்கிறது?

இல்லை, இன்னும் பெரிய விஷயங்கள் வர இருக்கின்றன. இன்னும் பெரியதாக, நல்ல லாபம் அடைவதாக லேசர் சாஃப்ட் வளந்திருக்க முடியும். ஆனால் வாங்கக் கூடிய விலையில் மென்பொருள் இருக்க வேண்டும் என்று தாங்கள் விரும்புவதாகக் கூறிய சுரேஷ், மேலும் விளக்குகிறார்.

"பொருட்கள் விற்கப்படும் சந்தையில் இந்தத் தொலை பேசியின் விலை ரூ 2000 என்று வைத்துக் கொள்ளலாம். இதை 50% லாபத்திற்கு விற்பார்கள்."

"ஆனால் IT துறையில் என்ன நடக்கிறது என்றால் ரூ 2000 விலை பெறும் தொலைபேசி, IBM நிறுவனத்தால் செய்யப்பட்டது என்பார்கள். உலகிலேயே மிகப் பெரிய நிறுவனம் அது தான். அதன் தொழில் நுட்பம் சிக்கலானது என்று பலவாறு சொல்வார்கள். இறுதியாக அந்தத் தொலைபேசியின் விலை ரூ 2 கோடி!"

குறிப்பாக லேசர் சாஃப்ட்டுக்குப் பொருந்துவதான ஒரு உதாரணத்தை சுரேஷ் சொல்கிறார். "கார்ப்பரேஷன் வங்கியின் பொது வங்கிப் பணி முறையை நாங்கள் கணினி மயமாக்கினோம். அதன் மூலம் வங்கி முழுவதும், தவிர

அதன் கிளைகளும் இணைக்கப்பட்டன. ATM உட்பட. இதைச் செய்வதற்கு எங்களுக்கான செலவு ரூ 20 கோடி. அதில் மென்பொருளுக்கான செலவு ரூ 3½ கோடி, மற்றவை வன் பொருள், வலைத் தொடர்பு, தவிர வன்பொருள் சார்ந்த கருவிகளுக்காகச் செலவிடப்பட்டன."

"பெரிய நிறுவனங்களுக்கு நீங்கள் சென்றிருந்தால் இதே பணியைச் செய்து அதற்கு ரூ 500 கோடி விலை வைத்திருப்பார்கள். இப்போது புரிகிறதா இந்த வேற்றுமை?"

லேசர் சாஃப்ட் ஒரு நியாயமான விலையைச் சம்பாதிக்கிறது. ஆனால் சந்தை விகிதம் என்பதற்குச் சிறிதும் அருகில் அது இல்லை. வாடிக்கையாளர்களைச் சந்தை பிழிந்தெடுக்கிறது. அது சமூகத்திற்கு அநீதியான செயல் என்று சுரேஷ் நம்புகிறார்.

"இந்த உதாரணத்தைப் பாருங்கள். ஒரு சிமெண்ட் நிறுவனம் மென்பொருளை வாங்குகிறது. அப்போது அது அவர்களுடைய உற்பத்தி விலையில் ஒன்றாகிறது. அந்த நிறுவனம் மென்பொருளுக்கு அதிகப்பணம் கொடுத்தால் சிமெண்ட் விலை உயர்கிறது. அது போலவே பெட்ரோலியம் தவிர மற்றவை. இறுதியில் பொது ஜனம் பாதிக்கப்படுகின்றது."

இதை உடைத்துச் சொல்வதானால் பொது ஜனங்களுக்குப் புரியாத வகையில் இயல்புக்கு மீறியதாக எங்கோ உயரத்தில் மென்பொருள் துறை இருக்கிறது. மெர்சிடிஸ் பென்ஸ் விலையில் மாருதி கார்களை விற்கும் கம்பெனிகள் உண்டு. இப்போது தான் முதன் முறையாக இப்படி ஒரு விவாதத்தை நான் கேட்கிறேன். ஆனால் இதில் உண்மை தொனிக்கிறது..."

இது வேறொன்றையும் விளக்குகிறது - இவ்வளவு நடவடிக்கைகள் மேற்கொள்ளப்பட்டாலும் லேசர் சாஃப்ட் ஏன் சிறியதாக, அதிகம் வெளியில் தெரியாததாக இருக்கிறது? 1998 ல் ரூ 2 கோடியாக இருந்ததில் இருந்து ரூ 40 கோடியாக நிறுவனம் வளர்ந்திருக்கிறது, சுமார் 700 பேர் அங்கு பணியாற்றுகிறார்கள். வேறு எந்தத் துறையாக இருந்தாலும் இது ஒரு மிகப் பெரிய சாதனை. ஆனால் மென்பொருளில் நீ ஒரு பிக்மீ (Pygmy) (சிறு குள்ள வடிவம்).

ஆனால் சுரேஷிடம் **பைத்தியக்காரத்தனம்** சற்று அதிகமாகவே

மகிழ்ச்சியைப் பரப்புங்கள் - எங்கேயும் எப்போதும்

"நாங்கள் ஏதோ தொண்டு புரிவதாகப் பொதுவாக எல்லோரும் நினைக்கிறார்கள். நான் சொல்கிறேன் - இது ஒரு வியாபார மாடல். தேவையானவர்களுக்கு வேலைகள் கிடைக்கின்றன, ஒவ்வொரு ஆண்டும் நாங்கள் லாபம் அடைகிறோம், நாங்கள் லாபத்தில் பங்கு கொடுக்கிறோம் - அப்படி இருக்கும் போது தொண்டு என்ற கேள்விக்கு இடமேது?

இருக்கிறது - கோலியத்துகளுடன் போட்டியிடும் டேவிட் என்பது போல் அதைப் பார்க்கிறார்.

"நாங்கள் பொருட்களை உற்பத்தி செய்கிறோம். இன்ஃபோசிஸ் (Infosys), டிசிஎஸ் (TCS) போன்ற மிகப் பெரிய நிறுவனங்களுடன் போட்டியிடுகிறோம். எங்களுடையது ஒரு சிறிய நிறுவனம். ஆனால் அந்தப் பணத்தை அவர்களால் எளிதாகச் சம்பாதிக்க முடிவதில்லை, நாங்கள் அவர்களுக்குப் போட்டியாக இருக்கிறோம்."

"ஆனால், இன்ஃபோசிஸ் அல்லது விப்ரோ (Wipro) போல் உங்களைப் பற்றி யாருக்கும் தெரியவில்லையே?" என்று கேட்டேன்".

"எந்த வங்கிக்கும் செல்லுங்கள். அவர்களுக்கு எங்களைத் தெரியும்."

அப்படியானால் பொது ஜனம்?

"ஆம், எங்களைப் பற்றி ஒருவருக்கும் தெரியாது. எங்களுடைய பணியைப் பற்றி நாங்கள் எந்த வித விளம்பரமும் செய்யவில்லை."

சுரேஷ் இதைப் பற்றிக் கவலைப் படவில்லை. பின் எதைப் பற்றி அவருக்குக் கவலை இருக்கிறது? மாற்றுத் திறனாளிகளைப் பணியில் அமர்த்துவது போன்ற பிரச் சினைகளைப் பற்றி. லேசர் சாஃப்ட் கடமையாக ஏற்றுச் செய்யும் பணியாக இதைக் கருதுகிறது.

இது இப்படியாகத் தொடங்கிற்று. 90களின் தொடக்கத்தில் இந்த நிறுவனம் சிறியதாக, ஆனால் நிலைத்து நிற்பதாக இருந்தது. மாற்றுத் திறனாளிகளுக்கு வேலை கொடுக்க வேண்டும் என்று சுரேஷ் தீர்மானித்தார். முதலில் அவர்கள் வரவேற்புப் பணியில் அமர்த்தப்பட்டனர். இந்தச் செய்தி

பரவியது; பார்த்தசாரதி என்ற பெயருள்ள ஒரு இளைஞன் சுரேஷைத் தேடி வந்தார். அவர் போலியோவால் (Polio) பாதிக்கப்பட்டவர்.

படியேறிச் சென்று தான் லேசர் சாஃப்ட் அலுவலகத்தை அடைய முடியும். பார்த்தசாரதி மிகவும் சிரமப்பட்டார், ஆனால் எப்படியோ ஏறிவிட்டார்.

"என்னைப் பார்ப்பதற்காக அவர் படி ஏறி வந்தது என்னைச் சங்கடத்திற்குள்ளாக்கியது. அவர் மேலே ஏறி வந்ததற்காக நான் மன்னிப்புக் கேட்டுக் கொண்டேன். அவரைச் சந்திக்க நானே கீழே வந்திருப்பேன் என்றேன்."

அவர் சொன்னார், "இல்லை, ஏறி வர நான் விரும்பினேன். ஏனென்றால் தினமும் வருவதற்கு என்னால் முடியுமா என்பதை அறிந்து கொள்ள விரும்புகிறேன்."

நான் கேட்டேன், "தினமும் உங்களால் இந்தப் படிகளை ஏறி வர முடியுமா?"

"நிச்சயமாக முடியும்," என்று சொன்னார்.

உடனே அந்த நிமிஷமே சுரேஷ் அவரைப் பணியில் அமர்த்தினார். பணியாற்றுவதற்கு அவ்வளவு ஆர்வத்தோடு இருக்கும் ஒருவர் கட்டாயமாக வெற்றி பெறுவார். அவர் வெற்றி பெற்றார்.

பார்த்தசாரதி மிகப் பிரமாதமாகப் பணியாற்றினார். அரசு கணினி மையத்தில் சிறிதளவு பயிற்சி மட்டுமே பெற்றிருந்தார். கணினி செயல்முறைக் கட்டளை எழுதும் பணியிலிருந்து இப்பொழுது மென்பொருள் மேலாளராகப் பதவி உயர்வு பெற்றிருக்கிறார். இப்பொழுது பல குழுக்கள் அவர் தலைமையின் கீழ் பணியாற்றுகின்றன.

"பல வெளிநாட்டு வங்கிகளுக்காகப் பார்த்தசாரதி பணியாற்றிருக்கிறார். பல முறை வெளிநாடுகளுக்குச் சென்றிருக்கிறார். அவருக்குத் திருமணம் ஆகிவிட்டது. இரண்டு குழந்தைகள் உள்ளன. சொந்தமாக ஒரு கார் வாங்கியிருக்கிறார்," என்று பெருமையாக சுரேஷ் சொல்லிக் கொண்டிருக்கும்போது பார்த்தசாரதி எங்களோடு உரையாட வருகிறார். அவரைச் சந்தித்தது ஒரு உணர்ச்சிப் பூர்வமான தருணம்.

லேசர் சாஃப்ட்டின் 700 ஊழியர்களுள் 100 ஊழியர்களிடம் பார்த்தசாரதியின் கதை போன்ற கதைகள் உள்ளன. ஒவ்வொருமுறை வேலை காலி இருக்கிறது என்று விளம்பரம்

செய்யப்படும் பொழுது நாடு முழுவதிலிருந்தும் - டெல்லி, குஜராத் போன்ற இடங்களிலிருந்தும் நம்பிக்கையோடு பலர் வருகின்றனர்.

"மாற்றுத் திறனாளிகளில் பல வகையினரை நாங்கள் பணியில் அமர்த்தத் தொடங்கினோம். அவர்களுள் அதிகமானவர்கள் போலியோவால் பாதிக்கப்பட்டவர்கள். அவர்கள் ஒரு வகை. பின்னர் காது கேளாத, பேச முடியாதவர்களை எடுத்துக் கொண்டோம். ஆரம்பத்தில் ஒரு சிலரையே தேர்ந்தெடுத்தோம். ஏனெனில் பேசுவது, பதில் பெறுவது கஷ்டம்; தவிர பயிற்சி அளிப்பதும் சிரமமானது. அவர்கள் சமிக்ஞை மொழியைப் பயன்படுத்துவார்கள். அது எங்கள் ஒருவருக்கும் தெரியாது."

ஆனால் இந்த இடையூறு தீர்க்கப்பட்டதும் இந்த ஊழியர்கள் மற்றவர்களுக்குப் பயிற்சி அளிப்பவர்களாக மாறினார்கள். இன்று காது கேளாத, பேச முடியாத 20 பேர்கள் லேசர் சாஃப்ட்டில் பணியாற்றுகிறார்கள்.

'லைட்' என்ற பெயரில் ஒரு முழு பயிற்சித் திட்டத்தை மாற்றுத் திறனாளிகளுக்காக மட்டுமே இந்த நிறுவனம் நடத்துகிறது. பயிற்சி பெறுபவர்களுக்கு ஊக்கத் தொகையாக மாதம் ஒன்றுக்கு ரூ 5000 கொடுக்கப்படுகிறது ; விளக்கமாகப் பல தகவல்கள் கற்றுக் கொடுக்கப்படுகின்றன. ஆறு மாதங்கள் அல்லது ஒரு ஆண்டுக்குப் பிறகு ஒரு நுழைவுத் தேர்வை அவர்கள் எழுத வேண்டும். அதில் தகுதி பெறுபவர்கள் வேலையில் எடுத்துக் கொள்ளப்படுகிறார்கள். முக்கால் வாசிப்பேர் வேலையில் எடுத்துக் கொள்ளப்படுகிறார்கள்.

அவர்கள் மிகவும் கடுமையாக உழைப்பதாகவும் அவர்களுடைய அர்ப்பணிப்பு மிக மிக அதிகம் என்றும் சுரேஷ் சொல்கிறார்.

மாற்றுத் திறனாளிகள் என்பவர்கள் உடலில் ஊனமுள்ளவகள் மட்டுமல்ல, அறிவுக் கூர்மை இல்லாதவர்களையும் இந்த மென்பொருள் நிறுவனம் பணியில் எடுத்துக் கொள்கிறது. அவர்களுக்கு உதவி செய்யும் நோக்கில் அல்ல.

"இன்று பல மென் பொருள் நிறுவனங்களும் பொறியியல் வல்லுனர்களை மட்டுமே பணியில் அமர்த்துகின்றன. இது முழுவதும் தவறான சிந்தனை.

சுரேஷின் வாதம் எளியது: பொறியியல் பட்டதாரிகளாலும், கணிப்பொறி'க்கான செயல் கட்டளை களை எழுதுவதைத்

> "ஏவுகணை (ராக்கெட்) அறிவியல் அல்லது கவர்ச்சிகரமாக எதையோ செய்வது போன்ற உருவகத்தை ஐ டி நிறுவனங்கள் முன்னிறுத்துகின்றன. அது அப்படி அல்ல. பொருட்களைத் தயாரிப்பதற்கு ஈர்க்கப்படுகின்ற ஒரு கவர்ச்சியான வளாகம் தேவையே இல்லை."

தயாராக, உடனடியாகச் செய்ய முடியாது. அவர்களும் ஆறுமாதங்கள், ஒரு ஆண்டு பயிற்சி எடுத்துக் கொள்ள வேண்டியிருக்கிறது. அப்படியானால் பொறியியல் படிக்காதவர்களுக்கும் ஏன் பயிற்சி கொடுக்கக் கூடாது?

"எங்களிடம், பொறியியல் படிக்காமல் பத்தாவது வரை படித்தவர்கள் கூட மிகச் சிறப்பாகப் பணியாற்றுவது உண்டு. பல பொறியாளர்கள் அவர்கள் கீழ் பணியாற்றுகிறார்கள். ஆனால் சில பொறியாளர்கள் மிக மிக அறிவு கூர்மை உள்ளவர்கள். பொறியியல் பட்டதாரிகள் அல்லது அந்தப் பட்டம் பெறாதவர்கள் என்று யாராக இருந்தாலும் இந்த அடுத்த தலைமுறையினர் ரொம்ப புத்திசாலிகள், அவர்களுடைய ஐக்யூ ரொம்பச் சிறப்பாக உள்ளது."

லேசர் சாஃப்ட் கணிப்பொறியைக் கையாள ஒரு டிரைவர் விரும்பினால் கூட அவர் உற்சாகப் படுத்தப்படுகிறார். டிரைவர்களாக வந்த பலர் இப்போது ப்ரோக்ராமர்களாக ஆகியிருக்கிறார்கள். அவர்கள் ரொம்ப ஏழைக் குடும்பத்திலிருந்து வந்தவர்கள். இங்கு வந்த பொழுது அவர்களுக்குச் சரியாக ஆங்கிலம் கூட பேசத் தெரியாது. இங்கு அவர்கள் முழுமையாக மாற்றப் பட்டிருக்கிறார்கள்.

இவ்வளவு உயர்ந்த விஷயங்களை ஜீரணிப்பது சற்றே கடினமாக இருக்கிறது.

"அர்ப்பணிப்பும் விருப்பமும் இருந்தால் யார் வேண்டுமானாலும் புரோக்ராமர் ஆகலாம் என்று நீங்கள் சொல்கிறீர்கள். அப்படியென்றால் பொறியியல் கல்லூரிக்குச் சென்று படிப்பது அவசியமில்லையா?" என்று நான் கேட்டேன்.

"ஆம்."

"அப்படியானால் பயிற்சி பெற்ற பொறியாளருக்கும் தொழில் நுட்பப் பின்னணி இல்லாதவர்களுக்கும் இடையே எந்த வித்தியாசமும் இல்லை என்கிறீர்களா? சரியாக வழி

நடத்தப்பட்டால் மற்றவர்களும் அதே அளவு சாதிப்பவர்கள் என்பது உங்கள் கருத்தா?"

"ஆம்."

கல்வித் தகுதி, அடிப்படை அளவு கோல் அல்ல, அது அந்த மனிதரால் என்ன செய்ய முடியும் என்பதே அடிப்படை அளவுகோல்" என்றார்.

இவரைப் போல மேலும் பல முதலாளிகளும் இப்படி நினைத்தால்..

அப்படி இருந்தால் உண்மையில் எல்லாத் தரப்பினருக்கும் அது வெற்றி - வெற்றி என்ற சூழ்நிலையாக இருக்கும்.

"இந்தப் பொறியாளர்களும், MCA படித்தவர்களும் புத்திசாலியான ஆண்கள், பெண்கள். அவர்கள் இந்த நிறுவனத்தின் சமூக நோக்கங்களையும் விரும்புகின்றனர். அவர்களும் ஆதரவு கொடுக்கிறார்கள். அதனால் தாங்கள் செய்வது எல்லாம் ஒருதனி மனிதனின் முயற்சி மட்டும் அல்ல. அவர்களும் இந்த நிறுவனத்திற்காகப் பாடுபடுகிறார்கள். இதைவிட அதிகச் சம்பளம் கிடைப்பதாக இருந்தாலும் இதை விட்டுப் போக அவர்கள் விரும்புவதில்லை."

அவர்களுடைய இந்த வலுவான விசுவாசத்திற்கு மேலும் பல காரணங்கள் உண்டு. 1998ல், அலுவலகத்திற்குப் புது இடம் தேடிக் கொண்டிருந்தனர். மற்ற மென் பொருள் நிறுவனங்கள் போல ஐடி வளாகத்திற்குச் செல்லலாமா என்று யோசித்தனர். ஆனால் ஊழியர்களின் தேவைகளை மனதில் வைத்து (முக்கியமாக மாற்றுத் திறனாளிகள்) பொருத்தமான இடத்தைத் தேர்வு செய்ய நினைத்தார் சுரேஷ்.

"நாங்கள் நுங்கம்பாக்கத்திலிருந்தபோது நகரத்தின் பல இடங்களிலிருந்தும் இவர்கள் வந்தனர். போக்குவரத்து வசதி ரொம்பவும் கடினமாக இருந்தது. பஸ்களில் ஏறுவது, பிரயாணம் செய்வது, இறங்குவது எல்லாமே பிரச்சினை. அதனால் அலுவலகத்திற்கு அருகிலேயே எங்களிடம் பணியாற்றுபவர்களுக்கு வீட்டு வசதி செய்து கொடுக்க முடியுமா என்று நான் யோசித்தேன்."

அதனால் தான் நாங்கள் வளசரவாக்கத்தைத் தேர்ந்தெடுத்தோம். இது பிறர் கவனத்தை அதிகம் ஈர்க்காத இடம். ஆனால் பணியாற்றுபவர்கள் இதை விரும்பினார்கள்.

"1990ல், வீட்டு வாடகை ரூ 1000. இப்போது ரூ 3000, இருந்தாலும் மிகவும் குறைவு." பல வீடுகளை இந்த நிறுவனம் வாடகைக்கு எடுத்துக் கொண்டது. அங்கு தங்கியிருந்து அருகிலேயே இருந்த அலுவலகத்திற்கு வந்து போவது ஊழியர்களுக்கு வசதியாக இருந்தது. அதனால் அவர்களுக்கு அதிகப் பணி ஆற்ற முடிந்தது.

புன்னகைத்தவாறு சுரேஷ் சொல்கிறார், "வந்து போவதற்கு இரண்டு மூன்று மணி நேரங்களை இப்பொழுது யாரும் வீணாக்குவதில்லை. எப்போது போக வேண்டுமோ அப்போது வீட்டிற்குப் போகிறார்கள். விரும்பும் நேரத்தில் வந்து பணியாற்றுகிறார்கள். காலத்தை நெகிழ்வாக வைத்துக் கொள்ள முடிகிறது. இது உண்மையில் எங்களுக்கு உதவியாக இருந்தது. அதன் பிறகு இரட்டிப்பாக வெகு வேகமாக எங்கள் வளர்ச்சி இருந்தது."

வேகமாக வளர்வது என்பது உங்கள் கருத்து அல்ல. அப்படிச் சென்றால் நீங்கள் எல்லாவற்றையும் இழக்க நேரிடும்.

"ஒரு நல்ல சூழலை ஏற்படுத்த வேண்டுமென்று நான் விரும்புகிறேன் - அங்கு மனிதர்கள் கற்றுக் கொள்ள வேண்டும், பணிகளை மேலும் சிறப்பாகச் செய்ய வேண்டும், மன உளைச்சல் இல்லாமல். ஒரு நல்ல தரமான வாழ்க்கையை அவர்கள் வாழவேண்டும், உடல் நலத்தோடு இருக்க வேண்டும். நாங்கள் நன்றாகப் பணி ஆற்றுகிறோம். மன உளைச்சலோ அழுத்தமோ கிடையாது. பணியைச் செய்வதில் அவர்களுக்கு முழு சுதந்திரமும் இருக்கிறது. சுதந்திரம் என்றால் புதிதாக உருவாக்குவது. அவர்கள் பலவற்றை உருவாக்குகிறார்கள். மிகச் சிறப்பான பணியைச் செய்கிறார்கள்.

ஆம், இதனாலெல்லாம் இந்த நிறுவனத்தை விட்டுப் போகவேண்டும் என்று யாருமே நினைப்பதில்லை. விசுவாசம் ரொம்ப அதிகமாக இருக்கிறது. 5 பேர்களுடன் ஆரம்பித்தார் அல்லவா, அதில் நான்கு பேர் இன்னும் இந்த நிறுவனத்தில் இருக்கிறார்கள்!

பிரமாதம்! இந்த நிறுவனம் ஆண்டுக்காண்டு 20% வளர்ச்சி யைக் காட்டுகிறது. வங்கிக்கடன் இல்லை. திருப்தியும் மகிழ்ச்சியும் நிறைந்த ஊழியர்கள் - எல்லாவற்றிற்கும் மேலாக வெளியிலிருந்து யாரும் முதலீடு செய்யவில்லை. மற்றொரு அறிவுரை கூறும் கதையை இங்கு காண்கிறோம்.

"2000ம் ஆண்டில் ILFS என்ற நிறுவனத்திடமிருந்து

நாங்கள் முதலீடு பெற்றோம். "நீ முதலீடு பெற வேண்டும். மக்களிடமிருந்து பணத்தைப் பெற வேண்டும் என்று பலர் சொன்னார்கள்."

லேசர் சாஃப்டின் அப்போதைய வருமானம் ரூ 5 கோடி. ILFS அதை ரூ 30 கோடியாக மதிப்பீடு செய்து 16% உரிமைப் பங்குகளைப் பெற்றனர். ஆனால் மூன்று வருடங்களுக்குள்ளாகத் தன் பங்குகளை விற்று விட்டு ILFS வெளியேற விரும்பியது. சாதாரணமாக இந்த நேரத்தில் சிறிய நிறுவனங்களின் உரிமையாளர்கள் துள்ளிக் குதித்து அதற்கு ஒத்துக் கொள்வார்கள். சுரேஷ் அப்படிச் செய்யவில்லை. நிலைத்து நின்று அந் நிறுவனத்தை வளர்க்க விரும்பினார். மேலும், புதிதாக அதை வாங்குபவர், சமூக மட்டத்தில் லேசர் சாஃப்ட்டின் தொலைநோக்குப் பார்வையையும், கடமையாக மேற்கொண்ட பொறுப்பு களையும் பகிர்ந்து கொள்ள மறுக்கலாம்.

ILFS ஏன் அவ்வளவு அவசரப்பட்டார்கள்? லேசர் சாஃப்ட் அவ்வளவு வேகமாக வளரவில்லையா?

"நாங்கள் வளர்ந்து கொண்டிருந்தோம். ஆனால் அவர்களுடைய முதலீட்டிற்கு உடனே பணம் சம்பாதிக்க வேண்டுமென்று அவர்கள் விரும்பினார்கள்" என்கிறார் சுரேஷ். அந்தப் பங்குகளை வாங்க சீமென்ஸ் (Siemens), ஐஃப்ளெக்ஸ் (I-flex) போன்றவர்கள் தயாராக இருந்தார்கள் - அந்தப் பங்குகளை மட்டுமல்ல, மொத்த கம்பெனியையுமே. ஆனால் அது ஒரு மகிழ்ச்சிகரமான அனுபவமாக இல்லை.

"இது இவ்வாறு போய்க் கொண்டிருக்கும்போது எங்களால் பணியைச் செய்ய முடியவில்லை, கவனமாகச் செய்யமுடியவில்லை, நிறைய கால விரயம் ஆயிற்று, ஊழியர்கள் மிகவும் கவலைப்பட்டார்கள். நிறுவனம் விற்கப்பட்டால் தங்கள் கதி என்ன என்று."

"அதனால் நான் ஒரு நாள் முடிவெடுத்தேன். நாங்கள் விற்கப் போவதில்லை."

ILFS பங்குகளைத் திரும்ப வாங்கிக் கொள்வது தான் அவர்கள் முன் இருந்த ஒரே வழி. 2006ம் ஆண்டில் அதைத்தான் சுரேஷ் செய்தார். ஊழியர்கள் பணம் கொடுத்தனர், வங்கியிலிருந்து கடன் பெற்றனர், தெரிந்தவர்கள் முதலீடு செய்தனர். இவற்றைக் கொண்டு லேசர் சாஃப்ட் அந்த இக்கட்டிலிருந்து மீண்டு வந்தது.

"ஐஃப்ளெக்ஸ் கொடுப்பதாகச் சொன்ன அதே விகிதத்தில் ILFS ஸிடமிருந்து நாங்கள் பங்குகளைப் பெற்றோம். எல்லா ஊழியர்களும் பணம் கொடுத்தனர். அவரவர் வசதிக்கேற்ப ரூ 5000திலிருந்து ரூ 1 லட்சம் வரை, அவரவர் சேமிப்பிலிருந்து. அந்தக் கடனை (4.5 கோடிகள்) நான் இன்னும் திரும்பக் கொடுத்துக் கொண்டிருக்கிறேன்."

இந்தப் பயணம் இது வரை ரொம்பக் கவர்ச்சிகரமாக இருந்து வருகிறது, எதிர்காலத்தில் இன்னும் என்ன திட்டம் இருக்கிறது?

"இன்றிலிருந்து ஐந்தாண்டுகளுக்குள் நாங்கள் சுமார் 2500 பேர் இருப்போம். குறைந்த பட்சமாக எங்களிடம் ரூ 130 கோடிகள் இருக்கும்."

லேசர் சாஃப்டின் வாடிக்கையாளர்களில் 70% இந்தியாவில் இருக்கிறார்கள், மீதி ஐரோப்பாவிலும் மத்திய கிழக்கு நாடுகளிலும், ஆப்பிரிக்காவிலும். "இப்போது நாங்கள் அமெரிக்காவிலும் செயல்பட விரும்புகிறோம்" என்கிறார் சுரேஷ்.

ஆனால் இந்தச் சிறு நிறுவனம் இந்திய IT பெரியண்ணன்களுடன் எப்படி வியாபாரத்தில் போட்டியிட முடியும்? லேசர் சாஃப்ட்டுக்குத் தொழில் நுட்ப வாய்ப்பு அதிகம் என்று சுரேஷ் நம்புகிறார்.

"இந்தியாவிலேயே எங்களுடைய ஒரு நிறுவனம் தான். ஏன் உலகத்திலேயே கூட-ஜாவாவில் (Java) வங்கிப் பணி முறையை மேம்படுத்தியிருக்கிறது. நாங்கள் இந்த மென்பொருளை எப்படி மேம்படுத்தியிருக்கிறோம் என்றால் இதை மேலும் மேலும் உயர்த்திக் கொண்டே போக முடியும். செலவினங்களைக் குறைப்பதற்கும் பெரிய அளவில் வங்கிப் பணியைச் செய்வதற்கும் இது மிகவும் பொருத்தமானதாக இருக்கிறது."

"2008 ம் ஆண்டின் கடைசி இரண்டு காலாண்டுகளில் 35-40 புது வங்கிகளிடமிருந்து லேசர் சாஃப்ட் வியாபாரத்தைப் பெற்றிருக்கிறது. பொருளாதார மந்த நிலை, நிறுவனத்துக்குச் சாதகமாக அமைந்தது.

"வங்கிகள் திடீரென்று விவேகமாகி விட்டன. அவர்கள் செலவினங்களைக் குறைக்க விரும்புகிறார்கள். அதற்கு எங்களுடைய சாஃ்டுவேர் ரொம்பக் கவர்ச்சிகரமாக உள்ளது."

முன்பை விட சந்தைப்படுத்துதல் இப்போது முக்கியமாக உள்ளது. இந்த நிறுவனம் தாங்கள் எப்படி இருக்கிறோமோ, அதை நேரடியாக, நாணயமாகச் சொல்லும் நிறுவனம். அதனால் சந்தைப்படுத்துதலில் அவர்கள் பலவீனமானவர்கள். ஸ்டேட் பாங்க் ஆஃப் இந்தியாவின் முன்னாள் மேலாண்மை இயக்குநர் திரு வேங்கடாசலத்தைத் தங்கள் நிறுவனத்தின் தலைவராக வரும்படி சுரேஷ் கேட்டுக் கொண்டார்.

"அவர் நல்ல புத்திசாலி; தொலைநோக்குப் பார்வையும் உண்டு. அவர் மீது நான் மிகவும் மதிப்பு வைத்திருந்தேன். ஒழுக்கமும் நேர்மையும் மிக்கவர். எங்களுக்கெல்லாம் ஊக்கம் அளிப்பவர். அதனால் அவரைத் தாழ்மையுடன் நான் கேட்டுக் கொண்டேன். 'பெயரளவில் இல்லாமல் எங்கள் தலைவராக நீங்கள் ஆக வேண்டும். முழுமையாக செயல்திட்டம், நிதி, முதலீடு, சந்தைப்படுத்துதல் என்று எல்லாவற்றையும் நீங்கள் பார்த்துக் கொள்ள வேண்டும்' என்றேன்."

அவருடைய வழிகாட்டுதலின்படி தொழில் ரீதியாக ஒரு விற்பனை நடவடிக்கைக் குழுவை லேசர் சாஃப்ட் ஏற்படுத்தியது. அதன் பலன் கண் கூடாகத் தெரிகிறது. "எங்களுடைய ஆட்கள் வெளிநாடுகளுக்குச் சென்று பல ஆர்டர்களைப் பெற்று வருகிறார்கள். மத்திய கிழக்கிலுள்ள மஹ்ரெக் போன்ற வங்கிகள் கூட எங்களுடைய வாடிக்கையாளர்கள்."

மேலும் மேலும் முன்னேறுகின்ற வகையில் வங்கிச் செயல்பாட்டில் முக்கியமாக கருவூலம், பரஸ்பர நிதி, அந்நியச் செலாவணி ஆகியவற்றில் பல மென்பொருள்களை உற்பத்தி செய்வதற்கு நிறைய தேவை இருப்பதை சுரேஷ் உணர்கிறார். தவிர, லேசர் சாஃப்ட்டின் மற்றொரு முக்கிய திறன் வாய்ந்த பகுதியான உடல் நலத்திட்டத்திலும் மேலும் பலவற்றைச் செய்ய முடியும். தவிர அடிப்படையில் மென்பொருள் பல உட்பிரிவுகளையும் இணைப்பதாகும்.

"எதிர்காலத்தில் எல்லாத் தொழில்களும் ஒன்றோடு ஒன்று பேசிக் கொள்ளப் போகிறது. சில்லரை வர்த்தகம், விநியோகம், வங்கிப்பணி, உடல் நலத்திட்டம் என்பவற்றிற்கு நாங்கள் மென்பொருளைத் தயாரிக்கிறோம். ஆனால் இறுதியில் இவை எல்லாமே கைபேசியின் மூலம் இணைக்கப்படப் போகிறது." லேசர் சாஃப்ட் உருவாக்கும் பொருட்கள் இந்தப் புரட்சி வருவதற்கு உதவியாக இருக்கும் என்று நம்புகிறது.

"இதுவரை யாரும் செய்யாததை எப்போதும் செய்ய வேண்டும் என்பதே எங்கள் இலக்கு." உதாரணமாக வங்கிகளில் உள்ள மேஜை கணினிகளில் சும்மாக் கிடக்கும் கணிதப் பயன்பாடுகளைக் கூடுதல் மென்பொருள் தேவையில்லாமல் பயன்படுத்த ஒரு எளிதான முறையை கண்டுபிடித்தோம்.

இந்தத் தொழில் நுட்ப விவரங்கள் ஒரு பக்கம் இருக்க, காலையில் எழுந்து வேலைக்கு வருவதான எண்ணத்தால் உற்சாகம் அடைபவராக அவர் இருக்கிறார்.

"தொழில் நுட்பம் ரொம்பச் சவாலாக உள்ளது. புதிது புதிதாகச் செயலாற்றிக் கொண்டே இருப்பது போதைக்கு அடிமையாவது போல் உள்ளது. புதிதான விஷயங்கள் வந்து கொண்டே இருக்கின்றன. அதனால் சில சமயம் ஒரு நாளைக்கு 18-20 மணி நேரம் பணியாற்றுகிறோம். ஆனால் பொழுது போக்கு அம்சங்கள் தவிர குடும்பத்தோடு நேரத்தை செலவழிப்பது என்று அதைச் சமன்படுத்திக் கொள்கிறோம்."

சுரேஷுக்கு பதின் மூன்று வயதிலிருந்து பத்தொன்பது வயதுக்குள் இரண்டு மகள்கள் உண்டு. அவர் மனைவி அவருக்கு உற்ற துணையாக இருக்கிறார்.

நாளின் இறுதியில் எல்லாமே அன்பு என்பதில் முடிகிறது.

உங்களுடன் வசிப்பவர்கள் மீதான அன்பு.

உங்களுடன் வேலை செய்பவர்கள் மீதான அன்பு.

நீங்கள் சொல்வதில் அன்பு.

நீங்கள் செய்வதில் அன்பு.

ஒட்டு மொத்த மனித இனத்தின் மீது அன்பு.

எந்த விதமான வேற்றுமைகளையும் பார்க்காமல் இருப்பது.

"சாதாரண மக்களால் தான் அசாதாரணமான வேலைகளைச் செய்ய முடியும் என்று நான் நம்புகிறேன். தாங்கள் ஏற்கனவே அசாதாரணமானவர்கள் என்று மக்கள் நினைத்தால் அவர்களால் மிகச் சாதாரணமான விஷயங்களையே செய்ய முடியும். மனப்பாங்கும் வேலையின் மீது முழுக் கவனமும் நாம் சிறந்தவர்கள் இல்லை என்று எண்ணும் போது தான் நமக்கு வருகிறது. ஏனெனில் இவை எல்லாமே குழுவாக இணைந்து பணியாற்றுவது."

அப்படியானால் இது தான் சுவாமி விவேகானந்தரின்

ஞானயோகமோ - வியாபாரம் மூலமாக வெளிப்படுகிறதா?

"ஆம், நிச்சயமாக."

லேசர் சாஃப்ட் அலுவலகத்தை விட்டு வெளியே வரும்போது போலியோவால் தாக்கப்பட்ட இளைஞன் ஊன்றுகோலைத் தாங்கிக் கொண்டு என்னைத் தாண்டிச் செல்கிறார்.

நான் புன்முறுவல் செய்தவாறு எனக்குள் நினைக்கிறேன். "என்ன அழகான உலகம்!"

பின் குறிப்பு : *நான் சுரேஷ் காமத்தைச் சந்தித்து ஆறு மாதங்களுக்குப் பிறகு வியப்புக்குரிய ஒரு விஷயம் நடை பெற்றது. 2009, அக்டோபர் 15 ல், ரூ 52 கோடி ஒப்பந்தத்தில் லேசர் சாஃப்ட்டை போலாரிஸ் (Polaris) வாங்கிற்று.*

இன்று வரை லேசர் சாஃப்ட் அதே பெயரில் சுதந்திரமாக இயங்கி வருகிறது.

என்றாவது ஒரு நாள் கோலியத், டேவிட்டைத் தன்னுள் இழுத்துக் கொள்ளக் கூடும். ஆனால் அப்படி நடந்தால் - ராட்சஸ இதயத்தோடு இயங்கும் அச்சிறிய கம்பெனியின் இனிமை (கருணை, கனிவு) ஒரு மென்பொருள் ராட்சசனின் ரத்த நாளங்களிலும் பாய்ந்து செல்லும் என்று நான் நம்புகிறேன்.

இளம் தொழிலதிபர்களுக்கு...

கடந்த 23 ஆண்டுகளாக நான் செய்துள்ளவற்றில் ஒவ்வொரு நிமிடமும் நான் மகிழ்ச்சியாக இருந்திருக்கிறேன். ஆரம்பித்தபோது இருந்தது போலவே அதே சக்தியும் உற்சாகமும் இன்றும் என்னிடத்தில் உள்ளது.

நீங்கள் உண்மையாக நம்பும் துறைகளில், செய்ய வேண்டும் என்ற விருப்பம் உள்ளவற்றில், உங்கள் வியாபாரத்தைத் தொடங்குங்கள். வித்தியாசமாக உள்ளவற்றை நீங்கள் செய்ய வேண்டும். மற்றவர்கள் சொல்வதை நீங்கள் நம்ப வேண்டாம். நியாயமான, நேர்மையான முறையில் வியாபாரம் செய்ய முடியாது என்று பலரும் சொல்வார்கள். நீங்கள் நிச்சயமாக நேர்மையற்றவராக இருக்க வேண்டும் என்பார்கள். ஆனால் இது முற்றிலும் தவறு. சரியான வழியில் நம்மால் எதையும் செய்ய முடியும், பின்னும் வெற்றிகரமாக இருக்க முடியும்.

நாட்டுக்காக, அதன் மக்களுக்காக ஏதாவது செய்ய வேண்டும் என்ற உந்துதல் இருக்க வேண்டும். பல மனிதர்களுக்குத் தேவைகள் உள்ளன. அவர்களுக்காக நிறையச் செய்ய வேண்டியுள்ளது. இதை ஒரு சவாலாகக் கருதி பணியை மேற்கொள்ளுங்கள்! நிச்சயமாக உங்களுக்கு அந்தத் திறமை இருக்கிறது.

மக்களிடம் மகிழ்ச்சியைப் பரப்புங்கள். இறுதியாக அது தான் மிகவும் முக்கியமான விஷயம். எவ்வளவு பணம் இருந்தாலும் உங்களிடம் நிம்மதி இல்லை என்றால் அதனால் எந்தப் பயனும் இல்லை.

தன் கையே தனக்குதவி

ரகு கன்னா

காஷ்யுவர் டிரைவ்

(Cashurdrive)

ரகு கன்னாவிற்கு 24 வயது, கல்லூரியை விட்டு வந்தவுடனே ஒரு நிறுவனத்தை ஆரம்பித்தார். காஷ் யுவர் டிரைவ் ஒரு எளிமையான கருத்தின் அடிப்படையில் தொடங்கப்பட்டது. அதற்கு முதலீடு, அலுவலகம், சிறப்புத் தொழில் நுட்பம் போன்று எதுவுமே தேவையில்லை. அனுபவம் மிகைப் படுத்தப்படுகிறது. எதைத் தொடங்குவதற்கும் இப்போதை விட சிறந்த நேரம் இல்லை என்பதை அவர் கதை சொல்கிறது.

தொழில் முனைவோர்களின் உச்சி மாநாட்டில் நான் ரகுவை முதலில் பார்த்த போது "ரொம்ப இளைஞர் போல் இருக்கிறாரே, வியாபாரத்தில் இப்போதான் நுழைந்திருக்கிறார் போல உள்ளதே!" என்று நினைத்துக் கொண்டேன்.

"நான் நேர்காணல் செய்ய விரும்பும் மனிதர்கள்" என்ற லிஸ்டிலிருந்து அவரை மனதளவில் நீக்கி விட்டேன்.

அவர் பேசியதைப் பிறகு கேட்டேன். 2008, ஆகஸ்ட்டிலிருந்து தான் ரகு தொழில் முனைவராக இருந்திருக்கிறார் என்பது அல்ல, வாழ்நாள் முழுவதுமே அப்படித்தான் இருந்திருக்கிறார் என்பதை உணர்ந்து கொண்டேன்.

பள்ளியில், கல்லூரியில், தன் தொழிலைத் தேர்ந்தெடுப்பதில் என்று எல்லாவற்றிலும் ரகு கஷ்டங்களைச் சந்தித்து எதிர் நீச்சல் போட்டு வந்தவர். அது அவருக்குத் தேவையான துறையை IITயில் தேர்ந்தெடுப்பதாக இருந்தாலோ அல்லது படிக்கும் போதே வெளிநாட்டில் பணியாற்றச் செல்வதாக இருந்தாலோ தன் மூளை, இளமை, ஏய்க்கும் திறன் இவற்றின் மூலம் பெற்றருக்கிறார்.

தன் கனவுகளில் அவர் வாழ்ந்திருக்கிறார்.

தன் சொந்த நிறுவனத்தை ஆரம்பித்த இந்த 16 மாதங்களில் எளிதாக மற்றவர்களால் காபி பண்ணக் கூடிய கருத்து, தவிர எளிமையானதும் ஆனதை ஒரு பெரிய தனி நபர் நிறுவனமாக மாற்றியிருக்கிறார்.

"இந்தியாவில் எங்கு வேண்டுமானாலும் எந்த ஒரு காரை வேண்டுமானாலும் என்னிடம் கொடுங்கள். உங்களுடைய விளம்பரத்தை நான் அதில் செய்து விடுவேன்," என்று உறுதியாகச் சொல்கிறார்.

'*உழைப்பும் உத்வேகமும்*' என்பதற்கு வாழ்கின்ற, சுவாசிக்கின்ற ஒரு உதாரணம் ரகு.

"எந்தச் சூழ்நிலையாக இருந்தாலும் என்னால் தப்பித்து வெளியே வர முடியும்."

ஏனெனில், அவருக்குத் தெரியும், "உங்களுடைய மனதைப் பயன்படுத்தி உள்ளறிவை நீட்டித்தால்...

எதைச் செய்வதற்கும் உங்களால் ஒரு வழியைக் கண்டுபிடிக்க முடியும்."

தன் கையே தனக்குதவி

ரகு கன்னா
காஷ் யுவர் டிரைவ்

சிம்லாவில் பிறந்து வளர்ந்த ரகு கன்னா செல்லம் கொடுத்து கெடுக்கப்பட்டவர்.

"சிம்லாவில் உள்ள செயிண்ட் எட்வர்ட்ஸ் பள்ளியில் நான் படித்தேன். என் தந்தை இமாசலப் பிரதேச பல்கலைக் கழகத்தில் அரசியல் அறிவியல் பேராசிரியர், என் அம்மா வீட்டைக் கவனித்துக் கொண்டிருந்தார்."

ஐந்தாவது படிக்கும் போது அவருக்கு ஒரு வினோதமான யோசனை தோன்றியது. சில நண்பர்களைச் சேர்த்துக் கொண்டு தீபாவளி சமயத்தில் மண்பாண்டங்களை விற்க ஆரம்பித்தார்.

"மண்பாண்டம் செய்யும் ஒரு குயவனை நான் பழக்கப் படுத்திக் கொண்டேன். சிறு அகல் விளக்குகளைச் செய்து தருமாறு அவரிடம் கேட்டேன். பிறகு வீடு வீடாகச் சென்று அவற்றை விற்றோம்."

வாங்குபவர் ஒவ்வொருவருக்கும் பில் கூட கொடுக்கப் பட்டது. ஒரு துண்டு காகிதத்தில் 'மட்காஹவுஸ்' என்று எழுதி அதன் கீழே ரகு தன் கையெழுத்தை இட்டுக் கொடுத்தார்!

"அவரிடமிருந்து ரூ 1 விலை வைத்து நாங்கள் விளக்குகளை வாங்கி அவற்றை ரூ 1.50க்கு விற்றோம். ஐஸ்கிரீம் சாப்பிட்டும் கிரிக்கெட் பந்துகள் வாங்கியும் கிடைத்த லாபத்தைச் செலவழித்தோம்."

பள்ளி வாழ்க்கையில் ரகு ஒரு கடைசி பெஞ்சு மாணவன். படிப்பை விட அவருக்கு நடனம் ஆடுவதிலும் பள்ளி தொடர்பான மற்ற விஷயங்களிலும் ஆர்வம் அதிகம்.

ஆறாம் வகுப்புப் படிக்கும் பொழுது 2 மதிப்பெண்கள் குறைவாகப் பெற்றதால் அவர் வரலாறு பாடத்தில் தேர்ச்சி பெறவில்லை. ஆசிரியர் அவரைத் தனியாகக் கூப்பிட்டு, "நான் இரண்டு மதிப்பெண்கள் கூடுதலாகக் கொடுத்து உன்னைத் தேர்ச்சி பெற வைக்க முடியும். ஆனால் *பிறகு இதே உனக்கு வழக்கமாகி விடும்*. இன்னும் சிறிது கஷ்டப்பட்டு நீ ஏன் படிக்கக் கூடாது?"

இந்த அறிவுரை நல்ல பலனைத் தந்தது. ஏமாற்றித் திரிவதை அடியோடு நிறுத்தினார். எட்டாம் வகுப்பில் மூன்றாவது இடம்!

"அந்த நேரத்தில், எதையும் என்னால் செய்ய முடியும் என்பதை நான் உணர்ந்தேன்!"

நல்ல மதிப்பெண்கள் பெற்று ரகு பத்தாவது வகுப்பை முடித்தார். சண்டிகருக்குச் சென்று *பாட்டியுடன்* வசித்தார் - IIT யில் சேருவதற்குத் தயார் செய்து கொள்வதற்காக நிறைய மதிப்பெண்கள் பெற்ற மாணவர்கள் பலரும் போட்டிப் போட்டுக் கொண்டு படிக்கும் இடம் அது. இயற்பியல் டியூஷனில் முதல் தேர்வில் அவர் வாங்கிய மதிப்பெண் 0; ஆனால் அவர் தொடர்ந்து போரிட்டார்.

IITயில் சேர வேண்டும் என்று உறுதியாக இருந்தார்.

"IITயில் சேருவதற்காக மாணவர்கள் JEE பரீட்சை எழுதுவார்கள், பின்னர் சிஇடி கிடைத்தால் போதும் என்பார்கள், இறுதியாக NIITயில் சேர்ந்து விடுவார்கள் - பெரிதாகக் கனவு காண்பதில் இருந்து தோல்வி என்கிற பயம் அவர்களைத் தடுக்கிறது. அது என்ன என்பது எனக்கு ஓரளவுக்குத் தெரியும். அதனால் நான் அதைப் பற்றிக் கவலைப் படவில்லை."

எப்படியோ சமாளித்து ரகு 3689 ரேங்க்கைப் பெற்றார். ஆனால் அதில் சிறப்பானது என்னவென்றால் IIT கௌஹாத்தியில் வடிவமைப்புத் திட்டம் (design programming) இளங்கலைப் பட்டப் படிப்பில் இடம் கிடைத்தது.

"என்னுடைய பிரச்சினை என்ன என்று உங்களுக்குத் தெரியுமா? வாழ்க்கையில் துல்லியமாக எனக்கு

வேண்டியதைக் கடவுளிடம் நான் கேட்டதில்லை. அவர் என்னை IIT க்கு அனுப்பினார், ஆனால் எனக்கு விருப்பமான படிப்பைத் தரவில்லை!"

IIT கௌஹாத்தியில் (Guwahati) ரகு சேர்ந்து விட்டார். இரண்டு மூன்று வகுப்புகளுக்குப் பிறகு வடிவமைப்பு தனக்கு பொருத்தமானது இல்லை என்று உணர்ந்தார். வேறு ஒரு படிப்புக்கு மாறுவதற்கு முயற்சி செய்தார். ஆனால் அந்த நாளில் அதற்கு அனுமதி அளிக்கப்படவில்லை.

"முதல் செமஸ்டரில் (Semester) மேல் வகுப்புப் படிக்கும் மாணவர்களோடு என் நேரத்தைச் செலவிட்டேன். அவர்களைக் கேட்பேன், "இப்போது நான் படிப்பது எனக்கு பிடிக்கவில்லை. இதைப் பற்றி நான் என்ன செய்வது?"

அவர்களுள் ஒருவன் ரகுவிடம் "*ஹூ மூவ்டு மை சீஸ்*" (Who moved my cheese) என்ற புத்தகத்தைக் கொடுத்தான்.

மேலும், "இது தான் வாழ்க்கை ஏற்றுக் கொள்" என்று ஆலோசனை கூறினான்.

ஆனால் ரகுவால் அப்படிச் செய்ய முடியவில்லை. 2004ம் ஆண்டு ஜனவரியில், தன் பெட்டி படுக்கைகளைக் கட்டிக் கொண்டு வீடு திரும்பினார். மறுமுறை IIT, JEE தேர்வுக்குத் தயார் செய்து கொள்ள வெறும் மூன்று மாதங்களே இருந்தன, தவிர தொடக்கத்திலிருந்தே அவர் படிக்க வேண்டி இருந்தது.

"வடிவமைப்புப் படிப்பில் இயற்பியல், வேதியியல் அல்லது கணிதம் போன்ற பாடங்கள் எதுவுமே இல்லை. அதனால் அவற்றுடனான தொடர்பு எனக்கு விட்டுப் போயிற்று. எல்லா டியூஷன் வகுப்புகளிலும் மாணவர் சேர்க்கை முடிந்து விட்டது. திரு பி. எம். சர்மா என்ற இயற்பியல் பேராசிரியரைக் கண்டு பிடித்தேன். என்னுடைய சந்தேகங்களைத் தெளிவு படுத்திக் கொள்ள அவரிடம் சென்றேன்."

நரகத்தில் நடப்பது போல் இருந்தது; ஆனால் அவருக்குள் ஏதோ ஒன்று அவரிடம் சொல்லியது; 'நடந்து கொண்டே இரு, *கவலைப் படாதே,* **இதுவும் கடந்து போம்.**

இம்முறை நுழைவுத் தேர்வில் 1040 ரேங்க் பெற்றார். ஆனால் முக்கியத் தேர்வில் அவர் ரேங்க் 2559 ஆகக் குறைந்தது. AIEEE யில் 1610 ரேங்க் கிடைத்தது. அவ்வப்பகுதி கல்லூரிகள் அல்லது NITக்களில் எங்கு

வேண்டுமானாலும் படிக்கலாம். ஆனால் IIT வாழக்கையை ருசித்த பிறகு அதற்குக் குறைவாக எதையும் ஏற்க அவர் விரும்பவில்லை.

2500 என்று ரேங்க் இருக்கும் போது IIT டெல்லி அல்லது IIT ரூர்கி (Roorkee) அல்லது புவியியல் என்று எதை வேண்டுமானாலும் ரகுவால் தேர்ந்தெடுக்க முடியும். தனக்குப் பொருத்தமானது கட்டிடப் பொறியியல் (சிவில் இன்ஜினியரிங்) என்று தீர்மானித்த ரகு IIT கௌஹாத்திக்கு வந்தார்.

அப்போது அவர் அம்மா கேட்டார், "மீண்டும் ஒரு முறை அங்கு படிக்க உன்னால் முடியுமா?"

ரகு கூறினார், "நான் எதையாவது செய்தாக வேண்டும். மற்றவர்கள் சொன்னது தவறு என்பதை நான் நிரூபித்தாக வேண்டும்!"

IIT வளாகத்தில் ஒரு பொதுவான குழப்பம் நிலவியது. சில பேர் அவர் தேர்வில் தோல்வி அடைந்தார் என்று நினைத்தார்கள். மற்றும் சிலர் பல்கலைப் படிப்பிற்குத் தயார் செய்யும் பள்ளியிலிருந்து வந்திருக்கிறார் என நினைத்தார்கள்.

இப்போது அவருக்கு ஒரு நல்ல சேதி காத்திருந்தது. வேறு பாடத்திற்கு மாற்றிக் கொள்ள IIT அனுமதி அளித்தது. ரகு நல்ல மதிப்பெண் பெற்றிருந்ததால் (ஒருங்கிணைந்த சராசரிப் படிநிலைப் புள்ளி 9.14) கட்டிடப் பொறியியலிலிருந்து மின்னணுவியல், தகவல் தொடர்புத்துறைக்கு மாற்றிக் கொள்ள அனுமதிக்கப்பட்டார்.

"நான் மிகவும் மகிழ்ச்சியாக இருந்தேன் கோவாவிற்குச் சென்று விடுமுறையை நன்றாகக் கழித்தேன். ஆனால் திரும்பி வந்த பிறகு என் மீது இரண்டு புகார்கள் சுமத்தப் பட்டன."

முந்தைய படிப்பு படிக்கும் போது யாருடனோ விவாதம் செய்திருந்தேன். இரண்டாவதாக, ஒரு பார்ட்டிக்குப் போயிருந்தேன். அதை இயக்குனர் பார்த்துவிட்டார்.

பேராசிரியர்களுக்கு ஒரே குழப்பம். ரகு கன்னா இரண்டாம் ஆண்டு மாணவன் என்று ஒரு கோப்பு, ரகு கன்னா மூன்றாம் ஆண்டு மாணவன் என்று ஒரு கோப்பு.

"ஐரோப்பாவில் ஒரு மாணவனாக, படிக்கும் போதே பணிப் பயிற்சி பெரும் இரண்டு வாய்ப்புகள் கிடைத்து நான் அதை முடித்திருந்தேன். அதனால் வெளிநாடு செல்ல வேண்டும் என்ற ஆசை எனக்கில்லை. நான் நிறைய பயணம் செய்து உலகம் முழுவதையும் பார்த்திருக்கிறேன்!"

"இரண்டு ரகு கன்னாக்களும் ஒரே ஆள் தான் என்று அவர்களுக்கு நான் விளக்கினேன். எனக்கு மூன்று பதிவு எண்கள் மூன்று வெவ்வேறு அடையாள அட்டைகள் இருந்தன - ஒன்று வடிவமைப்புப் பாடம் ஒன்று சிவில் மற்றொன்று EC. இந்தச் சூழ்நிலையிலிருந்து நான் எப்படியோ நழுவிச் சென்றேன்."

இதற்கிடையில் மூன்றாமாண்டு மாணவர்கள், படிக்கும் போதே பயிற்சி பெற வெளிநாடு செல்வதைப் பார்த்தார். இரண்டாம் ஆண்டிலேயே ஏன் போகக் கூடாது என்று அவருக்குத் தோன்றியது.

அதனால் மேல் வகுப்பு மாணவனின் தன் விவரக் குறிப்பைத் தனக்கேற்ப மாற்றி இத்தாலியிலுள்ள ஒரு பேராசிரியருக்கு அனுப்பினார். அதோடு IIT பற்றி மிகப் பெரிதாக பல விஷயங்களை எழுதியிருந்தார். வோடஃபோன் நிறுவனத்தில் CEO வாக இருக்கும் அருண் சரின் போன்ற பல பிரபலமானவர்கள் இங்கு படித்தவர்கள் என்ற குறிப்பையும் எழுதியிருந்தார்.

"*இது உங்களுக்கு பிரச்சினையைத் தந்திருக்காதா?*" என்று நான் கேட்டேன்.

"நிச்சயமாக, *அதிகபட்சமாக* என்ன நடக்கும்? எனக்கு அங்கு இடம் கிடைக்காது, அவ்வளவு தானே? முயற்சி செய்வதில் தப்பில்லை அல்லவா? தவிர IIT மும்பையில் தங்கி இருந்து பயிற்சி பெறுவதற்கான ஒரு வாய்ப்பும் எனக்கிருந்தது."

என்ன நடந்தது என்றால் இத்தாலியிலுள்ள ரோமா ட்ரே என்ற பல்கலைக் கழகத்திலிருந்து பேராசிரியர் தலேசியோவிடம் இருந்து உடனே இவருக்கு அழைப்பு வந்தது. விமானக் கட்டணம், தங்கும் வசதி, உதவிப் பணமாக 350 யூரோக்கள் என்று எல்லாம் அளிப்பதாக அவர் எழுதியிருந்தார்.

இங்கு ஒரு சின்ன பிரச்சினை; ரகுவின் தன் விவரக்

குறிப்பில் அவருக்கு ஜாவாவும் C++ ம் நன்றாகத் தெரியும் என்று அவர் குறிப்பிட்டிருந்தார். ஆனால் இந்த இரண்டு கணினி மொழிகளுமே அவருக்குத் தெரியவே தெரியாது

"உண்மையிலேயே தேவை என்றால் நான் எப்படியாவது கற்றுக் கொள்வேன்," என்பதில் உறுதியாக இருந்தார். துல்லியமாக அதையே தான் அவர் செய்தார்.

"ரஜத் குப்தாவை எனக்கு முன்னோடியாகக் கொண்டேன். அவர் ITC யை விட்டார். ஹார்டுவேருக்குச் சென்றார். பிறகு மெக்கன்சியில் (Mckinsey) சேர்ந்தார். பாருங்கள், எந்த இடத்தை அவர் அடைந்திருக்கிறார், என்று! நாங்கள், அதாவது IIT - காரர்களால் எதையும் செய்ய முடியும், *மூளை இருக்கிறதல்லவா என்று நினைத்துக் கொண்டேன்!"*

அங்கு குறியீட்டு முறைகள் எல்லாமே இத்தாலிய மொழியில் இருந்தது. ஆனால் ஆராய்ச்சி மாணவர் ஒருவர் அவற்றை ஆங்கிலத்தில் மொழி பெயர்த்துக் கொடுத்தார். அத்திட்டத்திலுள்ள தவறுகளைக் கண்டுபிடித்து நீக்குவது ரகுவின் பணி. தவிர அவரின் முக்கியத் திட்டம், விழிகளை நகர்த்தி கணினியை மாற்றுத் திறனாளிகள் பயன்படுத்துவதற்கு உதவக் கூடிய ஒரு மென்பொருளைக் கண்டுபிடிப்பது.

உழைப்பும் உத்வேகமும் என்ற கருத்து, ஆராய்ச்சி சாலையில் மட்டுமல்லாமல் சமையலறையிலும் வேலை செய்தது. இந்திய உணவு வேண்டும் என்று பேராசிரியர் கேட்ட போது *ராஜ்மா சாதம்* தயாரித்துத் தருவதாக ரகு சொன்னார்.

"உண்மையில் நான் சிக்கன் மசாலாவப் பயன்படுத்தினேன். ஏனென்றால் அது தான் இந்தியக் கடையில் கிடைத்தது. *ராஜ்மாவும் காரசாரமாக* இருந்ததால் அது இந்திய உணவு என்று எண்ணுவார் என்பதை நான் அறிந்திருந்தேன்!"

இது மட்டுமல்ல. தனக்குக் கிடைத்த உதவித் தொகையைக் கொண்டு தன தேவைகளைப் பூர்த்தி செய்து கொண்டதோடு மற்றும் பலவற்றையும் சாதித்தார்.

"மிகக் குறைந்த விமானக் கட்டணத்தில் ஐரோப்பா முழுவதும் சுற்றிப் பார்க்க என்னால் முடிந்தது," என்று சிரிக்கிறார்.

எப்படி?

"நான் எல்லாவற்றையும் ஆராய்ந்து தேடுவேன்! அதிக

அளவு பொருட்களை வாங்கினால் குறைந்த விலையில் கிடைக்கும் என்பதை அறிந்து கொண்டேன்."

காய்கறி விஷயத்தையே எடுத்துக் கொள்ளலாம். நான் தங்கியிருந்த இடத்திற்கு அருகிலிருந்த எல்லோருக்குமாகச் சேர்ந்து 5 கிலோ தக்காளிப் பழம் வாங்குவேன். அதன் மூலம் நிறைய பணம் சேமிக்க முடிந்தது. அந்தச் சேமிப்பைக் கொண்டு எனக்கு ஒரு IIT வாங்கிக் கொண்டேன்.

வெனீஸில் (Venice) உள்ள மிகப் பழமையான சூதாட்ட அரங்கத்திற்குள் செல்லத் தேவையான உடையைக் (டின்னர் ஜாக்கெட்) கூட அவர் கடனாகப் பெற்றார். தவிர நுழைவதற்கு 250 யூரோ கொடுக்காமலே தன் முக வசீகரத்தைப் பயன்படுத்தி உள்ளே சென்றார்.

"ஐம்பது சென்ட்டுகளுடன் நான் துவங்கினேன். மூன்று யூரோக்கள் எனக்கு லாபம் கிடைத்தது. ஆனால் அது மிகச் சிறந்த அனுபவம்."

ரகு கௌஹாத்தி திரும்பினார். ஆனால் இத்தாலியில் மாற்றுத் திறனாளிகளுக்காக அவர் செய்த திட்டத்தைப் பற்றி அவர் சிந்தித்துக் கொண்டே இருந்தார். அந்த மென்பொருளைப் பயன்படுத்தி வேறு ஏதாவது செய்ய முடியுமா?

"தூக்கக் கலக்கத்தில் வண்டி ஓட்டியதால் கட்டுப்பாட்டை இழந்த கார் விபத்திற்குள்ளானது என்று படித்தேன். இது என் சிந்தனையைத் தூண்டியது."

தன்னுடைய திட்டத்தை இன்னும் சற்று விரிவாக்கிக் கண்களைச் சிமிட்டுவது எந்த விகிதத்தில் நடக்கிறது என்பதைக் கணக்கிட வேண்டும் என்று தீர்மானித்தார். அதன் மூலம் ஒரு டிரைவர் எப்போது தூக்கக் கலக்கத்தில் இருக்கிறார் என்பதைக் கண்டுபிடிக்க முடியும். BMW, volkswagen போன்ற பெரிய கார் நிறுவனங்கள் இதில் ஆர்வம் காட்டுவதை அவர் கண்டுபிடித்தார்.

"தூக்கக் கலக்கத்தில் ஓட்டும் டிரைவரைக் கண்டுபிடிக்கும் முறை" என்பதில் ரகு தன் கவனத்தைச் செலுத்தினார். IIT கௌஹாத்தியில் நடந்த வியாபாரத் திட்டப் போட்டியில் கலந்து கொண்ட அவருக்கு இத்திட்டத்திற்கு முதல் பரிசு கிடைத்தது. இது ரகுவிற்கு ஊக்கத்தை அளித்தது. அதனால் 'சிம்பிளிசிடி' என்ற பிலிப்சின் போட்டியில் சேர்ந்தார்.

இறுதிச் சுற்றுக்காக மும்பைக்குச் சென்றார். அங்கு 19 பேர்

"நான் சந்திக்கும் பிராண்ட் மேலாளர்கள் எல்லோருக்கும் விதவிதமான வேடிக்கையான கருத்துக்கள் இருந்தன. 'சார், இது மாதிரி செய்ய முடியாது என்று நான் சொன்னேன், நான் தான் வாடிக்கையாளர்; நான் எதை வேண்டுமானாலும் கேட்டுப் பெறலாம்'! என்பார்கள்."

மிகச் சிறந்த கருத்துக்களுக்கான இந்த போட்டியில் இடம் பெற்றிருந்தனர். போட்டிக்கான நீதிபதிகளுள் ஒருவர் அலோக் கேஜ்ரிவால், "கண்டஸ்ட் டு வின்" என்பதை நிறுவியவர்.

ரகு அவரிடம் கேட்டார், "இந்த நிறுவனத்தை ஆரம்பிக்கின்ற யோசனை உங்களுக்கு எப்படிக் கிடைத்தது?"

அலோக் பதில் சொன்னார், "நான் சோபாவில் உட்கார்ந்து இருந்தேன்.... இந்த யோசனை எனக்கு வந்தது!"

அப்போது ஒரு விஷயம் ரகுவிற்குப் புரிந்தது. ஒரு யோசனை என்பது ஆற்றல் உள்ளது. அதைப் பணம் கறக்கும் பசுவாக மாற்ற முடியும்.

கௌஹாத்திக்குத் திரும்பிய உடன் அங்கு வேலை கிடைக்க வேண்டும் என்று எல்லோரும் விரும்புகிற 'ஸ்குளும்பெர்க்கர்' என்ற நிறுவனத்தின் நேர்காணல், வளாகத்தில் நடைபெறுவதாக இருந்தது. முதல் சுற்றில் தேறியிருந்த ரகு தன் வாய்ப்புக்காகக் காத்திருந்தார்.

"எங்கள் நிறுவனத்தில் நாங்கள் உன்னை எடுத்துக்கொள்ளா விட்டால் நீ என்ன செய்வாய்?" என்று நேர்காணல் நடத்தியர் கேட்டார்.

பிலிப்ஸ் போட்டியிலிருந்து அப்போது தான் கர்வத்துடன் திரும்பியிருந்த ரகு "என்னுடைய சொந்த வியாபாரத்தைத் தொடங்குவேன்" என்று கூறினார்.

"அப்படியானால் எங்களுடன் பணிய புரிய ஏன் விரும்புகிறாய்?"

"அப்போது தான் ஏன் தொழில் முயற்சிக்கான பணத்தை என்னால் சேமிக்க முடியும்," என்று பதில் சொன்னார் ரகு.

வேலைக்கான நேர்காணலில் சொல்வதான சிறந்த பதில் இது இல்லை. ஸ்குளும்பெர்க்கர் கை *நழுவிப் போயிற்று*. சரி, இப்போது என்ன செய்வது?

தன் கையே தனக்குதவி

சாம்சங்கில் இறுதியாக அவருக்கு வேலை கிடைத்தது. இதற்கிடையில் தன்னுடைய முக்கிய பாடத்திலும் நிதி நிர்வாகத்திலும் (அதில் அவருக்கு ஆர்வம் ஏற்பட்டது) எம் எஸ் படிப்பதற்கு விண்ணப்பிக்கத் தீர்மானித்தார்.

"ஒவ்வொரு விண்ணப்பப் படிவத்தின் விலையும் ரூ. 7000 லிருந்து 10,000 வரை இருந்தது. ஆனால் இதை எதிர் கொள்ள நான் தீர்மானித்தேன். லண்டன் ஸ்கூல் ஆஃப் எகனாமிக்சிலும் (School of Economics), ஜார்ஜியா டெக்கிலும் (Georgia Tech) எனக்கு இடம் கிடைத்தது. என் வருங்காலம் தீர்மானிக்கப்பட்டு விட்டது என்று நான் நினைத்தேன்!"

நாலாம் ஆண்டு இறுதியில் கல்லீரல் அழற்சி நோயால் பாதிக்கப்பட்டு, சிகிச்சைப் பெற வீட்டிற்குச் சென்றார். திரும்ப கௌஹாத்தி வரும்போது ஒரு லாரியின் பின்னால் பஞ்ச ாபியில் ஏதோ எழுதியிருப்பது அவர் கவனத்தை ஈர்த்தது.

"இது ஒரு நல்ல விளம்பரப் பாட்டு போல் இருக்கிறதே" என்று நினைத்தார்.

அப்போது தான் இந்த யோசனை அவருக்குத் தோன்றியது.

"விளம்பரக் கம்பெனிகள் கார் அல்லது லாரிகளில் ஏன் விளம்பரம் செய்யக்கூடாது?"

கல்லூரிக்குத் திரும்பிய பிறகு, இந்த யோசனையை நண்பர்களுடன் ரகு விவாதித்தார். ஆனால் அவர்களுக்கு நம்பிக்கை ஏற்படவில்லை. கார் சொந்தக்காரர்கள் யாரோ ஒருவருடைய விளம்பரத்தைத் தங்கள் வண்டிகளில் போட்டுக் கொள்ளச் சம்மதிப்பார்களா? "கணினியில் ஆர்குட்டில் இதைப் போட்டுப் பார்" என்று ஒரு நண்பர் யோசனை கூறினார்.

ஏன் அப்படிச் செய்யக் கூடாது என்று ரகுவும் எண்ணினார்.

"பிராண்ட் ஆன் வீல்ஸ்" (Brand On Wheels) என்பதை ஆர்குட்டில் பதிவேற்றம் செய்து ஒரு எளிமையான கேள்வியைக் கேட்டார். "உங்களுடைய காரில் ஒரு ஸ்டிக்கரை வைப்பதற்கு உங்களுக்குப் பணம் கிடைக்கும் என்றால் அதை விரும்புவீர்களா?" ஆம் என்றால் இங்கே பதிவு செய்து கொள்ளுங்கள்!"

என்ன ஸ்டிக்கர் என்பது பற்றி ரகு யோசிக்கவில்லை. 'அனுமதி பெறுவது' (Permission Marketing) என்பது பற்றி ரகு கேள்விப்பட்டிருந்தார். இப்போது ஏறத்தாழ 40 பேர்

'உங்களுக்கு அனுமதி தருகிறோம்' என்று சொன்னார்கள்.

இதற்கிடையில் IIT கௌஹாத்தியில் படிப்பை முடித்த ரகுவிற்கு சாம்சங்கில் ஒரு வேலை காத்திருந்தது. ஆனால் அவர் இதயம் மேலே படி என்றது. ஜார்ஜ் டெக்கில் சேர்வது என்று தீர்மானித்துக் கொண்டார்.

சிலரிடம் சும்மா பேசிக் கொண்டிருந்த போது ஒன்று புரிந்தது. அமெரிக்காவில் படித்த ஒரு நண்பன், இப்போது இங்கு ஒரு நிறுவனத்தைத் தொடங்கியிருந்தார். அவர் சொன்னார், "நீ வெளிநாடு செல்வாய், மேல்படிப்பு *படிப்பாய், பிறகு இந்தியாவிற்கு திரும்பி வந்து, வியாபாரத்தைத் தொடங்கலாமே என்று தோன்றும். அப்படியானால் இப்போதே ஏன் தொடங்கக்கூடாது?"*

வேலையில் சேர்வதற்கு இரண்டு மூன்று மாதங்கள் காத்திருக்க வேண்டியிருந்தது. அதனால் *வண்டியில் விளம்பரம் செய்வது* என்ற தன் யோசனையைப் பற்றித் தொடர்ந்து சிந்தித்து வந்தார். ஒரு சாதாரணமான வலைத்தளம் தொடங்கித் தன் யோசனையை மக்களிடையே கொண்டு செல்லத் தீர்மானித்தார்.

"இந்த என் முயற்சியின் திட்டங்களைப் பற்றி பேசுவதற்குப் பத்திரிகையாளர் கூட்டத்திற்கு ஏற்பாடு செய்தேன். IIT பின்னணியிலிருந்து வந்திருக்கிறேன் என்பதையும் குறிப்பிட்டிருந்தேன். நேரடியாகச் சில பத்திரிக்கை அலுவலகத்திற்கும் சென்றேன்."

ஒரு நாள் காலை ரவி பி. திவாரியிடமிருந்து ரகுவிற்கு ஒரு அழைப்பு வந்தது. "நான் *ஹிந்துஸ்தானிலிருந்து பேசுகிறேன்*" என்று தொலைபேசியின் அடுத்த முனையிலிருந்து ஒரு குரல் கேட்டது.

"ஹிந்துஸ்தானிலிருந்து தான் நானும் பேசிக் கொண்டிருக்கிறேன்" என்று புத்திசாலித்தனமான பதிலைக் கூறினேன்.

ஆனால் *ஹிந்துஸ்தான்* என்கிற ஹிந்திச் செய்திப் பத்திரிகையிலிருந்து அவர் பேசினார் என்பது பிறகு புரிந்தது."

திவாரிஜி ஹிந்தி பத்திரிகையாளருக்கே உரிய நகைச் சுவையோடு இந்தச் செய்தியைப் பிரசுரித்தார். *"சிறந்த பிசினஸ் தலைவரின் சிறந்த புதுக் கருத்து"*

கார் சொந்தக்கரர்களுக்குப் பெரிய அளவில் அவர்களுடைய கார் எப்படிப் பணம் சம்பாதித்துக் கொடுக்கும் என்று அந்தக் கட்டுரை விவரமாகக் கூறியது. இறுதியில் ரகுவின் கைப்பேசி எண்ணும் கொடுக்கப்பட்டிருந்தது.

"நான் அப்பொழுது தூங்கிக் கொண்டிருந்தேன். கைபேசி அடித்தது. இந்தத் திட்டம் என்ன, எப்படிப் பணம் சம்பாதிக்க முடியும் என்று பலர் கேட்டனர். சிறு நகைக் கடைக்கரர்கள் வீடு மனை விற்பனை செய்வோர் போன்றோர் வியாபாரம் செய்வது பற்றிக் கேட்டார்கள்."

மூன்று நாட்களுக்குள்ளாக 'பிராண்ட் ஆன் வீல்ஸ்' வலை தளத்தில் 1500 கார் சொந்தக்காரர்கள் பதிவு செய்து கொண்டனர். தவிர 22 நிறுவனங்கள் விளம்பரத்திற்காக விளக்கங்களைக் கேட்டனர். திவாரிஜி இதையும் தன் பத்திரிகையில் வெளியிட்டார்.

இதற்கிடையே சண்டிகரில் இருந்து *'எகனாமிக்ஸ் டைம்ஸ்'* நிருபர் ரகுவுடன் தொடர்பு கொண்டார். தென்னாப்பிரிக்காவிலிருந்து வந்திருக்கும் ஒருவர் தொழிலுக்கு ஆரம்ப முதலீடு செய்வதாக இருப்பதாகக் கூறினார்.

"ஓ, இது மிகவும் சிறந்தது என்று நான் நினைத்தேன். எனக்கு முதலீடு செய்வார் அல்லது என் யோசனையைப் பணம் கொடுத்துப் பெற்றுக் கொள்வார். அதன் மூலம் என்னால் மேற்படிப்பைத் தொடரமுடியும்!"

அவரை ஒருமுறை சந்தித்த பிறகு இது சரிவராது என்பது ரகுவிற்குப் புரிந்தது.

"அவரிடம் பெரிய பெரிய பேச்சு இருந்தது, விஷயம் ஒன்றும் இல்லை என்பது புரிந்தது. வேலை செய்வதென்றால் நாமே செய்ய வேண்டும், அப்பணியில் எனக்கிருக்கும் பெரு விருப்பம் வேறு யாருக்கும் இருக்க முடியாது என்று உணர்ந்தேன்."

இறுதியாக இந்தியாவிலேயே தங்கியிருந்து வியாபாரம் செய்வது என்ற முடிவிற்கு வந்தார்.

"என்ன நடக்கிறதோ அது நல்லதற்காகவே நடக்கிறது. ஜெய் மாதாஜி என்று சொல்லி வேலையைத் தொடங்கு!" என்றார் அவருடைய அம்மா.

2008, ஆகஸ்ட் 23 ம் தேதி 'பிராண்ட் ஆன் வீல்ஸ்'

என்பதைத் தனியார் நிறுவனமாக அதிகாரப்பூர்வமாகத் தொடங்கினார். அந்த நேரத்தில் தனக்கு ஏற்கனவே உதவி செய்து கொண்டிருந்த நான்கு நண்பர்களிடம் அவருடைய நிறுவனத்தில் பங்குதாரர்களாகச் சேர விருப்பமா என்று கேட்டார்.

"இதில் சில அபாயங்கள் உண்டு என்பதை அவர்களிடம் சொன்னேன். வளாகத்தில் அவர்களுக்குக் கிடைத்திருந்த பணிகளைச் செய்வதை வசதியாக உணர்ந்ததால் 'நன்றி வரவில்லை' என்று சொல்லிவிட்டார்கள்!"

தன்னுடைய பணம் ரூ 20,000 த்தைக் கொண்டு தொழில் ரீதியான ஒரு வலை தளத்தை உருவாக்கினார்.

இரண்டு வாரங்களுக்குப் பிறகு யாரோ ஒருவர் ரகுவிடம் கேட்டார், "தென்னாப்பிரிக்காவிலுள்ள 'பிராண்ட் ஆன் வீல்ஸ்' என்பதும் உங்களுடையதும் ஒன்று தானா?"

இது காப்புரிமை பிரச்சினையாகி விடும் என்று நம்பிய ரகு, காஷ் யுவர் டிரைவ் என்று தன் நிறுவனத்திற்குப் பெயரிட்டார். தன்னுடைய கருத்தில் ஆர்வம் காட்டுகின்ற கார் சொந்தக்காரர்களின் லிஸ்ட்டை அவர் தயாரித்துக் கொண்டிருந்த போது லூதியானாவிலுள்ள பான் பேக்கரி ரகுவின் முதல் வாடிக்கை நிறுவனமாக ஆனது.

"சிறு கடைகளும், முதலாளிகளும் என்னை அணுகியிருந்தார்கள். ஆனால் நான் பெரிய, நல்ல பிராண்ட் பெயருடையவர்களுடன் சேர்ந்து பணியாற்ற விரும்பினேன். ஆனால் அப்போது இந்த விளம்பர முறை எப்படிச் செயல்படும் என்பது எனக்குத் தெரியாது. அதனால் பொதுவாக ஒவ்வொரு படியாக முன்னேறத் தீர்மானித்தேன்."

பான் பேக்கரியில் அதன் உரிமையாளர் முடிவு செய்பவரும் கூட. சிம்லாவில் பெரிய பெரிய விளம்பரப் பலகைகள் வைப்பது தடை செய்யப்பட்டிருந்தது. அதனால் இந்தப் புது விளம்பர முறைக்கு ஒரு வாய்ப்புக் கொடுக்க அவர் விரும்பினார்.

ஆர்டர் கிடைத்துவிட்டது. இப்போது அதைச் செயலாற்று வதற்கு உண்மையில் ஒரு வழியைக் கண்டு பிடிக்க வேண்டும்.

வினைல் பலகைகளை ரகு வாங்கச் சென்ற போது அதன்

விலை ரூ 6லிருந்து ரூ 200 வரை இருந்தது. பின்னர் கார்களின் அளவுகளும் ஒரு பிரச்சினையாக இருந்தது. அதற்கும் மேலாகக் காரில் அவற்றை உண்மையில் யார் ஒட்டுவது?

"சூரிய ஒளியைக் கட்டுப்படுத்தும் ஃபிலிம்களைக் (Sun-control film) கார்களில் ஒட்டும் சிறுவர்களைத் தேடிச் சென்றேன். ஆனால் அவர்கள் இதுமாதிரி எதையும் செய்ததில்லை."

தவிர, அவர்கள் கேட்ட தொகையும் மிக மிக அதிகம். அவர்கள் செய்வதைப் பார்த்துக் கொண்டு நானே அதை செய்து விடலாம் என்று யோசித்தேன். மோசமான தோல்வியைச் சந்தித்தேன்.

"இந்தப் பணி எவ்வளவு நுட்பமானது என்று புரிந்தது. நான் ஒட்டியபோது சுருக்கங்களும் கொப்புளங்களும் தெரிந்தன. பார்ப்பதற்கு அசிங்கமாக இருந்தது!"

இதற்கிடையில் கார் கதவின் கைப்பிடியை அவர் கணக்கில் எடுத்துக் கொள்ளவே இல்லை. சரியாக அங்கு தான் அந்த வாடிக்கையாளரின் அடையாளச் சின்னம் இருந்தது, அதை வெட்ட வேண்டியதாயிற்று.

இந்தப் புது முயற்சியில் எல்லாமே மோசமானதாக இருந்தது. அச்சமயத்தில் ரகுவின் உறவினர் ஒரு புது யோசனையைக் கூறினார். அங்கு சிம்லாவில் இருந்த ஒரு வயதானவரிடம் வேடிக்கையான ஸ்டிக்கர்களைத் தங்கள் கார்களில் ஒட்டுவதற்கு இளைஞர்கள் செல்வார்களே? ஒரு வேளை அவர் உதவக் கூடும்.

சுபாஷ் சர்மா - அவரை பண்டிட் ஜி என்று தான் எல்லோரும் அழைப்பார்கள். அவர் தான் இந்தப் பணிக்கேற்ற சரியான மனிதர். அவருக்கு 30 ஆண்டுகள் அனுபவமிருந்தது. துல்லியமாக, அர்ப்பணிப்புடன் தன் கைத் தொழிலைச் செய்வார்.

"சரியான கருவிகளைக் கொண்டு எப்படி ஒட்டுவது என்று செய்து காட்டினார். நிச்சயமாக இது நடக்கக் கூடியது என்பதை உணர்ந்து நாங்கள் நிம்மதி அடைந்தோம்!"

இரவு பகலாக உழைத்து பான் பேக்கரி ஆர்டரை முடித்தனர். கார்கள் சாலையில் செல்லத் தொடங்கின.

ரகு தனக்குக் கிடைத்த முதல் காசோலையின் தொகையைத் துல்லியமாக இப்போது நினைவு கூர்கிறார்: ரூ 1,23,000.

சிம்லாவில் வீட்டிலிருந்து கொண்டே ஒரு கைபேசி, மடிக்கணினி தவிர இவரிடம் தொழில் கற்க வந்த உறவினனான ஒரு இளைஞன் இவற்றோடு செய்திப் பத்திரிகைகளுக்கு ஒரு செய்தியை வெளியிட்டார். "*பிசினஸ் ஸ்டாண்டர்டு*" பத்திரிகையில் வந்த இச் செய்தி பல பிராண்டு மேலாளர்களின் கவனத்தைக் கவர்ந்தது.

2008 அக்டோபரில் ரொம்ப ஆவலாக எதிர்பார்த்த ஒரு பெரிய பிராண்டு பெயர் கொண்ட ஆர்டர் ரகுவிற்குக் கிடைத்தது.

ரிலையன்ஸ் மியூச்சுவல் ஃபண்ட் (Mutual Fund) ஒரு மாதத்திற்காக 75 கார்களைப் பதிவு செய்தது. அதைத் தொடர்ந்து உடனே மூன்று மாதங்களுக்கு 125 கார்களை டாடா இண்டிகாம் பதிவு செய்தது. வட இந்தியாவின் இரண்டாம் நிலை நகரங்களான சண்டிகர், சிம்லா, பாட்டியாலா, லூதியானாவில் இந்த இரண்டு பிரசாரங்களும் நடைபெற்றன.

பதிவு செய்து கொள்ள கார் உரிமையாளர்கள் இவரிடம் வந்து குவிந்தனர். ஒவ்வொரு மாதத்திற்கும் ஒவ்வொரு காருக்கும் ரூ 2000 முதல் 3000 வரை என்பதாக, காஷ் யுவர் டிரைவ் மிகவும் கவர்ச்சிகரமான ஒரு தொகையைக் கொடுத்தது. ஆனால் விளம்பரம் செய்ய வேண்டுபவர்கள் அதிகமாக வரவில்லை.

டிசம்பர் 2008ல் தன் வியாபாரத்தை வளர்க்க வேண்டும் என்றால் டெல்லிக்குச் செல்ல வேண்டும் என்று ரகு புரிந்து கொண்டார். ஒரு சிறு பையனையும் துணைக்கு அழைத்துக் கொண்டு தன் யோசனையை விற்கத் தொடங்கினார்.

"புதுப்புது யோசனைகளை நான் உருவாக்க வேண்டியிருந்தது, புது வாடிக்கையாலர்களைச் சந்தித்து அவர்களுடைய விளம்பரங்களைப் பெற வேண்டியிருந்தது. நிறுவனங்களின் மேலாளர்களைப் பார்ப்பதற்கு அனுமதி பெறுவதுதான் இவற்றுள் மிகக் கஷ்டமான வேலை!"

எந்த நிறுவனத்திலும் அந்தக் காவலாளி தவிர வரவேற்புப் பணியாளர் ஆகிய மிகவும் முக்கியமான இருவரை வெற்றி கொள்வது தான் தேவையான ஒன்று என்பதை ரகு உணர்ந்தார். தவிர, கோரிக்கைகளை அனுப்புவதும் பிராண்ட் மேலாளர்களை இழுப்பதற்கும் புதுப்புது உத்திகளைக் கையாள்கின்ற கலையில் தேர்ச்சி பெற்றார்.

"அவர்கள் கொடுக்கும் விளம்பரத்தில் இன்னும் சற்று

அதிக மதிப்பைக் கொடுத்தால் தான் அவர்களுக்கு ஆர்வம் ஏற்படும் என்று புரிந்தது."

அடிடாஸ் கம்பெனிக்காகக் கார் டயரைக் கால் பந்து போல் ஒரு இளைஞன் விளையாடுவதாக 'ட' வடிவத்தில் ஒரு விளம்பரத்தை ரகு பரிந்துரை செய்தார்.

இதற்கிடையில் மேரு காப்ஸ் என்ற வாடகைக் கார் கம்பெனி தங்களுடைய வாடகைக் கார்களில் விளம்பரம் செய்ய முடியுமா என்று கேட்டு ரகுவை அணுகினார்கள்.

மேலும் பெங்களூரிலுள்ள 'ஆட்டோ கிராஃபிக்ஸ் டிஜிட்டல்' என்ற பெரிய பிசினஸ் செய்யும் நிறுவனத்திடமிருந்து ரகுவிற்கு ஒரு அழைப்பு வந்தது. அவர்கள் மூலமாக மேலும் பல பிராண்டுகள் ரகுவிற்குக் கிடைத்தன. இன்னும் பல கார்களைச் சேர்த்துக் கொள்வதில் அவர்கள் ஆர்வமாக இருந்தனர்!"

2009 ஜனவரிக்குள்ளாக 12000 கார் உரிமையாளர்கள் இவரிடம் பதிவு செய்து கொண்டனர். தொழிலின் ஆரம்ப முதலீடு செய்பவர்கள் ஆர்வம் காட்டத் தொடங்கினர்.

"அவர்கள் வருவார்கள், காஃபி குடிப்பார்கள், பிறகு போய் விடுவார்கள். அவர்கள் என்னுடைய நேரத்தை விரயம் செய்வதாக நான் எண்ணினேன். அதிக வியாபாரத் திட்டங்களைச் செய்வது அல்லது அதிக வியாபாரங்களைப் பெறுவது - இவற்றில் எதில் என் சக்தியைச் செலவழிப்பது?"

இந்த நேரத்தில் தன்னுடைய செயல்பாடுகளில் கவனம் செலுத்துவதுதான் புத்திசாலித்தனமானது என்று ரகு முடிவு செய்தார். வருமானம் வந்து கொண்டிருக்குமானால் பின்னொரு நாளில் முதலீட்டாளர்களைப் பெற்றுக் கொள்ள முடியும்.

"நான் ஒரு வலுவான நிலையில் இருக்க விரும்பினேன், *எதைச் சொல்லிக் கொண்டிருந்தேனோ அதைச் செயலில் காட்ட வேண்டும்...*"

மாக்டாக்கின் தலைவரான க்விடோ ஆல்வினோ என்பவரோடு திரு விமல் அம்பானியை* ரகு சந்தித்தது ஒரு பெரிய திருப்பு முனையாக ஆயிற்று. கோக் மற்றும் பெப்சி

**திருபாய் அம்பானியின் மருமகன் விமல் அம்பானி, 'விமல்' பிராண்ட் அவர் பெயரில் தொடங்கப்பட்டது.*

வண்டிகளுக்குப் பயன் படுத்தப்படும் வினைல் பலகைகளை இந்தக் கம்பெனி தயாரித்தது. கார்களை இந்தப் பலகைகளால் மூடுகின்ற பொறுப்பு காஷ் யுவர் டிரைவ்க்கு கிடைத்தது.

வியாபாரம் என்பதோடு ரகுவிற்கு ஒரு தூண்டுதலாய் திரு அம்பானி இருந்தார். தவிரப் பல ஆலோசனைகளையும் கொடுத்தார்.

2009 ஏப்ரலில் ரூ 21 லட்சம் இந் நிறுவனத்திற்குக் கிடைத்தது. இப்போது அது ஒரு ஆளால் நடத்தப்படுவது அல்ல - ஆறு ஊழியர்கள் இருந்தனர். இரண்டு பேர் பெங்களூரிலும் சென்னையிலும் பணியாற்றினர். இருவர் பகுதி நேரப் பணியாற்றினர்.

திடீரென்று பிசினஸ் வற்றிப் போனது. ஆனால் ஊழியர்களுக்குச் சம்பளம் கொடுக்க வேண்டுமே. இதுவரையில் சந்தித்த மிக மோசமான சிக்கல் இது என்று ரகு சொன்னார்.

"கணினியில் பிராண்ட் மேலாளர்களின் பெயர்களைத் தேடுவேன், நேரடியாக அவர்கள் அலுவலகங்களுக்குச் செல்வேன். அடிடாசின் விற்பனை மேலாளர் சிகரெட் பிடிப்பதற்கு வெளியே வந்த போது நான் அவரைப் பிடித்துக் கொண்டு பேசினேன்!"

காஷ் யுவர் ட்ரைவிற்கு அந்தக் கம்பெனியின் விளம்பரமும் கிடைத்தது. அதோடு லேஸ் சிப்ஸ் **(Lay Chips)**, பெப்சி **(Pepsi)**, பீட்சா ஹட் **(Pizza Hut)**, டோகோமோ **(Docomo)** போன்றவையும் கிடைத்தன.

"பெரிய பிராண்டுகளுடன் நிறுத்திக் கொள்ள வேண்டாம், ஏனெனில் ஒரு முடிவைச் சொல்வதற்கு அவர்கள் நிறைய நேரம் எடுத்துக் கொள்வார்கள்', என்று பலரும் என்னிடம் சொன்னார்கள். ஆனால் என்னைப் பொறுத்தவரையில் அவர்கள் நல்ல தொகையைக் குறித்த நேரத்தில் கொடுக்கிறார்கள். மற்ற சிறு நிறுவனங்களும், புதிதாகத் தொடங்கியவர்களும் என்னிடம் பேரம் பேசுவார்கள்."

நாட்கள் செல்லச் செல்ல விடா முயற்சிக்குப் பலன் கிடைத்தது. 2009, டிசம்பருக்குள்ளாக 21 பிராண்டுகளின் விளம்பரப் பிரசாரங்களைக் காஷ் யுவர் டிரைவ் முடித்திருந்தது, வருமானம் ரூ 86 லட்சத்தைத் தொட்டது.

2010, மார்ச்சுக்குள்ளாக ரூ 1 கோடியை ஈட்ட வேண்டும் என்று எதிர்பார்க்கிறார்.

"லாபத்தின் அளவு வேறுபடுகிறது. ஏனெனில் கார் உரிமையாளர்களுக்கு நாங்கள் நல்ல பணம் கொடுக்கிறோம். வினைல் பலகைகளை ஒட்டுவது, விளம்பர வாசகங்களை அச்சடிப்பது ஆகிய செலவினங்களும் மாறிக் கொண்டே இருக்கிறது. ஆனால் சராசரியாக 20-30% எங்களுக்கு மிஞ்சுகிறது."

எளிதாகப் பணம் கிடைக்கிறது என்பதால் ஈர்க்கப்பட்டு வேறு சிலர் 'காஷ் யுவர் ரைடு', 'காஷ் யுவர் வீல்ஸ்' போன்றவற்றைத் தொடங்கினர். இந்தக் கருத்தைக் காப்பி அடிப்பது வெற்றியின் ரகசியம் அல்ல, ஆனால் அதை எப்படிச் செயல்படுத்துகிறோம் என்பதில் தான் அவர்கள் வெற்றி அடங்கியிருக்கும்.

"ஒரே ஒருவரைச் சந்திப்பதற்காக நான் மும்பைக்கு வருவேன். அந்த பிராண்ட் மேலாளரைச் சந்திப்பேன். பல யோசனைகளைக் கூறி அவரைக் கிளர்ச்சியடையச் செய்வேன்." இன்னும் உயர்வதை ரகு இப்போது எதிர்பார்த்திருக்கிறார்.

30, 40, 50 கார்களிலிருந்து இந்தியா முழுவதுமாக 1000 கார்களில் பிரச்சாரம் செய்வதற்கான ஒப்பந்தத்தை எதிர் பார்க்கிறார். மேலும், இந்தியாவின் கிராமப் புறங்களிலும் இவற்றை மேற்கொள்ள விரும்புகிறார்.

"உன்னுடைய வியாபாரத்தில் உயர்வதற்கான அளவு கோல் எது என்று பலரும் என்னைக் கேட்கிறார்கள். அளவுகோலுக்கான விளக்கம் என்னிடம் இல்லை. உங்களுடைய தகுதிகள் மற்றும் விற்கும் திறன் ஆகியவற்றைப் பொருத்தது என்று நான் சொல்வேன்."

இது ரகுவிடம் நிறைய இருந்தது.

"நான் ரயில் டிக்கெட் வாங்கியதே இலை. ஆனால் எப்போதுமே எனக்கு சீட் கிடைத்து விடும்!" என்கிறார் சிரித்துக் கொண்டே.

சரியான வியாபாரத்தைத் தேர்ந்தெடுப்பதிலும், வியாபாரத்தை சரியாகச் செய்வதிலும் வெற்றி இருக்கிறது. உங்கள் ஆர்வத்தை உங்கள் தனித்தன்மை வாய்ந்த திறமையுடன் இணைப்பதிலும்.

ரகுவிற்கு வயது அதிகம் ஆகவில்லை. இன்னும் இளைஞர் தான். தொடக்கத்திலேயே வெற்றியைச் சுவைத்து விட்டார். இதையே செய்து கொண்டிருப்பதால் அவருக்கு சோர்வு ஏற்பட்டால்?

"மேலும் பெரிய சிறந்த வாய்ப்புகள் கட்டாயம் கிடைக்கும் என்று நான் நம்புகிறேன்" என்று கண்ணை சிமிட்டியவாறே சொல்கிறார்.

இளம் தொழிலதிபர்களுக்கு...

இன்று தொழில் முனைவோர்கள் ஆரம்ப நிலையிலேயே முதலீட்டை நோக்கி ஓடுகிறார்கள். ஒரு சிறு யோசனை உங்களுக்குத் தோன்றினால் கணினியில் கூகுளுக்குச் (google) சென்று ஆரம்பத் தொழில் முதலீட்டாளர்களைத் தேடவும்; அவர்கள் அரை மில்லியன் டாலர் வரை தருவார்கள். ஒன்றிரண்டு ஆண்டுகள் அதிலேயே இருந்து பணியாற்றினால் அந்தப் பணத்தைச் சம்பாதித்து விடலாம்.

இணையதளம் என்ற உலகம் மிகவும் பயனுள்ளது. ஏனெனில் எல்லாமே இலவசமாகக் கிடைக்கிறது. யாரும் யாருடனும் அதைப் பயன்படுத்தி எளிதாகத் தொடர்பு கொள்ளலாம். ஆனால் ஒரு திறமை உங்களுக்கு வேண்டும். மனிதர்கள் உங்களைக் கவனிக்க வேண்டும். அதற்கு உங்களுக்கு மூளை (புத்திசாலித்தனம்) வேண்டும்.

வேலையில் அனுபவம் இருப்பது சிறந்தது என்று பலரும் சொல்கிறார்கள், ஆனால் அது உண்மை அல்ல.

உங்களுடைய கருத்து புதிதாக இருந்தால் அதை எப்படிச் செயல்படுத்துவது என்பது உங்களை விட வேறு யாருக்கும் தெரியாது. போகிற போக்கில் அதைச் செயல்படுத்தும் முறையை நீங்கள் தான் செய்ய வேண்டும். அதனால் முன்னதாகவே நீங்கள் ஆரம்பிப்பது சிறப்பானதாக இருக்கும்.

அடைந்தே தீருவது என்கிற வெறியார்வம்

சில தொழில் முனைவோர்கள் குறிப்பிட்ட கருத்து அல்லது பேரார்வத்தால் செலுத்தப்படுகிறார்கள். மாறுதலான ஏதோ ஒன்று, காலத்தைக் கடந்து நிற்கிறது. இப்போது பார்க்கப்போகும் முயற்சிகள் அந்தக் கனவுகளை நனவாக்குகின்றவை.

புத்தகப்புழு

R. ஸ்ரீராம்

க்ராஸ்வேர்ட்

(Crossword)

வியாபாரத்தைத் தொடங்கவேண்டும் என்று கொழுந்துவிட்டு எரியும் பேராசை ஸ்ரீராமிடம் இருக்கவில்லை. புத்தகங்கள் நிறைந்த உலகில் தன்னை மூழ்கடித்துக் கொள்ளவேண்டும் என்று மட்டும் விரும்பினார். கல்லூரிப் படிப்பை முடிக்காத இவர் இந்தியாவின் மிகப்பெரிய சங்கிலித் தொடரான புத்தகக் கடைகளைக் கட்டி அமைத்தார். மேலும், பரவலாகப் படித்தல் என்ற கிருமியைப் பரப்பினார்.

நான் பார்த்த எந்த 'ஸ்ரீராம் போலும் இந்த ஆர் ஸ்ரீராம் இல்லை.'

அவர் கல்லூரிப் படிப்பைப் பாதியில் நிறுத்தியவர், ஒரு நாத்திகவாதி, தவிர திருமணம் என்ற பாரம்பரியச் சடங்கில் நம்பிக்கை இல்லாதவர்.

தன்னுடைய மாற்றுப் பாதையைத் தனக்கென்று அவர் வகுத்துக் கொண்டார்; '*மக்கள் என்ன சொல்வார்கள்*' என்பதைப்பற்றி அவர் கவலைப்படவே இல்லை.

துல்லியமாகத் தனக்கு என்ன வேண்டும் என்பதை அவர் அறிந்திருக்க வில்லை. ஆனால் கூர்ந்து கவனித்துக் கேள்விகள் கேட்டுக்கொண்டே இருந்தார்.

ஒரு குறிக்கோளைத் தேடிக்கொண்டிருந்தார்-தன் பெரு விருப்பத்தைத் தூண்டுவதாக இருக்கின்ற ஏதோ ஒன்றை.

அந்த ஏதோ ஒன்று-புத்தகங்கள் மீது அவருக்கிருந்த காதல்.

இந்தப் பேரார்வத்திலிருந்து பிறந்தது ஒரு தொழில். இது மக்களைத் திரும்பவும் புத்தகக் கடைகளுக்கு அழைத்து வந்தது. புதிய தலைமுறை சிறுவர்களுக்குப் படிப்பது ஒரு விளையாட்டான, ஜாலியான விஷயம் என்று கற்றுக் கொடுத்தது.

இந்தக் கனவை நனவாக்குவதற்காக ஸ்ரீராம் ஒரு தொழில் முனைவராக ஆனார்-எதற்கு? ஒரு வித்தியாசத்தைக் கொண்டு வருவதற்கும், பலருடைய வாழ்க்கையில் ஒரு அர்த்தத்தைச் சேர்ப்பதற்கும், இதைப்போன்ற புத்தகங்களை உங்களுடைய கைகளில் தவழ விடுவதற்கும்.

தன்னுடைய நீண்ட மன எழுச்சி ஊட்டுகின்ற பயணத்தை அவர் என்னிடம் பகிர்ந்துகொண்டபோது 'உங்களுக்கு நன்றி' என்று மௌனமாக நான் கிசுகிசுக்கிறேன்.

புத்தகப்புழு

R. ஸ்ரீராம்
க்ராஸ்வேர்டு

ஒரு சம்பிரதாயமான பாலக்காடு பிராமணக் குடும்பத்தில் சென்னையில் ஆர் ஸ்ரீராம் பிறந்தார்.

"நான்கு குழந்தைகளில் நான்தான் மூத்தவன். என் அம்மா இறந்தபோது எனக்கு மூன்று வயது, என் தங்கை என்னைவிட ஒரு வயது சிறியவள். அப்போது என் தந்தை மறுமணம் செய்து கொண்டார்."

ஸ்ரீராம் ஒரு மகிழ்ச்சியான சிறுவன். ஆனால் அவ்வப்போது தனக்குள்ளேயே சுய பரிசீலனையில் ஆழ்ந்து விடுவார். பள்ளியில் இருந்த நூலக வகுப்பு காரணமாக சிறு வயதிலேயே புத்தகங்களை அவர் விரும்பினார். கைக்குக் கிடைத்த (பழைய புத்தகங்கள்) எல்லாப் புத்தகங்களையும் அவர் படிக்கத் தொடங்கினார்.

அதே நேரத்தில் வெளிப்புற விளையாட்டுக்களிலும் ஆர்வமாக இருந்தார்.

"நண்பர்கள் வீட்டிற்கு வந்து என்னை எழுப்புவார்கள். பள்ளிக்குச் செல்வதற்கு முன்னால் 2 மணி நேரம் விளையாடுவோம். இது என் நினைவில் இப்போதும் இருக்கிறது."

தன் பள்ளி மற்றும் கல்லூரிக்காக ஓட்டப்பந்தயங்களிலும் மற்ற விளையாட்டுக்களிலும் அவர் கலந்து கொண்டிருக்கிறார்.

ஸ்ரீராமின் தந்தை BHEL லில் மிகச்சிறப்பாகப் பணியாற்றி வந்தார். ஆனால் பொறியாளர் அல்லாததால் பொது மேலாளர் என்ற பதவிக்குமேல் அவரால் செல்ல முடியவில்லை. ஸ்ரீராம் அந்தப் பதவியைப் பெறவேண்டும் என்பது அவர் விருப்பம்.

ஸ்ரீராமுக்குப் படிப்பில் ரொம்ப ஆர்வம் இல்லை. பள்ளிக்காலம் முழுவதும் முதல் ஐந்து மாணவர்களுள் ஒருவராக வருவதற்குக் கஷ்டப்பட வேண்டியிருந்தது. ஆனால் பன்னிரண்டாம் வகுப்பிற்கு வரும்போது "பொறியியல் படிப்பைப் படிக்க நான் உண்மையில் விரும்புகிறேனா? என்று தனக்குள் கேட்டுக்கொண்டார்.

"படிப்பதால் ஏற்படும் பலன்களில் ஒன்று - உங்களுக்குள்ளேயே பார்க்கத் தொடங்குகிறீர்கள், நீங்கள் யார் என்பதை உணர்வதற்கும் அதை எதிர் கொள்வதற்கும், நீங்கள் என்ன செய்ய விரும்புகிறீர்கள், எதில் உங்களுக்குப் பேரார்வம் இருக்கிறது என்பதை உணர்வதற்கும் அது உதவுகிறது என்பது என் எண்ணம்."

சிறுவனாக இருக்கும்போதே உயிர் வாழ்வது பற்றிய கேள்விகள் அவரைத் தொந்திரவு செய்து கொண்டிருந்தன. "நான் யார்? நான் ஏன் இங்கு இருக்கிறேன்? வாழ்க்கையில் என்னுடைய குறிக்கோள் என்ன?" போன்ற கேள்விகளை ஏழாம் வகுப்பில் இருக்கும்போது ஸ்ரீராம் தனக்குள் கேட்டுக் கொண்டார்.

"ஒரு பக்திப்பூர்வமான சூழலில் நான் வளர்ந்தேன். ஆனால் நம்பிக்கையில்லாமல், எப்பொழுதும் கேள்விகளைக் கேட்டுக் கொண்டிருப்பேன்."

அது உண்மை என்று கருதுவதற்கும், அதை ஏற்றுக்கொள்வதா வேண்டாமா என்று தீர்மானிப்பதற்கும் எல்லாவற்றையும் நானே அனுபவித்து அறிய வேண்டும் என்று தோன்றும்.

மருத்துவம் அல்லது பொறியியல் படிப்பதுதான் வேலைக்கான தொடக்கமும் முடிவும் என்பதை அவர் ஏற்றுக்கொள்ளத் தயாராக இல்லை. அப்பாவுக்காக ஐஐடி நுழைவுத் தேர்வை எழுதினார். ஆனால் அவர் மனம் அதில் இல்லாததால் அவர் அதில் தேர்ச்சி பெறவில்லை.

லயோலா கல்லூரியில் (Loyola College) BSc கணிதத்தில் சேர்ந்தார். முதலாம் ஆண்டு முடிவில் விஷுவல் கம்யூனிகேஷனில் ஒரு டிப்ளமா படிப்பும் சேர்ந்தார். அது ஒரு மாலை நேரப் படிப்பு. அங்கு சொந்தமாக எழுதுவது, விளம்பர வாசகம் எழுதுவது, புகைப்படம் எடுப்பது தவிர மற்ற நுண்கலைகளும் கற்பிக்கப்பட்டது.

அதன் முடிவில் ஆகில்வி, பென்சன் அண்ட் மாதேர் என்ற நிறுவனத்தில் விளம்பர வாசகம் எழுதுவதில் பயிற்சி பெறும் ஒரு வாய்ப்புக் கிடைத்தது. அதற்கு அவருக்குச் சம்பளம்

கொடுக்கப்படவில்லை. ஆனால் நிறைய அனுபவங்கள் அவருக்குக் கிடைத்தன.

"நான் பணியை ஏற்றுக்கொண்டிருந்ததால் மூன்றாம் ஆண்டு வகுப்புக்களுக்குச் சரியாகச் செல்லவில்லை. கடைசி செமஸ்டரின்போது நான் கல்லூரியை விட்டு விலகி விட்டேன். BSc படிப்பைக்கூட நான் முடிக்கவில்லை."

பட்டம் பெறுதல் என்ற எண்ணத்தின் முக்கியத்துவம் போய்விட்டது. நிச்சயமாக அவர் பெற்றோர் அதைக் கனிவாக ஏற்றுக்கொள்ளவில்லை.

"என் தந்தை என்னை வங்கிப் பரிட்சை எழுதச்சொன்னார், ICWA வகுப்புகளுக்குச் செல்லச் சொன்னார். இவை பிடிக்கவில்லை என்றால் வேறு எதையாவது செய் என்றார். இவற்றையெல்லாம் என்னுடைய நன்மைக்காகத்தான் அவர் சொன்னார் என்பது புரிந்தது. ஆனால் என் முன் இருந்த எந்தத் துறையையும் நான் விரும்பவில்லை."

ஸ்ரீராம் எதை எதையோ செய்து பார்த்தார். ஆனால் அந்த ஏதோ ஒன்று அவருக்குக் கிட்டாமல் நழுவிச் சென்று கொண்டிருந்தது. பத்திரிகைத் துறையில் சில நாட்கள் இருந்தார். பிறகு சந்தை ஆய்வில் பணியாற்றினார். முழு நேரமாக அதைப் பின்பற்றவில்லை என்றாலும் சந்தை ஆய்வில் ஈடுபட்டது ஒரு சிறந்த கற்கும் அனுபவமாக இருந்தது.

"எந்தக் கும்பலிலும் நான் அதிகம் பேசுபவனாக இருக்க மாட்டேன் - சம்பாஷணையைத் துவக்குவது, அறிமுகமில்லாதவர்களிடம் பேசுவது போன்றவை. IMRB -யில் இருந்தபோது மக்களை எப்படி அணுகுவது, அவர்கள் கவனத்தை எப்படி ஈர்ப்பது போன்றவற்றைக் கற்றேன்."

இவை சிறுசிறு விஷயங்கள்-புன்முறுவலோடு அழைப்பு மணியை அழுத்துவது, அடுத்தவரிடமிருந்து எவ்வளவு தொலைவில் நிற்பது, குரலின் எந்தத் தொனியில் பேசுவது போன்றவை.

இவை எல்லாம் ஒரு வலுவான அஸ்திவாரத்தை அமைத்துக் கொடுத்தன. மேலும் மற்றவர் பேசுவதைக் கேட்பது என்பதையும் கற்றேன். பின்னர் வாடிக்கையாளர்களுடன் பழகுவதற்கு இது மிகவும் உதவியாக இருந்தது!

MRB யில் அதிகப் பணம் கிடைக்கவில்லை. ஆனால் அவருடைய தனிப்பட்ட *சிறுசிறு* செலவினங்களுக்கு அது போதுமானதாக இருந்தது. இப்படியாகச் சில ஆண்டுகள் கழிந்தன. 1987ல் அப்பல்லோ மருத்துவமனையில் பின்னணி அலுவலகத்தில் ஸ்ரீராம் சேர்ந்தார்.

"என்னைச் சுற்றி சில நண்பர்கள் உண்டு. அவர்கள் என் மீது அதிக அக்கறை எடுத்துக்கொண்டனர். அவர்களுள் ஒருவன் எனக்கு இந்த வேலையை வாங்கிக்கொடுத்தான். அதில் எனக்கு விருப்பம் இல்லாததால் ஆறு மாதங்களுக்குள்ளாக அதிலிருந்து வெளியேறிவிட்டேன்."

பிறகு அந்த மருத்துவமனையைச் சேர்ந்த ஒரு மென்பொருள் நிறுவனத்தில் ஸ்ரீராம் பணியில் சேர்ந்தார். இங்கு தொழில்நுட்பக் கருத்துக்களை எழுதும் பணி இவருக்குக் கிடைத்தது. இரண்டு மாதங்களுக்குள்ளாக, தன் வாழ்க்கையை இதைச் செய்து செலவிட தான் விரும்பவில்லை என்பதை உணர்ந்தார்.

"காலையில் எழுந்தவுடன் வேலைக்குச் செல்லவேண்டும் என்ற துடிப்பு இல்லையென்றால் அதில் ஏதோ தவறு இருக்கிறது என்று நான் நினைப்பேன்."

1988, ஜனவரியில், ஒரு திருப்புமுனை ஏற்பட்டது. சென்னையில் அப்போதுதான் புதிதாக 'லாண்ட்மார்க்' (Landmark) என்ற புத்தகக்கடை திறந்திருப்பதைப் பற்றிக் கேள்விப்பட்டார். அவர் எப்போதும் கனவு கண்டுகொண்டிருந்த, பணியாற்றும் இடம் இதுதான்.

ஸ்ரீராம், சும்மா நேரடியாகச் சென்று அதன் மேலாளரிடம் "நான் இங்கு வேலை செய்ய விரும்புகிறேன்" என்றார்.

புத்தகங்களைப் பற்றியும் இலக்கியங்களைப்பற்றியும் சுமார் பத்து நிமிடங்கள் பேசிய பிறகு மேலாளர் சொன்னார், "உன்னை வேலைக்கு எடுத்துக்கொள்கிறேன், நாளையிலிருந்து வேலைக்கு வரமுடியுமா?"

அவருக்கு முறையான பயிற்சியோ மற்றவர்களின் அறிவுரையோ எதுவும் இல்லை. கடையில் ஒரு பிரிவை கவனித்துக்கொள்ளும் பொறுப்பு ஸ்ரீராமுக்குக் கொடுக்கப்பட்டது. வாடிக்கையாளர்களைக் கவனிக்க வேண்டும், அவர்களுக்கு என்ன தேவை என்பதைக் கேட்டு அவற்றைக் கொடுக்க வேண்டும், வாங்கும் குழுவினரிடம் கடைக்கு என்ன புத்தகங்கள் தேவை என்பதைத் துல்லியமாகச்

> "நான் செய்யும் வேலைகளில் பெருவிருப்பத் தோடு, முழு மூச்சோடு, அர்ப்பணிப்போடு ஈடுபடவேண்டும். அப்படி நான் இல்லை என்றால் அதைச் செய்வதில் என்னுடைய சக்தி, முயற்சி, கட்டுப்பாடு ஆகியவற்றை என்னால் முழுவதுமாகக் கொடுக்க முடியாது."

சொல்ல வேண்டும் - ஆகியவை இவர் பணி.

எந்த ஒரு குறிப்பிட்ட புத்தகத்தையும் கண்டுபிடிப்பது அங்கு மிகவும் சிரமமாக இருந்ததை முதல் நாளிலேயே ஸ்ரீராம் புரிந்துகொண்டார்.

அங்கிருந்த அலமாரிகளில் எல்லாவற்றையும் ஒழுங்காக அடுக்கவேண்டும் எனத் தீர்மானித்தார்,

"நான் பிரிட்டிஷ் கவுன்சில் போன்ற நூல் நிலையங்களில் நிறைய நேரம் செலவு செய்திருக்கிறேன். அந்த அடிப்படையில் என்னுடைய சொந்த எளிமையான ஒரு முறையில் எல்லாவற்றையும் ஒழுங்குபடுத்தினேன். அவ்வாறு புத்தகங்களை நானே அடுக்கியதால் வருபவர்களுக்குத் தேவையான புத்தகங்களை என்னால் எளிதாக எடுத்துக் கொடுக்க முடிந்தது. மேலும் புத்தகங்களை நான் மிகவும் விரும்பியதால் என்னென்ன புத்தகங்கள் படிக்கலாம் என்று கூட என்னால் பரிந்துரைக்க முடிந்தது."

ஒரு மாதத்திற்குள்ளாக, குறிப்பாக ஸ்ரீராமுடன் பேசவேண்டும் என்று அவரைத் தேடி மக்கள் வரத் தொடங்கினார்கள். அவர்களிடம் அவர் புத்தகங்களைத் திறந்து சிலசில பக்கங்களிலிருந்து மேற்கோள் காட்டுவார், கவிதைகளைப் படிப்பார். கடையில் ஸ்ரீராமின் பிரிவில் விற்பனை அமோகமாக நடந்தது.

இதற்கிடையில் கடையின் உரிமையாளர் ஹேமுவிடம் கடையில் இருக்கவேண்டிய, ஆனால் இல்லாத புத்தகங்களைப் பற்றித் தொடர்ந்து வற்புறுத்திக் கொண்டிருந்தார். ஒரு நாள் அவர் கூறினார், "சரி, புகார் சொன்னது போதும், இப்போதிலிருந்து நீயே புத்தகங்களை வாங்கு!"

புத்தக வியாபாரத்தின் பின்புலம் ஒரு பெரிய வெளிச்சத்தைக் கொடுத்தது. ஒரு பழைய, தூசு படிந்த கோடௌனில் மிகச் சிறந்த புத்தகங்களை ஸ்ரீராம் கண்டுபிடித்தார்.

ஹேமு கேட்டார், "இவற்றை எல்லாம் விற்க முடியுமா?"

ஸ்ரீராம் மிகுந்த நம்பிக்கையோடு, "ஆம்" என்றார்.

அந்தப்புத்தகங்கள் எல்லாம் விற்றுப்போயின. விரைவில் ஸ்ரீராம் மற்றொரு தங்கச் சுரங்கத்தைக் கண்டு பிடித்தார்-புத்தகப் பட்டியல். இப்போது நேராகப் பதிப்பகத் தாரிடமிருந்தே அவரால் புத்தகங்களைப் பெறமுடியும். கடையில் தான் சந்திக்கும் வாடிக்கையாளரின் தேவையைப் புரிந்துகொண்டு அதற்கேற்றாற்போல் சிறந்த சுவையான புத்தகங்களை ஸ்ரீராமால் வாங்க முடிந்தது.

ஆறு மாதங்களுக்குப்பிறகு அவருடைய சம்பளம் இரட்டிப் பாக்கப்பட்டு, ரூ 1500 ஆயிற்று. அந்தக் காசோலையைக் கொடுத்துக்கொண்டே அந்த மேலாளர் செய்த எச்சரிக்கை, "இதை உன் தலைக்கு ஏற்றிக் கொள்ளாதே."

அவர் கவலைப்பட்டிருக்க வேண்டாம். ஓடிக்கொண்டே இருந்த அந்தக்கல் இப்போது நங்கூரம் பாய்ச்சி நின்றுவிட்டது; மேலும் ஒவ்வொரு நிமிடத்தையும் மகிழ்ச்சியாக ஏற்றுக்கொண்டது.

"வாடிக்கையாளரின் வாழ்க்கையில் ஒரு மாற்றத்தைக் கொண்டுவருவது எனக்குப் புத்துணர்ச்சி தருவதாக இருந்தது. அதிகமாகச் செய்யச் செய்ய சிறப்பாகச் செய்ய முடிந்தது, அதிக மகிழ்ச்சியைப் பெற முடிந்தது!"

கோட்டயத்தைச் சேர்ந்த வக்கீல் மார்க்கோஸ் வெல்லபள்ளி, ஸ்ரீராமின் விசுவாசமான வாடிக்கையாளர். தன்னுடைய சிறிய மகளுக்குப் பரிசு கொடுக்க விரும்பிய அவர் பல புத்தகங்களைத் தேடிக்கொண்டிருந்தார். *'மிஸ்டர் காட், திஸ் ஈஸ் அன்னா'* (Mr. God, this is Anna) என்றப் புத்தகத்தை ஸ்ரீராம் பரிந்துரை செய்தார்.

சில மாதங்களுக்குப் பிறகு கடைக்கு ஸ்ரீராமைத் தேடி அவர் வந்தார். அவருடைய கைகளைக்குலுக்கியவாறு, "உங்களுக்கு நன்றி சொல்ல விரும்புகிறேன். உத்தராவிற்கு அந்தப் புத்தகம் ரொம்பப் பிடித்திருந்தது" என்றார் மகிழ்ச்சியுடன்.

கடைக்கு வருபவர்களில் பலர் இவரிடம் நண்பர்களைப்போல் பழகினார்கள். வெவ்வேறு வயது, பின்னணி, அனுபவம் உடைய பலர், ஆனால் எல்லோருக்குமே புத்தகங்கள் மீது ஒரு பொதுவான விருப்பம் இருந்தது.

கிட்டத்தட்ட ஒரு ஆண்டுக்குப்பிறகு அத்தகைய ஒரு

வாடிக்கையாளரான ராம் பிரசாத், தன் வீட்டிற்கு ஸ்ரீராமை அழைத்தார். அவருடைய தந்தை ஒரு பிரபலமான தெலுங்குப்படத் தயாரிப்பாளர். ஒரு ஸ்டூடியோவை அமைக்க அப்பாவிற்கு உதவுவதற்காக ராம்பிரசாத் ஹைதராபாத்துக்குச் செல்வதாக இருந்தார்.

"சென்னையை விட்டுப் போவதைவிட இந்த லேண்ட்மார்க் புத்தகக் கடையை விட்டுப் போவது எனக்கு வருத்தமாக இருக்கிறது. என்னுடன் ஹைதராபாத்துக்கு வந்து ஒரு புத்தகக் கடையை ஏற்படுத்த உதவி செய்யமுடியுமா?" என்றார் திடீரென்று.

ஸ்ரீராம் திகைப்படைந்தார்.

"ஒரு பக்கம் எனக்குள் உற்சாகமாக இருந்தது. ஆனால் அதே நேரத்தில் பயமாகவும் இருந்தது. இதை எப்படி என்னால் செய்ய முடியும் என்று எண்ணினேன்!"

புத்தகக் கடையைப்பற்றித் தனக்கு ஏதோ கொஞ்சம் தெரியும், ஆனால் அது போதுமானதல்ல என்று, கவனமாக எண்ணிய பிறகு ஸ்ரீராம் உணர்ந்து கொண்டார். அந்த வியாபாரத்தைப் பற்றி அவருக்குத் தெரியாத சில விஷயங்களை அறிந்துகொள்ள ஓரிருவர் தேவைப்படுவர், அவருக்குத் துணையாக, வியாபாரத்திற்கு வலு சேர்க்க, திறமைகளை இணைக்க, ஆனால் அதே மதிப்புக்களைப் பகிர்ந்து கொள்பவராகச் சிலர் தேவை.

அத்தகைய ஒரு நபர் அனிதா; எத்திராஜ் கல்லூரியில் இளங்கலை ஆங்கிலப் பட்டம் பெற்றவர். லேண்ட்மார்க்கில் ஸ்ரீராம் சேர்ந்த சில மாதங்களுக்குப் பிறகு அனிதா சேர்ந்தார். குழந்தைகள் பகுதியைக் கவனித்துக் கொண்டார். மற்றவர் சுதர்சன் ரெட்டி. கடைக்குப் புத்தகங்களை விற்பவர்களையும், கணக்கு வழக்குகளையும் பார்த்துக் கொள்பவர்.

இருவரும் இவருடைய யோசனையை ஏற்றுக் கொண்டனர். ஒரு புது பயணம் தொடங்கியது.

1989, நவம்பரில், லேண்ட்மார்க்கை விட்டு இந்த மும்மூர்த்திகளும் ஹைதராபாத்துக்குச்சென்றனர். வியாபாரத் திட்டம், கையிருப்புத் தொகையின் மதிப்பு அல்லது செயல்படுவதற்குத் தேவையான முதலீடு போன்ற எது பற்றியும் அவர்கள் ஒருவருக்கும் தெரியாது.

"அந்த நிறுவனத்தில் நாங்கள் பங்கு கேட்கவில்லை. எங்களுக்கு அதற்கான அனுபவம் இல்லை. ஆனால் 'பொது

"நான் ஒரு கனவு காண்பவன். நான் செய்யும் பல விஷயங்கள் காரணமற்றவை என்று மக்கள் கருதுகிறார்கள். ஆனால் நான் என்ன செய்கிறேன், ஏன் செய்கிறேன் என்பதற்கு எனக்கு ஒரு தெளிவான காரணம் உண்டு. என்னுடைய உறுதியான நம்பிக்கைகளின் அடிப்படையில் நான் வாழ்கிறேன்."

மேலாளர்' பதவி எங்களுக்கு வழங்கப்பட்டது. தவிர புதிதாக ஒன்றைக் கட்டி அமைக்கும் வாய்ப்புக் கொடுக்கப் பட்டது. எங்களைப் பொறுத்தவரையில் அது மிகப் பிரமாதமானது, மிகச் சிறப்பானது!"

இங்கு அதிகச் சம்பளம் கிடைத்தது ; அதைவிட முக்கியமாகச் சில்லரை வர்த்தகத்தின் அடிப்படைப் பாடங்களை ஸ்ரீராம் கற்றார்.

அந்தக் கடைக்கு ஒரு இடத்தைத் தேடுவது இதற்கு ஒரு ஆரம்பமாக இருந்தது.

அந்த காலக்கட்டத்தில் ஹைதராபாத்தில் சராசரி கடை அளவு 500 சதுர அடி ; ஆயிரம் சதுர அடி என்பது ஆடம்பரமானது. தவிர மிகப்பிரமாதமான பணக்காரப் பகுதிகளில் புதிதாகத் தொடங்க இருக்கும் கடைக்கு வாடகை கட்டுப்படியாகாது.

"ஹைதராபாத், செகந்திராபாத் முழுவதும் நாங்கள் சுற்றிப் பார்த்தோம். நடந்துசென்று கற்றுக் கொள்வது எவ்வளவு முக்கியம் என்பதை நான் புரிந்து கொண்டேன். தெருவில் நடந்துகொண்டு, மனிதர்களிடம் பேசிக் கொண்டிருப்பதன் மூலம் பல நுட்பமான விஷயங்களைப் புரிந்து கொள்ள முடிந்தது."

அந்தக் காலகட்டத்தில் வேகமாக வளர்ந்து கொண்டிருந்த பஞ்சகுட்டா பகுதிக்கு அருகில் சர்தார் படேல் ரோடை இறுதியாக ஸ்ரீராம் முடிவு செய்தார். பின்னாளில் மிகப் பிரபலமான ஸ்டைலான பகுதியாக மாறிய அது, அப்போது அதிக நம்பிக்கையை அளிக்கவில்லை. அங்கு தொடங்கிய முதல் சில்லரை வர்த்தகக்கடை வால்டன் ஆகும்.

மற்றொரு அபாயம், கடைக்கு அவர் வைத்த வால்டன் என்ற பெயர். ஹென்றி டேவிட் தோரோ என்பவருடைய புத்தகத்தால் உந்தப்பட்டு இந்தப் பெயரை வைத்தார். இறுதியில் இது ஒன்றும் பெரிய விஷயமாக இருக்கவில்லை ;

ஏனெனில் அந்தக் கடையே ரொம்பத் தனித்தன்மை வாய்ந்ததாக, ரொம்ப வித்தியாசமானதாக இருந்தது.

"வால்டன் என்ற இந்தக் கடைதான் முதன்முதலாக எழுதுபொருள்கள், இசை, திரைப்பட சிடிக்கள், பொம்மைகள் என்று புத்தகங்கள் அல்லாதவற்றையும் விற்கின்ற புத்தகக்கடை ஆயிற்று. அதை ஒரு நட்பான இடமாக ஆக்க விரும்பினோம். புத்தக அன்பர்கள் மட்டுமல்லாது மற்றவர்களும் விரும்பி வருகின்ற இடமாக இருக்க வேண்டும்."

பல ஆண்டுகளுக்குப் பிறகு *'புளூ ஓஷன் ஸ்ட்ராட்டஜி'* **(Blue Ocean Strategy)** என்ற புத்தகம் இதைப்பற்றி விரிவாக விளக்கியது.

"இவை ஒவ்வொன்றையும் குறிப்பிட ஒரு வார்த்தை இருக்கிறது என்பது எனக்கு இப்போது புரிகிறது. அந்த நேரத்தில் என் உள்ளுணர்வுப் படி இவற்றைச் செய்தேன். வாடிக்கையாளர்கள் அல்லாதவர்களையும் கவனிக்க வேண்டும் என்று நினைத்தோம். புத்தக விசுவாசி களுக்கும் கூட ரொம்ப மாறுதலான ஒரு அனுபவத்தைக் கொடுத்தோம்.''

1990 ஜூலையில், வால்டன் திறக்கப்பட்டது. விரைவாகவே ஹைதராபாத்தில் மிகப் பிரபலமான புத்தகக்கடை ஆயிற்று.

"நாங்கள் இளைஞர்கள்; எங்களிடம் கருத்துக்களும் யோசனைகளும் பொங்கித் ததும்பின. மிகச்சிறப்பான சக்தியோடு, ஓய்வெடுப்பதைப் பற்றிச் சிந்திக்காமல் வாரத்தின் ஏழு நாட்களும் வேலை செய்தோம்."

அந்தச் சக்தி மற்றவரையும் தொற்றிக்கொண்டது. லேண்ட்மார்க்கில் பணிபுரிந்த அனுபவத்தால் ஸ்ரீராமும் அனிதாவும் வாடிக்கையாளர்களுடன் ஒரு தனிப்பட்ட உறவு முறையை ஏற்படுத்திக் கொண்டனர். தொழில் முனைவோர்கள், திறமையும் அறிவாற்றலும் உடையவர்கள், அரசியல்வாதிகள், அரசுத்துறை அதிகாரிகள் என்று பலரும் இந்தக்கடைக்கு அடிக்கடி வரத் தொடங்கினர்.

"மனிதர்களுடன் பேசிக் கொண்டிருக்கும்போது நான் பலவற்றையும் கற்றேன்-ஆனால் அப்போது நான் அதை உணரவில்லை!"

கடைக்கு வரும் கும்பலிலிருந்து அறிவை எப்படி வடிகட்டி எடுத்துக் கொள்வது என்ற மற்றொரு சிறிய தந்திரத்தையும்

ஸ்ரீராம் கற்றார். கடையிலுள்ள எல்லாப் புத்தகங்களையும் படிப்பது சாத்தியமானதல்ல; ஆனால் அங்குள்ள 10, 12 பேரிடம் பேசுவதன் மூலம் ஒரு புத்தகத்தைப் படிக்கலாமா வேண்டாமா என்பதைத் தெரிந்து கொள்ள முடிந்தது.

"என் மண்டையில் ஒரு CRM முறை (வாடிக்கையாளர்களுடன் உறவு ஏற்படுத்திக்கொள்ளும் மேலாண்மை/கஸ்டமர் ரிலேஷன்ஷிப் மேனேஜ்மெண்ட்) இருந்தது. அதனால் யார் எந்தப் புத்தகத்தை வாங்கினார் என்பதை என்னால் நினைவில் வைத்துக் கொள்ள முடிந்தது. அடுத்த முறை அவர்கள் வரும்போது 'அந்தப் புத்தகம் உங்களுக்குப் பிடித்ததா?' என்று கேட்பேன்."

மகிழ்ச்சியான வாடிக்கையாளர்கள் ஒரு சில்லரை வர்த்தகர்களை மகிழ்ச்சியாக வைக்கிறார்கள். ஆனால் பொருள்களை நமக்குக் கொடுப்பவரின் ஆதரவும் அதே அளவு முக்கியமானது. வால்டன் (Walden) பற்றிய நல்ல அபிப்பிராயத்தை வினியோகஸ்தர்களிடம் ஸ்ரீராமின் நம்பகத் தன்மை ஏற்படுத்தியது. தான் என்ன வாங்குகிறோம் என்பதும், அதை எப்படி விற்கிறோம் என்பதும் இந்த மனிதருக்குத் தெரியும் என்பதை அவர்கள் புரிந்து கொண்டார்கள்.

வால்டனுக்குப் பொருட்கள், 90 நாட்களுக்குக் கடனாகக் கொடுக்கப்பட்டன. சாதாரணமாகப் புதிதாக வருபவர்களுக்கு இது கிடைக்காது. இதன் காரணமாக தினசரி செலவுகளின் முக்கியமான பகுதிகளை அவர்களால் சமாளிக்க முடிந்தது.

வால்டனை நிறுவி ஓராண்டு ஆயிற்று. அடுத்தது என்ன என்று ஸ்ரீராம் எண்ணத் தொடங்கினார். "அப்போது தான் சங்கிலித் தொடராகப் பல புத்தகக் கடைகளைத் திறக்க வேண்டும் என்று கனவு காணத் தொடங்கினேன்."

ஆரம்பிப்பதில் தான் உற்சாகம் இருக்கிறது என்பதை அவர் உணர்ந்தார். ஆரம்பித்த பிறகு அடிப்படையில் அதை நிர்வாகம் செய்வது மட்டும்தான் வேலை. அது அவருக்கு எந்தக் கிளர்ச்சியையும் கொடுக்கவில்லை. பிரச்சினை என்னவென்றால் வால்டனின் உரிமையாளருக்குப் புதிதாக மேலும் கடைகளைத் திறப்பதில் எந்த ஆர்வமும் இல்லை. ஸ்ரீராம் தானாகவே இதற்கு ஒரு வழியைக் கண்டுபிடித்தாக வேண்டிய நிலைமை.

ஆனால் இன்னொரு வால்டனை நிறுவுவதற்கு ரூ 18லிருந்து

"நீங்கள் விரும்பும் ஒன்றைத் தேடி, பின் தொடர்ந்து செல்லும்போது அது ஒரு மலர்ப் படுக்கையாக இருக்கும் என்பதில்லை-அது கடுமையான, மிகக் கடுமையான பணியாகவும் இருக்கும்,"

20 லட்சம் ஆகும். அந்தப் பணம் எங்கிருந்து வரும்?

ஸ்டேட் பாங்க் ஆஃப் இந்தியாவின் பயிற்சி மையம் அதே தெருவில் வால்டனுக்கு எதிர்ப்புறம் இருந்தது. அங்குள்ள பல மூத்த மேலாளர்களும் இங்கு வரும் வாடிக்கையாளர்கள். கடன் பெறுவதைப் பற்றி ஸ்ரீராம் அவர்களுடன் பேசினார்.

அடமானமாக எதையாவது வைக்க வேண்டும் என்று அவர்கள் சொன்னார்கள்.

"என் தந்தையின் இந்த வீட்டை வாங்குவதற்கு 25 ஆண்டுகள் அவர் சேமிக்க வேண்டியதாயிற்று. அவரிடம் சென்று அதைக் கேட்பதற்கு என்னால் முடியாது!"

அந்த நேரத்தில் மற்றொரு முக்கியமான உண்மையை ஸ்ரீராம் புரிந்து கொண்டார்-சரியான பதிலை வைத்திருப்பதை விட சரியான கேள்வியைக் கேட்பது மிகவும் முக்கியம்.

"எந்த வங்கி முதலீடு செய்யும் என்று கேட்பதற்குப் பதிலாக, எங்களிடம் முதலீடு செய்வதால் யாருக்கு லாபம் என்று நான் கேட்க வேண்டும்."

அந்தக் கேள்வியை அவர் கேட்டவுடன் பதில் தெளிவாகப் புலனாயிற்று. பதிப்பிக்கும் துறையில் உள்ள ஒருவர்-பதிப்பாளர் அல்லது வினியோகஸ்தர், அத்தகையவர் தான் சங்கிலித் தொடர் புத்தகக் கடைகள் மூலம் லாபம் அடைபவராக இருப்பார்.

அந்த நாட்களில் புத்தகப் பதிப்பாளரும், வினியோகஸ்தர்களும் ஒற்றை இலக்க அளவில்தான் வளர்ச்சியைப் பார்த்துக் கொண்டிருந்தார்கள். சிறு அலமாரிகளை உடைய சிறு கடைகளைத் தான் அவர்கள் முழுமையாகச் சார்ந்திருந்தனர்.

ஸ்ரீராம் ஒரு பட்டியல் தயாரித்தார். அதில் முதலில் இருந்தது இந்தியா புக் ஹவுஸ். அங்கிருந்த மேலாளர் இவருடைய நண்பர், நலம் விரும்பி. அதன் உரிமையாளரான திரு. மீர்சந்தானி ஒரு மாத காலத்திற்குள் ஹைதராபாத்

வருவதாக இருக்கிறார் என்று சொன்னார்.

இரண்டு மூன்று நாட்களுக்குள்ளாக அந்த நபரைப் பற்றிய எல்லா விபரங்களையும் தெரிந்து கொண்டார் ஸ்ரீராம்.

"முக்கியமாக, எனக்கு ஒன்று புரிந்தது. மூன்று நிமிடங்களுக்குமேல் திரு. மீர்சந்தானி எதிலும் கவனம் செலுத்தமாட்டார். முதல் இரண்டு நிமிடங்களுக்குள் நான் அவர் கவனத்தை ஈர்க்க வேண்டும்."

வால்டனுக்கு வந்தார் மீர் சந்தானி. அங்கு இருந்தவை அவருக்குப் பிடித்துப் போயிற்று. இரண்டு நிமிடங்களுக்குள் தான் சொல்லவேண்டியதை ஸ்ரீராம் சொல்லிவிட்டார்.

"இதைப்போன்ற ஒரு சங்கிலித் தொடர் கடைகளை நீங்கள் திறப்பதற்கான ஒரு திட்டம் இது. விற்பனையை அதிகரிக்க அப்படிச் செய்வதுதான் ஒரே வழி. ஆண்டிற்கு 20லிருந்து 25% வளர்ச்சியைக் காணமுடியும்."

மீர்சந்தானிக்குக் குழப்பம் ஏற்பட்டது. ஸ்ரீராமை மும்பைக்கு அழைத்து விவரங்களை விளக்கச் சொன்னார். அனிதாவை கலந்தாலோசித்தார் ஸ்ரீராம். செய்து பார்க்கலாம் என்று அவர் தைரியம் கொடுத்தார்.

முதன்முதலாக மும்பைக்கு விமானத்தில் பயணம் செய்தார், தன்னுடைய புது கிரெடிட் கார்டு மூலம் டிக்கெட் வாங்கினார். அங்கு தீபக்மீர் சந்தானியிடம் தன்னுடைய திட்ட வரைவைக் காண்பித்து இந்த வியாபாரத்தில் வெற்றி சாத்தியம் என்று விளக்கினார். இரண்டு பக்க வியாபாரத் திட்டத்தையும் கொடுத்தார்.

"எல்லாம் சரி, ஆனால் ஒரு நிபந்தனை. எங்களிடம் ஒரு இடம் இருக்கிறது. அதை உங்களால் பயன்படுத்த முடியும் என்றால் நாம் இதை இணைந்து செய்வோம்" என்றார் அவர்.

"மகாலட்சுமி கோவிலுக்கு அருகில் உள்ள கட்டிடத்தின் முதல் மாடியில் இந்த இடம் இருந்தது. அலுவலகத்திற்குப் பொருந்தும், ஆனால் சில்லரை வர்த்தகக் கடைக்கு..." இந்த வாய்ப்பைப் பயன்படுத்திக்கொள்ளத் தீர்மானித்த ஸ்ரீராம் அதை ஏற்கச் சம்மதித்தார்.

நாங்கள் அதை செய்கிறோம் என்று சொன்னார்.

இரண்டு விஷயங்களில் மீர்சந்தானி தெளிவாக இருந்தார். சில்லரை வியாபாரத்தில் இடம் மற்றும் விவரப்பட்டியல்

இரண்டிற்கும் தான் அதிக முதலீடு தேவை.

"மீர்சந்தானி கூர்மையான அறிவுள்ள ஒரு வியாபாரி. என்னிடம் கடைக்கான ஒரு இடம் இருக்கிறது, மற்ற முதலீடான புத்தகங்களும் எங்களிடம் உள்ளன. அதனால் நாம் எதை இழக்கப்போகிறோம்? இளைஞர்களான இந்த இருவருக்கும் நாம் சரி என்று சொல்வோம் என்று நினைத்திருப்பார்."

ஸ்ரீராமுக்கு வயது 28, அனிதாவிற்கு 25. இத்தகைய பொறுப்பைக் கொடுப்பதற்கு மிகமிகச் சிறியவர்கள். தவிர வியாபாரத்தில் அந்தக் காலக் கட்டத்தில் அனேகமாக எல்லோரும் 50-60 வயதுகளில் இருந்தனர்.

"இரண்டு தென்னிந்தியர்கள், மிருதுவாகப் பேசக்கூடியவர்கள், இளைஞர்கள் என்பதில் சந்தேகமில்லை, ஆனால் பெரிய விருப்பத்தோடு இருந்தோம், தவிர எங்களுக்குச் சம்பளம் வேண்டாம், நிறுவனத்தில் பங்குதாரராக இருக்க விரும்புகிறோம் என்று சொன்னோம்."

அவர்களுக்கு உரிமைப் பங்கு இல்லையென்றாலும் வருமானம்/லாபத்தில் பங்கு உண்டு. தவிர செயல்பாடுகள் எல்லாவற்றையும் இவர்களே தீர்மானிப்பார்கள்.

"இந்த க்ராஸ்வேர்ட் புத்தகக்கடையைத் தொடங்குவது என்பது எங்களது யோசனை, அதில் அவர்களை முதலீடு செய்ய வைத்தோம். அந்த யோசனைதான் வியாபாரத்தின் போக்கைத் தீர்மானித்தது. எங்களை உரிமையாளர்கள் என்றுதான் நாங்கள் நினைத்தோமே தவிர ஊழியர்களாக அல்ல."

ஒரு திட்டத்தில் சொந்தக்காரர் என்ற உரிமை உங்களுக்கு இருந்தால் அனுமதியையோ சம்மதத்தையோ நீங்கள் எதிர்பார்க்க மாட்டீர்கள். சும்மா முன்னேறிச் சென்று எது சரி என்று தோன்றுகிறதோ அதைச் செய்வீர்கள்.

IBH கோடௌன்களிலிருந்து மட்டுமல்லாது போட்டி வினியோகஸ்தர்களிடமிருந்தும் புத்தகங்களைத் தேர்ந்

"தலைமை அலுவலகத்தை நாங்கள் 'ஆதரவு அலுவலகம்' என்று சொல்வோம். கடைகளின் வியாபாரத்திற்கு ஆதரவு தருவதுதான் எங்கள் கொள்கை என்று நாங்கள் நம்பினோம்."

"எதையாவது உருவாக்கவேண்டும் என்று நினைக்கும் ஒவ்வொருவருக்குமே சக்தி என்பது மிகவும் முக்கியமானது. உங்களுடைய சக்தியைச் செறிவூட்டிக் கொள்வதோடு மற்றவர்களுடைய சக்தியையும் செறிவூட்ட வேண்டும்."

தெடுக்கப்போவதாக ஸ்ரீராம் சொன்னது மீர்சந்தானிக்கு முதல் அதிர்ச்சி. கடையில் வாடிக்கையாளர்களுக்குத்தான் முதல் உரிமை, அதிக அளவு, பொருத்தமான புத்தகங்களை அவர்களுக்குக் கொடுக்கவேண்டும், எங்கிருந்து அவற்றைப் பெறுவது என்பது முக்கியமல்ல-இவையெல்லாம் ஸ்ரீராமுக்குத் தெரிந்திருந்தது.

இது ஏற்றுக்கொள்ளக் கூடியதான ஒரு விவாதம்.

"மொத்த வியாபாரம் மீர்சந்தானிக்குத் தெரியும்; சில்லறை வியாபாரத்தில் எங்கள் தீர்மானத்தை ஏற்றுக் கொள்ள முடிவு செய்தார்கள்."

வால்டனில் பணியாற்றும்போது இன்னொரு வாய்ப்புக் கிடைத்தால் எல்லாவற்றையும் வேறுவிதமாகச் செய்ய வேண்டும் என்று ஸ்ரீராமும் அனிதாவும் அடிக்கடி பேசுவார்கள். ஆனால் எப்படி அவற்றைச் சிறப்பாகச் செய்வது?

"உலக அளவிலான ஒரு சிறந்த அனுபவத்தை உருவாக்கு வதற்கான தேவை உள்ளது என்பது எங்களுக்கு எப்போதும் தோன்றிக் கொண்டே இருந்தது. அந்த நேரத்தில் நாங்கள் இந்தியாவைவிட்டு வேறு எங்கும் சென்றதே இல்லை, உலகத்தரமான கடைகளைப் பார்த்ததே இல்லை, உலகத்தரம் பற்றிய எண்ணங்கள் எல்லாமே நாங்கள் விரும்பிப் படித்த மிகச் சிறந்த புத்தகங்களிலிருந்து வந்தவை."

தவிர, புத்தகங்களை வெறுமனே விற்பது மட்டுமல்ல, ஒரு அனுபவத்தை உருவாக்குவது என்பதாகும். அந்த இடமே வரவேற்பது போல் இருக்கவேண்டும், *புத்தகப் புழுக்களை* மட்டுமல்லாமல் ஆவலோடு வருகிற எல்லோரையும், குழந்தைகள், குடும்பங்கள் பொழுதைக்கழிக்கத் தேடிக்கொண்டு வரும் இடம், மிகுந்த சுவாரசியம் உள்ளதாக இருக்கவேண்டும்.

கடைக்குப் பெயர் வைப்பதிலிருந்து அது தொடங்கிற்று. 'க்ராஸ்வேர்ட்' (**Crossword**) - எளிமையானது, நினைவில் இருக்கக்கூடியது, ஐந்து வயதுக் குழந்தைக்கும் புரியக்கூடியது. பிறகு, கடையில் எதை எதை எங்கு வைப்பது என்ற திட்டம்.

அது பெரிதாக, மிகப் பெரிதாக இருக்கவேண்டும். ஏனெனில் அந்த காலக்கட்டத்தில் எந்தெந்த துறையில் எவையெல்லாம் இருக்கிறதோ அந்தப் புத்தகங்கள் எல்லாம் இங்கு இருக்க வேண்டும்.

அலமாரிகளிலிருக்கும் புத்தகங்களைத் தேட வாடிக்கை யாளர்களுக்கு அனுமதி வழங்கப்படும், அவர்களுக்கு விருப்பம் இருந்தால் அங்கேயே உட்கார்ந்து கொண்டு இலவசமாகப் படித்துப் பார்க்கலாம். ஆனால் இதற்கும் ஒரு நல்ல காரணம் இருந்தது!

அந்தக் காலத்தில் எல்லாப் புத்தகக் கடைகளும் குறைந்த பட்சம் 10% தள்ளுபடியில் புத்தகங்களை விற்றன. ஆனால் இங்கு முழு விலைக்கு அவை விற்கப்படும்.

"தள்ளுபடி தரவில்லை என்று நாங்கள் சொல்லிவிட்டால் அதை ஈடுகட்ட ஒரு மதிப்பான முறையைக் கட்டாயமாக நாங்கள் உருவாக்கித்தர வேண்டும். அப்போது தான் தள்ளுபடியைப் பற்றி கவலை இல்லை, இங்கு வருவது எனக்குப் பிடிக்கும், என் வாழ்க்கையில் பலவற்றைப் பெற முடிகிறது என்று அவர்கள் சொல்வார்கள்!"

அவர்களுக்குத் தேவையான ஏதோ ஒன்றை ஸ்ரீராமும் அனிதாவும் உருவாக்க வேண்டியிருந்தது. நல்லவேளையாக அவர்களுக்கு 6000 சதுர அடி இடம் இருந்தது. அந்தக் குறுகிய மாடிப்படி வழியாக மக்களை இங்கு கவர்ந்திழுக்க வேண்டுமானால் அவர்கள் என்ன செய்யவேண்டும்? இதற்கான முதல்நிலை, ஒரு வடிவமைப்புப் பொறியாளரை அமர்த்துவது.

"அந்தக் காலத்தில் சில்லரை வர்த்தக் கடைகளுக்கு வடிவமைப்பதற்குத் தொழில் ரீதியானவர்களைப் பணியில் அமர்த்த மாட்டார்கள்; ஆனால் வடிவமைப்பு மிகவும் முக்கியம் என்பதை நாங்கள் அறிந்திருந்தோம். சின்னச் சின்னதான ஒவ்வொரு விஷயத்திலும் நாங்கள் எங்களுடைய நேரத்தையும் சக்தியையும் செலவழித்தோம்."

அலமாரிகளின் உயரம்-பொருளாதார ரீதியாகப் பார்க்கும்பொழுது உயரமான அலமாரிகள் இருப்பது தான் லாபகரமானது. அதற்கு மாறாக ஐந்து அடி உயரத்திற்கு மேல் அவை இருக்கக்கூடாது என்று இவர்கள் தீர்மானித்தார்கள்.

"ஏன் ஐந்து அடி?"

"ஏனெனில் ஒரு சராசரி இந்தியப் பெண்ணின் உயரம்

ஐந்தடி ஒரு அங்குலம் என்பதை நாங்கள் கவனித்திருந் தோம். தவிரக் கடையின் ஒரு முனையிலிருந்து பார்த்தால் அடுத்த முனைவரை தெரியவேண்டும் என்ற வகையில் அலமாரிகளை அமைக்க வேண்டும் என்று நாங்கள் விரும்பினோம்."

பிறகு புத்தகங்களை எல்லாம் வகைப்படுத்த வேண்டும்; வருபவர்களுக்குத் தங்களுக்கு வேண்டியதைத் தேடுவது எளிதாக இருக்கும். பெரியதுறைகளான வியாபாரமேலாண்மை போன்றவை மேலும் சிறுசிறு பிரிவுகளாகப் பிரிக்கப்பட்டன. அகர வரிசையில் புத்தகங்கள் ஒழுங்காக அடுக்கப் பட்டன. என்னென்ன துறை என்று அவற்றின் பெயர்கள் அலமாரிகளில் ஒட்டப் பட்டன. வருபவர்களுக்கு அங்கு சென்று அவற்றை எடுத்துக்கொள்வது எளிதாக இருந்தது.

சிறிய மரத்தாலான முக்காலிகளும் சிறந்த கருப்பு நிற நூலக நாற்காலிகளும் அங்கு போடப்பட்டிருந்தன. அங்கு உட்கார்ந்து நிதானமாகப் புத்தகங்களைப் புரட்டுவது வாடிக்கையாளர்களுக்குச் சந்தோஷத்தைக் கொடுத்தது.

"வகைவகையான அவ்வளவு புத்தகங்கள் இருக்கும்போது அவற்றைப் புரட்டிப் பார்க்க அரை மணி அல்லது ஒரு மணிநேரம் தேவைப்படும். அதனால் அங்கு ஒரு கழிவறை இருப்பது அவசியமாகிறது!"

இவ்வளவு விவரங்கள் எல்லாம் குறைந்த விலையில் கிடைக்கவில்லை- புத்தகங்கள் எல்லாவற்றையும் சேர்த்து ரூ.50 லட்சம் ஆயிற்று. ஒரு சதுர அடிக்கு ரூ.800 ஆயிற்று. மிக விரைவாக 2 ½ மாதங்களில் எல்லாம் முடிக்கப்பட்டது.

1992, அக்டோபர் 15 ம் தேதி, க்ராஸ்வேர்டின் முதல் புத்தகக்கடை திறக்கப்பட்டது. எதையும் அவநம்பிக்கை யோடு பார்ப்பவர்கள் 'இரண்டு மூன்று மாதங்களில் இது மூடப்பட்டுவிடும்' என்றார்கள். முதல் ஆறு மாதங்களுக்குள்ளாக எல்லோருடைய எதிர்பார்ப்பிற்கும் மேல் அது செயல்பட்டது.

"உண்மையில் எல்லாமே வாய்மூலமாகப் பரவியதுதான். ஆனால் புதிதான, சுவாரசியமான வழிகளில் நாங்களும் கடையைப் பற்றி மக்களிடம் பரப்பினோம். விளம்பரத்திற் கென்று ஒரு நயா பைசா கூட நாங்கள் செலவழிக்க வில்லை!"

வாரக்கடைசி நாட்களில் குழந்தைகளுக்காக இலவசமாக

> 'க்ராஸ்வேர்டில்' புத்தகம் எடுப்பவர் பலர்,
> "நீங்கள் செய்வது எனக்குப் பிடிக்கிறது, நாங்கள் இங்கு பணியாற்றலாமா என்று கேட்டுக்கொண்டு வந்தார்கள்."

'படித்தல்' என்ற பழக்கம் ஆரம்பித்தது. லேண்ட்மார்க்கில் இருந்தபோது முறையாக இல்லாமல் அவ்வப்போது அனிதா இதைச் செய்திருந்தார். க்ராஸ்வேர்டில் அப்படிப் படிப்பது அதனுடைய கலாச்சாரத்தின் ஒரு பகுதியாயிற்று, இதன் மூலம் 'நான் மாறுபட்டவன்,' 'தனியாகத் தெரிபவன்' என்று சொல்லுகின்ற ஒரு வழியாயிற்று.

"பிறகு முக்கியமான ஒரு விஷயம் இருக்கிறது என்பதைப்புரிந்து கொண்டோம்-அது எழுத்தாளர் மட்டுமே. எழுத்தாளர்களை நேரடியாகக் கடைக்கு அழைத்துவந்து அவர் எழுதியவற்றைப் படிக்கச்சொல்லி, புத்தகத்தை வெளியிடுவது என்று தீர்மானித்தோம். இதை ஊடகங்கள் செய்தியாக வெளியிட்டன."

மற்றொரு புதுமை, ஞாயிற்றுக் கிழமைகளில் கடையைத் திறந்து வைப்பது. அன்று வார்டன் ரோடில் எல்லாக் கடைகளும் மூடப்பட்டிருக்கும். ஆறு மாதங்களுக்குள்ளாக இந்தக் கடையில் வாரத்தில் ஞாயிற்றுக் கிழமை மட்டுமே மிக அதிக அளவு விற்பனை ஆகும் தினமாக மாறியது. தவிர, குடும்பத்தினர் அனைவரும் ஒன்றாக வந்து நேரத்தைச் செலவிடக் கூடிய இடமாக இக்கடை மாறியது.

இதைக்கருத்தில் கொண்டு 20% இடம் குழந்தைகள் புத்தகங்களுக்காக ஒதுக்கப்பட்டது. புத்தகங்கள் அல்லாமல் சிடிக்கள், பரிசுப் பொருட்கள், வாழ்த்து அட்டைகள் போன்றவையும் விற்கப்பட்டன.

"புத்தகங்களைவிட பொம்மைகளுக்கும் எழுதுபொருட்களுக்கும் கிடைத்த லாபம் குறைவு.* ஆனால் இவை எல்லாவற்றையும் கலவையாக ஒரே இடத்தில் விற்றதால் குடும்பத்தின் ஒவ்வொருவரின் தேவையையும் பூர்த்தி செய்ய முடிந்தது."

இவ்வாறு புதுப்புது விஷயங்களைச் செய்வது ஒரு முறை செய்யக்கூடிய செயல் மட்டுமல்ல, தொடர்ந்து செய்யக்கூடிய நிலை அது. ஒரு பெரிய "ஆஹா" தருணம் மட்டும் போதாது.

---

*பொம்மைகளில் பொதுவாக லாபம் 18-20% புத்தகங்களுக்கு 20-40%

வருபவர்களிடம் பேசும்போது, அவர்களை உன்னிப்பாகக் கவனிப்பதன் மூலம் பெறும் சின்னச் சின்ன விஷயங்களும் முக்கியமானவை.

உதாரணமாகப் பலர் கடைமுழுவதும் சுற்றிப்பார்க்கும் பொழுது அங்கங்கு எடுக்கும் புத்தகங்களை ஒரு அடுக்காகத் தூக்கிக்கொண்டு அலைவார்கள்.

அவர்களுடைய வசதிக்காக ஒரு கூடையை ஏன் வடிவமைக்கக் கூடாது?

தன் சொந்த 'மிகச் சிறந்த விற்பனையாகும்' லிஸ்ட்டை உடைய முதல் இந்தியப் புத்தகக்கடை க்ராஸ்வேர்ட்தான். மக்களுக்கு இந்தக் கருத்து மிகவும் பிடித்தது; அதன் மூலமாக 'ஸ்ரீராம் பரிந்துரை செய்வது' என்ற வாசகம் ஒட்டப்பட்ட தனியான அலமாரி ஒன்றும் உருவானது. புத்தகங்களை மிகவும் விரும்பும் இந்தச் செயல்துறை அதிகாரி மிகச் சிறப்பானவை என்று உறுதி கூறும் புத்தகங்கள் அங்கு இருக்கும்.

உண்மையில் இவர்களுக்கு வாடிக்கையாளர்கள் மீது மிகுந்த நம்பிக்கை இருந்தது. அதனால் 'பொருட்களும் சேவைகளும் விற்கப்பட்ட பிறகும் மாற்றிக் கொடுக்கப்படும்' என்ற வரியைத் தங்கள் பில்லில் அச்சடித்திருந்தனர்.

ஒரு சதவிகிதத்தினருக்கும் குறைவானவர்களே மாற்றிக் கொள்வதற்காகத் திரும்பி வந்தனர். அவர்களுள் 90% பரிசாக வந்தவற்றை மாற்றிக் கொள்ள வந்தவர்கள். இன்னும் ஒரு புதுமை, அவர்கள் புத்தகங்களை அடுக்கி வைத்திருந்த விதம்.

ஸ்ரீராமும் அனிதாவும் புதிதுபுதிதாக சுவாரசியமாக பலவகைகளில் அவற்றை மேஜைகளில் வைப்பார்கள். பின்னர்தான் அவ்வாறு அமைப்பதற்கு தனிப்பெயரே உண்டு ('விஷுவல் மெர்க்கன்டைசிங்' காட்சிப் படுத்தி வணிகம் செய்வது) என்பதை அவர்கள் அறிந்தார்கள்.

ஆனால் ஏன் இத்தனை சிரமம் எடுத்துக்கொள்ள வேண்டும்?

"ஒரு புத்தகம் புகழ்பெற வேண்டுமானால் மிகச் சிறந்ததாக இருக்க வேண்டும், எழுத்தாளர்கள்-சிறந்த எழுத்தாளர்கள்-அதைச்சிறப்பாக எழுதுவதற்கு அதிக முயற்சி எடுத்துக் கொள்கிறார்கள். ஒரு மிகச் சாதாரணமானதாக எழுத அவர்கள் முற்படுவதில்லை. அது தான் எங்களுக்கு

உந்து சக்தியாக இருந்திருக்க வேண்டும் என்று நான் நினைக்கிறேன். அந்தச் சிறந்த புத்தகங்களின் விற்பனை மேலும் மேலும் சிறப்பாக ஆக்குவதற்கு மேலும் மேலும் முயற்சி செய்ய வேண்டும்."

கடையின் முன்னணியில் மட்டும் இவை செய்யப்படவில்லை.

1992ல் எல்லாக்கடைகளிலும் பில் முதலியவை கையால் எழுதப்பட்டன. ஸ்ரீராமும் அனிதாவும் இதை மாற்றத் தீர்மானித்தார்கள். விற்பனை மற்றும் கையிருப்புப் பொருட்களை நிர்வாகம் செய்வதற்கு ஒரு மென் பொருளை உருவாக்க வேண்டும் என்று ஒரு சிறு நிறுவனத்தை அணுகினார்கள்.

"இதற்கு என்ன அர்த்தம்?" என்று கோபமாகக் கேட்டார் மீர்சந்தானி.

"சார், நாளைக்கு வாருங்கள். ஏன் என்று உங்களுக்குக் காட்டுகிறேன், என்றார் அனிதா.

அடுத்த நாள் காலை அவர் வந்தபோது துறை வகையாக, பாகங்கள் வகையாக, விலை மதிப்பு வகையாக என்று 5 வகையாகப் பிரிக்கப்பட்ட விற்பனை விவரங்களை அனிதா அவரிடம் காண்பித்தார். இவற்றின் மதிப்பை உடனே புரிந்துகொண்டார் அந்த முதியவர்.

"ஒவ்வொரு நாளும் எதெது விற்பனையாகிறது என்பதை அறிந்து கொள்வது எங்களுடைய ரகசிய ஆயுதம். எந்தப் பொருள்களுக்குத் தேவை இருக்கிறதோ அதை அதிகமாக நாங்கள் வாங்கி வைக்கமுடியும்!"

இரண்டாண்டுகளுக்குள்ளாக மும்பையில் வலுவாகக் காலூன்றிக் கொண்டது க்ராஸ்வேர்ட்; நல்ல லாபமும் கிடைத்தது. இரண்டாவது கடையை டெல்லியில் திறக்குமாறு இவர்கள் இருவரும் மீர்சந்தானியிடம் சொன்னார்கள்.

5000-6000 சதுர அடி கொண்ட ஒரு இடத்தைக் கண்டுபிடிப்பது கஷ்டமாக இருந்தது. இறுதியாக சவுத் எக்ஸ்டென்ஷனில் இபோனி என்ற பல்பொருள் அங்காடியில் இரண்டாவது மாடியில் இடம் கிடைத்தது. அந்தக் கடை மிக நன்றாகப் போயிற்று, ஆனால் புத்தக வியாபாரம் அவ்வளவு எடுபடவில்லை. இதற்குப்பிறகு விரிவாக்கம் செய்வதற்கு IBH விரும்பவில்லை.

சில்லரை வர்த்தகத்திற்கு இப்போதும் வங்கிகள் கடன் கொடுக்கவில்லை. ஆனால் நாடு முழுவதிலுமாக இருக்கின்ற ஒரு புத்தகக்கடைக்கான தேவை உள்ளது என்பதில் ஸ்ரீராமும் அனிதாவும் உறுதியாக இருந்தார்கள்.

"இது மிகவும் முட்டாள்தனமான யோசனை என்று நீங்கள் சொல்லலாம். ஆனால் வியப்புக்குரிய வகையில், பொருளாதார மந்த நிலை அல்லது சவாலான நேரங்களில்தான் வெற்றிகரமான பல வியாபாரங்கள் ஏற்படுத்தப்பட்டிருக்கின்றன."

பிராஞ்சைஸ் கொடுப்பதற்கு வாய்ப்பு இருக்கிறதா என்று தேடினார்கள். ஆனால் க்ராஸ்வேர்ட் அத்தகைய ஒரு வியாபாரமா? ஒரு வெற்றிகரமான புத்தகக் கடையாக ஆக்குவதற்கு ஒரு தனிநபர் சூத்திரம் ஏதாவது அவர்களிடம் இருந்ததா?

இந்தப் பிரச்சனைகளைப்பற்றி எல்லாம் அவர்கள் திரும்பத்திரும்ப யோசித்துக் கொண்டிருந்த நேரத்தில் மும்பைக் கடைக்கு ஒரு இளம் தம்பதி வந்தனர். கௌரவ் ஷாவும் அவர் மனைவி சுப்ரியாவும் புத்தகங்கள் மீது பேரன்பு கொண்டவர்கள்; கௌரவ் அமெரிக்காவில் எம் எஸ் படித்தவர். குளிர்பதனப் பெட்டிகளை விற்று வந்தார். ஆனால் இவர்கள் தங்களது சொந்த ஊரான அகமதாபாத்தில் ஒரு சிறிய புத்தகக் கடையைத் திறக்கவேண்டும் என்று கனவு கண்டுகொண்டிருந்தார்கள்.

"நேப்பின் சீ ரோடில் வசித்த அவருடைய அத்தை க்ராஸ்வேர்டு புத்தகக் கடைக்குச் சென்று பார்க்கச் சொன்னார். இந்தக் கடையை தொடங்கியவர்களை அவர்கள் பார்க்க விரும்பினார்கள்."

ஒன்றிலிருந்து மற்றொன்று என்பதாகச் செயல்கள் நடந்தன. 1995 அக்டோபரில் கௌரவும் அவர் மனைவி சுப்ரியாவும் க்ராஸ்வேர்டின் முதல் பிராஞ்சைஸ் பெற்றுக் கொண்டனர்; அகமதாபாத்தில் மிதாகாலியில் கடையைத் திறந்தனர்.

பெரிய இடத்தைக் கண்டுபிடிப்பது ஒரு பிரச்சனையாக இருந்தது. வழக்கத்திற்கு மாறான இடங்களைத் தேடுமாறு ஸ்ரீராம் யோசனை கூறினார். இறுதியாக அவர்கள் ஒரு கட்டிடத்தின் அடித்தளத்தைத் (Basement) தேர்ந்தெடுத்தார்கள். இதுவரை எல்லாம் சரி. ஆனால் நீங்கள் விரும்பும்வரை 'எந்தப் புத்தகத்தை வேண்டுமானாலும்

படிக்கலாம்' என்ற க்ராஸ்வேர்டின் விதிமுறை அகமதாபாத்தில் செல்லுபடியாகுமா? ஷா தம்பதி நம்பிக்கையற்று இருந்தார்கள்.

க்ராஸ்வேர்டின் உள் அலங்காரம், மேஜை நாற்காலிகள், மற்றும் புத்தகங்களை அடுக்குவது போன்றவற்றை அவர்கள் அதே மாதிரி அழகாகச் செய்தார்கள். ஆனால் ஒரு கறுப்பு அட்டையைச் செருகி இருந்தார்கள். அதில் 'தயவுசெய்து 15 நிமிடங்களுக்குமேல் புத்தகத்தைப் புரட்டவேண்டாம்' என்று எழுதப்பட்டிருந்தது.

ஆனால் விரைவிலேயே அந்த அட்டைகள் காணாமல் போய்விட்டன. ஆறு மாதங்களுக்குள்ளாக அந்த அகமதாபாத் கடையிலும் கூட்டம் நிரம்பி வழிந்தது; ஃபிராஞ்சைஸ் ஒப்பந்தத்திற்கும் மேலாக பல முக்காலிகளும், நாற்காலிகளும் போடப்பட்டன.

"சிரித்தவாறு பெருமிதத்தோடு கௌரவ் சொல்லுவார், 'பாருங்கள் அந்தக் குழந்தைகளை! எவ்வளவு அழகாக உட்கார்ந்து படித்துக் கொண்டிருக்கின்றன!' "

ஷா தம்பதிக்கு இவர்கள் மீதிருந்த நம்பிக்கை பெரிய அளவு லாபத்தை ஈட்டிக்கொடுத்தது.

விரைவாகப் பூனே மற்றும் பரோடாவில் ஃபிராஞ்சைஸ் கடைகள் திறக்கப்பட்டன. ஒவ்வொரு கடையும் மும்பை நிறுவனத்திற்கு உரிமைத் தொகை கொடுத்தது; பதிலாக உள்கட்டமைப்பு, மென்பொருள் ஆதரவு (சரியான புத்தகங்களை வாங்கிக் கடையில் வைப்பதற்கு இவை மிகவும் முக்கியம்) போன்ற எல்லாவற்றையும் இவர்களிடமிருந்து பெற்றது.

1998க்குள்ளாக க்ராஸ்வேர்டிற்கு ஏழு கடைகள் இருந்தன; வருமானம் ரூ 16 கோடி. ஆனால் அது மட்டும் போதுமானதாக இல்லை.

"மேலும் பலப்பல கடைகளைத் திறக்கவேண்டுமென்று நான் எண்ணத் தொடங்கினேன், அப்போதுதான் ஒரு முக்கியமான உண்மை எங்களுக்குப் புரிந்தது - மும்பையிலிருந்து டெல்லி, பிறகு அங்கிருந்து அகமதாபாத் என்று ஒவ்வொரு ஊரில் கடை திறப்பது, புத்திசாலித்தனமான செயல் அல்ல. எந்த ஒரு நகரத்திலுமே ஒரு பெரிய தாக்கத்தை நாங்கள் ஏற்படுத்தவில்லை அல்லது மேலும் வளர்வதற்கான அனுகூலங்களை அனுபவிக்கவில்லை."

இன்னும் சிறந்த தொழில்நுட்பம் தவிர ஊழியர்கள் ஆகியவற்றில் நிறுவனம் அதிகமாக முதலீடு செய்ய வேண்டும் என்பது ஸ்ரீராமுக்குப் புரிந்தது. ஆனால் இதை அவர் எவ்வாறு செய்யப்போகிறார்?

"இந்த விஷயங்களெல்லாம் எனக்குத் தெரியாது. அவற்றைப் பற்றியெல்லாம் படிக்கத் தொடங்கினேன். சில வாடிக்கையாளர்களிடம் பேசினேன்(எனக்குப் பிடித்த விஷயம் அது); அவர்களில் சிலர் வியாபார வங்கிகளில் பணியாற்றுபவர்கள். முதலீட்டை அதிகரிக்குமாறு எனக்கு ஆலோசனை கூறினார்கள்."

ஐபிஎச்சிடமிருந்து பங்கு பற்றிய விவரங்களை ஸ்ரீராம் எழுதி வாங்கிக் கொண்டார். SSKI என்ற வங்கியிடம் முதலீட்டாளரைக் கண்டுபிடிக்குமாறு கூறினார். கிட்டத்தட்ட 20 முதலீட்டாளர்கள் ஆர்வத்தோடு முன்வந்தார்கள். எல்லாவற்றையும் ஆராய்ந்தபிறகு ஷாப்பர்ஸ் ஸ்டாப் மற்றும் ICICI Venture ஆகிய நிறுவங்களை ஸ்ரீராம் தேர்ந்தெடுத்தார்.

"இரண்டு மூன்றுபேர் இவர்களைவிட அதிகப்பணம் தருவதற்குத் தயாராக இருந்தனர்; ஆனால் சில்லறை வர்த்தகத்திலும், வீடு மனை விற்பதிலும் அர்ப்பணிப்போடு இருப்பவர்களோடு இணைவது முக்கியம் என்று நாங்கள் கருதினோம். தவிர, ஷாப்பர்ஸ் ஸ்டாப்பின் செயல்துறை அதிகாரியான பி.எஸ். நாகேஷுடன் எங்களுக்கு நல்ல தொடர்பு இருந்தது."

2000 ஆண்டின் மார்ச் மாதத்தில் 'பண நெருக்கடியில்' ஒப்பந்தம் முடிவு செய்யப்பட்டது. இதற்குப் பொருள் நிறுவனத்தின் முழுக் கையிருப்பும் (ரூ 1 கோடி லாபம் உட்பட) IBH ச்சுக்குச் சென்றது. 100% உரிமைப்பங்கு, செயல்படத் தேவையான பணம், பிராண்ட் பெயர் ஆகியவை வாங்குபவருக்குச் சென்றது.

ஸ்ரீராமுக்கும் அனிதாவிற்கும் ஒரு சிறு பகுதி உரிமைப் பங்கு கிடைத்தது.

ஐபிஎச் மிகவும் மகிழ்ச்சியாக இருந்தது. ஆரம்ப முதலீட்டைப் போல் 15 மடங்கு அவர்களுக்குக் கிடைத்தது. தவிர மும்பைக் கடையை 5 ஆண்டுகளுக்கு க்ராஸ்வேர்ட் குத்தகைக்கு எடுத்தது; அவர்களிடமிருந்து பொருட்களை வாங்கிக் கொண்டன.

ஆனால் புத்தகக் கடைக்கு இவை எல்லாம் சிறப்பானதாகச் செயல்படவில்லை. ஷாப்பர்ஸ் ஸ்டாப்புக்குப் பிரச்சினைகள் ஏற்பட்டன. அதையும் தவிர அவர்களுக்கு ஆதரவு அளித்த ICICI Venture குழு நிறுவனத்தை விட்டுச் சென்று விட்டது. புதுக்குழு கிட்டத்தட்ட ஒரு ஆண்டு காலத்திற்கு இந்த நடவடிக்கையைத் தொங்கலில் வைத்திருந்தது.

க்ராஸ்வேர்டிற்கு ICICI கொடுக்கவேண்டியிருந்த பணம் கொடுக்கப்படவில்லை. அதனால் ஷாப்பர்ஸ் ஸ்டாப் இந்தப் பணத்தை ICICIக்குக் கடனாகக் கொடுத்தது. அதற்கான வட்டியை க்ராஸ்வேர்டைக் கட்டச் சொன்னது.

"இதற்கிடையில் எங்களுடைய செலவினங்கள் அதிகரித்தன. சங்கிலித் தொடர் நடவடிக்கைக்காக எங்கள் கார்ப்பரேட் குழுவை நாங்கள் விரிவாக்கியிருந்தோம். நாங்கள் மிகவும் கஷ்டப்பட்டுப் பணியாற்ற வேண்டியிருந்தது. செயல்படத் தேவையான பணத்தைப் பெருமளவிற்கு நீட்டிக்க வேண்டியிருந்தது. எங்களுடைய செயல் திட்டங்களை மாற்றிக் கொள்ள வேண்டியிருந்தது."

தன்னுடைய கடைகளுக்குள் ஷாப்பர்ஸ் ஸ்டாப் புத்தகக் கடைக்கு இடம் ஒதுக்கியது. 'கடைக்குள் கடை' என்ற கருத்து தோன்றியது. இது பின்னர் பெட்ரோல் பங்க்குகளுக்கும் அடுக்குமாடி வளாகங்களுக்கும் விரிவாக்கம் செய்யப் பட்டது. சிறப்பாக விற்பனையானப் புத்தகங்களுக்கு அதிக முக்கியத்துவம் தரப்பட்டது. ஏனெனில் அவை மூலம்தான் பணம் உடனடியாகக் கைக்கு வந்தது.

இவற்றைச் சொல்லும்போது ஸ்ரீராம் மகிழ்ச்சியாக இல்லை.

"எனக்கு இது திருப்தியாக இல்லை. ஆனால் எனக்கு வேறு வழி இல்லை. எல்லாப் பிரச்சனைகளுக்கும் சிரமங்களுக்கும் இடையில் நாடு முழுவதும் விரிவாக்கம் செய்ய எங்களால் முடிந்தது, ஆனால்..."

அந்தக் கிளர்ச்சியும் உற்சாகமும் போய்விட்டது. முதலில், 2004ல் அனிதா வெளியேறினார், பின்னர் 2006ல் ஸ்ரீராம்.

"இதைச் செய்வதற்கு எனக்கு மிகவும் கஷ்டமாக இருந்தது. பல ஆண்டுகள் இதைப்பற்றி நினைத்துக் கொண்டிருந்தேன். இறுதியாக ஒன்று புரிந்தது. என் வாழ்நாள் முழுவதும் எனக்குப் பெரு விருப்பமுள்ள விஷயங்களை மட்டுமே நான் செய்திருக்கிறேன் என்பதை உணர்ந்தேன். இனிமேல்

இதைச் செய்வதில் எனக்கு எந்த மகிழ்ச்சியும் இல்லை என்றால் அதைவிட்டு விலகுவதற்கான நேரம் வந்துவிட்டது என்பது பொருள்."

லாபகரமான பல வாய்ப்புகள் அவருக்கு வந்தன. மற்றொரு தொடர் புத்தகக் கடையை அமைக்குமாறு கேட்டனர். ஆனால் ஸ்ரீராமும் அனிதாவும் அதை ஏற்கவில்லை.

வருடாந்திர க்ராஸ்வேர்ட் புத்தக விருது நிகழ்ச்சியில் ஸ்ரீராம் தொடர்ந்து பங்கேற்கிறார். ஆனால் எந்தப் பதவியையோ அதிகாரத்தையோ அவர் ஏற்கவில்லை. இருப்பினும் அவருடைய ஆத்மா அங்கு வாழ்கிறது என்று நான் நினைக்கிறேன்.

"ஒரு குறிக்கோளோடு நாம் வாழ்வது, பிறகு ஏதோ ஒன்றை இறுதியாகக் கட்டி அமைப்பது என்பது முக்கியம். அதுதான் மற்றவர்களிடம் இருந்து நம்மைப் பிரிக்கிறது. படிக்கின்ற ஒரு கலாச்சாரத்தை உருவாக்குவதுதான் எங்கள் குறிக்கோளே தவிர புத்தகங்களை விற்பதிலிருந்து பணம் சம்பாதிப்பது அல்ல!"

"க்ராஸ்வேர்டில் மிகச்சிறப்பாகப் பணியாற்றியவர்களுள் பலர், நேரடியாக என்னிடம் வந்து, "நீங்கள் செய்வது எனக்குப் பிடித்திருக்கிறது நான் இங்கு பணியாற்றலாமா? என்று கேட்டவர்கள்."

அத்தகையோர்தான் அந்தக் கிருமியை (படிக்கும் ஆசை என்ற கிருமியை) முன்னெடுத்துச் சென்றவர்கள்-அடுத்தது என்ன என்று ஸ்ரீராம் நினைத்துக் கொண்டிருந்த நேரத்திலும்.

"எனக்குப் பல விஷயங்களில் பெரிய அளவில் விருப்பம் இருந்ததை நான் புரிந்துகொண்டேன். வியாபாரத்தை நடத்துவதைவிட வியாபாரத்தைக் கட்டி எழுப்பி மேலே செல்வதற்கு உதவ நான் விரும்பினேன். மேலும் சமூகத்தில் ஏதேனும் மாற்றம் கொண்டுவரவேண்டும் என்றும் நான் விரும்பினேன்."

ஆலோசனைத் திட்டங்களுக்கும் லாபம் தராத செயல்பாடுகளுக்கும் இடையே தன்னுடைய நேரத்தை ஸ்ரீராம் செலவழிக்கிறார். 'நெக்ஸ்ட் பிராக்டீஸ் ரீடெய்ல்' (Next Practice Retail) என்ற நிறுவனத்தை மற்றொருவருடன் இணைந்து தொடங்கியுள்ளார். மேலும் ஸ்நேகா தவிர

'ப்ரதம்புக்ஸ்' * போன்றவற்றில் ஆலோசனை அங்கத்தினராக இருக்கிறார்.

தி இண்டஸ் ஆண்ட்ரப்ரானார்ஸ் The Indus Entrepreneurs (TIE) மும்பை சாப்டரின் தலைவர். தவிர வாழ்க்கை மற்றும் பிரபஞ்சம் பற்றிய அறிவைப் புதிதாகத் தொடங்கும் தொழில் முனை வோரிடமும் பல பிஸினஸ் பள்ளிகளிலும் பகிர்ந்து கொள்கிறார்.

பிறகு காவ்யா இருக்கிறாள். ஐந்து வயதாகிறது. அனிதாவிற்கும் ஸ்ரீராமிற்கும் அவள் ஒரு புதிய உலகைத் திறந்திருக்கிறாள்.

"நாங்கள் காவ்யாவைத் தத்தெடுத்துக் கொண்டிருக்கி றோம். இளைஞர்களாக இருக்கும்போதே ஒரு குழந்தையைத் தத்தெடுத்துக் கொள்ளவேண்டும் என்பது எங்கள் விருப்பம். ராதிகா என்ற 14 வயதுப் பெண் (என் உறவினள்) எங்களுடன் வசிக்கிறாள்."

ஆறு ஆண்டுகளுக்கு முன்பு அவர்கள் திருமணம் செய்துகொண்டார்கள். ஆனால் அதற்குப் பல ஆண்டுகளுக்கு முன்பிருந்தே அவர்கள் ஒன்றாக வசித்து வருகிறார்கள்.

"எங்களுக்குத் திருமணம் என்ற பந்தத்தில் நம்பிக்கை இல்லை. அது தேவை என்று நாங்கள் நினைக்கவில்லை. ஆனால் தத்தெடுத்துக் கொள்ள வேண்டுமென்றால் திருமணமாகி தம்பதியாக இருப்பது எளிதாக இருக்கிறது."

இது புரட்சி என்பதில்லை. ஆனால் திட நம்பிக்கை.

"நான் எதை நம்புகிறேனோ அதைச் செய்கிறேன். மற்றவர் யாருக்கும் எந்தத் தீங்கையும் உங்கள் நம்பிக்கை இழைக்கவில்லை என்றால் உங்கள் வாழ்க்கையை நீங்கள் விரும்பும் வழியில் வாழலாம்!"

உங்களுடைய சாம்ராஜ்ஜியத்திற்கான சாவிகளை நீங்கள் பெற்றுக் கொள்ளுங்கள், உங்களுடைய கனவுகளின் மீது அரசாட்சி செய்யுங்கள்!

---

* இவர்கள் குறைந்த விலையில் குழந்தைகளுக்குத் தரமான புத்தகங்களை வெளியிடுகிறார்கள். SNEHA (சொசைட்டி ஃபார் நியூட்ரிஷன், எஜுகேஷன், ஹெல்த் ஆக்ஷன்)

இளம் தொழிலதிபர்களுக்கு...

என்னிடம் நிறைய அறிவுரைகள் இருக்கின்றன. ஆனால் அவற்றை எல்லாம் அவர்கள் கேட்பதற்கான அவசியம் இருப்பதாக எனக்குத் தோன்றவில்லை. நீங்கள் சொல்வதையே நீங்கள் கேட்கவேண்டும். மற்றவர்கள் சொல்வதை எல்லாம் நீங்கள் கேட்கவேண்டும், ஆனால் எது உங்களுக்கு பொருத்தமானது என்பதையும், எது உங்களுக்குச் செயல்படும் என்பதையும் இறுதியாக நீங்கள்தான் கண்டுபிடிக்க வேண்டும்.

ஸ்டார்பக்ஸ் நிறுவனர் ஒருமுறை சொன்னார், "வெற்றி பெறுவதற்கு எது புத்திசாலித்தனம் என்று மற்றவர்கள் நினைப்பதைவிட நீங்கள் அதிகமாக அக்கறை எடுத்துக் கொள்ள வேண்டும். எது பாதுகாப்பானது என்று மற்றவர் நினைப்பதைவிட அதிக ஆபத்தானதை நீங்கள் தேர்ந்தெடுக்கவேண்டும். மற்றவர்கள் நினைத்துச் செயல்படுத்துவதைவிட நீங்கள் அதிக அளவு கனவு காண வேண்டும். மேலும் எது சாத்தியம் என்று மற்றவர்கள் நினைப்பதைவிட அதிகமானதை நீங்கள் எதிர்பார்க்கவேண்டும்."

நீங்கள் எதைச் செய்வதாக இருந்தாலும் அதைப்பற்றி ஆழமாக அக்கறை எடுத்துக்கொள்ளவேண்டும். மற்றவர்கள் உங்களிடம் வந்து நீங்கள் அதிகமாக அக்கறை எடுத்துக்கொள்கிறீர்கள் என்று சொல்லலாம். ஆனால் வாழ்க்கையில் எதையோ சாதித்தவர்களுக்கிடையே உள்ள பொதுவான குணம் அது என்று நான் நினைக்கிறேன்.

அடுத்தவர்கள் பாதுகாப்பானது என்று நினைப்பதற்கு மேலான ஆபத்துகளை நீங்கள் எதிர்கொள்ளவேண்டும். 'நிஜ வாழ்க்கைக்கு வா' என்று அடிக்கடி மற்றவர்கள் சொல்லிக்கொண்டிருந்த போதிலும் நீங்கள் நிச்சயமாகக் கனவு காணவேண்டும்.

அரவிந்த் கண் மருத்துவமனை டாக்டர் வெங்கடசுவாமி சொல்வதை நானும் திருப்பிச் சொல்ல விரும்புகிறேன். அவர் சொன்னார், "புத்திசாலித்தனமும் தகுதியும் மட்டும்

போதாது, மிக அழகான எதையோ ஒன்றைச் செய்வதில் மகிழ்ச்சியும் இருக்கவேண்டும்."

மனிதர்கள் எதையோ ஒன்றை அழகாகச் செய்வதில் மகிழ்ச்சி அடைகிறார்கள் என்பதை நான் நம்புகிறேன். ஏனெனில் அப்பொழுது உங்கள் வாழ்க்கை ஆசீர்வதிக்கப் பட்டதாகிறது-உங்களுக்குள்ளிருந்து. நிஜத்தில் அதைக் கண்டுபிடிப்பதில்தான் நான் முயன்று கொண்டிருக்கிறேன்.

ஒரு நாளின் முடிவில் என்னுடைய பணியின் மூலமாக நான் பலபேருடைய வாழ்க்கையைத் தொட்டிருக்கிறேன். இறுதியாக அது பணமோ புகழோ அல்ல. மற்றவர்களுடைய வாழ்வில் எந்த அளவுக்கு மாற்றத்தை உருவாக்க முடிந்திருக்கிறது என்பதில்தான் உங்களுடைய பயணம் தகுதியானதாக இருப்பது உள்ளது.

விக்டர் ஃபிராங்கல் சொல்வது, "வாழ்க்கையில் குறிக்கோளை அளிப்பது என்பதில்தான் உண்மையில் மனிதனின் தேடலின் அர்த்தம் அடங்கியிருக்கிறது." அந்த அர்த்தத்தை உருவாக்குங்கள், எல்லாமே அதைப் பின்தொடரும்,

மாற்றத்திற்கு
வாக்கு அளிக்கவும்

சௌரப் வியாஸ், கௌரவ் ரத்தோர், பொலிடிக்கல் எட்ஜ்
(PoliticalEDGE)

ஹாஸ்டலில் நண்பர்கள், தவிர அரசியல் மீது பொதுவான காதல்-இவை இந்த அதிசயமான நிறுவனம் பிறப்பதற்குக் காரணமாக இருந்தன. லட்சியங்களைக் கொண்டுள்ள இந்த இரு இளைஞர்களும் தங்களுடைய புத்தியைப் பயன்படுத்தி அரசியல்வாதிகளுக்கு மட்டுமே, ஆராய்ச்சி மற்றும் ஆலோசனைச் சேவைகளைக் கொடுக்கிறார்கள்.

புத்தம் புதிய இரு IIT பட்டதாரிகள் வியாபாரத்தைத் தொடங்கினால் IT, BPO, ஆலோசனை, பசுமைத் தொழில்நுட்பம் போன்றவற்றைத் தேர்ந்தெடுப்பார்கள் என்று நீங்கள் எதிர்பார்ப்பீர்கள். குளிர்பதன வசதி உள்ள சௌகரியமான அலுவலகத்திலிருந்துகொண்டு சில கருத்துக்களைச் செயல்படுத்துவார்கள் என்று நினைப்பீர்கள்.

உத்திரப்பிரதேசத்திலுள்ள மின்சாரம் இல்லாத அழுக்கும் தூசும் நிறைந்த கிராமங்கள் வழியாக எதையோ கொண்டு செல்ல வேண்டும் என்றால் உங்களுக்கு நிச்சயம் *பைத்தியம்* பிடித்திருக்கவேண்டும்.

அரசியல் மீது பைத்தியம்.

வளாகத்தில் தங்களுக்குக் கிடைத்த வேலைகளைத் துறந்துவிட்டு அரசியல் ஆராய்ச்சியை மேற்கொள்ள அவர்கள் தீர்மானித்தபோது உண்மையான இந்தியாவின் கரடுமுரடான பாதைகளில் செல்வதை அவர்கள் தேர்ந்தெடுத்தார்கள். ஆம், அது சரியானதே, அரசியல்வாதிகளுக்கான ஆராய்ச்சி.

பளபளக்கும் குர்க்கானில் ஒரு திறந்தவெளி காஃபிக் கடையில் அந்த அரைகுறை இருட்டில் மிகச்சிறிய இரு இளைஞர்களை நான் பார்க்கிறேன். ஒருவர் தாடி வளர்த்துக் கொண்டிருக்கிறார்-தனக்கு வயது அதிகம் என்ற தோற்றத்தை உருவாக்குவதற்கு என்று நினைக்கிறேன். அது ஒரு தவறான கருத்து அல்ல, அவர்களுடைய சேவை சென்றடையும் வாடிக்கையாளர்களின் தகுதிகளைப் பார்க்கும் போது.

காந்தி குல்லாய்போட்ட ஒருவர் சொன்னாராம், "நீ பிறப்பதற்கு முன்னாலிருந்தே நான் அரசியலில் இருக்கிறேன்."

அப்படியானால் குழந்தைகளே நீங்கள் எனக்கு என்ன சொல்லித்தரப் போகிறீர்கள்! - ஆனால் உண்மையில் மிக அதிகம்; அவர்கள் இதுவரை 250+ அரசியல்வாதிகளுக்குச் செய்திருக்கும் பணியைப் பார்க்கும்போது.

இவர்களுடைய கதையைப் பார்க்கும்போது வயது தேவை இல்லை, அனுபவம் தேவை இல்லை-உங்களுக்கு என்ன தேவையோ அதை நீங்கள் கற்கிறீர்கள். பிறகு வேடிக்கையாக அதை மேம்படுத்திக்கொண்டே இருக்கிறீர்கள்.

அதனால்தான் சாலையற்ற அந்தக் கிராமத்தை அடைவதற்கு அந்தத் திருப்பத்தில் திரும்பும்போது நீங்கள் மேடுபள்ளங்களை உணருவதில்லை.

அந்தச் சாலையை நீங்கள் வகுத்துக் கொண்டிருக்கிறீர்கள்.

மாற்றத்திற்கு
வாக்கு அளிக்கவும்

சௌரப் வியாஸ், கௌரவ் ரத்தோர்
பொலிட்டிக்கல் எட்ஜ்

சௌரப் வியாஸ் சிறு நகரத்தைச் சேர்ந்த பையன்.

"நான் உதய்பூரைச் சேர்ந்தவன், ஆனால் படித்தது ஜெய்பூரில். செயிண்ட் சேவியர் பள்ளியிலிருந்து தேர்ச்சி பெற்றேன். என்னுடைய தந்தை ராஜஸ்தான் ஸ்டேட் கோ ஆப்பரேடிவ் வங்கியின் பொது மேலாளர்."

கௌரவ் ரத்தோரும் சிறு நகரத்து பையன்.

"நான் கான்பூரிலிருந்து வருகிறேன். என் தந்தை மாநில மின்சார வாரியத்தில் மின்பொறியாளராகப் பணியாற்றியதால் நான் உத்திரப்பிரதேசத்தில் பல இடங்களில் வசித்திருக் கிறேன்."

அனேகமான எல்லா சிறு நகரப் பையன்களைப்போல் படிப்பில் ஆர்வம் இருந்ததால் IIT படிக்கவேண்டும் என்று சௌரப் விரும்பினார்.

"ஜெய்பூரில், 1998ல் தேர்ந்தெடுப்பதற்கு இரண்டு பிரிவுகள்தான் இருந்தன. அவை என்ஜினீயர் அல்லது டாக்டராவது. பதினொன்றாம் வகுப்பில் நுழைந்தவுடன் மேலே என்ன படிப்பது என்பதைத் தீர்மானித்தாக வேண்டும். எனக்கு கணக்கு நன்றாக வரும். அதனால் பொறியியலில் சேர விரும்பினேன். பொறியியல்தான் உங்கள் இலக்கு என்றால் IIT தான் சிறந்த இடம்."

கோட்டாவில் 'கரியர் பாயிண்ட்' என்ற டியூஷன் சென்டரில் சௌரப் சேர்ந்தார், 1576 என்ற இடத்தைப் பிடித்தார்.

எல்லா IIT விரும்பிகளைப்போல் கம்யூட்டர் சயின்ஸ் படிக்க விரும்பினார். ஆனால் ஏரோஸ் பேஸ் இன்ஜினியரிங்கில் இடம் கிடைத்தது-ஐந்து வருடங்கள் படித்து இரண்டு பட்டங்களையும் பெறலாம்.

"IITயில் என்ன படிப்பு படிக்கிறோம் என்பது இறுதியில் முக்கியமே இல்லை. அங்கு நான் வாழ்ந்த அந்த ஐந்து ஆண்டுகள், அப்போது கிடைத்த அனுபவம், அறிவு இவையே முக்கியம். பாடப்புத்தகங்களிலிருந்து பெற்றது மட்டுமல்ல-எல்லாவற்றிலிருந்தும், என்னைச் சுற்றியிருந்த எல்லோரிடமிருந்தும்.

அவர்களுள் ஒருவர் கௌரவ்.

"நாங்கள் இருவரும் முதல்நாள் சந்தித்தோம். ஒரே தங்கும் விடுதியில்தான் தங்கியிருந்தோம்." கொஞ்ச நாளிலேயே இருவரும் நெருங்கிய நண்பர்களானார்கள்.

கௌரவ் சொல்கிறார், "என்னுடையது சற்று வித்தியாசமான கதை, ஏனெனில் IITக்குள் நுழைவது எனது திட்டமாக இருக்கவில்லை. 12ம் வகுப்பிற்குப் பிறகு எந்தப் பொறியியல் தேர்வுகளையும் நான் எழுதவில்லை. நான் டெல்லி பல்கலைக்கழகத்தில் படிக்க விரும்பினேன். ஆனால் என்னுடைய தேர்வு முடிவு தாமதமாக வந்தது."

மனு கொடுப்பதற்கான நாளும் கடந்துவிட்டது. டெல்லி பல்கலைக் கழகக் கனவு முறிந்துபோனது. "இந்த ஒரு ஆண்டு என்ன செய்யப்போகிறாய்?" என்று அப்பா கேட்டார்.

"சரி பார்க்கலாம், ஏதாவது சில பரிட்சைகளை எழுதுகிறேன், என்று சொல்லிவிட்டு டியூஷன் வகுப்பில் சேர்ந்தேன்."

கௌரவ்க்கு நல்ல இடம் 1437வது ரேங்க் கிடைத்தது. அந்தத் தேர்வில் வெற்றிபெற்ற பிறகு 'எனக்கு இது வேண்டாம்' என்று சொல்வது மிகவும் கடினம். அதனால் கௌரவ் IIT மும்பையில் (மெட்டலர்ஜிக்கல் அண்ட் மெடீரியல் சைன்ஸ்) சேர்ந்தார். வகுப்பறைக்கு வெளியில் உள்ள விஷயங்கள்தான் இவரிடம் தாக்கத்தை ஏற்படுத்தின.

"நான் எப்போதுமே நன்றாகப் படித்து விடுவேன். என்னுடைய சிஜிபிஏ அதை நிரூபிக்கும். IIT மும்பையில் நான் ஒரு புத்திசாலி மாணவன்." கல்லூரியின் 'மூட் இண்டிகோ,' டிராமாக்கள் போன்ற மற்ற விஷயங்களிலும்

இவர் பங்கேற்றார். முக்கியமாக மேல்வகுப்பு மாணவர்கள் இவர்களுடன் நன்றாகப் பழகினார்கள்.

"நாங்கள் IIT மும்பையில் நுழைந்த வருடம்-1999, டாட்காம் அப்போது பெரிதாக வளர்ந்து கொண்டிருந்தது. எங்களுடன் விடுதியில் தங்கியிருந்த மேல் வகுப்பு மாணவர்கள் பலருக்கும் கோடிக்கணக்கில் வருமானம் உடைய நிறுவனங்கள் சொந்தமாக இருந்தன. எல்லோருமே வாழ்க்கையில் உற்சாகமாக இருந்த நேரம்."

அடுத்த இரண்டாண்டுகளில் மேலே சென்றவை கீழிறங்கின. பல நிறுவனங்கள் மூடப்பட்டன. வேலை கிடைப்பது கடினமாயிற்று.

"2001ல் மோசமாக இருந்த வேலைவாய்ப்பு, 2002-2003ல் மிக வேகமாகச் சரிந்தது. அந்தப் பிரச்சினை எங்கள் மீதுதான் முழுவதுமாக விழுந்தது" என்கிறார் சௌரப்.

கௌரவ் HLL அல்லது ITCயில் பணியாற்ற விரும்பினார். ஆனால் டெலாய்ட் அண்ட் டச் (Deloitte and Toche) என்ற நிறுவனத்தில் அவருக்கு வேலை கிடைத்தது.

அவருடைய அலுவலகம் IITக்கு அடுத்ததான ஹீராநந்தானியில் இருந்தது. அப்போது IITயில் சௌரப் இறுதியாண்டு மாணவன். அதனால் கௌரவ் முக்கால்வாசி நேரத்தை IIT வளாகத்திலேயே கழித்தார்.

"ஹீராநந்தானியில் ஒரு பீட்சா ஹட் இருந்தது. அங்கு அதிகாலை இரண்டு மணிக்கு சிலர் சைக்கிளில் வந்து காஃபி விற்பார்கள். அங்கு உட்கார்ந்து காபி குடித்துக்கொண்டே பொழுது புலரும்வரை கிரிக்கெட், பொருளாதாரம், பொதுவான வாழ்க்கை என்பது பற்றி பேசிக் கொண்டிருப்போம்."

ஆனால் இறுதியாக எல்லாப் பேச்சுமே அரசியலில் முடியும். ஏனெனில் இந்தக் கும்பலுக்கு அரசியலில் பேரார்வம் இருந்தது. அங்குதான் வியாபாரத்தைப் பற்றிய தெளிவற்ற ஒரு சிந்தனை உருப்பெற்றது.

"அரசியலில் எங்களால் நுழைய முடியாது; தவிர, உடனே ஒரு அரசியல் கட்சியையும் தொடங்க முடியாது என்று எங்களுக்குத் தெரியும். ஆனால் அந்தத் துறையில் எதையாவது செய்யமுடியும் என்பது எங்கள் எண்ணம்."

இப்போது கௌரவ் சொல்கிறார், "90களில் ஒழுங்கற்று இருந்த பல துறைகள் இப்போது திட்டமிடப்பட்டு ஒழுங்காக அமைக்கப்பட்டன. ஆனால் யாருமே அரசியலைப் பற்றி நினைப்பதில்லை - அரசியலைப்பற்றி எல்லோரும் சொல்வது-போகவிடு, *அது போய்க்கொண்டே இருக்கும்.* அதனால் அரசியல் பிரச்சாரம் அல்லது ஒரு கட்சி அல்லது ஒரு வேட்பாளரின் செயல்பாடு அல்லது மக்களை அவர் அணுகும்முறை ஆகியவற்றைத் திட்டமிட்டு ஒழுங்கானதாக ஏன் அமைக்கக்கூடாது என்று எங்களுக்குத் தோன்றியது."

2004லிலேயே இதற்கான வாய்ப்பு அடையாளம் காணப்பட்டது. ஆனால் பேச்சு செயலளவில் மாறவில்லை.

"அந்த நேரத்தில் இந்த விஷயத்தை *நாங்கள் செய்வோம் என்று உணர்ந்து கொண்டோம்;* ஆனால் கல்லூரியை விட்டு வந்த உடனே அல்ல. ஒரு ஆண்டு காலமாவது வேலை செய்து சிறிது சேமிப்பைச் செய்த பிறகு பணியில் இறங்குவது நல்லது என்று நினைத்தோம்."

அதனால் பட்டப்படிப்பு முடிந்தவுடன் சௌரப் அப்போது தான் தொடங்கப்பட்டிருந்த பிராக்டல் அனாலடிக்ஸ் என்ற நிறுவனத்தில் சேர்ந்தார்.

"எப்போதுமே நான் புள்ளியியல் மாதிரிகளைச் செய்ய வேண்டும் என்று விரும்பினேன். அதற்கு இதைத்தவிர வேறு சிறந்த வாய்ப்பு எனக்கு கிடைத்திருக்காது. அதனால் என்னுடைய கனவு உண்மையாயிற்று" என்கிறார் சௌரவ்.

இது ஒரு நிதி ஆய்வு நிறுவனம். IIM அகமதாபாத்தைச் சேர்ந்த 5 பட்டதாரிகள் இதைத் தொடங்கியிருந்தனர். சௌரப் அந்த நிறுவனத்தின் 48 வது ஊழியர், மிகச் சிறப்பான அனுபவம் அது என்கிறார்.

இந்த நிறுவன்மும் டாட்காம் நிறுவனமாகத் தொடங்கி பின்னர் நிதி ஆய்வு நிறுவனமாக மாறிற்று. "அங்கிருந்தவர் களிடமிருந்து நான் நிறைய கற்றுக் கொண்டேன் - என்னை அவர்கள் நடத்திய விதம் நிறுவனத்தைப் பற்றிய அவர்களுடைய தொலைநோக்குப் பார்வை பிரச்சினைகளை அவர்கள் கையாண்ட விதம் போன்றவை."

இதற்கிடையில் டெலாய்ட்டில் பணிபுரிந்த கௌரவ் அங்கிருந்து ஸ்குளும்பர்க்கருக்கு (Schlumberger) மாறினார். சூடானுக்கு அவர் அனுப்பப்பட்டார். அது ஒரு சிரமமான இடம். ஆனால் ஒரு எண்ணெய் நிறுவனமான

"எங்களுடைய மேல் வகுப்பு மாணவர்களில் பலர் வெற்றிகரமாகத் தொழில் புரிந்து வந்தார்கள். என்ன நடக்கிறது, தொழில் துறையில் என்னென்ன மாற்றங்கள் வந்துகொண்டிருக்கின்றன போன்ற தகவல்களை எங்களுக்கு அவர்கள் சொன்னார்கள். இது மற்ற எந்தக் கல்லூரியிலுமே கிடைக்காத ஒன்றாகும்."

ஸ்குளும்பர்க்கர் நிறைய சம்பளம் கொடுத்தது.

"அங்கு ஐந்தாறு மாதங்கள் தான் வேலை செய்தேன். ஆனால் நிறைய பணத்தைச் சேமிக்க முடிந்தது" என்கிறார் கௌரவ் சிரித்துக்கொண்டே. அவர்களுடைய லட்சியத்திற்கு அந்தப் பணம் உதவுவதாக இருந்தது, சிறிதளவே என்றாலும்.

பல நேரங்களில் தொழில் தொடங்கத் தயாராக இருப்பவரை ஒரு வேலை அவர் கவனத்தைச் சிதறடிக்கச் செய்கிறது. ஆனால் இங்கு எல்லாத் துண்டுகளுமே அந்தந்த இடத்தில் விழுந்து சரியாகப் பொருந்திப் போயின.

"டெலாய்ட்டில் கௌரவ் CRM (வாடிக்கையாளர் உறவுமுறை மேலாண்மை) பணியாற்றியதால் எல்லா வற்றையும் இணைத்து வாடிக்கையாளர்களாகிய வாக்காளர்களிடம் எப்படிப் பேசுவது என்பதை அது சொல்லிக் கொடுத்தது. நான் அனலிடிக்கில் பணியாற்றி னேன். தகவல்களைச் சேகரிப்பது, புள்ளியில் மாதிரிகளை எப்படி அமைப்பது போன்றவற்றை நான் கற்றுக் கொண்டிருந்தேன்."

"எல்லாம் தானாகவே நடந்தன. ஒருமுறை செயல்பட்டால் அது தானாகவே செயல்படுகிறது என்பது போல. இல்லாவிட்டால் அதைப் பற்றிச் சிந்தித்துக் கொண்டே இருந்திருப்போம்" என்கிறார் கௌரவ்.

"சும்மா வேடிக்கையாக ஹிமாச்சல் பிரதேசத்திற்கு நாங்கள் சுற்றுலா சென்றோம், *அங்கு தீர்மானித்தோம்*, சரி ஆரம்பிப்போம்! அவ்வளவுதான் அது மிக விரைவாக எடுத்த ஒரு முடிவு" என்கிறார் சௌரப்.

எல்லோரும் திரும்பி வந்தார்கள். மற்றவர்களுக்காகப் பணிபுரிதல் *என்பதற்கு மூடுவிழா நடத்தப்பட்டது*. தொழில் முனைவோராக வாழ்க்கை ஆரம்பித்தாயிற்று.

வீட்டிலுள்ளவர்கள் ஒன்றும் சொல்லவில்லையா - நல்ல புத்திசாலியான இளைஞர்கள், நல்லவேலை, தெளிவற்ற எதையோ செய்வதற்குக் கையிலிருக்கும் வேலையை விடுகிறார்களே? அதிலும் அரசியலில் எதையோ செய்வதற்காக?

வியப்புக்குரிய வகையில், இரு குடும்பங்களும் ரொம்ப ஆதரவாக இருந்தார்கள் - இந்த இரு சிறுவர்களும் உண்மையில் என்ன செய்யப்போகிறார்கள் என்பது அவர்களுக்கு அவ்வளவு *புரியாத* நிலையிலும்!

"நல்ல வேளையாக நாங்கள் அரசியலில் *சேரவில்லை*, ஆனால் அங்குமிங்குமாக சில கண்டனங்கள் சொல்லப் பட்டிருக்கும்."

"தவிர எங்களுக்குப் பொருளாதாரச் சுமை எதுவும் இருக்கவில்லை பெற்றோர்களைப் பார்த்துக் கொள்வது, சகோதரியின் திருமணம், *அப்பாவுக்கு ஆபரேஷன் போன்றவை*," என்று விளக்குகிறார் சௌரப்.

அதனால் ஓராண்டு அனுபவத்தை வைத்துக்கொண்டு இரு இளைஞர்கள் அரசியல் உலகத்தை மாற்றுவதற்குக் கிளம்பிவிட்டார்கள். அரசியல்வாதிகளாக அவர்கள் ஆகவில்லை; ஆனால் அரசியல்வாதிகளின் கண்கள், காதுகள், CRM (வாடிக்கையாளர் உறவுமுறை மேலாண்மை) என்ற ஆதரவாக மாறினார்கள்.

ஒரு மாறுதலான வியாபார யோசனை. ரொம்ப சரி, ஆனால் எங்கு தொடங்குவது?

நாங்கள் தொடங்கியபோது அமெரிக்காவில் எப்படிச் செய்யப்படுகிறது என்பதை கவனித்தோம். அதில் சிலவற்றை முக்கியமாகத் தொழில் நுட்பத்துறையில் பின்பற்றலாம் என்பது எங்கள் திட்டம். ஆனால் நிஜத்தில் இங்கு எல்லாமே முற்றிலும் மாறாக இருந்தன.

அமெரிக்காவில் இரண்டாம் ஆதாரத் தகவல்கள் நிறைய கிடைக்கும், இங்கு இந்தியாவில் அத்தகைய தகவல்கள் எதுவும் கிடையாது. நீங்களே சென்றுதான் அவற்றைச் சேகரிக்க வேண்டும். அப்படி என்றால் நிறையப் பேர் கொண்ட ஒரு குழு களப்பணியாற்றுவதற்குத் தேவை. *ரொம்ப எரிச்சலூட்டுவதான ஒரு விஷயம்!*

மேலும் முக்கியமானதொன்று - அமெரிக்க அரசியல்

வாதியைப் போல் இல்லாமல் வேறு விதமாக இந்திய அரசியல்வாதி விரும்புகிறார். அங்கு, அவர்களுக்கு பிராண்டைக் கட்டி அமைப்பது, திட்டமிடுதல், சொற்பொழிவைத் தயார் செய்தல் போன்றவை தேவை. இங்கு இந்தியாவில் *கிராமங்களில்* தன்னைப்பற்றி என்ன *நினைக்கிறார்கள், என்பது அவர்களுக்குத் தெரிய வேண்டும்* - அடிப்படை நிலையில்.

ஒவ்வொரு கிராமமாகச் சென்று தகவல்களைச் சேகரிப்பது என்ற எண்ணம் அவர்களுக்குப் பிடித்திருந்ததா? ஏனெனில் அத்தகைய பணியில் அவர்களுக்கு ஒரு அனுபவமும் இல்லையே?

சௌரப், "நாங்கள் ஒரு கடினமான களத்தில் தான் இறங்கியிருக்கிறோம் என்பது எங்களுக்குப் புரிந்தது. அடிமட்ட நிலையில்தான் அரசியலைப் புரிந்து கொள்ள வேண்டும். அந்தக் களத்திற்குச் சென்றுதான் நீங்கள் பணிபுரிய வேண்டும். இதைச்செய்ய முடியுமா, என்பது நிச்சயமாக எங்களுக்குத் தெரியாது. ஆனால் எங்களுடைய பெருவிருப்பம் ஒவ்வொரு நிலையாக எங்களை எடுத்துக்கொண்டு சென்றது."

2005, மே மாதம் வேலை தொடங்கப்பட்டது. ஆனால் ஜூன் மாதத்தில் தான் அவர்கள் நிறுவனம் பதிவு செய்யப்பட்டது. இவர்கள் இருவரைத் தவிர பணியாற்றுவதற்கு மேலும் இருவர் சேர்ந்து கொண்டனர்.

அவர்களுள் ஒருவர் மானன் சௌஹன், இவர்களுடன் கூடப்படித்தவர், சிகாகோ பல்கலைகழகத்தில் பப்ளிக் பாலிசி என்பதில் முதுகலைப்பட்டம் படித்துக் கொண்டிருந்தார். நான்காமவரும் IIT யில் படித்தவர்.

"குர்க்கானில் எங்களுடைய வீட்டில் மூன்று படுக்கை அறையும் ஒரு பெரிய வரவேற்பறையும் உண்டு. அங்கிருந்து நாங்கள் செயலாற்றத் தொடங்கினோம். எங்களிடமிருந்த சேமிப்புகளை அதில் முதலீடு செய்தோம், செய்தோம், செய்தோம் ஓர் ஆண்டு முழுவதுமாக!"

ஓராண்டில் அவர்கள் செலவழித்தது ரூ 15லிருந்து 20 லட்சம். எல்லோருமாகச் சேர்ந்து மொத்தமாகப் பணியாற்றிய ஐந்தாண்டுக் காலத்தில் அந்த அளவுக்கு அவர்களால் சேமிக்கமுடிந்ததா?

> "அரசியல்வாதிகளில் 99% ஏமாற்றுப் பேர்வழிகள், அவர்களுக்கு எதுவும் தெரியாது என்று பொதுஜனம் நினைக்கிறார். ஆனால் அவர்களுள் 40% நல்லவர்கள் என்று நாங்கள் சொல்கிறோம். எதையோ செய்யவேண்டும் என்று அவர்கள் கஷ்டப்பட்டு முயற்சி எடுத்துக் கொள்கிறார்கள். ஆனால் அவர்களுக்கு நிறைய கட்டுப்பாடுகள் உள்ளன."

கௌரவ், "சூடானில் என்னால் அந்த அளவுக்குச் சேமிக்க முடிந்தது; அதனால் தைரியமாக இவ்வளவு செலவிட முடிந்தது."

இத்தகைய நடவடிக்கையில் சம்பளம் கொடுப்பதற்குத்தான் அதிகளவு பணம் முக்கியமாகத் தேவைப்படும். ஒரு தொழில்நுட்பக்குழு தவிர தகவல்களைச் சேகரிக்கக் களப்பணியாற்றும் ஒரு சிறு குழு.

"கிட்டத்தட்ட 10-12 பேர்கள். அவர்களுள் மூவர் தொழில்நுட்பக் குழுவைச் சேர்ந்தவர்கள். ஏழெட்டுப்பேர் முக்கியமாக ஆய்வு நடத்தியவர்கள். எங்களுக்கு வாடிக்கையாளர்களிடமிருந்து வேலைகள் வரவர சிறிது சிறிதாக ஆட்களை அமர்த்திக்கொண்டோம்.

இது ஒருசிறப்பான சேவை; இதற்கான வாடிக்கையாளர்களை எப்படிப் பெறுவது?

"இளைஞர்கள் சொல்வதை ஒரு அரசியல்வாதியைக் கேட்க வைப்பதற்குப் பெரும்பாடு படவேண்டும். தொடக்கத்தில் நாங்கள் இளம் தலைவர்களிடம் சென்று எங்கள் திட்டங்களைப் பற்றிக் கூறினோம்."

அத்தகையவர்களுள் ஒருவர் அமெரிக்காவில் படித்தவர் தெற்கு மும்பையின் எம் பியான மிலிந்த் தியோரா.

"அவரைப்பார்ப்பதற்கு எத்தனை முறை தொலைபேசியில் பேசினீர்கள்?" என்று நான் கேட்டேன்.

"யார் மிலிந்த்திற்கா? ஒரு முறைதான். ஒரே முறை."

உண்மையாகவா?

"ஆம், மிலிந்த் ஒரு நல்ல மனிதர். ஆனால் நாங்கள் சந்தித்த முதல் அரசியல்வாதி அவர்தான் என்பதை நாங்கள்

அவரிடம் சொல்லவில்லை. உண்மையில் இதுவரை அவருக்குத் தெரியாது!"

சரி, அவரிடம் என்ன சொன்னார்கள்?

"அரசியல்வாதிகளுக்கும் வாக்காளர்களுக்கும் உள்ள இடைவெளியை இணைப்பது என்பதைத்தான் நாங்கள் இப்போது செய்ய விரும்புகிறோம். தகவல்களைச் சேகரித்து அவற்றை ஒரு மென்பொருள் மூலம் வடிகாலாகச் செய்யவேண்டும். அவருடைய தொகுதியில் உள்ள வாக்குச்சாவடிகளில் நடக்கும் விஷயங்களை அவரால் பார்க்கக்கூடிய அளவுக்கு உதவும் ஒரு மென்பொருளை நாங்கள் காண்பித்தோம்."

இந்த மென்பொருளைப் பயன்படுத்துவதன் மூலம் ஜாதி, வளர்ச்சி, புவியியல் போன்ற பல வகை நியதிகள் மூலம் உங்கள் வாக்காளர்களை ஆய்வு செய்யமுடியும்; அதோடு போன தேர்தலின் நடவடிக்கையோடு இதைப் பொருத்திப் பார்க்கவும் முடியும். ஆனால் இதைச் செய்ய, முதலாவதாகத் தகவல்களைச் சேகரிக்கவேண்டும், அவற்றை ஆராய வேண்டும்; பிறகு அடுத்துவரும் மூன்று ஆண்டுகளுக்கு உங்கள் தொகுதி வாக்காளர்கள் எவ்வாறு வாக்களிப்பார்கள் என்பதையும் காட்டக்கூடியதாக இருக்க வேண்டும்.

"மிலிந்த் வன்மையாக விமர்சித்துக் கொண்டிருந்தார், ஓகே உங்களால் இதைச் செய்யமுடியுமா? ஓ பிரமாதம், அடுத்தது என்ன; அடுத்தது என்ன, அடுத்தது என்ன!" என்று நினைவு கூர்கிறார் சௌரப்.

அவருக்கு அவர்கள் சொல்லியது சரியாக இரண்டு நிமிடங்களில் முடிந்துவிட்டது.

"அவர் எங்களுடைய மடிக்கணினையைக் கூடப் பார்க்கவில்லை," என்ற கௌரவ், "இதை அங்கேயே வைத்து விட்டுத் தொடர்ந்து பேசுங்கள் என்று முடித்தார்! "

எப்படி 'விற்பது' என்பதைப் பற்றிய ஒரு கற்கும் முக்கிய அனுபவமாக இருந்தது அது. நம் காலிலேயே நிற்பதற்கான யோசனையையும் கொடுத்தது.

உண்மையில் இந்த நிறுவனத்தின் முதல் வாடிக்கையாளர் மிலிந்த்; அவருடையதான தொடர்பு தொடர்ந்து கொண்டிருக்கிறது. அவர்களுக்கு ஒரு சிறு பணியைக் கொடுத்தார், தான் திருப்தி அடைந்து விட்டால் மேலும் பல

"நாங்கள் ஆரம்பித்தபோது எங்கள் ஆட்களைக் கிராமங்களுக்கு அழைத்துச் சென்று ஆய்வு செய்வது எப்படி என்பதைக் காண்பித்தோம். நாங்கள் ஒன்றும் வல்லுனர்கள் அல்ல, அதனால் பல வகைகளிலும் முயற்சி செய்து பார்த்தோம். உண்மையில் ஆராய்ச்சியாளர்களாக இருப்பவர்கள் யாரையுமே நாங்கள் தேர்ந்தெடுக்கவில்லை."

தொடரும் என்று குறிப்பாகச் சொன்னார்.

"மிலிந்த் எங்களுக்குச் சில தகவல்களைக் கொடுத்து எங்களுடைய மென்பொருளை உபயோகித்து அவற்றை ஆராயச் சொன்னார். போன தேர்தல் நடவடிக்கை பற்றி அது மூலம் சில விஷயங்களைத் தெரிந்து கொள்ள விரும்பினார்."

கடுமையாக இருப்பவர் போல் தோன்றினாலும் மிலிந்துக்கு இந்தக் கருத்தில் ஆர்வம் இருந்தது. பசுக்கள் நிறைந்த இந்தியாவின் மாநிலத்தில் உள்ள பழம் தின்று கொட்டை போட்ட அரசியல்வாதிகளை இத்திட்டத்தை ஏற்றுக்கொள்ளச் செய்வதற்கு இவர்கள் நிறையப் பணியாற்ற வேண்டியிருந்தது. அவர்களைச் சந்திப்பது என்பதே பெரிய காரியமாக ஆயிற்று!

"ஒரே ஒரு விஷயம்தான் எங்களால் செய்யமுடிந்தது - தொலைபேசி புத்தகத்திலுள்ள விலாசத்தை வைத்துக்கொண்டு நேரடியாகப் பல எம்எல்ஏ (MLA), எம்பிக்களை (MP) நாங்கள் சந்தித்தோம். ஒரு முறை *சந்தித்துவிட்டால் போதும்* என்பதை அவர்களுக்கு வலியுறுத்த வேண்டியிருந்தது!"

ஒருமுறை அந்தச் சந்திப்பு நிகழ்ந்துவிட்டால் பிறகு இவர்கள் கருத்தைப் பலரும் பாராட்ட ஆரம்பித்தார்கள். ஆனால் இந்தக் குழுவின் நம்பகத்தன்மை பற்றி அவர்களுக்குச் சந்தேகங்கள் இருந்தன.

"சில சமயங்களில் நாங்கள் அவர்களை ஏமாற்றவும் செய்தோம்" என்கிறார் சௌரப் சிரித்துக்கொண்டே. ஆனால் அதற்கு நல்ல பலன் இருந்தது. உத்திரப்பிரதேசத்திலிருந்தும் நேபாள எல்லைப் பகுதிகளிலிருந்தும் சில சிறு பணிகள் இந்த நிறுவனத்திற்குக் கிடைத்தன.

"உத்திரப்பிரதேசத்தில் தொடக்கத்திலிருந்தே நாங்கள் எல்லாவற்றையும் செய்ய வேண்டியிருந்தது - கேள்விப் பட்டியல் ஒன்றைத் தயாரித்தோம். சிலரைத் தேர்ந்தெடுத்து

அவர்களுக்குப் பயிற்சி அளித்து ஒரு குழுவாக உருவாக்கினோம்!" இவற்றையெல்லாம் பல கஷ்டங்களுக்கும் இடையூறுகளுக்கும் இடையே செய்யவேண்டி இருந்தது.

"நிகாசன் என்பது ஒரு சிறிய இடம். அங்குதான் எங்களுடைய முதல் பணியைத் தொடங்கினோம். ஒரு நல்ல குழுவை அங்கு அனுப்பி ஒருங்கிணைத்து நல்லமுறையில் அந்தத் திட்டத்தை முடித்துத் தருவது என்பது எங்களுக்கு ரொம்ப முக்கியமானதாக இருந்தது. தங்குவதற்கு அங்கு ஒரு ஹோட்டலும் இல்லை. யாரோ ஒருவர் வீட்டில் இரண்டொரு அறைகளை வாடகைக்கு எடுத்துக்கொண்டு தங்கினோம். மின்சாரம் காலையில் 6லிருந்து 6.30 வரைதான் இருக்கும்..."

ஆனால் நம்முள் கொழுந்து விட்டெறியும் அந்த நெருப்பு பாதையைக் காட்டுவதாக இருக்கும்.

"தொடக்கத்தில் என் ஊரிலிருந்து இரண்டொரு ஆட்களைச் சேர்த்துக்கொண்டேன். அவ்வப்பகுதி ஆட்களையும் எங்களோடு இணைத்துக் கொண்டோம். எப்படிச் செய்வது என்பதைப் பற்றி பயிற்சி அளித்தோம்..."

நாமே உதாரணமாக இருந்து அவர்களை வழிநடத்துவது. இந்தச் செய்முறை, அறிவியல் பூர்வமானது, ஆனால் அதைப் பொது அறிவுடன் அணுகவேண்டியிருந்தது.

"பல நிலைகளிலான மாதிரிகளை எடுத்துக்கொண்டோம். ஆனால் தரம் மற்றும் எண்ணிக்கை என்ற கோணங்களில் இருக்கக்கூடிய வகையில் தகவல்களைச் சேகரித்தோம்."

ஒரு அரசியல்வாதிக்குதான் முன்பு எவ்வாறு செயல்பட்டோம் என்று தெரிகிறது, ஆனால் அடுத்த தேர்தலில் தன்னுடைய நிலைமை எவ்வாறு இருக்கும் என்பதைத் தெரிந்து கொள்வதில்தான் அவருக்கு அதிக ஆர்வம்-பிரச்சினைகள் என்னென்ன, ஜாதி நிலைப்பாடுகள், அவ்வப்பகுதி அரசியல் நடவடிக்கைகள் போன்றவை.

"நான் சொல்வதை நம்புங்கள், *'இவற்றையெல்லாம் எங்களுடைய பையன்களின் மூலமாகவே நாங்கள் பெற்றுக்கொள்ளலாமே'* என்று சொல்வார்கள், ஆனால் அவர்களுடைய பையன்களே தகவல்களைச் சேகரித்தால் நியாயமான தகவல்கள் கிடைக்காது. எங்களுடைய தகவல்கள் சிறிதும் பாரபட்சம் இல்லாதவை."

இவற்றுடன் கூட மோசமான ஒன்றையும் சேர்த்துக்கொள்ள வேண்டும், அது அரசியல்வாதிகளுக்குக் கூழைக்கும்பிடு போடுபவர்கள் உண்மையானவற்றை அவர்களிடம் சொல்ல மாட்டார்கள். இதற்கொரு உதாரணத்தை கௌரவ் கொடுக்கிறார்.

"திரு ஏ என்கிற ஒரு காங்கிரஸ் ஆளுக்காக நான் பணியாற்றுகிறேன் என்று வைத்துக்கொள்ளலாம். திரு. பியும் அதே தொகுதியில் நிற்க விரும்புகிறார். ஆனால் ஏக்கு வாய்ப்புக் கிடைத்துவிட்டால் பி வாய்ப்பை இழப்பார். நிச்சயமாக அவருக்கு எதிராக பணி ஆற்றுவார். இதற்கு கட்சியால் எதுவும் செய்யமுடியாது."

பொலிடிகல் எட்ஜ் இந்த விஷயத்தில் அவர்களுக்கு உதவக்கூடும். எந்த இடங்களில் திரு. பி அதிக அளவு கெடுதலை செய்யக்கூடுமோ அவற்றை திரு. ஏக்குச் சுட்டிக்காட்ட முடியும். அதன் மூலம் திரு. ஏ எதற்கும் தயார் நிலையில் தன்னை வைத்துக் கொள்ள முடியும்.

அரசியல்வாதிகள் முக்கியமாக என்ன செய்யவேண்டும் என்று பொலிடிக்கல் எட்ஜ் கூறிய அறிவுரை-தொகுதி மக்களை மகிழ்ச்சியாக வைத்திருக்க வேண்டும், அவர்களுடைய வாக்குகளைப் பெறுவதற்கான வாய்ப்புகளை அதிகரித்துக் கொள்ளவேண்டும்.

"தொகுதியை நிர்வாகம் செய்வதற்காக அரசியல்வாதிகள் நிறையப் பணத்தையும் செலவழிக்கிறார்கள், நிறைய முயற்சியும் எடுத்துக்கொள்கிறார்கள். ஆனால் மக்களுக்கு என்ன தேவை என்பது பற்றிய தகவல்கள் அவர்களுக்குக் கிடைப்பதில்லை. அவை கிடைத்தால்தான் இவர்களுக்கு 'வருமானம்'(வாக்குகள்) கிடைக்கும்."

ஒரு எம்எல்ஏ ஒரு எம்பி 50 கைப்பம்புகளுக்கு அனுமதி கொடுக்கிறார்கள் என்று வைத்துக்கொள்வோம். பெரிய விஷயம். ஆனால் அவர் அதை எந்த இடத்தில் வைப்பது என்று எதாவது யோசனை வைத்திருக்கிறாரா?

ஒரு மக்களவைத் தொகுதியில் சுமாராக 200 வாக்குச் சாவடிகள் அமைக்கப்பட்டிருக்கும். என்ன நடக்கிறது என்றால், எம்எல்ஏவிற்கு நெருக்கமான சிலர் இந்த வசதிகளைக் கைவசப்படுத்திக் கொள்கிறார்கள். அவருடைய வீட்டிற்கருகில் உண்மையில் தேவையே இல்லை என்றாலும் மற்றுமொரு கைப்பம்பை வைத்துவிடுவார்கள்.

இதனால் '*இவருடைய வீட்டிற்கு முன்னாடி வைத்துவிடு*' என்ற வகையிலான செயல்பாடு, அவருக்கே தெரியாமல் எம்எல்ஏவின் புகழைச் சீர்குலைக்கிறது!

"வாக்காளர் ஏதோ வேண்டுமென்று கேட்கிறார்-நீங்கள் செய்கிறீர்கள். அடிப்படைக் கொள்கை அளவிலோ அல்லது ஜாதி விசுவாசம் காரணமாகவோ உங்களுக்கு அவர் வாக்களிக்காமல் போகலாம். ஆனால் உங்களிடம் விரோதம் பாராட்டமாட்டார். உங்களைப்பற்றி அவதூறாகப் பேசமாட்டார்!" என்கிறார் சௌரப்.

இதனால் பொது ஜனங்களுக்கு ஆதரவு தருபவர், ஆனாலும் திறமையான தலைவர் என்ற பெயர் சிறிது சிறிதாக ஏற்படும்.

ஓ, இது ரொம்ப சிறப்பானதுதான். ஆனால் இதற்காக எவ்வளவு பணத்தைக் கொடுக்க அரசியல்வாதி தயாராக இருப்பார்? முதல் வாடிக்கையாளர்கள் சிலரிடம் இவர்களை நம்பச் செய்வதற்காக சேவைகளை இலவசமாக அளிக்க நேர்ந்ததா?

"விலை வைப்பது என்ற திட்டம் உருவாவதற்குச் சிறிதுகாலம் பிடித்தது. ஆனால் எதுவுமே இலவசம் இல்லை, எப்போதுமே."

உங்களுக்குத் தெரிந்த அளவிலேகூட அரசியல்வாதிகளிடம் பில்களைக் கொடுப்பது எளிதானது; அவற்றிற்கான பணத்தைப் பெறுவதுதான் கேள்விக்குறி.

"ஆம், வாடிக்கையாளர்கள் பணத்தை கொடுக்காததால் சில மோசமான அனுபவங்கள் எங்களுக்கு ஏற்பட்டிருக்கின்றன; அதிலும் முக்கியமாக அவர்களுக்கு எதிர்மறையான விஷயங்களை கேட்கும்போது. ஆனால் இவற்றையெல்லாம் எப்படிக் கையாள்வது என்ற வழிகளையும் முறைகளையும் நாங்கள் ஒரு மாதிரி ஏற்படுத்தியிருக்கிறோம்."

அவை வாழ்க்கை என்ற குருக்ஷேத்திரத்தில் மட்டுமே கற்றுக் கொடுக்கப்படுகின்றது என்பது நிச்சயம், IITயில் அல்ல.

"இனிமேல் 'பணம் வராது' என்பவை குறைந்து கொண்டே வருகின்றன" சௌரப் சொல்கிறார்.

மேலும் யாருடன் சேர்ந்து பணியாற்றுவது என்பதிலும் இவர்கள் இப்போது ரொம்பக் கவனமாக இருக்கிறார்கள்!

> "ஒரு எம் எல் ஏ வால் கூட 200 கிராமங்களில், 30 நாட்களில் பிரச்சாரம் செய்வது என்பது சாத்தியமில்லாத செயல். எந்தப் பகுதிகளில் அவர் கவனம் செலுத்த வேண்டும் - அடிப்படையில் அவருக்கு அதிக அளவு லாபம் எங்கு இருக்கும் என்பதை நாங்கள் கண்டுபிடித்துச் சொல்வோம்."

இவர்களுடைய வியாபாரம் மிக மிக மெதுவாக ஆனால் நிலையாகத் தொடர்ந்து வளர்ந்து வருகிறது. முதலாம் ஆண்டில் அவர்களிடமிருந்த வாடிக்கையாளர்கள் 8-10. 2006-2007ம் அண்டுகளில் அந்த எண்ணிக்கை மும்மடங்காயிற்று. உத்திரப்பிரதேசம், உத்ராஞ்சல், பஞ்சாப் ஆகியவற்றில் நடந்த தேர்தல்கள் மூலமாக வியாபாரம் பெருகிற்று. அதற்குப் பிறகு எதையும் பற்றி யோசிக்க நேரமே இல்லை. இன்றுவரை சுமார் 225 வாடிக்கையாளர்களுக்கு இவர்கள் பணியாற்றி இருக்கிறார்கள்.

"சென்ற ஆண்டு மிகச்சிறப்பானது, ஏகப்பட்ட தேர்தல்கள், மக்களவை உட்பட" - சௌரப்.

"ஆம், ஆனால் அதன் பொருள் குறைவான வாடிக்கையாளர்கள், அதிகமான பணி; அந்தந்த மாநிலத்திற்கு ஏற்றவாறு ஒவ்வொரு பாராளுமன்ற இடமும் 5லிருந்து 8 சட்டசபைத் தொகுதிகளைச் சேர்ந்ததாக இருக்கும்!"

ஒவ்வொரு திட்டத்திலும் ஒரு சட்டசபை வேட்பாளர் சுமார் 5000 மக்களுடன் பேச வேண்டியிருக்கும்; அதற்கு 1½ மாதங்கள் ஆகும்.

ஒரு தொகுதியில் ஒரு வேட்பாளருக்கான பணியை மட்டுமே எடுத்துக்கொள்வது என்பதை பொலிடிக்கல் எட்ஜ் தன் கொள்கையாக வைத்திருக்கிறது. அவர்களுடைய பிராண்ட் பெயர் (பொலிடிக்கல் எட்ஜ்) வெளிப்படுத்துவதைப்போல், போட்டியில் ஒரு வேட்பாளருக்குச் சாதகமான நிலையை கொடுப்பதுதான் இவர்களுடைய கருத்து.

அப்படியானால் இந்த மிகவும் தனிச் சிறப்பான சேவைக்கு எவ்வளவு பெரிய வாய்ப்பு இவர்களுக்கு இருக்கிறது?

"543 பாராளுமன்ற இடங்களோடு மொத்த சட்டசபை இடங்களையும் சேர்த்துக் கொள்ளுங்கள். சுமார் 4000-5000 வாடிக்கையாளர்கள் கிடைப்பார்கள்."

இவற்றிற்கும் மேலாக, அவர்களை அணுகுவதற்கு, நல்ல விளைவை ஏற்படுத்துகிற எந்த வழி முறையும் இல்லை, வாய்மொழி மூலமாக மட்டுமே; அப்படியானால் எத்தகைய வருமானத்தை* இந்தக் கம்பெனி சாதிக்கத் திட்டமிட்டிருக்கிறது?

அவர்கள் ஒருவரை ஒருவர் பார்த்துக் கொள்கிறார்கள், பிறகு என்னைப் பார்க்கிறார்கள்.

"என்ன சுவையான கேள்வி."

"சரியான எண்ணிக்கையை மறந்து விடுங்கள். சுமாராக ஒரு அளவைச் சொல்லுங்கள்" என்று நான் வற்புறுத்தினேன்.

ஆ, இது சற்றுக் குழப்பமானது. மைக்கேல் ஜாக்சனைப்போல் இந்தக்கேள்வி கருப்பு அல்லது வெள்ளை என்பதாக இருக்கிறதே?

"ஒரு நல்ல சம்பளத்தை உங்களால் பெற முடிகிறதல்லவா?" என்றேன் தொடர்ந்து.

"ஆம்."

"வெளியில் சென்று சம்பாதித்தால் உங்களுக்குக் கிடைத்திருக்கக் கூடிய அளவு இருக்குமா?"

"இல்லை இல்லை?"

"ஆனால் தொடர்ந்து அதைச்செய்து கொண்டிருக்கிறோம்," என்ற சௌரப் மேலும் கூறினார். "எது எங்களை இதிலேயே இருக்கச் செய்கிறது என்றால் ஒவ்வொரு ஆண்டும் அதே வாடிக்கையாளர்களே எங்களிடம் வருகிறார்கள்; தவிர மேலும் மேலும் வாடிக்கையாளர்களை நாங்கள் சேர்த்து கொண்டிருக்கிறோம். அடிப்படையில் இது ஒரு தலைகீழான மரம் போன்றது. ஐந்து ஆண்டுகளுக்குப் பிறகு இது பெரிதாக ஆகிவிடும்."

கட்சிக்காரர் 5000...

"ஆம் அதிலும் 25% த்திற்கு மேல் நாங்கள் எதிர்பார்ப்பதில்லை. அப்படியானால் 1200 வாடிக்கையாளர்கள்; தேர்தல்கள் 5 ஆண்டுகளுக்கு ஒருமுறை நடக்கிறது - ஒரு ஆண்டுக்கு 200 வாடிக்கையாளர்கள்."

* *நிறுவனத்தின் வருமானம் ரூ.5 கோடிக்குச் சற்று குறைவு.*

ஆனால் மேலும் பல தேர்தல்களை முனிசிபாலிட்டி அளவிற்கு அடைய வேண்டும் என்பது இவர்கள் இலக்கு. தவிர வெற்றி பெறும் வாய்ப்புள்ள வாடிக்கையாளர்கள் என்பதைக் கணக்கிட்டு ஒரு மதிப்பு மிக்கதான சேவையைக் கொடுப்பதும் தேர்தலுக்கு முன்னால் இரண்டு மூன்று வாரங்களுக்குப் போர்க்கால அடிப்படையில் தகவல்களைக் கொடுப்பதும் இவர்களுடைய எண்ணமாக இருக்கிறது.

"இப்பொழுது நாங்கள் செய்து கொண்டிருக்கும் பணி ஒரு சிறப்பு மிக்க தகவல் வங்கியை ஏற்படுத்துவது. அவ்வப்பகுதிகள், சிறு சிறு அளவிலானவை, சமூகங்கள் போன்றவற்றைப் பற்றிய விவரங்கள், அவர்கள் எப்படி எதிர்கொள்கிறார்கள் போன்ற எல்லாவற்றையும் நாங்கள் ஏற்படுத்திக் கொண்டிருக்கிறோம். நேரம் வரும்போது இவற்றைச் சரியான முறையில் பயன்படுத்தமுடியும்."

நீங்கள் தேர்ந்தெடுத்துள்ள கடலில் ஆழமாக மூழ்கி எழுந்தால் உங்களுக்குக் கிடைப்பது சிப்பிகள் மட்டுமல்ல, முத்துக்களும் கூட.

சமூகப் பிரிவிற்குள்ளும் சென்று சேவை செய்வதான திட்டம் பொலிடிக்கல் எட்ஜ்க்கு உண்டு. இதே போன்ற கணக்கும்தான் அங்கும் தேவை - அரசு சாரா அமைப்புகளுக்கு அவர்களுடைய பல திட்டங்களுக்கு எதிர்பார்க்கும் தாக்கம் இருக்கிறதா என்ற தனிப்பட்ட ஆர்வத்தின் செயல் விளைவைப் புரிந்து கொள்வதற்கு.

"அரசு சாரா அமைப்புகளுக்காக இதுவரையில் நாங்கள் 18 பணிகளை மேற்கொண்டுள்ளோம். ஆனால் அதன் மூலம் நாங்கள் எந்தப் பணத்தையும் பெறவில்லை. இதில் தொடர்ந்து நாங்கள் ஆய்வு மேற்கொண்டிருக்கிறோம்."

பொலிடிக்கல் எட்ஜில் சுமார் 100 ஊழியர்கள் இருக்கிறார்கள். அவர்களில் 80% களப்பணி ஆற்றுபவர்கள். எல்லோரும் அப்போதுதான் பட்டப்படிப்பை முடித்துள்ள எளிமையானவர்கள். சந்தை ஆய்வு அனுபவம் எதுவும் அவர்களுக்கு இல்லை.

"எந்தப் பட்டப்படிப்பைப் படித்தவர்கள் என்பதைப்பற்றி எங்களுக்குக் கவலையில்லை. ஏனெனில் அவர்களுக்கு எங்கள் வழியில் பயிற்சி அளிக்க நாங்கள் விரும்புகிறோம். இந்தியாவில் தற்போது மேற்கொள்ளப்பட்டு வரும் ஆய்வு முறையை அவர்கள் செய்யவேண்டும் என்பதை நாங்கள்

விரும்பவில்லை" என்கிறார் சௌரப்.

தொடர்கிறார் கௌரவ், "எல்லா ஏஜென்சிகளின் மக்களையும் ஆய்வு செய்பவர்கள், மேற்பார்வை பார்ப்பவர்கள், என்று எல்லோரையும் நாங்கள் சந்தித்திருக்கிறோம். அவர்கள் முடிவுகளை முன்பே தீர்மானித்து விடுகிறார்கள் என்பது என் எண்ணம்!"

இவர்கள் சொல்வது - ஹிந்துஸ்தான் லீவர் லிமிடெட்டின் உயர் பதவியில் இருக்கும் ஒரு அதிகாரி தகவல் சற்று ஏறுமாறாக இருந்தாலும் உத்திரபிரதேச கிராமப்புறத்தின் ஆய்வுகளை ஒரு ஏஜென்சி சொல்வதை அப்படியே ஏற்றுக் கொள்வார். ஆனால் ஒரு எம்எல்ஏ தன் தொகுதியில் உள்ள மக்களைப் பற்றி நன்கு அறிந்து கொண்டிருப்பார். அவர் ஏற்றுக்கொள்ளும் வகையில் இந்த ஆய்வு வலிமையானதாக இருக்க வேண்டும்.

அப்படியானால் துல்லியமாக எப்படி இதை அவர்களால் செய்ய முடிகிறது? எல்லா வினா விடை பட்டியல்கள் போல் இவர்களும் நுட்பமாகச் சரிபார்த்துக் கொள்கிறார்கள். தவிர நம்பிக்கை, தனிப்பட்ட உறவு முறை என்ற பெரிய கொள்கையும் இவர்களிடம் இருக்கிறது.

ஆரம்பத்தில் ஒவ்வொரு நாளும் இந்தக் குழுவினர் களப்பணி ஆற்றுவார்கள். ஆனால் இப்போது மூன்று நிலையாகப் பணியாற்றுகிறார்கள் - ஆய்வாளர், குழுத்தலைவர், திட்டமேலாளர். திட்டமேலாளர்கள் இவ்விருவரிடமும் தகவல்களைத் தெரிவிப்பார்கள்.

"குழுவிலிருப்பவர்கள் எங்களுடைய சம்பளப் பட்டியலில் இருப்பவர்கள். அவர்கள் பணியாற்றுவது - அர்ப்பணிப்பு மற்றும் கடின உழைப்பு என்ற அடிப்படையில் உள்ளது. அதனால் சிறப்பாகப் பணியாற்றும் ஒருவர் குழுத் தலைவராகவும், திட்டமேலாளராகவும் பதவி உயர்வு பெறமுடியும்."

இது சற்றுக் கடினமானது தான்; ஆனால் நிர்வகிக்கக் கூடிய அளவில் உள்ளது அல்லது அந்த முறையில் அவர்கள் பார்க்க விரும்புகிறார்கள் போலும்.

"எந்த ஒரு நேரத்திலும் ஒரு குழுவில் 50% நல்ல ஆட்கள் இருந்தால் அவர்கள் ஒவ்வொருவருக்குக் கீழும் ஒருவரை எடுத்துக் கொள்வதன் மூலம் எங்கள் குழுவை இரட்டிப்பாக்க முடியும்" என்று ஒரு கணிதத்தை லாவகமாகப் போடும்

முறையில் சௌரப் சொல்கிறார்.

அரசியல்வாதிகளுக்கு வெற்றி தோல்வி என்ற மதிப்பீடு ஒவ்வொரு நாளும் நடைபெறுகிறது. உங்களுடைய மதிப்பீடு எவ்வாறு உள்ளது?

"பணத்தைப் பொறுத்தவரையில் இன்னும் 5 ஆண்டுகளில் 5 மடங்காக வளருவோம்" என்ற சௌரப்பின் பதிலுக்கு கௌரவ் கூறுவது, "நாங்கள் பல கருத்து வங்கிகளோடு இணைவோம், அவர்களோடு சேர்ந்து பல அரசியல் கட்சிகளோடும், வரப் போகும் புதிய தலைவர்களோடும் இணைவோம். கொள்கைப் பிடிப்புள்ள பல தகவல்களை நாங்கள் கொடுப்போம்."

ஒரு விஷயத்தில் முனைப்போடு இருப்பது பற்றி இவர்கள் இருவரும் தெளிவாக இருக்கிறார்கள் - அரசியல் களத்தில் உள்ள வாடிக்கையாளருடன் மட்டுமே பணியாற்றுவது. இந்தத் தெளிவு அல்லது சிலர் சொல்வதுபோல் இந்தப் பிடிவாத குணம், தொடக்கத்தில் இருந்த சில கூட்டாளிகளைப் பிரிந்துபோகச் செய்திருக்கிறது.

"ஆரம்பத்தில் இந்த நிறுவனத்தின் பெயர் 'இன்ஃபோ எட்ஜ்' (Info Edge) ஆனால் சென்ற வருடம் 2008ல் எங்களுக்குள் அபிப்ராய பேதம் ஏற்பட்டதால் பிரிந்து விட்டோம். தாய் நிறுவனத்திற்குப் பெயர் என்டைமன்சன்ஸ், பிராண்ட் பெயர் பொலிடிக்கல் எட்ஜ்." (Political Edge)

வாழ்க்கை நன்றாகச் சென்று கொண்டிருக்கிறது, ஆனால் பணிச்சுமை அதிகம்.

"நேரம் கெட்ட நேரத்தில் பணி செய்வது, தவிர திடீரென்று பயணம் மேற்கொள்வது போன்றவை சில நேரங்களில் மன உளைச்சலை ஏற்படுத்துகிறது. திருமணம் ஆகாமல் இருப்பது இந்த விஷயத்தில் எனக்கு வசதியாக இருக்கிறது" என்று சொல்லிச் சிரிக்கிறார் கௌரவ். தன் இளமைப் பருவத் தோழி பங்குருதியை சௌரப் மணந்து கொண்டிருக்கிறார்.

இறுதியாக, ஏதாவது ஒரு மாற்றத்தை பொலிட்டிகல் எட்ஜ் ஏற்படுத்தி இருக்கிறதா? நிச்சயமாக ஏற்படுத்தி இருப்பதாக இருவரும் எண்ணுகிறார்கள். காந்தி தொப்பிகள் சும்மா அரசியலில் விளையாடுவது 'பழையகாலமுறை,' அதுமட்டும் போதாது என்பதை உணர்ந்து கொண்டுள்ளார்கள். *சாதாரண அரசியல்வாதிகூட சிறிது வளர்ச்சியையும் சிறிது*

மேம்பாட்டையும் காண்பித்தாக வேண்டும்.

"ஒரு அரசியல்வாதி 10 எண் உள்ள அளவுகோலில் அவர் 10ஐ நோக்கிச் செல்ல வேண்டும். அவர் 2 என்ற எண்ணில் இருந்தால் குறைந்தபட்சம் 2.5 என்ற அளவிற்கு அவரை எடுத்துச் செல்லவேண்டும்."

என்றாவது ஒருநாள் அவர்களும் அரசியலில் சேருவார்கள் என்று நான் நினைக்கிறேன். எதைச் செய்தாலும் நல்லதாக, சாதகமான நிலையில் செய்து அதிலேயே தொடர்ந்து வாழ்வார்கள்.

எதைப்பற்றி அவர்களுக்கு அக்கறை இருக்கிறதோ அதைச் செய்வது.

எல்லா மாற்றங்களையும் அது ஏற்படுத்துகிறது.

இளம் தொழிலதிபர்களுக்கு...

சௌரப் வியாஸ்

இப்போது இதைச் செய்தாக வேண்டும், இதில் முழுவதுமாக இறங்கவேண்டும் என்பது உள்ளுணர்வு என்று தான் நான் நினைக்கிறேன், அதுதான் அடிப்படைக் கொள்கை. ஏன் ஒரு வருடம் கழித்து என்றால், எனக்குத் தெரியவில்லை, அது இரண்டு ஆண்டுகள் கூட ஆகலாம். ஆனால் தீர்மானிப்பது தான் முக்கியம். நிச்சயமாக நாம் செய்வோம் என்ற தீர்மானம்.

கௌரவ் ராத்தோர்

புதிதாக எதையாவது செய்யவேண்டுமென்று நீங்கள் முயற்சித்தால் முதலில் உங்களுக்கு அதில் நம்பிக்கை இருக்க வேண்டும். இல்லாவிட்டால் அதைச் செய்யாதீர்கள். ஏனெனில் அதில் தொடர்ந்து பணியாற்ற உங்களால் முடியாது.

எந்த நிறுவனமாக இருந்தாலும் முதல் ஒன்றிரண்டு ஆண்டுகள் கடினமானதுதான். உங்களிடம் ஒரு பிரமாதமான யோசனை இருக்கலாம். ஆனால் அதிலேயே தொடர்ந்து ஒன்றிரண்டு ஆண்டுகள் இருக்காவிட்டால் பணமும் சம்பாதிக்க முடியாது; எந்த விதமான தாக்கத்தையும் ஏற்படுத்த முடியாது. அந்த யோசனையில் உங்களுக்கே நம்பிக்கை இல்லை என்றால் இரண்டு ஆண்டுகள் என்பது ஒரு நீண்டகாலம்.

தலைமை ஏற்றுச்செல்- பின்தொடர்வார்கள்

சத்யஜித்சிங்

சக்தி சுதா இண்டஸ்ட்ரீஸ்

(Shakti Sudha Industries)

சத்யஜித்சிங் நுகர்வோர் பொருட்களை வினியோகிக்கும் பணியில் ஈடுபட்டிருந்தார். வாழ்க்கையின் வசதிகளை அனுபவித்துக் கொண்டிருந்தார். இருப்பினும் ஒரு நாள் அந்த வியாபாரத்தை மூடினார். மக்கானாவை (அல்லிவிதை) வர்த்தக ரீதியாகப் பெரிய அளவில் விற்பது என்ற அறை கூவலை எடுத்துக் கொண்டார். அப்படிச் செய்யத் தொடங்கிய போது அதைக் கடமையும் பொறுப்பும் உள்ள பணியாக உணர்ந்தார். ஆயிரக்கணக்கான விளிம்பு நிலை விவசாயிகளுக்கு அனுகூலங்களை அவரால் கொண்டு வரமுடிந்தது.

அது ஒரு தெர்மகோல் உருண்டைபோல் காணப்படுகிறது.

தொடுவதற்கும் அப்படித்தான் இருக்கிறது.

இந்தப் பொருளுக்கு வாசனையும் இல்லை, சுவையும் இல்லை, உங்களுடைய உணவுத்தட் டில் இருப்பதற்குக் குறிப்பாக எந்தக்காரணமும் இல்லை.

ரூ 50 கோடி வியாபாரத்தை இதிலிருந்து உண்மையில் உங்களால் செய்யமுடியுமா?

ஆம், இதைத்தான் துல்லியமாக சத்யஜித்சிங் செய்திருக்கிறார். அதுவும் கூட பீகாரின் தொழிற்சாலைக்கேற்ற தரிசு நிலத்தில்.

மக்கானாவிற்கும் வடக்கு பீகாரில் ஆழமற்ற குளங்களிலிருந்து அவற்றை அறுவடை செய்யும் விவசாயிகளுக்கும் சத்யஜித் புது ரத்தம் பாய்ச்சியுள்ளார். இந்த வியாபாரத்தை அவர் முறைப்படுத்தியிருக்கிறார், விவசாயிகளை இணைத்திருக்கிறார், புது தொழில் நுட்பங்களை அறிமுகப்படுத்தியிருக்கிறார் - இவை எல்லாமே விமானத்தில் போகும்போது சும்மா நடத்திய ஒரு சம்பாஷணையால் தொடங்கப்பட்டது.

இந்த சம்பாஷணையின் காரணத்தால் BPL வினியோகஸ்தராக, உறுதியாக நடந்து கொண்டிருந்த அவருடைய வியாபாரத்தை இறுதியில் அவர் மூடும்படி ஆயிற்று; அழுக்கு நிறைந்த பாதையில் *மக்கானா* விளையும் பகுதிக்கு அவர் செல்லும்படிச் செய்தது.

பாட்னாவில் சத்யஜித்தின் அலுவலகத்தில் சுற்றிலும் *மக்கானா* சூழப்பட்டிருக்க நான் பேசிக் கொண்டிருந்தேன்.

மக்கானா விளம்பரங்கள், பிளாஸ்டிக் பைகளில் *மக்கானா*, *மக்கானா* நொறுதீனி.

அவருடைய இயந்திரங்கள் *மக்கானாவை* 16 வகைகளாகப் பிரித்துத் தரப்படுத்துவதை நான் பார்த்தேன்.

லேசாக வறுத்த *மக்கானா* பொரியை நான் சாப்பிட்டுப் பார்த்தேன். சுவை பிரமாதமாக இருந்தது.

நான் எனக்குள் நினைத்துக்கொண்டேன் - ஏதோ ஒன்று சுவையற்று சலிப்பூட்டுடவதாகத் தோன்றக்கூடும். ஆனால்

அதனுள் பேரார்வம், உற்சாகம், எப்படியாக இருந்தாலும் செய்யவேண்டும் என்ற எண்ணம் ஆகிய *மசாலாவைச் சேர்த்தால்...*

அந்தத்திட்டம் உலகிலேயே மிகக் கிளர்ச்சியூட்டுவதான ஒன்றாக ஆகக்கூடும்; அந்த நபர் உண்மையிலேயே ஆசிர்வதிக்கப்பட்டவர்.

தலைமை ஏற்றுச்செல்-பின்தொடர்வார்கள்

சத்யஜித்சிங்

சக்தி சுதா இண்டஸ்ட்ரீஸ்

சத்யஜித்சிங் பிறந்தது ஜமுய் என்ற மாவட்ட டௌனில்; பத்தாம் வகுப்பு முடித்த பிறகு பாட்னாவிற்குச்சென்று விட்டார்.

"நான் MA (வரலாறு) படித்தேன். பல்கலைக்கழகத்தில் முதல் மாணவனாகத் தேர்ச்சி பெற்றேன். அந்த நேரத்தில் ஐஏஎஸ்-ஸில் சேர்வதான வெறி எல்லோரிடமும் இருந்தது; அதனால் நானும் அந்தப் பரிட்சையை எழுதினேன்."

அவர் இரண்டு முறை முக்கியப் பரிட்சைகளில் தேர்வடைந்தார், ஆனால் நேர்காணலில் வெற்றி பெறவில்லை. அப்படியானால் பிறகு என்ன செய்வது? வியாபாரம் செய்வதென்று அவர் தீர்மானித்தார்.

அரசுத் தரப்பு வக்கீலின் மகன் இத்தகைய முடிவுக்கு வருவது சற்று வழக்கத்திற்கு மாறானது. அவர்கள் குடும்பத்திற்கு நிலமும் சொத்துக்களும் இருந்தன. ஆனால் 'வெளியில் சென்று' வியாபாரத்தைத் தொடங்கும் முதல் ஆள் அவர்தான்.

"பீகாரில் BPL பொருட்களுக்கு நான் முகவராகப் (ஏஜெண்ட்) பணியாற்றினேன். விரைவாகவே சந்தைப் படுத்துதல், விற்பனை, வினியோகம் போன்றவற்றையும் புரிந்து கொண்டேன்."

2002க்குள்ளாக இந்த வியாபாரம் செழித்து வளர்ந்தது. ஆண்டு வருமானம் ரூ 9 கோடி. வாழ்க்கை வசதியாக நன்றாக இருந்தது; ஆனால் அப்போது வினோதமான ஒரு விஷயம் நடந்தது.

டெல்லியிலிருந்து பாட்னாவிற்குப் போய்க் கொண்டிருந்தார். விமானத்தில் அவருக்கு அருகில் டாக்டர் ஜனார்த்தன் என்பவர் அமர்ந்திருந்தார்.

இந்தியன் கௌன்சில் ஃபார் அக்ரிகல்சுரல் ரிசர்ச் (ICAR - Indian Council for Agricultural Research) என்பதில் டாக்டர் ஜனார்த்தன் பணியாற்றிக் கொண்டிருந்தார். மக்கானாவிற்கான தேசிய ஆய்வு மையத்தின் இயக்குனராக அப்போது இருந்தார். ஆழமற்ற குளங்களில் பயிர் செய்யப்படும் இந்தச் செடி வடக்கு பீகாருக்கே உரித்தானது.

"கடந்த மூன்றாண்டுகளாக *மக்கானைப்* பற்றி யோசித்து வருகிறேன். இதற்கான ஒரு தொழில் முனைவரைத் தேடிக்கொண்டிருக்கிறேன்" என்று டாக்டர் ஜனார்த்தன் குறிப்பிட்டார்.

அவருடைய இந்தச் சொற்கள் சத்யஜித்தின் ஆவலைக் கிளறி விட்டது.

"இந்த *மக்கானா* பயிர் என்பது என்ன? எனக்கு இதைப் பற்றி விவரமாகச் சொல்ல முடியுமா? என்று சத்யஜித் கேட்டார்.

அடுத்த மூன்று மாதங்களுக்கு தர்பாவ்கா, மதுபணி போன்ற கிராமங்களுக்குப் பயணப்பட்ட சத்யஜித் எப்படி *மக்கானா* வளர்க்கப்பட்டு அறுவடை செய்யப்படுகிறது என்பதைப் பார்த்தார்.

"மிகவும் கஷ்டப்பட்டு அவர்கள் பயிர் செய்வதையும் அதற்குக் கிடைக்கும் வருமானம் மிகவும் குறைவு என்பதையும் நானே நேரில் பார்த்தேன். அந்த முழுச் சந்தையில் இடைத் தரகர்கள் ஆதிக்கம் செலுத்தி வந்தனர்."

சத்யஜித் டாக்டர் ஜனார்த்தனிடம் கேட்டார், "யாராவது ஒருவர் ஒரு தொழிற்சாலையை அமைக்கவேண்டும் என்பதை விரும்புகிறீர்களா அல்லது சமூக சேவையா?"

நிச்சயமாக, ஒரு தொழிற்சாலையை ஆரம்பித்து அதில் இயந்திரங்களைப் பொருத்தி மூலப்பொருளை இட்டு தேவையானதைச் செய்ய ஆரம்பிப்பது முடியாத செயல். அத்தகைய ஒரு திட்டம் வியாபார ரீதியாக லாபம் தரக்கூடியதாக ஆவதற்கு நிறைய விஷயங்களைச் செய்ய வேண்டியிருந்தது.

ஆனால் இந்த யோசனை சத்யஜித்தைக் கிளர்ச்சி அடையச் செய்தது.

"ஓர் இரவிற்குள் தைரியமான ஒரு முடிவெடுத்தேன். என் வினியோக வியாபாரத்தை மூடினேன். *மக்கானா* திட்டத்தில் செயல்படத் துவங்கினேன்."

முழுமையான ஒரு வியாபாரம், நல்ல வரும்படி, 10 முதல் 6 மணி வரை செய்யும் ஒரு வேலை - இவற்றை எல்லாம் விட்டுவிட்டு வகுக்கப்படாத, முன்பின் தெரியாத ஒரு முயற்சியில் ஏன் இறங்க வேண்டும்? ஏனெனில் உங்களுக்குள் ஏதோ ஒன்று கலக்கப்பட்டு உங்களைத் தூண்டி இருக்கிறது.

பராமரிக்கப்படாத பாழிடங்களில் அந்தப் பயிர் பற்றிய சந்தையையும் சங்கித் தொடர்பான அதன் விவசாயத்தையும் முழுவதுமாக அறிந்துகொள்ள சத்யஜித் இரண்டாண்டுகளைச் செலவழித்தார்.

"இந்தியா முழுவதிலும் உணவுப்பொருள் *மண்டி*களுக்குச் சென்றேன். அந்த வியாபாரம் எப்படி நடைபெறுகிறது என்பதைப் புரிந்துகொண்டேன். *மக்கானா* விளையும் கிராமங்களிலும் நிறைய நேரத்தைச் செலவிட்டேன்."

மக்கானா (Foznut) குளங்களில் வளருகிறது. மாதுளம் பழத்தைப் போல அது ஒரு பழ வகை. கனிந்தவுடன் இந்தப் பழம் வெடித்து அதன் விதைகள் குளத்தின் அடியில் சிதறுகின்றன. இந்தக் கருப்பு விதைகள் சேகரிக்கப்பட்டு வறுக்கப்பட்டு பின்னர் உடைக்கப்படுகின்றன. இறுதியாகக் கிடைப்பது ஸ்பான்ஞ் போன்ற வெண்மை நிறத்தில் இருக்கிறது. முழுவதும் ஆட்களால் செய்யப்படும் கடுமையான வேலை. அதிக அளவில் பெண்களே செய்தனர்.

"இது ஒரு சிரமமான வேலை. *பழைய காலத்தில் இதை இவ்வாறு செய்தவர் மிக புத்திசாலியாக இருந்திருக்க வேண்டும்*" என்கிறார்.

வேறு எந்த மாநிலமாக இருந்தாலும் நேரடியாக மண்டிக்குச் சென்று எத்தனை டன் வேண்டுமோ அவற்றை சத்யஜித் எளிதாக வாங்கியிருக்க முடியும். பிறகு அதை மேம்படுத்த ஒரு தொழிற்சாலையை ஆரம்பித்திருக்கலாம்.

ஆனால் பீகாரில் *மண்டி*முறை கிடையாது.* தனது சங்கிலித் தொடர் வியாபாரத்தை முதலில் விவசாயிகளிடமிருந்து

** 2006 ல் பீகார் அரசு ஏபிஎம்சி சட்டத்தை நீக்கி விட்டது. தனியார் துறையில் அதற்கு மாற்றாக எந்த ஒரு ஏற்பாடும் செய்யப்படவில்லை.*

தொடங்க வேண்டும் என்று சத்யஜித் விரைவில் உணர்ந்து கொண்டார்.

"கிராமத்தில் பஞ்சாயத்துகளை அணுகி அவரவர் பகுதியிலுள்ள *மக்கானா* விளைவிக்கும் விவசாயிகளை அடையாளம் காட்டுமாறு சொல்வதென்று தீர்மானித்தேன்."

விவசாயிகளை ஒன்றிணைத்துப் பயிற்சி கொடுத்து அவர்களது வாழ்க்கைத் தரத்தை உயர்த்த வேண்டும் என்பது அவர் யோசனை. விவசாயிகளுடன் ஒரு உறவு முறையை வளர்த்துக் கொண்டு ஒரு சங்கிலித் தொடர் வியாபாரத்தை அமைக்க வேண்டும். சிறப்பான ஒரு விஷயம்தானே.

ஆனால் வங்கிகள் இதை ஏற்றுக் கொள்ளவில்லை.

"2004ல் பீகாரில் முதலீடு செய்வதான ஒரு நிலைமை இல்லை. தொழிற்சாலை கிடையாது, அரசு ஆதரவு கிடையாது. மேலும் அதுவரையில் யாருமே *மக்கானா* பற்றிய ஒரு திட்டத்தையும் செய்ததில்லை. அத்தகைய சூழ்நிலையில் 'நீ எப்படிச் செய்வாய்' என்ற கேள்வி எப்போதும் எழுந்தது."

தொழில் முனைவோரிடமிருந்து மிகச் சிறந்ததை வெளிக்கொண்டு வரும் ஒரு கேள்வி அது.

அந்தத் திட்டத்திற்கான எல்லாக் காரணிகளையும் சத்யஜித் அலசி ஆராய்ந்தார். அவருடைய மூளையும் இதயமும் இதைத்தான் கூறின: 'நீ பெரிதாக எதையோ சாதிக்கப் போகிறாய். ஐந்து ஆண்டுகளுக்குள் ரூ 70 கோடிக்கான ஒரு மிகப்பெரிய திட்டம்,'

தன்னுடைய முதல் வியாபாரத்தின் சேமிப்பான ரூ 1.5 கோடியை இந்தத் திட்டத்தைத் தொடங்குவதற்காக அவர் முதலீடு செய்தார். ஒரு சிறிய ஆராய்ச்சிப் பிரிவையும் ஏற்படுத்தினார்.

"இரண்டாண்டுகளுக்கு அந்தப் பயிரை நாங்கள் சோதித்துப் பார்த்தோம், மைசூரிலுள்ள CFTRI க்கு அனுப்பி னோம். இந்தியா முழுவதிலும் சந்தைப்படுத்திப் பார்த் தோம்."

இவ்வாறு சோதித்துக் கொண்டிருந்த காலத்தில் 2005ம் ஆண்டு நடுவில் *பிசினஸ் பாசிகார்* (Business Baazigar) என்ற நிகழ்ச்சியை Zee Tv அறிமுகப்படுத்தியது. இந்தியா முழுவதிலுமுள்ள தொழில் முனைவோர்களின் சிறந்த யோசனைகளுக்கு ஒரு மேடை அமைத்துக் கொடுத்ததுடன்

"விவசாயிகளிடமிருந்து இந்தப் பயிரை வாங்குவதிலிருந்து தொழிற்சாலைக்கு அதை எடுத்துச் செல்வது வரையிலான இந்தச் சங்கிலித் தொடர் செயலை நிர்வாகம் செய்வது தான் மிகப் பெரிய சவாலாக இருந்தது."

வியாபாரத்திற்கான முதலீட்டையும் கொடுப்பதாக அந்த நிகழ்ச்சி உறுதி செய்தது.

சத்யஜித் இதற்கு மனு செய்தார், அவர் மனு ஏற்றுக்கொள்ளப்பட்டது. முதல் 10 பேரில் ஒருவராகத் தேர்ந்தெடுக்கப்பட்டார். அந்த நேரத்தில் சந்தேகங்கள் எழுந்தன.

"என்னுடைய சொந்தப் பணத்தைப் போட்டிருக்கிறேன். இதைப் பரிசோதனை செய்வதற்காக 1½ ஆண்டுகள் செலவழித்திருக்கிறேன். தொடங்குவதற்குத் தரப்படும் முதலீடு (Venture Capital) என்றால் என்ன என்பதைத் துல்லியமாகப் புரிந்து கொள்ள விரும்புகிறேன். என் திட்டத்தை நீங்கள் எவ்வாறு நிறைவேற்றுவீர்கள்?"

அதற்கு அவர்களுடைய பதில், "லிஸ்டில் உள்ள முதல் மூன்று பேர்களுக்குத்தான் நாங்கள் உதவி செய்வோம். பிறகு அவர்களுடைய திட்டங்கள் எங்களுடைய திட்டங்களாகிவிடும். நீங்கள் ஒரு செயல்துறை அதிகாரியாகப் பணியாற்றுவீர்கள்."

"இதை அவர்கள் சொன்னவுடன் நான் தீர்மானித்துவிட்டேன். நான் இதைத்தான் அவர்களிடம் சொன்னேன், 'நீங்கள் செய்ய வேண்டியது ஒன்றுதான். என் பெயரை லிஸ்டிலிருந்து நீக்கி விடுங்கள்!' "

உண்மையில் வீட்டிற்குத் திரும்ப வேண்டும் என்ற அவசரத்தில் சத்யஜித் இருந்தார். ஏனெனில் இறுதியாக ஸ்டேட் இண்டஸ்ட்ரியல் டெவலப்மெண்ட் கார்ப்பரேஷன் இவருடைய திட்டத்திற்காக நிலத்தை ஒதுக்கியிருந்தது. "அதில் பிரச்சினை என்னவென்றால் சமூக விரோதிகள் ஏற்கனவே அதை ஆக்ரமித்து இருந்தனர்!"

"அந்த நேரத்தில் பீகாரில் குடியரசு தலைவர் ஆட்சி இருந்தது. தலைமைச் செயலாளர் திரு ஜி.எஸ் கங்க் என்பவரிடம் என் பிரச்சினையை நான் கொண்டு சென்றேன். மாவட்ட நிர்வாகியிடம் சமூக விரோதிகளை நீக்கச் சொல்லி அந்த

நிலத்தை எனக்குக் கொடுக்கும்படி உத்தரவிட்டார்."

இப்போது சத்யஜித் தன் திட்டத்தை எடுத்துக்கொண்டு வங்கிகளை அணுகினார். இறுதியாக இந்தியன் வங்கி கடன் கொடுக்கச் சம்மதித்தது.

இதற்கிடையில் நிதீஷ்குமார் ஆட்சிக்கு வந்தார். முதலீட்டுக்கான சூழ்நிலை திடீரென்று முன்னேறியது. தொழில்மேம்பாட்டு ஆணையராகதிரு.எஸ்.விஜயராகவனை அரசு நியமித்தது.

"திரு. விஜயராகவன் நம்பிக்கையான மனதை உடையவர். **இந்தத் திட்டத்தை முன்னெடுத்துச் செல்வதில் அவருக்குப் பெரிய பங்கு இருக்கிறது.**"

இதற்கான காரணம் எளிமையானது. பீகாருக்குத் தொழில் மேம்பாடு தேவை. ஆனால் வெளியிலிருந்து முதலீட்டைக் கவருவதற்கு அங்கேயே தோன்றி வெற்றி பெற்ற சில கதைகள் தேவை.

சத்யஜித்தின் திட்டம் மாநில முதலீட்டு மேம்பாட்டு வாரியத்தால் அனுமதிக்கப்பட்ட முதல் திட்டமாயிற்று.

ஆராய்ச்சி (R&D) முடிவுற்றது, நிலம் கொடுக்கப்பட்டது, தொழிற்சாலை வரத் தொடங்கியது, நிதியும் அரசு ஆதரவும் கிடைத்தது. மிகப்பிரமாதம். ஆனால் முதலும் முக்கியமானதுமான பணி - *மக்கானாவைக் கொள்முதல் செய்வது* - செய்யப்பட வேண்டியிருந்தது.

"எங்கெல்லாம் மூலப் பொருளான *மக்கானா* கிடைக்கிறது என்ற ஆதாரத்தை அறிவதில் பிரச்சினை இருந்தது. அரசின் புள்ளி விவரங்களை எங்களால் நம்பமுடியவில்லை."

அரசு வேளாண்துறை ஒரு குறிப்பிட்ட பகுதியில் *மக்கானா* பயிரிடப்படுவதாக 200 ஹெக்டேர் நிலங்களைக் காட்டும்; ஆனால் உண்மையில் அங்கு 35லிருந்து 45 ஹெக்டேர்களில்தான் *மக்கானா* பயிரிடப்பட்டிருக்கும். நீங்கள் அடிமட்ட நிலையிலிருந்து தொடங்கிப் பணியை மேலெடுத்துச் செல்லவேண்டும்.

"பஞ்சாயத்தாரை அணுகி அவர்கள் கிராமத்திலுள்ள *மக்கானா* விவசாயிகளை எங்களுக்கு அடையாளம் காட்டச் சொல்வது எங்களுடைய முதல் பணியாயிற்று."

இந்த விவசாயிகளெல்லாம் 'பதிவு செய்யப்பட்டனர்,'

புகைப்படம் ஒட்டிய அடையாள அட்டைகளும் வங்கிக் கணக்கும் அவர்களுக்குக் கொடுக்கப்பட்டன. இதற்குப் பத்திரங்கள் பதிவு செய்யப்பட வேண்டியிருந்தன. அங்குமிங்கும் அலைய வேண்டி இருந்தது. பல சிக்கல்களை எதிர்கொள்ள வேண்டியிருந்தது.

"கிராமப்புறங்களில் இணைய சேவை குறைவான நேரத்திற்கே கிடைத்தது. அதனால் வங்கிகள் 2 மணி நேரமே பணியாற்றின" என்றார் சத்யஜித்.

அப்படியானால் எதற்காக இத்தனைச் சிரமங்களை அனுபவிக்க வேண்டும்?

முதல் காரணம்: பணப் பரிமாற்றத்தின் அடிப்படையில் செயல்படத் தேவையான பணத்தை வங்கிகள் கொடுப்பதில்லை.

இரண்டாவதும் முக்கியமானதும் காரணமும் இது: விளிம்பு நிலை விவசாயிகளுக்கு அதிகாரம் கொடுக்கவேண்டும். 80% விவசாயிகள் கைநாட்டு வைப்பவர்கள்.

"வெண்மைப் புரட்சியைக் கொண்டு வந்த வர்க்கீஸ் குரியனைப் பற்றி நான் படித்திருக்கிறேன். அந்தப் பணிக்காக அவர் தன் முழு வாழ்க்கையையும் அர்ப்பணித்திருந்தார். அத்தகைய ஏதோ ஒன்றைச் செய்வதான ஒரு வாய்ப்பை நான் *மக்கானாவில்* பார்த்தேன். ஏதோ ஒன்று மாறுதலைக் கொண்டு வரும்."

ஆனால் எப்படி...?

2004ல் இடைத்தரகர்களுக்கு ஒரு கிலோ *மக்கானாவை* ரூ 40க்கு விவசாயிகள் விற்றுக் கொண்டிருந்தனர்; தவிர அந்தப் பணமும் கைக்கு எப்போது கிடைக்கும் என்பதற்கு எந்தவித உத்திரவாதமும் இல்லை.

இன்று சக்திசுதா ஒரு கிலோ *மக்கானாவின்* கொள்முதல் விலையாக வைத்திருப்பது ரூ 130; மேலும் பொருளை எடை போட்ட உடன் விவசாயிகளின் கணக்கிற்குப் பணம் மாற்றப்படும்.

"இரண்டு பணிகளை ஒரே நேரத்தில் செய்யமுடியாது, அதனால் வினியோகிக்கும் பணியை நான் துறந்துவிட்டு முழு நேரப்பணியாக மக்கானா திட்டத்தை எடுத்துக்கொண்டேன்."

"வெண்மைப் புரட்சியைக் கொண்டுவந்த வர்க்கீஸ் குரியனைப் பற்றி நான் படித்திருக்கிறன். அந்தப் பணிக்காக அவர் தன் முழு வாழ்க்கையையும் அர்ப்பணித்திருந்தார். அத்தகைய ஏதோ ஒன்றைச் செய்வதற்கான ஒரு வாய்ப்பை நான் மக்கானாவில் பார்த்தேன். ஏதோ ஒன்று ஒரு மாறுதலைக் கொண்டு வரும்."

"நாங்கள் ஏழாயிரம் விவசாயிகளைப் பதிவு செய்திருக்கிறோம். சுமார் 35-40000 மனிதர்களுக்கு உதவி செய்திருக்கிறோம். மேலும் இப்பொழுதும் இடைத் தரகர்களுக்கு விற்கும் விவசாயிகளும் நாங்கள் ஏற்படுத்தியிருக்கும் விலையால் லாபம் அடைகிறார்கள்."

இந்த விலையைச் சக்தி சுதா எப்படித் தீர்மானிக்கிறது? உற்பத்திச் செலவை அது பொறுத்தது.

உதாரணமாக முந்தின ஆண்டு தண்ணீர்ப் பஞ்சம் அல்லது வெள்ளம் ஏற்பட்டிருக்கலாம். இதைக் கருத்தில் கொண்டு சத்யஜித் ஒரு கிலோவிற்கு ரூ 15 அதிகம் தருகிறார்.

"இந்தச் செலவைக் கடைசியிலுள்ள நுகர்வோரிடமிருந்து எளிதாக வாங்கிவிட முடியும்; ஆனால் அந்த அதிகப் பணம் விவசாயிகளுக்கு மிகவும் தேவையானது" என்கிறார்.

மற்றொரு முக்கியமான விஷயம் உலகின் *மக்கானா* உற்பத்தியில் 90% வடக்கு பீகாரில் கிடைக்கிறது.

ஆவலைக் கிளறும் மற்றொரு திட்டம் - கொள்முதல் விலையை ஒவ்வொரு மாதமும் ரூ 5 உயர்த்துவது. செப்டம்பரில் தொடங்கும் மக்கானா பருவம் ஏப்ரலில் முடிகிறது. செப்டம்பரில் ஒரு கிலோ ரூ 125, ஏப்ரல் வரும்போது அது ரூ 170ஆக ஆகிறது.

"விவசாயிகளைத் தூண்டி உற்சாகப் படுத்துவதற்காகவும் அதிக முயற்சியை எடுத்துக் கொள்வதற்காகவும் நாங்கள் இவ்வாறு செய்தோம்."

இதுவரை எல்லாம் சரியாகச் சென்றது, ஆனால் போதாது. தங்களுடைய பொருளை விற்பதற்குத் தங்களுடைய ஊரை விட்டுப் பயணம் செய்வதில் விவசாயிகள் தயக்கம் காட்டுவதை சத்யஜித் புரிந்து கொண்டார். 250-500 விவசாயிகளுக்காக அவ்வப்பகுதியில் சேகரிப்பு மையங்களைச் சக்திசுதா ஏற்படுத்தியது.

ஒவ்வொரு மையத்திலும் ஒரு உயர்ந்த மேடையும் ஒரு பொதுவான *அடுப்பும்* ஏற்படுத்தப்படும். இதோடு கூட ஒரு பொது கோடௌனைப் பஞ்சாயத்து ஏற்படுத்தும்.

ஒவ்வொரு மையத்திலும் சக்திசுதாவின் 4 ஊழியர்கள் பணியாற்றுவார்கள். அவர்களுக்கு '*மக்கானா நண்பர்கள்*' என்பது பெயர். அவர்களுக்கான பணி அழகாகப் பிரித்துக் கொடுக்கப்பட்டிருக்கும். பயிற்சி, கொள்முதல், வங்கிக்கணக்கைத் தொடங்குவது போன்றவற்றை ஒருவர் கவனிப்பார். மற்றவர் கணினி, அந்த இடத்திலேயான வரவு செலவுக் கணக்கு போன்றவற்றோடு பாட்னாவிற்குப் பொருட்களை அனுப்புவதையும் பார்த்துக் கொள்வார்.

இதைத்தவிர மையத்திற்குப் பொறுப்பு ஏற்பவராக ஒருவர் கட்டாயம் உண்டு.

"நானும் அடிக்கடி இவற்றைப் பார்வையிடச் செல்வேன். என்னுடைய நேரத்தில் 70 பங்கை இந்தச் சங்கிலித் தொடரை நிர்வாகம் செய்வதில் செலவழிக்கிறேன்."

இப்போது சக்திசுதாவிற்கு 17 மையங்கள் உள்ளன. அடுத்த ஓராண்டிற்குள் மேலும் 24 மையங்களை அமைப்பதற்கான திட்டம் உள்ளது. ஒவ்வொரு மையத்தையும் ஏற்படுத்துவதற்கு ரூ 10-12 லட்சம் ஆகிறது; அந்த முதலீட்டிற்கு இன்னமும் வங்கிகள் கடன் கொடுக்க மறுக்கின்றன.

பொதுத்துறை - தனியார்துறை பங்குதாரர் ஆதல் என்ற யோசனையை சத்யஜித் செயல்படுத்துகிறார்.

"விவசாயிகளை அடையாளம் கண்டு பதிவு செய்கின்ற செலவை எப்படிக் குறைப்பது என்பதுதான் எங்களுடைய மிகப் பெரிய கவலை. ஏழு தொகுப்புகளில் உலகவங்கி மற்றும் RBH உதவியோடு நாங்கள் பணியாற்று கிறோம்."

ஆத்மா (ATMA- Agricultural Technology Management Agency) க்கு அளித்துள்ள தொகையிலிருந்து தனக்கும் ஒரு பங்கை வேளாண் அமைச்சகம் கொடுக்க வேண்டுமென்று சத்யஜித் விரும்புகிறார்.

"விவசாயி அக்கறைக் குழுக்கள் (FIG- Former Interest Groups) என்பதற்கு ஆத்மா ஒரு ஆண்டிற்கு ரூ 40 கோடியை பீகாரில் செலவழிக்கிறது. ஆனால் இன்னும் 100

குழுக்களைக் கூட அமைத்தாகவில்லை. 5 பிளாக்குகளில் மாதிரி அடிப்படையில் இந்தத் திட்டத்தை எனக்குக் கொடுங்கள் நான் ஒவ்வொரு பிளாக்கிலும் 100 FIG க்களை அமைப்பேன்" என்கிறார் சத்யஜித்.

இது ஒன்றும் தற்பெருமையான வார்த்தை அல்ல.

"உலக வங்கி, IFC, ADB போன்று வெளியிலிருந்து வருபவர்கள் எல்லோரையும் வெற்றிக்கு மாடலாக உள்ள சக்தி சுதாவைப் பார்க்க அனுப்புகிறார்கள். எப்படி நான் பல தடங்கல்களையும் கடந்து இப் பணியை மேலெடுத்துச் சென்றிருக்கிறேன் என்பதை நேரடியாகப் பார்ப்பதற்காக இவர்கள் வருகிறார்கள்."

தன்னிடமிருந்து கற்றுக் கொள்வதற்கு யார் வந்தாலும் அவர்களிடம் தன் அனுபவத்தையும் பகிர்ந்து கொள்வதில் சத்யஜித் மகிழ்ச்சி அடைகிறார் - ஒரு தொழிற்சாலைப் பாலைவனத்திலும் ஒரு முயற்சி எப்படிச் செழித்து வளரும் என்பதை உணர்த்துகிறார்.

"மக்கானா உற்பத்தியாகும் பீகாரைச் சேர்ந்தவன் அல்ல நான். வியாபார சமுதாயத்தில் இருந்தும் நான் வரவில்லை. எந்த வகையிலும் மக்கானாவோடு எனக்கு தொடர்பு இல்லை. இருப்பினும் இந்தக் களத்திற்குள் நான் வந்திருக்கிறேன்."

அவருக்கான வழியை வகுத்துக் கொண்டுள்ளார்.

ரூ 70 கோடி திட்டத்தில் அவருடைய பங்களிப்பாக வங்கிக்கு கொடுக்க வேண்டிய 25% தொகை நிச்சயமாக அவரிடம் இல்லை. ஆனால் செயல்படுகின்ற ஒரு தீர்வை அவர் கண்டுபிடித்தார்.

அவர் சொன்னார்: "நான் சந்தையிலிருந்து மூலதனத்தைப் பெற்றேன். அந்தத் திட்டமே முதல் நாளிலிருந்து எனக்கு வருமானத்தைக் கொடுத்தது, அந்த 25% பங்களிப்பை என்னால் செய்யமுடிந்தது."

உதாரணமாக, முதலாம் ஆண்டில் ரூ 6 கோடியை வங்கியிலிருந்து சக்திசுதா பெற்றது. அதற்கான வரும்படி ரூ 8 கோடி. அதிகமாக வந்த தொகை திரும்பவும் முதலீடு செய்யப்பட்டது. லாபம் மிகவும் குறைவு. *இந்த சுழற்சி ஒவ்வொரு ஆண்டும் தொடர்கிறது.

***2008-2009ல் ரூ 50 கோடி வருமானத்திலிருந்து லாபம் ரூ 1.5 கோடி இவருடைய பங்களிப்பாக ஆயிற்று.**

"பீகாரில் சாணக்யாவும் சந்திரகுப்தாவும் ஒன்று சேர்ந்தார்கள் என்பதுபோல் எனக்கு ஒரு சாணக்யனாக ஜனார்தன் கிடைத்தார். இந்தத் திட்டத்தை எடுத்துக் கொள்வதற்கு எனக்குத் தூண்டுகோலாக அவர் இருந்தார்"

2007-08ல் சக்திசுதாவிற்கு கிடைத்த வருமானம் ரூ 22 கோடி. அதற்கடுத்த ஆண்டு ரூ 50கோடி.

"இந்த ஆண்டு எங்களுடைய வருமானம் ரூ 100 கோடியாக இருக்கும் என்று நம்புகிறேன். ஆனால் இவை எல்லாமே கொள்முதலைச் சார்ந்தது. எனது தொழிற்சாலைக்கு எவ்வளவு மக்கானா வந்தாலும் என்னால் விற்க முடியும்-அதில் எந்தப் பிரச்சனையும் இல்லை!"

மக்கானா விளைந்துவரும் பருவத்தில் எந்த ஒரு நேரத்திலும் சக்திசுதா தொழிற்சாலையில் 10 டன்களுக்குமேல் மக்கானாவைப் பார்க்க முடியாது. ஒவ்வொரு நாளும் அவை வரும், தரவாரியாக அவை பிரிக்கப்படும், பதனப்படுத்தப்பட்டு, பிறகு அனுப்பப்படும்.

அவருடைய முதல் யுத்தம் பொருளைப் பெறுவது என்றால், அவருடைய இரண்டாவது யுத்தம் மண்டிகளுடனானது. உயர்ந்த ரகம் தவிர சிறப்பான பாக்கிங் என்பவையால் விரைவிலேயே சக்திசுதா ஒரு முக்கிய நிறுவனமாகக் கருதப்பட்டது.

"இந்தியாவில் 90% *மக்கானா* சணல் பைகளில் விற்கப்படுகின்றன. நாங்கள் மட்டும்தான் பாலிதின் பைகளில் 5 கிலோ, 8 கிலோ, 10 கிலோவாக விற்கிறோம்."

மற்றொரு வெற்றிகரமான செயல்முயற்சி-வைஷ்ணவி தேவி கோவிலிலிருந்து 1400 டன் *மக்கானாவுக்கான* ஆர்டர் இவர்களுக்குக் கிடைத்தது. மூன்று ஆண்டுகளாக இத்தகைய ஒரு வியாபாரியைத்தான் அவர்கள் தேடிக் கொண்டிருந்தார்கள்.

நிறைய மனிதர்கள் மொத்த வியாபாரத்தை வெற்றி கொள்வது சிறந்தது என்று கருதுவார்கள். ஆனால் சத்யஜித் அப்படி அல்ல. அடுத்த பெரிய வாய்ப்பை அவரால் காணமுடிந்தது - விளைபொருளை ஒரு பிராண்டாக மாற்றுவது - கடைசியில் இருக்கும் நுகர்வோரை அடைவதன் மூலம்.

மக்கானாவை சக்திசுதா என்ற பெயரில் நேரடியாக நுகர்வோருக்கு விற்பது என்பது இதன் பொருள். வெறும்

மக்கானாவாக மட்டுமல்லாது அதோடு மதிப்புக் கூட்டுவதான பொருட்களைச் சேர்த்து விற்பது.

"மைசூரில் CFTRIக்கு நாங்கள் *மக்கானாவை* அனுப்பியபோது புரதச் சத்தும் பெரிய அளவில் ஊட்டச் சத்தும் அதில் இருப்பதைக் கண்டுபிடித்தோம். இந்தப் பயிருக்கு மருத்துவ குணம் உண்டு. பூஜை சடங்குகளில் இதைப் பயன்படுத்திய நம் முன்னோர்களுக்கு நிச்சயமாக இதனுடைய மதிப்பு தெரிந்திருக்கிறது."

உடல்நலம் நகர மக்களிடைய முக்கியத்துவம் பெற்றுவருகிறது; பயன்படுத்திக் கொள்ள ஒரு சந்தை தயாராகக் காத்திருக்கிறது. மும்பையிலுள்ள இண்டியன் இன்ஸ்டிடியூட் ஆப் பேக்கேஜிங் (Indian Institute of Packaging), நொய்டாவிலுள்ள ஃப்ளெக்ஸ் இண்டஸ்ட்ரியும் (Flex industries) உதவி புரிவதால் சிற்றுண்டியைப் பேக் (Pack) செய்யும் முறையில் சக்திசுதா நன்றாகத் தேர்ச்சி பெற்றுள்ளது.

சுவைப் பிரிவின் பல பரிசோதனைகளுக்குப் பிறகு, சாப்பிடத் தயார்நிலையில் இருக்கும் *மக்கானா* பொருட்களை சக்திசுதா தயாரித்து வருகிறது. வறுக்கப்பட்ட *மக்கானா பாப்* (பொரி) *கீர்* தவிர *ஆட்டாவில்* கலக்க ஒரு மாவையும் தயாரிக்கிறது.

"5 கிலோ *ஆட்டாவுடன்* எங்களுடைய மக்கானா மாவு 500 கிராம் கலப்பதன் மூலம் புரதச்சத்து அதிகமாகக் கிடைக்கும். நான் தினமும் இதைச் சாப்பிடுகிறேன்!"

15 மாநிலங்களில் 100 டவுன்களை சக்திசுதா இலக்காகக் கொண்டுள்ளது - முக்கியமாக வடக்கு, மேற்கு இந்தியாவில். பிபிஎல்லில் பணியாற்றிய அனுபவம் அவருக்கு வெகுவாகக் கை கொடுக்கிறது.

"விற்பனையாளரின் நடவடிக்கையை எப்படித் தொடர்ந்து கண்காணிப்பது, வினியோகஸ்தரை எனக்காக எப்படி வேலை செய்யவைப்பது, முன் பணத்தை எப்படிப் பெறுவது...தவிர எந்த வகையில் தகவல்களைப் பெறுவது போன்றவை எனக்குத் தெரியும்."

இவற்றைத் தவிரப் புதுச் சந்தைக்குள் எப்படி நுழைவது, எந்தச் செய்திப் பத்திரிக்கைகளில் விளம்பரம் செய்வது, தொலைக்காட்சியில் எந்த விளம்பரம் எடுபடும் போன்றவையும் அவருக்குத் தெரியும். எளிமையான ஆனால் நல்ல பயனைத் தருகின்ற சக்திசுதாவின்

பிரச்சாரமே இதற்குச் சான்று. ஓபராய் மல்டி மீடியா இதைப் படைத்திருக்கிறது, ஆனால் அடிப்படைக் கருத்து சத்யஜித்தால் சொல்லப்பட்டது.

எங்கள் விளம்பரவாசகம் - "இயற்கையான ஆரோக்கியமும் சுவையும் கொண்டது மக்கானா, நாடு முழுவதிலுமுள்ள தாய்மார்கள் இதையே பரிந்துரைக்கிறார்கள். எந்தப் பிரபலத்திற்கான தேவையும் எங்களுக்கு இல்லை."

இதன் பஞ்ச் வாக்கியம் - "மக்கானா- நம்நாடு, நம் உணவு."

நம்முடைய மதம், கலாச்சாரத்தோடு இதற்குத் தொடர்பு உள்ளதால் இது நம் தேசத்தின் பண்டம் என்ற வகையில் இந்த விளம்பர வாசகத்தை நான் தேர்ந்தெடுத்தேன்.

நடுத்தரமான பட்ஜெட்டான ரூ 5.5 கோடிகளில் விற்பனையைப் பெருக்குவதற்கான செயல்பாடுகளையும் சக்திசுதா கவனிக்க வேண்டி இருந்தது. ஒரு எளிய யோசனையை இங்கு சத்யஜித் செயல்படுத்தினார். சக்திசுதா மக்கானாவின் ஒவ்வொரு பாக்கெட்டுடனும் கீர் அல்லது நொறுக்குத்தீனி உணவு பாக்கெட் இலவசமாகத் தரப்படும்.

இவையெல்லாம் இருந்தும் எதிர்ப்புகளும் இருந்தன.

"நகரச் சந்தைகளில் உள்ள சில்லறை வியாபாரிகள் சதவிகித லாபத்தைப் பெறுவதை விரும்பினார்கள். ஆனால் நாங்கள் ஒவ்வொரு கிலோவுக்கான லாபத்தில் செயல்பட்டுக் கொண்டிருந்தோம்" என்று விவரிக்கிறார்.

சக்திசுதா இடைத்தரகர்களைத் தவிர்த்திருக்கிறது. அதனால் வாடிக்கையாளர்களுக்கு நல்ல விலையில் கொடுக்க முடிகிறது. பெரிய சில்லறை வர்த்தகர்கள் இவர்களிடமிருந்தே கொள்முதல் செய்யவிரும்பினார்கள்; ஆனால் அது சரியாகச் செயல்படவில்லை.

"ரிலையன்ஸ் ரீடெய்ல் (Reliance Retails) 100 டன்களை எங்களிடம் கேட்டது; ஆனால் 90 நாட்கள் கடனில் கேட்டபோது நான் மறுத்துவிட்டேன்."

"முதல் இரண்டு ஆண்டுகளுக்கு இந்தத் திட்டம் எந்தப் பலனையும் எனக்குத் தராது, ஆனால் அதற்குப் பிறகு எல்லாவற்றையும் தரும் என்பது எனக்குத் தெரியும். IAS தரும் மதிப்பையும் கௌரவத்தையும் அது எனக்குத் தரும்."

"மக்கானாவைப் பற்றி நாங்கள் சொல்லவருவது: 'இயற்கையானது, ஆரோக்கியமானது, சுவையானது நாட்டிலுள்ள அம்மாக்கள் எல்லோரும் இதைத்தான் பரிந்துரை செய்கிறார்கள்...எந்தப் பிரபலமும் எங்களுக்குத் தேவை இல்லை." இதனுடைய பளிச் குறிப்பு-"மக்கானா - எங்களுடைய தேசம், எங்களுடைய உணவு."

சக்தி சுதா விவசாயிகளுக்கு உடனே பணம் கொடுக்கிறது; அதனால் வாங்குபவர்கள் யாராக இருந்தாலும் பணம் கொடுத்து வாங்குதல் (Cash and Carry) அடிப்படையில் செயல்படவே விரும்புகிறது.

தொலை நோக்குப் பார்வையிலும் மன உறுதியிலும் உள்ள தெளிவை இது காட்டுகிறது. இவை தான் சக்திசுதாவை இந்த அளவிற்கு எடுத்துச் சென்றுள்ளது, தவிர இன்னும் பல மைல் தொலைவிற்கு எடுத்துச் செல்லும்.

சத்யஜித்: "சிறிய மற்றும் விளிம்பு நிலை விவசாயிகளோடு பணிபுரிய வேண்டும் என்பது என் குறிக்கோள். அவர்களுடைய வாழ்க்கையை முன்னேறச் செய்வதன் மூலம் என்னுடைய சந்தையை மேலும் விரிவுபடுத்த முடிகிறது."

வெறும் பதினோரு மாதங்களுக்குப் பதிலாக ஏழு ஆண்டுகளுக்குக் குளங்களைக் குத்தகைக்கு விடுமாறு அரசிடம் பேச்சுவார்த்தை செய்யப்பட்டிருக்கிறது. அல்லது பல தோட்டக்கலைத் திட்டங்களை (அது பற்றி அவர்களுக்கு எதுவும் தெரியாது) அவர்களுக்குக் கொண்டு சேர்ப்பது என்பதாகும்.

அடுத்த ஆண்டிலிருந்து மக்கானா விளையாத காலங்களில் அதே குளங்களில் மூலிகைச் செடிகளை வளர்ப்பதற்கு மக்கானா விவசாயிகளுக்கு சக்திசுதா பயிற்சி அளிக்கப்போகிறது.

மேலும் ஒரு மிகப்பெரிய மாறுதலையும் கொண்டுவர விரும்புகிறது. *மக்கானாவை* வறுத்துப் பொரிப்பதற்கு இந்தக் கம்பெனி இயந்திரத்தைப் பயன்படுத்தப்போகிறது. இயந்திரம் திறமையாகப் பணியாற்றும். மனிதர்கள் செய்யும் போது 10 விதைகளுக்கு மூன்று நான்கு *மக்கானாக்கள்* கிடைக்கும் ஆனால் இயந்திரம் மூலம் 90% எடுக்கமுடியும்.

அப்படியானால் இதில் ஈடுபட்டிருக்கும் 10-12000

குடும்பங்களுக்கு வேலை இல்லாமல் போகுமே? அவர்களுக்காக ஒரு மாற்று வருமானம் சத்யஜித்தின் மனதில் இருக்கிறது.

"வடக்கு பீகாரில் சௌர் நிலம் என்று சொல்லப்படுவது உள்ளது. 2-3 அடி தண்ணீர் நிற்கும். அதை யாரும் பயன்படுத்துவதில்லை. 15-17 ஆயிரம் ஹெக்டேர் அந்த மாதிரியான நிலம் உள்ளது. நிலமற்ற தவிர பாதிக்கப்பட்ட விவசாயிகளுக்கு அத்தகைய நிலங்களில் நான்கு நான்கு ஏக்கர்களாகப் பிரித்து குத்தகைக்குக் கொடுக்குமாறு நாங்கள் அரசாங்கத்தைக் கேட்டுக் கொண்டிருக்கிறோம்."

அதனால் இன்னும் அதிகமாக *மக்கானா* பயிர் செய்யப்படும். அவர்கள் அப்படியே அந்த விதைகளைச் சக்திசுதாவிற்கு விற்கலாம். கம்பெனி அதை மக்கானாவாக மாற்றும்.

சுவையற்ற ஒரு வெண்ணிறப் பண்டம் என்று சிலருக்குத் தோன்றும் இந்த மக்கானா சத்யஜித் சிங்குக்கு ஒரு வாழ்க்கைப் பணி ஆயிற்று.

"என் வாழ்க்கையை எதையோ செய்வதற்காக அர்ப்பணிக்க வேண்டும் என்று எப்போதுமே நான் தேடிக் கொண்டிருந்தேன். ***இத்தகையதொரு வேலையில் என் வாழ்க்கையில் 25, 30 ஆண்டுகளை என்னால் செலவழிக்கமுடியும்...***"

நினைத்துப் பார்த்தால் சரியான முடிவாகத்தான் தோன்றுகிறது.

"முதல் இரண்டு ஆண்டுகளுக்கு இந்தத் திட்டம் எனக்கு எதையும் தராது. ஆனால் பிறகு எல்லாவற்றையும் தரும் என்பது எனக்குத் தெரியும். IAS ஸிலிருந்து கிடைக்கும் கௌரவத்தையும் அடையாளத்தையும் அது கொடுக்கும். மக்களுக்கு ஏதோ ஒரு நல்லது செய்வதற்கான வாய்ப்பு இது."

பீகார் முழுவதிலுமுள்ள கிராமங்களில் சத்யஜித்துக்கு அன்பும், மரியாதையும் உள்ளது - அவரைப் பொறுத்தவரை அதுதான் உலகம். தவிர எல்லோருக்கும் அவரைத் தெரிந்திருக்கிறது. 2006ல் முதலமைச்சர் நிதிஷ்குமார் சக்திசுதாவை ஆரம்பித்து வைத்தார். பீகார் மாநிலத் தொழில் மேம்பாட்டு வாரியத்தின் முதல் வெற்றிக் கதை இந்தக் கம்பெனியுடையதுதான்.

மாநில CII-க்கு சத்யஜித் தலைமை வகிக்கிறார். அதன் பொருள் நாடு முழுவதிலும் பல நிகழ்ச்சிககளிலும்

ஆற்றலுள்ள முதலீட்டாளர்களுக்கு பீகாரை விற்கிறார் என்பதாகும். இதற்கெல்லாம் எப்படி அவருக்கு நேரம் கிடைக்கிறது?

"நேரத்தை நாம்தான் எடுத்துக்கொள்ள வேண்டும்."

எப்போதுமே போதுமான அளவு நேரம் இருக்காது அல்லவா? அவர் மனைவி சுதாவுக்கும், பள்ளிக்குச் செல்லும் இரு குழந்தைகளுக்கும் செலவிட நிச்சயம் நேரம் இல்லை.

"என் மனைவி கொடுத்த ஆதரவுக்கு நான் அவளுக்கு நன்றி சொல்ல வேண்டும் - குறிப்பாக அந்த முதல் இரண்டு ஆண்டுகளுக்கு. வரவு குறைந்துவிட்டது, கையிருப்பு செலவாகிவிட்டது. அவருடைய நிரந்தரவைப்பு நிதியும் எடுக்கப்பட்டது. அப்போது குடும்பத்தில் சற்று மன உளைச்சல் இருந்தது..."

என் மனைவி தடுமாறவில்லை, தலையிடவும் இல்லை.

"சக்தி என்பது துர்கா சுதா என் மனைவியின் பெயர். அவற்றை இணைத்து சக்திசுதா என்று பெயரிட்டேன்."

நம் ஒவ்வொருவரிடையேயும் நம்மைச் சுற்றியும் சக்தி உள்ளது. நாம் எல்லோருமே சத்யஜித்போல் இருப்பதற்கு போதுமான அளவு உள்ளது.

செய்யவே முடியாததைச் சாத்தியமாக்குவது; நம் கனவுகளுக்கு ஆற்றல் ஊட்டுவது.

இளம் தொழிலதிபர்களுக்கு...

என்னிடம் ஒரு எளிய அறிவுரை உள்ளது: வாழ்க்கையில் குறுக்கு வழி கிடையாது. விவரங்களைத் தேடிச் செல்லுங்கள். பெரியதாக எதைச்சாதிக்க வேண்டுமென்றாலும் உங்களுக்குப் பொறுமையும் அர்ப்பணிப்பும் தேவை.

நீங்கள் என்ன செய்கிறீர்கள் என்பது புரிந்து அதை விவரமாகத் திட்டமிட்டால் நீங்கள் நிச்சயமாக வெற்றி பெறுவீர்கள்.

ஆனால் இன்றைய நாட்களில் விவரங்களுக்குள் செல்வதற்கு மனிதர்கள் விரும்புவதில்லை. நுண்ணிய அளவில் செயல்படுபதை அவர்கள் விரும்புவதில்லை. குறுக்கு வழிகளை அவர்கள் விரும்புகிறார்கள்.

நீங்கள் குறுக்கு வழியில் சென்றால் சிறந்த இலக்குகளையும் பெரிய தொலைநோக்குப் பார்வையையும் சாதிக்க முடியாது.

புதிதாக நீங்கள் எதையோ ஆரம்பித்தால் தொடக்கத்தில் நிறையபேர் தடுப்பார்கள். எங்களுடைய விஷயத்தில் கிராமங்களுக்குச் சென்று விவசாயிகளுக்கு நாங்கள் பயிற்சி அளிப்பதை இடைத்தரகர்கள் விரும்பவில்லை.

ஆனால் இப்போது நாங்கள் அவர்களை வென்று எங்களுடைய கூட்டாளிகளாக ஆக்கிக் கொண்டுள்ளோம். பீகாரின் மக்கள் சமூகத்தை நீங்கள் நெருக்கமாகக் கவனித்தால் புதிதாக எதையாவது யாராவது செய்ய முனைந்தால் மக்கள் முதலில் அவரைப் பார்த்துச் சிரிப்பார்கள்.

நீங்கள் தொடர்ந்து செய்தால் அவர்கள் விமர்ச்சனம் செய்வார்கள்.

ஆனால் மன உறுதியோடு நீங்கள் இருப்பதைப் பார்த்தால் அதோடு வெற்றியையும் நீங்கள் அடைந்தால், உங்கள் அருகில் வந்து நின்று கொள்வார்கள். பிறகு உங்களுடைய வெற்றியில் தங்களுடைய பங்களிப்பைப் பற்றி பேசுவார்கள்.

அதனால் உங்கள் திட்டத்தில் உங்கள் கடமை மற்றும் பொறுப்பில் முனைப்போடு இருங்கள் - மக்கள் என்ன சொல்வார்கள் என்பதில் அல்ல.

தலைமை ஏற்றுச் செல்லுங்கள், மக்கள் பின் தொடர்வார்கள்.

கூட்ட நெரிசலை விட்டு விலகி...

சுனில் பூ
ஃப்ளான்டேர்ஸ் டெய்ரி

(Flanders Dairy)

இவர் நகரத்தில் பிறந்தவர், பண்ணையில் வேலை செய்ய விரும்பினார். கல்லூரியை முடித்தவுடன் சுனில் பெல்ஜியத்திற்குச் சென்றார். அங்கு சீஸ் (Cheese) செய்வதை கற்றுக் கொண்டார். கடந்த 20 ஆண்டுகளாக ஃப்ளான்டேர்ஸ் டெய்ரியில் (Flanders Dairy) அதைத்தான் செய்து கொண்டிருக்கிறார், ஒவ்வொரு வினாடியையும் மகிழ்ச்சியாகக் கழிக்கிறார்.

"இந்த இடத்தில் பால் வாசனை அடிக்கிறது" என்பது தான் என் முதல் எண்ணம்.

உம்ம், ஒரு சீஸ் தொழிற்சாலையில் வேறு என்ன வாசனை அடிக்கும் என்று எனக்குள் சொல்லிக் கொண்டேன்.

சுனில் பூ, கவனமாக ஒரு தரமான காஃபியை எனக்காகத் தயார் செய்து கொண்டிருக்கும் போது அவருடைய பண்ணை, தொழிற்சாலை, அவருடைய வாழ்க்கையைப் பெருமையாக நான் பார்க்கிறேன்.

எல்லா வகையிலும் சுனில் ஒரு சாதாரண இளைஞன்.

வழக்கமான சாதாரண இளைஞன் போல் அல்லாமல் தான் சாதாரண மாணவன் என்பது அவருக்குத் தெரிந்திருக்கிறது.

மிருகங்களைத் தனக்குப் பிடிக்கும் என்பதை சுனில் அறிவார்; - பண்ணையில் பணியாற்றுவது, பசுக்களை கறப்பது, சீஸ் தயாரிப்பது போன்றவற்றை விரும்பிச் செய்தார். நடுத்தர வர்க்கத்தைச் சேர்ந்த சாதாரண மனிதர்கள் வழக்கமாக இவற்றைச் செய்யவில்லை என்றால் என்ன?

உங்களுக்கு என்ன வேண்டும் என்பது உங்களுக்குத் தெரிந்திருந்தால் யாராலும் உங்களைத் தடுத்து நிறுத்த முடியாது.

ஒவ்வொரு நாள் காலையிலும் படுக்கையை விட்டு எழும் பொழுதும் அடுத்த உருண்டை சீஸ் செய்வது பற்றி உற்சாகம் அடைகிறார்.

தன் கைகளால் வேலை செய்வது பற்றியும் புதிதாக ஏதோ செய்வதைப் பற்றியும் உற்சாகம் அடைகிறார்.

பால் கறப்பது போன்ற ஒரு வகைதான் வாழ்க்கையும் என்று நான் நினைக்கிறேன்! அதிலிருந்து மிக ருசியான நீளமான சீஸ் - பாலாடைக் கட்டியை நீங்கள் செய்யலாம்; அல்லது அதைத் திரிந்து போகச் செய்து புளிப்புள்ளதாக ஆக்கலாம்.

நீங்கள் எதை விரும்புவீர்கள்?

கூட்ட நெரிசலை விட்டு விலகி...

சுனில் பூ
ஃப்ளான்டேர்ஸ் டெய்ரி

அவருடைய பெற்றோர்கள் உத்திரப்பிரதேசத்தைச் சார்ந்தவர்களாக இருந்தாலும் சுனில் முழுக்க முழுக்க டெல்லிவாசி.

"என் தந்தை, அவர் காலத்தில் எதையோ ஒன்றை வித்தியாசமாகச் செய்தார். இந்தியன் ஏர் லைன்ஸில் (Indian Airlines) பணியாற்றிய முதல் பைலட்டுகளுள் அவரும் ஒருவர்."

சுனில் சௌத் எக்ஸ்டென்ஷனில் வளர்ந்தவர்; செயிண்ட் கொலும்பா (St. Columba) பள்ளியில் படித்தார். அங்கு நல்ல கல்வி கற்பிக்கப்பட்டது. ஆனால் அவர் ஒரு சிறந்த மாணவன் அல்ல.

"நான் தேர்வில் சமாளித்துத் தேர்ச்சி பெற்றுவிட்டால் என் அம்மா மகிழ்ச்சி அடைவார். அதிர்ஷ்ட வசமாக நான் அதைச் செய்தேன்!"

12ம் வகுப்பிற்குப் பிறகு டெல்லியில், பூசாவில் உள்ள இன்ஸ்ட்டிடியூட் ஆஃப் ஹோட்டல் மேனேஜ்மெண்ட் (Institute of Hotel Management) படிப்பில் சேர்ந்தார்; ஒரு குறிப்பிட்டத் துறையில் படிக்க வேண்டுமென்று யாரும் அவரை வற்புறுத்தவில்லை. ஆனால் அவருடைய இரு சகோதரிகளும் ஏற்கனவே அங்கு படித்திருந்தனர்.

"நான் சும்மா அவர்களைப் பின்பற்றிச் சென்றேன்."

தவிர சுனிலின் அம்மா ஒரு உணவு விடுதியைத் தொடங்கினார்; வேலையிலிருந்து ஓய்வு பெற்ற பிறகு

அவருடைய தந்தை அதை நிர்வாகம் செய்தார்.

"அதன் பெயர் கமலிகா; IIT க்கு எதிரில் இருந்த அந்த விடுதி அந்தக் காலத்தில் பிரபலமாக இருந்தது. பள்ளி நேரத்திற்குப் பிறகு அங்கு சென்று நான் பொழுதைக் கழிப்பேன், சிறு சிறு உதவிகளைச் செய்வேன். நல்ல சில நண்பர்கள் அங்கு கிடைத்தனர்" என்று நினைவு கூர்கிறார் சுனில்.

வாழ்க்கையின் வண்டி சென்று கொண்டிருக்கிறது. ஆனால் வேகமாகச் செல்லும் வரிசையில் செல்ல வேண்டுமென்ற பேராசை எதுவும் இல்லை.

"யாருக்காகவும் பணியாற்றக் கூடாது என்ற ஒரு விஷயத்தில் மட்டும் அப்போதிலிருந்தே நான் உறுதியாக இருந்தேன்."

படிக்கும் போதே பயிற்சி பெறுவது அந்தப் பட்டப்படிப்பிற்கு அவசியம் தேவை. ஆனால் சுனில் அதைச் செய்யவில்லை. அதனால் அவருக்குப் பட்டச் சான்றிதழ் கிடைக்கவில்லை. அது பற்றி அவருக்கு வருத்தம் ஒன்றும் இல்லை.

"நான் என்ன செய்யவேண்டுமென்று நினைத்தேனோ அதை மட்டும் செய்தேன்."

அவர் செய்ய நினைத்தது என்ன? மிருகங்களுடன் பணியாற்றுவது, பண்ணையில் வசிப்பது, பசுக்களிடமிருந்து பால் கறப்பது போன்றவை.

"தாமஸ் ஹார்டியின் (Thomas Hardy) 'ஃபார் ஃப்ரம் த மேடிங் க்ரௌட்' (Far from the Madding Crowd) என்பது எங்களுக்குப் பாட புத்தகமாக இருந்தது. அதில் இனிமையான நாட்டுப்புற வாழ்க்கை சொல்லப்பட்டிருந்தது. எவ்வாறோ அந்தப் புத்தகம் என் மனதில் பதிந்துவிட்டது."

அதே நேரத்தில் சீஸ்ஸுடன் தொடர்புடைய எதையோ செய்யவேண்டுமென்ற யோசனை அவருக்குத் தோன்றியது.

அந்நாளில், 1985ல், சீஸ் அதிகமாகக் கிடைக்காது. அது பற்றி யாருக்கும் அதிகமாகத் தெரியாது. அது சுனிலைத் தடுக்கவில்லை.

"பெல்ஜியத்திலிருந்து வந்த ஒருவர் என் நண்பர். அங்கு ஏதாவது ஒரு பண்ணையில் நான் பணியாற்ற முடியுமா என்பதைக் கண்டுபிடிக்குமாறு அவரிடம் சொன்னேன். பணத்திற்காக அல்ல, சும்மா அனுபவத்தைப் பெறுவதற்காக."

என் நண்பர் ஓர் இடத்தைக் கண்டு பிடித்துச் சொன்னார், சுனில் பெல்ஜியத்திற்கு வந்து சேர்ந்தார். என்ன செய்வது என்ற தெளிவான யோசனை எதுவும் இல்லை. அதற்கேற்றாற் போல் விஷயங்களும் சரியாக நடைபெறவில்லை.

அருகிலிருந்த மற்றொரு பண்ணைக்குச் சென்றார் சுனில்.

"இங்கு வந்து களைகளைப் பிடுங்க முடியுமா?" என்று கேட்டார் பண்ணை உரிமையாளர்.

"நிச்சயமாக" என்று பதில் சொன்னார் அந்த 21 வயது இளைஞர்.

மேற்கு ஃப்ளான்டேர்ஸின் (West Flanders) ஃபௌமிஷ் (Flemish) மாநிலத்தில் ஒரு சிறு நகரம் டிக்ஸ் மியூட் (Diksmuide); அங்குதான் எல்லாம் ஆரம்பித்தது. நமக்குத் தெரிந்த வாழ்க்கையிலிருந்து ஆயிரக்கணக்கான மைல்களுக்கு அப்பால்.

"உங்களுடைய பெற்றோர்களுக்கு இதெல்லாம் ஒரு பிரச்சினையாக இல்லையா?" என்றேன்.

"இல்லை... நான் என்ன சொல்கிறேன் என்றால் உண்மையில் ஏன் என்பது அவர்களுக்குப் புரியவில்லை. அவர்கள் இதை விரும்பாமல் இருக்கக்கூடும். ஆனால் யாரும் என்னைத் தடுத்து நிறுத்தவில்லை."

சுனிலின் சகோதரிகள் குறைந்த கட்டணத்தில் டிக்கட் வாங்குவதற்கு உதவி புரிந்தனர். அவருக்கு ஒரு ஆண்டுக்கான விசா கிடைத்தது - நுண்ணுயிர்களால் வேதியியல் மாற்றம் அடையும் உணவைப் பற்றி ஆராய்ச்சி செய்வதற்காக.

எல்லாமே அந்தந்த இடத்தில் சரியாகப் பொருந்தின.

"அதிர்ஷ்டவசமாக மார்க் என்ற அந்த விவசாயி சீஸ் செய்வதான தொழிலை அந்த நேரத்தில் ஆரம்பித்திருந்தார். மற்றவர்கள் பயன்படுத்திய தொழில் நுட்பங்களைப் பார்ப்பதற்காக நான் அவருடன் பிரான்சுக்கும் ஹாலந்திற்கும் பயணம் செய்தேன்."

"சீஸ் செய்வது ஒரு குடும்ப வியாபாரம்; ரொம்பவும் பாதுகாக்கப்பட்டு ரகசியமான செய்முறைக்குறிப்பை உடையது; ஒரு தலைமுறையிலிருந்து அடுத்த தலை முறையினரால் வழிவழியாகப் பின்பற்றப்படுவது.

ஆனால் மார்க் ஐரோப்பியராக இருந்த காரணத்தால் பல கதவுகளையும் அவரால் எளிதில் திறக்கமுடிந்தது. சுனில் அவற்றை விரைவாகக் கற்றுக் கொண்டார்.

"நாங்கள் பண்ணைக்குத் திரும்பி வந்த பிறகு கற்ற பலவற்றையும் செய்து பார்ப்போம். அதனால் அது கற்கின்ற நல்ல அனுபவமாக ஆயிற்று!"

உண்மையில் வாழ்க்கை என்பது சரியான இடத்தில், சரியான மனிதரோடு, சரியான நேரத்தில் அமைவது என்பதாகும்.

அதுதான் சரியான வேதியல்.

"பேசிக் கொள்வது ஒரு பிரச்சினையாக இருந்திருக்கக்கூடும். ஆனால் மார்க்குக்குப் பல மொழிகளிலும் ஆர்வம் இருந்தது. ஆங்கிலம் கற்றுக்கொள்ள அவர் முயற்சி எடுத்துக்கொண்டார்; நானும் கொஞ்சம் ஃப்ளெமிஷ் கற்றுக் கொண்டேன். எப்படியோ அது செயல்பட்டது!"

"ஃப்ளாண்டர்ஸில் இரண்டாண்டுகள் இருந்த பிறகு சுனில் இந்தியாவிற்குத் திரும்பினார்."

"வெளிநாட்டில் போய் வசிக்கவேண்டும் என்று நான் என்றுமே நினைக்கவில்லை. உன்னுடைய நாட்டில் நீயே உனக்கு முதலாளி. வேறு எங்கு சென்றாலும் இரண்டாவது இடம்தான் உனக்குக் கொடுக்கப்படும்; அதனால் நான் திரும்பி வந்தேன்."

இப்போது இவர் என்ன செய்யப் போகிறார்? உண்மையில் அவர் சீஸ் செய்வதற்கு ஆரம்பித்தார். ஆனால் அந்த நேரத்தில் அது வியாபாரமாக இருக்கவில்லை. பெல்ஜியத்தில் இரண்டாண்டுகளைச் செலவழித்து எதையோ இவர் கற்றுக் கொண்டு வந்திருக்கிறார் என்பதைக் குடும்பத்தாருக்கு நிரூபிப்பதற்காக அது செய்யப்பட்டது.

"என்னுடைய அம்மா ஒரு சிறிய இடத்தை இந்தப் பண்ணைக்குக் கொடுத்தார். அதோடு ஒரு பசுவையும் கொடுத்தார்."

செயல்படுவதற்குத் தேவையான பணத்தைப் பற்றி என்ன பேசுவது!

தொடக்கத்தில் சௌத் எக்ஸ்டென்ஷனில் சுனிலின் வீட்டிற்குப் பின்புறத்தில் இந்தப் பசு கட்டப்பட்டிருந்தது.

"என்னால் நம்பமுடியவில்லை."

"மிருகங்களோடு, முக்கியமாகப் பசுக்களோடு பண்ணையில் பணியாற்ற வேண்டும் என்று நான் விரும்பினேன். எவ்வாறோ நான் இதை சீஸுடன் தொடர்புப் படுத்திப் பார்த்தேன். அந்தக் காலத்தில் நம்நாட்டில் அது அதிகமாகக் கிடைக்கவில்லை!"

"ஆம் என் நண்பர்கள் அதைப் பார்த்துச் சிரிப்பார்கள்."

அவர்கள் சொல்வார்கள், "மனிதர்கள் தங்கள் நாய்களை வெளியில் கூட்டிக் கொண்டு வருவார்கள், நீ உன் பசுவை கூட்டிக் கொண்டு வா!"

சுனில் சொல்வார் "அதனால் என்ன!"

சுனில் அந்தப் பசுவின் பாலைக் கறந்து தினமும் ஒரு உருண்டை சீஸ் செய்வார்.

"சீஸை அழுத்துவதற்கு ஒரு குறிப்பிட்ட முறை இருக்கிறது. அழுத்துவதற்கு அதை என் படுக்கைக்கு அடியில் வைப்பேன்!" என்கிறார் சுனில்.

ஆனால் ஐரோப்பாவிலிருந்து மாறுபட்ட நிலைமை இந்தியாவில் உள்ளதை சுனில் விரைவாகவே புரிந்து கொண்டார். டெல்லியை விட டிக்ஸ்மியூடில் வெகு எளிதாகச் சீஸைச் செய்ய முடியும்.

இந்தியப் பால் வேறு மாதிரியானது, இந்தியத் தட்பவெப்பநிலை வேறு மாதிரியானது, இந்திய நாக்கின் சுவை அரும்புகள் வேறு மாதிரியானது.

செய்து பார்ப்பது, தவறாகச் செய்வது, *மீண்டும் செய்வது என்பதாகப் பல வகையில் பரிசோதனை செய்து வந்தார்.*

"அவ்வப்போது, பெல்ஜியத்திற்கு மேலும் கற்பதற்காகக் கொஞ்ச கொஞ்ச காலத்திற்குச் சென்று வந்தேன். இதற்கிடையில் என் தந்தையின் உணவு விடுதியில் அவருக்கு உதவியாகப் பணியாற்றி வந்தேன். கூடவே சீஸ் செய்வதை ஒரு பொழுதுபோக்காகச் செய்து வந்தேன்."

கிட்டத்தட்ட எட்டு ஆண்டுகள் இவ்வாறு நடைபெற்றது. பொழுதுபோக்குக்காகச் செய்த போதிலும் அவருடைய திறமையை எல்லோரும் புரிந்து கொண்டார்கள்.

டெல்லியிலுள்ள சுவைத்து உண்பவர்களுக்கேற்ற ருசியான உணவு விற்கும் கடையான ஸ்டீக் ஹவுஸ் என்பதன்

உரிமையாளரை இவருடைய நண்பர் ஒருவருக்குத் தெரியும். அந்தக் கடைக்கு சுனில் தன் சீஸைக் கொடுத்தார்.

அவர் அதை சாப்பிட்டுப் பார்த்துச் சொன்னார், "இது மாதிரி 100 உருண்டைகளை உன்னால் செய்ய முடியுமானால் எனக்குக் கொண்டு வந்து கொடு!"

அதுதான் ஃப்ளாண்டர்ஸ் பிறந்த கதை-சிறியதாக வீட்டில் செய்த சீஸ் உருண்டை, சுனிலின் முதல் பசுவின் படத்தை அடையாளச் சின்னமாகக் கொண்டது.

மெதுவாக ஒரு நாளில் ஒரு உருண்டையிலிருந்து இரண்டு என்பதாக ஆயிற்று. பிறகு இரண்டு உருண்டையிலிருந்து ஐந்தாக ஆனது.

ஒவ்வொரு உருண்டையும் ரூ 90க்கு விற்கப்பட்டது ஆனால் கடினமான மனித உழைப்பு தேவைப்பட்டது.

உண்மையில் உங்கள் சொந்தக் கரங்களால் செய்யப்பட்டது.

ஒரு பசுவிலிருந்து இரண்டு சீஸ் உருண்டை செய்வதற்கான அளவு பாலைத்தான் பெறமுடியும். அதனால் மேலும் அதிகப் பசுக்களை சுனில் வாங்கினார்.

"அதிகப் பசுக்களை வாங்கியவுடன் இந்தப் பண்ணைக்கு அவற்றைக் கொண்டு வந்தோம். என்னுடன் பணியாற்றச் சிலரை அமர்த்தினேன். நாளாக ஆக, சிறிது சிறிதாக நான் வளர்ந்தேன்."

அதோடு கூட சீஸ் மீது சுனிலுக்கு இருந்த அன்பும் பேரார்வமும் வளர்ந்தன.

எந்த அளவுக்கு அந்தத் தொழில் நுட்பத்தை அவர் கற்றாலும் அதற்கு மேலும் கற்பதற்கு நிறைய விஷயங்கள் இருந்தன - எங்கு அவர் செல்ல நேர்ந்தாலும்.

1989 ல் வடக்கு இத்தாலியில் அவர் ஒரு உணவு விடுதியில் சாப்பிட்டுக் கொண்டிருந்தார்.

அப்போது அந்த உரிமையாளரிடம் இந்த சீஸ் எங்கிருந்து வருகிறது என்று கேட்டார்.

அவர் சொன்னார், "பக்கத்தில் இருக்கும் ஒரு பால் பண்ணையிலிருந்து."

அடுத்த நாள் தானே நேரில் சென்று பார்க்க விரும்பினார். அது ஒரு பெரிய தொழிற்சாலை. பெல்ஜியத்தில் பார்த்ததை விட மிகப் பெரியது.

"வரவேற்பு மேசையில் இருந்த பெண்மணியிடம் இந்தியாவிலிருந்து வரும் சீஸ் தயாரிப்பவன் என்று கூறினேன். சற்றுநேரம் காத்திருக்குமாறு அவள் கூறினாள்."

அந்த முதலாளி அப்போது அங்கு இல்லை. அந்த நேரத்தில் சுனிலையும் அவர் நண்பரையும் ஒரு மிகச்சிறந்த உணவு விடுதிக்கு அழைத்துச் சென்றனர்.

"இவருடன் இணைந்து மிகப்பெரிய அளவில் தொழில் புரியக்கூடிய ஆளாக நான் இருப்பேன் என்று அவர்கள் எதிர்பார்க்கிறார்களோ என்று தோன்றியது. இல்லவே இல்லை, அப்படி எல்லாம் ஒன்றுமில்லை. அது ஒரு விருந்தோம்பல் மட்டுமே."

அந்த உரிமையாளர் குள்ளமான ஒரு இத்தாலியர். சுனிலின் கதையைப் பொறுமையாகக் கேட்டார்.

பிறகு அவர் கூறினார், "நீ செய்வதைப் போல், அதே மாதிரிதான் நானும் தொடங்கினேன். என்னுடைய தொழிற்சாலைக்கு வா, எதையெல்லாம் கற்றுக் கொள்ள வேண்டுமோ அதை எல்லாம் கற்றுக்கொள்."

அந்தத் தொழிற்சாலையில் மூன்று மாதங்கள் செலவழித்த சுனில், மோசரெலா சீஸ்ஸை வணிக ரீதியாக இத்தாலிய முறைப்படி எப்படிச் செய்வது என்பதைக் கற்றுக்கொண்டார்.

"நம் நாட்டு நிலைமைக்கு இத்தாலிய சீஸ் ரொம்ப சாதகமானது, தவிர இந்தியச் சுவைக்குப் பொருத்தமானதும் கூட. நான் சில சிறு இயந்திரங்களை வாங்கினேன். மோசரெலா சீஸ் உற்பத்தியைத் தொடங்கினேன்."

1988ல் சுனிலின் தந்தை இறந்துவிட்டார். அவருடைய உணவு விடுதியைத் தொடர்ந்து நடத்துவதில் யாரும் அக்கறை காட்டவில்லை. அதனால் அதை மூடி விட்டனர். தனக்கு மிகவும் பிடித்ததைச் - சீஸ் தயாரிப்பதை - சுனில் செய்ய ஆரம்பித்தார்.

ஆனால் 1994ல் தான் ஒரு வணிக முயற்சி என்று சொல்லுமளவிற்கு அதன் உற்பத்தி உயர்ந்தது.

அந்த நேரத்தில் ஒரு நாளைக்கு 500 - 600 லிட்டர் பாலிலிருந்து 70, 80 சீஸ் உருண்டைகளை சுனில் உற்பத்தி செய்தார். பண்ணையில் சுமார் 20 பசுக்கள் இருந்தன. அந்த ஆண்டு வருமானம் ரூ 25 லட்சத்தைத் தொட்டது.

"இன்றும் கூட நான் உடல் உழைப்பை விரும்பிச் செய்கிறேன். அதற்குரிய பூட்ஸை அணிந்து தினமும் காலையிலிருந்து மதியம் வரை நான் பணியாற்றுகிறேன். இதில் எனக்கு சலிப்பே ஏற்படாது."

இந்த நேரத்தில் தான் தன்னை ஒரு வியாபாரியாக சுனில் பார்க்கத் தொடங்கினார்.

"ஆம், அது ஒரு வியாபாரமாக ஆயிற்று, இருந்தாலும் எனக்கு அதன் மீது பேரார்வம் இருந்தது. நான் மிகவும் விரும்பியதான ஒரு வியாபாரம் அது!"

சரி, துல்லியமான எதை அவர் ரொம்பவும் விரும்பினார்?

"நீங்கள் செய்வதை விட இன்னும் சிறப்பாகச் செய்கின்ற சுதந்திரத்தை இது கொடுக்கிறது; அதை நான் விரும்புகிறேன். தவிர நீங்கள் மேலும் மேலும் உயர்ந்து கொண்டே போகலாம் - அதற்கு எல்லையே இல்லை!"

ஆனால் நீங்கள் செய்யும் ஒவ்வொரு சீஸ் உருண்டையும் அதற்கு முன்னால் செய்ததைப் போலத்தானே இருக்கும்?

தவிர அதைச்செய்யும் முறையிலும் நிச்சயமாக ஒரு மாறுதலும் இருக்கப் போவதில்லையே...?

"உண்மைதான், ஆனால் மேலும் சிறப்பாகப் பணியாற்றுவதற்கு வழி முறைகளை மேற்கொள்ளலாமே."

அப்படி என்றால்?

"பால் சேகரிப்பதிலிருந்து தொடங்கலாம். நம் நாட்டில் பால் சேகரிப்பதற்குச் சிறப்பான இன்னும் பல வழிகள் உள்ளன. உலகிலேயே பால் உற்பத்தியில் இந்தியா முதலிடத்தில் இருக்கலாம், ஆனால் ஒவ்வொரு பசுவிலிருந்து பெறுவது ரொம்பக் குறைவாக உள்ளது."

எப்படிப் பசுக்களுக்கு உணவு கொடுப்பது, எப்படிக்கறப்பது, சுத்தமும் சுகாதாரமும் கொண்டதாக பாலை எப்படிச் சேகரித்து வைப்பது போன்றவற்றில் சுனில் தொடர்ந்து செயல்பட்டு வருகிறார்.

ஒரு மனிதனுக்கு மிருகங்கள் மீது இருந்த அன்பிலிருந்து ஃபிளாண்டர்ஸின் கதை தொடங்கியிருந்தாலும் இப்போது அது மறுமுறை எழுதப்படுகிறது.

"ஒரு காலத்தில் என் சொந்தப் பசுக்களை மட்டுமே நான் வைத்திருந்தேன். அப்போது அவற்றைக் கவனிப்பதற்கே என் நேரத்தில் 75% செலவழித்தேன். சீஸ் உற்பத்திக்கு வெறும் 25% மட்டுமே என்பதை உணர்ந்தேன். உண்மையில் இது மாற்றி இருந்திருக்க வேண்டும்!"

மூன்றாண்டுகளுக்கு முன்னால் சுனில் தன்னுடைய முப்பது பசுக்களை மற்றொரு பண்ணையாளுக்கு விற்றார்; இப்போது தனக்கு வேண்டிய பாலை மற்றவர்களிடமிருந்து பெற்றுக் கொள்கிறார்.

"உங்களுடைய எல்லைகளைப் புரிந்து கொள்ளுங்கள். நீங்கள் எதை விரும்புகிறீர்களோ, நீங்கள் எதைச் சிறப்பாக செய்கிறீர்களோ அதில் உங்கள் முழு கவனத்தைச் செலுத்துங்கள்."

சுனில் சொல்கிறார், "எல்லாவற்றையும் நானே செய்ய முயற்சிக்கக் கூடாது என்பதை நான் ஆரம்பத்திலேயே புரிந்து கொண்டேன். அதனால் சந்தைப் படுத்துதலை நான் செய்யவே இல்லை. அதற்கு ஒரு வினியோகஸ்தர் இருக்கிறார்."

சுனில் எதில் தன் கவனத்தைச் செலுத்துகிறார் என்றால் - மாஸ்கர்போன், கௌடா, மோசரெலா போன்ற மிகச் சிறந்த சீஸ் வகைகளை உற்பத்தி செய்வதில்.

இன்று 500-600 கிலோ மிக உயர்ந்த வகை சீஸை ஒவ்வொரு நாளும், வாரத்தில் ஏழு நாட்களும் இவருடைய தொழிற்சாலை உற்பத்தி செய்கிறது.

ஒவ்வொரு நாளும் காலை ஏழு மணிக்கு சுனில் தன் பண்ணையில் இருப்பார். அங்கு நிறுத்தாமல் வேலை மதியம் 12 வரை நடைபெறும். 12.30க்குள் அன்றைக்கான சீஸ் உற்பத்தி முடிந்து விடும். மாலை 4 மணிக்குள்ளாக எல்லாம் பாக் செய்யப்பட்டு அனுப்புவதற்குத் தயாராக இருக்கும்.

"எட்டு பேர் கொண்ட ஒரு சிறு குழு, தவிர, என் உறவினர் கௌரவ் என்னுடன் பணியாற்றுகிறார்கள். இவர்கள் எல்லோருமே என்னுடன் பல வருடங்களாகப் பணியாற்றுகிறார்கள். தவிர தாங்கள் செய்வதில் அவர்கள் எல்லோருமே பேரார்வத்துடன் இருக்கிறார்கள்."

எளிமையான மக்கள், உயர் கல்வி இல்லை, ஆரம்பத்திலிருந்து பயிற்சி அளிக்கப்பட்டவர்கள்.

துல்லியமாக இத்தகையோர் தான் ஒவ்வொரு தொழில் முனைவோருக்கும் தேவை...

சீஸ் உற்பத்தி செய்முறைக்கு உன்னிப்பான கவனம் தேவை. தவிர இயற்பியல், வேதியல் தேவை - பள்ளியில் இவற்றிலெல்லாம் சுனில் கவனம் செலுத்தியதே இல்லை!

"இயந்திரங்கள் செயல்படாது, அவற்றைச் சீர் செய்வதற்கு உங்கள் கைகளை உபயோகித்துப் பணியாற்ற வேண்டும் - இதுதான் இயற்பியல் பகுதி."

எல்லாவற்றையும் மிகவும் கஷ்டப்பட்டு கற்க வேண்டும்.

"பண்ணை ஆட்கள் ஒரு நாளைக்கு இருமுறை வருவார்கள், அவர்களிடமிருந்து பாலைச் சேகரிப்போம். பிறகு ஒவ்வொன்றையும் பரிசோதனைச் சாலையில் சோதித்துப் பார்ப்போம் - இது வேதியல் சார்ந்தது."

கொழுப்பு சதவிகிதம், புரதம், கால்சியம் - இவற்றை எல்லாம் சரிபார்த்த பிறகு குளிர்பதனப் பெட்டிகளில் பால் வைக்கப்படும். அடுத்த நாள் காலை பால் பண்ணையிலுள்ள பெரிய அண்டாக்களுக்கு அது குழாய் மூலம் எடுத்துச் செல்லப்படும். கொதிக்க வைத்துப் பதனப்படுத்தப்படும் - எந்த வகை சீஸ் வேண்டுமோ அதற்கேற்றாற்போல்.

சுருக்கமாக, இதை இப்படி விளக்கலாம் - தயிர் தயாரித்து அதை வெட்டி, பிறகு அதிலுள்ள நீரை இறுத்து, எந்த வடிவத்தில் வேண்டுமோ அந்த அச்சுகளில் வைக்கவேண்டும். ஒவ்வொன்றின் தரமும் பரிசோதிக்கப்படுகிறது.

"எங்களுக்கு 80% ஆர்டர் ஹோட்டல்களிலிருந்தும், உணவு விடுதிகளிலிருந்தும் வருகிறது. எங்களுடையது இப்போது எல்லோரும் அறிந்த பிராண்ட்" என்று சற்று பெருமிதத்துடன் சொல்கிறார், சுனில்.

ஃபிளாண்டர்ஸின் வருமானம் இப்போது ரூ 5 கோடியைத் தாண்டியுள்ளது; ஆனால் வருமானம் 'முக்கியமல்ல' என்று சுனில் சொல்கிறார்.

"இந்த வியாபாரத்தில் இருந்து கிடைக்கும் வருமானத் திலிருந்தே செலவு செய்யப்படுகிறது, எங்களுக்குக் கடனோ* பதில் சொல்ல வேண்டிய பொறுப்போ இல்லை.

*வங்கியிலிருந்து பெற்ற கடன் ரூ 25,000/- தங்களுடைய சேமிப்பிலிருந்தே மற்ற தொகையைப் பெற்றனர்.

தவிர நாங்கள் செய்வதை மேலும் மேலும் சிறப்பாகச் செய்கிறோம். வளர்ச்சி என்ற காரணி இதில் இருக்கிறது!"

அப்படியானால் பேராசையான எந்த வியாபாரத் திட்டமும் இல்லையா? ஃபிளாண்டர்ஸை இந்தியாவில் சீஸ் உற்பத்தியில் முதன்மை பிராண்டாக ஆக்கவேண்டும் என்ற கொழுந்து விட்டு எரியும் விருப்பம் கிடையாதா?

"அத்தகைய திட்டம் எதுவுமில்லை. ஓடுவதற்கு அதை அனுமதித்தால் அது தானாகவே ஓடிக்கொண்டிருக்கும்."

ஆனால் முதன்மை முதலீடாக (Venture Capital) 20 மில்லியன் டாலரை எடுத்துக்கொண்டு யாராவது வந்து இந்தியாவில் 6 வெவ்வேறு இடங்களில் உங்கள் தொழிற்சாலையை ஆரம்பியுங்கள் என்று சொன்னால்...?

"அப்படிச் செய்ய விரும்புவேனா என்பது எனக்குத் தெரியவில்லை!" என்கிறார் சிறிதும் தயக்கமில்லாமல்.

வளர்ச்சி இருக்கிறது - ஆனால் சுனில் விரும்புகின்ற வகையில் சாதாரணமாக, ஒழுங்கான முறையில்.

"பண்ணையில் பணியாற்றுவது ரொம்பச் சிறப்பானது; ஆனால் அதற்குச் சில முறைகள் உண்டு. அதனால் ஒரு தொழிற்சாலைப் பகுதிக்கு நான் இதை மாற்றப் போகிறேன்."

உண்மை என்னவென்றால் எங்கு சென்றாலும் இப்போது செய்வதைப் போலேதான் சுனில் செய்வார். தானே நேரில் தன் கைகளை உபயோகித்தே பலவற்றையும் செய்வார்.

"மற்ற எந்தத் தொழிலைப் போல 25-30% லாபத்தில்தான் நாங்கள் பணியாற்றுகிறோம். ஆனால் இது கடுமையான உடல் உழைப்பைக் கொண்டு செய்யும் பணி என்பதை மறக்க வேண்டாம்."

பணி அதற்கேற்ற வெகுமதிகளைக் கொண்டு வருகிறது. ஆனால் அடிப்படையில் அது தானே அதற்கான வெகுமதி.

பணிக்கு அப்பாலும் வாழ்க்கை இருக்கிறது. ஒரு வாழ்க்கை முறை.

"நான் பகலில் வீட்டுக்குச் செல்வேன், மாலையில் நீச்சல் குளத்திற்குச் சென்று நீச்சல் பயிற்சி மேற்கொள்வேன். எனக்கு இரண்டு வயதில் ஒரு பெண் குழந்தை இருக்கிறாள். அவளோடு நேரத்தைச் செலவிடுவேன்."

திருமணமும், குடும்பமும் - தான் அதற்கு தயார் என்று அவர் நினைத்தபோது சற்று தாமதமாகத்தான் சுனிலுக்கு நடைபெற்றது. அந்த எண்ணம் அவருக்கு வந்தபோது சுனிலுக்கு வயது 38. அவர் மனைவி தீபாலி ஃபிளாண்டர்ஸின் அலுவலகத்தையும் சந்தைப்படுத்துதலையும் நிர்வாகம் செய்கிறார். அவருக்கும் சீஸ் உற்பத்தியில் அதே அளவு உற்சாகம் இருக்கிறது.

படிப்பில் அவ்வளவு புத்திசாலியாக இல்லாத இந்தச் சிறுவனுக்கு எல்லாமே ஓரளவு நன்றாகவே நடந்துள்ளன.

அவர் தன் இதயத்தையும் தன் உள்ளுணர்வையும் பின்பற்றிச் சென்றார்...

"நான் எதை விரும்பினேனோ அதை என்னால் செய்ய முடிகிறது, அது தான் வாழ்க்கையில் மிக முக்கியமானது."

ஏனெனில் வருமானம் என்பது வெறும் எண்கள் மட்டுமே; கனவு என்பது எல்லையற்றது.

இளம் தொழிலதிபர்களுக்கு...

நீங்கள் மிகவும் விரும்பியதை, உங்களுக்குள்ளிருந்து எது வருகிறதோ அதைச் செய்வதற்கான வாய்ப்பு உங்களுக்குக் கிடைத்தால் நீங்கள் அதைச் செய்யுங்கள். உங்களுக்குச் சொந்தமான உரிமை!

ஒரே நோக்கத்தோடு இருங்கள். அங்குமிங்குமாக அலைபாய வேண்டாம். வருங்காலத்தைப் பற்றி ரொம்பச் சிந்திக்க வேண்டாம். படிப்படியாகச் செல்லுங்கள். அது உங்களைத் தேடி வரும்.

நான் ஒன்றும் புத்திசாலி மாணவன் அல்ல. ஆரம்பத்திலேயே மேல்படிப்பு என்ற இலக்கை நோக்கி நான் செல்லவில்லை. ஏனென்றால் என்னுடைய எல்லை எனக்குத் தெரியும்.

உங்களுடைய எல்லைகளை உணர்ந்து கொள்ளுங்கள், உண்மையிலேயே உங்களுக்கு எது நன்றாக வரும் என்பதைக் கண்டு பிடியுங்கள். படிப்பில் முதல் மாணவனாக என்னால் வர முடியாமல் போகலாம். ஆனால் சீஸ் உற்பத்தியில் என்னால் முதல் இடத்தில் இருக்க முடியும்.

நீங்கள் செய்வது எதுவாக இருந்தாலும் அதில் முதலிடத்தில் இருங்கள். எல்லோரும் ஏற்கனவே சென்ற பாதையில் நீங்கள் செல்ல வேண்டாம். உங்களுக்கான சொந்தப் பாதையை நீங்களே ஏற்படுத்திக் கொள்ளலாம்.

இறுதியாக ஆரம்பக் காலத்திலேயே பணத்தை எண்ணத் தொடங்க வேண்டாம். பெரு விருப்பத்தோடும் அர்ப்பணிப்போடும் இருங்கள். பணம் தானாக வரும்.

மின்சாரக் கனவுகள்

சேத்தன் மைனி
ரேவா எலக்ட்ரிக் கார் கம்பெனி
(Reva Electric Car Company)

சேத்தன் மைனிக்கு மின்னணுவியல் (Electronics), தவிர கார்களின் மீதும் சிறு வயதிலிருந்தே மிகவும் விருப்பம். இந்தப் பேரார்வத்தினால்தான் மின்சாரக் காரைத் தயாரிக்க வேண்டும் என்ற கனவு அவருக்குத் தோன்றியது. இன்று, அத்தகைய வண்டிகளை ரேவா உற்பத்தி செய்வது மட்டுமல்லாது, ஜெனரல் மோட்டார்ஸ் போன்ற பெரிய கம்பெனிகளுக்கு அதன் தொழில் நுட்பத்திற்கான உரிமத்தையும் கொடுக்கிறது.

முதன் முதலில் ரேவா காரைப் பார்த்தவுடன் அது சிறியதாக, அழகாக இருக்கிறதே என்று நான் நினைத்தேன்.

ஆனால், அதை உண்மையிலேயே நான் எனக்கு வாங்கிக் கொள்வேனா?

சேத்தன் மைனிக்கு இது ஒரு பழக்கமான கேள்வி. பார்ப்பதற்கும் கேட்பதற்கும் இந்த மின்சாரக் கார் அல்லது பாட்டரியால் ஓடும் கார் ரொம்பவும் நன்றாக, புத்திசாலித்தனமாகத் தெரிகிறது. ஆனால் நாம் ஏன் டீசல் மற்றும் பெட்ரோலால் ஓடும் கார்களையே வாங்குகிறோம்?

அது ஒரு சிக்கலான விஷயம். தங்கள் சொந்த ஆதாயத்திற்காக எண்ணைக் கம்பெனிகள், வாகன உற்பத்தியாளர்கள், தவிர எப்போதுமே இந்த மாதிரியாகத்தான் விஷயங்கள் நடைபெறுவதாகச் சொல்பவர்கள் ஆகியோர் அரசியல் வாதிகளைத் தங்கள் கைக்குள் போட்டுக்கொண்டு தங்களுக்குச் சாதகமாகப் பல விஷயங்களைச் செய்து கொள்கிறார்கள். இந்தப் புதுத் தொழில் நுட்பத்தை நம்புவர்கள் இந்த உலகத்தில் அதிகமாக இல்லை.

அத்தகைய சூழ்நிலையில்தான் சேத்தன் வந்து சேர்ந்தார்.

பதின்மூன்று வயதில் ரேஸ் வண்டிகளைச் செய்தார்.

இருபது வயதில் சூரிய ஒளியால் ஓடும் காரைச் செய்தார்.

இருபத்து நாலில் மின்சாரக்கார் திட்டத்திற்குத் தலைமை வகித்தார்.

முப்பத்து ஒன்றில் இந்தக் காரை *அறிமுகம் செய்தார்.*

அதில் இப்போதும் செயல்பட்டு வருகிறார். தன் வண்டிகளை மேலும் சீர்ப்படுத்தி மேம்படுத்துவதில் முழுக் கவனத்தையும் செலுத்தி வருகிறார்.

நானும் நீங்களும் காஸ் பைப்புகளைத் தூக்கி எறிந்து விட்டு மின்சாரத்தைப் பயன்படுத்துகின்ற நாளைப்பற்றி கனவு கண்டு கொண்டு இருக்கிறார்.

பெங்களூருக்கு வெளியில் பொம்மசந்திரா என்ற தொழில் பேட்டையில் அவருடைய சிறிய தொழிற்சாலையில், அடுத்த தலைமுறைக்கான 'ரேவாக்களை' நான் பெருமிதத்துடன் பார்க்கிறேன்.

அத்தகைய கார் ஒன்றை நான் வாங்குவேனா என்பதைப் பற்றி இப்போதும் எனக்குச் சந்தேகம் இருக்கிறது. ஆனால் சேத்தன் மைனியின் செலுத்தும் திறன், மன உறுதி, எதையும் செய்யும் துடிப்பு ஆகியவற்றால் நான் கவர்ந்திழுக்கப் பட்டேன்.

மின்சாரக் கனவுகள்

சேத்தன் மைனி
ரேவா எலக்ட்ரிக் கார் கம்பெனி

சேத்தன் மைனி பெங்களூரில் பிறந்தார். நினைவு தெரிந்த நாளிலிருந்தே எல்லாவிதமான மின்சாதனங்கள் மீதும் அவருக்குப் பெரு விருப்பம் இருந்தது.

"நான்காம் வகுப்புப் படிக்கும் போது என்னுடைய முதல் ரேடியோவைச் செய்ததும், ஆறாம் வகுப்பில் தொலை விலிருந்து ஓடவைக்கும் (Remote) குட்டி விமானங்கள் செய்ததும் என் நினைவிற்கு வருகிறது. அதன்பிறகு தொலைவிலிருந்து ஓடவைக்கும் கார்களின் பகுதிகளை இணைத்தேன்!"

அதிர்ஷ்டவசமாக, சேத்தனுக்கு இருந்த இந்த பெருவிருப்பத்தை இவருடைய அப்பா புரிந்து கொண்டு, பணம் கொடுத்தும், மற்ற உதவிகளைச் செய்தும் உற்சாக மூட்டினார்.

"குறிப்பிட்ட சில விஷயங்களில் திறமைசாலிகளாக இருந்த சிலர், என் தந்தையின் நண்பர்கள். மாலையில் அவர்களை டீ குடிப்பதற்கு அழைப்பார். அப்போது எனக்கு உதவுவதற்காகச் சில மணி நேரங்களை அவர்கள் செலவழிக்குமாறு என் தந்தை ஏற்பாடு செய்வார்."

இதையெல்லாம் விட, சேத்தனுக்குத் தன் பொழுது போக்கு அம்சங்களில் ஈடுபடுவதற்கென்றே ஒரு தனி அறை - மாடியில் கூரைபோட்ட இடம் ஒன்று கொடுக்கப்பட்டது.

நாளின் பாதிப் பொழுதை அங்கேயே அவர் செலவழிப்பார். லேத், மில்லிங் மெஷின்களில் எதையோ செய்து பார்த்துக் கொண்டு இருப்பார்.

"நாங்கள் மூன்று சகோதரர்கள்; நாங்கள் படுத்துத் தூங்கும் அறையை விட, என்னுடைய பொழுதுபோக்கு அறை பெரிதானது" என்கிறார் சேத்தன்.

ஒரு கோடை விடுமுறையின் மூன்று மாதங்களையும் ஒரு ரேஸ் கார் தயாரிப்பதில் சேத்தன் செலவிட்டார். காயிலாங்கடையிலிருந்து ஒரு பழைய இன்ஜினையும் இதர பாகங்களையும் பெற்றுக் கொண்டு ரூ 1500/- என்ற மிகக் குறைவான பட்ஜெட்டில் அதைத் தயாரித்தார்.

அந்தக் காலத்திற்கு இது அதிகப் பணம்தான். பணக்கார, செல்லம் கொடுத்து குட்டிச்சுவராக்கப் பட்ட சிறுவனோ என்று நான் எண்ணினேன்.

"நாங்கள் வசதியாக இருந்தோம். ஆனால் என் பெற்றோர் அதைப்பற்றி பெருமையாகப் பேசமாட்டார்கள். மதிய உணவுக்கு ரூ 5/- வேண்டுமென்றால் என் அம்மா ரூ 5/- மட்டுமே கொடுப்பார்."

பணம் மரத்தில் காய்ப்பதில்லை, அந்த மரத்தைக் கடினமாக உழைத்து வளர்க்க வேண்டும். சேத்தனின் தந்தைக்கு இதுபற்றி நன்றாகவே தெரியும்! சுதர்சன் மைனி ஒரு பொறியாளர். மைக்கோ பாஷ் என்பதில் பணியாற்றி வந்த அவர், 1973ல் தன் சொந்தக் கம்பெனியை நிறுவுவதற்காக அதை விட்டு விலகினார்.

ஒரு இளம் குடும்பத்தைப் பார்த்துக்கொள்ளும் பொறுப்பு உள்ள அந்த நேரத்தில் அவர் எடுத்தது ஒரு மிக தைரியமான செயல்.

"நான் சிறுவனாக இருக்கும் போதே தன் வேலையில் அவருக்கு எவ்வளவு பெருமிதம் உண்டு என்பதை நான் பார்த்திருக்கிறேன். வித்தியாசமான எதையோ ஒன்றைச் செய்ய வேண்டும் என்று அவர் விரும்புவார்."

நிச்சயமாக அந்தக் குணம் அப்படியே சேத்தனுக்கு வந்திருக்கிறது.

பிஷப் காட்டன் பள்ளியில் அவருடன் படித்த மற்ற மாணவர்களைப்போல் அவரும் **JEE, IIT** க்குத் தயார் செய்து கொள்ளத் தொடங்கினார். ஆனால் ஓரிரண்டு மாதங்களில்

IIT தனக்குப் பொருத்தமான இடம் இல்லை என்பதைச் சேத்தன் புரிந்து கொண்டார்.

"நானே நேரடியாகச் செய்கின்ற, கார்கள் விஷயத்தில் எதையாவது ஒன்றைச் செய்ய வேண்டும் என்று விரும்பினேன்."

"ஏன், நீ அமெரிக்காவிற்குச் சென்று படிக்கக் கூடாது?" என்று கேட்டார் தந்தை.

மிச்சிகன் பல்கலைக்கழகத்தில் (Michigan Univercity) படிக்க வேண்டும் என்பதுதான் சேத்தனின் முதல் விருப்பம். ஏனெனில் கார் உற்பத்தியில் சொர்க்கமாக இருந்த டெட்ராய்ட் அதற்கு அருகில்தான் இருந்தது. அதிர்ஷ்டவசமாக, அங்கு அவருக்கு இடம் கிடைத்தது.

"இயந்திரவியல் தொடர்பான பொறியியல் படிப்பைப் படித்தேன். ஆனால் என்னுடைய நேரத்தில் 50% படிப்பிற்கு அப்பாற்பட்ட விஷயங்களில் செலவழித் தேன். முதலாம் ஆண்டிலேயே 'சூப்பர் மைலேஜ்' கார் - ஒரு லிட்டருக்கு 400 கிலோ மீட்டர் போகக்கூடியது - ஒன்றைத் தயாரிப்பதில் ஈடுபட்டிருந்தேன்!"

இரண்டாம் ஆண்டில் சூரிய சக்தியில் ஓடும் கார் தயாரிப்பின் மீது சேத்தனுக்கு மிகுந்த ஆர்வம் ஏற்பட்டது. ஆரம்பத்திலிருந்து ஒரு காரைத் தயாரிப்பதில் - பல்கலைக் கழகங்களுக்கிடையே நடைபெறும் போட்டியில் பங்கேற்பதற்காகப் பலக் குழுக்கள் ஈடுபட்டன. அதில் கலந்து கொள்ளத் தேர்ந்தெடுக்கப்பட்ட 35 குழுக்களில் மிச்சிகன் பல்கலைக்கழகக் குழுவும் ஒன்று.

காரின் ஒவ்வொரு பகுதியையும் நுணுக்கமாக இணைப்பது, பலகைகளில் பொருத்துவது போன்ற சிறிய விஷயங்களைத் தாங்களே செய்து நேரடியான அனுபவத்தைப் பெற்றார்கள்.

"ஜெனரல் மோட்டார்ஸில் மாணவப் பயிற்சியாளனாக நான் அப்போது இருந்தேன். காலை ஏழு மணியிலிருந்து நான்கு மணி வரை அங்கு பணியாற்றுவேன், மிச்சி கன் இண்டர்நேஷனல் ஸ்பீடுவேயை அடைய இரண்டு மணிநேரம் காரை ஓட்டிக்கொண்டு வருவேன்; அங்கு நாலைந்து மணிநேரங்கள் செலவழித்துப் பரிசோதிப்பதற்காக அதை ஓட்டிக் கொண்டிருப்பேன்!"

அதைக் கட்டி அமைத்துப் பரிசோதித்து மேம்படுத்துவதில்

"நான் பலமாதங்கள் சிரமப்பட்டுச் செய்த சில விமானங்களை என் சகோதரன் பறக்க விட்டு நிச்சயமாக உடைத்து விடுவான். பிறகு பல மாதங்களைச் செலவழித்து நான் அதை மீண்டும் செய்வேன்."

பல மாதங்கள் கழிந்தன. இறுதியில் 35 பல்கலைக்கழகக் குழுக்களில் இவர்கள் குழு முதலாவதாக வந்தது.

பந்தயத்திற்குப் பிறகுத் தோற்றுப்போன குழுவைச் சேர்ந்த ஒருவன் சேத்தனிடம் சொன்னான் : "நாங்கள் 40 ஆயிரம் டாலர் செலவழித்தோம். ஆனால் நீங்கள் ஒரு மில்லியன் டாலர் செலவழித்ததால் முதலிடத்தைப் பெற்றிருக்கிறீர்கள்!"

அதற்கு சேத்தன் சொன்ன பதில் "நிச்சயமாக; ஆனால் அந்த மில்லியன் டாலர்களைப் பெறுவதற்கு நாங்கள் எல்லோருமாகச் சேர்ந்து யோசித்தோம். உங்களாலும் அவ்வாறு செய்திருக்க முடியுமே!"

அது குழுவாகப் பணியாற்றுவதான ஒரு முக்கியமான பாடமாக இருந்தது. குழுவிலுள்ள பிஸினஸ் பள்ளி மாணவர்கள் இதற்குப் பணம் கொடுக்கும் கம்பெனிகளைக் கண்டு பிடித்தார்கள்; தட்பவெப்ப நிலையையும், சூரிய சக்தியின் வகைகளையும் புரிந்து கொள்ள வேண்டியிருந்தது. மிச்சிகன் பல்கலைக்கழகம் இது நடைபெறுவதற்காகப் பல கைகளையும், இதயங்களையும், மூளைகளையும் ஒன்றிணைத்தது.

அடுத்த நிகழ்ச்சி: ஆஸ்திரேலியாவில் உலக சூரிய சக்தி சாம்பியன்ஷிப். டார்வினிலிருந்து அடிலெய்டுக்கு (Darwin to Adelaide) நகர்ப்புறங்களிலிருந்து விலகித் தொலைவாக, மொத்தமாக 3200 கிலோ மீட்டர்கள் ஓட்டும் கார் பந்தயம். இதில் பெரிய கார்களான மாஸ்டா (Mazda), ஹோண்டா (Honda) போன்றவர்களுடன் போட்டியிட வேண்டும்.

"முதல் நாள் நாங்கள் ஹோண்டாவைத்* தாண்டிச் சென்றோம். எல்லோரும் அதிர்ச்சி அடைந்தார்கள். மிகப் பெரியக் கார்களை எவ்வாறு இந்த 20 வயதுக்காரர்களால் தோற்கடிக்க முடிந்தது ?"

இது சேத்தனுக்கு ஒரு விழிப்புணர்வாயிற்று.

* *இறுதியில் அந்தப் போட்டியில் மிச்சிகன் பல்கலைக்கழகக் குழு மூன்றாவதாக வந்தது.*

"எதுவுமே சாத்தியம் என்பதை நான் புரிந்து கொண்டேன்."

கல்லூரிக்குத் திரும்பி வந்தபிறகு தன்னுடைய கடைசி ஆண்டில் பந்தயக்கார் தயாரிப்பில் தன் நேரத்தைச் செலவிட்டார்.

"இவ்வாறு நான் செய்த திட்டங்கள் எல்லாமே என் பாடப்பகுதி ஆயிற்று. வகுப்புகள் எனக்கு மகிழ்ச்சியைத் தந்தது. நான் நல்ல மார்க்குகளை வாங்கினேன். ஆனால் தேர்வுக்கு முந்தைய இரவு எனக்கு எதில் ஆர்வமோ அதைப் படித்துக் கொண்டிருப்பேன். நிச்சயமாக அது பாடத் திட்டத்தில் இல்லாததாகத்தான் இருக்கும்!"

இந்தத் தருணத்தில் சேத்தனுக்கு மின்சாரக் கார்கள் தயாரிப்பதில் உற்சாகம் ஏற்பட்டது.

"நாங்கள் நான்கு நண்பர்கள்; ஒருவரை ஒருவர் நன்றாகப் புரிந்து கொண்டிருந்தோம். மாதத்திற்கொருமுறை சந்தித்து நாங்கள் செய்து கொண்டிருக்கும் விஷயத்திற்குத் தேவையான வியாபாரத் திட்டங்களைப் பற்றி விவாதிப்போம்."

அந்த நால்வரில் ஒருவர் டேவ் பெல் **(Dave Bell)**. அவருடைய தந்தை டாக்டர் லான்பெல். அவர் கால்டெக்கில் **Phd** முடித்தவர். டெக்னார் என்ற ஒரு கம்பெனியை அவர் நிறுவியிருந்தார். அதை அப்போதுதான் **TRW** யூவிற்கு விற்றிருந்தார். மனதுக்குப் பிடித்தமான எதையோ ஒன்றைச் செய்யத் தேடிக் கொண்டிருந்தார்.

அவர் சொன்னார், "இது உண்மையிலேயே சிறப்பாக இருக்கிறது! என்னுடன் நீ ஏன் வந்து சேர்ந்து கொள்ளக் கூடாது?"

அதனால் 1991ல் டாக்டர் பெல் அப்போது தொடங்கியிருந்த நிறுவனத்தில் சேத்தன் சேர்ந்து கொண்டார்.

"அந்த முதல் கோடைக்காலத்தில் அந்தக் கம்பெனியில் நாங்கள் ஏழு பேர் மட்டுமே இருந்தோம். மின்சாரக்கார் தயாரிப்பதற்கான அடிப்படைகளை நிறுவினோம். வெவ் வேறு தொழில்நுட்பங்களை மதிப்பீடு செய்து பார்த்தோம்."

இது ஒரு பெரிய கற்கும் நிறுவனமாக இருந்தது. ஆனால் மேலும் படிக்க வேண்டும் என்று சேத்தன் விரும்பினார். ஸ்டான்ஃபோர்டு-ல் **(Stanford)** முதுகலைப்பட்டம் படிப்பதற்காக 1½ ஆண்டுகாலம் விடுப்பு எடுத்துக் கொண்டார். இயந்திரவியல் மற்றும் மின்சாரப் பொறியியல்

ஆகியவை இணைந்த ஒரு படிப்போடு ஒரு மின்சாரக் கார் தயாரிப்பதிலும் சேத்தன் தன்னை ஈடுபடுத்திக் கொண்டார்.

பட்டப்படிப்பு முடிந்த பிறகு அமெரிகானில் (Amerigon) லான்பெல்லுடன் (Lon Bell) பணியாற்ற வந்தார். மின்சார வாகனத் தொழில் நுட்பத்தில் அந்தக் கம்பெனி தொடர்ந்து பணியாற்றி வந்தாலும் மிக உயர்ந்த தொழில் நுட்பங்களிலும் அது ஈடுபட்டிருந்தது.

அங்கு செய்யவேண்டியவை நிறைய இருந்தது. ஆனால் நாட்டிற்குத் திரும்ப வேண்டுமென்று சேத்தன் விரும்பினார்.

"ஒரு ஆண்டுக்கு ஒரு முறை நான் இந்தியாவிற்கு வந்து போனேன். பல விஷயங்கள் இங்கு மாறிக்கொண்டிருப்பதை நான் உணர்ந்தேன். பொருளாதாரம் எல்லோருக்குமாகத் திறந்து விடப்பட்டிருந்தது. சுற்றுச்சூழல் பெருமளவில் மாசு அடைந்திருந்தது. நான் சிறுவனாக இருந்தபோது செய்தது போல் பள்ளிக்கு சைக்கிளில் போவதெல்லாம் இப்போது செய்ய முடியாததாயிற்று!"

நிச்சயமாக, மின்சாரக்காருக்கு இந்தியாவில் ஒரு சந்தை இருக்கும். அமெரிகான் போன்ற பல நிறுவனங்கள் அமெரிக்காவிற்கும், ஐரோப்பாவிற்கும் உயர்தரக் கார்களைத் தயாரிப்பதில் கவனத்தைச் செலுத்திய போதும் எதிர்காலம் வேறு எங்கேயோ இருக்கிறது என்பதில் சேத்தன் உறுதியாக இருந்தார்.

இந்தியா, சைனா, தென்கிழக்கு ஆசியா போன்றவற்றிற்காக செலவு குறைவான, நகர்ப்புறப் போக்கு வரத்திற்கான தீர்வு கண்டுபிடிக்கப்படவேண்டும்.

"சந்தையை மதிப்பீடு செய்து எது செயல்படுகிறது, எது செயல்படவில்லை என்பதைப் புரிந்து கொள்ள ஐரோப்பாவிற்கும், அமெரிக்காவிற்கும் செல்ல டாக்டர் பெல் என்னை அனுமதித்தார்."

தொழில்நுட்பம் மேம்படுத்தப்படுகிற வழி மிக அதிக செலவு செய்வதற்கு இட்டுச் செல்கிறது என்பதை அவர் உணர்ந்தார்.

"சூர்ய சக்தியால் ஓடும் கார்களைத் தயாரித்த காலம் எனக்கு நினைவிற்கு வருகிறது. அப்போது எப்படிச் செய்வது என்பது எங்களுக்குத் தெரியாது. ஆனால் மாறுபட்டப் பல கருத்துக்களையும், வழிமுறையையும் நாங்கள் தொடர்ந்து ஆராய்ச்சி செய்தோம்."

புதிதாக ஆராய்ந்து கண்டுபிடிப்பவர் தன்னிடம் வரைபடம் இல்லாவிட்டால் பல புதிய பாதைகளைக் கண்டுபிடிப்பார். அதைத்தான் செய்யவேண்டுமென்று சேத்தனும் அவர் குழுவினரும் தீர்மானித்தனர் - குறைந்த செலவில் சிறப்பான வழிகளில் ஒரு காரைத் தயாரிப்பதற்கான ஆய்வை மேற்கொள்வது.

"உதாரணமாக, சாதாரணமாக ஒரு காரைச் செய்தபிறகு அதில் சக்கரங்கள் பொருத்தப்படும். அதை வேறு விதமாக, ஓடுகின்ற ஒரு சேசியாக (CHASSIS) ஏன் செய்யக்கூடாது? இந்த விதமாக இந்தத்திட்டம் தொடங்கிய நேரத்தில் எங்களுக்குள் பல வகையாக யோசித்துத் தீர்மானித்தோம்."

1994 டிசம்பரில், சுதர்சன் மைனி அமெரிக்காவிற்குச் சென்றார். அங்கு டாக்டர் பெல்லைச் சந்தித்தார். அவருக்கு அவரை மிகவும் பிடித்திருந்தது. அவருடைய யோசனைகள் பிடித்திருந்தன. இந்தியச் சந்தைக்காக இருவருமாக இணைந்து செயலாற்றும் ஒரு யோசனையைச் சொன்னார்.

ஒரு விருந்தில் சுதர்சன் மைனி இந்தியாவிற்கான அமெரிக்கத் தூதர் ஃப்ராங்க் விஸ்னரைச் (Frank Wisner) சந்தித்தார். தன் திட்டத்தைப் பற்றி அவரிடம் கூறினார்.

அமெரிக்கத் தூதர் கேட்டார், "அதற்கு ஏதாவது பெயர் இருக்கிறதா?"

"இன்னும் இல்லை" என்றார் சுதர்சன்

"ஓஹோ, அப்படியானால் ரேவா என்று அதற்கு ஏன் பெயர் வைக்கக் கூடாது?" அப்போதுதான் அவருக்கு சேத்தனின் அம்மா ரேவா மைனி அறிமுகப்படுத்தப்பட்டிருந்தார்.

இதையும் தவிர வடமொழியில் 'ரேவா' என்பதற்கு புதிதாகத் தொடங்குதல் என்பது பொருள்; துல்லியமாக அதுமாதிரியானதுதான் அந்தத் திட்டம்.

இதற்கிடையில் சேத்தனின் தந்தையால் நடத்தப்பட்ட மைனி குழுமம், எளிதான வகையில் தயாரிக்கப்பட்ட, தொழிற்சாலைகளுக்கான டிராலிகள், பொருட்களைத் தூக்கும் வண்டிகள், கால்ஃப் விளையாட்டுக்கான வண்டிகள் போன்றவற்றைத் தயாரித்து வந்தது. அதையும் தவிர துல்லியமாகத் தானே இயங்குகிற பல உதிரி பாகங்களையும், ஜெனரல் மோட்டார்ஸ் (General Motors) தவிர பாஷ் (Bosch) போன்ற நிறுவனங்களுக்காகவும் இவர்கள் தயாரித்து வந்தனர்.

"எங்களுக்கு நிறைய சுதந்திரம் கொடுக்கப்பட்டிருந்தது. என்னை படி என்று என் பெற்றோர்கள் ஒருமுறை கூட சொன்னதாக எனக்கு நினைவில்லை. எங்களை அவர்கள் முழுவதுமாக நம்பினார்கள்."

அப்படியானால் ரேவா கார் உற்பத்தி என்பது என்ன பெரிய விஷயமா?

பலநூறு நிறுவனங்கள் வாகனங்களுக்கான உதிரி பாகங்களைத் தயாரிக்கின்றன. ஆனால் அவற்றுள் ஒரு சில மட்டுமே கார்களை விற்பனை செய்கின்றன. இது இடது பக்கத்தில் இரண்டாவதாக நிற்கும் எக்ஸ்ட்ரா நடிகர், ஷாருக்கான் ஆவதாகக் கனவு காண்பது போல் இருக்கிறது.

ஆனால் இது ஒன்றும் ஒரே இரவில் நடந்து விடவில்லை.

அமெரிக்காவில் இந்த ரேவா திட்டக் குழுவிற்குச் சேத்தன் தலைவராக இருந்தார். இந்தியாவிலிருந்த குழுவோடு இணைந்து பணியாற்றினார். ஆனால் ஒரு உறுதியான ஏற்பாடாக அது இருக்கவில்லை.

"ஆண்டுக்கு நான்கு முறை நான் இந்தியாவிற்கு வருவேன். இங்கிருந்து பொறியாளர்களை அங்கு அழைத்துக் கொள்வேன். ஒரு புரிந்துணர்வு ஒப்பந்தம் இருந்தது, ஆனால் 1999 வரை ஒருமுறையான ஒப்பந்தம் ஏற்படவில்லை."

5 நீண்ட ஆண்டுகள் இந்த இரு நிறுவனங்களும் ஒன்றாகப் பணியாற்றி இதன் தொழில்நுட்ப விவரங்களைச் சரி செய்து கொண்டனர் - வியாபாரப் பகுதியைப் பின்னால் பார்த்துக் கொள்ளலாம் என்பது எண்ணம்.

"இரு தரப்பாரும் முதலீடு செய்வார்கள், பணிபுரிவார்கள்; ஆனால் அந்த நேரத்தில் நான் என் குடும்பத்திற்குப் பிரதிநிதியாக இருக்கவில்லை. அமெரிகான் நிறுவனத்திற் காகப் பணியாற்றி சம்பளம் பெற்று வந்தேன்; என்னை விட மூத்தவர்கள் நிறைந்த முழுக் குழுவையும் நான் தலைமையேற்று நடத்தினேன்!"

அப்போது சேத்தனுக்கு வயது 24. பெரிய கம்பெனிகளில் இரு மடங்கு சம்பளத்திற்கு அவருக்கு வேலை வாய்ப்புகள் வந்தன. ஆனால் அவர் ஏற்கவில்லை.

"வேறு எந்த நிறுவனத்திற்காக நான் உழைத்திருந்தாலும்

இத்தனை அனுபவங்களைப் பெறுவதற்கு எனக்கு 15 ஆண்டுகள் ஆகியிருக்கும்."

அப்படியானால் அந்தக்குழு 5 நீண்ட ஆண்டுகளாக என்ன செய்து கொண்டிருந்தது?

"நாங்கள் பல முன் மாதிரிகளைத் தயாரித்தோம். பிறகு அவற்றை இந்தியச் சாலைகளில் ஓட்டிப் பரிசோதித்தோம். தவிர விலை குறைவானதைத் தயாரிக்க வேண்டும் என்பதில் உறுதியாக இருந்தோம்."

அந்த முதல் முன் மாதிரியைத் தயாரிக்க ஓராண்டு ஆயிற்று. 1996ல் முதல் கார், கப்பலில் இந்தியாவிற்கு அனுப்பப்பட்டது. அடுத்த ஆண்டுக்குள்ளாக அது முழுமையாகப் பரிசோதிக்கப்பட்டது. ரேவாவிற்கு ARAI* சான்றிதழ் 1997ல் கிடைத்தது.

இந்தியாவிலும் அமெரிக்கத் தரப்பிலும் இந்தத்திட்டம் பற்றி எல்லாமே நன்றாக நடைபெற்றுக்கொண்டிருந்தன.

1998க்குள்ளாக, சாலையில் ஓடும் கார்களில் 2% மின்சாரத்தால் ஓடுபவைகளாக இருக்கவேண்டும் என்று கலிஃபோர்னியா மாநிலம் அறிவித்திருந்தது. அதனால் பல நிறுவனங்கள் மின்சாரத்தால் ஓடும் வாகனங்களிலும், அதற்கேற்ற தொழில் நுட்பத்திலும் முதலீடு செய்வதற்கு ஆர்வம் காட்டின.

1997 இறுதியில் அந்த ஒழுங்குமுறைச் சட்டம் மறைந்து விட்டது. போலவே மின்சார கார்களின் மீது இருந்த ஆர்வமும். "எண்ணெய்க் கம்பெனிகள் மற்றும் மிகப்பெரிய வாகனத் தயாரிப்பு நிறுவனங்கள் தங்களுக்கான அரசியல் ஆதரவைத் திரட்டியது இதற்கொரு காரணமாக இருந்திருக்கக் கூடும். காரணம் எதுவாக இருந்தபோதும் மின்சாரக் கார்கள் தயாரிக்கும் வியாபாரம் படுகுழியை நோக்கிச் சென்று கொண்டிருந்தது..."

மைனி குழுமமும் அமெரிகானும் நிறைய பணம், முயற்சி, நிறைய நேரத்தை ரேவாவில் முதலீடு செய்திருந்தது. இப்போது அதற்கு அர்த்தமே இல்லாமல் போயிற்று. ஆனால் சேத்தன் எளிதில் எதையும் விட்டுவிடுபவர் அல்ல.

"நான் இந்தியாவிற்கு வந்தேன், குடும்பத்தாருடன் உட்கார்ந்து பேசினேன், இந்தத் தயாரிப்பில் எனக்கிருந்த பேரார்வத்தைப் புரிந்துகொண்டார்கள்..."

* (Automotive research of India)

"இதைச் செயல்படுத்த வேண்டுமானால் உனக்கு என்னென்ன தேவை?" என்று பெற்றோர்கள் கேட்டனர்.

சேத்தன் கூறினார், "என்னிடம் ஒரு திட்டம் உள்ளது. இன்னின்ன வசதிகள் எங்களுக்குத் தேவை, இந்த அளவுக்கு பணம் வேண்டும்."

இந்தப் பைத்தியக்காரக் கனவிற்கு ஆதரவு தர குடும்பத்தினர் சம்மதித்தனர்-வசதிகள், நிலம், கட்டிடங்கள், ஏற்கனவே நடத்திவரும் வியாபாரத்திலிருந்து வரும் லாபம் போன்றவை.

சேத்தன் திரும்பச் சென்று டாக்டர் பெல்லிடம் சொன்னார், "என் குடும்பத்தார் எனக்கு உற்ற துணையாக இருக்கின்றனர், சிறிது மூலதனமும் எனக்குக் கிடைக்கும். கார்களை உற்பத்தி செய்யத் தொடங்குவதற்கு இந்தியா செல்ல எனக்கு அனுமதி கொடுங்கள்!"

1999 ஏப்ரலில், சேத்தன் பெங்களூருக்குத் திரும்பி வந்தார்.

"அது ஒரு திருப்புமுனைத் தருணம். ஏனெனில் அது வரையில் நான் தொழில் நுட்பத்திலேயே முனைப்பாக இருந்தேன்; இப்போது ரேவாவை ஒரு வியாபாரமாகப் பார்க்க ஆரம்பித்தேன்."

வெகு சிலராலேதான் இத்தகைய தொலைநோக்குப் பார்வையைக் கொள்ளமுடியும்.

"எண்ணெய் பேரல் 20 டாலர் என்ற நிலையில் கிடைத்துக் கொண்டிருக்கும்போது தொழில் தொடங்குவதற்கான முதலீட்டை மின்சாரக் கார் உற்பத்தியில் செலவிடுவது கவர்ச்சிகரமானதாக இல்லை. அதனால் ICICI, TDB போன்றவற்றிலிருந்து இந்தத் திட்டத்திற்காக சுமார் ரூ 15கோடிகளை நான் கடனாகப் பெற்றேன்."

எல்லோரும் தொடர்ந்து சேத்தனைக் கேட்பது, முக்கியமாக வங்கி அதிகாரிகள், "மேலை நாடுகளில் வேறு யார் இதைச் செய்கிறார்கள்? அவர்கள் வெற்றி அடைந்துள்ளார்களா?"

அவர்கள் கேட்ட கேள்விக்கு, அதற்கு எந்த உதாரணமும் இல்லை என்பதுதான் பதில்; *ஆனால் என்னால் எதையும் செய்து காட்ட முடியாது* என்பது பொருளல்ல!

ஐந்து ஆண்டுகள் ஆராய்ச்சிக்குப் பிறகு ரேவா திட்டம் சக்தியை நிர்வாகம் செய்தல், பல பாகங்களையும் உற்பத்தி

> "உண்மையில் மின்சார வாகனங்கள் மிகவும் தேவையானவை என்பது என் எண்ணம். ஆனால் முன்னேற்றக் கருத்துக்களை உடையவர்கள், ஐந்து ஆண்டுகளுக்குப் பிறகு வருவதைப் புரிந்துக்கொள்ளக்கூடிய ஒரு சிலராலேயே என்னுடைய தொலைநோக்குப் பார்வையைப் புரிந்துகொள்ள முடியும்."

செய்வதில் புதுமுறைகள், தயாரித்து வெளிவருவது எல்லோராலும் வாங்கக்கூடிய விலையில் இந்தியாவிற்குப் பொருத்தமாக இருப்பது, போன்ற 10 காப்பு உரிமைகளைப் (பேடண்ட்) படைத்தது.

"நாங்கள் முதல் காரைத் தயாரித்த பொழுது, இந்தியாவில் இருந்து எஃகுத் தகடுகளை வரவழைத்தேன். ஏனெனில் நாங்கள் தயாரிக்கத் தொடங்கும்போது இந்தியத் தகடுகளைத்தான் உபயோகிப்போம் என்பது எனக்குத் தெரியும்!"

ஒரு முக்கியமான பிரச்சினை எழுந்தது. அதுதான் சார்ஜர் (CHARGER) - மின்சார வண்டிகளின் இதயம்.

"பத்து வெவ்வேறு உற்பத்தியாளர்களிடமிருந்து நாங்கள் சார்ஜர்களை வாங்கினோம்; எல்லாமே ஒரே மாதத்தில் சீர்குலைந்து போய்விட்டன. இந்தியாவிலுள்ள மின்தடை, மின் வெட்டு போன்றவற்றை அவற்றால் கொஞ்சமும் சமாளிக்க முடியவில்லை!"

'இராணுவக் குறிப்பீடுகளுக்குப் பொருத்தமான' ஒரு சார்ஜரை ரேவா மேம்படுத்த வேண்டியிருந்தது - ஒரு இரவில் 10 மின் தடை ஏற்பட்டாலும் மோசமான மின் சாதன நிலத் தொடர்பு கம்பி (EARTHING) அமைக்கப்பட்டிருந்தாலும் அதைத் தாங்கக் கூடிய அளவு உறுதியாக இருக்கக் கூடியது.

இந்தியாவிற்காக வடிவமைக்கப்பட்ட மற்றவை: நசுங்காத மேல் தகடு, துருப்பிடிக்காத கார் பாடி பலகைகள், தானாகவே இயங்கும் கியர் ஷிஃப்ட் (Gear Shift) (காரைச் செலுத்துவதற்கு எளிதாக இருப்பதற்காக).

இவை எல்லாவற்றையும் செய்வதற்கு முதலில் சேத்தனுக்கு ஒரு குழு தேவைப்பட்டது. அதைச் சொல்வது எளிதாக இருந்தது. ஆனால் செய்வது கடினமானதாயிற்று.

"மும்பை, டெல்லி, பூனே என்று எல்லா இடங்களிலும்

இரண்டு வாரங்கள், 400 நபர்களை நேர்காணல் செய்தேன்" என்றார் சேத்தன்.

எத்தகையோரைப் பணியில் அமர்த்த அவர் விரும்பினார்?

"ஆராய்ச்சி செய்பவர்கள், எங்களுக்குப் பொருட்களை விற்பவர்களை வளர்த்துக் கொள்பவர்கள், சந்தைப் படுத்துதலைச் செய்பவர்கள் என்று முழுமையான நிறுவனமே எனக்குத் தேவைப்பட்டது!"

ஆராய்ச்சி செய்து மேம்படுத்துவது என்ற துறை (R&D) மிகவும் சிரமமானது. ஏனெனில் மின்சாரக் கார் உற்பத்திப் பணியில் இருந்தவர்கள் யாருமே இல்லை. உண்மையில் 1999 ம் ஆண்டு வாக்கில், எந்தவகையான கார் உற்பத்திக்கும் தேவையான ஆராய்ச்சி மற்றும் மேம்பாடு உள்ள பொறியாளர்களை இந்தியாவில் கண்டுபிடிப்பது கடினமான செயல்.

அதனால் அதற்கடுத்த சிறந்த விஷயத்தை சேத்தன் செய்தார். பேரார்வமுள்ள இளைஞர்களைப் பணியில் அமர்த்தினார், அவர்களுக்குத் திறமைகளில் பயிற்சி கொடுத்தார்.

"முதலிரண்டு ஆண்டுகளில் என்னுடைய நேரத்தில் 95% R&D செலவழித்தேன். நான் இந்த இளைஞர்களுடனேயே வாழ்ந்தேன். "

ஒவ்வொரு இரவும் சேத்தன் வீட்டிற்குத் திரும்பிய பிறகு அவர் மனைவி சொல்வார், "ஓ, இன்னொரு சட்டை பாழாகி விட்டதே! " மண்ணும், அழுக்கும், *எண்ணெய்ப் பிசுக்கும்* கொண்ட சட்டை...

"எங்களுக்குப் பொருட்களை விற்பவர் ஒவ்வொருவரிடமும் நான் பேசுவேன். என்னுடையக் கனவுகளை நான் பகிர்ந்து கொள்வேன். என்னிடம் ஏன் முதலீடு செய்ய வேண்டும் என்பது பற்றி அவர்களுக்கு நம்பிக்கை ஏற்பட வேண்டும்."

ஒரு ஆக்கப்பூர்வமான நம்பிக்கை தரும் விஷயம்-*இந்த வேலையை யாருமே செய்ததில்லை*. அதனால் இது எவ்வளவு கடினமானது என்பதைப்பற்றி யாருக்கும் எதுவும் தெரியாது! தவிர அது கடினமானது என்ற தோற்றத்தைச் சேத்தன் வெளிப்படுத்தியதே இல்லை.

"தொடக்கத்திலிருந்து எல்லாவற்றையும் ஆராய்ந்து ஒரு காரை உற்பத்தி செய்வது என்பது ஒரு மலைப்பான பணியாகத் தோன்றும். ஆனால் அந்தத் திட்டத்தைச்

சிறுசிறு பிரிவுகளாகப் பிரித்துக் காண்பித்தால் அது ரொம்பவும் எளிதாகத் தோன்றும்."

அந்தக் குழுவிற்கு அது ஒரு சிறு காலடி. அந்தக் குழு மனப்பான்மைக்கு அது ராட்சசத் தாவல்!

ஒரு மாதத்தில் முடிக்கக்கூடிய ஒரு பணியை 15 நாளில் செய்ய வேண்டுமென்று இளைஞர்கள் நிறைந்த அந்தக் குழுவிற்குச் சேத்தன் சவால் விடுவார்.

"உங்களுக்கு ஏன் ஒரு மாதம் வேண்டுமென்று நான் கேட்டால், யாரிடமும் எந்த பதிலும் இருக்காது. அவர்கள் திரும்பப் பணிக்குச் சென்று மற்றவர்கள் மூன்று மாதங்களில் முடிப்பதை 18 நாட்களில் முடித்துக் கொடுப்பார்கள்."

இரண்டாண்டுகளில் 40 கார்களை ரேவா உற்பத்தி செய்தது. இவற்றை 2001ல் அறிமுகப்படுத்துவதற்கு முன்னார் மில்லியன் கிலோ மீட்டர் ஓட்டி, சேத்தன் பரிசோதித்தார். அந்த நேரத்தில் எதிர்பாராத ஒரு பேரிடி அவர்களைத் தாக்கியது.

"நாங்கள் அறிமுகப்படுத்துவதற்கு ஒரு மாதத்திற்கு முன்பு மின்சாரக் கார்களுக்கான வரிகள் இரு மடங்காயிற்று. அதற்கு மேலும், சாதாரணக்கார்களுக்கான வரிகள் உண்மையில் குறைந்து விட்டன."

மின்சாரக் கார்களுக்காக அளிக்கப்பட்ட மானியம் ரூ 1.05 லட்சமும் திரும்பப் பெற்றுக்கொள்ளப்பட்டது. ரொம்ப துரதிருஷ்டம் அல்லது மேலும் சிறப்பான சக்திகள் செயல்படப் போகின்றனவா?

சில நேரங்களில் சிறப்பாக நம்மைப் பாதுகாத்துக் கொள்வது என்பது தாக்குதல் என்பதாகும். அதனால் சேத்தன் தன்னுடைய விஷயத்திற்கு ஆதரவு திரட்ட முயற்சி செய்தார்.

"IIT, IISC, சில நிறுவனங்கள், பொருட்களை விற்பவர்கள் ஆகிய 35 பேர்கள் நாங்கள் ஒன்றாக இணைந்தோம். எலக்ட்ரிக் வெஹிக்கிள் அசோசியேஷன் ஆஃப் இந்தியா (Electric Vehicle Association of India) என்ற அமைப்பை ஏற்படுத்தி விழப்புணர்வை ஏற்படுத்த முயற்சி செய்தோம்."

ஆனால் மின்சார வாகனத் தொழில் நுட்பத்தை ஏற்றுக்கொண்டு இப்போதிலிருந்து 10 ஆண்டுகளுக்குப் பிறகு இந்தியாவிற்கு எவ்வளவு அனுகூலம் என்பதைப்பற்றி

"பொருள்களை வழங்கும் ஒவ்வொருவரிடமும் நான் பேசுவேன், என் தொலை நோக்குப் பார்வையைப் பகிர்ந்து கொள்வேன். ஏனெனில் என் நிறுவனத்தில் ஏன் முதலீடு செய்யவேண்டும் என்பது பற்றி அவர்கள் உறுதியாகத் தெரிந்து கொள்ள வேண்டும்!"

எண்ணுவதற்கு யாருக்குமே நேரமோ சக்தியோ இல்லை. அந்த அமைப்பு ஒன்றுமில்லாமல் போய்விட்டது, ஆனால் ரேவா கொடுத்த வாக்குறுதியை நிறைவேற்றி, 2001 ஜூலையில் இந்தியாவில் முதல் மின்சாரக் காரை அறிமுகம் செய்தது.

அதன் முதல் ஆண்டு நடவடிக்கையில் அந்த நிறுவனம் சுமார் 150 கார்களை விற்றது, எல்லாமே பெங்களூரில். அப்படியானால் இவற்றை வாங்கியவர்கள் யார்?

"எங்களுடைய வாடிக்கையாளர்களில் சிலர் 70 வயதானவர்கள்; மிகவும் இளையவர் 19 வயதானவர். இராணுவ அதிகாரிகள், மருத்துவர்கள், சில IT நபர்கள் தவிர கார் ஓட்டும் பெண்கள் ஆகியோர் எங்களிடமிருந்து வாங்கினர். எங்கள் வாடிக்கையாளர்களுள் 50% பெண்களே.

விளம்பரத்திற்காக ரேவா ஒரு ரூபாய்கூட செலவழிக்க வில்லை. ஆனால் மக்கள் தொடர்பை பெரிய அளவில் பயன்படுத்திக் கொண்டது. உங்களிடம் சுவையான ஒரு பொருள் இருந்தால் முரசு அடித்து நீங்களே அதைத் தெரியப்படுத்தவேண்டும் என்பதில்லை-உங்களுக்காக முரசு அடிக்க மற்றவர்களை அனுமதியுங்கள்.

மிகமிக மெதுவாக நம்பிக்கை ஏற்படுத்தப்படுகிறது, குறிப்பாக இதுவரை கேட்டே இருக்காத-நிறுவனத்தினரின்,இதுவரை பார்த்தே இராத பொருள் பற்றி.

"சாதாரணமாக ஒரு காரை வாங்க நிறுவனத்திற்கு வருபவர்கள் விலையைக் குறைப்பதில் ஈடுபடுவார்கள், நிறத்தைத் தேர்ந்தெடுப்பதற்கு யோசனை செய்வார்கள். ஆனால் ரேவா கடைக்குள் வருபவர்களுக்கு நாங்கள் எங்களுடையக் கருத்தை, எண்ணத்தை விற்க வேண்டியிருந்தது."

வேறுபல கவலைகளும் இருந்தன. இந்த மைனி குழுமம் என்பவர் யார்? நாளைக்கே அவர்கள் எல்லாவற்றையும் சுருட்டிக்கொண்டு போய்விட்டால் என்ன ஆகும்? இந்தப் பிரச்சினைகளைத் தானே நேரடியாக சேத்தன் கையாண்டார்.

"அந்தக் காலத்தில் ஒவ்வொரு கார் நிறுவனமும் ஒருவருட உத்திரவாதம் (Warranty) கொடுத்தது. மூன்று வருட உத்திரவாதம் கொடுத்த ஒரே நிறுவனம் எங்களுடையது தான்."

பெங்களூரில் மட்டுமே ரேவா கவனம் செலுத்தியது பெரிதும் உதவியாக இருந்தது. வாடிக்கையாளரின் பிரச்சினைகளை உடனடியாக இவரால் தீர்க்க முடிந்தது. வாடிக்கையாளர்களை மாதத்திற்கு ஒருமுறை சேத்தன் டீ குடிக்க அழைத்து அவர்களிடமிருந்து பின்னூட்டங்களையும், பரிந்துரைகளையும் பெற்றுக் கொண்டார்.

"வாடிக்கையாளர்கள் குறிப்பாகக் கேட்ட சில புது அம்சங்களை ரேவாவில் நாங்கள் புகுத்தினோம்."

"அப்படியானால் உங்களுடைய முதலாம் ஆண்டு ரொம்ப கடினமானதாக இருந்ததா? என்று நான் கேட்டேன்.

"ம்...ஒவ்வொரு நிலையிலும் வெவ்வேறு சவால்கள் என்று நான் நினைக்கிறேன்" என்றார் சேத்தன்.

முதல் ஐந்து ஆண்டுகள் தொழில் நுட்பத்தைச் சரியாகப் பயன்படுத்துவதில் செலவழிந்தது. பிறகு முதலீட்டைப் பெறுவதில் அவர்கள் கவனம் திரும்பியது. அதன்பிறகு ஊழியர்களை ஒழு குழுவாக ஒருங்கிணைப்பதில் மொத்த கவனத்தையும் செலுத்தவேண்டியிருந்தது. உண்மையில் ஒவ்வொரு நாளும் ஒரு புதுவகையாக சவால்...

"ரேவாவிற்குச் சான்றிதழ் பெறுவதற்காக நான் சென்றபோது, மின்சாரக் காருக்கு அப்படிச் சான்றிதழ் கொடுக்கச் சட்டத்தில் இடமில்லை, அதனால் எங்களால் கொடுக்க முடியாது என்று மறுத்துவிட்டார்கள். ARAI யுடன் நான் ஆறு மாதங்களைச் செலவிட்டேன். மின்சாரக் கார்களுக்கானச் சட்டங்களை அரசாங்கம் உருவாக்கிக் கொண்டிருந்தது!"

ஆம், அறிமுகம் செய்யப்பட்ட பிறகு எல்லாம் சரியாக நடைபெறத் தொடங்கின. முக்கியத் தொழில் நுட்பம் சரியாகச் செயல்பட்டது, பணம் பற்றிய பிரச்சினை தொடர்ந்தது, திடீரென்று வெளிநாட்டுச் சந்தை திறக்க ஆரம்பித்தது. அது திடீரென்று கிடைத்த ஒரு வாய்ப்பு!

'லீடர்ஸ் க்வெஸ்டு' (Leaders Quest) என்று அழைக்கப்பட்ட ஒரு தொழில் முனைவோர் குழுமம் ஒவ்வொரு ஆண்டும் உலகம் முழுவதும் சுற்றி வித்தியாசமான பொருட்களைத்

தேடுகிறது. 2002ல் இன்.ஃபோசிஸ் தவிர வேறு சில நிறுவனங்களைப் பார்க்க இந்தியாவிற்கு வந்தனர்.

"இளம் தொழில் முனைவோர் அமைப்பில் நான் உறுப்பினர். அதன் காரணமாக ரேவாவைப் பார்க்க அவர்கள் விரும்பினார்கள்."

அவர்கள் வந்தார்கள், தாங்கள் பார்த்ததை மிகவும் விரும்பினார்கள் அவர்களுள் மூவர் சேத்தனை அணுகி, "லண்டனில் இந்தக் கார் ஓடுவதைப் பார்க்க நாங்கள் விரும்புகிறோம்" என்றனர்.

மூன்று மாதங்களுக்குப் பிறகு ஒரு முழுமையான செயல் திட்டத்தோடு வந்தார்கள். மிகவும் மாறுபட்ட ஒன்றும் கூட.

"ஒரு வித்தியாசமான மாடலைச் செய்வோம், எல்லாவற்றையும் கணிணி மூலம் செய்வோம். யு.கே.யில் கார்களைச் சந்தைப் படுத்துதலில் ஒரு மாற்றுப் பாதையை உருவாக்குவோம்" என்றார்கள்.

2002 டிசம்பரில், யு. கே.விற்கு 16 கார்களை ரேவா கப்பலில் அனுப்பியது. அங்கு அவை அந்நாட்டு நிலைமைகளுக்காக ஓராண்டு பரிசோதனை செய்யப்பட்டது.

"முதலாவதாக, குளிர்காலத்தில் எப்படி இருக்கும் என்பது பற்றி எங்களுக்கு ஒன்றும் தெரியாது. சிறப்பாக சூடுபடுத்தும் தொழில் நுட்பத்தைப் பாட்டரிகளில் நாங்கள் மேம்படுத்த வேண்டியிருந்தது. தவிர, ஐரோப்பாவில் இருந்த பல ஒழுங்குமுறை பிரச்சினைகளைப் பற்றி எங்களுக்கு எதுவுமே தெரியாது."

2004 ஜனவரியில் ரேவா மின்சாரக் கார் விற்பனைக்கு வந்தது. நல்லவேளையாக இந்த நேரம் சரியாகப் பொருந்தி வந்தது. லண்டன் நகர வாசிகள் இப்போது தங்களுடைய வண்டிகளை நகரத்திற்குள் கொண்டுவருவதற்குப் போக்குவரத்து சார்ஜாக 5 பவுண்டு கட்டணம் செலுத்த வேண்டி இருந்தது.

ரேவா காருக்கு மட்டுமே இந்தக் கட்டணம் தேவைப்படவில்லை. ரேவா வைத்திருப்பவர்கள் இலவசமாகத் தங்கள் வண்டிகளை நிறுத்த முடியும். தவிர, பல இடங்களில் இலவசமாக சார்ஜ் செய்துகொள்ள முடியும். இதுவே ஒரு பெரிய விளம்பரத்தை இந்தக் காருக்கு ஏற்படுத்திக் கொடுத்தது!

"நான் உதாரணத்தைக் காட்டி வழி நடத்தினேன். தாங்கள் எதைப் பார்க்கிறார்களோ அதிலிருந்து தாங்களே செய்வதை மக்கள் கற்றுக் கொள்கிறார்கள். காரில் ஏதாவது பிரச்சினை என்றால் நான் நேராகச் சென்று அதன் அடியில் படுத்துக் கொண்டு கோளாறு என்ன என்பதைப் பார்ப்பேன்."

மேலும், பார்ப்பதைத்தான் - நம்பமுடியும் என்ற அணுகுமுறை இருந்தது.

"லண்டன் நகரில் 16 இடங்களில் பரிசோதனை ஓட்டமாக இந்தக் காரை ஓட்டுவதை நாங்கள் அறிமுகப்படுத்தினோம். தவிர சுத்தமான தொழில் நுட்பத்தின் அனுகூலங்களை விளக்குவதற்கு பேரார்வமுள்ள சுற்றுச் சூழல் அறிவியல் மாணவர்களை நாங்கள் வாடகைக்கு அமர்த்திக் கொண்டோம்."

பாரம்பரிய வகையில் காரைப் பெற்றுக் கொள்ளும் முறையையும் ரேவா மாற்றிக் கொண்டது.

"நீங்கள் கணினி மூலம் ஆன்லைனில் ஆர்டர் செய்யுங்கள். நாங்கள் உங்கள் வீட்டிலோ பணியிடத்திலோ காரைக் கொண்டுவந்து கொடுக்கிறோம் என்பது அது வரை யு. கே.யில் கேள்விப்படாத விஷயம். தவிர, வீட்டுக்கு வந்து சேவை என்பது போல் செய்தோம் - ரேவா காரில் பொருத்தப்பட்டுள்ள கணினி மூலம், காரில் ஏதாவது பிரச்சினை ஏற்பட்டால் அதை நாங்கள் புரிந்து கொண்டு, நேரடியாக ஆட்களை அனுப்பி அதைச் சீர் செய்வோம். இத்தகைய சேவை செய்வதில் நாங்கள் முன்னோடியாக இருந்தோம்."

7000 பவுண்டுகளுக்கு ரேவா விற்கப்பட்டது; இதுவரையில் யு கேயில் இந்த நிறுவனம் 1000 கார்களை விற்றுள்ளது. அங்கு இந்த பிராண்டிற்கு 'ஜி விஸ்' (G WIZ) என்பது பெயர். அது மட்டுமே ஒரே ஒரு வித்தியாசம் இல்லை. இந்தியாவில், விலையைக் கருத்தில் கொள்ளும் மத்திய தர வகுப்பினர் வாங்கும் வண்டி ரேவா. யு கேயில் அந்தக் காரை வைத்திருப்பது பெருமையைப் பறைசாற்றிக் கொள்வது என்பதாகும்.

"யு.கே.யில் 10ல் 9 வாடிக்கையாளரிடம் மிக உயர்ந்த BMW, ப்போர்ஷே (Porsche) அல்லது மெர்சிடெஸ் பென்ஸ் (Mercedes Benz) போன்ற கார்கள் இருந்தன. அவர்களெல்லாம்

உயர்ந்த முதலீட்டு வங்கி அதிகாரிகள், வக்கீல்கள், பிரபலங்கள் - மிகுந்த செல்வாக்கு உடைய நபர்கள்."

மிகத்துல்லியமான உயர் ரகச் சேவையை இந்தக் கம்பெனி அவர்களுக்குக் கொடுக்க வேண்டும்.

"உங்களுக்கே தெரியும், இந்தியாவில், பிரேக்கில் கால் வைக்கும் இடத்தில் ஒரு துளி அழுக்கோடு ஒரு காரை நீங்கள் அனுப்பலாம். ஆனால் யு.கே.யில் இதை ஏற்றுக் கொள்ள மாட்டார்கள். ஒரு மிகப் பெரிய கலாச்சார மாற்றத்தின் காரணமாக மிக அதிக அளவில் விவரங்களில் நாங்கள் கவனம் செலுத்த வேண்டியிருந்தது."

ஆனால் அது நன்மைக்கே, அதன் மூலம் இந்த நிறுவனம் வளர்ந்தது. சேத்தனும் அவருடைய தொழில் நுட்ப ஊழியர்களும், யூ.கே.யின் சந்தையையும் அது செயல்படும் விதத்தையும் புரிந்து கொள்வதற்காக அங்கே பல வாரங்களைச் செலவிட்டனர்.

"இந்த வெளிநாட்டு அனுபவம் ஐந்து ஆண்டுகள் வேகமாக வளர எங்களுக்கு உதவியது. எங்களுடைய தர நிலைகளையும் வளர்த்துக் கொள்வதற்கும், உலக நிறுவனமாக மாறுவதற்கும் வாடிக்கையாளர்களின் சவால்கள் எங்களுக்குத் தேவையாக இருந்தன."

எல்லாவற்றிற்கும் மேலாக ஏற்றுமதியில் லாபம் மிக அதிகமாக இருந்தது. நிச்சயமாக நிறுவனத்திற்கு இது பேருதவியாக இருந்தது.

இருப்பினும் சேத்தனின் தந்தையும், இரு சகோதரர்களும் நடத்தி வந்த மூல நிறுவனமான மைனி குழுமத்தினர் தொடர்ந்து நிதி உதவி அளித்து வந்தனர்.

"எங்களுடைய மற்ற வியாபாரங்களின் மூலம் அதிக லாபம் எங்களுக்குக் கிடைத்திருக்கக் கூடும். ஆனாலும் அவற்றை விலையாகக் கொடுத்து நாங்கள் ரேவாவை வளர்த்தோம். ஏனென்றால் இந்தத் திட்டத்தில் எங்களை முழுமையாக அர்ப்பணித்துக் கொண்டிருந்தோம், அதைத் தொடர்ந்து செயல்படுத்திக் கொண்டிருந்தோம்."

ரேவாவை ஆதரிப்பதற்காக மைனி குழுமம் அமைத்த மற்ற பிரிவுகள் - ஒரு பிளாஸ்டிக் பிரிவு, ஒரு சேஸி பிரிவு, தவிர சார்ஜர் தயாரிப்புப் பிரிவு. சிறிது நாட்களுக்குப் பிறகு லேலண்ட் மற்றும் வால்வோ போன்ற வாடிக்கையாளர்களை

இந்தப் பிரிவுகள் கவர்ந்தன. அவை தனியான வர்த்தகப் பிரிவுகளாக மாறின.

இத்தகைய எல்லா ஆதரவும் மிகவும் முக்கியமானவை; ஆனால் மேலும் வேகமாக வளர்வதற்கு இந்த நிறுவனத்திற்கு நிறைய முதலீடு தேவைப்பட்டது. 2006 டிசம்பரில் சேத்தன் முதல் சுற்று தொழில் தொடங்க அளிக்கப்படும் முதலீடு (Venture Capital Funding) என்று 20 மில்லியன் டாலர்களை ட்ரேபர் ஃபிஷர் ஜுர்வெட்சன் (Draper Fisher Jurvetson), குளோபல் என்விரான்மென்ட் ஃபண்ட் (Global Environment Fund) தவிர ஃபுர்ஸா (Fursa) விடமிருந்து பெற்றார்.

அடுத்த தலைமுறை தொழில் நுட்பத்தை உருவாக்குவதற்காக, கிடைத்த முதலீட்டில் பெரும் பகுதி செலவழிக்கப்பட்டது.

"இன்னும் வேகமாகச் செல்லக் கூடிய கார்களை நாம் எப்படித் தயாரிப்பது?"

"இன்னும் நீண்ட நாட்கள் உழைக்கின்ற கார்களை நாம் எப்படிச் செய்வது?"

"தவிர அவை விரைவாக சார்ஜ் ஆவதாக உள்ளவற்றை நாம் எப்படித் தயாரிப்பது?"

அவருடைய தொழில் நுட்பக் குழு விடையைத் தேடிப் போராடிக் கொண்டிருக்கும் கேள்விகளுள் சில, மேற்சொன்னவை.

"ஒவ்வொரு ஆண்டும்* ஒரு புது மாடல் தவிர ஒரு மாறுபட்ட ஒரு காரை அறிமுகப்படுத்த வேண்டும் என்ற ஒரு இலக்கை நாங்கள் வைத்துக் கொண்டிருக் கிறோம். ஆண்டுக்கு 30 ஆயிரம் வண்டிகளை உற்பத்தி செய்வதற்காக, ஒரு புது தொழிற் சாலையையும் நாங்கள் அமைத்துக் கொண்டிருக்கிறோம்" என்கிறார் சேத்தன்.

இன்று, ஆண்டுக்கு 3000 கார்களை மட்டுமே விற்கும் ஒரு நிறுவனத்தின் இந்தப் பேச்சு, நடக்கக் கூடிய காரியம் தானா? ஆனால் பொருத்தமான ஒரு சாலை வரைபடம் (திட்டம்) சேத்தனிடம் நிச்சயம் உள்ளது என்பது புரிகிறது.

"இப்போது 10 நாடுகளில் எங்கள் கார்களைப் பரிசோதனை செய்து வருகிறோம். அப்படி என்றால்

*இப்போது ரேவாவில் 'ரேவாஐ' (REVAi) *(லெட் ஆசிட் பாட்டரியோடு)*, *ரேவா* (REVA - L-ION) *என் எக்ஸ் ஆர்* (NXR), *என் எக் ஸ் ஜி* (NXG) *ஆகியவை அறிமுகப்படுத்தப்பட உள்ளன.*

நாலில் இருந்து இருபது வரை எங்களுடைய கார்கள் அங்கு ஓடிக் கொண்டிருக்கின்றன என்பது பொருள். ஒரு பொருத்தமான விநியோகஸ்தர் ஒவ்வொரு இடத்திலும் எங்களுக்கு இருக்கிறார். அந்தந்த நாட்டுக்குரிய ஒழுங்கு முறை இடையூறுகள் எவை என்பதை நாங்கள் உணர்ந்திருக்கிறோம்."

இந்த நாடுகளில் வர்த்தக ரீதியான விற்பனை விரைவில் தொடங்கும்.

அதுபோலவே, இந்தியாவில் டெல்லியில் இந்த நிறுவனம் ரேவா காரைப் பரிசோதித்திருக்கிறது. டெல்லி முதலமைச்சர் ஷீலாதீட்சித் இதைப்பற்றி நம்பிக்கையோடு இருக்கிறார். உலக அளவில் ஒரு பெரிய 'மாறுதல்' ஏற்பட்டுக் கொண்டிருப்பதைச் சேத்தன் பார்க்கிறார். அமெரிக்க அதிபர் ஒபாமா 2015க்குள் ஒரு மில்லியன் மின்சாரக் கார்கள் சாலைகளில் ஓடவேண்டும் என்கிறார்; பல ஐரோப்பிய யூனியன் நாடுகள் அத்தகைய வண்டிகளுக்கு ஒவ்வொன்றிற்கும் 5000 யூரோ மானியம் தருவதாக அறிவித்துள்ளன.

"அடிப்படையில் தட்பவெப்ப மாறுதல் பற்றிய விழிப்புணர்வு இருக்கிறது, தவிர புதுப்பிக்கும் எரி சக்தியைப் பற்றிய ஆர்வமும் அதிகமாக உள்ளது."

அப்படியானால் இந்தியாவில் கார்கள் விற்பனையில் 10% ரேவாவினுடையதாக இருக்கும் என்று சேத்தன் எதிர்பார்க்கிறாரா?

சேத்தனின் பதில் : "எனக்குத் தெரியாது. இந்தியாவில் 10% கார்கள் மின்சாரத்தால் இயக்கப் படவேண்டும் என்று நான் விரும்புகிறேன். அவை எல்லாமே *ரேவாக்களாக* இருக்க வேண்டும் என்பதில்லை."

ஆனால் நிச்சயமாக அவை எல்லாமே ரேவாவால் சக்தி ஊட்டப்படுவதாக இருக்கமுடியும். உலகிலேயே மின்சாரக் கார்களை 85 மில்லியன் கிலோ மீட்டர் ஓட்டிய அனுபவமுள்ள ஒரே நிறுவனத்திடமிருந்து தொழில் நுட்ப உரிமத்தைப் பெற்றுக் கொண்டு மற்றவர்களும் செய்யலாம்.

"எங்கள் தொழில் நுட்பத்தைப் பெற்றுக் கொள்வதன் மூலம் மற்றொரு கார் உற்பத்தியாளர் 3லிருந்து 5 ஆண்டுகளைச் சேமிக்க முடியும்; அதனால் நிறைய வாய்ப்புகள் இருக்கப் போகிறது, பல புது மாடல்கள் வரக்கூடும்."

சேத்தன் சொல்வது சரியானது என்று நான் நினைக்கிறேன். இது வெறும் ஒரு கார் நிறுவனம் மட்டுமல்ல. ஆனால் அறிவுத்திறன் கொண்ட ஒரு நிறுவனம். ரேவாவின் ஊழியர்களில் 33% ஆய்வுத் துறையில் (RRD) உள்ளனர். அவர்களெல்லாம் இந்தக் குழந்தையின் மீது பெரு விருப்பத்தோடு இருக்கிறார்கள். மின்சாரக் கார் நிறுவனத்தின் முன்னோடியாக எப்படிக் கணினித்துறையில் 'இண்டல் இன்சைட்' (Intel inside) இருக்கிறதோ அப்படி - ரேவா இருக்கக் கூடும்.

2009 செப்டம்பரில் ஜெனரல் மோட்டார்ஸ் என்ற மிகப்பெரியக் கார் கம்பெனி அவர்களுடைய செவர்லே காரின் மின்சாரப் பதிப்பான 'ஸ்பார்க்' என்பதை ரேவாவுடன் இணைந்து உற்பத்தி செய்யப்போகும் முதல் நிறுவனம். நிச்சயமாக இன்னும் நிறையப் பின் தொடரும்...!

சிறுசிறு வெற்றிகளாகப் பலவற்றைப் பெற்றிருந்தாலும் இன்னும் ரேவா ஒரு தொடக்க நிலை நிறுவனமாகவே உள்ளது, அதிக லாபத்தைப் பெறவில்லை. அதனால் பணி - வாழ்க்கை சமநிலை நிச்சயமாக அவர்களுக்குப் பிடிபடாமல் இருக்கிறது.

"என்னுடைய மனைவி கிம்மின் ஆதரவு இல்லாமல் என்னால் இந்த அளவு செய்திருக்க முடியாது. நான் சனிக்கிழமைகளில் பணியாற்றுகிறேன், வீட்டிற்கு வேலையை எடுத்துச் செல்கிறேன்... ஆனால் ஞாயிற்றுக் கிழமைகள் அவளுக்கானதும் என் குழந்தைகளுக்கானதும் மட்டுமே."

எப்படியோ சமாளித்து வாரத்திற்கு மூன்று முறை சேத்தன் யோகா பயிற்சி செய்கிறார். கூடவே கொஞ்சம் சைக்கிள் ஓட்டுகிறார். பெங்களூர் போக்குவரத்து நெரிசல் அதிகரித்து விட்டதால் ரேவா காரை ஓட்டுவதிலான மகிழ்ச்சி குறைந்துவிட்டது. இப்போதும் ரேவாவில் பயணம் செய்கிறார். ஆனால் ஒரு நீட்டிய வடிவமான அதில் பின் இருக்கையில் அமர்கிறார்.

"என்னிடம் கன்வர்ட்டிபிள் மாடல் (மேல் கூரையை எடுக்கலாம்) ரேவா ஒன்று உள்ளது, மாலை நேரங்களில் ஜாலியாக வெளியில் போவதற்காக!"

நீங்கள் எதிர்பார்ப்பது போல் 99% சேத்தனின் பயணங்கள் மின்சார வண்டிகளில். ஆனால் இறுதியாக இது ரேவாவில் மட்டும் என்பதாக இல்லை...

"போக்குவரத்து விளக்கிற்கருகில் நான் போகும்போது என்னைச் சுற்றி அமைதியாக இருக்கவேண்டும். மின்சார சைக்கிள்கள், மின்சார மூன்று சக்கர வாகனங்கள், மற்றும் மின்சார பஸ்கள், மின்சாரக்கார்கள் ஓடிக்கொண்டிருக்க வேண்டும் என்பது என் கனவு."

ஒரு சந்தையை முன்னின்று நடத்திச் செல்லும் தலைவர் என்பதற்கும் மேலான ஒரு திருப்தி.

ஒரு இயக்கத்தை நடத்திச் செல்வதான ஒரு திருப்தி.

இளம் தொழிலதிபர்களுக்கு...

உங்களுடைய ஒரு கருத்தைச் செயல்படுத்துவதற்கு உங்களிடம் ஒரு ஆழமான நம்பிக்கை இருக்கவேண்டும். நீங்கள் எடுத்துக் கொள்வது எந்தக் கருத்தாக இருந்தாலும் - உலகம் அதை எவ்வாறு நம்புகிறது என்பதைக் கருத்தில் கொள்ளாமல் - அதை நீங்கள் முழுமையாக நடத்திச் செல்ல வேண்டும்.

இரண்டாவதாக, நான் ஒரு பிரச்சினையைச் சந்தித்தால் உடனே தூங்கி விடுவேன். காலையில் எழுந்து நான் பார்க்கும் பொழுது அதன் தீர்வுக்கான வாய்ப்பைப் பார்க்க முயற்சி செய்வேன். இது எனக்கு நல்ல வகையில் செயல்படுகிறது; நம்பிக்கையோடு என்னை இருக்கச் செய்கிறது, என் நிறுவனத்திலும், என் குழுவினரிடையேயும் இதை எடுத்துச் செல்ல என்னால் முடிகிறது.

யோசித்துப் பார்க்கும் போது பின்னடைவு என்பதாகத் தோன்றிய ஒன்று உண்மையில் உங்களுக்குத் தேவையான ஒரு உந்து விசையாக இருந்திருக்கும் - புதிதாக ஒன்றை முயற்சி செய்வதற்கு, உங்களுடைய எல்லைகளை நீட்டிப்பதற்கு.

காகிதப் புலி

மஹிமா மெஹ்ரா

ஹாத்தி சாப்

(Haathi Chaap)

மறுமுறை பயன்படுத்தும் 'ரீஸைக்ளிங்' (Recycling) (மறு சுழற்சி) துறையில் வேலை செய்ய விரும்பினார். ஆனால் அரசாங்கம் சார்பில்லாத அமைப்புகளில் (NGO) அல்ல. அதனால் கையால் தயாரிக்கும் காகித வியாபாரத்தைத் தொடங்கினார். அந்த வியாபாரப் பாதையில் சுவையான விஷயங்களைத் தெரிந்து கொண்டார், யானைச் சாணத்தின் எதிர்பாராத பயன் உட்பட.

மஹிமா மெஹ்ராவின் வெறுப்பு, "விற்பனை."

"முதன் முறையாக மும்பையில் இருக்கிறேன். ஹாத்தி சாப் பொருட்களை எடுத்துக் கொண்டு சுற்றுகிறேன். எனக்கு இது சிரமமான விஷயம் - நான் விற்கும் ஜாதியே கிடையாது!"

சொல்லப் போனால் இந்த வியாபாரத்தை நடத்தும் பெண்மணியைப் போலவே மஹிமா இல்லை. அவரின் சாதுவான குணாதிசயத்தைப் பார்த்து ஏமாந்து விடாதீர்கள் - இவர் வலுவான பெண்.

24 வயதில் இளமையின் அகம்பாவத்தில் உத்திரப் பிரதேசத்தின் மோசமான பகுதிகளுக்குச் சென்று கையால் தயாரிக்கும் காகித உற்பத்தியாளர்களைத் தேடி அலைந்தார். பொருளை வீணடிக்காமல் திரும்பவும் பயன்படுத்த வேண்டும் என்ற உத்வேகம் தான் யானைச் சாணத்திலிருந்து காகிதம் தயாரிக்க உந்துதலாக இருந்தது. அதை 'ஹாத்தி சாப்' என்று நகைச்சுவை உணர்வு கூடிய பெயரில் விற்றனர்.

இந்த அசாதாரணமான வியாபாரம் மக்களின் கவனத்தை அவர் பால் ஈர்க்கிறது. அது அவருக்கு வேடிக்கையாக இருக்கிறது.

"நாங்கள் செய்யும், தயாரிக்கும் பொருட்களைப் பார்த்து சில சமயம் யோசிப்பேன். *மக்களுக்கு இது ஏன் பிடித்திருக்கிறது?*" என்று.

யானைச் சாணமோ, என்னவோ அதுதான் அவர் வழி. அவர் ரசித்து வேலை செய்யும் தொழில், பிடித்த மக்கள், அவர் சொல்லும் கெடுவில் வேலை என்று நல்லபடியாகப் போய்க் கொண்டிருக்கும் தொழில்.

மஹிமா வாழ்க்கையின் வெள்ளைத் தாளை எடுத்து தன் விடைகளை எழுதிவிட்டார்.

யானை மலத்துக்கு இவ்வளவு சக்தியா? கழிவிலிருந்து வழக்கத்துக்கு மாறான தொழில் செய்யும் மக்களும் சக்தி பெற்றவர்கள் என்றே சொல்ல வேண்டும்.

காகிதப் புலி

மஹிமா மெஹ்ரா

நிறுவனர், ஹாத்தி சாப்

மஹிமா மெஹ்ரா ஜெய்ப்பூரில் பிறந்து, வளர்ந்தவர்.

"பல காலமாகச் சம்பிராதாயமாக நாங்கள் வியாபாரிகள்; சொந்த வியாபாரம் தான். என் பெற்றோர்கள் நகை வியாபாரிகள். எனக்கு அதில் விருப்பம் இருந்ததே இல்லை. நான் 'மறுசுழற்சி' யில் ஏதேனும் சாதிக்க வேண்டும் என்று விரும்பினேன்!"

உளவியலில் பட்டம் பெற்றார் - டெல்லியில் ஸ்ரீராம் கல்லூரியில். முடித்த பின் தன் விருப்பத்தைத் தொடர எண்ணினார். ஜன் சேவா ஆசிரமத்தில் சேர்ந்தார். எரு தயாரிப்பதில் ஏதாவது சாதிக்கலாம் என்று எண்ணினார். அதற்குப் பதில் அவரைக் கையால் தயாரிக்கும் காகிதப் பிரிவில் வேலை செய்யச் சொன்னார்கள்.

"ஜெய்பூரில் வளர்ந்ததனால் எனக்குக் கையால் தயாரிக்கும் காகிதம் பற்றித் தெரியும். நாங்கள் அடிக்கடி சைக்கிளில் பக்கத்தில் இருக்கும் சின்ன டவுனான ஸாங்கனேருக்குச் சென்று இந்தப் பிரபலமான தயாரிப்பைப் பார்ப்போம்."

ஜன் சேவாவில் மஹிமா காகிதத் தயாரிப்பு வேலையை ரசித்துச் செய்தார். அதுவும் 'மறுசுழற்சி', அவருக்கு மகிழ்ச்சியைத் தந்தது. அவருக்குப் பிடிக்காத ஒரே விஷயம் NGOவில் வேலை செய்வதுதான்.

காகிதப் புலி

"தேவையைக் கவனிக்க நேரமில்லாமல் பெரும் பகுதி விண்ணப்பங்கள் போன்ற தாள்களை நிரப்புவதிலேயே கழிந்தது." இதை விட்டால் வேறு வழி ஒரு கல்வி நிறுவனத்தில் வேலை செய்வது தான். ஆய்விலேயே ஆயுள் கழியும். ஆனால் மஹிமாவுக்குக் களத்தில் இறங்கி கைகளைப் பயன்படுத்தி வேலை செய்வதில் தான் ஈடுபாடு.

"மறுசுழற்சி தான் என் கனவு; ஆனால் அதே நேரம் எனக்கென்று ஒரு வாழ்க்கைத் தரம் தேவைப்பட்டது; சில சௌகரியங்கள்... நான் ஒரு வியாபாரம் தொடங்குவேன் என்று நினைக்கவே இல்லை. அதற்கான மனப்போக்கு எனக்கில்லை." இது தற்செயலாக நடந்தது.

ஜன் சேவா ஆசிரமத்தின் ஏழு மாதங்கள் இருந்த பின்னர் மஹிமா அதிலிருந்து விலகி, காகிதத்தில் வேலை செய்ய ஆரம்பித்தார். 1985 ம் வருடம், குடும்பத்திலிருந்து ரூ 12,500/- கடன் வாங்கி முதலீடு செய்தார்.

"அதை எதற்குப் பயன்படுத்தினேன்? எனக்கு ஒரு மேசை, நாற்காலி, கொஞ்சம் காகிதம் வாங்கிக் கொண்டேன்," என்று சிரிக்கிறார். "நிஜமாக, எனக்கு அவ்வளவு தான் தேவைப்பட்டது!"

முதல் சில மாதங்கள் மஹிமா மற்றவர்களிடமிருந்து வேலை எடுத்துச் செய்து கொடுத்தார்; 'ஜாப்வொர்க்;' சந்தையில் கையால்-செய்த காகிதத்தை வாங்கி, தானே பெரிய உறைகளைச் செய்தார். தன் சுற்றுப்புறத்தில் உள்ளவர்களை அணுகி அதற்கு வியாபாரம் தேடினார்.

"நான் ஒரு விற்பனையாளர் அல்ல. நான் தொழிலில் சிறந்தவளும் அல்ல. நான் என் கைகளைப் பயன்படுத்தி செய்யும் எதுவும் நேர்த்தியாக அமையாது. அதனால் பழகிப் பழகித்தான் வேலையைக் கற்றுக் கொண்டேன்."

இது ஒரு ஒன்றரை ஆண்டு காலம் தொடர்ந்தது. அப்பொழுதுதான் தன் குருவான பெர்ண்ட் மெர்ஜென்ச் (Berndmerzenich) என்பவரை இந்திய-ஜெர்மானிய ஏற்றுமதிக் குழுவில் சந்தித்தார். மஹிமாவின் வேலைத் திறனையும், தரத்தையும் பார்த்து அவருடைய நண்பர்களுக்கு அறிமுகம் செய்து வைத்தார். அவருடைய நண்பர்கள் இந்தியாவில் கைகளால் செய்யும் காகிதத் தொழிலில் ஆர்வம் காட்டினார்கள். அவர்கள் ஏழு லட்ச ரூபாய்க்கான ஆர்டரை மஹிமாவுக்குக் கொடுத்தனர்.

"அதில் மேலும் சந்தோஷமான விஷயம், அவர்கள் பாதியை முன்-பணமாகக் கொடுத்ததுதான்! விரைவில் அவர்கள் ஜெர்மனியில் என் விநியோகஸ்தர்களாகவும், நல்ல நண்பர்களாகவும் ஆனார்கள்."

மஹிமா இனி தானே சொந்தமாகக் காகிதம் தயாரிப்பது நல்லது என்று கருதி உத்திரப் பிரதேசத்தில் உள்ள சின்ன டவுனான கால்பிக்குச் சென்றார். ஏன் கால்பி? ஏனென்றால் சாங்கனேர் போல் அல்லாமல் இங்கு மிகவும் சிறிய தயாரிப்பாளர்கள் கிடைத்தனர். சாங்கனேர் இந்தியாவிலேயே கையால் தயாரிக்கும் காகிதத்தில் முதன்மை இடத்தில் இருந்தது.

"மறு சுழற்சியோடு சேர்ந்து சின்னக் குடும்பத்-தொழிலாகச் செய்பவர்களை ஆதரிப்பது என்று முடிவெடுத்தேன். ஏற்கனவே ஏற்றுமதி விருது பெற்றவர்களுக்குப் பணம் போய்ச் சேர்வதில் பயனில்லை." அதன்பேரில், 24 வயதே ஆன மஹிமா - கான்பூருக்கு ரயிலேறினார். மூன்று மணி நேர சாலைப் பயணம்; டெம்போ கூரையில் உட்கார்ந்து கொண்டு சென்றார்! அவருடைய முதல் அபிப்பிராயம்: *இது கொடுமையான சந்தை.* அத்துவானத்தில் இருந்து அந்தச் சிறிய டவுன்.

பிரச்சனை அங்கு செல்லும் பாதை அல்ல; ஒரு பெண் அங்கே சென்று வியாபாரம் தொடங்குவதுதான்.

"கால்பியில் பெண்கள் வீட்டின் உள்ளேயே முடங்கிக் கிடந்தனர். அங்கிருந்த ஆண்கள் என் முகத்தைப் பார்த்துக் கூட பேசமாட்டார்கள்."

மஹிமா தன்னிடம் இருந்த சில காகித மாதிரிகளைக் காட்டினால் பொதுவான பதில்: "இதெல்லாம் *ஆவுறது இல்லீங்க*..."

கடைசியில் மஹிமா கால்பியில் ஒரு சிறிய யூனிட்டைக் கண்டுபிடித்தார். மூன்று சகோதரர்கள் அதை நடத்தினர். மஹிமாவிற்கு வேலை செய்து கொடுப்பதாக ஒப்புக் கொண்டனர். அவர் எதிர்பார்த்த வெற்றியும், வேகமும் அவர்களிடம் இருந்தது.

"எனக்கு மிகவும் முக்கியமான விஷயம் கற்பனைச் சக்தி. அதைத்தான் இந்தச் சிறிய தயாரிப்பாளர்களிடம் எதிர்பார்க்கிறேன்... *'நம்மால் இதுவும் செய்ய முடியும்'* என்று சவால் ஏற்பவர்கள்; திரும்பத் திரும்ப ஒரே விஷயத்தைச்

செய்து பணம் சம்பாதிப்பவர்கள் அல்ல... உதய்யிடம் அந்தக் குணம் இருந்தது."

ஆனால் முதல் வருடத்தில் டெல்லியிலிருந்து அடிக்கடி கால்பி செல்ல வேண்டியிருந்தது. தொலைபேசியில் புரிய வைப்பதைவிட ஒரு ராத்திரி ரயிலில் சென்று நேரில் சொல்வது மஹிமாவிற்குப் பழகி விட்டது.

இந்தச் சமயத்தில் பெர்ண்ட் மெர்ஜெனிச் ஜெர்மனி திரும்பினார். ஒரு பங்குச் சந்தை கம்பெனியில் வேலைக்கு அமர்ந்தார்.

"இரசாயனமற்ற இயற்கை உணவுப் பொருட்களுக்குப் பாக்கெட்டுகள் வடிவமைக்க வேண்டும்" என்று ஆலோசனை தந்தார்.

"பேபட்டரி" என்று அப்பொழுதுதான் தன் வியாபாரத்திற்கு மஹிமா பெயரிட்டிருந்தார். இந்த ஆலோசனை அதைப் பெரும் வியாபாரமாக மாற்றியது. முதல் இரண்டு ஆண்டுகள் சாதுவான பதினைந்து லட்ச லாபத்திலிருந்து, நான்காவது ஆண்டில் நாற்பது லட்சமாக உயர்ந்தது.

"டார்ஜீலிங் டீயின் ஏற்றுமதிச் சந்தைக்கு அட்டைப் பெட்டிகள் வடிவமைத்தோம். இதுவே எங்களின் முழுமையான சம்பாத்தியத்திற்கு வழி வகுத்தது."

உதய்யுடன் சேர்ந்த பராம்பரிய முறையில் "பேபட்டரி" உயர்தர காகிதத்தை வடிவமைத்தது. ஜெர்மனியில் இந்தக் காகிதம் பரிசோதிக்கப்பட்டது. "இதைச் சாப்பிடும் அளவிற்கு இது சிறந்து விளங்குகிறது!" என்று சொன்னார்கள்.

இந்தக் கையால்-செய்யும் காகிதத்தின் வசீகரம்தான் என்ன? இதில் உள்ள சுற்றுப்புறப் பாதுகாப்பான, இயற்கை விஷயம் என்ன? முதலாவதாக, கையால் தயாரிக்கப்படும் காகிதத்திற்கு மரக் கட்டை தேவை இல்லை.

இதற்கான தேவை பஞ்சுக் கிழிசல்தான்; அதாவது டி-ஷர்ட் அல்லது பனியன் துணிகள். இவற்றைக் கூழாக்கி, சிறு துண்டுகளாக்கி, ஹாலண்டர் பீடர் என்ற இயந்திரத்தில் போடுவார்கள்; பிறகு ரோலர் டிரம்மில் கழுவுவார்கள். இதைப் பல மணி நேரம் செய்வார்கள்.

பிறகு ஒரு பெரிய மரத் தொட்டியில் தண்ணீர் நிரப்பி அதில் ஒரு அச்சு வடிவத்தை வைத்து அதில் இந்த அரைத்தக் கூழைக் கொட்டினால், அடடே-ஒரு பட்டை உருவாகும்!

"எனக்கென்று தனிப்பட்ட பேசும் திறன் இருந்தது. என்னால் கிராம மக்களிடம் பேச முடியும் அல்லது அயல் நாட்டு மக்களிடம் பேச முடியும். சாதாரண நடுத்தர வர்க்க மக்களிடம் என் பேசும் திறன் பரிதாபமாக இருந்தது!"

இதைக் காய வைத்தால் தாள் கிடைக்கும்; அதில் கஞ்சி தடவி உருளையால் அழுத்தினால் அழகான "காகிதம்" தயார்.

"கால்பி போன்ற இடங்களில் நமக்குச் சாதகமாக இன்றும் மக்கள் மிகவும் சுத்தமான முறையில்தான் காகிதம் தயாரிக்கிறார்கள்."

சுற்றுப் புறத்தின் மீது மஹிமாவிற்கான அக்கறையின் வெளிப்பாடுதான்-இந்தக் காகிதத்தை அனைவரும் தினசரி வாழ்வில் பயன்படுத்த வேண்டும் என்ற மெனக்கெடல். இதை வெறும் "*திருமண அழைப்பிதழாக*" மட்டும் பயன்படுத்தாமல் பயனுள்ளதாக மாற்றும் முயற்சி.

"ஆண்டுக்கணக்காக என்னுடைய லேஸர்ஜெட் மற்றும் டெஸ்க்ஜெட் பிரிண்டர்களில் இந்தக் கையால்-செய்த காகிதத்தைத்தான் பயன்படுத்தி வருகிறேன். ஒரு சிறப்புப் பூச்சுத் தேவைப்படுகிறது பிரிண்டரில் உபயோகிக்க; அவ்வளவுதான்."

ஏற்றுமதி, பேக்கேஜிங், தயாரிப்பு மற்றும் காகிதம் செய்யும் குதூகலம்- இவை அனைத்தும் மஹிமாவை ஆறு ஆண்டுகளாகச் சுறுசுறுப்பாக வைத்துள்ளன. சாங்கனேரைச் சார்ந்த சிறிய உற்பத்தியாளரான விஜயேந்திராவைச் சந்தித்தார். வாழ்க்கையில் ஒரு புதிய சுவையான திருப்பு முனை ஏற்பட்டது!

அந்தச் சமயம் விஜயேந்திரா சிரமத்தில் இருந்தார். காகித உற்பத்திக்குச்சிறிய அளவில் ஒரு ஆலையை வைத்திருந்தார். ஆனால ஆர்டர்கள் இல்லை. அவர் ஒரு செங்கல் சூளையில் பிழைப்பிற்காக வேலை செய்தார்.

சில அழகான காகித மாதிரிகளுடன் மஹிமாவைச் சந்தித்தார் விஜயேந்திரா.

மஹிமா கூறினார்: "நாங்கள் இதுபோன்ற காகிதங்களை உபயோகிப்பதில்லையே. வேறு ஏதாவது செய்து தரமுடியுமா?"

பேச்சுவார்த்தை நடந்தது. சில மாதங்கள் கழித்து மஹிமா

ஜெய்பூரிலிருந்து ஆமெர் கோட்டைக்கு நவராத்திரி கொண்டாடச் சென்றார். விஜயேந்திராவும் உடனிருந்தார்.

"இருவரும் கீழே நிறைய யானைச் சாணத்தைப் பார்த்தோம். வேடிக்கையாகச் சொல்லிக் கொண்டோம், 'இதில் நிறைய நார் இருக்கிறது. இதில் காகிதம் செய்தால் என்ன?"

பிறகு மஹிமா டெல்லி திரும்பினார். ஆனால் அந்தச் பேச்சு மனதில் உழன்றது.

"ஏதும் பிரயோசனம் இருக்கா?" என்று விஜயேந்திராவைக் கேட்டார்.

"இருக்கே...*நிறைய* இருக்கு" என்று பதிலளித்தார்.

அது ஒரு யதேச்சையான எண்ணம்தான். ஆனால் அதைப்பற்றி இணையத்தில் ஆய்வு செய்தார். அவரை வியப்பில் ஆழ்த்தும் வண்ணம் கிடைத்த தகவல், யானைச் சாணம் கொண்டு இலங்கை, தாய்லாந்து மற்றும் மலேசியாவில் காகிதம் தயாரித்தனர் என்பதுதான். ஆனால் அதைத் தொழிலாக இல்லாமல் பொழுதுபோக்காகச் செய்தனர்.

இது மஹிமாவைச் சிந்தனையில் ஆழ்த்தியது-செய்து பார்ப்பதில் என்ன தவறு? விஜயேந்திராவிடம் பரிசோதித்துப் பார்க்கச் சொன்னார்.

"எங்களுக்கு 6-8 மாதம் பிடித்தது, இதைப் புரிந்துகொள்ள. முதலில் காகிதம் உடைந்தது. தாங்கள் வெறும் சாணம் மட்டுமே பயன்படுத்தினோம்! பிறகு பஞ்சு சேர்த்ததும் அதன் தரமும் மென்மையும் உயர்ந்தது."

2003ல் மஹிமாதான் ஜெர்மானிய வாடிக்கையாளர்களுக்கு இந்தக் காகித மாதிரியை அனுப்பி வைத்தார். அவர்கள் வகைவகையாக அடுக்கி வைப்பதாக வாக்களித்தனர்,. ஒன்றரை ஆண்டில் "இது பிரயோசனமில்லை" என்று கூறிவிட்டனர்.

மஹிமாவிற்கு ஆச்சரியமே ஏற்படவில்லை.

"நான் தொடர்ந்து சொன்னேன். இது தீவிரமான பொருள் அல்ல; இதில் நிறைய நகைச்சுவை உணர்வு கலந்துள்ளது. இதில் நீங்கள் யானைகளை வரைந்து சாம்பல் வண்ணம் அடித்தால் செல்லாது என்று எச்சரித்தேன்!"

மீண்டும் வாழ்க்கையும், தொழிலும் சாதாரணமாக

"கால்பி மிகவும் ஆர்வத்தைத் தூண்டும் இடம். சம்பல் பள்ளத்தாக்கில் இருந்தது. முதன்முறை நான் அங்கு சென்ற பொழுது என்னைக் கேட்டார்கள்: நீங்கள் பூலன் தேவியின் கணவனைச் சந்திக்க வந்திருக்கிறீர்களா?"

ஆனது. யானைகள் அற்ற காகிதம் தயாரித்தனர். மூன்று ஆண்டுகளுக்கு முன் மஹிமா சட்டென்று தீர்மானித்தார். ஏதாவது செய்யலாம் - அதுவும் இந்தியாவிலேயே.

அப்பொழுது 'பேபட்டரி'யிலிருந்து ஆண்டுக்கு எழுபது லட்சம் வரும்படி வந்து கொண்டிருந்தது.

"பல ஆண்டுகளாக அதே நிலையில்தான் வரும்படி இருந்தது - அது என்னைக் கவலைப் படுத்தவில்லை. யாராவது என்னை அதைப்பற்றிக் கேட்டால், ஒரு 25 நொடிகள் சிந்திப்பேன். பிறகு 'இல்லை; பணம் முக்கியம் இல்லை!' என்று சொல்வேன்."

யானைச் சாணக் காகிதத்தை நகைச்சுவையாக அதன் பெயரிலேயே 'ஹாத்தி சாப்' என்று விற்பது பெரும் சவால். ஒரு கிறுக்குத்தனமானத் திட்டத்தை எவ்வளவு தூரம் கொண்டு செல்ல முடியும் என்ற சவால்...

ஆனால் "ஹாத்தி சாப்" நன்கு வளர்ந்தது - பல விதத்தில் வெற்றி பெற்றது. மூன்று ஆண்டுகளில் பேப்பட்டரியின் வருமானம் ரூ 1 கோடியைத் தாண்டிவிட்டது. இப்பொழுது இந்தியச் சந்தை *வித்தியாசத்திற்குத்** தயார் நிலையில் இருந்தது.

"நான் முதலில் கையால் செய்யும் காகிதம் தயாரித்த பொழுது அது அனோக்கி கடையின் பையாக இருக்கும், அல்லது திருமண அழைப்பிதழாக இருக்கும். இப்பொழுது நல்ல கற்பனைப் பொருள், பரிசுப் பொருள் என்று பார்க்கிறார்கள்."

பேபடரி 'ஹாத்தி சாப்பை'த் தாளாகவும் விற்கிறது, குழந்தைகளுக்கான விளையாட்டுப் பொருள், மற்றும் நோட்டுப் புத்தகம் என்று பலதரப்பட்ட பொருட்கள், பரமபதம், தாயம் போன்ற விளையாட்டுக்களுக்கும்

***2009-10ல் ஹாத்தி சாப்பின் விற்பனை ரூ 15 லட்சத்தைத் தொடும் என்று எதிர்பார்க்கப்படுகிறது. ஹாத்தி சாப்பின் சரக்குகளைக் கையிருப்பாக வைத்திருக்கும் விற்பனை நிலையங்களின் பாட்டியலைப் பார்க்க - www.elephantpoopaper.comக்குச் செல்லவும்.**

உபயோகிக்கிறார்கள். சொல்லப் போனால் குழந்தைகள் பொருட்கள் தான் அதிகமாக விற்பனையாகின்றன.

சுற்றுப்புறப் பாதுகாப்பைக் கருதி விற்கும் கடைகள், மற்றும் இது போன்ற வித்தியாசமான பொருட்களை விற்கும் சிறப்புக் கடைகளின் மூலம் விற்பனை செய்கிறார்கள்.

இரண்டு விதமான "வளர்ச்சி இருக்கிறது. ஒன்று நிறைய விற்பது; மற்றொன்று நல்ல பெயர், பிரபலம் கிடைப்பது. திடீரென்று நான் செய்யும் தொழில் எல்லோராலும் பார்க்கப்பட்டு அங்கீகரிக்கப்படுகிறது."

"பேபட்டரியின் மொத்த வியாபாரத்தில் ஹாத்தி சாப்பின் பங்கு 10% தான். ஆனால் அதைப் பற்றித் தான் எல்லோரும் பேசுகிறார்கள், எழுதுகிறார்கள்! மற்ற கடைகளில் வைத்து வியாபாரம் செய்வதால் நிறைய வேலை குறைகிறது."

"நாங்கள் ஐந்து பேர் தான் முக்கிய குழுவாக அமைந்து பேபட்டரியை நடத்துகிறோம். எல்லோரும் எல்லாவேலையும் செய்வோம். காகிதம் 3-4 உற்பத்தியாளர்களிடமிருந்து தருவிக்கப்படுகிறது. பொருட்கள் பக்கத்தில் உள்ள தொழிற்சாலையில் செய்யப்படுகின்றன. "செய்து கொடுப்பது" அடிப்படையில் வேலை கொடுப்போம்." மஹிமாவும் அவர் குழுவும் பொருட்களை வடிவமைப்பது, ஆர்டர் எடுப்பது, பொருட்களை அனுப்பி வைப்பது என்று அனைத்தையும் நேரடியாகக் கவனித்துக் கொள்கின்றனர்.

"இப்பொழுது வேலை பளு அதிகரித்துள்ளது. முன்பு ரூ 3000-5000 பொருட்களை ஆர்டர் செய்வார்கள்; ஏற்றுமதி என்றால் ஒரு பெரிய வாடிக்கையாளருக்கே நிறையத் தயார் செய்ய வேண்டும்."

மஹிமா சற்று அதிக மணி நேரம் வேலை செய்ய வேண்டிய கட்டாயம் - இதைச் சரி செய்ய முயற்சித்துக் கொண்டிருக்கிறார். இவை எங்கே போகிறது? வியாபாரம் பெருகுமா? அல்லது இதே போல் அமைதியாகப் பயணிக்குமா?

"இப்போதைக்கு சில எல்லைகள் உள்ளன - விஜயேந்திராவின் ஆலை மிகவும் சிறியது. அதைப் பெரிது பண்ணச் சொல்லி நிறைய அறிவுரைகள். ஆனால் அவரிடமிருந்து அவரின் திட்டத்தை திருட முடியாதல்லவா? அதனால் இருவரும் சேர்ந்து தான் வளரவேண்டும்."

மஹிமாவின் திட்டம் டெல்லி - ஜெய்பூர் நெடுஞ்சாலையில் நிலம் வாங்கி விஜயேந்திராவைப் பெரிய ஆலையை அமைக்கச் சொல்வது. இன்னும் நிறைய காகிதம் தயாரிப்பது; இந்த "காகித உல்லாசப் பயணத்தை" ஆதரிப்பது; பள்ளிக் குழந்தைகளை விடுமுறை நாட்கள், சனி, ஞாயிறில் வந்து இருக்கச் செய்வது; அவர்கள் கையால் காகிதம் செய்ய வைப்பது.

"நிறைய மக்களை ஹாத்தி சாப்புக்கு அறிமுகப் படுத்த வேண்டும் - பெயர், அடையாளம் மட்டுமல்ல - மொத்த அனுபவமுமே!"

மஹிமாவின் அடுத்த கனவு, தொழில் நுட்பத்தையும் பகிர்ந்து கொண்டு - சிறிய கிராமங்களில், வனவிலங்குச் சரணாலயங்கள் பக்கம் இருப்பவற்றில் இந்த ஹாத்தி சாப்பை பரிசோதனை முறையாக நிறுவுவது தான்.

"யானைச் சாணத்தின் மூலம் பணம் ஈட்டலாம் என்றால் வனவிலங்குகளுக்கு மரியாதை அதிகரிக்கும்!"

முதலில் தொடங்கிய பரிசோதனை முயற்சி சரியாக அமையவில்லை - அதனால் அதை அழகு நிலையமாக மாற்றி விட்டனர். தற்சமயம் உதய்பூரில் ஒட்டகச் சாணத்தை வைத்துக் காகிதம் தயாரிக்கும் நிறுவனத்துடன் மஹிமா தொடர்பு கொண்டுள்ளார். அண்மையில் பேபட்டரி, உதய்பூரில் சாணம் வாங்கி ஜெய்பூருக்கு கொண்டு செல்கிறது. அங்கே அதைக் காகிதமாக மாற்றுகிறார்கள்.

உதய்பூரில் ஆலை ஆரம்பிப்பதற்கு மஹிமா நிதி திரட்டிக் கொண்டிருக்கிறார்.

"இது போன்ற வேலையை அதிகம் விற்பது என்ற கோணத்தில் அல்லாமல் தொழில் அபிவிருத்தி என்ற கோணத்தில் தான் அணுக வேண்டும்!" என்கிறார்.

அதிர்ஷ்டவசமாக, இவருடன் வேலை செய்பவர்களும் இது போன்ற கொள்கைகளை ஆதரிக்கின்றனர். அவருடைய ஜெர்மனி வாடிக்கையாளர் நிறுவனம், ஐரோப்பாவில் "ஃபேர் டிரேட்" (Fari Trade) என்னும் தொழிலில் துரிதமாக வளர்ந்து வரும் நிறுவனம். ஃபேர் டிரேட் என்றாலே முழுமையாக ஒளிவு மறைவற்ற உண்மைத் தொழில் என்றே பொருள்.

"நான் என்னுடைய விலைப் பட்டியலை அவர்களிடம் அனுப்பி, துல்லியமாக எவ்வளவு லாபம் செய்கிறேன் என்று

"யானைக் காகிதம் சுற்றுப்புறச் சூழலுடன் நட்பு கொண்டது என்று மட்டும் சொல்ல முடியாது; இது புது முயற்சி. இதில் புதிய பொருட்கள் செய்து மக்களை வாங்க வைக்க வேண்டும்."

விளக்கினேன்; அவர்களும் அவர்கள் விலைப்பட்டியலை அனுப்பி லாபக் கணக்கை எடுத்துச் சொன்னார்கள்."

"எங்களுடைய லாபம் சௌகரியமானது - பொதுவாக 40% (செலவுகள் அல்லாமல்); ஆயின் ஜெர்மானியர் அதிக லாபத்தைத் தான் அறிவுறுத்துவர்; ஏதாவது எதிர்பாராத பிரச்சனை வந்தால் எதிர்கொள்ள உதவுமே." மஹிமா சம்பாதித்த பணத்தில் ஒரு பகுதியை 'வளர்ச்சிக்காக' ஒதுக்கி விடுவார்.

ஜெய்பூரில் யானைகளுக்காக ஒரு ஆம்புலன்ஸ் வண்டி ஏற்பாடாகியிருக்கிறது. ஹாத்தி சாப்பின் 8% லாபம் இதற்குதான் செலவிடப்படுகிறது. சிறிய தயாரிப்பாளர்கள், உற்பத்தியாளர்களுடன் மட்டுமே தொழில் செய்வது என்பதை விட்டுக் கொடுக்காமல் கடைபிடிக்கிறார். உண்மையானவர்களைக் கண்டறிவது சிறிது சிரமத்தைத் தருகிறது. அவர்களுடன் வேலை செய்வது எளிதல்ல.

"சிறிய உற்பத்தியாளர்களுடன் வேலை செய்யும் பொழுது அவர்களின் சொந்தப் பிரச்சனைகளும் தெரிய வரும். என்னுடன் முதலில் தொழில் புரிந்தவர் உதய் - கால்பியில் இருப்பவர் - குடும்பப் பிரச்சனையைப் பெரிதாக எடுத்துக் கொண்டு என்னிடம் வந்து, "*இனி என்னால் வேலை செய்ய முடியாது*" என்கிறார்.

ஆரம்பத்தில் வேறு சில சிறிய உற்பத்தியாளர்களுடன் மஹிமா வேலை செய்திருக்கிறார். அவர்கள் வேகமாக வளர்ந்து, இவருடைய நிறுவனத்தைவிடப் பல மடங்கு உயர்ந்து விட்டார்கள். இருந்தும் விசுவாசம் காரணமாக மஹிமாவுடன் தொழில் செய்கின்றனர்.

"இந்த வியாபாரத்தை உணர்ச்சிகள் ஏதும் இன்றி லாபத்துக்காக மட்டுமே கூட நான் செய்யலாம். தற்சமயம் இருப்பதைவிட 4-5 மடங்கு வளர்ந்திருப்பேன். ஆனால் அதில் எனக்கு உடன்பாடு இல்லை." காகிதம் தயாரிக்கும் தொழில் ஒரு ஆழமான கனவு, விருப்பம்; மறுசுழற்சியின் மீதான நேசம்; எளிய வாழ்க்கையை நல்ல முறையில் வாழ வேண்டும் என்ற இலட்சியம்.

"எனக்கு எப்பவுமே நான் இருக்கும் இடத்திற்கு வாடகையைக் கொடுத்து விட்டு சாதாரண நடுத்தர வாழ்க்கையை வாழ்வதில் தான் விருப்பம். கையில் நிறைய ஓய்வு நேரம், எனக்கென்றே ஆனது வேண்டும் என்று தான் ஆசைப்பட்டேன்."

அவருடைய குடும்பம் - முதலில் ஒப்புக் கொள்ளவில்லை - இது வழக்கத்துக்கு மாறான தொழில் தேர்வு என்று கருதினர்.

"இன்றும் ஜெய்பூரில் பெண்கள் வெளியே சென்று வேலை செய்வதில்லை. அதிகபட்சம் ஒரு தையல் கடை வைத்திருப்பார்கள். சிலர் கல்வித் துறையில் ஆசிரியர்கள்; வெகு சிலர் மருத்துவம் - பொறியியல் என்று முயற்சித்தனர். ஆனால் ஆண்களின் ஆதிக்கம் நிறைந்த உற்பத்தியில் அவர்கள் நுழைவது இல்லை."

பேபட்டரி (Papeterie) தொடங்கி ஆறே மாதங்களில் மஹிமா சொந்தப் பிரச்சனைகளுடன் போராட வேண்டியிருந்தது.

"அப்பொழுது தான் விவாகரத்து ஆகியிருந்தது. ஆனால் என் உடல், பொருள், ஆன்மாவை இதில் செலுத்தினேன். வெகு சீக்கிரத்தில் உணர்ச்சிகளைத் தள்ளி விட்டு, லாபம் சம்பாதித்து, பொருளாதார சுதந்திரம் கிடைக்கப் பாடு பட்டேன்."

தற்சமயம் வெகு சுதந்திரமாக இருக்கிறார்.

"நான் என்ன செய்கிறேனோ நிறைவாகச் செய்கிறேன்; சொந்தமாகச் செய்கிறேன் - தொழிலில் கூட்டாளியைச் சேர்த்துக் கொள்ள இஷ்டம் இல்லை."

மஹிமா காகித மறுசுழற்சியில் நம்பிக்கை கொண்டவர்; ஆனால் வாழ்க்கையும், தொழிலும் அவருடைய சுய முயற்சி. அவைதான் மிகவும் அரிய இயற்கை வளம்...

இளம் தொழிலதிபர்களுக்கு...

ஒரு சுவையான திட்டம் இருக்கிறதா? மனதின் போக்கில் அதைத் தொடருங்கள்! நான் நிறைய கருத்துள்ள இளைஞர்களைச் சந்தித்திருக்கிறேன். ஆனால் அவர்கள் திட்டத்தைத் தொடராமல் கைவிடுகிறார்கள். பயம்தான் காரணம். பயப்படத் தேவையில்லை. இந்தியா சுயதொழிலுக்கான பெரிய சந்தை. அது ஆர்வத்தைத் தூண்டும் திட்டமா - சந்தையில் ஏற்கனவே இருப்பதை விட சற்றே மாறுபட்டிருக்கிறதா? - நிச்சயம் பலன்தரும்.

கிராமத்திலோ, சமூகத்திலோ வியாபாரம் செய்ய வேண்டுமானால் சூழ்நிலையைப் புரிந்து வளைந்து கொடுத்து, மாறி நடக்க வேண்டும். அடிக்கடி நடப்பது - உங்களுக்கு இலட்சியம் இருக்கிறது. கெடு இருக்கிறது; திடீரென்று உங்களுக்குப் பொருட்களைக் கொடுப்பவர் இரண்டு மாதம் திருமண விடுமுறையில் சென்று விடுவார் - மிகவும் கடுப்பாக இருக்கும்; பொறுமையை இழக்காதீர்கள்!

எனக்கு பயமே கிடையாது; ஒரு முறை கூட, "இது வேலைக்காகாது" என்று யோசிக்கவே இல்லை. எனக்கு வியாபார மூளையில்லை; நானே செய்ய முடிந்தால், யார் வேண்டுமானாலும் சாதிக்கலாம்.

விவசாய வித்தகர்

சமர் குப்தா

த்ரிகாயா விவசாயம்

(Trikaya Agriculture)

சமர் ஒரு நகர் வாழ் இளைஞர். தீவிர இலட்சியம் எதுவும் இல்லாதவர். ஆனாலும் வாழ்க்கை ஒரு சவாலை எறிந்ததும் அதைச் சந்திக்க முடிவு செய்தார். கடந்த பத்து ஆண்டுகளில் த்ரிகாயா விவசாயம் பொழுதுபோக்கிலிருந்து வியாபாரமாக வளர்ந்திருக்கிறது. இந்தியாவில் "என்ன வளர்க்கலாம்" என்ற எல்லைக் கோட்டிற்கு அப்பால்

நகர்ந்துள்ளது.

பம்பாய் ஜிம்கானாவில் சமர் குப்தா போன்றவர்களைச் சந்திக்க நேரும். அவர்கள் உற்பத்தியாளர்கள் என்றோ ஆலோசகர்கள் என்றோ சொல்லிக் கொண்டு வியாபார அட்டைகள் தருவார்கள் யாருக்குமே துல்லியமாக அவர்கள் என்ன செய்கிறார்கள் என்று தெரியாது.

உண்மையைச் சொன்னால் அவர்களில் பலர் எதுவும் செய்யவதில்லை. ஏன் என்றால் செய்ய அவசியம் இல்லை. சமர் அந்தப் பலரில் ஒருவராக இருக்கும் சாத்தியக் கூறுகள் இருந்தன.

ரவி குப்தாவின் மகன் த்ரிகாயா விளம்பர நிறுவனம் நடத்துபவர். சௌகரியமான, எளிதான வாழ்க்கை. இலட்சிய வெறி எதுவும் இல்லை. 32 வயதில் அப்பாவுக்கு உதவியாகத் தன் விவசாயத்தைப் பொழுதுபோக்காக நடத்தினார்.

"விழிப்புத் தருணம்," ரவி குப்தா தன் 59வது வயதில் இறந்த பொழுது ஏற்பட்டது. சிறிய நிறுவனம்; மாதம் ரூ 2 லட்சம் நஷ்டம். ஒரு கிறுக்குத்தனமானத் திட்டம்.

சவால் நம்மிடையே உள்ள சிறந்தவற்றை வெளிக்கொணரும். சமர் தொப்பியை மாட்டினார்; மண்வெட்டியைத் தூக்கினார், சாட்டையைப் போல் கிளம்பினார். மன உறுதியோடும், தீர்மானத்தோடும் தன் மனதையும் இதயத்தையும் செலுத்தி வியாபாரத்தைப் பெரும் வெற்றியாக மாற்றினார்.

இதைச் செய்யும் பொழுது அவர் செடிகளை நேசிப்பவராக, பழங்களின் பாதுகாவலராக, மண்ணின் மைந்தராகவே மாறினார்.

சமரின் கதை நமக்குச் சொல்லும் பாடம் - மரம், வெள்ளி அல்லது பிளாட்டினம், எந்த ஸ்பூனுடன் பிறந்தாலும் வாழ்க்கை என்பது 'அர்த்தத்தின் தேடல்.' இந்த உலகில் ஏதேனும் சாதிப்பது, நம் ஆன்மாவின் நெருப்பு.

துணிந்து, கையை மண்ணாக்கி வேலை செய்து, போய்க் கொண்டே இருந்தால்... அர்த்தம் வெளிப்படும்!

விவசாய வித்தகர்

சமர் குப்தா

த்ரிகாயா விவசாயம்

சமர் குப்தா மூன்றாம் தலைமுறையாகப் பம்பாயில் வசிப்பவர்.

"என் தாத்தா ஹரியானாவிலிருந்து இங்கு வந்தார். நான் நேப்பியன் ஸீ (Napean Sea) சாலையில் தான் வளர்ந்தேன். ஐந்தாவது படிக்கும் பொழுது போர்டிங் பள்ளியில் சேர்க்கப்பட்டேன் - ஆஜ்மெரில் உள்ள மேயோ காலேஜ்."

சமர் அவ்வளவாக படிப்பில் அக்கறை செலுத்தவில்லை. படிப்பதில் ஆர்வம் இருந்தது. ஆனால் பரிட்சைக்கு முந்தைய இரவு டப்பா அடிக்கும் ஜாதி கிடையாது. வீட்டிலும் அவரைப் படிக்கத்தான் வேண்டும் என்று கட்டாயப்படுத்தவில்லை.

"என் அப்பா - ரவி குப்தா - ஒரு விளம்பரதாரர். அவர் எனக்கு நிறையச் சுதந்திரம் தந்திருந்தார்."

ரவி குப்தா விளம்பர உலகில் பிரபலர். MCM என்ற பெரிய நிறுவனத்தில் 70களில் வாடிக்கையாளர் சேவைப் பிரிவில் அவர் வேலை செய்தார். துரதிர்ஷ்டவசமாக அந்த நிறுவனம் நஷ்டப்பட்டது. அவருக்கு வேலையில்லை.

தன் 35வது வயதில் அவர் தன் சொந்த ஏஜன்ஸியைத் தொடங்கினார் - த்ரிகாயா.

"அப்பொழுது எனக்கும் 12 வயது. முதல் இரண்டு ஆண்டுகள் சிரமப்பட்டார். அவருக்கு விளம்பரம் செய்ய

ஆட்கள் கிடைக்கவில்லை. அவர் அச்சு வேலைகள் தேடிப் பிடித்துச் செய்வார்; காலெண்டர்கள் அச்சடித்தார் - இது போல் அனைத்து வேலைகளும் செய்வார்."

பிறகு, த்ரிகாயா, தம்ஸ்-அப் (Thums Up) பிரசாரத்தில் இறங்கியது. வியாபாரம் சூடு பிடிக்கத் தொடங்கியது.

ஏஜென்ஸி "கற்பனைப் பண்ணையாக" மாறியது - மற்றவர்களுக்கு எடுத்துக்காட்டாக விளங்கியது.

சமர் ஒரு இலட்சிய குறிக்கோளும் இல்லாமல் வாழ்க்கையை ஓட்டிக் கொண்டிருந்தார். ஸெயின்ட் சேவியர்ஸ் காலேஜில் சேர்ந்தார். இளங்கலைப் பட்டம் பெற்றார். இரண்டு ஆண்டுகள் கழித்து பாஸ்டன் (Boston) அருகே டஃப்ட்ஸ் பல்கலைக்கழகத்தில் (Tufts University) சேர்ந்தார்.

"அது ஒரு பிரமிப்பூட்டும் அனுபவம். பொருளாதாரம், கிரேக்க இலக்கியம், தட்டெழுத்து மற்றும் மதங்களை ஒப்பீடு செய்வது என்று இஷ்டப்பட்ட பாடங்களைப் படித்தேன்! முடித்துவிட்டுக் கடைசியில் - வீட்டிற்கு வந்தேன், அதாவது இந்தியாவுக்கு."

வருடம் 1986. எளிதான வழி - த்ரிகாயா விளம்பர நிறுவனத்தில் சேர்வது. கடின உழைப்பு, நெளிவு சுளிவுகளைக் கற்பது - பிறகு பயிற்சி காலம் முடிந்து முதலாளியின் பதவியை ஏற்பது; அதாவது அப்பாவின் நிறுவனம் பிள்ளையைச் சேரும்.

ஆனால் அப்படி நடக்கவில்லை.

"த்ரிகாயாவில் சில மாதங்கள் பயிற்சி பெற்றேன். எனக்கு இதில் ஆற்றல் இல்லை. நான் மிகவும் நேரிடையாகப் பேசுபவன். எவருக்குக் கீழும் வேலை செய்ய இஷ்டமில்லை. கட்டுத்திட்டங்களுக்கு அடிபணிவது பிடிக்கவில்லை!"

அடுத்து என்ன செய்யலாம் என்று யோசித்தார். குடும்பத்துக்குச் சொந்தமான அச்சகத்துக்கு முதலாளி ஆனார். - அவருடைய அம்மா வாழ்த்து அட்டைகள் தயாரிப்பதற்காகத் தொடங்கிய அச்சகம்.

"அச்சகத்தில் பிடித்த விஷயம், நான் யாருக்குக் கீழும் வேலை செய்ய வேண்டியது இல்லை."

"நானே என் சாதனைகளைத் தேர்ந்தெடுக்கலாம் - என்

சாதனைகளை நானே முறியடிக்கலாம்."

சமருக்கு இது மிகவும் பிடித்திருந்தது. முதுகு ஒடிய வேலை செய்தால் ஒரே வாடிக்கையாளரே ஒரே நாளில் மூன்று முறை அழைத்து, உடனே செய்யும்படி மூன்று வித்தியாசமான வேலைகளைத் தந்தார்.

"நான் ரயிலில் ஏறி கலினா செல்வேன் - சிலசமயம் ஒரே நாளில் இரு முறை கூடச் செல்வேன்; இள வயதில் நிறைய சக்தி இருக்குமே!" என்று சிரித்தார்.

ஆனால் இவற்றைச் செய்ய உந்துதல் தேவை. ஒரு நஷ்டத்தில் ஓடும் நிறுவனத்தை லாபகரமாக மாற்றும் சவால் அவருக்கு சிலிர்ப்பை ஊட்டியது. இரண்டு ஆண்டுகளுக்குள்ளாகவே அச்சகம் ஒரு மாதத்திற்கு ரூ. 1½ லட்சம் வியாபாரம் செய்தது. 1988ல் இது நிறைய பணம்.

சமர் தன் தந்தையிடம் சொன்னார்: "நான் ஏன் லாபத்தைக் குறைத்துவிட்டு வெறும் 5000 ரூபாய் சம்பளமாக எடுத்துக் கொள்ள வேண்டும்? எனக்கே இந்த வியாபாரத்தைக் கொடுத்து விடுங்கள்."

அப்பா சொன்னார், "மகனே, இது குடும்பத் தொழில்."

சமர் கோபத்தில் நிறுவனத்தை விட்டு வெளியேறினார்.

"சிறிது காலம் சிடுசிடுப்புடன் இருந்தேன். ஊர் சுற்றினேன்; பார்ட்டிகளுக்குச் சென்றேன். நாங்கள் சண்டையிட்டுக் கொண்டாலும் அதே வீட்டில் தான் இருந்தோம். என் அப்பா பொறுமைசாலி - என் மடத்தனத்தைப் பொறுத்துக் கொண்டார்!"

கடைசியில் ரவிகுப்தா சமரைத் தன் நெருங்கிய நண்பருக்கு அறிமுகப்படுத்தினார் - அவர் பிரமாதமான, மிதமிஞ்சிய, லேசான கிறுக்குதனம் கொண்ட, ஃபெரோஜ் (Pheroze), இன்ஜினியர். அவர் அப்பொழுது தான் "ஸீஸ்ஃபயர்" (Ceasefire) என்ற நிறுவனத்தைத் தொடங்கியிருந்தார். உணர்ச்சிக் கொந்தளிப்புள்ள இளைஞனுக்குத் தன் மூன்றாவது ஊழியனாக வேலை தந்தார்.

ஃபெரோஜ்ஜின் மூளை வேலை செய்வதைப் பார்ப்பதே ஒரு அலாதி ஆச்சரியம். அவருடன் வேலை செய்யும் பொழுது ஒரு நாளைக்கு ஒரு முறையாவது எனக்கே சொல்லிக் கொள்வேன்: "என்ன ஒரு ஆழமான சிந்தனை... ஒரு பொழுதும் என்னால் அந்தக் கோணத்தில் சிந்தித்திருக்க முடியாது!"

ஸீஸ்ஃபயரில் செலவிட்ட மூன்று ஆண்டுகளில் சமர் நிறைய கற்றுக் கொண்டார். மூன்று ஊழியர்களிலிருந்து நிறுவனம் ஆயிரம் ஊழியர்கள் கொண்டதாக வளர்ந்தது. ஃபெரோஜ் இன்ஜினியரின் உதவியாளரான, - ஏன் *ஜால்ரா* என்றே சொல்லலாம் - சமர், தொழிலை நன்றாகக் கற்றுக் கொண்டார்; முக்கியமாகத் தொழில் முன்னேற்றத்தைப் பற்றி.

"நான் ஸீஸ்ஃபயருடைய அனைத்து விளம்பரத் தேவைகளையும் பார்த்துக் கொண்டேன். பெரிய விளம்பரப் பலகைகளை வாங்கி விளம்பரப் படுத்தினேன். கெடு தேதியில் அனைத்தும் நடக்கிறதா என்று பார்வையிட்டேன். எல்லோரையும் போல் வழக்கமாக யோசிக்காமல், சற்று மாற்றி யோசிக்கும் திறன் கொண்டவர் ஃபெரோஜ். அதனால் அவருடன் வேலை செய்வது மிகவும் சிறப்பாக அமைந்தது. ஆனால் மூன்றாம் ஆண்டு அவருடன் சண்டை போட்டுக் கொண்டு பிரிந்தேன்."

அது 1992. சமருக்கு மறுபடியும் வேலை இல்லை. திரும்ப பார்ட்டி, ஊர் சுற்றல், இலக்கற்ற வாழ்க்கை. அடுத்து என்ன செய்வது என்ற திட்டம் இல்லை.

அப்பொழுது தான் ரவி குப்தா சொன்னார், "மகனே எனக்கு உன் உதவி தேவை."

இதற்குள் த்ரிகாயா - விளம்பர ஏஜென்ஸி வெற்றிகரமாக வளர்ந்திருந்தது. ரவி குப்தாவுக்கு அவருடைய விவசாய முயற்சிக்கு உதவி தேவைப்பட்டது. அது முயற்சி என்று குறிப்பிடுவதை விட 'நேச மிகுதி' என்று சொல்லலாம்.

"அப்பா ஒரு மலைக்காட்டில் ஆறு ஏக்கர் நிலம் வாங்கியிருந்தார். லோனாவாலாவிலிருந்து பதினான்கு கிலோமீட்டர். தள்ளியிருந்தது. வெள்ளிக் கிழமையானால் ஐந்து மணிக்கு டெக்கான் குவின் ரயிலில் ஏறி விடுவார்... அங்கே இரண்டு இரவுகளைக் கழிப்பார். ஞாயிறு மாலை ரயிலைப் பிடித்து பம்பாய் திரும்பி விடுவார்."

நகரத்திலிருந்து வெளியே சென்று இயற்கை சூழலோடு இருப்பார். அது ஒரு ஆடம்பர வீடு கிடையாது. நிஜமான பண்ணை. அங்கு ஒரு குடிசை போல் கட்டியிருந்தார். அதில் கழிப்பறை கூட கிடையாது.

"காட்டில், வயல்வெளியில் கழிக்க வேண்டியது தான். என் அப்பாவுக்கு இந்த வாழ்க்கை முறை மிகவும் பிடித்திருந்தது. எனக்கும் பிடித்திருந்தது! என் சகோதரனுக்கும், சகோதரிக்கும்

> "எனக்கு வேறு கூட்டாளி இருந்திருந்தால் நான் நிச்சயம் சண்டை போட்டிருப்பேன். இப்பொழுது நான் என்ன தவறு செய்தாலும் அது என் தவறாகத்தான் இருக்கும். நான் நிறைய தவறுகள் செய்தேன்!"

அவ்வளவாகப் பிடிக்கவில்லை. அவர்கள் எப்போதாவது தான் வந்தனர் - அவர்களுக்கு நகர் வாழ்க்கை தான்."

த்ரிகாயா லாபம் சம்பாதிக்கத் தொடங்கியது. அந்த நிலத்தைச் சீர்படுத்தினோம். ஒரு வீட்டைக் கட்டினோம். ஆனாலும் விளை நிலமாகவே வைத்திருந்தோம்.

"என் அப்பாவுக்கு அங்கே போய் காலை மேலே தூக்கி வைத்துக்கொண்டு சும்மா அமர்ந்திருப்பதில் இஷ்டமில்லை... ஏதாவது செய்து கொண்டேயிருந்தார். அதனால் அங்கே காய்கறிகள் வளர்த்தோம்."

ஆனால் கொஞ்சம் வித்தியாசமாகச் செய்ய நினைத்தோம். எல்லோரும் தக்காளி, வெள்ளரி, கத்தரி என்று வளர்த்தார்கள். நாங்கள் ஏன் வேறு செய்யக் கூடாது? சவாலாக?

"என் அப்பா ஆண்டுக்கு ஒரு முறை வெளிநாடு செல்வார். அங்கிருந்து விதைகள் கொண்டு வருவார் - இலைக்கோசு என்னும் லெட்யூஸ் கீரை, சைனா கோசு, ப்ரோக்கோலி இவற்றைப் பயிர் செய்தோம்."

மக்கள் கூறியது, "லெட்யூஸ் (Lettuce) எனப்படும் கீரை வகை இந்தியாவில் வளராது - இங்கு சூடு அதிகம்; நிச்சயம் வளர்க்க முடியாது!"

அது எங்களுக்குப் பரபரப்பைத் தந்தது. மொத்தமாக முதல் முயற்சி; தப்பு செய்து கற்றுக் கொண்டோம். திரும்பத் திரும்பக் கற்றுக் கொண்டோம். ஐந்து முறை பயிர் செய்தால் ஒரு முறைதான் விளைச்சல் நடக்கும்.

"முதல் ஐந்து ஆண்டுகள் நாங்களே சமைத்துச் சாப்பிட்டோம்... நண்பர்களுக்குக் கொடுத்தோம். அது வியாபாரம் என்று சொல்ல முடியாது. ஆனால் 1987ல், ஐந்து ஆண்டு மேம்போக்கான முயற்சிக்குப் பின் தீவிரமாக இறங்கினார்."

லோனவாலா நிலத்திற்குக் கிணற்று நீர் தான் பாசன வசதி. கிணறு வற்றினால் பயிர் வாடிவிடும். ரவி குப்தா மற்றொரு நிலத்தை வாடகைக்கு எடுத்தார். முல்ஷி (Mulshi) ஆற்றுக்கு வெகு அருகில் டாலேகாவோன் (Talegaon)

சிறந்த முடிவு; இப்பொழுது லாரிகளில் ஏற்றி விற்கும் அளவு கறிகாய்கள் விளைந்தன. ஆனால் இவற்றுக்கான சந்தை எது? ஐந்து நட்சத்திர ஓட்டல்கள், விமானங்கள், பெத்தார் சாலையில் உள்ள வெகு சில **கறிகாய்க் கடைகள்.** ரவி குப்தா நம்பிக்கையை இழக்கவில்லை.

"1991ல் த்ரிகாயா விவசாயம் நிறுவப்பட்டது. ஆனால் சிரமமான நேரம், நான் சேரும் பொழுது மாதம் ரூ 2 லட்சம் நஷ்டத்தில் ஓடிக் கொண்டிருந்தது."

தாராளமயமாக்கல் அப்பொழுது தான் தொடங்கியது. பங்குச் சந்தையும் அதிகரித்தது. ரவி குப்தா - லாபம் கொழிக்கும் வியாபாரமான விளம்பரத்திலிருந்து - நஷ்ட வியாபாரமான விவசாயத்திற்குப் பணம் போட்டுக் கொண்டிருந்தார்.

சமர் சொன்னார் : "நீங்கள் ஏன் பங்குச் சந்தையில் முதலீடு செய்து, ஓய்வூதியத்திற்குத் தயாராகக் கூடாது?"

ஆனால் ரவி குப்தா கேட்பதாக இல்லை.

"இங்கே அவரைப் பாராட்டியே ஆக வேண்டும். அவருக்கு வியாபாரத்தில் தொலைநோக்குப் பார்வை இருந்தது. அதோடு பொறுமையாகக் காத்திருக்கவும் தெரிந்திருந்தது."

கஷ்டத்தைப் புரிந்து கொண்டு சமர் தலையிட்டு விற்பனையைப் பார்த்துக் கொள்வதாக முன் வந்தார்.

"நான் நிறைய ஐந்து நட்சத்திர ஓட்டல்காரர்களைச் சந்தித்துப் பேசினேன். நீங்கள் இறக்குமதி செய்யும் ப்ரோகோலி, இலைக்கோஸு, ஐஸ்கட்டி கோஸு போன்றவற்றைக் கால் வாசி விலைக்கு எங்களால் தர முடியும் என்று வலியுறுத்தினேன்."

சமையல் செய்யும் சமையல்காரர்களுக்கு குஷி பிறந்தது. சில வாரங்களில், வருத்தத்துடன் சப்ளை செய்ய முடியவில்லை என்று சமர் சொல்ல நேர்ந்தது. ஐந்தில், நான்கு விளைச்சல் இல்லாமல் தோற்றதால். சப்ளைக்கான உத்தரவாதத்தை எப்படித் தருவது?

"ஒரு முறை, இரு முறை மன்னிப்பு கேட்கலாம். எப்பவுமே பஞ்சப் பாட்டு பாட முடியுமா? என் அப்பாவுடன் பெரிய சண்டையானது."

இரண்டு டண் சைனீஸ் கோஸுக்கு விலை பேசி விட்டு 20 கிலோ கொடுத்தால் எப்படி? பிறகு எதற்கு

வாடிக்கையாளர்களைத் தேடித் திரிந்து விலை பேச வேண்டும்?

"நான் என் அப்பாவிடம் மரியாதைக் குறைவாகப் பேசினேன். நீங்கள் பட்டம் விட்டுக் கொண்டிருக்கிறீர்கள்; வியாபாரம் செய்யவில்லை என்றேன்."

ரவிகுப்தாவுக்கு வலித்தது. இருப்பினும் தன் சுபாவமான பொறுமையுடன் சொன்னார்: "என்னோடு வா. நாம் வயலில் என்ன செய்கிறோம் என்று காட்டுகிறேன்."

அது வெயில் காலம். மிகவும் வெப்பமாக இருந்த சமயம். அந்த வயலில் கிஷோர் என்ற மேனேஜர் ஏழே நாட்களில் இரண்டு லாரி சைனீஸ் கோஸை அறுவடை செய்து ஏற்றலாம் என்றார்.

"வா, சென்று பார்க்கலாம்" என்றார் ரவி குப்தா.

அங்கே சரியான சாலையில்லை. மதிய சூட்டில் ஒரு அரை கிலோ மீட்டர் நடந்தோம். நிலத்தை வந்தடைந்தோம். அங்கே நிலம் உழப்படவும் இல்லை; விதைகள் கூட நட்டிருக்கவில்லை.

கிஷோர் கூசாமல் பொய் பேசியிருக்கிறார்.

நாங்கள் ஒருவரை ஒருவர் பார்த்துக் கொண்டோம். "இதை எதிர்த்து தான் நாம் வியாபாரம் செய்ய வேண்டும்!"

கிஷோரை உடனே வேலையை விட்டுத் தூக்கினார்கள். இறக்குமதி செய்யப்பட்ட விதைகள் பாக்கெட்டோடு கிடந்தன. அங்கிருந்த டிரம்மிலிருந்து மேலும் விதைகள் வழிந்து கொண்டிருந்தன. மிகவும் மோசமான காட்சி.

"என் அப்பா தொழில் சுத்தமானவர்களுடன் வேலை செய்தே பழகிவிட்டார். பம்பாயில் ஒரு மேனேஜரிடம் ஒரு வேலையை ஒப்படைத்தால் அது முடிந்துவிடும். அடிக்கடி சென்று பார்வையிட்டு தினப்படி வேலையில் தலையிட்டுக் குழப்பிக் கொள்ள வேண்டாம்!"

இந்த மோசடிகளுக்குப் பிறகும் ரவிகுப்தா அந்தத் தொழிலை கைவிடவில்லை. அவர் விளைச்சலைத் தன் மென்மையான, அண்டை வீட்டாரை நேசி என்ற முறையிலேயே செய்து காட்டினார். சமரை விற்பனையில் அவர் போக்கில் விட்டுவிட்டார், நிறுவனத்தில் 50% பங்கும் அளித்தார். அது சமரை ஊக்குவித்தது.

நான் சந்தையில் 32% வட்டிக்குக் கடன் வாங்கினேன். என்னிடம் சொன்னார்கள்: "இது தாவூத் அண்ணனின் பணம், நான் நிச்சயம் திருப்பிக் கொடுக்க வேண்டும் என்ற மிரட்டல்."

ஆனாலும் 1997ல் த்ரிகாயா விவசாயம் நஷ்டப்பட்டது. எவ்வளவு மானியம் வழங்கமுடியுமோ அவ்வளவு பெற வேண்டிய நிலை.

"எனக்கு நினைவிருக்கிறது; ஒரு மாதம் சம்பளம் கொடுக்கவே பணம் இல்லை. என் அப்பா த்ரிகாயா கணக்குப் பிள்ளையைக் கூப்பிட்டு மொத்தமாக ரூ.ஒரு லட்சத்துக்குக் காசோலை எழுதினார்."

இதைப் போல்தான் தொடர்ந்திருக்கும்; *மிகவும் மெதுவாக ஊர்ந்திருக்கும்*. ஆனால் விதி குறுக்கிட்டது.

1996ல் ரவிகுப்தாவுக்கு வயிற்றில் கான்ஸர் என்று கண்டு பிடிக்கப்பட்டது. 59வது வயதில் மே மாதம் 1997ல் இறந்தார்.

"இறப்பதைப் பற்றிப் பேசக்கூட அவர் விரும்பவில்லை... அதனால் சொத்துக்களைப் பிரிப்பதைப் பற்றியோ, வியாபாரத்தைப் பற்றியோ பேசவில்லை. திடீரென்று நடந்தது..." என்று சொல்லி முடிக்காமல் நிறுத்தினார்.

அவர் குடும்பத்தை அதிர்ஷ்டம் லேசாக எட்டிப் பார்த்தது. நியூயார்க் நகரைச் சார்ந்த க்ரே விளம்பர நிறுவனம் (Grey Advertising) 55% பங்கு ஏற்கனவே த்ரிகாயாவில் பெற்றிருந்தது. இப்பொழுது மொத்தமாக வாங்கிக் கொள்வதாகக் கூறி முன் வந்தனர். நரோத்தம் ஸேக்ஸாரியா (Narottam Sekhsaria) தான் குஜராத் அம்புஜா ஸிமெண்ட்டின் நிர்வாக இயக்குனர் - த்ரிகாயாவின் வாடிக்கையாளர்; மற்றும் ரவி குப்தாவின் நெருங்கிய நண்பர்.

அவர்தான் இதை பேரம் பேசி நடத்திக் கொடுத்தார் - மிகவும் சிறப்பாக முடித்தார்.

"என் அம்மா பிரமிப்பூட்டும் வகையில் ஒரு விஷயம் செய்தார். 'பனியா' குடும்பங்களில் இது மிகவும் வியப்புக்குரியது. சொத்தில் 2/5 பங்கை தான் வைத்துக் கொண்டு எங்கள் மூவருக்கும் ஆளுக்கு ஒரு பங்கைப் பிரித்துக் கொடுத்தார்."

ம்ம்ம்! அதிர்ஷ்டக்காரார் நீங்கள். *அடுத்து இனி வேலை செய்ய வேண்டிய அவசியமே இல்லை!*

ஆனால் அது அப்படி இல்லை! கையில் பணம் இருந்தது. ஆனால் முதல் மூன்று ஆண்டுகளுக்கு அந்தப் பணத்தை எடுக்க முடியாத நிலையில் இருந்தது. மேலும் சமருக்குக் குறைவாகத் தான் கிடைத்தது; அதனால் ஸேக்ஸாரியா, த்ரிகாயா விவசாயத்திலிருந்த மொத்தப் பங்கையும் சமர் பேருக்கு மாற்றிவிட்டார்.

அவர், "இப்பொழுது உனக்குப் புரியாது; ஆனால் ஒரு நாள் இதற்காக நீ எனக்கு நன்றி சொல்வாய்" என்று சொன்னார்.

அவர் நன்றி சொன்னார்.

"இது என்னுடைய சிறந்த வியாபாரம்" என்று அவர் குறிப்பிடுகிறார்.

ஆமாம்; நிறுவனம் நஷ்டத்தில் தான் ஓடியது; அது தேறாது என்று எல்லோரும் கைவிட்டனர். ஆனால் சமர் அதில் ஏதோ இருப்பதாகக் கருதினார், குகையின் கடைசியில் தெரியும் வெளிச்சம் போல்!

"ஒரு வேளை பங்கை என் சகோதர, சகோதரியிடம் பிரித்துக் கொடுத்திருந்தால் நான் அவர்களுக்குப் பதில் சொல்ல நேரிடும். எனக்கு வேண்டிய வழியில் செயல்பட்டிருக்க முடியாது - தவறுகள் செய்து வழியைக் கண்டுபிடிப்பது!"

என்னதான் செய்தார்?

1997, த்ரிகாயா விவசாயத்தின் மொத்த மதிப்பு ரூ 25 லட்சம். மாதா மாதம் நஷ்டக் கணக்குதான். முதலில் சமர் செய்ய வேண்டிய மிக அவசியமான வேலை. பணம் கசிவதை நிறுத்துவது.

"அப்பா கொஞ்சம் கனவு காண்பவர். அவர் சொல்வார்: "இந்தியச் சந்தை என்னைக் கடுப்பேத்துகிறது. எனக்கு ஏற்றுமதியில் தான் விருப்பம். அதனால் நாங்கள் ஆஸ்திரேலியாவுக்கு ஸ்நோ பட்டாணி ஏற்றுமதி செய்தோம்."

அது சாத்தியமில்லாத ஏற்றுமதி. இரண்டு ஆண்டிற்கு மேல் இந்த முயற்சியில் ரூ 25 லட்சம் நாங்கள் இழந்து விட்டோம்.

"என் அப்பா இறந்தபின் நான் அந்த வியாபாரத்தை நிறுத்தினேன். நான் ஆஸ்திரேலியாவில் இருக்கும் பெர்த் நகரத்திற்குப் பறந்து அங்குள்ளவரைச் சந்தித்துப் பேசினேன்.

> "நான் கொஞ்சம் ஆக்கிரமிப்புக் குணம் படைத்தவன். முகத்துக்கு நேராகப் பேசுவேன். இது காய்கறி வியாபாரத்துக்குத் தேவை. இங்கே சுறாக்கள் நம்மை முழுங்கிவிடும்!"

நாங்கள் அனுப்பியது கெட்டுப் போன சரக்கு என்று பொய் சொல்லி அவர் ஏமாற்றிக் கொண்டிருந்தார்."

எல்லா வியாபாரங்களிலும் ஏமாற்றுக்காரர்கள் இருப்பார்கள், சிலவற்றில் கூடுதலாக இருப்பார்கள்.

"காய்கறி வியாபாரமா?" என்கிறார் சமர். "இங்கு கஷ்டப்பட்டுத் தேடினாலும் இதில் உண்மையானவரைக் கண்டுபிடிப்பது கஷ்டம்."

சமர் தீர்மானித்தார். ஏமாற்றுக்காரர்களுக்குப் பதில் கல் நெஞ்சம் தான். இனி மக்களை மென்மையாக நடத்துவது, சந்தேகிக்காமல் இருப்பது, நம்புவது, நல்லவராகத் தான் இருப்பார் என்று நினைப்பது போன்றவற்றை விட்டுவிட்டார்.

"என் அப்பா விற்பனையாளர்களிடம் 'உறவுகளை' வளர்க்க வேண்டும் என்று பிரியப்படுவார். வெயில் காலத்தில் விலை மலிவாக விற்பார் - நாங்கள் மட்டுமே இலைக் கோசு விற்பவர்களாக இருந்தும் அப்படிச் செய்வார். அப்பொழுது குளிர் காலங்களிலும் நன்றி விசுவாசத்தில் நம்மிடம் வருவார்கள் என்ற நம்பிக்கை."

உண்மை என்றவென்றால் குளிர் காலத்தில் நிறைய பேர் விற்பதால், யார் கம்மி விலைக்கு விற்றார்களோ அவர்களிடம் வாங்குவார்கள்.

"நான் 'காலை விலை' என்று ஒன்றை அறிமுகப்படுத்தினேன். ஒவ்வொரு நாளும் மாறிக் கொண்டேயிருக்கும். வேண்டுமானால் வாங்குங்கள்; இல்லையேல் விட்டுவிடுங்கள்!"

மக்கள் கிசுகிசுத்தனர். "ரவி குப்தா சிறந்த மனிதர்... இவன் அதையெல்லாம் அழித்து விடுவான்."

சமர் இதைக் கண்டு கொள்ளவில்லை. இது, யார் மிகவும் நேசிக்கப்படுபவர் என்ற போட்டியா என்ன? இது வாழ்வுக்கான போராட்டம். இதைப் பல்வேறு கோணங்களில் அணுக வேண்டும்.

"விவசாயம் ஒரு தொழிற்சாலையைப் போல் நடத்தும் விஷயம் அல்ல - நிறைய வேற்றுமைகள் கொண்டது. வெயில் கொளுத்துகிறது; வெயிலே இல்லை; மழை அடித்தது; மழையே இல்லை... மேனேஜர் ஏமாற்ற வேண்டும் என்று முடிவெடுத்துவிட்டால் ஒரு நூறு வாரங்களுக்கு என்ன கதை வேண்டுமானாலும் சொல்லலாம்!"

நம்பிக்கைக்குப் பாத்திரமானவர்கள் தேவை; சொன்னதைச் செய்பவர்கள். சமர் உடனேயே தன் பண்ணையில் உள்ள பலரை வேலையை விட்டு நீக்கினார். அவர்கள் சோம்பேறித்தனமாக இருந்தனர். தங்களுடைய "பெரிய முதலாளியின்" மென்மையைத் தவறாகப் பயன்படுத்திக் கொண்டனர்.

இப்பொழுது தான் ரவி குப்தா இல்லையே. "அன்னதாதா," உயிர் மூச்சானவர் இறந்துவிட்டார்... சமர் 32% வட்டிக்குக் கடன் வாங்கினார். அதை வைத்து முதல் சில மாதங்களை ஓட்டினார். ஊழியர்களுக்குச் சம்பளம் கொடுக்கவும், ட்ராக்டர் கொண்டு உழவும் அந்தப் பணம் தேவைப்பட்டது.

"வியாபார அழுத்தம், பணம் புரள வைக்கப்படும் பாடு அனைத்தும் புரிந்தது. அது எனக்கு நிஜத்தின் தரிசனமாக அமைந்தது."

விற்பனையாளர்கள், ஊழியர்கள் என்று எல்லோரிடமும் இரக்கமற்ற முறையில் நடந்து கொண்டார் - அது வியாபாரத்தைக் காப்பாற்றியது. எல்லோரும் சமருக்கு வியாபாரமே குறிக்கோள் என்பது புரிந்தது. அதனால் வியாபாரமும் நடந்தது.

"எனக்கு அதிர்ஷ்டமும் உதவியது. சரியான சமயத்தில் சரியான இடத்தில் இருந்தேன்" என்று தோள் குலுக்குகிறார்.

அயல் நாட்டிலிருந்து தருவித்த காய்கறிகளுக்கு நல்ல சந்தை இந்தியாவில் இருந்தது. அதற்கான தேவை அதிகரித்துக் கொண்டே போனது. க்ராஃபோர்டு (Crawford) சந்தையில் சமர் தனியாக ஒரு கடையைத் திறந்தார். அதில் சுறுசுறுப்பாக வியாபாரம் நடந்தது. அதில் வசீகரிக்கும் நட்சத்திரக்காய்கறிகள் ப்ரோகோலி (broccoli) மற்றும் பனிக்கட்டி இலைக்கோஸ் (Iceberg lettuce).

"பனிக்கட்டி லெட்யூஸ் குறிப்பாக எப்பவுமே இந்தியாவில் பயிர் செய்ய அசாத்திய சிரமம் வாய்ந்தது!" என்று சற்றுப்

பெருமிதத்துடன் சொன்னார் சமர். இந்த நுணுக்கமும், ஆற்றலும் போட்டியில் த்ரிகாயாவுக்குச் சாதகமாக அமைந்தது.

இதன் ரகசியம் என்ன? நுணுக்கத்தைக் கவனித்துச் செயல்படுதல் - நிறைய சின்ன சின்ன விஷயங்கள். சரியான விதைகளை இறக்குமதி செய்வது, அதற்குச் சரியான தட்டுக்களைப் பயன்படுத்தி தனி கவனம் செலுத்துதல்; அடிக்கடிகளை பிடுங்குவது; சொட்டு நீர் பாசனம்; மேலும் மிகவும் முக்கியம் - குளிர் சாதன வசதி.

"வேடிக்கை என்னவென்றால்" என்கிறார் சமர், "பெர்த்திலிருக்கும் வாடிக்கையாளருக்குக்காகத் தான் இந்தக் குளிர் சாதன வசதி செய்யப்பட்டது. அது தான் இல்லையென்று ஆகிவிட்டது. ஆனால் மெக்டோனால்டு (McDonald) ஹோட்டல் இந்தியாவுக்கு வந்த பொழுது அவர்களுக்குச் சப்ளை செய்யப் பயன்பட்டது!"

வாழ்க்கையின் போக்கே மர்மம் நிறைந்தது... இந்தப் புதிர்களையும் மர்மங்களையும் ஆராய்வது, விடை தேடுவது - இவை தான் ஒரு சுய தொழிலதிபரை நாள் முழுவதும் முனைப்பாக வேலை செய்ய வைக்கிறது.

சமர் பொறுப்பேற்ற பின் முதல் இரண்டு ஆண்டுகள் அங்கேயே தங்கியிருந்து வேலை செய்ய வேண்டியிருந்தது. கிட்டத்தட்ட பத்து மணி நேரம் பண்ணையில் அல்லது அலுவலகம், பிறகு நான்கு மணி நேர 'ஆராய்ச்சி.' புதுத் தொழில் நுட்பங்களைக் கற்பது, புதுச் செடிகளைத் தேடிக் கண்டுபிடித்துப் பயிர் செய்வது. இணையத்தில் இருக்கும் வளங்களைக் கொண்டு மனதிற்கு உரமேற்றுவது...

சமர் புரிந்து கொண்ட முக்கியமான விஷயம் : பண்ணைத் தொழில் ராக்கெட் அறிவியல் கிடையாது. இஸ்ரேல் நாட்டோடு கூட்டுச் சேர்ந்து தனி அறைகள் கட்டி (க்ரீன் ஹவுஸ்) செடிகளைப் பேணிக் காப்பது போன்றவை தேவையில்லை. இது போன்ற முதலீடுகள் செய்த நிறைய நிறுவனங்கள் படுநஷ்டமடைந்து மூடிவிட்டுச் சென்றன.

"தொழில் நுட்பம் எளிது - இந்த விதைத் தட்டுக்களைப் பாருங்கள்;" என்று சொல்கிறார். குளிர்சாதனப் பெட்டியில் ஐஸ் வைக்கப் பயன்படும் பிளாஸ்டிக் தட்டுக்கள் போல் தெரிகின்றன. "செடி குழந்தையாக இருக்கும் பொழுது பராமரிக்க வேண்டும் - முதல் மாதம் முக்கியமாக - பிறகு

"முதல் முறை என் அப்பா ப்ரோகோலியைக் க்ராஃபோர்டு சந்தைக்கு எடுத்துச் சென்ற பொழுது கடைக்காரர்கள் சிரித்தார்கள். இது சாதாரணக் காலிபிளவர் என்று. காலிஃபிளவரின் விலைக்குக் கூட எடுத்துக் கொள்ள மறுத்தனர்!"

தன்னிச்சையாக அவை தானே வளர்ந்துவிடும்."

"என் தோளில் இருக்கும் தேவதை என்னைப் பாதுகாக்கிறாள்."

அந்தத் தட்டுகளில் தேங்காய்ச் சருகுகள் இருக்கின்றன - மண் இல்லை - அப்பொழுது தான் விதைகளைப் பூச்சி அரிக்காது. இந்தத் தட்டுக்களை அவர்களே அமைத்தத் தனி அறைகளில் (Green House) ஒரு மாதம் பாதுகாப்பாக வைக்கின்றனர். பிறகு ஊழியர்கள் பிளக்* எடுத்துவிட்டு நிலத்தில் நடுகிறார்கள். பிறகு அவை சூரியன், காற்று என்று இந்த உலகையே சந்திக்கும் சக்தியைப் பெற்று விடுகின்றன.

இந்தத் முறையில் அதிகப்பணம் செலவாகும். ஒவ்வொரு தட்டின் விலையும் ரூ 250. த்ரிகாயாவில் 5000 தட்டுக்கள் இருக்கின்றன. இதற்கே ரூ 15 லட்சம் முதலீடு செய்திருக்கிறார்கள்.

"பணத்தை எப்படிக் குறைக்கலாம், எப்படிக் கட்டுப்படுத்தலாம் என்ற ஆசை ஓடிக் கொண்டேதான் இருக்கும். மலிவு விலையில் தட்டுக்கள் வாங்கலாமா என்றால் - குறுக்கு வழியில் போனால் தோல்வி நிச்சயம். முதலிலேயே அந்தப் பாடத்தை நன்கு கற்றுக் கொண்டோம்!"

மற்றொரு பாடம் - அனைத்து முட்டைகளையும் ஒரே கூடையில் வைக்காதே என்பது தான். விதைகளைப் பல இடங்களில் தூவி அபாயத்தைக் கட்டுப்படுத்துவது. இதைப் பல விதங்களில் செய்யலாம்.

பயிர்களின் வகைகளைப் பாருங்கள். த்ரிகாயா தான் முதல் முறையாக பலவகைப் பயிர்களை அறிமுகப்படுத்தியது - சின்ன சோளம் (பேபி கார்ன்) செர்ரி தக்காளி, மஞ்சள் ஸ்குவாஷ் (பூசணி வகை).

"நாங்கள் சந்தையை உருவாக்கினோம். பணம் பண்ணினோம். பிறகு பைஜாமா அணிந்த பக்கத்து நில விவசாயியும்

*தனித் தனியாய் வேரைப் பிடுங்காமல் அப்படியே மாற்றித்தரும் தொழில் நுட்பம்

கற்றுக் கொண்டான்; விலை மலிந்தது. எங்களால் சமாளிக்க முடியவில்லை!"

அதனால் த்ரிகாயா 5 அல்ல, 10 அல்ல 80 வித்தியாசமான கறிகாய்களை உற்பத்தி செய்கிறது. சிலவற்றுக்கு இன்று தேவை கூட இல்லை.

"இதைப் பாருங்கள்" என்று ஒரு அழகிய கரும்பச்சை இலையும் சிகப்புத் தண்டும் கொண்ட ஒன்றைக் காட்டினார். இதன் பெயர் 'சுவிஸ்சார்டு' (Swiss Chard); இதற்கு வாடிக்கையாளர்கள் கிடையாது; இருந்தும் பயிரிடுகிறோம்; விற்பனைக்கு வைக்கிறோம்!"

ஃபெனெல் (Fennel), பார்ஸ்லி (Parsley), கைல்ஸ் (Chives), பண்டானஸ் இலை... (Pandanus leaf) இப்படி ஐந்து நட்சத்திர ஓட்டல் உணவுப் பட்டியலில் பார்ப்பது போல் அபூர்வக் காய்கறிகள் இங்கு உள்ளன. பச்சை, சிகப்பு, மஞ்சள் மற்றும் மூலிகை மணம்; காற்றில் பரவுகிறது. ஆனால் பக்கத்து வேட்டிகளும் இதைப் பயிரிடும் முறையறிந்து செயல்பட்டால் சமரின் கதி?

இலைக் கோஸு த்ரிகாயாவின் வெற்றி அட்டை.

"எங்களின் சிறப்பம்சமே, மெல்லிய, பதமான காய்கறிகள். இவற்றை டிரம்மில் அடைக்க முடியாது. 2-4 டிகிரி குளிரில் பாதுகாக்கிறோம். அறுவடை முடிந்ததும் குளிர்ச் சாதன வண்டிகளில் சந்தைக்கு எடுத்துச் செல்கிறோம். இதைச் சாதாரண விவசாயி செய்ய முடியாது!"

ஜெர்மானிய வாக்குவம் பாக்கிங் (காற்றுப் புகாமல்) செய்யும் இயந்திரத்தில் சமர் முதலீடு செய்துள்ளார். இதை வைத்துத்தான் ஸப்வே ஓட்டலுக்கு ஆர்டர் பிடித்தார். த்ரிகாயாவின் மிகப் பெரிய இலைக் கோஸு வாங்கும் வாடிக்கையாளார்கள் சப்வே. அவர்களின் ஸான்ட்விச் காய்கறிகள் த்ரிகாயாவில் மட்டுமே வாங்கப்படுகின்றன.

சாமான்களைக் குவிக்காமல் மிகவும் சுத்தமான அறையில், குல்லா, கையுறை, கோட்டு பூட்ஸ் போட்ட ஊழியர்கள் இந்த இலை கோஸு இலைகளைப் பிரித்து சோதிக்கின்றனர்; பூச்சி கள் இன்றி இளசாக, நச்சென்று இருப்பவற்றைக் காற்றுப் புகாமல் பாக் செய்கின்றனர். இந்த மென்மையான கீரை 7 நாட்கள் வரை கெடாமல் இருக்கும்.

"ஸப்வேக்கும், மெக்டோனால்டுக்கும் இலைக் கோஸு சப்ளை

செய்வதே எங்களின் பெரும் வியாபாரம். மெக்டோனால்டு மட்டுமே மாதம் 30 டன்கள் வாங்குவார்கள்! ஓபராய் ஓட்டல் போன்றோரிடமிருந்து தினம் 5 கிலோ ஆர்டரும் எடுப்போம்."

இது போன்ற 160 நிறுவனங்களுக்கு சப்ளை செய்கிறோம்.

அங்கு வேலை செய்யும் செஃப்கள் ஸ்வீட் மார்ஜோரம், லீக் மற்றும் ராடிச்சியோ போன்ற புது வகைக் காய்கறிகளையும் வாங்குகின்றனர். புதுக் காய்களை சாப்பிடத் துடிக்கும் இந்தியனுக்கு அவற்றைக் காண, முகர, ருசிக்க என்று அறிமுகப்படுத்தகின்றனர். த்ரிகாயாவின் ஆசை, இவை அனைத்தும் வீட்டுச் சாப்பாட்டு மேசையையும் அலங்கரிக்க வேண்டும் என்பது தான்...

"ஆண்டுக்கு 25% வளர்கிறோம். இந்தியா மாறிவிட்டது. மக்கள் உணவில் வித்தியாசமும், ருசியும் எதிர்பார்க்கிறார்கள். புது உணவைப் பரீட்சித்துப் பார்க்கிறார்கள்!"

பத்து ஆண்டுகளுக்கு முன் க்ராஃபோர்டு சந்தையில் 4 கடைகளில் தான் அயல்நாட்டுக் காய்கறிகள் விற்கப்பட்டன. இப்பொழுது அவை 40 - ஆக அதிகரித்துள்ளன.

"ஆனால்," என்கிறார் சமர், "அவர்கள் வெறும் விற்பனையாளர்கள் தான். நாங்கள் உற்பத்தியும் செய்து விற்கிறோம். நடுவே யாரும் புகுந்து குழப்புவதில்லை - வாடிக்கையாளர் செலவழிக்கும் 100 ரூபாயில், 80 ரூபாய் த்ரிகாயாவை அடையும்."

இது வரியில்லா வியாபாரம். விவசாயப் பிரிவு மட்டுமே அனுபவிக்கும் ஒரு சிறப்பு.

"என் போன்றவர்களின் நலனுக்காகச் செய்யப்பட்டது இல்லை." என்று தோள்களைக் குலுக்கினார். "ஆனால் அப்படித்தான் இருக்கிறது..."

சமர், தான் "வெளியாள்" என்பதை உணர்ந்து அடக்கி வாசிக்கிறார்; கஷ்டப்பட்டுக் கற்றுணர்ந்திருக்கிறார்.

"ஒரு இரண்டு ஆண்டுகளுக்கு முன் எங்களுடைய *பண்ணையில்* ஊழியர் பிரச்சனை ஏற்பட்டது. அங்குள்ள கிராமத்து மக்கள் "எங்கள் ஆட்களைத் தான் வேலையில் வைக்க வேண்டும்" என்று பயமுறுத்தினார்.

உடனே சமர் தன் அலுவலகத்தை இந்தூரியிலிருந்து 7

கிமீ தள்ளியுள்ள பபிதால் மாற்றினார்; அந்த இடத்திற்குச் செல்லப் பெயர் 'பேபிடால்' இந்த நிலத்தைத் த்ரிகாயா வாடகைக்கு எடுத்திருக்கிறார்கள். அதன் சொந்தக்காரரான "தாதா" அந்த இடத்தின் அமைதியைப் பாதுகாப்பார்.

"விதைகளை ஒரே இடத்தில் நடாதே!" சமர் வளர்ந்துவிட்டார். அவரின் புவியியலும் வளர்ந்தது.

1997ல் தாலேகாவோன் அருகில் 55 ஏக்கரில் ஒரே பண்ணை வைத்திருந்த த்ரிகாயா விவசாயம் இன்று 225 ஏக்கரில் ஏழு பண்ணை கொண்டதாக வளர்ந்துள்ளது. அதிகமான பண்ணைகள் புனேயில் உள்ளன. ஆனால் ஊட்டியில் 12 ஏக்கரும் கொங்கணில் 22 ஏக்கரும் உள்ளன.

"கொங்கணில் வெயிலில் விளையும் பயிரும் ஊட்டியில் குளிரில் விளையும் பழங்கள் மற்றும் காய்கறிகளைப் பயிரிடுகிறோம்."

இவை அனைத்தையும் எப்படிச் சமாளிப்பது? வாரா வாரம் விதைகள் நடப்படுகின்றனவா? தட்டுக்களிலிருந்து திரும்பவும் நிலத்தில் நடுகின்றனரா? அவை நன்கு வளர்ந்து அறுவடைக்குத் தயாராகி...

போர் வீரர்களும் முறைகளும் தான் காரணம்.

படைத்தளபதியின் பெயர் ஹரி மஞ்சே கௌடா - சமருக்கு 13 வயதிலிருந்தே பழக்கமானவர்.

"கிராமத்திலிருந்து வந்த பொழுது அவருக்கு வெறும் கன்னடம் தான் தெரியும். ஒரே ஆண்டில் மராத்தி, ஹிந்தி, ஆங்கிலம் மற்றும் ஏஜன்ஸியின் அனைத்து அலுவலக வேலைகளையும் பார்த்துக் கொண்டார்."

ஆனால் மேசையில் அமர்ந்து வேலை செய்வதில் அவருக்கு விருப்பம் இல்லை. அதனால் 1989ல் அவரைப் பண்ணைக்கு அனுப்பிவிட்டனர்.

"கிஷோரின் இடத்திற்கு ஹரி வந்தார் - விதைகளைக் கூட நடாத ஏமாற்றுக்காரர் கிஷோர்; ஹரியை மிகவும் சிரமமான சமயத்தில் பண்ணைக்கு அனுப்பினோம். ஆனால் அவர் தகதகவென்று மின்னும் தங்கமாக ஜொலித்தார்."

நல்லவற்றையே நினைக்கும், கடின உழைப்பாளி; விசுவாசி. பண்ணையைத் தூக்கி நிறுத்தியவர். விவசாயப் பட்டம்

பெற்ற இரண்டு இளைஞர்கள் அவருக்கு உதவியாய் இருக்கின்றனர். சத்யவான் பவார், எட்டு ஆண்டுகளாக த்ரிகாயாவில் பணி புரிகிறார்; ரவி வாக் 14 ஆண்டுகள்.

"இவர்கள் மூவரும் ஏழு பண்ணைகளைச் சிறப்பாக நடத்துகின்றனர். தினப்படி நடவடிக்கைகளை நான் பார்வையிடுவதில்லை," என்று சமர் சிரிக்கிறார்.

திட்டமிடுதல், யுக்திகளை யோசித்தல் போன்றவற்றை சமர் பார்த்துக் கொள்கிறார்.

"மாதாமாதம் உற்பத்திக் குழுவும், விற்பனைக் குழுவும் சந்திப்பார்கள். நான் தான் நடுவர். எந்தப் பயிரை எவ்வளவு விளைச்சல் என்று திட்டமிடுவார்கள்."

த்ரிகாயா தற்பொழுது 6.5 கோடி ரூபாயில்* நடக்கிறது. மும்பையில் 35 ஊழியர்கள் விற்பனை அலுவலகத்தில்; 240 பணியாளர்கள் பண்ணையில் வேலை பார்க்கின்றனர்.

"காய்கறிப் பண்ணை என்பது பணியாளர்களைச் சார்ந்தது. மலிவு விலையில் கிடைப்பது இல்லை. தற்பொழுது விவசாயத்துக்குத் தரவேண்டிய ஊதியம் ரூ 120/- ஒரு நாளைக்கு!"

நிறைய முதலாளிகள் அடிமாட்டு விலைக்குச் சம்பளம் கொடுப்பார்கள். த்ரிகாயா முழுமையாகக் கொடுக்கும். அது தான் சரியான முறை; மேலும் சமர் பணத்துக்காக வியாபாரம் செய்யவில்லை. அது அவர் குறிக்கோளும் இல்லை.

"பதினேழு வயதில் நான் தனியாக இருக்க முடிவெடுத்தேன். எனக்கு குழந்தைகள் வேண்டாம் என்றும் முடிவெடுத்தேன்."

"நான் குடும்பத்தில் சிக்குபவன் அல்ல. எனக்கு அந்தப் பொறுப்புப் பிடிப்பதில்லை."

"அதனால் பணம் சேமிக்க வேண்டும். சந்ததிகளுக்கு சொத்து சேர்க்க வேண்டும் என்ற உந்துதல் இல்லை."

"சொந்த வீடு வாங்க வேண்டும்; கிடுகிடுவென்று பணம் சேர்த்து, பிள்ளையை அமெரிக்கா அனுப்பிப் படிக்க வைக்க வேண்டும் என்ற அவசியம் எனக்கு இல்லை. சம்பாதிப்பதைத் திரும்ப வியாபாரத்திலேயே முதலீடு செய்வேன். வருடா வருடம் புது நிலம் வாங்கிக் கொண்டே இருப்பேன்!"

*த்ரிகாயாவின் வருமானத்தில் 40% இலைக் கோஸு மற்றும் ப்ரோகோலி மூலம் கிடைக்கிறது.

முக்கியமாக சமர் கருதுவது - புதிதாகத் தெரிந்து கொள்வது. சுவாரஸ்யமாக விஷயங்களைச் செய்வது. த்ரிகாயாவில் இரண்டுக்குமே நல்ல வாய்ப்பு இருந்தது.

மக்கள் *"அட! காய்கறி விற்பவன் தானே!"* என்று சொல்கிறார்கள். ஆனால் இது நல்ல வியாபாரம். இதில் ஆடம்பர மக்களைப் பார்க்க முடியாது. முக்கால் வாசி சமயம் ஆங்கிலம் கூடப் பேசுவது இல்லை. இதெல்லாம் என்னை பாதிப்பதே இல்லை!"

பெரிய இலட்சியமோ, குறிக்கோளோ இல்லை.

"திரு சேக்ஸாரியா என்னிடம் அண்மையில் கேட்டார், சமர் த்ரிகாயாவை 7 கோடியிலிருந்து 35 கோடியாகப் பெருக்க முடியுமா?... என்னிடம் இதற்கு பதில் இல்லை..."

கேள்வி "என்னால் முடியுமா?" என்பது அல்ல "எனக்குச் *செய்ய விருப்பமா?"* என்பது தான்.

2007ல் சமர் தகர டப்பாக்களில் அடைத்து விற்கும் வியாபாரத்தைத் தொடங்கினார். மிகவும் ருசியான வெங்காய ஊறுகாய், பப்ரிகா, குடைமிளகாய் என்று விற்கத் தொடங்கினார். அமைதியாக, தனி நபர் வாடிக்கையாளர்களுக்கு, த்ரிகாயா "பிராண்டில்" விற்றுக் கொண்டிருக்கிறார்.

அடுத்த படியேறுவதற்கு நிறைய விஷயங்கள் தேவை: பணம், ஆள்பலம், அதிகரிக்க வேண்டிய அத்தனை நுணுக்கங்கள் முதலீடு செய்ய விரும்புவர்களுக்குக் குறையே இல்லை.

ஒரு முதலீட்டாளர் சமரிடம் சொன்னார்: "நான் 30 கோடி வரை முதலீடு செய்கிறேன். அபாயம் என்னுடையது. நீ ஏன் அஞ்சுகிறாய்?"

சமர் சொன்ன பதில்: "அதைப் பற்றித் தான் அச்சப்படுகிறேன்... இது என் வாழ்க்கை. என் சொத்து. என்னுடன் வேலை செய்பவர்களுக்கு நான் பொறுப்பு."

இது ஒரு எளிதான வியாபாரமாகத் தோன்றலாம். எதுவுமே அப்படி எளிதானது கிடையாது. நாம் 12 வகை பீன்ஸை நட்டால் ஒரு வகைதான் வளரும்... ஆனால் முயன்று கொண்டே இருக்க வேண்டும்.

"எங்களிடம் ஒரு சிறப்பு நிலம் உண்டு - அது RRD நிலம் - புது வகைகளைப் பரிசோதித்துக் கொண்டே இருப்போம். தற்பொழுது என்னுடைய விருப்பமான ஆய்வு, பழங்கள்." *சீதாப்பழம்* ஒன்று வளர்க்கிறோம் - மிகப் பெரியது.

கொட்டைகள் அற்றது. சீக்கிரமே சந்தைக்கு வரும். இந்த சீதாப்பழம் வரும் ராமாயாணத்திற்கான தொடக்கம் தான்.

ஹவாய் சென்று நுங்கு வளர்ப்பதைப் பற்றிக் கற்று வந்தேன். இந்த வெயில் காலத்தில் ஈக்வேடரில் இருப்பேன். அங்கே ஒரு பழ விவசாயியுடன் தங்கி... முடிந்த அனைத்தையும் கற்றுவரப் போகிறேன்!"

பேசும் பொழுதே கண்ணில் குதூகலம் மின்னுகிறது.

சாத்தியக் கூறுகளின் விதைகள் இனிமேல் தான் வரும்.

கடின உழைப்பின் பலன், எப்பவுமே இனிப்பானது.

இளம் தொழிலதிபர்களுக்கு...

நகர வாசியா? விவசாயம் செய்ய விருப்பமா? முதல் விஷயம். அவசரமே படக்கூடாது. சீக்கிரத்தில் பணம் சம்பாதிக்க முடியாது. முதல் இரண்டு ஆண்டுகள் கற்றுக் கொள்வதில் சென்று விடும். நிறைய பிரச்சனைகள் வரும் - முழுக்க எதிர்பாராதவை.

உங்களின் சிறப்பாற்றலை உணருங்கள்; உங்களை எது பரபரப்படைய வைக்கிறது என்று கண்டறியுங்கள். ஒரு நூறு ஏக்கர் பண்ணையில் அல்ஃபான்ஸோ மாம்பழம் வளர்ப்பது நல்ல வியாபாரம் தான். ஆனால் பலர் இதைச் செய்கின்றனர். இதில் சவால் இல்லை - அது தான் என் உந்து சக்தி. சவால், புது விஷயம், வித்தியாசமான விஷயம்.

நினைவில் கொள்ளுங்கள் - நட்ட விதை தான் முளைக்கும். இது விவசாயம், வாழ்க்கை அனைத்துக்கும் பொருந்தும்...

நல்ல 'விதைகளை' நட்டால் நல்ல பலன்களை அறுவடை செய்யலாம்.

கருத்து வெளிப்பாடு

படைப்பாற்றல் மிக்கவர்களுக்குத் தம் கருத்தை வெளிப்படுத்த ஒரு மேடை தேவைப்படுகிறது. அத்தகைய திறன் தனிச் சிறப்பு வாய்ந்ததாக இருந்தால் அதற்கான மேடை உருவாக்கப்படவேண்டும். அவ்வாறு செய்யும்போது அந்தக் கலைஞனும் தொழில் முனைவராக ஆகிறான்.

கதை சொல்லி

அபிஜித் பன்சோத்

ஸ்டுடியோ ஏ பி டி

(Studio ABD)

NID யில் படிப்பை முடித்திருந்த அபிஜித் பன்சோத்திற்கு, உள்நாட்டு வடிவமைப்பாளர்கள் மேல்நாட்டுக் கருத்துக்களால் ஏன் ஊக்கமும் எழுச்சியும் அடைகிறார்கள் என்ற சந்தேகம் இருந்து வந்தது. டைட்டனின் 'இந்தியன் ஹெரிடேஜ்' மற்றும் 'ராகா' தொகுப்புகளை வடிவமைப்பதில் அவர் முன்னோடியாக இருந்தார். இப்போது அவர் தன் சொந்த வடிவடிமைப்பு நிறுவனத்தை நடத்தி வருகிறார்.

அபிஜித் தன்னுடைய அலுவலக விலாசத்தை எனக்கு மின்னஞ்சல் செய்தபோது நான் மிகவும் குழப்பமடைந்தேன்.

"வொயிட் ஃபீல்டு (White field) - ஏர்போர்ட்டு ரோடிலிருந்து சிறிது தள்ளி, லேக் வ்யூ ஃபார்ம்" (Lake view form) என்பது விலாசம்.

இரைச்சல் மிகுந்த பெங்களூரின் காலைப் போக்குவரத்தில் இரண்டு மணி நேரமாகப் பயணம் செய்த எனக்கு, அந்த இடம் அமைதி நிறைந்த சோலைவனமாகக் காட்சி அளித்தது. இயற்கையான வெளிச்சம், ஆக்ஸிஜன் நிறைந்த காற்று, தரையில் கால் பதித்து இயல்பாக இருந்த ஒரு வடிவமைப்பாளர்.

"உங்கள் கைக் கடிகாரத்தைக் காண்பியுங்கள்! அது ஒரு ராகா கடிகாரம்!" மிக்க மகிழ்ச்சியோடு கூறினார்.

என்ன வேடிக்கை, முன்பின் பழக்கமில்லாதவர், அப்போதுதான் அறிமுகமான ஒருவருடைய கையில் தான் வடிவமைத்த ஒரு கடிகாரம் இருப்பது!

எனக்கு அது ரொம்ப விருப்பமான கடிகாரம் என்பதைச் சொன்னேன். சும்மா அப்படியே பிரேஸ்லெட் மாதிரி மாட்டிக்கொள்ளும் அந்த பாணியைப் பற்றி புகழ்ந்தேன்.

இத்தகைய புகழ்ச்சியைப் பல லட்சம் முறைகள், கேட்டாயிற்று; இருப்பினும் இன்னும் கேட்கத் தயாராக இருந்த அவர், தலையை ஆட்டினார்.

அவர் ஏன் அப்படிச் செய்யக் கூடாது?

இந்தியாவிற்கே உரித்தான பல கதைகளை உருவாக்கி, டைட்டன் நிறுவனத்தை முற்றிலும் வடிவமைப்பை மையமாகக் கொண்ட நிறுவனமாக மாற்றியது அபிஜித்தின் தொலைநோக்குப் பார்வைதானே! விளம்பரம் மூலம் இல்லை, அப்பொருளின் கட்டமைப்பிலேயே அது வெளிப்பட்டது.

அபிஜித்தின் கதை பெருவிருப்பமுள்ள ஒரு தனிமனிதன் எவ்வாறு முழுமையான ஒரு அமைப்பு முறையைப் பாதிக்க முடியும் என்பதைக் காட்டுகிறது.

நீங்கள் பொறுமையாகவும் இருக்கவேண்டும்; நல்ல வாய்ப்பை எதிர்நோக்கிக் காத்திருக்கவும் வேண்டும் எதற்கு?

மிகப் பெரிய பலன்களைப் பெறுவதற்கு.

படைக்கும் திறனுள்ள மக்களும், வியாபார மேலாளர்களும் ஒருவருடன் ஒருவர் இணைந்து குறைநீக்கி வளம் பெருக்கலாம்

ஒரு புது பொருளியல் சார்ந்த 'ராகா'வை உருவாக்குவதற்கு.

கதை சொல்லி

அபிஜித் பன்சோத்

ஸ்டுடியோ ஏ பி டி

அபிஜித் பன்சோத் நாக்பூரில் பிறந்து வளர்ந்தவர். கவலையற்ற இளமைப் பருவம்; மிகச் சிறப்பாகச் செய்யவேண்டும் என்ற கொழுந்துவிட்டெறியும் எந்த விருப்பமும் இருக்கவில்லை.

"80 பேர் படித்த வகுப்பில் நான் 50+ நிலையில் இருந்தேன். நான் உண்மையில் எதைச் செய்யவேண்டுமென்று நினைத்தேனோ அதைச் செய்வதற்கான நிறைய சுதந்திரத்தை அது எனக்கு அளித்தது."

அவருடைய வீட்டருகில் ஒரு ஏரியும், பிரிட்டிஷ் காலத்து இராணுவக் குடியிருப்பும் இருந்தது.

"கோடை விடுமுறை காலம் முழுவதும் நானும் என் சகோதரனும் அந்த ஏரியில் குதித்து விளையாடிக் கொண்டிருப்போம். வீட்டிற்கு வெளியே செய்யக்கூடிய எல்லாவற்றையும் செய்வோம்."

பெற்றோர் இருவரும் அரசு அலுவலகங்களில் பணி புரிந்தனர் - அம்மா வேலை வாய்ப்பு அலுவலகத்திலும், அப்பா நகர ஆணையர் அலுவலகத்திலும்.

"அதிர்ஷ்டவசமாக மதிய நேரங்களில் வீட்டில் ஒருவரும் இருக்க மாட்டார்கள், " என்கிறார் சிரித்துக் கொண்டே.

'செய்வதற்கு ஒன்றுமில்லை,' 'மேல்பார்வை பார்க்க

ஒருவருமில்லை' என்ற நிலையில் குழந்தைகள் இருந்தால் அது தற்காலப் பெற்றோருக்கு மிகுந்த அச்சத்தை அளிப்பதாகும். ஆனால் அபிஜித் நன்றியுணர்வோடு இருக்கிறார்.

"மனிதர்களுடன் பழகுவது, சூழ்நிலைகளை எதிர்கொள்வது, இருப்பதை வைத்துச் சமாளித்தல் போன்றவற்றில் எங்களுக்கு நேரடி அனுபவம் கிடைத்தது. தனக்கானதை ஒரு குழந்தை தானே யோசிக்கட்டும். தனக்கேயான ஒரு தீர்வை அவனால் கண்டுபிடிக்க முடியும்" என்பது அவர் கருத்து.

'வாழ்க்கையில் என்ன செய்வது ?' என்ற பிரச்சினை இருந்து வந்தது.

"பொருட்களை வைத்துப் பலவற்றைச் செய்வதில் எனக்கு விருப்பம் உண்டு. நான் ஒரு கலைஞனாகவோ வடிவமைப்பாளனாகவோ (டிசைனர்) வருவேன் என்று சிறிதுகூட எண்ணிப் பார்த்ததில்லை. உண்மையில் அடிப்படை அளவிலான வரைதல் தேர்வில் தோல்வி அடைந்தேன். 'இதெல்லாம் உன்னால் செய்ய முடியாது' என்று என் அம்மா கூறினார்."

மேலும் நாக்பூரிலுள்ள சிறுவர்களுக்கு, வடிவமைத்தல் என்பதைத் தொழிலாக எடுத்துக் கொள்ளலாம் என்ற விழிப்புணர்ச்சி எண்பதுகளில் இருக்கவில்லை. பொறியியல், மருத்துவம், IAS இவை மட்டுமே அவர்களுக்குத் தெரியும்.

அதனால் 10ம் வகுப்பிற்குப் பிறகு அபிஜித் உண்மையில் மிகத் தீவிரமாகப் படித்து நல்ல மதிப்பெண்களைப் பெற்றார். கராடிலுள்ள அரசு பொறியியல் கல்லூரிக்குள் நுழைவதற்கு அது போதுமானதாக இருந்தது. அங்கு இருந்த காலத்தில் இயந்திரவியல் படிப்பைவிட வடிவமைப்பும் படைப்பாற்றல் மிக்க மற்ற விஷயங்களும் அவரை மிகவும் ஈர்த்தன.

"நான் போஸ்டர்கள் தயாரிப்பேன். விளையாட்டுக்கான மென்பொருளை என் நண்பர்கள் வடிவமைத்தபோது, நான் கணினியில் தகவல் பெறும் முறையில் ஈடுபட்டேன்."

அதனால் வடிவமைப்புப் படிப்பில் அபிஜித் சேருவது ரொம்ப இயல்பானதாக ஆயிற்று. IIT மும்பையிலும் அகமதாபாத்திலுள்ள NID தேசிய வடிவமைப்புக் கழகத்திலும் (National Institute of Design) அவருக்கு இடம் கிடைத்தது.

மும்பையில் அவருக்கு உதவித் தொகை கிடைத்தது; ஆனால் NID-யில் படிப்பைத் தொடரவேண்டும் என்பதையே அபிஜித் விரும்பினார். பொறியியல் தேர்வின் கடைசி நாளன்று கல்விக் கடன் பெற்றுக்கொண்டு அகமதாபாத்திற்குச் சென்றார். அங்கு பால்டியிலுள்ள என்ஐடி வளாகத்தில் முதல் நாள் வகுப்புக்குச் சென்றார்.

அந்தப் படிப்பு வாழ்க்கையில் ஒருமுறைதான் நிகழும் அனுபவம். அங்குதான் அவர் புதிதானவற்றைக் கற்றார், பழைய அனுபவங்களை மாற்றிக் கொள்ள வேண்டியிருந்தது. "எல்லாமே சரியாக நடக்கும், எல்லாம் நன்மைக்கே என்பதை முட்டாள்தனமாகப் பின்பற்றும் ஆள் நான். எல்லாவற்றிலுமே பல சாத்தியக் கூறுகளைக் காண்பேன், இல்லாததை எண்ணி வருத்தப்படுவதைவிட என்னிடம் இருப்பதைக் கொண்டு எதையோ செய்வேன்" என்று தன்னைப்பற்றி அவர் வெளிப்படையாகக் கூறுகிறார்.

மற்றவர்களிடம் வெளிப்படுத்திக் கொள்வது, படம் வரைதல் ஆகியவற்றைத் தன்னுடைய 23வது வயதில் அபிஜித் கற்றுக் கொண்டார்.

அதனால் NID யில் அபிஜித் நிறைய கஷ்டப்பட வேண்டியிருந்தது. மேலும் அந்தக் கலாச்சாரத்திற்கு, தான் பொருந்தாமல் இருப்பதாக அவர் எண்ணினார். அங்கு எல்லாமே மேலைநாட்டுக் கருத்துக்களாகவே இருந்தன. இந்தியாவின் சாமானிய மனிதனோடு அவர்களுக்கு எந்த விதத் தொடர்பும் இல்லை.

இவற்றிற்கும் மேலாக, சந்தைப் படுத்துதல், வடிவமைத்தலுக்கு எதிரானது என்று கருதப்பட்டது.

"நிறுவனங்களில் மார்க்கெட்டிங் ஆட்களோடு சண்டை போட்டுக் கொண்டு தான் முன்னேற வேண்டும்" என்று மேல் வகுப்பு மாணவர்கள் கூறினார்கள்.

உருவாக்கும் பொருள் என்பது ஒன்று, அதனுடைய 'பிராண்டு' என்பது வேறு என்று பார்க்கப்பட்டது. இக்கருத்து அபிஜித்தை மிகவும் குழப்பியது.

இதற்கிடையில் நம்நாடு, நம் நாட்டுப்பொருள் என்ற எண்ணமுடைய அபிஜித், இயற்கையில் கிடைக்கும் பொருட்களையும் கைவேலைத் திறனையும் பயன்படுத்தித் தன் கல்லூரிக்காகச் சில முன் மாதிரிகளை உருவாக்கினார்.

"பொருட்களை உருவாக்குவதில் நான் சிறப்புப் பயிற்சி பெற்றேன். இந்தியாவால் ஊக்கமும் எழுச்சியும் அடைந்து, அத்தகைய வடிவமைப்புக்களைக் கொண்டு பொருட்களை உருவாக்க விரும்பினேன். ஆனால் நம்நாட்டுக் கைவேலைத் திறனை அப்படியே பயன்படுத்தாமல் உலகளாவிய நுட்பத்திறன், நாகரிகத்தோடு இணைந்து உருவாக்குவதே என் விருப்பமாக இருந்தது."

அவற்றிற்கே உரிய தனி அடையாளத்தோடு, உணர்ச்சி பூர்வமாக, உணர்ச்சியைத் தூண்டுவதாக எதையாவது உருவாக்க விரும்பினார்.

துணிமணிகள், விளக்க வரையுருக்கள் (Graphics), படங்களை இயங்கும்படி செய்யும் அனிமேஷன், ஒலியும் ஒளியும் கொண்டு எடுக்கப்படும் புகைப்படங்கள், பீங்கான் பொருட்கள் ஆகிய துறைகள் பற்றிய அனுபவம் NID-யில் கற்கும்போது அபிஜித்திற்குக் கிடைத்தது. சும்மா எல்லாவற்றையும் பார்த்துக் கற்பது ஒரு வகை; ஆனால் அதற்கு ஒருபடி மேலே சென்று அபிஜித் அவை எல்லாவற்றையும் இணைத்துத் தன் பொருட்களை வடிவமைக்க முயன்றார்.

"வண்ணங்களை ஜவுளித் துறையிலிருந்தும் பொருளைச் சுற்றி உருவாக்க வேண்டியவற்றை விளக்க, வரையுருக்கள் (Graphics) மூலமும் செய்வதற்கு மற்றவர்களின் உதவியை எடுத்துக்கொள்வேன். ஒவ்வொன்றும் வெவ்வேறு வகையான சிந்தனைகளை வெளிப்படுத்தினாலும் அவை அருகருகே வாழ முடியும் என்பதை இந்த வெவ்வேறு துறைகளை அறிந்தபோது என்னால் புரிந்துகொள்ள முடிந்தது."

அதன்மூலம் மாயஜாலத்தை உருவாக்க முடியும் என்பது உண்மை.

மற்றவர்களிடமிருந்து மாறுபட்டதாக எதையோ செய்ய

"யோசனைகள் உடனே ஏற்றுக்கொள்ளப்படுவதில்லை - நானும் விடுவதில்லை! கற்பனை செய்து பார்ப்பது என்னிடம் இருக்கும் மற்றொரு கருவி. அதற்கு செலவு ஏதும் இல்லை. அது என் மூளையில் இருப்பதை வரைந்து அதை செயல்படுத்துவதற்கு எடுத்துக் கொள்ளும் முயற்சியே."

> "ஹெரிடேஜிற்கு நல்ல வரவேற்பு கிடைத்தது.
> அந்த நேரத்தில் நாம் தயாராக இருந்தோம் அதை
> ஏற்க. எல்லோருடைய கண்களும் இந்தியாவைப்
> பார்த்துக் கொண்டிருந்தது. 'சுதேசி'
> (நம் நாட்டுக்குரியது) என்று நாங்கள் பெயரிட்டது,
> ரொம்பப் பிரபலமாக எல்லோராலும் ஏற்றுக்
> கொள்ளப்பட்டது."

வேண்டுமென்ற எண்ணம் அவரை அரித்துக் கொண்டிருந்தது. தன் படிப்பிற்கான பாடம் சார்ந்த பணிக்காக, ஆட்டோ ரிக்ஷாவின் அடிப்படையில் மக்களுக்கான கார் ஒன்றைத் தயாரிக்க பஜாஜ் கம்பெனியை அவர் அணுகினார்.

அவர்கள் எந்த அக்கறையும் காட்டவில்லை.

"அது நடக்கவில்லை" என்று சிரிக்கும் அபிஜித் தொடர்கிறார். "ஆனால் அது என்னுடைய நன்மைக்கே என்று தோன்றுகிறது. போக்குவரத்துத் துறையில் எல்லாமே மிகவும் மெதுவாக நடைபெறுகிறது. புதிதாக ஒன்றை அறிமுகப்படுத்த 8-9 ஆண்டுகள் ஆகின்றன."

மாறாக, டைடனின் சுவர்க் கடிகாரங்களை உருவாக்கும் பிரிவிற்குள் நுழைந்தார் அபிஜித். இங்கும் அவர் பழமையோடு புதியதையும் இணைக்கும் யோசனையைக் கொண்டுவந்தார் - சம்பிரதாயமான கைத்தொழிலை நுட்பமான தொழிலுக்குக் கொண்டு வருவது.

'எடிகோபகா' (Etikopaka) என்ற கைத்தொழிலை அவர் தேர்ந்தெடுத்தார். அதே பெயருள்ள ஒரு ஆந்திர கிராமத்தில் அரக்கைச் சேர்த்து வண்ணம் பூசப்பட்ட மர பொம்மைகள் செய்யும் கைவேலை. இவை மிகவும் பிரபலமானவை.

அந்தக் கிராமத்திற்குச் சென்று அங்குள்ள கலைஞர்களோடு சில நாட்கள் வாழ்ந்தார் அபிஜித்; அவர்கள் தொழிலை உன்னிப்பாகக் கவனித்தார்.

"காய்கறிகளிலிருந்து ஆச்சரியப்படத்தக்க வண்ணங்களை அவர்கள் உருவாக்குவதைக் கற்றேன். அவர்களுடைய பொருட்கள் சுற்றுச்சூழலுக்குப் பாதிப்பு ஏற்படுத்தாதவை, நிலைத்து நிற்கக்கூடியவை. அவர்கள் தொழிலை எப்படித் துல்லியமாகப் பிரதி எடுப்பது - வேறொரு தொழிலில், வேறு வேறு அளவுகளில் என்று தீவிரமாக யோசித்தேன்."

அந்தக் கலையால் ஊக்கமடைந்து கம்பீரமான, மேன்மையான

ஒரே ஒரு கலைப் பொருளைச் செய்வது அவர் எண்ணமல்ல. அழகிய தோற்றம் எல்லோரையும் சென்றடைய வேண்டும் என்பது அவர் கருத்து. ஏனெனில் அழகான ஒரு பொருள் வாங்கக் கூடியதாகவும் இருக்கவேண்டும், அதிக அளவில் உற்பத்தி செய்யக்கூடியதாகவும் இருக்கவேண்டும். ஆனால் அழகிய முறையில் கையால் செய்த பொருளை எவ்வாறு தொழிற்சாலையில் தயார் செய்வது? இது அவருக்கு ஒரு பெரிய சவாலாக இருந்தது.

ஒவ்வொருமுறை அபிஜித் எடிகோபகாவிற்குச் சென்று திரும்பும்போதும் ஒரு மூலப் படிவத்தோடு வருவார்; பொறியியல் வல்லுனர்களுடன் உட்கார்ந்து அதை தேவைக் கேற்ப எப்படி நுட்பமாகச் செதுக்கி வடிவமைப்பது என்று ஆலோசிப்பார்.

இந்தக் கடின உழைப்பிற்கு நல்ல பயன் கிடைத்தது; இந்தியக் கலையால் உந்தப்பட்டு, தனிச்சிறப்போடு அமைந்த அவருடைய பாடத்திட்டப் பணிக்கு (பிராஜெக்ட்) பன்னாட்டு வடிவமைப்புப் போட்டியில் இரண்டாவது பரிசு கிடைத்தது. அலமாரியில் வைக்கப்படும் அழகுப் பொருளாக அது இல்லை, இத்தகைய 4000 கடிகாரங்கள் விற்பனை செய்யப்பட்டன. நிறுவனம் வியப்பும் சந்தோஷமும் அடைந்தது; அபிஜித்திற்கு முழு நேரப்பணி டைட்டன் நிறுவனத்தில் கிடைத்தது.

அது 1998ம் ஆண்டு. டைட்டன் நிறுவனத்தில் அப்போது 5 வடிவமைப்பாளர்கள் இருந்தனர். ஆனால் அவர்கள் உண்மையில் எதையும் வடிவமைக்கவில்லை.

"சுவிட்சர்லாந்து சந்தையில் விற்கப்படுபவைபோல் ஆண்களுக்கான கைக்கடிகாரங்கள் செய்யப்பட்டன, பெண்களுக்கானவை அதேபோன்று சிறியதாகச் செய்யப்பட்டன. அது ரொம்ப அலுப்பைத் தந்தது."

வடிவமைப்பது ஒரு துணைச் செயல்; சந்தைப்படுத்துதல்(மார்க்கெட்டிங்) என்பதுதான் நிறுவனத்தை முன்னெடுத்துச் சென்றது.

ஒரு இளம் வடிவமைப்பாளர் என்ற வகையில் இவற்றை எல்லாம் மங்கலாகத் தெளிவற்ற முறையில்தான் அவர் உணர்ந்து கொண்டார். ஒரு கைக்கடிகாரத்தைச் செய்வதில் தொடக்கத்திலிருந்து முடிவு வரை புரிந்து கொள்வதுதான் அவருடைய முதல் பணி.

> "திறன்களுக்கு நான் அதிக முக்கியத்துவம் கொடுக்க மாட்டேன் - அவற்றை அடைய முடியும்! சரியான மனப்பாங்குதான் மிகவும் தேவையானது."

"ஒரு கைக்கடிகாரம் மிகவும் சிறியது, மிகவும் நுட்பமானது. ஒவ்வொருவருக்கும் அது ரொம்பத் தனித்தன்மையுடையது, ஏனெனில் அதைக் கையில் அணிந்து கொள்கிறோம். அந்தத் தொழிலுக்கே உரிய சில விதிகளை நாங்கள் பின்பற்ற வேண்டியிருந்தது. அவற்றிற்குள்ளாக நாங்கள் புதியதை உருவாக்க வேண்டியிருந்தது; ஆனால் முழுமையாக எதையும் மாற்ற முடியாது."

உன்னிப்பாகக் கவனித்துத் தன்னைச் சுற்றியுள்ள எல்லாவற்றையும் புரிந்துகொள்ள அபிஜித்திற்கு 5 ஆண்டுகள் ஆயிற்று.

"என்னாலும் பங்களிக்க முடியும் என்ற நிலையை நான் அடைந்தேன். 'இதை இவ்வாறுதான் செய்யவேண்டும்' என்று என்னால் உறுதியாகச் சொல்ல முடிந்தது; அவர்களும் அதை ஏற்றுக் கொண்டார்கள்."

2002 ல் அபிஜித்திற்கு ஒரு பெரிய சிறப்பு கிடைத்தது. அவர் 'பாரம்பரிய கோவை' (Heritage collection) ஒன்றை உருவாக்கினார். காலம் காலமாக உள்ள இந்தியக் கட்டிட வடிவமைப்புக்களால் தூண்டப்பட்டு மிக உயர்ந்த விலையில் மிகச் சிறப்பான கைக்கடிகாரங்களை வடிவமைத்தார்.

"சரித்திரத்தின் பாதிப்பு எல்லா இடங்களிலும் இருக்கிறது. புனிதமான இந்து *மண்டலத்திலிருந்து* அசோகர் காலத்து புத்த சமய வடிவமைப்புகள் வரை உள்ளது. பிறகு ராஜபுதனக் கால கட்டத்தில் இஸ்லாமியக் கலப்பு, பிறகு மேல் நாட்டாரின் தாக்கம்."

மார்க்கெட்டில் இக் கடிகாரங்களுக்கான தேவை இருந்தது என்பதற்காக இவை உருவாக்கப்படவில்லை; முழுவதும் உள்ளுணர்வுகாரணத்தினால். ஒரு இளம் வடிவமைப்பாளரின் தொலைநோக்குப் பார்வை!

விரைவிலேயே, விற்பனையைக் கவனிக்கும் குழு கதை சொல்லுதலின் ஆற்றலை உணர்ந்து கொண்டார்கள். உங்களிடம் தனித்தன்மையும், சுவாரஸ்யமானதும் என சொல்வதற்கு ஒன்று இருந்தால், கோடிக்கணக்கில் விளம்பரம் செய்வதற்கான தேவை இருக்காது! ரூ 20-25

லட்சத்திற்குள் அந்தத் தாக்கத்தை உங்களால் ஏற்படுத்த முடியும்.

ம்யூசிக் டுடே (Music Today) யுடன் இணைந்து 'ஹெரிடேஜ் கலெக்ஷன்' முதன் முதலில் அறிமுகம் செய்யப்பட்டது. டஃபிக் குரோஷி (Taufiq Qureshi) போன்ற இசைக் கலைஞர்கள் அழைக்கப்பட்டனர், ஒவ்வொரு கைக்கடிகாரத்திற்கும் ஒரு பாட்டு அர்ப்பணிக்கப்பட்டது.

அந்த நிகழ்வும் அந்த கடிகாரங்களும் பரவலாகப் புகழப்பட்டு வரவேற்கப்பட்டன! அதன் விளைவாக, அவை வேகமாக விற்பனை* ஆயிற்று.

அபிஜித்திற்கு மட்டுமல்லாது, நிறுவனம் என்ற வகையில் டைடனுக்கும் 'ஹெரிடேஜ் கலெக்ஷன்' திருப்பு முனையாக இருந்தது. **வடிவமைப்பு,** விற்பனை முயற்சியை வழிநடத்திச் சென்றது. நுகர்வோரை அணுகுவதற்கும் கடைக்கு அவர்களை வரவழைப்பதற்கும் புது வழிகளை மேற்கொள்ள இது தூண்டுகோலாக இருந்தது.

இந்தக் கொள்கை மாற்றம் 'ராகா' என்ற புதிய வடிவமைப்பிற்கு இட்டுச் சென்றது - இந்தியப் பெண்களுக்காக டைட்டன் வடிவமைத்த கைக்கடிகாரங்கள்.

"நாங்களும் உண்டு என்பதான பிராண்டாக இருக்கக்கூடாது என்று நாங்கள் தீர்மானித்தோம். இந்திய நகைகளை, அணிகலன்களை 'ராகா' வடிவத்தில் நாங்கள் கொண்டாடத் தீர்மானித்தோம். உலகில் வேறு யாரிடமும் அத்தகைய கைக்கடிகாரங்கள் இருக்காது."

ஒரு புதுவகையான வடிவமைப்பு தோற்றுவிக்கப்பட்டது. கைக் கடிகாரங்களைக் கட்டிக்கொள்ள தோல் பட்டைக்குப் பதிலாக வளையல்களும் பிரேஸ்லெட்டுகளும் அறிமுகப் படுத்தப்பட்டன. எழுச்சியும் துடிப்பும் மிக்க நிறங்களையும் வடிவங்களையும் கொண்ட பாரம்பரியத் துணி வகைகள் இந்திய மென் உணர்வை வெளிப்படுத்துவன; இவற்றைப் பிரதிபலிப்பதாக மணிகாட்டும் டயல்கள் அமைக்கப்பட்டன. இவை அணியும் துணி வகைகளோடு ஒத்துப்போயின. அதோடு கூட மென்மையும் உயர் தரமும் வெளிப்பட்டன.

"டிஜிட்டல் வாழ்க்கையால் பாதிக்கப்பட்டு, பின்னர்

*இன்று வரை "ஹெரிடேஜ் கலெக்ஷன்" ரூ 20 கோடிக்கு மேல் வருமானத்தை உருவாக்கிக் கொடுத்துள்ளது.

நாங்கள் 'பிளாக்' என்ற ஒரு கலெக்ஷனைத் தயாரித்தோம். வாடிக்கையாளர்களை ஈர்க்கும் உத்தியாகக் குழந்தைத் தனமாக இருந்த கேஸியோ கைக்கடிகாரத்தை அழகும் நாகரீகமும் நிறைந்ததாக மேம்படுத்தினோம்."

நிச்சயமாக இது முழுவதும் படைப்புத்திறன் வாய்ந்தது அல்ல. வடிவமைப்பாளர்கள் விற்பனைத் துறையினருடன் இணைந்து, எத்தகைய வாடிக்கையாளருக்காக அவை செய்யப்படுகின்றன என்று விவாதிப்பார்கள். பின்னர் வடிவமைப்பின் பின்னணி விளக்கப்படும், அதன் அடிப்படையில் 'கதை' உருவாகும் - அப்பொருளை அடுத்த நிலைக்கு எடுத்துச் செல்ல இது தேவை; அனுபவத்தின் நிலை.

இந்த விவாதத்தின் ஒவ்வொரு நிலையிலும் நிறைய கருத்துப் பரிமாற்றம் நடைபெறும். இறுதியில் வடிவமைப்புக் குழு அதன் 'கதை'யை முன் வைப்பார்கள்.

"பொதுவாக, நிறைய மாதிரிகளைக் காட்டுமாறு வடிவமைப்பாளர்களிடம் கேட்கப்படும். ஆனால், இங்கு அவர்கள் நான்கு வடிவங்களைக் கேட்டால், நாங்கள் ஐந்து வடிவமைப்புக்களைக் கொடுப்போம். அத்தகைய நம்பிக்கையைத்தான் நான் என் குழுவினருக்குக் கொடுத்தேன். நாங்கள் ஒரு வழிமுறையைப் பின்பற்றினோம், நாங்கள் என்ன செய்கிறோம் என்பதில் உறுதியாக இருந்தோம்."

வடிவமைப்புகள் தேர்ந்தெடுக்கப்பட்டவுடன், விற்பனைத் துறையினர் செயல்படத் துவங்குவார்கள். எப்படி அந்தக் கருத்தை விளம்பரப் படுத்துவது என்று விளம்பரத் துறையினருடன் விவாதிப்பார்கள். கைக் கடிகாரங்கள் தயாராகிக் கொண்டிருக்கும் நேரத்தில் விளம்பரங்களோடு, விற்பனை உத்திகளோடு எல்லாம் தயாராக இருக்கும்.

"கடைசி நேரத்தில், விளம்பரப் படப்பிடிப்பு நடந்து கொண்டிருக்கும் இறுதிக் கட்டத்தில், மிகச் சிறந்த விளம்பர வாசகம் படைக்கப்படுவது என்பது இங்கு நடைபெறாது.

"நான் ஜப்பானிய வடிவமைப்புத் தத்துவம், ஸ்கான்டிநேவியன் வடிவமைப்பு தத்துவம், இத்தாலிய வடிவமைப்புத் தத்துவம் என்பதைப் படித்திருக்கிறேன். இந்திய வடிவமைப்புத் தத்துவம் என்று ஒன்று இருக்கிறதா?... என்று நான் யோசித்திருக்கிறேன்."

முன்னாளில் அம்மாதிரி நடந்திருக்கிறது, இன்றும் இது பல தொழில்களிலும் நடந்து கொண்டிருக்கிறது!"

அடுத்த ஐந்தாண்டுகளுக்குள்ளாக வடிவமைப்புக் குழு விதவிதமான கலெக்ஷன்களை உருவாக்கிக் கொண்டே இருந்தனர். ஒவ்வொன்றும் அது அதற்கான தனிப்பட்ட அடையாளத்தோடு.

ஃபாஸ்ட் டிராக் (Fast track) என்ற பெயரில் பழைய மாடலாக இருந்தது, இளைஞர்களுக்கான நாகரிகமான கைக்கடிகாரமாக இப்போது மாற்றி வடிவமைக்கப்பட்டது. அந்த மாடலினுள் வேடிக்கையான, மகிழ்ச்சியான கலெக்ஷனாக 'மசாலா' என்ற பெயரில், MTV-யில் வருவதுபோல கிழக்கும் மேற்கும் சந்திக்கின்ற நவநாகரிக பாணியில் மேலும் பல தயாரிக்கப்பட்டன.

"முழுவதும் இந்தியத் தன்மையுள்ளதாக, மஹாராஷ்டிராவின் '*சாடி*' போன்று ஒரு நவநாகரிக பாணியை உருவாக்கினோம்; கண்களை உறுத்தாமல் ஆடம்பரமாக இல்லாமல் இந்தியத் தன்மையை மென்மையாக அது வெளிப்படுத்தியது."

இதற்கு மாறாக 'நெபுலா' (Nebula) என்ற பெயரில் மிக அதிக விலையுள்ள ஒரு தொகுப்பையும் கொண்டு வந்தது.

"தங்கம் மற்றும் வைரம் போன்றவைற்றைப் பயன் படுத்துவதால் மட்டும் விற்பனையை அதிகரிக்க முடியாது. ஒவ்வொன்றிலும் ஒரு அர்த்தம், ஒரு உணர்ச்சிகரமான தொடர்பு ஆகியவற்றைக் கொடுக்க வேண்டும்" என்றார் அபிஜித்.

இவற்றிற்கான விளக்கங்களும் முக்கியம். அழகாக எழுதுவதில் வல்லவரான (Calligrapher) அச்யுத் பாலவுடன் இணைந்து இவருடைய குழு பணியாற்றியது.

"இந்த இரண்டு விஷயங்களையும் இணைப்பது திகைக்க வைக்கும் அளவிற்குப் பிரமாதமானதாக இருக்கும் என்று எண்ணினோம்."

"வீட்டிற்குள் நாம் ரொம்பவும் இந்தியத் தன்மையோடு இருந்தாலும் வெளியில் நம் புறத்தோற்றம் மேலை நாட்டுப் பாணியில் உள்ளது. அதனால் ஒரு 'கார்ப்பரேட் கலெக்ஷன்' உருவாக்கினால் அவற்றில் ரோமானிய எண்களைப் பயன்படுத்த வேண்டியுள்ளது."

> "நான் ஒரு டிசைனராக, வடிவமைப்பாளராக ஆவேன் என்று சற்றும் நினைத்ததில்லை. அடிப்படை டிராயிங் தேர்வில் நான் தோல்வி அடைந்தேன். 'இதற்கேற்ற தகுதி உனக்கு இருப்பதாக நான் நினைக்கவில்லை' என்று என் அம்மா சொன்னார்."

வடிவமைப்புக்கான தூண்டுதல், அதனுள் மூழ்கி எழும்போது கிடைக்கிறது. 'ஹெரிடேஜ் கலெக்ஷனுக்காக' அரண்மனைகளுக்குச் சென்று அவற்றின் பாதிப்புக்களை முற்றிலுமாக உள்வாங்கிக்கொள்ள வேண்டும். பிறகு அதில் இருந்து ஒரு கூற்றை எடுத்துக் கொள்ளவேண்டும் - ஹவாமஹாலிலிருந்து வலைப் பின்னல் போன்ற ஜன்னல் (ஜரோகா) வடிவத்தை இராஜபுத்திரர் இயல்பு, பண்பு, சாரத்தைக் கொண்டு வர அழகாக வடிவமைக்க வேண்டும்.

"ராகாவிற்காக "சாக்லேட் கலெக்ஷன்" என்பதை வடிவமைத்தோம். அதற்காக சாக்லேட் தொழிற்சாலை, சாக்லேட் விற்கும் கடைகள், சாக்லேட் குளியல் போன்ற வற்றிற்குச் சென்று விவரங்களைச் சேகரித்தோம். அந்த அனுபவத்தை முதலில் உள் வாங்கிக் கொண்டு, பின்னர் வடிவங்கள் மூலமாக அவற்றை வெளிப்படுத்த வேண்டும்."

இம் மாதிரி செய்யும்போது தொழிற்சாலையில் சாத்தியமாகக் கூடிய எல்லாவித ஆதரவும் உங்களுக்குக் கிடைக்க வேண்டும்.

"அதற்கான கருவிகளுக்காகப் பெரிய அளவில் முதலீடு தேவை; சரியாக வேலை நுணுக்கத் திட்டம் (Specification) தேவை. உங்களுக்குத் துல்லியமாக எது தேவையோ அதை உருவாக்க, தொழிலாளர்களைத் தொடர்ந்து கவனித்துச் செய்ய வைக்க வேண்டும். அந்த மாதிரியான வேலைகளை அதுவரை அவர்கள் செய்யாமல் இருந்திருப்பார்கள்."

வேறு எந்தத் தொழிற்சாலையிலும் 'மன்னிக்கவும், தாங்கள் சொல்வதைச் செயல் படுத்த முடியவில்லை' என்று கூற முடியும்.

ஆனால் சாத்தியமில்லாதது என்பது இங்கு சாத்தியப் படுத்தப்பட வேண்டும்; நிறுவனத்தின் எதிர்காலம் அதில் அடங்கி இருக்கிறது.

"அப்படியானால் பெரிய நிறுவனத்தில் வணிக நோக்கத்தோடு செயல்படுவது போன்றதா?" என்றேன்.

"ஆம்" என்று ஒத்துக்கொண்டார் அபிஜித். "வரை பலகையில் வடிவமைப்பதோடு உங்கள் வேலை முடிவதில்லை. கனவை உண்மையாக்குகின்ற வரை பொறுப்பு உங்களுடையது" என்றார்.

அபிஜித்திற்கு மிகப் பெரிய கௌரவத்தை டைட்டன் அளித்தது - ஒவ்வொரு ஹெரிடேஜ் கைக் கடிகாரத்திற்குப் பின்னால் அபிஜித்தின் பெயர் பொறிக்கப்பட்டது!

"என்னிடம் அவர்கள் வைத்திருந்த நம்பிக்கை ஆச்சரியமானது. சுதந்திரமும் முழு நம்பிக்கையும் கலந்த ஒரு மரியாதையைக் காண்பித்தனர்."

தொடக்கத்திலிருந்தே வடிவமைப்பாளர்களுக்குப் புதிதாக எதையாவது செய்து கொண்டே இருப்பதற்கான தூண்டுதலை அவர்கள் அளித்தார்கள்.

"இங்கு பணியாற்றிக் கொண்டே, மற்ற கம்பெனிகளுக்கும் நான் வடிவமைக்கவில்லை. ஆனால் என் வேலையை நான் செய்து வந்தேன். வீட்டிற்குத் தேவையான பொருட்களை வரிசையாக நான் வடிவமைத்து வந்தேன். எல்லாமே கதை சொல்வதாக வடிவமைக்கப்பட்டன. மிக மகிழ்ச்சியான வேலை."

பெங்களூர், சென்னை, டெல்லியில் அபிஜித் கண்காட்சிகளை நடத்தினார்; ஆனால் அதைத் தீவிரமான எண்ணத்தோடு அவர் *செய்யவில்லை*. டைட்டனை விட்டு வெளியே வந்து தன் முழு ஆற்றலையும் செலுத்தி அவர் பணியாற்றியிருந்தால் பல கண்காட்சிகளை அவர் நடத்தி இருக்கமுடியும்; பிரமாதமான பல பொருட்களை வடிவமைத்திருக்க முடியும். ஆனால் அப்படிச் செய்யவில்லை என்ற வருத்தம் அவரிடம் இல்லை.

"கார்ப்பரேட் நிறுவனங்களால் மக்களைப் பெரிய அளவில் சென்றடைய முடிகிறது; நானாகவே செய்திருந்தால் என்னால் அதை அடைந்திருக்க முடியாது."

10 ஆண்டுகள் அந்த நிறுவனத்தில் இருந்த பிறகு வெளியில் சென்று உலகை முழுவதுமாகத் தெரிந்து கொள்வதற்கான நேரம் வந்து விட்டது என்பதை உணர்ந்தார்.

"கைக்கடிகார வடிவமைப்பில் பிளாஸ்டிக்கிலிருந்து பிளாட்டினம் வரை எல்லாவற்றிலும் நான் பல முயற்சிகளை மேற்கொண்டு விட்டேன். மற்ற கனவுகளை நிறைவேற்றிக் கொள்ள வேண்டும் என்ற எண்ணம் எனக்குள் தோன்றி விட்டது" என்றார் அபிஜித்.

இரண்டு ஆண்டுகளுக்கு முன்பு, நிறுவனத்தாரிடம் தான் வெளியேற விரும்புவதாகக் கேட்டுக் கொண்டார். ஓர் ஆண்டு காத்திருக்கச் சொன்னார்கள். ஒரு புதுக் குழுவிற்கு முழுமையாகப் பயிற்சி அளிக்கச் சொன்னார்கள். அவர் மனதிற்கு மிகவும் உகந்ததான ஹெரிடேஜ் கலெக்ஷனை முழுவதுமாக முடித்து விடுமாறு கூறினார்கள்.

இறுதியாக, 2008ல் அவர் டைட்டனிலிருந்து வெளியே வந்தார். 8 வடிவமைப்பாளர்களைக் கொண்ட ஒரு குழுவிற்கு நல்ல பயிற்சி அளித்திருந்தார். இப்போது 'அபிஜித் பன்சோத் டிஸைன்ஸ்,' அல்லது 'ஸ்டுடியோ ஏபிடி' என்பதை நடத்திவருகிறார். 'இந்தியக் கதையைச்' சொல்வதிலும் பொருள்களை வடிவமைப்பதிலும் சிறப்பாகச் செயலாற்றி வருகிறார்.

ஓர் ஆண்டுக்குள்ளாக ஏபிடி, ஒரு மேஜை விளக்கை உருவாக்கியது.

"பரிட்சைக்குப் படித்துக் கொண்டிருக்கும் நேரத்தில் மின் தடை ஏற்படுவதால் மாணவர்கள் படிப்பு பாதிக்கப் படுகிறது. இதைத் தீர்க்க ஒரு மேஜை விளக்குத் தயாரிக்க வேண்டும் என்று என்னிடம் சொன்னார்கள். 6 மணிநேரம் பேட்டரியால் இயங்குவதாக இருக்க வேண்டும் என்றார்கள்."

இதிலிருந்து உங்களுடைய "கதையை" நீங்கள் எப்படிக் கொண்டு வருவீர்கள்? எல்லாவற்றிலும், அதன் அமைப்பின் தொடக்கத்திலிருந்து.

"முதலில் சிறிய பேட்டரிகளைத் தயாரிக்கும்படி நான் கூறினேன்; ஏனெனில் ஒரு பெரிய இன்வெர்டரை உங்களுடைய மேஜையின் மீது உட்கார வைக்க முடியாது."

"ஒரு அடையாளச் சின்னமாக இருக்கக்கூடியதைப் படைப்பதற்கு எங்களுக்கு வாய்ப்பு கொடுங்கள். மேல் உறையை மட்டும் மாற்ற வேண்டும் என்று எங்களிடம் சொல்லாதீர்கள்; அது உள் உணர்விலிருந்து வரவேண்டும்."

> "என்ன செய்ய வேண்டும் என்பதை
> இதயபூர்வமாகவும் உணர்வு பூர்வமாகவும் நீங்கள்
> புரிந்து கொள்ள வேண்டும்."

அதற்குப் பின் 'ஹலோ' என்ற கதை வந்தது. அந்த விளக்கு, உதவுவதற்கு வந்த ஒரு நண்பன் - இருட்டில் அது ஒளிரும்போது 'ஹலோ' என்று சொல்வது போல் இருக்கும்.

"அது குழந்தைகளுக்கானது என்பதால் நான் அதற்கு மென்மையான மூலைகளை அமைத்தேன். ஜெல்லி போன்ற உயிர்ப்பு உள்ள ஒரு உருவம் கொடுத்தேன். கழுத்தை வளைத்து அது மாணவர்களுடன் பேசுவது போல் தோன்றும். ஒளி தருவதற்குப் புதுமையான LED யை நாங்கள் பயன்படுத்தினோம். சாதாரண பல்புகள் வெப்பத்தை வெளிவிடும்; இது அவ்வாறு வெப்பத்தை வெளிவிடாது. உண்மையில் சங்கர நேத்ராலயா, இதன் ஒளியின் தரத்திற்கு நற்சான்று கொடுத்திருக்கிறது."

தொழில் நுட்பமும் கற்பனை வளமும் இணைந்த வடிவமைப்பு அது. மேலும், வியப்புக்குரிய வகையில் ஏழே மாதங்களில் எல்லாம் முடிந்து சந்தைக்கு விற்பனைக்கு வந்துவிட்டது! இவற்றைவிட வியப்பானது, கேரளாவில் BPL லின் சொந்தத் தொழிற்சாலையில் அது தயாரிக்கப்பட்டது.

"நான் கேட்பதைத் தருவதற்கு, நிர்வாக மேலாளர் ஆணையிட்டிருந்தார். என் மீது முழுமையான நம்பிக்கையும் அதிகாரமும் ஆளுமையும் அவருக்கு இருந்தது."

'அபிஜித் சொல்வது சரியானது, அவருக்குத் தேவையானவற்றைக் கொடுப்பதற்கான வழிகளைக் கண்டுபிடியுங்கள்,' என்று தொழிலாளர்களிடம் சொன்னார்.

வடிவமைக்கப்பட்ட ஒளிவீசும் அந்த 'ஹலோ' விளக்கின்* வரவேற்பு மிகப் பிரமாதமாக இருந்தது. உலகம் முழுவதிலும் நல்ல விமரிசனத்தைப் பெற்றது. நிறையப்பேர் அதை வாங்குவதற்கு விருப்பப்பட்டனர்.

இணையத்தில் சுமார் 200 (blog) பிளாகுகள் - கொரியா, ஜப்பான், ஸ்பெயின் மக்களால் - எழுதப்பட்டன. வடிவமைப்பின் திறன் மட்டுமே இந்த வரவேற்புக்குக் காரணம். LED விளக்குகள்

---

* ஸ்டடிலைட் (Study Lite) என்ற பெயரில் இந்த விளக்கை பி பி எல் (BPL) விற்பனை செய்தது.

மேலும் பல தயாரிக்கப்படலாம்; ஆனால் இது ஒரு அடையாளச் சின்னமாகப் போற்றப்பட்டது.

iPod போன்றதா?

"ஆம், துல்லியமாக அதைப் போலத்தான்."

தூன் பள்ளியில் படிக்கும் பெங்களூரைச் சேர்ந்த சிறுவன், தன் நண்பர்களுக்குக் கொடுப்பதற்கான பல வண்ணங்களில் 10 விளக்குகளை வாங்கினான்.

"ஒரு பொருளோடு இந்த அளவு உறவு கொள்கின்ற ஒரு இனத்தவரை நாங்கள் உருவாக்குகிறோம் என்பது பெருமையாக உள்ளது. அதனால்தான் ஆப்பிள்(கம்ப்யூட்டர்) என்பது பெரிய வரவேற்பைப் பெற்றுள்ளது; மற்றவை வெறும் பொருட்கள் மட்டுமே!"

இப்போது இவர்கள் முன் இருக்கும் கேள்வி - சிறிய முயற்சியோ அல்லது பெரிய தொழிற்சாலையோ - மறுபடியும் மறுபடியும் எப்படித் துல்லியமாக அதே போல் செய்வது என்பதுதான். ஏபிடியில் உள்ள நான்கு அங்கத்தினர் குழு இதைப் பற்றித்தான் தொடர்ந்து சிந்திக்கிறது.

"பொருட்களை வடிவமைத்தல் ஒரு சிறிய சுழற்சி மட்டுமே. ஆனால் அதற்கு முன்னால் செய்பவையான கற்பது, உள் வாங்கிக் கொள்வது, எல்லாவற்றையும் ஒருங்கிணைத்துப் பார்ப்பது, புது பொருட்களை வாங்குவது, அவற்றைப் பரிசோதித்துப் பார்ப்பது ஆகியவை ஒரு பெரிய சுழற்சி. பொருட்களுக்கான கண்காட்சி, உள் அலங்காரக் கண்காட்சி, கைக்கடிகாரக் கண்காட்சி போன்று, எதெல்லாம் சாத்தியமோ அவற்றிற்கெல்லாம் சென்று பார்ப்போம்."

ஒவ்வொரு குறிப்பிடத் திட்டத்திற்கும் மிகச் சிறந்த, பொருட்காட்சியில் வைக்கத்தக்க வடிவமைப்பாளர்கள், வாசகம் எழுதுவோர் போன்றோரைக் கொண்டு ஸ்டுடியோ ஏபிடி செயலாற்றுகிறது. மேலும் கணினி துணையோடு செய்யப்படுவதான கேட், கேம் (CAD/CAM) போன்றவை அவர்களுடைய வேலையை எளிதாக்குகிறது.

"வாடிக்கையாளருக்குத் தேவையான பொருளை அவர்கள் கொடுக்கும் மாதிரியை 100 சதவீகிதம் ஒத்திருக்கக்கூடிய பொருளை நாங்கள் செய்து கொடுப்போம். அதைப் பார்த்த பிறகு அவர்கள் முடிவெடுக்கலாம். உண்மையானதைப் போன்றே செய்து காட்டப்படும் பொருளை (டம்மி)

நுகர்வோரிடம் கொடுத்துப் பரிசோதித்துப் பார்க்க முடியும், டீலர்களிடம் காண்பிக்கவும் முடியும்."

டம்மியாக உருவாக்கப்பட்ட பொருளைக் கொண்டு உயர் தொழில் நுட்ப இயந்திரங்களைக் கொண்டு 3 நாட்களுக்குள், செயல்படுவதான ஒரு மாடலை இவர்களால் தயாரித்துவிட முடியும்!"

ஏபிடி வடிவமைத்த புகழ்பெற்ற பொருட்களுள் IPL வெற்றிக் கோப்பை ஒன்று. மேலும் பல சுவையான பொருட்களையும் தயாரித்துள்ளனர்; அவை அந்த அலுவலகமெங்கும் வைக்கப்பட்டுள்ளன. மற்றவற்றைக் கணினித் திரையில் அவர் எனக்குக் காண்பித்தார்.

சுட்ட களிமண்ணால் (Terracota) ஆன கணினி ஸ்பீக்கர்கள்.

நாக்கில் அலகு குத்திக்கொள்ளும் பக்தனைப் போல் வடிவமைக்கப்பட்ட பூச்சாடி.

எல்லா இடங்களிலும் சாம்பல் விழாமல் அதற்குள்ளேயே விழுவதாக வடிவமைக்கப்பட்ட ஊதுவத்தி ஸ்டாண்டு.

"ஊதுவத்திச் சாம்பலைக் குறிப்பிட்ட முறையில்தான் வெளியேற்ற வேண்டும் என்ற நம்பிக்கை உள்ளது; அதனால் இந்தச் சடங்குகள் முறைகளாகவும், அந்த முறைகள் பொருட்களாகவும் ஆகின்றன."

கர்மவினைச் சுழற்சியால் உந்தப்பட்டு, அபிஜித், ஒரு புது வடிவமைப்பு முறையை உருவாக்கி இருக்கிறார்.

"இன்றைய காலக் கட்டத்தில் வடிவமைப்பாளர்கள் தங்கள் படைப்புகளுக்குப் பிறப்பிலிருந்து இறப்புவரைப் பொறுப்பேற்பதில்லை. எல்லாவற்றையும் மறுமுறை பயன்படுத்துகின்ற இந்திய வாழ்வு முறையை உண்மையில் திரும்பக் கொண்டு வருவதுதான் இதன் கருத்து."

RFID தொழில் நுட்பத்தைப் பயன்படுத்துவதன் மூலமாக ஒரு நாள் இது சாத்தியமாகக் கூடும் - உருவாக்கப்பட்ட காலத்திலிருந்து அதன் வாழ்வு முடியும் வரை ஒரு பொருளின் தடத்தைப் பின்பற்றிச் செல்லக் கூடும்.

நடைமுறைசார்ந்த நிலையில் ஏபிடிக்கு வளர்ச்சியும் வருமானத்திற்கான இலக்கும் உள்ளது. ஓரளவுக்கு.

ஒருவர் புகழ்ந்து சொல்வதைக் கேட்டு இவரை அணுகுதல் என்ற வகையிலும், அபிஜித்தின் தகுதிச் சான்றுகள்

மூலமாகவும் முக்கியமாக அவரை நாடி வியாபாரம் வந்திருக்கிறது.

வியாபாரத்தை மேலெடுத்துச் செல்ல முனைப்போடு செயல்படக் கூடிய ஒருவர் தேவை என்பதை இப்போது அபிஜித் உணர்ந்திருக்கிறார்.

"அத்தகைய ஒரு நபரை நான் கண்டுபிடிப்பேன் என்று நம்புகிறேன்; பிறகு என் நேரத்தைப் படைப் பாற்றலுக்குச் செலவிட முடியும். வடிவமைப்புச் சேவையை அளிப்பவர் என்பதாக அறியப்பட நாங்கள் விரும்பவில்லை, வடிவமைக்க ஆலோசனை சொல்ல வேண்டும், அதன் மூலம் நிறுவனங்கள் பொருட்களை உருவாக்கிப் படைப்பதற்கு உதவ வேண்டும், கதை சொல்வதன் மூலம் மக்களை இணைக்க வேண்டும்."

நிறுவனங்களுக்கு வடிவமைப்புத் திட்டங்களை அளிப்பது என்பதும் அல்லது ஏபிடியின் வடிவமைப்புகளை எடுத்துக் கொண்டு வர்த்தக ரீதியாகப் பயன்படுத்தி மேம்படுத்துகின்ற எவருக்கும் அனுமதி அளிப்பதும் என்றும் கொள்ளலாம்.

"யாராவது எல்லாவற்றையும் எடுத்து நிர்வாகம் செய்து நிறைய லாபம் சம்பாதிக்கட்டும், அதில் ஒரு பங்கு எங்களுக்குக் கிடைத்தால் போதும்."

தனக்கேயானதான ஒரு பிராண்டை உருவாக்குவதில் அபிஜித்திற்கு விருப்பமுண்டு - அதற்கான பண உதவிக்காக அவர் காத்திருக்கிறார். ஆனால் இப்போது அவர் செய்யும் பணியிலும் முழு ஈடுபாட்டோடு திருப்தியாகச் செய்கிறார், தான் உருவாக்கியுள்ள அழகும் அமைதியும் நிறைந்த லேக்வியூ பண்ணை என்ற இடத்திலிருந்து. (அதை அலுவலகம் என்று யாராவது குறிப்பிட முடியுமா?!)

நான் என்ன மனதில் எண்ணுகிறேன் என்பதைச் சரியாகப் புரிந்து கொண்டவர் போல் அபிஜித் புன்னகைக்கிறார்.

"எங்களுடைய ஸ்டுடியோ, முன்னாளில் இந்த ஒரு படுக்கை அறை கொண்ட வீட்டிலிருந்து செயல்பட்டது. நான் என் மனைவியிடம், 'அம்ருதா, நமக்கு இங்கே லேக்வ்யூ பண்ணையில் ஒரு இடம் கிடைத்தால் எவ்வளவு பிரமாதமாக இருக்கும்!' என்று சொல்வேன். *முழு மனதோடு எதற்காவது ஆசைப்பட்டால் அது கட்டாயம் கிடைக்கும் என்பதை நான் உணர்ந்தேன்.*"

ஜன்னல்கள் திறந்துள்ளன, மென்மையான சுகமான காற்று உள்ளே வருகிறது.

"இரவில் நல்ல தூக்கம் எனக்குக் கிடைக்கிறது; நிறைய அளவு ஆக்ஸிஜனும்."

இன்னும் இனிமையான பிரமிக்க வைப்பதான கனவுகளை அவர் பெறுவார் என்பது உறுதி.

இளம் தொழில்திபர்களுக்கு...

நாம் எங்கிருந்து வந்திருக்கிறோம் என்பதில் உண்மையில் நாம் பெருமிதம் கொள்ள வேண்டும்; அதில் நாம் உண்மையாகவும், நேர்மையாகவும் இருந்தால் நாம் செய்யும் வேலையில் அது பிரதிபலிக்கும். உங்களுடைய பணி இந்திய வடிவமைப்பின் மொழியைப் பிரதிபலிக்க வேண்டும்.

அது செல்வச் செழிப்போடு அல்லது கீழ்மட்ட அளவோடு என்று எப்படி வேண்டுமானாலும் இருக்கலாம்; ஆனால் அது நாம் யார், நாம் என்ன என்பதைக் கொண்டாடுவதாக இருக்க வேண்டும்.

விண்வெளிக்கலம் போல் இருக்கின்ற மற்றொரு குப்பை நீக்கித் தூசு தட்டும் கருவிக்குப் (Vaccum Cleaner) பதிலாக, இந்திய வீடுகளுக்கும் பொருந்துவதான உயர் தொழில் நுட்பம் கொண்ட ஒரு துடைப்பத்தை உருவாக்கலாமே!

பல வடிமைப்பாளர்கள் தொழில் திறனுடையவர்கள்; ஆனால் பலரையும் அணுகித் தாக்கத்தை ஏற்படுத்த வடிவமைத்தல் என்ற வியாபாரத்தை எப்படி நிர்வகிப்பது என்பதை அவர்கள் கற்க வேண்டும். இதற்கு உங்கள் தொலைநோக்குப் பார்வையை விற்பது, உங்கள் பொருட்களைச் சந்தைப் படுத்துவது ஆகியவற்றைச் செய்யக்கூடிய ஒரு தொழில் முனைவரோடு நீங்கள் பங்குதாரராகச் சேரவேண்டும். ஏனெனில் வடிவமைப்பாளர்கள் இந்தப் பணியைச் சரியாகச் செய்யக் கூடியவர்கள் அல்ல!

வாய்மையே வெல்லும்

பரேஷ் மோகாஷி
'ஹரீஷ்சந்திராசி ஃபாக்டரி'
(Harishchandrachi Factory)

பரேஷ் மோகாஷி நடிகராக வேண்டும் என்று விரும்பினார். ஆனால் மராத்தி நாடக மேடையில் நாடக ஆசிரியராக, இயக்குனராகத் தனக்கென்று ஒரு இடம் இருப்பதைக் கண்டு பிடித்தார். எதிர்பாராதவிதமாக தாதா சாஹேப் பால்கேயின் வரலாற்றை அவர் படிக்க நேர்ந்தது. அது அவரை ஒரு புது முயற்சிக்கு இட்டுச் சென்றது. எல்லோராலும் மிகவும் புகழப்பட்ட இவருடைய திரைப்படம் இந்தியாவின் அதிகாரப் பூர்வ நுழைவாக 2009ல் ஆஸ்கார் விழாவுக்குத் தேர்ந்தெடுக்கப்பட்டது.

பரேஷின் வார்த்தைகள் பலமாக வெளிப்படுத்துவதை அவருடைய முகமும் வெளிப்படுத்துகிறது. அவருடைய புருவங்கள் வில்லைப் போல் வளைகின்றன, கண்கள் நடனமாடுகின்றன, வாயைத் திறந்து அடிக்கடி அவர் பெரிதாகச் சிரிக்கிறார்.

தன்னைப்பற்றியே மகிழ்ச்சி அடைவதற்கு இந்த மனிதருக்கு ஒரு காரணம் இருக்கிறது. அவர் மராத்தியில் எடுத்த முழு நீளத்திரைப்படம் *ஹரீஷ் சந்திராசி ஃபாக்டரி* - அதில் பெரிய நடிகர்கள் இல்லை, பாடல்களும் நடனங்களும் இல்லை; அது இந்தியாவின் அதிகாரப்பூர்வ நுழைவாக 2009ல் ஆஸ்கார் விழாவுக்குத் தேர்ந்தெடுக்கப்பட்டது.

ஆனால் 'ஒரு இரவில் வெற்றி' என்பதை அடைவதற்கு பரேஷுக்கு 20 ஆண்டுகள் ஆயிற்று.

கல்லூரி மாணவனாக இருக்கும் போதே நடிப்பதற்காக நாடகத்தில் ஈடுபட்டார். பல ஆண்டுகள் போராடிய பிறகு இறுதியாக மராத்தி நாடகமேடையில் ஒரு எழுத்தாளராகவும் இயக்குனராகவும் தன்னை முன்னிறுத்திக் கொண்டார். ஆனால் இவரை ஏதோ அரித்துக் கொண்டிருந்தது, சற்று வேறு விதமாக இருந்தார். அவர் எழுதிய ஒவ்வொரு நாடகமும் சற்று பைத்தியக்காரத்தனமாக, சற்று வேறு விதமாக இருந்தது.

பரேஷ் ஒரு வித்தியாசமான புத்திசாலி. அதனால் மற்றொரு வித்தியாசமான புத்திசாலியைப் பற்றி இவர் ஒரு திரைப்படம் எடுத்தது வியப்பிற்குரியதல்ல. அந்த மற்றவர் 'இந்தியத்திரைப்படத்தின் தந்தை' என்று கருதப்படும் தாதா சாஹேப் பால்கே.

பால்கே ஒரு தொழில் முனைவர்; தன்னுடைய கனவை நனவாக்குவதற்கு பல ஆபத்துக்களை எதிர் கொண்டார். இந்தியாவின் முதல் திரைப்படத் தயாரிப்பு என்ற மிகப் பெரிய முயற்சிக்காகப் பணத்தைத் திரட்ட வெகுவாகப் பாடுபட்டார். தன் பைத்தியக்கார எண்ணத்தை அவர் ஒரு போதும் சந்தேகிக்கவில்லை அல்லது இதைச் செய்ய முடியாமல் போகுமோ என்றும் எண்ணவில்லை.

துல்லியமாக இதே மாதிரிதான் 96 ஆண்டுகளுக்குப்பிறகு *ஹரீஷ் சந்திராசி ஃபாக்டரியை* பரேஷ் தயாரித்தார்.

எந்த ஆண்டாக இருந்தாலும், எந்த சகாப்தமாக இருந்தாலும்,

ஒரு சினிமாவைப் போல் உங்களுடைய வாழ்க்கையை வாழ முடியும்.

உங்களுடைய சொந்த வசனத்தை எழுதுங்கள், நம்பிக்கையோடு அதை இயக்குங்கள்.

ஒரு நாள் உங்கள் பேரக் குழந்தைகளிடம் நல்லமுறையில் வாழ்ந்த வாழ்க்கையைப் பற்றி ஒரு சொற்பொழிவை நீங்கள் செய்வீர்கள்.

அது ஆஸ்கரைப்போல் உங்களை உணரச்செய்யும்.

வாய்மையே வெல்லும்

பரேஷ் மோகாஷி

'ஹரீஷ்சந்திராசி ஃபாக்டரி'

பரேஷ் மோகாஷி ஒரு பத்திரிகையாளருக்கு மகனாகப் பூனேயில் பிறந்தார்.

"லோனாவாலாவில் உள்ள டாக்டர் பி.என் புரந்தரே பஹுவித் வித்யாலயா பள்ளியில் படித்தேன். பள்ளிப் படிப்பை முடித்த பின்பு உயர்கல்விக்காகப் பூனேவிற்குச் சென்றேன்."

மாடர்ன் கல்லூரியில் புவியியல் இளங்கலைப் படிப்பில் பரேஷ் சேர்ந்தார்.

ஆனால் மராத்தி நாடகத்தில் அதிக நேரத்தைச் செலவழித்தார்.

"எல்லோரையும் போல பள்ளியில் படிக்கும் பொழுது நான் நாடகத்தில் நடித்தேன். ஆனால் நான் பூனேவிற்கு வந்த பொழுது, அந்த இடம் ஒரு பெரிய வித்தியாசமாக இருந்தது. பல விஷயங்கள் எனக்கு அறிமுகமாயின; அவற்றுள் ஒன்று தொழில் ரீதியான நாடகங்கள்."

ஜப்பார் படேல், மோஹன் அகாஹே, சதீஷ் அலேகர் ஆகியோர் தியேட்டர் அகாடமியோடு* இணைந்தவர்களில் சிலர்; அந்த மிகவும் மதிப்பு வாய்ந்த நாடகக் குழுவில் பரேஷ் தன்னை இணைத்துக் கொண்டார். அவர்கள் நடத்திய சில நாடகங்கள்: கஷிராம் கோட்வால், மஹாநிர்வாண், மஹாபூர், பேகம் பார்வே, தீன் பைஷ்யாசா தமாஷா (பெர்டால்ட்

*ஜாஃபர்படேல், மோகன் அகாஷே, மற்றும் சதீஷ் அலேகர் போன்றவர்கள் தியேட்டர் அகடெமியுடன் இணைந்திருந்தனர்.

பிரிசிட்சின் 'த்ரீபென்னி ஆப்பரா' Bertolt Brecht's Three Penny Opera *வைத் தழுவியது).*

"மேடையின் பின்னணியில் தேவையான பொருட்கள், உடைகள் இவற்றில் உதவி செய்ததோடு அவர்களுடைய புது நாடகங்களிலும் நான் சின்னச்சின்ன வேடங்களில் நடிக்கத் தொடங்கினேன்."

1990ல், பெர்லினில் உள்ள ஒரு புகழ்பெற்ற ஜெர்மானிய நாடகக் குழுவான க்ரிப்ஸ் தியேட்டர் என்பதோடு தியேட்டர் அகாடமி இணைந்து செயல்படத் துவங்கியது. குழந்தைகளுக்கான நாடகங்களில் அந்த ஜெர்மானிய நாடகக்குழு தன் கவனத்தைச் செலுத்தி வந்தது. அதே நேரத்தில் கற்பனைக்கெட்டாத மாயாஜாலங்கள் அல்லது ராட்சதர்கள் போன்ற கதைகளை அது நம்பவில்லை. நடைமுறையில் உள்ள கருத்துக்களான பெற்றோரில் ஒருவர் மட்டும் இருந்து குழந்தையைப் பார்த்துக் கொள்வது போன்றவற்றை நாடகமாகத் தயாரித்தனர். ஆனால் அவை எல்லாமே குழந்தைகளின் கோணத்திலிருந்து பார்ப்பவையாகவே இருந்தன.

"இந்த நாடகங்கள் எல்லாமே பெற்றோர், குழந்தைகள் ஆகிய எல்லோருக்கும் பொழுதுபோக்கு அம்சங்களோடு, கற்பிப்பவையாகவும் இருந்தன. க்ரிப்ஸ் (GRIPS) நாடகங்களைத் தழுவி நாங்கள் மராத்தியில் நாடகங்களை நடத்தினோம். அந்த இயக்கத்தில் நான் முன்னணி நடிகராக இருந்தேன்."

அந்த நேரத்தில் கல்லூரியில் பரேஷ் கடைசி ஆண்டு படித்துக்கொண்டிருந்தார். படிப்பு முடிந்ததும் முழுநேரப் பணியாகத் தியேட்டர் அகாடமியில் சேர்ந்தார். ஆனால் அது ஒரு வர்த்தக ரீதியான அமைப்பு அல்ல. தியேட்டர் அகாடமி நடிகர்களுக்குப் பணம் கொடுக்கவில்லை. நாடகத்தின் மீதுள்ள பெருவிருப்பத்தால் அதில் எல்லோரும் பங்கேற்றிருந்தனர். ஆனால் *தினசரி உணவு* என்ற பிரச்சினை எழுந்தது.

நாடகத்தை ஒரு பொழுதுபோக்கு என்பதாக வேண்டுமானால் வைத்துக் கொள் மகனே, ஒரு நல்ல வேலையை நீ தேடிக்கொள்ளலாமே?

"என் குடும்பத்திற்காக நான் UPSC என்ற பரிட்சை எழுதிேனன், ஒரு கணினி படிப்பையும் மேற்கொண்டேன். ஆனால் அவற்றில் என் மனம் ஈடுபடவில்லை. அதே நேரத்தில் ஒரு நடிகனாக என்னை நிலை நிறுத்திக்

கொள்வதற்கும் நான் முயற்சி செய்யவில்லை. அதனால் அந்த நேரத்தில் என்னைப்பற்றி என் குடும்பத்தினர் மிகவும் கவலைப்பட்டிருக்க வேண்டும்."

90களின் நடுவில் பரேஷ் மும்பைக்குச் சென்றார். அதிர்ஷ்டவசமாக தாதரில் அவர் குடும்பத்திற்கு ஒரு வீடு இருந்தது. அங்கு அவர் தங்கிக் கொண்டார்.

"அந்த நாட்களில் பிருத்வி தியேட்டரை நடத்திக் கொண்டிருந்த சஞ்சனா கபூர் எனக்கு நண்பரானார். வருடாந்திர நாடக விழாவில் பங்கேற்கும் முக்கியக் குழுவில் நானும் ஒருவன். அதையும் தவிர நடிப்பதற்கான என்னுடைய போராட்டமும் தொடர்ந்து கொண்டிருந்தது - அதில் எந்த வெற்றியும் ஏற்படவில்லை!"

பிரச்சினை என்னவென்றால் நேர்காணல் செய்து தேர்ந்தெடுக்கும்போது பரேஷால் சரியாக நடித்துக் காட்டமுடியவில்லை. மேடையில் அவருடைய நடிப்பைப் பார்த்திருக்கும் தயாரிப்பாளர்களும், இயக்குநர்களும் மட்டுமே அவருக்கு வாய்ப்புக் கொடுத்தனர்.

"சில மராத்தி சினிமாக்களிலும், சில தொலைக்காட்சித் தொடர்களிலும் நான் நடித்தேன். ஆனால் அவை திருப்தியைத் தரவில்லை. நான் அதிகமாக முன்னேறிச் செல்ல மாட்டேன் என்பதை நான் உணர்ந்தேன். ஏனெனில் தன்னைப் பற்றி மற்றவர்ளிடம் பெருமையாகச் சொல்லிக் கொண்டு வெற்றி அடையும் ஆள் நான் அல்ல. எந்த ஒரு நடிகருக்கும் இது ஒரு மிகவும் தேவையான குணம்!"

அது ஒரு கஷ்டமான காலக் கட்டம். அப்போது பல கேள்விகள் இருந்தன. ஆனால் பதில்கள் மிகக் குறைவு. உயிர்வாழ்வதற்குத் தேவையான அளவு அவர் அப்போது சம்பாதித்துக் கொண்டிருந்தார். ஆனால் எதிர்காலம் எப்படி இருக்கும்? சொந்த வாழ்க்கை என்ற மேடையில் அவர் வெறும் ஒரு பார்வையாளராக மட்டும் இருந்து விடுவாரோ?

பிறகு, 1999ல், விதி ஒரு புது கதவைத் திறந்தது. பன்னாட்டு நாட்டு விழாவுக்காகப் ப்ருத்வி இந்திய நாடகங்களைத் தேடிக் கொண்டிருந்தது. தியேட்டர் அகாடமியில் இருந்த காலத்தில் சும்மா வேடிக்கையாக பரேஷ் சில நாடகங்களை எழுதி இருந்ததைப் பற்றி சஞ்சனா கபூர் எவ்வாறோ கேள்விப்பட்டார்.

அப்போது அவர் நடிப்பதில் மும்முரமாக இருந்தார். அந்த நாடகங்களின் எழுத்துப்பிரதிகள் பற்றி எதுவும் யோசிக்கவில்லை.

எழுத்தாளரும், இயக்குனருமான ராமு ராமநாதன் இவருக்கு உத்தரவிட்டார், 'இவற்றை எனக்குப் படித்துக்காட்டு.'

சங்கீத் தெபுஞ்சியா முலி, (Sangeet Debunchya Muli) *வடநாச்சி உசல்* (Watanachi Usal) என்ற இரு நாடகங்களுமே தீவிரமான பிரச்சினைகளை நகைச்சுவை கலந்து சொல்பவையாக இருந்தன. ராமுவுக்கு அவை ரொம்பப் பிடித்துப்போயின. அவர் சொன்னார். "பரேஷ், இது மிகப் பிரமாதமாக இருக்கிறது. கட்டாயமாக இது விழாவில் பங்கு பெற வேண்டும். இவற்றில் எதை நாடகமாக்க வேண்டுமென்று தேர்ந்தெடுத்து அதை நீயே இயக்கு."

சங்கீத் தெபுஞ்சியா முலி என்பதைப் பரேஷ் தயாரிக்க முடிவு செய்தார். இரண்டு பெண்கள் *பஜனைப்* பாடல்களைப் பாடிக்கொண்டு பல பிரச்சினைகளை விவாதிக்கின்ற நையாண்டி நாடகம் அது.

"இந்த உலகில் ஒவ்வொரு பிரச்சினைக்கும் வேராக இருப்பது ஆணுக்கும் பெண்ணுக்கும் இடையே உள்ள இடைவெளிதான் என்ற முடிவிற்கு அவர்கள் வருகிறார்கள். நாம் இந்த இடைவெளியை அழித்துவிட்டால் எல்லாமே சரியாகிவிடும். ஆனால் அதை எப்படிச் செய்வது? எல்லா ஆண்களையும் நாம் பெண்களாக மாற்றி விடுவோம்!"

இந்தக் கருத்து ரொம்ப வித்தியாசமாக, பைத்தியக் காரத்தனமாக இருந்தாலும், அந்தத் தயாரிப்பு பெருத்த வரவேற்பைப் பெற்றது. பரேஷ் மோகாஷி என்ற நடிகர் வணங்கி விடைபெற்றார்; பரேஷ் மோகாஷி என்ற எழுத்தாளர், இயக்குனர் பிறந்தார்.

அறுபது நிமிடங்களே நடைபெற்று, ஒரு பரிசோதனை முயற்சியாக செய்யப்பட்டதாக இருந்தாலும் இந்த நாடகம் மகாராஷ்டிரா முழுவதிலும் 100 முறைக்கு மேல் நடத்தப்பட்டது. அவருடைய அடுத்த நாடகம் இதையும் விட பெரிய வரவேற்பைப் பெற்றது.

முக்கியமாக 'பொம்பில்வாடி' என்ற நாடகம்; இந்தியாவில் சுதந்திரப் போராட்டம் பெரிய அளவில் நடந்து கொண்டிருந்த போது, உலகம் முழுவதிலும் இரண்டாம் உலகப்போர் பயங்கரமாக நடந்து கொண்டிருந்த 1942ல் நடப்பதாக அது அமைக்கப்பட்டிருந்தது.

"இந்த இரண்டு பெரிய சம்பவங்களையும் இணைத்தேன்; எதிர்பாராத விதமாக ஹிட்லர் கொங்கண் கரையிலிருக்கும் ஒரு கிராமத்தில் வந்து இறங்குகிறார். அதே நேரத்தில் சிலர் பொம்பில்வாடியில் இருந்த ஒரே ஒரு காவல் நிலையத்தைக் குண்டு வைத்துத் தகர்க்க முயற்சிக்கிறார்கள்!"

அந்த நேரத்தில் காஷ்மீருக்கும் பஞ்சாபிற்கும் இடையே நடந்து கொண்டிருந்த குண்டு வெடிப்பின் தகவல்களிலிருந்து, தீவிரப் பிரச்சினைகளை நகைச்சுவைக் கலந்து கொடுக்கின்ற இந்தக் கருத்து பரேஷுக்குத் தோன்றியது. இத்தகைய குண்டுகளில் ஒன்று வெடிக்காமல் போனால் என்ன ஆகும் என்ற எண்ணம் அவருக்குத் தோன்றியது.

"இது ஒரு வேடிக்கையான சூழ்நிலை. ஆனால் சம கால கட்டத்தைப் பற்றி பேச நான் விரும்பவில்லை. ஏனெனில் மராத்தி நாடகமேடைக்கு இது புதிதல்ல. உண்மையில் ஓரங்க நாடகப் போட்டிகளிலெல்லாம் இந்த வழி பின்பற்றப்பட்டது."

அதனால் பரேஷ், வரலாற்றில் பின்னோக்கிச் சென்று தன் நாடகத்திற்கு 1942ம் ஆண்டைத் தேர்ந்தெடுத்தார். *முக்கம்போஸ்ட் பொம்மில்வாடி* (Mukkampost Bomlilwadi) என்ற இந்த நாடகம் 500 முறைக்கு மேல் மேடை ஏற்றப்பட்டு, பலமுறையும் அரங்கம் நிரம்பியதாக வரலாறு படைத்தது. இந்த மாதிரியான நாடகம் கூட வியாபார ரீதியாக வெற்றி பெற்றிருக்கிறது என்பது எல்லோருக்கும் அதிர்ச்சியானதாக இருந்தது.

விமர்சகர்கள் சொன்னார்கள், ***"எங்களுக்கு இது பிடித்திருந்தது,*** ஆனால் சாதாரண மக்களும் இதை இவ்வளவு விரும்புவார்கள் என்று நாங்கள் எதிர்பார்க்கவில்லை!"

உண்மையில் வர்த்தக ரீதியாக இந்த நாடகம் வெற்றியடையும் என்று பரேஷ் கூட நம்பவில்லை. நாடகத்தை அவர் எழுதியவுடன் சில நண்பர்களுக்குப் படித்துக் காண்பித்தார். அதை யாராவது தயாரிக்க முன்வருவார்கள் என்று கூட அவர் எண்ணவில்லை. ஆனால் நாடக ஆர்வலர்களிடையே அந்த நாடகம் பேசப்பட்டது.

ஒரு நாள் சந்தோஷ் கனேகர், அபிஜித் சதப் என்ற இரண்டு இளைஞர்கள் பரேஷைத் தேடி வந்தார்கள்.

"இந்த நாடகத்தை நாங்கள் தயாரிக்க விரும்புகிறோம்" என்றார்கள்.

பரேஷ் அவர்களை எச்சரித்தார், "பார்வையாளர்கள் இதை ஏற்றுக் கொள்வார்களா என்பது எனக்குத் தெரியாது. நாலைந்து முறை நடத்தியபிறகு நாம் இதை நிறுத்த வேண்டியிருக்கும். அந்த ஆபத்தை ஏற்றுக்கொள்ளத் தயாராக இருக்கிறீர்களா?"

"எங்களுக்கு இந்த நாடகம் மிகவும் பிடித்திருக்கிறது, இதை நாங்கள் செய்தே ஆக வேண்டும்!" என்றார்கள்.

"அபிஜித்தும் சந்தோஷும் அப்போது கல்லூரியில் படித்துக் கொண்டிருந்தார்கள். ஆனால் ரொம்ப அர்ப்பணிப் போடு, உற்சாகத்தோடு இருந்தார்கள். பணத்திற்காக மட்டும் அவர்கள் இதைச் செய்யவில்லை. அவர்களிடம் நாடகத்தின் மீது பேரார்வமும், விருப்பமும் இருந்தது."

இதை அரங்கேற்றுவதற்கு அவர்கள் ரூ 2 லட்சத்தைச் செலவிட்டனர், 2001ல், அது ஒரு மிகப் பெரிய தொகைதான். ஆனால் அவர்கள் எடுத்துக்கொண்ட ஆபத்து நல்லமுறையில் அவர்களுக்கு லாபத்தைத் தந்தது. 500முறை மேடையேற்றப்பட்டது. அரங்கு முழுவதும் நிறைந்த நாட்களில் அவர்களுக்கு ரூ 25,000லிருந்து ரூ 30,000 கிடைக்கும். தயாரிப்பாளர்கள் நல்ல லாபத்தை அடைந்தனர், நடிகர்களுக்கும், மற்ற தொழில் நுட்பக் கலைஞர்களுக்கும் ஒவ்வொரு முறை நடத்தியதற்கும் உரிமைத் தொகை வழங்கப்பட்டது.

இன்னொரு மிகப்பெரிய நகைச்சுவை நாடகமான லக்ன கல்லோல் (Lagna Kallol) என்பதை பரேஷ் எழுதினார். அதே தயாரிப்பாளர்களின் ஆதரவுடன் இந்த நாடகம் 200 முறை நடைபெற்றது.

நகைச்சுவை வகையில் நல்ல பெயரைப் பெற்ற பிறகு 2005ல் முழுவதும் வேறு மாதிரியான ஒன்றைப் பரேஷ் முயற்சி செய்தார். '*சமுத்திரா*' (Samudra) என்பது அறிவியல் மர்மக்கதை, பண்டைய காலக் கதையான *சமுத்திர மதனத்தை* (Samudra manthan) அடிப்படையாகக் கொண்டது. 'டா வின்சி கோட்' (Da Vinci Code) போன்று சமகாலத்திய இந்தியாவில் நடைபெறுகின்ற ஒரு கதை.

"இந்தக் கதைக் களத்தைக் கொண்டு மனிதர்கள் ஆச்சரியப்பட்டனர். நம்முடைய பண்டைய நூல்களான இராமாயணம், மகாபாரதம், வேதங்கள், உபநிஷத்துக்கள் போன்றவற்றை நடுநிலையில் நின்று ஆராய்வதும் என்னுடைய பெரு விருப்பமாகும். உண்மையில் சில சமயங்களில் நான்

சொல்வது - இந்த ஆராய்ச்சிதான் என்னுடைய முக்கியப்பணி, மற்றவை எல்லாமே அதைச்சுற்றி நடைபெறுவது!"

1992ல் அயோத்தியா பிரச்சனைக்குப் பிறகு இந்த நடவடிக்கையில் பரேஷுக்கு அதிக ஆர்வம் ஏற்பட்டது.

"அயோத்தியாவில் நடந்த குண்டு வெடிப்புகள் என்ற பைத்தியக்காரத்தனத்தைப் பார்த்த பிறகு நான் எனக்குள் கேட்டுக்கொண்டேன் - ஏன் மக்கள் ஒரு குறிப்பிட்ட கருத்தைக் குருட்டுத்தனமாகப் பின்பற்றுகிறார்கள்? அதனால் நம் புராணங்களை நடுநிலைமையில் நின்று ஆராய்ச்சி செய்து என்னுடைய சொந்த முடிவுகளை எடுக்கவேண்டுமென்று நான் தீர்மானித்துக் கொண்டேன்."

முதலில் '*கிராந்ததிக்ஷித்சத்யா*' (Granthadikshitsatya) புத்தக அடிப்படையிலான உண்மை என்பது. பழைய நூல்களைப் படியுங்கள், அவற்றில் என்ன எழுதியிருக்கிறது என்று பாருங்கள். ஆனால் முதலில் எழுதப்பட்ட புத்தகங்களையோ அல்லது அவற்றை அப்படியே மொழி பெயர்க்கப்பட்டவற்றையோ படியுங்கள். இல்லை இது ஒன்றும் ஆடும் நாற்காலியில் படித்துக் கொண்டு செய்யும் ஆராய்ச்சி அல்ல.

"ஒரு பெரிய தொல்லியல் துறை சுற்றுலாவை நான் திட்டமிட்டுக் கொண்டிருக்கிறேன். இன்னொரு கோணத்தில் இவற்றைப் பார்ப்பதாக இது இருக்கும். இந்தப் புத்தகங்களில் வரலாற்று உண்மை என்ற கேள்வி எழுகிறது - அவற்றுள் எந்தப் பகுதி கற்பனை, எது வரலாறு. தவிர, இந்த நூல்களில் சொல்லப்படும் அறிவியல் எந்த அளவுக்கு அற்புதம், எந்த அளவுக்கு உண்மையான அறிவியல்."

இது ஒரு விசித்திரமான புத்திசாலித்தனத்தோடு கூடிய பொழுதுபோக்கு என்று நீங்கள் சொல்லக்கூடும். ஆனால் மனதளவில் அவருக்குள் கொந்தளித்துக்கொண்டிருந்த பல விஷயங்களில் இதுவும் ஒன்று. அவர் - வேறு விதமாகச் சிந்திக்கிற, வேறு மாதிரியாக எழுதுகிற வேறு முறையில் வாழ்கிற ஒருவர்.

அதனால்தானோ என்னவோ மற்றொரு விசித்திரமான புத்திசாலியான தாதா சாஹேப் பால்கேயின் வாழ்க்கை வரலாற்றை அவர் படித்தவுடன் ஒரு உடனடி இணைப்பு ஏற்பட்டது.

"பால்கேயைப்பற்றி பாபு வட்டாவேயின் புத்தகத்தைப்

படித்தவுடன் எனக்கு ரொம்பவும் பிடித்துப் போயிற்று. அதன் விளைவாக என் கண்கள் முன்னால் அவற்றைக் காட்சி களாக நான் பார்க்கத் துவங்கினேன். நான்கு மணி நேரத்தில் 200 பக்கம் கொண்ட அந்த புத்தகத்தை நான் படித்து முடித் தேன். உடனேயே அதை அப்படியே என்னுடைய முதல் முழு நீளத் திரைப்படமாக எடுப்பது என்ற முடிவிற்கு வந்தேன்!"

அது அந்த அளவிற்கு விரைவாகவும், இறுதியாகவும் எடுக்கப்பட்ட ஒரு முடிவு. தவிர அதைத் திரைக்கதை வடிவத்தில் எழுதுவதற்கு அதிக நாட்கள் ஆகவில்லை. பரேஷ் இந்த விஷயத்தைப் பற்றி ஃபிலிம் இன்ஸ்டிடியூட், தேசியத் திரைப்பட ஆவணக் காப்பகம் போன்ற இடங்களிலும், மற்ற புத்தகங்களைப் படித்தும், வல்லுனர்களிடம் பேசியும் மேலும் பல ஆராய்ச்சிகளை மேற்கொண்டார். தவிர பால்கேயைப்பற்றி மட்டும் அல்ல, அப்போது 'ஆரம்பக் கட்டத்தில் இருந்த படம் எடுப்பது' பற்றிய முழு வழி முறைகளையும் ஆராய்ந்தார்.

"இரண்டு மாதங்களுக்குள்ளாகத் திரைக்கதையின் இறுதி வடிவம் தயாரானது. அது அந்த அளவிற்குத் தீவிரமாக முனைப்போடு செய்யப்பட்ட ஒரு நடவடிக்கை. அதன்பிறகு பணத்தைத் தேடி நான் சென்றதுதான் ஒரு பெரிய சாதனையாக ஆயிற்று!" என்று சொல்லிச் சிரிக்கிறார்.

ஆனால் இது எல்லோரும் பின்பற்றிய ஒரு சாகசச் செயல்தான் என்கிறார். ஒவ்வொரு முதல் திரைப்படத் தயாரிப்பாளரும் கடந்து செல்லவேண்டிய ஒரு அனுபவம்.

"மக்கள் உங்களை நம்ப மாட்டார்கள். உங்களுக்குத் தகுதி இருக்கிறதா என்பது அவர்களுக்குத் தெரியாது. ஏனெனில் எல்லாவற்றையும் நீங்கள் சொதப்பிவிடக் கூடும்! அது ஒரு பெரிய முதலீடு, அதனால் அவர்களையும் நான் குறைகூற மாட்டேன். எல்லாவற்றிற்கும் மேலாக நான் ஒரு பிடிவாதக்காரன்!"

பரேஷ் ஒன்றில் தெளிவாக இருந்தார். தான் அந்தக் கதையை எப்படிப் 'பார்த்தாரோ' துல்லியமாக அதே மாதிரி அதைப் படமாக்க விரும்பினார் - மராத்தியில் பெரிய நடிகர்கள் இல்லாமல், பாட்டும் நடனமும் இல்லாமல், ஒரு சாதாரணமான கையாளும் முறையில் எடுப்பது என்பது.

அது தயாரிப்பாளர்களை அச்சுறுத்தியது.

"நீண்ட காலத்திற்கு என்னை ஆதரித்த முழுப்பெருமையும் என் குடும்பத்திற்குச் செல்கிறது. 25 வயதிற்குப் பிறகுதான் நான் சம்பாதிக்கத் தொடங்கினேன். என் கால்களில் நான் நிற்க ஆரம்பித்தேன்."

"பரேஷ், இதை ஹிந்தியில் எடுக்கலாமே, அங்கு தான் பணம் வரும்!" என்று அவர்கள் சொன்னார்கள்.

"ஒரே ஒரு *பாட்டு மட்டும் இணைத்து விடு - டைட்டில் டிராக் மட்டுமாவது*," என்றனர் மேலும் சிலர்.

ஆனால் பரேஷ் இவை எதையும் ஏற்கத் தயாராக இல்லை. அவர் சொன்னார், "என் வழியில் எடுப்பதற்கு என்னை அனுமதிப்பவர் வரும் வரையில் நான் காத்திருப்பேன்." மூன்று ஆண்டுகள் காத்திருந்த பிறகு, சொந்தமாகத் தானே தயாரிக்கத் தீர்மானித்தார். இதைச் செய்வதற்கு தாதரில் இருந்த தன் குடும்ப வீட்டை அடமானம் வைத்தார்.

"நான் என்ன சொல்வது... எனக்கு முன்னாலும் பலபேர் செய்திருக்கிறார்கள், தவிர நிச்சயமாக இப்படிச் செய்யும் கடைசி ஆள் நானில்லை! ஒரு குறிப்பிட்ட விஷயத்தில் உங்களுக்கு பேரார்வமும், பெரு விருப்பமும், அர்ப்பணிப்பும் இருந்தால் நீங்களும் இத்தகைய பைத்தியக்காரத்தனங்களைச் செய்வீர்கள்!"

ஆம், இயக்குனராக பரேஷிற்கு ஒரு கவர்ச்சி இருக்கிறது, ஆனால் உண்மையில் அவர் என்ன செய்ய விரும்புகிறார் என்றால் இந்த விஷயத்தை விரைவாக மாற்றி அந்தப் படத்தைப் பற்றி மட்டுமே பேசுகிறார்.

மராத்தியில் மிக அதிக செலவில் ரூ 4 கோடி பட்ஜெட்டில் எடுக்கப்பட்ட படம் *ஹரீஷ் சந்திராசி ஃபாக்டரி*.

"எங்களுக்கு ஒரு பெரிய பட்ஜெட் தேவைப்பட்டது, ஏனெனில் அது ஒரு குறிப்பிட்டக் காலத்தில் நடைபெற்ற ஒரு திரைப்படம். அரங்கங்களை நிர்மாணம் செய்வதோடு அந்தக் காலத்தில் உபயோகித்த திரைப்படக் கருவிகள் பற்றிய விபரங்களையும் தேட வேண்டியிருந்தது."

இந்தப் படம் முக்கியமாக பூனே, மும்பை, கர்ஜத், லண்டன் (அங்குதான் பால்கே சென்று திரைப்படத் தொழில் நுட்பத்தைக் கற்றார்) ஆகிய இடங்களில் எடுக்கப்பட்டது. 2008 ஏப்ரலில் தொடங்கிய இந்தப் படம் அந்த ஆண்டு

டிசம்பரில் முடிந்தது. இது முதலில் நாடு முழுவதிலும் உள்ள திரைப்பட விழாக்களில் திரையிடப்பட்டது.

முதல் நாளிலிருந்தே இந்தப் படம் மிகப்பெரிய பாராட்டுதல்களைப் பெற்று, பிறகு ஒவ்வொரு விழாவிலும் விருதுகளை வென்றது - சிறந்த படம், சிறந்த இயக்குனர், சிறந்த கதை என்பதாக; - இதில் ஒரு சுவையான விஷயம் என்னவென்றால் வாழ்க்கை வரலாற்றுப் படமாக இருந்தபோதிலும் ஆழமாகச் சிந்தையைக் கிளறுவதாக இல்லை. பரேஷிற்கே உகந்த பாணியில் ஆழமான நகைச்சுவை அதில் இருந்தது.

"இதற்கு ஓரளவிற்கு எதிர்ப்பு இருந்தது. சிலருக்கு இது பிடிக்கவில்லை. கேரளாவில் சைன்ஸ் (Signs) விழாவில் 2009ல், தீவிரமான படங்களை எடுக்கும் மணிகௌல் படத்தின் தலைவிதியைத் தீர்மானிக்கும் ஒரு ஜூரியாக இருந்தார். அவர் எங்களுக்கு மிகச் சிறந்த படம் என்ற விருதைக் கொடுத்தார். அதனால் மக்கள் என் கண் ணோட்டத்தைப் புரிந்து கொண்டார்கள்!"

உடல் அசைவுகளைச் சார்ந்து *சிரிப்பூட்டுபவையாக* இல்லாமலும் அல்லது எதையாவது ஒன்றை அளவுக்கு மீறிய வடிவத்தில் காட்டுவதாக இல்லாமலும் நகைச்சுவை இருக்கக்கூடாதா? இந்தப் படத்தில் இருந்த நகைச்சுவை *'லைஃப் ஈஸ் பியூட்டிஃபுல்'* வகையானது.

" *'லைஃப் ஈஸ் பியூட்டிஃபுல்'* (Life is Beautiful) படத்தை நகைச்சுவை படம் என்று சொல்லலாம், அதே நேரத்தில் தீவிர முகாம்களில் அடைக்கப்பட்ட மனிதர்களின் வாழ்க்கையைப் பற்றி பேசியது. அது கருத்தாழம் மிக்க ஒரு விஷயம்! தைரியமான சிலர் லாபநஷ்டக் கணக்கை மட்டும் பார்த்துச் செயலாற்றமாட்டார்கள்!"

அவர்கள் வாழ்க்கையைப் பற்றிய தங்களுடைய கண்ணோட்டத்தைக் கொண்டு எல்லாச் சூழ்நிலைகளையும் எளிதாக வென்றுவிடுகிறார்கள். பால்கே துல்லியமாக அந்த வகையான ஒரு நபர். *ராஜா ஹரீஷ் சந்திரா* என்ற முதல் இந்தியத் திரைப்படத்தை பால்கே எடுத்தார் என்பதை நாம் எல்லோரும் அறிவோம். ஆனால் அதை அவர் எப்படி எடுத்தார்?

"ஐயோ, அதைப்பற்றி கேட்கிறீர்களா? அது ஒரு பயங்கரமான கதை!" என்றார் பரேஷ்.

"நான் எழுதும்போது, அடித்துத் திருத்தி எழுதமாட்டேன். என் கதையும் கதாபாத்திரங்களும் வளர்ந்து ஒரு குறிப்பிட்ட நிலையை அடையும்வரை நான் காத்திருந்து பிறகு கதையை எழுதத் தொடங்குவேன்!"

நாசிக்கிற்கு அருகில் உள்ள பக்தர்கள் கூடும் தலமான த்ரயம்பகேஷ்வர் என்ற ஊரில் 1870ல் பால்கே பிறந்ததைக் கற்பனை செய்துபாருங்கள். ஜே ஜே கலைப்பள்ளியில் (JJ School of Art) படிப்பதற்காக அவர் மும்பைக்கு வந்தார்.

"1890 ல் நகரத்தில், பணக்கார குடும்பத்தில் பிறந்த இளைஞன் ஒருவன் ஜேஜேயில் சேருவது ஒரு சாதாரண விஷயம். ஆனால் கிராமத்தில் சமஸ்கிருத பண்டிதர் குலத்தில் பிறந்த ஒருவர் அதில் சேர்வது வழக்கத்திற்கு மாறானது!"

பரோடாவில் கலாபவனில் பால்கே தன் படிப்பைத் தொடர்ந்தார். பிறகு கோத்ராவில் ஒரு புகைப்பட ஸ்டுடியோவைத் தொடங்கினார். அது சரியாக நடைபெறவில்லை. ஒரு ஜெர்மானிய மந்திரவாதியிடமிருந்து மாஜிக் கலையைக் கற்றுக் கொண்டார்(அவர் இந்தியாவில் மேஜிக் நிகழ்ச்சிகளை நடத்திக்கொண்டிருந்தபோது). இவர் புரொபசர் கேல்பா (P-H-A-L-K-E) என்ற எழுத்துக்களை திருப்பிப் போட்டுப் பெறப்பட்ட ஒரு பெயர்!) என்ற பெயரில் மாஜிக் நிகழ்ச்சிகளை நடத்தினார்.

"அவர் அந்த மாதிரியான விசித்திரமான புத்திசாலி, ஒரு வினோதமான நபர். இத்தகைய ஒருவரால்தான், பொருளாதார நிலைமை, குடும்பப் பின்னணி, எனக்கான அடுத்த உணவு எங்கிருந்து வரும் என்பதைப் பற்றி எல்லாம் அக்கறை எடுத்துக் கொள்ளாமல் வித்தியாசமான ஏதோ ஒன்றைச் செய்ய முடியும். மேலும் கீழுமாக அலையும் உணர்ச்சிகளோடு கூடிய ஒரு மனிதர் அவர்."

உண்மையில், ஒரு நல்ல வருமானம் வந்து கொண்டிருந்த அச்சுத் தொழிலில் ஈடுபட்டிருந்த பால்கே, கூட்டாளியோடு தகராறு செய்து கொண்டு அதை விட்டு விலகினார். எதிர்பாராதவிதமாக அப்போது ஒரு டெண்ட் கொட்டகையில் 'ஏசு கிறிஸ்துவின் வாழ்க்கை வரலாறு' என்ற மௌனப் படத்தைப் பார்த்து திக்பிரமை அடைந்தார்.

"இந்தியர்களாகிய நம்மால் நம்முடைய இந்தியக்

கடவுள்களைக் காட்டுகின்ற படங்களை ஏன் தயாரிக்க முடியாது" என்று தமக்குள் கேட்டுக் கொண்டார்.

தாதா சாஹேப் பால்கேவிற்கு அப்போது வயது 41. திரைப்படத் தயாரிப்பைக் கற்றுக்கொள்வதற்காக லண்டன் போகத் தீர்மானித்தார். முதல் இந்தியத் திரைப்படமான *ராஜா ஹரீஷ் சந்திராவைத்* தயாரிக்க அவசர அவசரமாகப் பணத்தைச் சேகரித்தார்.

"பால்கே தவிர அவர் மனைவி, இரண்டு குழந்தைகளுக்கும் இது ஒரு நம்பமுடியா சாகசம். *ஹரீஷ் சந்திராசி ஃபாக்டரி* என்ற இந்தத் திரைப்படம், அந்த சாகசத்தின் உள்ளுணர்வைச் சொல்ல வருகிறது."

இந்தப் படத்தைப் பார்க்கும் ஒவ்வொருவரையும் தொடக்கூடியதான, பிரபஞ்சத்திற்குப் பொருந்துவதான ஏதோ ஒரு கருத்தை இது சொல்கிறது. முதலில் எடுத்த *ராஜா ஹரீஷ் சந்திரா* படம் வந்து நூறு ஆண்டுகளுக்குப்பிறகு எடுக்கப்பட்ட வியப்பிற்குரிய இந்தக் கதை மனிதர்களைச் சென்றடைந்தது என்பதே பரேஷுக்குக் கிடைத்த பெரிய விருது.

ஆனால், பிறகு வந்தது ஒரு மிகப் பெரிய அங்கீகாரம். 2009ம் ஆண்டிற்கான ஆஸ்காருக்கு அனுப்பப்படும் அதிகாரப்பூர்வ வாய்ப்பு இந்தப் படத்திற்கு கிடைத்தது.

இது இவ்வாறு நடைபெற்றது. பிலிம் ஃபெடரேஷன் ஆஃப் இந்தியா (Film Federation of India) தனது தேர்ந்தெடுக்கும் முறையை மாற்றிக் கொள்ளத் தீர்மானித்தது. பெரிய தயாரிப்பாளர்கள், இயக்குனர்கள் என்பதாக மட்டும் இல்லாமல் எந்த மொழியில் எடுக்கப்பட்ட எந்தப் படத்தையும் தேர்ந்தெடுத்து அனுப்பலாம் என்பது அதன் முடிவு.

"தங்கள் மொழியில் மிகச் சிறந்த மூன்று படங்களைத் தேர்ந்தெடுத்து அனுப்புமாறு மாநில திரைப்படக் கூட்டமைப்புகள் கேட்டுக் கொள்ளப்பட்டன. அவ்வகையில் தான் *ஹரீஷ்சந்திராசிஃபாக்டரி* அனுப்பப்பட்டது. இறுதியாக ஜூரியால் அது தேர்ந்தெடுக்கப்பட்டது!"

உடனடியாக இந்தப்படம் பெரிய அளவில் வளர்ந்தது. பல வினியோகஸதர்களும் இதைத் திரையிடும் உரிமைகளைக் கேட்டு பரேஷை அணுகினார்கள். நாலைந்து பேருடன் பேசிய பிறகு யுடிவி மற்றும் பாப்ரிக்கா மீடியாவோடு

இணைந்து திரையிட பரேஷ் முடிவு செய்தார்.

யாருக்கோ அந்தப் படத்தை விற்கின்ற ஒரு எளிதான வழியை, அவர் எடுக்கவில்லை, அவரும் ஒரு கூட்டாளியாக, லாபத்தில் பங்கு பெறுபவராக ஒப்பந்தம் செய்துகொண்டார்.

"இவை எல்லாமே என் பணம், விரைவாக அதை வெளியிட்டு எந்த அளவிற்கு முடியுமோ, அந்த அளவு பணத்தைப் பெறுவதற்கான தேவை எனக்கு இல்லை. சரியாகக் கனிந்துவரும் தருணத்திற்காக என்னால் காத்திருக்க முடியும்."

2010, ஜனவரி 29ம் தேதி, *ஹரீஷ்சந்திராசிஃபாக்டரி* நாடு முழுவதும் திரையிடப்பட்டது. ஆஸ்காரின் கடைசி லிஸ்டில் இந்தப்படம் இல்லாவிட்டாலும் மக்களின் ஆதரவு நம்பிக்கைத் தருவதாக இருந்தது. வாய்மொழியாகப் பரவி பெரிதாகப் பாராட்டப் படக்கூடிய வகையைச் சேர்ந்த ஒரு படம் இது.

இது 'தி எண்ட்' (The End) என்று போடக்கூடிய திடீர்த் திருப்பமுடைய மற்றொரு அத்தியாயம் இது - அடுத்தது என்ன என்பது யாருக்குத் தெரியும்! ஆனால் திரும்பிப் பார்த்தால் ஒவ்வொன்றுமே எப்படி ஒன்றோடு ஒன்று இணைகிறது என்பதை பரேஷ் மோகாஷியால் பார்க்க முடிகிறது - ஒவ்வொரு அனுபவம், ஒவ்வொரு பாதிப்பு, ஒவ்வொரு போராட்டமும்.

"வேலை இல்லாமல் சில ஆண்டுகள் நான் இருந்ததையும் சேர்த்துக்கொள்ள வேண்டும்" என்று சிரிக்கிறார்.

"நான் எந்தத் திரைப்படப் பள்ளியிலும் படித்தவன் அல்ல, எந்த இயக்குனரிடமும் உதவி இயக்குனராகப் பணி புரிந்ததில்லை. முதல் முறையாக, ஒரு படத்திற்கு இயக்குனராகச் செட்டுக்குள் நான் நுழைந்தது என்னுடைய சொந்தப் படத்திற்காகத்தான். ஆனால் பூனேவில் நான் கழித்த நாட்களில் நல்ல சினிமாக்கள், உலக சினிமாக்களைப் பற்றி அறிந்து கொண்டேன். *சிறந்தது என்று எல்லோராலும் சொல்லப்படுவது* எல்லாமே அங்கு இருந்தன."

பரேஷ்க்கு நல்ல சினிமா எப்படி எடுப்பது என்பதும் மோசமான சினிமா எப்படி எடுப்பது என்பதும் தெரியும். அதன் பிறகு அவருக்கு பெரிய யோசனை கிடைத்தது. அவர் அந்தச் சந்தர்ப்பத்தைப் பயன்படுத்திக் கொண்டார்.

"எனக்குப் பேராசை எதுவும் கிடையாது, விஷயங்கள் நடைபெற நான் அனுமதிப்பேன். ஆனால் எதைச் செய்தாலும் நான் அதைச் சிறப்பாகச் செய்வேன்!"

ஆனால் இவை எல்லாமே குடும்பம் மற்றும் நண்பர்களின் ஆதரவு இல்லாமல் நடந்திருக்க முடியாது. உதாரணமாக, தியேட்டர் அகாடமி நாட்களில் அவருடைய நண்பர்களாக இருந்தவர்களால் நடத்தப்படும் 'இந்தியன் மாஜிக் ஐ' (Indian Magic Eye) - அவர்கள் இந்தப் படத்திற்குத் தயாரிப்பாளர்கள்.

"அவர்கள் எல்லாவற்றையும் கவனித்துக் கொண்டார்கள்...!"

மிகப் பெருமையானது என்னவென்றால் ஒவ்வொரு நிலையிலும் அவருடைய பெற்றோர்களும் அவருடைய சகோதரர்களும் அவருக்கு உறுதுணையாக இருந்தனர். படைப்பாற்றும் தன்மையில் மூழ்கி ஒரு வட்டத்திற்குள் அவர் சுழன்று கொண்டிருந்தார். செயலாற்றாமல் சும்மா இருந்தபோது, சிறிது சிறிதாக செயலாற்றத் தொடங்கி வளர்ந்தபோது, பின்னர் ஆடம்பரமாக அதனுள் மூழ்கியபோது - என்று சுமார் 20 ஆண்டுகளுக்கு அவர்களுடைய ஆதரவு இவருக்கு இருந்தது.

"நிச்சயமாக, எல்லாமே அவர்களால் தான் சாத்தியமாயிற்று. அவர்கள் அனுமதி அளிக்காமல் இருந்திருந்தால் என்னால் என் சொத்தை அடமானம் வைத்திருக்க முடியாது; என்னால் இந்தப் படத்தை எடுத்திருக்க முடியாது."

தாதா சாஹேப் பால்கேயைப் போல பரேஷ் மோகாஷிக்கும் இது ஒரு மிக உயர்ந்த சாகஸச் செயல். இன்னும் தொடரும் என்று எனக்குள் ஏதோ சொல்கிறது.

ஏனெனில் வாழ்க்கை அழகானது, அபரிமிதமானது, மூச்சடைக்கும் சாத்தியங்களைக் கொண்டது.

எப்போது?

நீ நீயாக இருக்கும்போது நீ உண்மையாக இருக்கிறாய்.

இளம் தொழிலதிபர்களுக்கு...

யார் சொல்வதையும் கேட்கவேண்டாம் என்பதே நான் சொல்வது.

யாருடைய அறிவுரையையும் தேடிப்போக வேண்டாம். உங்களுக்கு விருப்பமான வழியில் நீங்கள் செய்யுங்கள். இது கூட ஒரு அறிவுரைதான், அறிவுரை சொல்லும் அறிவுரை அல்ல. இதைத்தான் நான் சொல்ல விரும்புகிறேன். நான் யார் சொல்வதையும் கேட்கவில்லை. அதனால் நான் சொல்வதைக் கேளுங்கள் என்று எப்படி என்னால் சொல்ல முடியும்?

அவதாரம்

கிருஷ்ணா ரெட்டி
பிரின்ஸ் டான்ஸ் குரூப்
(Prince Dance Group)

ஒரிஸ்ஸாவில் ஒரு சிறு நகரத்தில் தினக் கூலி வேலை செய்வோரை ஒரு குழுவாக இணைத்து 'பிரின்ஸ் டான்ஸ் குரூப்' என்ற ஒன்றை கிருஷ்ணா ரெட்டி அமைத்தார். தனித்துவம் மிக்க இந்தக் குழு, புராணக் கதைகளை அடிப்படையாகக் கொண்ட நடனத்தை மிகச்சிறப்பாக ஆடிப் பார்வையாளர்களை மகிழ்ச்சி அடையச் செய்தது; எப்போது? 'இண்டியாஸ் காட் டாலண்ட் ஷோ' (India's Got Talent Show) என்ற மிக முக்கியமான போட்டியில் கலந்து கொண்டு இவர்கள் வெற்றியடைந்த போது.

அந்த நிகழ்ச்சியில் முதன் முறையாகப் பிரின்ஸ் டான்ஸ் குரூப்பின் நடனத்தை நான் பார்த்தபோது வியப்பும், மகிழ்ச்சியும் அடைந்தேன்.

வெள்ளைப் பெயிண்ட் அடித்துக் கொண்டு விசித்திரமாகத் தோன்றும் இந்த நடனக் கலைஞர்கள் யார்? எங்கிருந்து அவர்கள் வந்திருக்கிறார்கள்? இத்தகைய நடன அசைவுகளை யார் அவர்களுக்கு சொல்லிக் கொடுத்திருக்கிறார்?

இந்தக் கேள்விகளுக்கான பதில் வியப்பூட்டக் கூடியதாக இருந்தது. 'பிரின்ஸ்' என்ற இந்தக் குழுவை ஒன்று சேர்த்தவர் 26 வயது இளைஞரான கிருஷ்ணா ரெட்டி. ஒரிஸ்ஸாவில் பெஹ்ராம்பூர் என்ற தூங்கி வழியும் சிறு நகரத்தைச் சேர்ந்த இளைஞன் இவர். அவருக்கு நடனத்தில் எந்த விதமான முறையான பயிற்சியும் கிடையாது. நடனத்தின் மீது ஒரு பெரு விருப்பம் மட்டுமே உண்டு.

எப்படி ஏகலவ்யா, வில் வித்தையைக் கற்றாரோ அது போல கிருஷ்ணா உன்னிப்பாகப் பார்த்து நடனத்தைக் கற்றுக்கொண்டார். பலமுறை ஆடிப்பார்த்துத் தன் திறமையை வளர்த்துக் கொண்டார். பிறகு தன்னுடைய கற்பனைத் திறத்தால் அதை அடுத்த நிலைக்கு எடுத்துச் சென்றார்.

சிறு நிகழ்ச்சிகளில் கலந்து கொண்டு மிகக் குறைந்த அளவு பணத்தை ஈட்டிக் கொண்டு 7 ஆண்டுகள் போராடினார்; தன்னை நிரூபித்துக் கொள்ளவேண்டும் என்ற கொழுந்து விட்டெரியும் விருப்பம் கிருஷ்ணாவிற்கு இருந்து வந்தது - அதிலேயே கூட்டத்தில் தனியாகத் தெரிபவராக, ஒரு தாக்கத்தை உருவாக்குபவராக.

இதைச் செய்வதற்கு கிருஷ்ணா ஒரு தொழில் முனைவோர் போல் சிந்தித்தார், ஒரு மிகப் பெரிய யோசனையோடு வந்தார்.

தன்னுடைய குழுவை ஒரு சிறு குறையும் இல்லாதவாறு ஆட வைத்து 'சந்தை'யைப் பிடித்தார்.

ஓட்டுப் போடும் பொதுமக்களின் மனங்களையும், இதயங்களையும் கவர்ந்தார்.

திறமை என்பதில் தான் எல்லாமே தொடங்குகிறது என்பதை கிருஷ்ணாவின் கதை எனக்குச் சொல்கிறது.

ஆனால், சிறந்து நிற்பதில் விருப்பம், எல்லைகளைத் தாண்டி செயல்பட உந்துவது, முன்னால் எப்போதும் செய்யாத

ஒன்றைச் செய்வது ஆகியவை உனக்குள் ஏதோ ஒன்றை ஒளிரச் செய்கிறது. சாதாரணமானவனை அரச குமாரனாக மாற்றுகிறது.

நாம் மேலும் பல கிருஷ்ணர்களை, மேலும் பல அவதாரங்களில் காண்போமாக.

அவதாரம்

கிருஷ்ணா ரெட்டி
பிரின்ஸ் டான்ஸ் குரூப்

கிருஷ்ணா ரெட்டி பெஹ்ராம்பூரில் பிறந்தார்.

"எங்கள் குடும்பம் ஆந்திரப் பிரதேசத்தைச் சேர்ந்தது. என் தந்தைக்கு ஒரிஸ்ஸாவிற்கு மாற்றல் கிடைத்தது. அவர் மின்சாரத் துறையில் பணியாற்றினார்."

மாநில மின்சார வாரியத்தில் ஒரு சாதாரண ஊழியர் அவர்.

நான்கு சகோதரர்கள், இரண்டு சகோதரிகள் கொண்ட குடும்பத்தின் கடைசிக் குழந்தை கிருஷ்ணா. பள்ளியைப் பற்றியும், பாடங்களைப் பற்றியும் அவர் அதிக அக்கறை எடுத்துக் கொள்வில்லை. ஒன்றே ஒன்றில் தான் அவருக்கு பெரு விருப்பம் இருந்தது - அது நடனம். அவருக்கு முறையான பயிற்சி எதுவும் கிடையாது, *பார்த்துப் பார்த்துக் கற்றுக் கொண்டார்.*

"என்னுடைய ஒரு அண்ணாவிற்கு நடனம் பற்றித் தெரியும். அவரைப் பார்த்து நான் கற்றுக் கொண்டேன். அந்தக் காலத்தில் பிரபு தேவா ரொம்பப் பிரபலம். அவர் தான் என்னுடைய ஹீரோ!"

வருடாந்திர கணபதி பூஜா விழாவில் ஆடுவதற்குக் கிருஷ்ணாவிற்கு ஒரு வாய்ப்புக் கிடைத்தது. தவிர, அந்த ஊரைச் சுற்றி உள்ள இடங்களில் நடந்த சிறு சிறு போட்டிகளிலும் கலந்து கொண்டார். அவர் சகோதரர் ஒரு நடனக் குழுவைத் தொடங்கியபோது கிருஷ்ணா அதில் சேர்ந்து கொண்டார். அப்போது ஒரு பெரிய மேடை இருப்பதையும், அவரது சிறு ஊருக்கு அப்பால் ஒரு பெரிய உலகம் இருப்பதையும் உணர்ந்தார்.

"நாங்கள் புவனேஷ்வர், பூரி, ஹைதராபாத் ஆகிய இடங்களுக்குச் சென்று நடனமாடினோம். சில சமயங்களில்

சிறு கோப்பைகளையும், ஷீல்டுகளையும் வென்றோம். அது உற்சாகத்தைக் கொடுத்தது. பிறகு 'பிரின்ஸ்' என்ற பெயரில் நான் மட்டும் தனியாக மேடையில் ஆடினேன்."

12 ம் வகுப்பை முடித்தபிறகு கிருஷ்ணாவின் 'மின்னும் கால் விரல்கள்' ரெட்டி படித்தது போதும் என்று தீர்மானித்தார். தன்னுடைய சொந்த நடனக் குழு - 'பிரின்ஸ் டான்ஸ் குரூப்' என்பதை அமைக்கத் தீர்மானித்தார். ஆனால் எப்படி ஒன்றை ஆரம்பிப்பது? அதற்கு உறுப்பினர்கள் எங்கு கிடைப்பார்கள்?

கிருஷ்ணா வீடு வீடாகச் சென்று சொல்லிக் கொடுப்பதற்கு மாணவர்களைத் தேடினார். விரைவிலேயே எட்டு சிறுவர்கள் சேர்ந்தனர், மாதத்திற்கு ஒவ்வொருவரும் ரூ 100 கொடுத்தனர். இரண்டாண்டுகளுக்குள்ளாக அந்த எண்ணிக்கை இரட்டிப்பாகி கிட்டத்தட்ட 20 பேர் இருந்தனர்.

"செலவுகளை எப்படியோ சமாளித்துக் கொண்டிருந்தேன்" என்றார். ஆனால் கிருஷ்ணா மகிழ்ச்சியாக இல்லை. ஆம், அன்பு செலுத்தும் இந்த நடுத்தர வர்க்கப் பெற்றோர்கள் அவருக்குச் சம்பளம் கொடுத்தனர்; சாதிப்பதற்கான மேலும் ஒரு வழி என்று அவர்கள் கருதினர்.

"ஒரு நிகழ்ச்சிக்கு ஒரு மாணவனை நான் மேடையில் ஏற்றினால் 'என் குழந்தை என்னாயிற்று' என்று மற்ற பெற்றோர்கள் துளைத்து எடுப்பார்கள். அவர்களுடைய விரோதமும், பொறாமையும் என்னை மிகவும் தொந்திரவு படுத்தியது."

2004ல் அந்த வகுப்புகளை மூடி விடத் தீர்மானித்தார் கிருஷ்ணா. நடுத்தர வகுப்புக் குழந்தைகளுக்குச் சொல்லிக் கொடுப்பதை நிறுத்தி விடவேண்டும். பதிலாக ஒவ்வொரு கிராமமாகச் செல்லத் தொடங்கினார். அவர் ஊரிலிருந்து 30, 40 கிலோ மீட்டர் தொலைவுள்ள இடங்களுக்கு பஸ்ஸில் சென்றார். நடனத்தில் பெரு விருப்பமும் ஆசையும் கொண்ட இளைஞர்களைத் தேடினார்.

ஆனால் அந்தப் பயணமும் சிக்கலற்றதாக இல்லை.

"டாட்டா காலனியில் ஏழெட்டு பிள்ளைகள் என் குழுவில் இருந்தனர். எல்லாமே சரியாகச் சென்று கொண்டிருந்தபோது மற்றவர்கள் பிரச்சினை கொடுக்கத் தொடங்கினார்கள். 'நீ இங்கு ஒத்திகை செய்து பார்க்கக் கூடாது' என்றனர். இவ்வாறு

அவதாரம்

சிறு சிறு பிரச்சினைகள் அவ்வப்போது இருந்துகொண்டே இருந்தன."

2005ல் முற்றிலும் மாறுபட்ட ஒரு பிரிவினரிடம் இறுதியாக ஒரு நல்ல தொடர்பும் இணக்கமும் கிருஷ்ணாவிற்கு ஏற்பட்டது. தினசரி கூலித் தொழிலாளர்களுக்கு அவர் கற்றுக் கொடுக்க ஆரம்பித்தார். ஆனால் ஏன்?

"அத்தகைய மக்களைச் சந்திக்க நான் எப்போதும் விரும்பினேன். அவர்கள் கடுமையாக உழைப்பதை, காலையிலிருந்து மாலை வரை வேலை செய்வதை சிறு வயதிலிருந்தே நான் பார்த்திருக்கிறேன். இருந்தாலும் அவர்கள் மகிழ்ச்சியாக, ஜாலியாக இருப்பார்கள். அவர்கள் சந்தோஷத்திற்காக என்னால் ஏதாவது செய்ய முடிந்தால் எனக்கு அது சந்தோஷத்தைக் கொடுக்கும் என்று நினைப்பேன்."

அம்போபூர் கிராமத்தில் கூலி வேலை செய்யும் சிலரை கிருஷ்ணா அணுகி, "நடனம் கற்றுக் கொள்கிறீர்களா?" என்று கேட்டார்.

உடனே அவர்கள் சம்மதித்தனர்.

ஒவ்வொரு இரவும் இருட்டிய பிறகு, அன்றைய வேலையை முடித்த பிறகு, காளி கோவிலில் இவர்கள் ஒன்று கூடுவார்கள். கோவிலைத் தொட்டாற் போல் இருந்த ஒரு சிறு அறையில் நடனத்தின் சக்தியிடம் இவர்கள் சரணடைந்தார்கள்.

"அதிகாலை 2 3 மணிவரை நாங்கள் பயிற்சி செய்வோம். எதை வேண்டுமானாலும் என்னுடைய பாணியில், எனக்கு எது வருமோ அதை நான் அவர்களுக்குச் சொல்லிக் கொடுத்தேன்."

தவிர இந்த இளைஞர்கள் உண்மையிலேயே மிகச் சிறந்த மாணவர்கள்.

"என் வார்த்தையை அவர்கள் கேட்டனர். அவர்களுக்கு நடனத்தைப் பற்றி எதுவும் தெரியாது. அதனால் என்னோடு எந்த விவாதமும் செய்யவில்லை!"

ஆனால் ஒவ்வொரு இரவும் ஒரு டஜன் இளைஞர்கள் மணிக்கணக்கில் நேரத்தைச் செலவழித்து ஏன் குதித்து ஆட வேண்டும்? திரும்பவும் மறுநாள் காலை எழுந்து கட்டிடப் பணியில் கைகளால் வேலை செய்யப் போகவேண்டும்?

ஏனென்றால் ஒரு சிறந்த எதிர்காலத்தைப் பற்றிய நம்பிக்கையை கிருஷ்ணா ரெட்டி அவர்களுக்குக் கொடுத்தார். பிரபலமான தொலைக்காட்சி நடன நிகழ்ச்சியான 'பூகிவூகி' (Boogie Woogie) யில் பங்கேற்பவர்களை ஒவ்வொரு முறை பார்க்கும் போதும் தனக்கும் அத்தகைய எதிர்காலம் கிடைக்கும் என்று அவர் நினைத்துக் கொள்வார்.

"நான் பூகிவூகியைப் பார்ப்பேன், அவர்களிடமிருந்து கற்றுக்கொள்வேன், அவர்களுடன் போட்டியிட்டு அவர்களை வெல்ல வேண்டுமென்றால் நான் என்ன செய்யவேண்டும் என்று எண்ணிப் பார்ப்பேன்!"

கிருஷ்ணா அந்தப் பையன்களிடம் சொல்வார், *"நடனம் மூலமாக உங்களாலும் எதையாவது செய்ய முடியும். ஆனால் அதற்காக நீங்கள் முயற்சி எடுத்துக்கொள்ள வேண்டும்."*

அவர்கள் அவரை நம்பினார்கள், அவருடைய குடும்பத்தாரைப் போல. தொலைக்காட்சியிலோ அல்லது சிடி பிளேயரிலோ ஒலியை முழுமையாக வைத்து அவர் நடன ஒத்திகை பார்ப்பதற்கு அவர் குடும்பத்தார் அவரை அனுமதித்தனர்.

"என்னுடைய சகோரர்கள் எல்லோரும் வேலையில் இருந்தார்கள். நான் கடைசி பையனாக இருந்ததாலோ என்னவோ வேலைக்குப் போய்தான் ஆகவேண்டும் என்று யாரும் என்னைக் கட்டாயப் படுத்தவில்லை."

சில சமயங்களில் அவர் அம்மா மட்டும் குறைப்பட்டுக் கொண்டு சொல்வார், "நடனத்தின் மீது இப்படிப் பைத்தியமாக இருக்கிறாயே, இதிலிருந்து உனக்கு என்ன கிடைக்கப் போகிறது? *ஏதாவது ஒரு வேலையைக் கற்றுக்கொண்டால், பிறகு தானாக வேலை கிடைக்குமே!"*

ஆனால் ஒரு நாள் இல்லாவிட்டால் ஒரு நாள் நடனத்தில் எதையாவது நிரூபித்துக் காட்டவேண்டும் என்பதில் கிருஷ்ணா உறுதியாக இருந்தார். அவர் தன் பயிற்சிகளைத் தொடர்ந்து செய்துகொண்டிருந்தார், தன் திறமையை வளர்த்துக் கொண்டிருந்தார். அம்போபூர் இளைஞர்களோடு, மற்றொரு கிராமத்தில் இவர் கண்டுபிடித்த இளைஞர்களுக்கும் சேர்த்து கிருஷ்ணா தொடர்ந்து பயிற்சி அளித்துக் கொண்டிருந்தார்.

"அவர்களுக்கு பஸ் டிக்கட்டுக்கான பணத்தை நான் கொடுப்பேன் அல்லது அவர்கள் சைக்கிளில் வருவார்கள்.

"இத்தனை நாட்களாக நான் நடனத்தில் ஈடுபட்டுள்ளேன். ஆனால் எந்தப் பலனும் கிடைக்கவில்லையே என்று தோன்றியது. எது கிடைக்கவேண்டுமோ அதை இந்தப் போட்டியில் வென்று காட்டவேண்டும்."

3, 4 மாதங்களுக்கொருமுறை நாங்கள் நிகழ்ச்சிகளில் பங்கேற்போம். ரூ 500, ரூ 1000 என்று வெல்வோம். அதுவே பெரிய விஷயமாக இருந்தது! "

2006ல் பூகிவூகியில் பங்கேற்பதற்கு முயற்சி செய்தார். 16 உறுப்பினர் கொண்ட தன் குழுவை முதல் தேர்வுக்காக கொல்கத்தாவிற்கு அழைத்துச் சென்றார். இதற்குத் தேவையான பணத்திற்காகத் தன் மோட்டார் பைக்கை அடமானம் வைத்தார். 1500 பங்கேற்பாளர்களுடன் போட்டியிட்ட பிரின்ஸ் டான்ஸ் குரூப் மும்பையில் நடக்க இருக்கும் அடுத்த சுற்றுக்கு தேர்ந்தெடுக்கப்பட்டது.

அந்தப் பயணத்திற்கான பணத்தையும் கிருஷ்ணா எவ்வாறோ சமாளித்துப் பெற்றார். இந்த முறை ஒரு பெண் நடனக்காரியையும் (அவருடைய அம்மாவையும் கூட) அழைத்துச் சென்றார். குழுவில் ஒரு பெண் இருந்தால் வெற்றி பெறுவதற்கான வாய்ப்பு அதிகம் என்று எல்லோரும் சொன்னார்கள்.

பெஹ்ராம்பூரிலிருந்து இந்தக் குழு முதலில் ஹைதராபாத்துக்குச் சென்றது. அங்கிருந்து மும்பை செல்ல வேறொரு இரயிலில் ஏறினார்கள்.

ஒரு போலீஸ்காரரிடம், *"தாதர் எப்போது வரும்?"* என்று கிருஷ்ணா கேட்டார்.

அவர் சொன்னார், "காலையில் 6 மணிக்கு வரும். கவலைப்படாதே போய்த் தூங்கு."

ஆனால் கிருஷ்ணாவிற்குத் தூக்கம் வரவில்லை. 4மணிக்கு இரயில் நின்றபோது ஜன்னல் வழியாக எட்டிப்பார்த்தார். இரயில் தாதரில் நின்று கொண்டிருந்தது!

பயங்கர குழப்பத்திற்கிடையே பாதிபேர் இரயிலைவிட்டு இறங்கிவிட்டார்கள், பாதிபேர் உள்ளே இருந்தார்கள்.

"நான் ஓடி ஓடிச்சென்று ஒவ்வொருவராக இறக்கினேன். இரயிலிருந்து மூட்டை முடிச்சுக்களை எறிந்துவிட்டு

ஒவ்வொருவராகக் குதித்தனர். எல்லோரும் இறங்கிவிட்டதாக எண்ணிக்கொண்டு இறுதியாக நான் இறங்கினேன்."

தலைகளை எண்ணியபோது இருவரைக் காணோம். இரயில் வேகமெடுத்துச் செல்லத் தொடங்கும்போது இரயிலில் இருந்த பையன் கதவருகில் வந்தான்.

கீழே இருந்தவர்கள் 'அங்கேயே இரு' என்று கத்தினார்கள்.

ஆனாலும் அவன் குதித்தான். நன்றாக அடிபட்டுக் கொண்டான்.

ஒரு பையன் மட்டும் நகர்ந்து கொண்டிருந்த அந்த இரயிலில் இருந்தான். மற்றவர்களை எல்லாம் அதே இடத்தில் இருக்குமாறு சொல்லிய கிருஷ்ணா அதே திசையை நோக்கிச் சென்ற அடுத்த இரயிலில் ஏறினார். சத்ரபதி சிவாஜி டெர்மினஸில் ஒரு டஜன் இரயில்கள் நின்றிருந்தன. எப்படியோ அந்தப் பையனை அந்தக் கூட்டத்தில் கண்டுபிடித்து அவனுடன் தாதர் திரும்பினார் கிருஷ்ணா.

ஆனால் இங்கு வந்தால் மீதிப்பேரைக் காணவில்லை. போலீஸ்காரர்கள் அவர்களை அழைத்துக் கொண்டு சென்று விட்டதாகச் சொன்னார்கள்.

"2006 ஜூலையில் தொடர் குண்டு வெடிப்புகள் நடந்ததற்கு அடுத்த மாதம் இது. எல்லா இரயில் நிலையங்களிலும் பாதுகாப்பு பலப்படுத்தப்பட்டிருந்தது.

"எங்கிருந்து வருகிறீர்கள், அடையாள அட்டையைக் காண்பியுங்கள்" என்று இரயில்வே போலீஸார் கேட்டனர்.

கிருஷ்ணாவிடம் எந்த ஆவணமும் இல்லை, அவர்களைத் திருப்திபடுத்துவதற்கு எதுவும் இல்லை. பூகிவூகி அமைப்பாளர்களைத் தொலைபேசியில் அழைத்தபோது யாரும் கிடைக்கவில்லை. தன் கிராமத்தில் உள்ள ஒரு நண்பரை அழைத்து, "நாங்கள் பிரச்சினையில் மாட்டிக் கொண்டிருக்கிறோம் - எங்களுக்கு உதவக் கூடியவர்கள் யாரையாவது மும்பையில் தெரியுமா?" என்றார்.

நண்பர் ஏற்பாடு செய்தார். ஒருவர் வந்து இவர்களுக்கு உத்திரவாதம் அளித்தார். இறுதியாகப் போலீஸார் அனுமதி அளித்தனர். ஆனால் இன்னும் சில பிரச்சினைகள் காத்திருந்தன.

"எப்படியோ சமாளித்து பூகிவூகி அலுவலகத்தை

அடைந்தோம். ஆனால் தங்குவதற்கு எங்களுக்கு ஒரு இடமும் கிடைக்கவில்லை."

அவர்கள் ஏற்பாடு செய்திருந்த ஹோட்டலுக்கு ஒரு ஆளுக்கு ஒரு நாளைக்கு ரூ 500 கொடுக்கவேண்டும். இதைவிடக் குறைந்த தொகையில் ஒரு இடத்தைக் கண்டுபிடிக்க கிருஷ்ணா முயற்சி செய்தார்.

"முதன் முறையாக *ஏழைகள் வசிக்கும்* இடத்திற்கு நான் சென்றேன். சாலையோரத்தில் சிலர் படுத்துக் கொண்டிருந்தனர், சிலர் அங்கேயே உட்கார்ந்து சாப்பிட்டுக் கொண்டிருந்தனர். அதை எல்லாம் பார்த்து நான் பயந்து போனேன். எங்களுடைய கிராமம் கூட இதை விடச் சிறந்தது, தங்களுக்கென்று சொந்தமாக அவர்கள் ஒவ்வொருவருக்கும் ஒரு வீடாவது இருக்கும் என்று நினைத்துக் கொண்டேன்!"

அவரை ஒரு மெஸ்ஸிற்கு அழைத்துக் கொண்டு போனார்கள். அங்கு ஒரு சிறிய அறையில் 150 பேர் படுத்துக்கொண்டிருந்தனர். இல்லை, இது சரியாகாது! இரவு 10 மணி வரை அங்குமிங்குமாக நடந்து தங்குவதற்கான இடத்தை கிருஷ்ணா தேடிக்கொண்டிருந்தார். இறுதியாக கைகளைத் தூக்கி '*நான் தோற்றுவிட்டேன்*' என்று சொல்லிக் கொண்டார்.

அடுத்த இரயிலைப் பிடித்து ஊருக்குச் சென்றுவிடலாம் என்ற முடிவிற்கு வந்தார். அமைப்பாளர்களை அழைத்து கிருஷ்ணா கூறியபோது, "உங்களால் பூகிவூகிக்குக் கெட்டபெயர் ஏற்படும். இப்படி நடக்கவேண்டுமென்று நீங்கள் விரும்புகிறீர்களா?"

கனத்த இதயத்தோடு முழு குழுவிற்கும் ஒரு நாளைக்கு ரூ 8000 என்பதாக 500 ரூபாய் அறைகளை எடுத்துக்கொள்ளச் சம்மதித்தார். அங்கு அவர்கள் 8 நாட்கள் தங்க வேண்டும்.

பணத்தைச் சேமிப்பதற்காக 'ஒரு நாளைக்கு ஒரு வேளை மட்டுமே சாப்பிடுவோம்' என்று நினைவு கூர்கிறார் கிருஷ்ணா.

நெருப்பு மட்டுமே வயிறுகளில் இருக்க கிருஷ்ணாவின் குழு இறுதிச் சுற்றுக்குத் தேர்வானது. ஆனால் மறுபடியும் ஒரு பிரச்சினை எழுந்தது. அவர்கள் ஒத்திகை பார்த்துக்கொண்டிருந்த சிடியும் நடன உடைகளும் இரயிலிலேயே சென்றுவிட்டது.

போட்டி அன்று காலை, மற்றொரு சிடியை வாங்கி நடனத்தை ஒழுங்கு முறைக்குக் கொண்டுவந்தார் கிருஷ்ணா. நடன உடைகளுக்குப் பதிலாக வெள்ளிப் பெயிண்டைப் பயன்படுத்தத் தீர்மானித்தார். இப்படியாக அவசரக் கோலத்தில் அள்ளித்தெளித்த வகையில் அவர்கள் மேடையேறினார்கள்.

"இதற்குள்ளாக நாங்கள் ரொம்ப மோசமான மனநிலையில் இருந்தோம். ஹோட்டலுக்குச் செலுத்த வேண்டிய மீதித் தொகையைக் கொடுக்க என்னிடம் பணம் இல்லை, உணவுக்குப் பணம் இல்லை. *ஆனால் அன்று கடவுளுக்கு என் அபயக் குரல் கேட்டுவிட்டது.*"

இந்தப் போட்டியில் பிரின்ஸ் டான்ஸ் குழு வெற்றி பெறவில்லை. ஆனால் அதற்குத் தலைமை வகித்த ஜாவேத் ஜெஃப்ரிவிற்கு (Javed Jaffrey) இவர்களுடைய நடனம் மிகவும் பிடித்துப் போனது. அதனால் அவர் ஆறுதல் பரிசாக ரூ 75,000 பணமாகக் கொடுத்தார்.

மேலும் பூகிவூகியில் பங்கேற்றதே பல வெகுமதிகளைக் கொண்டுவந்தது. பல நிகழ்ச்சிகளுக்கு இவர்கள் குழுவைக் கூப்பிட்டனர். திருமணங்கள், கல்லூரிகள், கலாச்சார நிகழ்ச்சி களில் இவர்கள் ஆடத் தொடங்கினார்கள். பண வரவும் சற்று அதிகமாக இருந்தது.

"ஒவ்வொரு நிகழ்ச்சிக்கும் சுமார் 10லிருந்து 12 ஆயிரம் கிடைக்கும். ஆனால் பயணத்திற்கும், சாப்பாட்டிற்கும் நாங்களே செலவழிக்க வேண்டியிருந்ததால் அதிக லாபம் கிடைக்கவில்லை."

சிறு சிறு வெற்றிகளை அவர் பெற்றிருந்தாலும் அதிகத் தொகை பெறுவது, பயணத்திற்காக அதிகமாகப் பணம் கேட்பது போன்ற பேச்சு வார்த்தைகளை நடத்துவதற்கு இப்போதும் அவருக்கு தைரியம் இல்லை. "*இப்போது நீ இன்னும் ஸ்டாராகவில்லை.* அதனால் அதிகப் பணத்தை உனக்கு எதற்காக கொடுக்கவேண்டும்?" என்று கேட்பவர்களுக்கு ஒரு பொருத்தமான பதிலை அவரால் கொடுக்க முடியவில்லை.

பண வரவு கம்மியாக இருந்ததால் பல திறமையுள்ள நடனக் கலைஞர்களை இக் குழு இழக்க வேண்டியிருந்தது.

"இவர்களுக்கு என்னால் மாதச் சம்பளம் கொடுக்க முடியவில்லை. அதனால் பலர் வேலை தேடி ஹைதராபாத்,

மும்பாய் போன்ற இடங்களுக்குப் போய்விட்டனர். பிறகு புதிதாக இளைஞர்களைக் கண்டுபிடித்து அவர்களுக்கு நான் நடனப் பயிற்சி அளிக்க வேண்டியிருந்தது."

ஆனால் புதிதாகத் தொடங்கப்பட்ட எந்த நிறுவனத்தைப் போலவும் தொடர் சிக்கலால் பலவீனமாவதை கிருஷ்ணாவும் எதிர்கொண்டு தன் வேலைகளைச் செய்துகொண்டிருக்க வேண்டியிருந்தது. 2006லிருந்து 2009 வரை ஒவ்வொரு ஆண்டும் பூகிவூகியில் பிரின்ஸ் குரூப் பங்கேற்றது. இருமுறை இரண்டாவது இடத்தை அவர்கள் பிடித்தனர். ஆனால் எப்போதும் அவர்கள் பலருடைய இதயங்களைப் பிடித்தனர்.

அந்த நிகழ்ச்சியில் ஜட்ஜுகளில் ஒருவரான ரவிபெல் கிருஷ்ணாவின் குழு தங்குவதற்கு ஒரு அறையை ஏற்பாடு செய்து கொடுத்தார். "*யாரிடமும் சொல்லிவிடாதே, உனக்காகத்தான் நான் இதைச் செய்கிறேன்*" என்றார்.

இது போன்ற பாராட்டுதல்களும், ஆறுதல்களும் கிடைத்தாலும் இந்தக் குழுவால் ஓரளவிற்குத்தான் சமாளிக்க முடிந்தது. அவர்களுக்குக் கிடைத்த சிறு சிறு தொகைகளும் பயணம், சாப்பாட்டுச் செலவு, ரூ 80லிருந்து ரூ 100 என்ற தினப்படிக் கூலி போன்றவற்றிற்காகச் செலவிடப்பட்டது. மேலும் பளபளக்கும் நடன உடைகளுக்காகவும் செலவு செய்ய வேண்டியிருந்தது.

இருந்தாலும் மெதுவாக மெதுவாக வண்டி ஓடிக்கொண்டிருந்தது. அப்போது ஒருநாள் காலையில் அவருடைய வாழ்க்கையை மாற்றி அமைக்கக் கூடியதான ஒரு போட்டியைப் பற்றி கிருஷ்ணா கேள்விப் பட்டார். அந்த நிகழ்ச்சி 'இண்டியாஸ் காட் டாலண்ட்.' அது புதிதாகத் தொடங்கப்பட்ட கலர்'ஸ் தொலைக்காட்சியில் அறிவிக்கப்பட்டது. வெற்றிபெறும் தொகை ரூ 50 இலட்சம்.

இது தனக்கான பெரிய வாய்ப்பு என்பதைக் கிருஷ்ணா உணர்ந்தார். *எதையாவது செய்து நிரூபிக்கவேண்டும். ஆனால் எப்படி?* சாதாரண *நடனங்கள்* எடுபடாது. மிகத் திறமையுள்ள பலர் கலந்து கொள்வார்கள். அவர்களிடமிருந்து தனித்துத் தெரிவதான ஏதோ ஒன்றை அவர் செய்தாக வேண்டும்!

"ஒரு இரவு முழுவதும் உட்கார்ந்து சிந்தித்தேன். இதில் தேர்வு பெற வேண்டுமென்றால், வெற்றி பெற வேண்டுமென்றால் நம்முடைய கலாச்சாரம், நம் நாடு இவற்றிற்குத் தொடர்பான

எதையாவது நான் செய்யவேண்டும்!"

ஒரு புது வகையான நடனம், யாருமே இதற்கு முன்னால் பார்த்தே இராததான முழுமையான நடனத்தைக் கிருஷ்ணா தன் மனக் கண்ணால் பார்த்தார். ஒவ்வொரு தனித்தனி ஆளாக, தனித்தனி ஸ்டெப்புகளுடன் ஆடுகின்ற ஒரு நடனமாக இருக்கக்கூடாது, ஆனால் எல்லாமாக இணைந்து தனித்தனி பாகங்களைவிட, ஒன்று சேர்வது சிறப்பானதாக இருக்க வேண்டும்.

இதனால் பிறந்ததுதான் 'கிருஷ்ணா' நடனம். அதில் வெள்ளி பெயிண்ட் (வெள்ளிப் பெயிண்டிற்கு அடிப்படை பௌடர். நீலப் பெயிண்டிற்கு* அடிப்படை டிஸ்டெம்பர்.) அடித்த உடல்களின் நெகிழ்வான அசைவுகளோடு நீலவண்ண கிருஷ்ணன் புல்லாங்குழல் இசைப்பது ஒரு பாராட்டுக்குரிய கண்கொள்ளாக் காட்சியாக இருந்தது.**

இந்தக் குழு வெளியேற்றும் சுற்றை நிகழ்த்தியபோது பார்வையாளர்கள் எழுந்து நின்று கை தட்டிப் பாராட்டினார்கள். சேகர் கபூர் என்ற ஜட்ஜ் உலகத்தை வெல்லக்கூடிய ஒரு சிறந்த நடனம் என்றார். மேலும் அவர் சொன்னார், "ஒரு கலைஞனாக இருப்பதற்கு மூலதனமும் தேவை இல்லை, தொழில் ரீதியான பயிற்சியும் தேவையில்லை என்பதை உங்களுடைய நடிப்பு நிரூபிக்கிறது. *மனம் வேண்டும், கலை வேண்டும்!"*

இந்தத் தேர்விற்குப் பிறகு அடுத்த சுற்றுக்குத் தயார் செய்து கொள்வதற்காக ஒரு மாத காலம் அளிக்கப்பட்டது. அப்போதுதான் மிகவும் பிரபலமான *'சாரே ஜஹான்ஸே அச்சா'* என்ற பாட்டிற்கு ஆடிய ஃபிளாக் ஆக்ட் (Flag act) என்ற நடனத்தை வடிவமைத்தார் கிருஷ்ணா.

இதில் நடனமாடியவர்கள் காவி, வெள்ளை மற்றும் பச்சை பெயிண்ட் அடித்துக் கொண்டு பிரமிக்கத்தக்க வடிவங்களை உருவாக்கினார்கள். மேலும் பத்மநாப சாஹு (24) தேலு தரணி (13) என்ற இரண்டு மாற்றுத் திறனாளிகளும் இதில் பங்கேற்றனர். அந்த நிகழ்ச்சி முடிந்தபிறகு பார்வையாளர்களும் ஜட்ஜுகளும் கண்ணீர் விட்டு அழுதனர்.

*இந்தப் பெயிண்டுகளைப் போட்டுக்கொள்ள 1- 1 மணி நேரம் ஆகும்; நீக்குவதற்கு 2-3 மணி நேரம் ஆகும்

**இந்த மூன்று நிகழ்ச்சிகளின் வீடியோக்களை youtube.com 'Prince Dance Group' என்பதில் பார்க்கலாம்.

மிகச் சிறந்த இறுதிச் சுற்றுக்கு, பிரின்ஸ் குரூப்பின் நிகழ்ச்சிக்குப் பெருத்த எதிர்பார்ப்பு இருந்தது. மறு முறையும் அவர்கள் ஏமாற்றவில்லை.

விஷ்ணுவின் பத்து அவதாரங்களை வெளிப்படுத்துவதான தசாவதார நடனம் ஜென் (Zen) மாதிரி இருப்பதாக விவரிக்கப்பட்டது, ஆனால் அதையும் கடந்து நின்றது.

அந்தப் போட்டியில் வெல்வதற்கு பொதுமக்களிடமிருந்து எஸ்எம்எஸ் வோட்டுக்களைப் பெறுவதற்கு இது போதுமானதாக இருக்குமா?

அதிர்ஷ்டவசமாக ஒரிஸ்ஸாவின் முதன் மந்திரி நவீன் பட் நாயக்கிற்கு பிரின்ஸ் குரூப்பின் நடனம் மிகவும் பிடித்துப் போயிற்று. போட்டிக்கு முன்னால் அவர் கிருஷ்ணாவை அழைத்துச் சொன்னார், "கிருஷ்ணா, உன் நிகழ்ச்சியில் நீ கவனத்தைச் செலுத்து; ஒரிஸ்ஸா மாநிலம் முழுவதும் உனக்கு வோட் செய்யும்!"

பட் நாயக், பிரின்ஸ் குரூப்பிற்காகத் தானே பிரச்சாரம் செய்தார், ஒரியா ஊடகங்களும் முழு ஆதரவை அளித்தன. இறுதியாக, செங்கல் சூளையிலிருந்து வந்த அந்த இளைஞர்கள் அதிகபட்ச வோட்டுக்களைப் பெற்றனர்.

எல்லாவகையான இடையூறுகளையும் எதிர்த்து நின்று 'இண்டியாஸ் காட் டேலண்ட்' போட்டியில் பிரின்ஸ் குரூப் வெற்றிபெற்றது.

பரிசு என்ன ஆயிற்று? அவர்களுக்குக் கிடைத்த மாருதி ரிட்ஸ் காரை அம்போபூர் கிராமத்து மக்களுக்கு அவசரக்கால உதவிக்காகக் கிருஷ்ணா கொடுத்துவிட்டார்.

"அவர்கள் என்னை ஆதரித்தார்கள், என்னைக் கவனித்துக் கொண்டார்கள், எனக்கு உணவு அளித்தார்கள், என் மீது நம்பிக்கை வைத்தார்கள்... இந்தக் கார் ஏதோ வகையில் அவர்களுக்கு உதவுவதாக இருக்கும். அதனால் ஏன் கொடுக்கக் கூடாது!"

பரிசுப் பணமாகக் கிடைத்த ரூ 50 லட்சத்தில் ரூ 20 லட்சம் வரி கட்டப்பட்டது. தன் குழுவிலுள்ள 20 அங்கத்தினர்கள் ஒவ்வொருவருக்கும் ரூ 1 லட்சம் கொடுத்தார். தான் ஒரு காலத்தில் ஒத்திகை நடத்திய காளி கோவிலைப் புதுப்பிக்க மீதித் தொகையைப் பயன்படுத்தினார்.

"இவை எல்லாமே கடவுளின் ஆசீர்வாதம்," என்று சொல்லும்

கிருஷ்ணா தொடர்ந்து கூறுகிறார், "இதற்கு முன்னால் எனக்குக் கடவுள் மீது நம்பிக்கை இல்லை. பிறகு சிறிது சிறிதாக நம்பிக்கை ஏற்பட்டது. நான் முன்னால் எங்கிருந்தேன், இப்பொழுது எங்கிருக்கிறேன்..."

ஒரிஸ்ஸாவில் கிருஷ்ணாவும் அவருடைய நடனக் குழுவும் பிரபலமாகிவிட்டார்கள்.

"எங்களுக்கு மரியாதை கிடைத்தது. எங்கள் திறமைக்கும் பாராட்டுகள் கிடைத்தன. இதற்குமேல் கேட்பதற்கு என்ன இருக்கிறது ?"

பல நிகழ்ச்சிகள், நடனமாட மேலும் பல மேடைகள் எல்லாமே நடந்து கொண்டிருக்கின்றன. பிரின்ஸ் குரூப்புடன் இரண்டாண்டு கால ஒப்பந்தத்தை சோனி மியூசிக் செய்து கொண்டிருக்கிறது. பிரின்ஸ் குரூப்பை அவர்கள் மேலும் பிரபலமாக்குவார்கள். பணத்தைப் பற்றி பேச்சுவார்த்தை நடத்துவார்கள், ஒப்பந்தங்களை முடிவு செய்வார்கள், தவிர பயணம், தங்குவதற்கான இடம் போன்ற எல்லாவற்றையும் கவனித்துக் கொள்வார்கள்.

"அவர்களுக்குக் கமிஷன் கிடைக்கும், எங்களுக்கு மாதச் சம்பளம் கிடைக்கும். நான் மகிழ்ச்சியாக இருக்கிறேன். இப்போது நடனத்தில் மட்டும் நாங்கள் கவனம் செலுத்தினால் போதும்."

இவை எல்லாவற்றிற்கும் மேலாக, ஒரு டான்ஸ் அகாடமியை கட்டுவதற்காக ஒரிஸ்ஸா அரசாங்கம் பரிசுத்தொகையாக ரூ 1 கோடியையும், நான்கு ஏக்கர் நிலத்தையும் அளிப்பதாக அறிவித்திருக்கிறது.

"என்னைப் பொறுத்தவரையில் மிகவும் சந்தோஷமான விஷயம் என்னவென்றால் 20, 25 பேர்களின் வாழ்க்கை நல்ல விதமாக அமைந்திருக்கிறது. நம்முடைய கிராமங்களில் இன்னும் நூற்றுக்கணக்கான இளைஞர்களுக்குத் திறமையும் ஆற்றலும் இருக்கிறது, ஆனால் போதுமான வாய்ப்புகள் இல்லை. அவர்களுக்கும் என்னால் ஒரு வழியைக் காண்பிக்க முடிந்தால் மேலும் மகிழ்ச்சி அடைவேன்..."

உங்களால் கற்பனை செய்ய முடிந்தால், உங்களால் அதை நிகழச் செய்யவும் முடியும்.

அதுதான் கிருஷ்ணா ரெட்டி - அன்பின் உழைப்பாளி, இதயங்களின் இளவரசன்.

இளம் தொழிலதிபர்களுக்கு...

உங்களுடைய கடின உழைப்பு மட்டுமே உங்களை முன்னே எடுத்துச் செல்லும்; உங்களுக்கு வழி காட்டுவதற்கு நீங்கள் வேறு யாரையும் நம்ப வேண்டாம்.

பணம் கிடைப்பது ஒரு சிக்கலே இல்லை, முயற்சி எடுத்துக் கொள்பவர்களுக்கு, மனம் ஒன்றிப் பணியை ஆற்றுபவர்களுக்கு எல்லாமே கிடைக்கும்.

காட்டின் அழைப்பு

கல்யாண் வர்மா

கானக உயிரினப் புகைப்படக் கலைஞர்

(Wildlife Photographer)

22 வயதில் யாஹூவில் (Yahoo) கல்யாண் வர்மாவிற்குக் கனவில் கிடைப்பது போன்ற ஒரு வேலை கிடைத்தது. ஆனால் ஒரு நல்ல நாளில் கானக உயிரினப் புகைப்படம் எடுப்பது என்ற தன்னுடைய பெருவிருப்பத்தை நிறை வேற்றுவதற்காக அந்த வேலையை விட்டு விலகினார். இன்று, தான் உண்மையாக நேசிக்கும் ஏதோ ஒன்றின் மூலமாகத் தன் கனவுகளையும் நனவாக்கிக்கொண்டு, பணமும் சம்பாதிக்கும் ஒரு மடையன் என்பதற்கு ஒரு வாழும் உதாரணமாக இருக்கிறார்.

என் சகோதரன் சிறுவனாக இருந்தபோது பெஸ்ட் பஸ்ஸில் கண்டக்டராக வேண்டுமென்று விரும்பினான்; நான் சிறுவனாக இருந்தபோது விண்கலத்தில் செல்லும் பயணியாக ஆக வேண்டும் என்று கனவு கண்டேன்.

கல்யாண் வர்மா சிறுவனாக இருந்தபோது, "காட்டில் வசித்துக்கொண்டு, தினமும் மிருகங்களைப் பார்க்க வேண்டும் என்று நான் விரும்புகிறேன்!" என்று தனக்குள் சொல்லிக் கொண்டார்.

இன்று என் சகோதரன் ஒரு பன்னாட்டு நிறுவனத்தில் பிராண்ட் மானேஜராக இருக்கிறான்.

இன்று நான் ஒரு எழுத்தாளர், நட்சத்திரங்களைப் பார்த்து, விண்கலத்தில் செல்வது என்றாவது ஒருநாள் நடக்கக்கூடும் என்று எண்ணுகிறேன்.

ஆனால் யூகிக்க முடியுமா? காட்டில் மிருகங்களைப் பார்த்துக் கொண்டே உண்மையில் தன் நாட்களைக் கல்யாண் செலவழிக்கிறார். அவற்றைப் புகைப்படங்களும் எடுக்கிறார்.

சாதாரண மனிதர்களின் பெரிய கனவுகளின் பிரதிநிதியாக கல்யாண் வர்மா இருக்கிறார்.

பெரியவர்களாக வளர்ந்து, உண்மையை உணரும்போது பொதுவாக நம்முடைய கனவுகள், போகின்ற வழியில் விழுந்து விடுகின்றன.

ஆனால் உண்மையில் நாம் எதை ரொம்ப நேசிக்கிறோமோ அத்தகைய வாழ்க்கையை நம்மால் அமைத்துக் கொள்ள முடியும்.

கட்டுப்பாடுகள், எதிர்பார்ப்புகள் என்கிற காட்டுக்குள் ஒரு பாதையை நம்மால் வெட்டிச் செதுக்கிக் கொள்ள முடியும், மேலும் நம்முடைய உண்மையான ஆற்றல் என்கிற கொடியில் டார்ஜான் போல் ஊஞ்சலாட முடியும்.

ஹஹ்ஹஹ்ஹா...! ஆனால் நடைமுறை சார்ந்தவை என்னாவது?

நான், பிரபலமான கோஷி உணவு விடுதியில் உப்புச்சப்பற்ற சைவ உணவைச் சாப்பிட்டுக் கொண்டிருந்தபோது, "வெள்ளை சாஸில் மூழ்கியுள்ள இந்த காலிஃபிளவர் போல் தான் நம்மில் பலரின் வாழ்க்கை உள்ளது..." என்று எனக்குள் எண்ணிக்கொண்டேன்.

பிறகு, டபாஸ்கோ (Tabasco) போன்ற மசாலாவை ருசி கூட்டுவதற்காகத் தேடிக்கொண்டிருப்போம்.

ஆனால் 'வெற்றிக்கான' உங்களுடையதேயான ஒரு சிறப்புச் சமையல் குறிப்பைக் கல்யாணைப்போல் உங்களால் உருவாக்க முடிந்தால் -

அது உங்களுடைய வயிற்றை மட்டுமல்ல, உங்களுடைய இதயம், உங்களுடைய மனம், உங்களுடைய ஆத்மாவையும் நிரப்பும்.

காட்டின் அழைப்பு

கல்யாண் வர்மா
கானக உயிரினப் புகைப்படக் கலைஞர்

கல்யாண் வர்மா விசாகப்பட்டிணத்தில் பிறந்தார்.

"என் தந்தை பொதுத்துறை நிறுவனத்தில் பணியில் இருந்தார். அதனால் நாங்கள் நிறைய இடங்களுக்குச் சென்றிருக்கிறோம். வித்தியாசமான இடங்கள், வித்தியாசமான மனிதர்களைப் பார்த்திருக்கிறேன்."

அரசுப் பள்ளியான கேந்திரிய வித்யாலயாவில் கல்யாண் படித்தார். அது ஒரு நல்ல விஷயம் என்கிறார். ஆனால் மூன்றாண்டுகளுக்கொருமுறை வெவ்வேறு பள்ளிகளுக்கு மாறியதால் புதுப் பள்ளிகளில் புது நண்பர்களைப் பழக்கிக் கொள்வது அவ்வளவு நன்றாக இல்லை.

வைசாக்கிலுள்ள குல்பர்கா பிறகு அங்கிருந்து விஜயவாடா, பிறகு ஓராண்டு கனடா; இறுதியாக 10 ம் வகுப்பிற்குப் பிறகு கல்யாண் பெங்களூரில் வசிக்க ஆரம்பித்தார்.

"நான் என் கல்லூரிப் படிப்பை இங்கு முடித்தேன், பின்னர் இங்கு வேலையில் சேர்ந்தேன். அதனால் ஏறக்குறைய பெங்களூரைத்தான் என் சொந்த ஊராக நான் கருதுகிறேன்" என்கிறார்.

கல்யாண் ஒரு சராசரி மாணவன். மேடுகளும், பள்ளங்களும் அவர் வாழ்க்கையில் இருந்தன. வளர்ந்து கொண்டிருக்கும் எந்தச் சிறுவனைப் போலவும் அவருக்கும் 'கனவுகள்' இருந்தன.

"சிறு வயதில் எப்போதுமே விண்கலத்தில் செல்லும் ஆஸ்ட்ரோ நாட்டாக இருக்க வேண்டும் என்றும், பைலட்டாக ஆக வேண்டும் என்றும் நீங்கள் விரும்புவீர்கள். எனக்குப் பாடுவதில் விருப்பம் இருந்தது. நான் முயற்சித்துப் பார்த்தேன்; ஆனால் அதில் வெற்றி பெறவில்லை. தவிர, நான் காட்டில் இருக்க வேண்டும் என்று விரும்பினேன். நேஷனல் ஜியோகிராபிக் (National Geographic) தொலைக்காட்சி பார்த்தும் - முக்கியமாக (Jane Goodall) ஜேன் குடலைப் பார்த்தும் - நான் எப்போதும் சொல்வேன், ஹே, நாள் முழுவதும் மிருகங்களைப் பார்த்துக் கொண்டு காட்டிலே இருக்க விரும்புகிறேன்.' "

நாள் முழுவதும் - ஆஹா! அந்த வயதில் காட்டிற்கு மிக அருகில் கல்யாண் சென்றது - எல்டிசியில் குடும்பத்தோடு ஊட்டிக்குச் சென்றபோது ஒரு நாள் அவர்கள் வனவிலங்குச் சரணாலயத்திற்குச் சென்றதுதான்.

"டிவியைப் பொறுத்தவரை எல்லாம் சரி மகனே, உனக்கு முன்னால் இருப்பதைப் பார், எதையாவது ஒன்றைச் செய்!" என்பதைத்தான் அக்கறையுள்ள ஒரு தந்தை சொல்லியிருப்பார்.

ஆனால் அதிர்ஷ்டவசமாக அதே நேரத்தில் வேறு ஒன்றின் மீது, கணினி மீது கல்யாணுக்குக் காதல் ஏற்பட்டது. அது 90களின் ஆரம்பம். அந்தத் துறையில் கிளர்ச்சி அளிக்கக்கூடிய பல முன்னேற்றங்கள் ஏற்பட்டுக் கொண்டிருந்தன. குறிப்பாகக் கணிப்பொறித் தகவல்களை அனுமதியின்றி பார்த்து மாற்றுபவர்கள் இந்த இளைஞனைக் கவர்ந்தனர்.

"கணினியில் கட்டளை எழுதுவதை நான் ஆரம்பக் காலத்திலேயே தொடங்கி விட்டேன் - பள்ளியிலிருக்கும் போதே. அது ஒரு நல்ல விஷயமாக ஆயிற்று. அது எனக்கு மிகவும் மகிழ்ச்சியைக் கொடுத்தது. கணினித்துறை அப்போது பிரமாதமாக வளர்ந்து கொண்டிருந்தது, உங்கள் பெற்றோர்களும் அதற்குள் போக உங்களைத் தள்ளுவார்கள். கணினிப்பணி எளிதானது, தவிர அந்தகாலக் கட்டத்திற்கு ஏற்றதானது என்று நான் நினைக்கிறேன்."

மேலும் கானக உயிரினப் பணியை யார் தன் பணியாக அமைத்துக் கொள்வார்கள்?

பெங்களூரில் கல்யாண் PES பொறியியல் கல்லூரியில்

(PESIT) சேர்ந்தார். அது ஒரு நல்ல கல்லூரி, ஆனால் மிகச் சிறந்தது அல்ல. அதற்கும் மேலாக கணினி அறிவியல் படிப்பில் இவருக்கு இடம் கிடைக்கவில்லை!

"நான் சுமாராகப் படிப்பேன். அதனால் உயர்ந்த பொறியியல் கல்லூரிகளில் எனக்கு இடம் கிடைக்கவில்லை, தவிர கணினி அறிவியல் படிப்பும் கிடைக்கவில்லை. ஆனால் நான் பெங்களூரிலேயே இருக்க விரும்பினேன். அதனால் PESITல் இயந்திரவியல் பொறியியல் படிப்பில் சேர்ந்தேன். மேலும் ரோபோடிக்ஸ் (Robotics) எனக்குப் பிடிக்கும்; எப்படியாவது இவை இரண்டையும் இணைக்கலாம் என்று நினைத்தேன்."

உங்களுக்குப் பிடித்தமான கல்லூரியோ, படிப்போ கிடைக்கவில்லை என்பது பல மாணவர்களையும் நிலைகுலையச் செய்யவைக்கும். ஆனால் அந்த எலுமிச்சம் பழத்தை எடுத்துக் கொண்ட கல்யாண் அதிலிருந்து ஜூஸ் தயாரித்தார்.

"கல்லூரி வேடிக்கையாக, ஜாலியாக இருந்தது. அந்த நேரத்தில் லினக்ஸ் (Linux), ஓபன்சோர்ஸ் (Open Source) ஆகியவை பிரபலமாக இருந்தன, இணையம்தான் வேகமாகப் பரவிக் கொண்டிருந்தது. நான் வகுப்புகளுக்குப் போகாமல் இருப்பேன். ஆனால் சும்மா கான்டீனுக்கு அருகில் சுற்றிக் கொண்டிருக்க மாட்டேன். கணினிப் பரிசோதனைச் சாலையில் மேலே சொன்ன விஷயங்களில் ஈடுபட்டுக் கொண்டு பலமணி நேரங்களைச் செலவழிப்பேன்."

இரண்டாம் ஆண்டில் பகுதி நேரப் பணியை ஏற்று லினக்ஸ் தொடர்பாகவும், இணைய வலைத் தொடர்பாகவும் பணியாற்றிக் கொண்டிருந்தார்.

"இதில் ஒரு வேடிக்கையான விஷயம், என்னவென்றால் நான் ஒரு இயந்திரவியல் மாணவன். ஆனால் கணினி அறிவியல் பரிசோதனைச் சாலையை நான் பொறுப்பாகக் கவனித்துக் கொண்டிருந்தேன். இது புரியாத ஒரு விஷயமாக இருந்தது!"

உங்களுக்கு ஒரு டிகிரி கிடைக்கிறது, ஓரளவுக்கு கணினி அனுபவம் உள்ளது, அவை மேலோட்டமானவைதான். உண்மையில் உங்களுக்குப் பேராவல் இருந்து அறிவைத் தேடிச் சென்றால் உங்கள் ஒவ்வொரு அசைவிலும் அது பிரதிபலிக்கும். அதனால்தான் கல்யாண் வர்மா என்கிற

இயந்திரவியல் பொறியாளருக்கு யாஹூவில் வேலை கிடைத்தது.

"நான் கல்லூரியில் மூன்றாமாண்டு படித்துக் கொண்டிருக்கும் போதே அவர்கள் எனக்கு வேலை கொடுத்தார்கள். எனக்கு கணினியில் 'பாதுகாப்பு' என்ற அம்சம் பிடிக்கும். அதற்கேற்றார்போல் யாஹூவில் பாதுகாப்புத் துறையில் என்னை வேலைக்கு அமர்த்தினார்கள். நான் பெரிதும் மகிழ்ச்சி அடைந்தேன். அந்த காலகட்டத்தில் இந்தியாவில் யாஹூ ஒரு தொடக்க நிலை நிறுவனம். அதில் பணியாற்றுவது மிகச் சிறப்பானது."

தவிர அவர்கள் மிக நன்றாக ஊதியம் கொடுத்தார்கள்.

"பெங்களூரில் அந்த பாட்ச்சில் மிக அதிக சம்பளம், சுமார் ரூ.5½ லட்சம், புதிதாக வந்த எனக்குக் கொடுத்தார்கள்."

அது 2001ம் ஆண்டு.

யாஹூவில் பணி செய்வது ஒரு சுழற்சியாக இருந்தது.

"யாஹூவினுள் புகுந்து அதன் வழிமுறைகளை உடைப்பதற்கு அல்லது கெடுப்பதற்குப் பலரும் முயற்சி செய்து கொண்டிருந்தனர். அதனால் 24 மணிநேரமும் நாங்கள் விழிப்போடு இருக்க வேண்டியிருந்தது!"

அது ஒரு டாட்காம் (Dotcom) நிறுவனமாக இருந்தது, அங்கு முதலாளி என்று யாரும் இல்லை; ஒரு 22 வயது இளைஞன் உண்மையில் முழு பாதுகாப்பிற்கும் பொறுப்பேற்க முடிந்தது.

"நான் என் சொந்தத் திட்டங்களை, என்னுடைய சொந்தச் சவால்களை அதில் செய்து பார்த்தேன். உண்மையில் என் பணியை நான் ரொம்ப நேசித்தேன். மறைந்திருக்கும் ரகசியங்களில் மேம்போக்காக ஈடுபடுதல் போன்றவற்றைச் செய்தேன். இதில் நான் பெருமை அடைகிறேன். ஏனெனில் சிறு விஷயங்களைச் செய்தாலும் அது பெரிய தாக்கத்தை ஏற்படுத்தும்."

இன்றும் கூட யாஹூவிற்குள் நீங்கள் போனால் - கல்யாணால் எழுதப்பட்ட ஒரு சிறு குறியீடு இப்போதும் அதில் செயலாற்றுவதைப் பார்க்கலாம்.

"மின்னஞ்சல் பாதுகாப்பிற்கு ஒரு தரப் படிநிலை (Standard)யான டொமெய்ன் கீஸ் (Domain Keys)

போன்றவற்றை உருவாக்கும் குழுவில் நான் இருந்தேன். இப்போதும் ஜி மெயிலை (Gmail) பயன்படுத்துபவர்கள் அதையேதான் பின்பற்றுகிறார்கள்."

அவருடைய குரலில் கர்வம் கொப்பளிப்பதை உங்களால் உணரமுடிகிறது.

"ஒரு சிறு தடுப்புக்குள் இருந்து பணியாற்றுவது எனக்குப் பிடிக்காததால் அந்த வேலையை விட்டு நீங்கினேன் என்று பலர் நினைக்கிறார்கள். ஆனால் உண்மையில் முழுமையாக என் வேலையை நான் விரும்பினேன். 2003ல் சூப்பர் ஸ்டார் யாஹூ விருதை நான் பெற்றேன். அது உலகம் முழுவதிலும் யாஹூவில் கொடுக்கப்படும் மிகச் சிறந்தது என நான் நினைக்கிறேன்."

மிகப் பிரமாதம். ஆனால் அவர் ஏன் வேலையை விட்டு விலகினார்? அதற்குப் பல காரணங்கள்.

2004 இறுதிக்குள்ளாக யாஹூ மிகப் பெரிதாக வளர்ந்துவிட்டது. ஒரு சிறு அறையில் அது தொடங்கப் பட்டபோது அதில் ஐந்தாவது ஊழியராகச் சேர்ந்தவர் கல்யாண். இப்போது அந்த நிறுவனத்தில் 1000 பேர் பணியாற்றுகிறார்கள். இப்போது அது ஒரு தொடக்க நிலை நிறுவனம் அல்ல, அது ஒரு கார்ப்பரேஷன்.

"அதிகாரிகளின் பதவி, தர நிலை, நிறுவனத்திற்குள் வந்தது, விஷயங்களை நிர்வகிக்க மனிதர்கள் விரும்பினார்கள். ஒரு பாரம்பரியமான இந்திய மென்பொருள் நிறுவன அமைப்பாக யாஹூ இண்டியா மாறிக்கொண்டிருந்தது. அது எனக்கு வசதியானதாக இல்லை. அதை நான் விரும்பவில்லை."

இதன் பொருள் காலையில் 9 மணிக்கு அலுவலகத்தில் அதற்கேற்ற உடையணிந்து இருக்க வேண்டும்.

"நான் ஷார்ட்ஸ் போட்டுக் கொள்பவன், காலையில் ஆறு மணிக்கு வருவேன். சில நாட்கள் 24 மணிநேரமும், சில நாட்கள் 3 மணிநேரம் வேலை செய்வேன். எப்போதும் என் வேலையை முடித்து விடுவேன் ஆனால் அவர்கள் ஏதோ ஒரு வகையானதை விரும்பினார்கள்..."

கட்டுப்பாடு, ஒழுக்கம்?

"தேவையற்ற கட்டுப்பாடு. எனக்குக் கட்டுப்பாடு பிடிக்கும். அது உங்கள் திறமையை அதிகரிக்கச் செய்வதாக இருந்தால் நான் கட்டுப்பாடுகளை வரவேற்பேன்: ஆனால் கட்டுப்பாடு

> "நான் பணியாற்றிய நிறுவனத்தின் பாதுகாப்புப் பணிக்கும் நான் நியாயமாக நடந்து கொள்ள வில்லை, வனவிலங்கிற்கும் நான் நேர்மையாக நடந்து கொள்ளவில்லை. இப்போது எதையாவது ஒன்றைத் தேர்ந்தெடுக்க வேண்டும்."

இருக்க வேண்டும் என்பதற்காகக் கட்டுப்பாடு என்பது தவறு."

கல்யாண் தன் வேலையில் ஏமாற்றமடைந்தார். இறுதியாக வேறொரு துறைக்கோ அல்லது அமெரிக்காவிற்கோ அவர் மாறிச் செல்ல வேண்டும் என்பது ஒரு பேரிடியாக அவரைத் தாக்கியது.

அந்த இரண்டுமே அவருக்குத் திருப்தியைத் தரவில்லை.

2004 கடைசியில் கல்யாண் யாஹூ இண்டியாவிலிருந்து விலகினார். அப்போது அவருக்கு வயது 24.

இந்த நேரத்தில் கல்யாணுக்கு கூகுள் போன்ற மற்ற பல நிறுவனங்களிடமிருந்து அழைப்பு வந்தது. எதைச் செய்யக்கூடாது என்பதில் அவர் தெளிவாக இருந்தார் - இன்னும் அதிகமான அதே போன்றவை, இன்னும் அதிகமான எளிதானவை, இன்னும் அதிகமான 'எனக்கு ஏற்கனவே தெரிந்தவை.'

"கல்லூரியை முடித்தவுடன் ஒரு வாரத்திற்குள்ளாக நான் பணியை ஏற்றேன்... இப்போது, இந்த ஒரு நேரத்தில் மட்டுமே எனக்கு எந்தப் பொறுப்பும் கிடையாது. எந்தப் பிரச்சினையும் இல்லை. அதனால் 'என் வாழ்க்கையில் முற்றிலும் மாறுபட்ட ஏதோ ஒன்றை நான் சும்மா செய்து பார்க்கிறேன்' என்று நினைத்தேன்."

அந்த ஏதோ ஒன்று தான் கானக உயிரினப் புகைப்படம் எடுத்தல்!

அவர் யாஹூவில் இருந்த போதே இந்த விஷயத்தைப் பற்றி மேலோட்டமாகப் பார்க்கத் தொடங்கியிருந்தார்.

"நான் ஒரு நல்ல டிஜிட்டல் எஸ்எல்ஆர் கேமராவை வாங்கினேன். அந்தக் காலத்தின் அதன் விலை ரூ 1 லட்சம். ஆனால் அதை வாங்கக் கூடிய அளவிற்கு என்னிடம் பணம் இருந்தது."

பொறுப்புகளற்ற, மென்பொருள் பொறியாளர்களைப் போல்

வார இறுதி நாட்களில் நகரத்தை விட்டுக் காரில் செல்வது அவருக்குப் பிடித்தமான பொழுதுபோக்கு. கல்யாண் போவது பந்திபூர் மற்றும் நகர் ஹோளே போன்ற வனவிலங்கு சரணாலயங்களுக்கு, புகைப்படங்கள் எடுப்பதற்காக.

"கானக உயிரினப் புகைப்படம் எடுப்பது, முதல் பார்வையிலேயே காதலில் விழுந்த இருவர் திருமணம் செய்தது போல் ஆகும். எனக்குப் புகைப்படம் எடுப்பதும் பிடிக்கும், எனக்குக் கானக உயிரினங்களும் பிடிக்கும். ஆனால் இவை இரண்டிலுமே எனக்கு முறையான பயிற்சி இல்லை."

தட்டிக் கொட்டி கற்றுக் கொள்வது, உன்னிப்பாக கவனிப்பது, நேரடியாகச் செயலில் இறங்குவது என்பவை எல்லாம் கல்யாணின் வாழ்வில் மீண்டும் மீண்டும் நடப்பவை.

"எனக்குக் கணினி அறிவியலில் முறையான படிப்பு இல்லை. புகைப்படம் எடுப்பதை நானே கற்றுக் கொண்டேன். வன விலங்குகளைப் பொறுத்தவரை நான் உயிரியல் படித்தவன் அல்ல. அதையும் நானே கற்றுக் கொண்டேன்."

2004 இறுதியில் கல்யாண் ஒரு தீவிரமான முடிவை எடுத்தார்.

"எனக்கு வனவிலங்கு பிடிக்கும். எனக்கு புகைப்படம் எடுக்கப் பிடிக்கும். அதனால் காட்டில் நேரத்தைச் செலவிட நான் விரும்பினேன்."

எப்படியாக இருந்தாலும் மூன்று நான்கு மாதங்களுக்குப் பிறகு ஒரு வேலையைத் தேடிக் கொள்ளலாம், என்ன ஆகிவிடப் போகிறது ?

சுற்றுச் சூழல் சுற்றுலாத்தலத்தைத் தொடர்பு கொண்டு, "உங்களுடைய விடுதியில் மூன்று மாதங்கள் நான் தங்க விரும்புகிறேன்," என்று கல்யாண் சொன்னார்.

அவர்கள் சொன்னார்கள், "தங்குவதற்கு நீங்கள் பணம் கொடுக்க வேண்டும்."

நான் சொன்னேன், "நான் பணம் கொடுக்கப் போவதில்லை - வேறு என்ன செய்யலாம் ?"

அவர்கள் சொன்னார்கள், "சரி, நீங்கள் ஏன் எங்களுக்காகப் பணியாற்றக் கூடாது ? நீங்கள் ஆங்கிலம் நன்றாகப் பேசுகிறீர்கள், உங்களுக்கு வன விலங்குளைப்பற்றி

தெரிந்திருக்கிறது. இங்கு வருபவர்களை காட்டிற்குள் அழைத்துச் சென்று மிருகங்களை நீங்கள் காட்டலாமே..."

ஒப்பந்தம் என்னவென்றால் - சம்பளம் கிடையாது, உணவும் தங்குவதற்கு இடமும் கொடுக்கப்படும்.

"நான் சொன்னேன், "பிரமாதம் - நான் இதை ஏற்கிறேன்."

இப்படியாகத் தன் மூட்டை முடிச்சுகளைக் கட்டிக் கொண்டு BR மலையில் உள்ள 'ஜங்கிள் லாட்ஜஸ் அண்ட் ரிசார்ட்ஸ்' - (Jungle Lodges and Resorts) சிற்கு கல்யாண் குடி புகுந்தார். மைசூருக்கு அருகில் இருந்த இந்த இடத்தில் ஒரு வனவிலங்கு சரணாலயம் இருந்தது. இப்படி அங்கு சென்றது அவருடைய வாழ்க்கையில் என்றென்றைக்கும் இருக்கப் போவதான ஒரு பெரிய மாறுதலைக் கொடுத்தது.

அவர்களிடமிருந்து கல்யாண் சம்பளம் பெறவில்லை, அதனால் அந்த நிறுவனத்தின் ஊழியராக அவருக்குப் பெரிய பொறுப்புகள் எதுவும் இருக்கவில்லை.

"காலையில் ஜீப்பில் காட்டிற்குள் செல்வேன். மாலையிலும் ஜீப்பில் செல்வேன். பகல் பொழுதில் என்னுடைய வண்டியில் காட்டை முழுவதும் சுற்றிப் பார்ப்பேன். அது தான் என் வாழ்க்கையின் மிகச் சிறந்தக் காலகட்டம்."

24 மணி நேரமும் காட்டிலேயே இருப்பதால் உண்மையாகவே வன விலங்குகளுடன் இருக்கவும் முடியும், அவற்றை நன்றாகப் பார்க்கவும் முடியும். தவிர, அவற்றைப் பற்றித் தெரிந்த மனிதர்களையும் சந்திக்க முடியும்.

"மலைவாழ் ஜாதியினரை அழைத்துக் கொண்டு இரண்டு மூன்று நாட்கள் தொடர்ந்தார் போல் புலியைப் பின்பற்றிச் செல்வேன். சிறுத்தை கொன்று தின்பதைப் பார்ப்பேன். யானைகளின் பின்னால் செல்வேன். பறவைகளைப் பற்றிக் கற்றுக் கொள்வேன். குரங்குகளுடன் விளையாடுவேன். அவற்றோடு நிறைய நேரம் நான் செலவழித்ததால் அவற்றால் என்னை அடையாளம் கண்டு கொள்ள முடிந்தது. என்னோடு பழகின, அவற்றின் குழுவில் ஒருவனாக இப்போது என்னை ஏற்றுக் கொண்டன."

ஆஹா...!

மிருகங்களுடன் வெகு நெருக்கமான, வெகு ஆபத்தான பல சந்திப்புகள் கிடைத்தன.

என் வாழ்வின் உந்து சக்தி சுலபமாகக் கற்பது தான்... எனக்கு மிகவும் பிடித்தமானது - ஆரம்பத்திலிருந்தே கற்பது. புரிதல், மக்களுடன் பேசுதல், புதுத் துறைகளில் காலடி பதித்தல்.

"முதல் முறை புலியைப் பார்த்தவுடன் என்னால் காமராவைக் கையில் எடுத்துக் கொள்ள முடியவில்லை. அப்படி நடுங்கிக் கொண்டிருந்தேன். இவ்வாறு மேலும் மூன்று நான்கு முறைகள் நடந்தன!"

மற்றொரு முறை ஒரு 'கேமரா பொறி'யை (அதாவது ஒரு மரத்தில் கேமராவைக் கட்டுவது) கல்யாண் அமைத்துக் கொண்டிருந்தார். இந்தக் கேமராவால் வெப்பத்தை அறிய முடியும், அதனால் அதன் வழியாகச் செல்லும் எந்த மிருகத்தையும் தானாகவே புகைப்படம் எடுக்கும்.

"அப்படிச் செய்வதற்காக மரத்தில் கேமராவை நான் கட்டிக் கொண்டிருந்தேன். ஒரு மரக்கிளையில் எனக்குச் சற்று மேலாக ஒரு சிறுத்தை உட்கார்ந்துக் கொண்டிருந்ததை நான் கவனிக்கவில்லை. ஏதோ சப்தம் கேட்டது, மேலே பார்த்தேன். இரண்டு அடி தூரத்தில் உட்கார்ந்து கொண்டு அது என்னைப் பார்த்துச் சிரித்துக் கொண்டிருந்தது. என் வாழ்க்கையின் மிக அச்சுறுத்தும் தருணம் அதுதான். அன்று பயத்தில் நான் சிறுநீர் கழித்து விட்டேன்!"

உயிரைக் காப்பாற்றிக் கொள்ளக் கல்யாண் ஓட்டம் பிடித்தார். அந்தக் கதையைச் சொல்வதற்கு இன்று உயிர் வாழ்ந்து கொண்டிருக்கிறார்! 'அச்சம் தரும் காரணி'களான இத்தகைய பல தருணங்கள் இருந்திருக்கின்றன. ஆனால் இவை எல்லாம் அவரை மேலும் மேலும் இதில் ஈடுபட வைப்பதாக ஆயிற்று.

மூன்று மாதங்கள் முடிந்தபின் கல்யாணால் அதை விட்டுச் செல்ல முடியவில்லை. அந்த வாழ்க்கையை அவர் மிகவும் விரும்பினார். ஓராண்டு காலம் அங்கேயே தங்கிவிட்டார்.

ஆனால் நிஜத்தை ஒதுக்க முடியாது. கல்யாணிடம் இருந்த சேமிப்பில் ஒரு வருடம் ஓட்டலாம். ஆனால் அதையே தொடர முடியாது. இருந்தும் அவரால் திரும்ப வந்து ஒரு சாதாரணமான முறையான வேலையை எடுத்துக் கொண்டு பணியாற்ற முடியவில்லை. (வேலைக்குப் பஞ்சமே இல்லை, நிறையப் பேர் அழைத்தார்கள்)

"நான் ஒரு தொழில் நுட்பப் பாதுகாப்பு ஆலோசகராக ஆவதற்குத் தீர்மானித்தேன். அப்பொழுது 50% நகரத்தில், 50% காட்டிலும் கழிக்கலாம் என்று நினைத்தேன்."

இரண்டு உலகின் சிறப்பையும் விட்டுக் கொடுக்காமல் அனுபவிக்கலாமே. ஆனால் இது மிகக் கொடுமையானதாக மாறியது!

"2006ம் ஆண்டு முழுவதும் அப்படிப் பணியாற்றினேன். அது என் வாழ்க்கையின் சிரமமான பக்கங்கள். நான் என் வேலைக்கும் சரி, வன விலங்குகளுக்கும் சரி, நேரத்தை ஒதுக்கி நியாயமாக இருக்க முடியவில்லை."

கல்யாண் நடுக்காட்டில் இருப்பார். வாடிக்கையாளரிடமிருந்து அழைப்பு வரும் - "நாளை காலை ஆடிட் இருக்கு... நீங்கள் இங்கே இருக்க வேண்டும்."

அவர் நகரத்தில் பிஸியாக ஆடிட் பார்த்துக் கொண்டிருப்பார். காட்டிலிருந்து அழைப்பு வரும். "புலி வேட்டையாடிக் கொன்று விட்டதே, நீங்கள் ஏன் அதைப் படம் பிடிக்கவில்லை?"

கல்யாண் 6-8 மாதங்கள் வரை போராடினார். இந்த கான்க்ரீட் காட்டின் தேவைகளையும், அழைப்புகளையும் பூர்த்தி செய்யப் பார்த்தார் - யதார்த்த வாழ்வில் பிழைப்புக்கு வேலை செய்ய வேண்டும் என்பதையும் காட்டின் அழைப்பையும் சமமாகக் கையாண்டு பார்த்தார்.

"நான் வருத்தத்தில் ஆழ்ந்தேன் என்று சொல்ல முடியாது. அதே சமயம் உந்துதலும் உற்சாகமும் கண்டிப்பாக இல்லை. நான் வேலையைச் செய்யாமல் விட்டு விட்டதால் சில வாடிக்கையாளர்களை இழந்தோம், காட்டில் வாழக் கொடுத்த விலை.

2006 ஆண்டு கடைசியில் BBC தொலைக்காட்சியிலிருந்து கல்யாணுக்கு அழைப்பு வந்தது.

"எது எனக்கு உதவியது என்று கேட்டால் சமூக ஊடகம். நான் ஆரம்ப காலத்திலிருந்தே அதில் பங்கேற்றேன். அதாவது 1999-2000 முதல்."

2000 ஆண்டிலிருந்தே கல்யாண் பிளாக் (Blog) எழுதினார். தன் புகைப்படங்களையும் பகிர்ந்து கொண்டார்.

"நான் புகைப்படங்கள் எடுப்பது பணத்துக்காக இல்லை.

அதனால் நான் எடுத்தவற்றை 'பிளாகில்' பகிர்ந்து கொண்டேன். காட்டில் இருக்கும் பொழுது நேரிடையாக GPRS மூலம் ஒளிபரப்பினேன். நான் இப்படி எழுதுவேன்: "ஹே! என் ஜன்னலுக்கு வெளியில் ஒரு புலி அழைக்கிறது" உடனே புகைப்படம் எடுத்து 5-10 நிமிடங்களில் பிளாகில் போட்டு விடுவேன்."

"இந்த பிளாகை* நிறையப் பேர் பின் தொடர்ந்தனர்; ஏகப்பட்ட விசிறிகள். இந்தியா மற்றும் அயல் நாடுகளிலிருந்தும் விசிறிகள் கிடைத்தனர். பிரபலமான வலைதளமான 'போயிங் போயிங்' (Boing Boing) என்பதில் என் எழுத்துக்களும், புகைப்படங்களும் வெளியாகின."

கல்யாண் நிறையப் படங்களைப் பகிர்ந்து கொண்டார் அவற்றில் நிறைய தவளைகள் இருந்தன. பிபிசி தவளைகளைப் பற்றி ஒரு படம் எடுக்கத் திட்டமிட்டிருந்தது. அதைப் பற்றி 'கூகுளில்' (Google) தேடிய பொழுது யாருடைய பெயர் தோன்றியது என்று உங்களால் யோசிக்க முடிகிறதா?

ஆனால் தவளைகளைப் பற்றிய அந்தப் படம் எடுக்கப்படவில்லை. (அனுமதிப் பிரச்சனைகள்!) ஆனால் அது கல்யாணுக்கு வாசலில் கால் வைக்க உதவியது. சில மாதங்கள் கழித்து - 2007 தொடக்கத்தில் - BBC மழைப் பருவத்தைப் பற்றி ஒரு குறும்படம் எடுத்தது. மேற்கு மலைத் தொடர்ச்சியை, ஸந்தேஷ் கண்தூர் என்ற நண்பர் படம் பிடித்தார்.

அவர்கள் கூறியது : "ஹே! அந்த இடம் உங்களுக்குப் பரிச்சயம். உங்கள் புகைப்படங்களைப் பார்த்திருக்கிறோம். என்ன வேலை செய்கிறீர்கள் என்று தெரியும். எங்களுடன் பணியாற்றுகிறீர்களா?"

இது ஒரு நல்ல அறிகுறியாகப் பட்டது. கல்யாண் தேடிக் கொண்டிருந்த வழி. அவர் தன் ஆலோசகர் அலுவலகத்தை மூடிவிட்டு மொத்தமாக வனவிலங்குத் துறையில் ஆழ்ந்து விடுவது என்று முடிவெடுத்தார். முழு நேர வனவிலங்கு புகைப்படக் கலைஞராக மாறினார்.

"எனக்கு அதிகப் பணம் கிடைக்கவில்லை. ஆனால் எனக்கொரு வழி பிறந்தது. சில ஆண்டுகளுக்குக் கஷ்டப்பட நான் தயாராக இருந்தேன். அதுவே சிலருக்குப்

---

* www.kalyanvaram.net/journal.

பிரச்சனையாக இருக்கலாம்; வாழ்க்கையில் வெகு சீக்கிரம் முன்னேற வேண்டும் என்று துடிக்கிறார்கள்..."

உண்மை என்னவென்றால் உங்கள் நேரத்திற்கு நீங்கள் காத்திருந்து சேவகம் செய்ய வேண்டும்.

உங்களின் ஆற்றலை நிரூபிக்க வேண்டும்.

பொறுமையைக் கடைப்பிடித்துக் கடைசிவரை நீடித்திருக்க வேண்டும்.

"நான் தயாரிப்பு உதவியாளனாகச் சேர்ந்தேன். அந்த முக்காலிகளைத் தூக்கிச் செல்ல வேண்டும்," என்று சிரித்தார். "ஆனால் அது சிறந்த அனுபவம். யூகேயிலிருந்து ஆங்கிலேயப் படமெடுப்பவர்கள் வந்தால், அவர்கள் ஓய்வெடுக்கும் பொழுது நான் அவர்களின் காமெராக்களைக் கடன் வாங்கிப் படம் எடுத்துப் பழகுவேன். அவர்களுக்கு என் வேலை பிடித்திருந்தது."

கொஞ்ச காலம் கழித்து அவர்கள் இதற்காக யூகேயிலிருந்து வருவதற்குப் பதில் கல்யாணையே படம் எடுத்து அனுப்புமாறு கூறினார்! குறிப்பிட்ட நிகழ்வைக் காட்டும் திரைப்படப் பகுதிகளைப் படம் பிடித்தேன்.

"இந்த நம்பிக்கை, இந்த உறவை வளர்க்க பல நாட்கள் செலவிட வேண்டும்..."

இதில் முக்கியமான வார்த்தை - நேரம்.

தொழில் நுட்ப ஆற்றல் முக்கியம்; ஆனால் அதன் பங்கு 50%தான்; பாக்கி நீங்கள் வாடிக்கையாளரிடம் எப்படி 'ஒட்டிப்' பழகுகிறீர்கள் என்பதைப் பொறுத்து தான் இருக்கிறது. அவர்களுக்கு உங்களைப் பிடித்திருக்கிறதா? உங்கள் மீது நம்பிக்கையுள்ளதா? நீங்கள் சரியான நேரத்தில் முடிப்பீர்களா?

கற்பனை சார்ந்த தொழிலில் நீங்கள் எவ்வளவு தகுதி பெற்றவர் என்பது முக்கியம் இல்லை. தகுதியற்றவர் என்பதும் இல்லை. கடைநிலையில் ஆரம்பித்து மெதுவாக மேலே ஏற வேண்டும்.

"ஆம்! ஆனால் நிறையப் பேர் இதைச் செய்யத் தயாராக இல்லை. நேரே குதித்து உச்சியைத்தொட விரும்புகின்றனர். *நேஷனல் ஜியோகிராஃபிக்* தொலைக்காட்சியை எடுத்துக் கொள்ளுங்களேன், அவர்கள் 40 புகைப்படக்காரர்களைப்

பணியில் அமர்த்துகின்றனர். ஆனால் இந்த உலகில் 4 லட்சம் புகைப்படக் கலைஞர்கள் நேஷனல் ஜியோகிராஃபிக்கில் சேரும் கனவில் சுற்றிக் கொண்டிருக்கின்றனர்."

லட்சத்தில் ஒருவரை எப்படித் தேர்ந்தெடுப்பது?

"எனக்கு இப்பொழுது நேஷனல் ஜியோகிராஃபிக் மக்களைத் தெரியும். இனி நாங்கள் தொழில்நுட்ப ஆற்றலைப் பார்ப்பதாக இல்லை. ஏற்கனவே வெளியே வேலை செய்துள்ள புகைப்படக்காரரைக் கேட்போம்" என்று அவர்கள் சொல்கிறார்கள்.

தொடர்ந்து சிறப்பாகச் செய்பவர் தேவை; ஒரே ஒருமுறை அதிசயிக்கத்த வகையில் வேலை செய்தால் போதாது.

"அவர்கள் நினைக்கலாம்; 'ஆஹா நான் அருமையான படம் எடுத்திருக்கிறேன். நேஷனல் ஜியோகிராஃபிக் தொலைக்காட்சி இதை என்னிடமிருந்து வாங்கும் என்று' அப்படி நடப்பதில்லை. நீங்கள் கீழிருந்து மேலே படிப்படியாக ஏறி வரச் சித்தமாக இருக்க வேண்டும். உங்களின் பாராட்டுக்களைக் கஷ்டப்பட்டுப் பெற வேண்டும். அதற்கான தகுதியை வளர்க்க வேண்டும். எப்படி ஒரு நிருபர் ஒரு குறிப்பிட்டத் துறையில் பேர் எடுக்கிறாரோ அது போல் பொறுமையுடன் காத்திருக்க வேண்டும்."

இன்றையக் காலகட்டத்தில் அந்தக் காத்திருத்தல் முப்பது ஆண்டுகள் நீடிக்க வேண்டாம். மூன்று ஆண்டுகளிலேயே கல்யாண் இவ்வளவு தூரம் பயணித்து விட்டார்.

"BBC அவர்களின் சொந்த ஆட்களுக்கு இணையாக என்னை நம்புகின்றனர். எனக்கு இப்பொழுது யூகே விகிதத்தில் பணம் தருகின்றனர். 300 பவுண்டுகள் (ரூ 24,000) ஒரு நாளைக்கு. முதலில் ஒரு நாளுக்கு 20 பவுண்டுகள் கொடுத்தனர். பிறகு 50 பவுண்டானது. நம்பிக்கையை வளர்ப்பது கடினம். உழைத்துதான் பெற முடியும். இன்று என்னால் முடியும் என்று நம்புகின்றனர்."

ஒரு நல்ல புகைப்படம் எடுக்க வேண்டுமானால் புகைப்படக்காரர்கள் ஒரு நூறு படமாவது எடுக்க வேண்டும். இதற்குப் பொது விதியோ ஃபார்முலாவோ கிடையாது.

"என்னுடைய சில சிறந்த படங்கள் 2-3 ஷாட்களிலேயே நடந்தன. ஏன் என்றால் ஏதோ நடக்கிறது. அந்த சமயத்திற்கு சரியாக நீங்கள் அங்கு இருக்கிறீர்கள். அதைப் படம் எடுக்கத்

தயார் நிலையில். சில சமயம் நீங்கள் காத்துக்கொண்டே இருப்பீர்கள். முயற்சி செய்து கொண்டே இருப்பீர்கள். கடைசியில் நீங்கள் நினைத்தது கிடைக்கும்."

வீடியோ எடுக்கும் பொழுதும், இதே கதைதான். ஒரு மணி நேரம் சிறந்த தரம் வாய்ந்த ஒரு நிகழ்வைக் காட்டும் திரைப்படப் பகுதி வேண்டுமென்றால் பிபிசி நூறு மணி நேரத்திற்குப் படம் எடுக்கும்.

நேர்த்தியானது என்பது அலட்சியத்தில் பிறப்பதில்லை; கண்ணுக்குப் புலப்படாத மிகவும் கடின உழைப்பின் பலன்தான் நேர்த்தி. எங்கே சென்றாலும் இதே விளக்கம்தான்.

நாம் வாழ்க்கையின் ஒரு பகுதியை மூடிவிட்டு அடுத்ததை எழுதத் தொடங்கினால் முந்தையது "வீண்" என்று தோன்றலாம். உண்மை என்னவென்றால் மனிதன் அனுபவங்களின் கூட்டல். அந்தக் கூட்டுத் தொகை பகுதிகளைவிடச் சிறந்தது.

"வேறு ஒரு விஷயம் இந்த மாற்றத்தை எனக்குப் புரிய வைத்தது - வனவிலங்குப் புகைப்படம் எடுப்பதற்கு, என் தொழில் நுட்பக் கல்வி, மற்றும் வேலை உதவியது; நான் நிறைய வேலை செய்ய முற்பட்டேன் - வலைதள போர்டல் அமைப்பது; நேரிடை பிளாக் அமைப்பது, போன்றவை."

ஒரு யாஹூ சூப்பர் நட்சத்திரத்திற்கு *இது இடது கையால் செய்யும் எளிய* வேலை. ஆனால் பிபிசியைப் பொறுத்தவரை இது இலவசம்; மற்றும் மதிப்புக் கூடுதலாகக் கிடைப்பது.

BBCயில் யாருக்குமே இதை எப்படிச் செய்வது என்று புரிபடவில்லை. யூகேயில் அதிக விலை கொடுத்து ஒரு நிறுவனத்தை அமர்த்தி இதைச் செய்ய வேண்டியதிருக்கும். அதனால் அவர்கள் சிலிர்த்தனர்.

கூடுதல் வேலை செய்ய வேண்டுமானால் அதற்கு நாம் தான் முனைய வேண்டும். நம்மிடம் இருக்கும் சரக்கைக் கடை விரித்துக் காட்டவேண்டும். "இதனால் எனக்கு என்ன லாபம்" என்று யோசிக்கக் கூடாது. நெடுந்தூரப் பயணத்தில் நமக்கு விதித்தது தானாக வந்து சேரும்.

நிறைய நிகழ்ச்சிகளுக்கு பிபிசியில் முதன்மை புகைப்படக்காரர் ஒருவர் பணியாற்றுவார். இருந்தாலும் கல்யாணை அழைத்து அவர்களின் வலைதளத்திற்குச் சில புகைப்படங்களை எடுத்துத் தரச்சொல்லி அழைப்பார்கள்.

"நான் ஒப்புக் கொள்கிறேன். வனவிலங்குகளைப் புகைப்படம் எடுக்க நிறைய அதிர்ஷ்டம் தேவை. ஆனால் நான் சொல்வேன் நிறைய வேலை செய்தால் நிறைய அதிர்ஷ்டம் தானாக வரும்."

கல்யாண் வேலை செய்த தொடர்கள் சில: "*மௌண்டைன்ஸ் ஆஃப் தி மாண்ஸூன்*" (Mountains of the Monsoon) மற்றொன்று "*க்ரோகடைல் ப்ளூஸ்*" (Crocodile Blues).

"BBCயின் பல இணைய தளங்களுக்கு நான் வேலை செய்திருக்கிறேன். அவர்களுடைய சில வனவிலங்கு பாதுகாப்புத் திட்டங்களிலும் பணியாற்றியிருக்கிறேன். இணைய தளத்தில் நிதி உதவி கோரி அதற்குப் பிறகு தொடர்களைத் தொலைக்காட்சியில் வெளியிட்டுள்ளோம்."

சமீபமாகக் கல்யாண் எடுக்கும் தொடர் "*சேசிங் தி மாண்ஸூன்*" (Chasing the Monsoon) ராஜ நாகத்தைப் பற்றிய தொடருக்காக கல்யாண் நேஷனல் ஜியோகிராபிக் கோடும் இணைந்து பணியாற்றியிருக்கிறார்.

இருந்தும் இந்தியாவில் வன விலங்குப் புகைப்படக்காரராகக் காலத்தை ஓட்ட முடியுமா என்ற கேள்வி எழுகிறது? நிச்சயமாகக் கல்யாணிடம் இந்தக் கேள்வி அடிக்கடி எழுப்பப் பட்டிருக்கும்.

"இந்தியாவில் வனவிலங்கு மற்றும் காடுகளின் புகைப் படக்காரர்கள் பணக்காரர்கள். அவர்கள் பெரும் நிறுவனத்தின் சொந்தக்காரர்களாக இருப்பார்கள். அவர்களுக்கு இது ஒரு பொழுதுபோக்கு. பரிசுக்காக வேட்டையாடுவது போன்றது. உங்கள் நண்பர்களிடம் பெருமைப்பட்டுக் கொள்வதற்காக ஒரு புலியின் படத்தை எடுப்பது."

கைவிரல்களில் எண்ணிவிடும் அளவிற்குத்தான் இந்தியாவில் பிழைப்பிற்காக இந்தப் படங்களை எடுப்பவர்கள் இருப்பார்கள். பெரிய அயல்நாட்டுப் பதிப்பகத்தார்களுக்கு விற்று விடுவார்கள்.

மற்றொரு பக்கம் பார்த்தால் இது வேடமிட்ட வாய்ப்பு.

"நாம் தான் சந்தையில் முதன்மையானவர்கள் என்பதால் நாமே சந்தையை உருவாக்கும் சக்தியைப் பெறுகிறோம். இந்தக் கோணத்தில்தான் நான் என் புகைப்படக் கலையைப் பார்க்கிறேன்."

வழக்கமாக இதுபோன்ற வனவிலங்குகளைப் படமெடுக்க புகைப்படக்காரார்கள் ஆப்பிரிக்கா பயணிப்பர். அங்குள்ள சிறுத்தைகளையும், சிங்கங்களையும் படமெடுப்பர்.

"அங்கே அடிப்படையில் எல்லாமே எளிது. பெரிய கால் பந்து மைதானம் போலிருக்கும். சிங்கங்களின் அருகே வண்டியை ஓட்டிச் செல்லலாம். சிங்கங்கள் உறங்கிக் கொண்டிருக்கும். அவற்றைப் புகைப்படம் எடுத்துக் கொள்ளலாம்."

10 நாள் பயணமாக அங்கு சென்று திகைப்பூட்டும் படங்களை எடுத்துவிட்டுத் திரும்பலாம்.

"இந்தியாவில் ஒரு புலியைப் பார்க்க வேண்டுமென்றாலே பத்து நாட்கள் ஆகலாம். இந்தியாவிலும் அவ்வளவு விலங்குகள் இருக்கின்றன - ஏன் கூடுதலாகவே உள்ளன - ஆப்பிரிக்காவைக் காட்டிலும். ஆனால் வெகு குறைவாகத்தான் ஆவணப் படுத்தப்பட்டுள்ளன. படமெடுக்கப்பட்டுள்ளன."

உதாரணத்திற்கு மேற்குத் தொடர்ச்சி மலையில் ஐந்து வகையான மனிதக் குரங்குகள் உள்ளன. அவற்றில் மூன்று வகைதான் படம் பிடித்துக் குறிப்பெடுக்கப்பட்டுள்ளன.

"நேஷனல் ஜியோகிராஃபிக் புகைப்படக்காரர்கள் முயற்சிக்கப் போவதில்லை. அவர்கள் அங்கு வாழும் மக்களிடம் பேச வேண்டும். நிறைய நேரம் செலவழிக்க வேண்டும். இடத்தைப் புரிந்து கொள்ள வேண்டும். ஆனால் நாமோ-இந்தியாவில் வாழ்கிறோம். அது நம் இல்லங்களின் பின்னால் உள்ளது. இது சிறந்த சவால், அதைவிடச் சிறந்த வாய்ப்பு!"

என்ன விஷயம் என்றால் கடின உழைப்பு, சிறிது சாமர்த்தியம் இருந்தால் - இங்கே நிறைய வேலை காத்திருக்கிறது. பல விதத்திலும் இதில் பணமும் சம்பாதிக்கலாம்.

உதாரணத்திற்கு, கல்யாண் தன் படங்களை இந்தியச் சந்தைகளில் விற்க வழி கண்டுபிடித்துள்ளார். நம் ஊரில் "பணம்" கொடுப்பது என்பது கலாச்சாரத்திலேயே கம்மி. இப்பொழுது டிஜிடல் காமிரா, ஃபிளிக்கர் (Flickr) போன்றவை இருக்கும். பொழுது புகைப்படத்தில் என்ன பெரிய விஷயம் என்று கேட்கிறார்கள்!

"இந்தியாவில் மக்கள் புகைப்படங்களை வாங்கமாட்டார்கள். பத்திரிகைகள் கூட 200/500 ரூபாய் தான் தருவார்கள் - இது கடலைக் காசு."

> "நான் தற்பொழுது மென்பொருள் எழுதுகிறேன். இதைப் பெருமைக்காகவோ வாடிக்கையாளர் ஒரு மணி நேரத்திற்கு 20 டாலர்கள் கொடுப்பார் என்றோ எழுதவில்லை. அந்தக் குழந்தைத் தனமான பரபரப்பு என்னிடம் தொற்றிக் கொண்டுள்ளது."

ஆனால் புகைப்படம் எடுத்து விட்டு அதைப் பொருளாக மாற்றினால் மக்கள் வாங்குவார்கள். அதனால் கல்யாண் படத்தை அச்சடித்து அப்படியே விற்காமல் அதைக் கொண்டு காலண்டர்கள் செய்கிறார். அவை நன்கு விற்றுப் போகின்றன.

"எல்லோருக்கும் காலண்டர் தேவை. ஏதோ ஒரு சலிப்பு ஊட்டும் படம், பாரத ஸ்டேட் வங்கி, என்பதைவிட வனவிலங்குகளின் படங்கள் போட்டால் மக்கள் ரசிக்கின்றனர். டி-ஷர்ட்டிலும் படம் போடுகிறேன்."

பொருட்களைத் தவிர (கல்யாணே அவற்றை வடிவமைக்கிறார்) அவர் பாடங்கள் நடத்தியும் பணம் சம்பாதிக்கிறார். வனவிலங்குப் புகைப்படக் கலையைக் கற்றுக் கொடுக்கிறார்.

"BBC வேலை வருடத்தில் மூன்று மாதங்கள் தான். அந்த மூன்று மாதங்கள் அவர்களுடன் முழு நேரம் வேலை செய்கிறேன் - அதற்கு நல்ல சம்பளமும் கொடுக்கிறார்கள். பாக்கியிருக்கும் 8-9 மாதங்கள் மற்ற பணிகள் என்னை முனைப்பாக வைக்கின்றன."

அவைப் பணத் தேவையையும் பூர்த்தி செய்கின்றன. தற்சமயம் இந்தப் பொருட்களும், வகுப்புகளும் கல்யாணின் ஆண்டுச் சம்பாத்தியத்தில் 50% பங்கு வகிக்கின்றன.

இந்த வகுப்புக்களை அவர் இணைய தளங்களில் மட்டுமே விளம்பரப் படுத்துகிறார் -யாருக்கு விருப்பமோ சேர்கிறார்கள். ஒரு மாதத்திற்கு ஒருமுறை வகுப்பெடுக்கிறார். சிலமுறை வெளியே பயணித்து (Field Trip) எடுப்பார் - மழைக் காட்டுக்குள்ளே சென்று எடுப்பது அல்லது புலிகளைப் பற்றி எடுப்பது.

சில வகுப்புகள் சனி, ஞாயிறு நடைபெறும். பெங்களூரில் நடக்கும். நிறைய பேருக்கு அவ்வளவு நேரம்தான் ஒதுக்க முடியும். கல்யாண் புத்தகங்களிலிருந்து பாடங்கள் நடத்துவதில்லை. செய்முறை விளக்கம் தான் - தன்னைத்

தானே எப்படித் தயார் செய்து கொண்டாரோ அந்த முறைதான்.

"மக்களுக்கு மிகவும் பிடித்திருக்கிறது. மற்றப் பள்ளிகளில் வழக்கமான சம்பிரதாயப் பாடத் திட்டங்கள். அடிப்படையில் தொடங்குவார்கள். யாரிடமும் அது போன்ற கவனம் இல்லை. அவர்கள் டிஜிடல் SLR வாங்கித் தொழில் நுட்பத்தை அறிந்து கொண்டு விடுகின்றனர். இன்னும் அற்புதமாகப் படம் பிடிப்பது எப்படி என்ற கலையைக் கற்கத்தான் ஆர்வம் காட்டுகிறார்கள்."

மேலும் பள்ளிகளில் டிஜிடல் படத்தின் நுணுக்கங்களைக் கற்றுத் தருவதில்லை. படங்களை எப்படி முறையாக அமைப்பது, அவற்றை இணைய தளத்தில் எப்படி ஏற்றுவது, வலைத் தளத்தில் எப்படி தம் புகைப்படங்களைப் பிரசுரிப்பது போன்றவை.

"என் புகைப்படத்தைப் பொறுத்தவரையில் அவற்றை யார் வேண்டுமானாலும் பார்க்கலாம் என்ற அணுகுமுறையில்தான் நான் பிரசுரித்திருக்கிறேன். என் வலைதளத்திற்குச் சென்றால் அனைத்துப் படங்களும் க்ரியேடிவ் காமன் லைஸென்ஸ் (Creative Commons License) அடியில் - இலவசமாகப் பார்க்கக் கூடிய பொதுக் களத்தில் உள்ளன."

இது திடுக்கிட வைக்கலாம் - ஏன் என்றால் கலைஞர்கள், கற்பனாவாதிகள் எப்பொழுதுமே தங்களுடைய கற்பனை வடிவத்தைச் சொந்தம் கொண்டாடப் படாதபாடு படுவார்கள். உங்களின் கலையை விலை பேசினால்தான் அதன் மூலம் பணம் சம்பாதிக்க முடியும்.

ஆனால் காலம் மாறி வருகிறது. கல்யாணின் எண்ணம் வேறுபட்டிருக்கிறது.

"மக்கள் திரும்ப வருகிறார்கள். என் படத்தை நேசிக்கிறார்கள் - சிலர் உங்கள் கலைக்கு நாங்கள் பணம் வழங்குகிறோம் என்கிறார்கள். சிலர் என் பொருளை வாங்குகிறார்கள்."

ஒவ்வொரு கற்பனாவாதிக்கும் இதிலிருந்து கற்க ஒரு பாடம் இருக்கிறது. நீங்கள் மக்களைத் தடுக்க முடியாது - அவர்கள் உங்கள் படத்தையோ, பாடலையோ, புத்தகத்தையோ - இணையதளத்திலிருந்து தரவிறக்கம் செய்து/படிக்கத்தான் செய்வார்கள். ஆனால் அவர்களை உங்கள் விசிறிகளாக மாற்றி, உங்களைத் தொடரச் செய்து உங்களை நண்பனாக

ஏற்றுக்கொள்ளச் செய்தால் எந்தக் கவலையும் இல்லாமல் அவர்களிடமிருந்து பணம் பண்ணலாம்.

"இதை ஒரு தத்துவக் கோணத்திலிருந்து பார்க்கிறேன். நான் புகைப்படங்கள் எடுப்பதே என் அனுபவத்தைப் பங்கு போட்டுக் கொள்ளத்தான். நான் 'அங்கு' இருந்தேன்; இந்தப் படங்களை எடுத்து அவற்றைப் பகிர்வதன் மூலம் மக்களையும் 'அங்கு' கொண்டு செல்கிறேன்.

"இந்தப் புகைப்படங்களைப் பகிர்ந்துகொள்வதற்கு தடை விதித்தால் அவற்றின் பயன் என்ன? இப்பொழுது நாம் இருக்கும் காலக்கட்டத்தில் ஒருவரைத் தனித்து அடையாளப்படுத்தி, அவர்தான் பிரமாதமான புகைப்படக் கலைஞர் என்று அவர் ஸ்டுடியோவை அணுகும் காலம் மாறிவிட்டது."

இதைத் தவிர இந்தப் பொருளாதார முடக்கம் கல்யாணை பாதிக்கவே இல்லையாம். பெங்களூரில் உள்ள முப்பது வயதிற்கு மேற்பட்ட புகைப்படக் கலைஞர்களைவிட அதிகம் சம்பாதிக்கிறாராம்.

"பழைய கலைஞர்கள் பழைய பஞ்சாங்கமாக இருக்கிறார்கள். நான் ஒரு திறந்த புத்தகம். என் படங்களையும், லைஸென்ஸையும் இலவசமாகக் கொடுக்கிறேன். நான் சொல்வேன் 'அனைத்தையும் எடுத்துக்கொள் - பிடித்தால் பணம் கொடு.' 'நீ விலை கொடுத்து வாங்காவிட்டால் நான் தரமாட்டேன்' என்று சொல்பவரைக் காட்டிலும் என்னிடம் 20 மடங்கு அதிக வாடிக்கையாளர்கள் உள்ளனர்."

இருபது பேர் இலவசமாகப் பார்த்தால் 2-3 பேர் பணம் கொடுப்பார்கள். அதனால் பாரம்பரிய புகைப்படக்காரரை விட அதிகம் சம்பாதிக்கிறார்.

"நான் சந்தோஷமாக இன்று அறிவிக்கலாம்; நான் கணினித் துறையில் இருந்திருந்தால் எவ்வளவு சம்பாதித்திருப்பேனோ அவ்வளவு இப்பொழுது சம்பாதிக்கிறேன். இது புகைப்படத் துறையில் கேள்விப்படாத ஒன்று."

ஆனால் கல்யாண் வெறும் புகைப்படக்காரர் மட்டும் இல்லை. அதற்கும் மேலே. ஒரு தனி மனிதப் புகைப்பட நிறுவனம் என்றே சொல்லலாம் - புதுச் சந்தை, புது வியாபாரம், புது யுக்தி பணம் செய்வதற்கு; தன் புகைப்படத்தைப் பிரபலப்படுத்துவதற்கு - என்று செயல்பட்டுக் கொண்டிருக்கிறார்.

"இந்த அழகான வனவிலங்குகளைப் பார்த்துவிட்டு அடுத்த வருடம் வரும்பொழுது அவை அங்கே இல்லை என்று அறிகிறோம். அவற்றுக்கு ஏதாவது செய்ய வேண்டும் என்று தோன்றுகிறது."

அவரின் திட்டம் 'நிறையக் கொடு, நிறையப் பெறு' - அவர் லினக்ஸ் என்ற கணினி மென்பொருளைப் பல காலம் பயன்படுத்தி எல்லோருக்கும் சிறந்த ஆதாரமாக விளங்குகிறார். அது அவருக்குப் பயனுள்ளதாக விளங்குகிறது.

"நான் என் புகைப்படத்தையும் பகிர்ந்து கொள்ள விரும்புகிறேன். இலவசமாக அணுக அனுமதிக்கிறேன். நாம் நல்லவர்களாக இருந்தால் நல்லதே நடக்கும். 'நல்லவனாக' இருப்பது பணம் சம்பாதிப்பதைக் காட்டிலும் முக்கியம். நாம் நல்லவர்களாக இருந்தால் பணம் நம்மைத் தேடி வரும். தன்னிச்சையாக நடக்கும் விஷயம்."

சரி, எதுவும் தன்னிச்சையாக நடக்காது. உலகே அடையாளம் கண்டு பாராட்டும் படியாக அமையாது. அந்த முதல் ஆண்டு கல்யாண் காட்டுக்குள் ஓடிய சமயம் மக்கள் அவரைக் கிறுக்கன் என்று கூட சிந்தித்திருக்கலாம்.

"ஆமாம்! நண்பர்கள் என்னைப் பைத்தியக்காரன் என்றே முடிவு கட்டி விட்டனர். பெற்றோர்கள் ரொம்பக் கலங்கி விட்டனர். நான் ஒரு வழக்கமான இந்தியப் பிரஜையைப் போல் - வீடு, கார் மற்றும் வேலை என்று இருந்தோன்..."

இவை எல்லாவற்றையும் உதறிவிட்டார் - நம் பையனின் திருமண விளம்பரத்தில் என்ன எழுதலாம் என்று அம்மா யோசித்துக் கொண்டிருந்தச் சமயத்தில். இந்தக் கட்டாயங்களையும், அழுத்தங்களையும் எப்படிச் சமாளித்தார்?

"அவர்களிடம் நான் சொன்னது, இவை என் தேவைப் பட்டியலிலேயே இல்லை. நான் ஆந்திராக்காரன். அதனால் மக்கள் இதைப் பற்றி நிறையப் பேசுவார்கள் - வரதட்சிணை கூடப் பேசுவார்கள். இவையெல்லாம் ஒரு மதிப்பீடு. என்னுடையது தரையில் விழுந்து உடைந்துவிட்டது."

கல்யாணின் பெற்றோருக்கு இரண்டு ஆண்டு பிடித்தது அவரின் தீர்மானத்தை ஏற்றுக்கொள்ள. இப்பொழுது

அவர்கள் பெருமை கொள்கிறார்கள். ஆனால் அந்த இரண்டு ஆண்டில் கல்யாணுக்கு கிடைத்த பெயர் - யார் சொல்வதையும் கேட்பதில்லை. யார் மீதும் அக்கறையில்லை என்ற குற்றச்சாட்டு...

இனி என்ன?

"நான் நிறைய விஷயம் செய்து கொண்டிருக்கிறேன்... நான் பகுதி நேரப் புகைப்படக்காரன், பகுதி நேரத் திரைப்படம், குறும் படம் எடுப்பவன், வன விலங்கு NGOக்களுடன் வேலை செய்பவன் - அவர்களுக்கு தகவல் சேகரிக்க உதவு வேன் - இனங்களைப் பற்றி, பாதுகாப்பது பற்றி. சில சமயம் காட்டு இலாகாவுடன் களத்தில் இறங்கி வேலை செய்வேன்."

அடிப்படையில் நாம் விருப்பத்தைப் பேசுகிறோம். புகைப்படக்கலையைப் பற்றி மட்டுமல்ல. ஆனால் இவை அனைத்தும் வனவிலங்குகளுடன் தொடர்பு கொண்டதாக உள்ளன.

"நான் என் கைகளை அழுக்காக்கிக்கொண்டு அவர்களோடு இணைந்து வேலை செய்ய விரும்புகிறேன்."

நேஷனல் ஜியோகிராஃபிக்கின் அட்டைப் படக்கதை செய்வது கல்யாணின் கனவு - அது சீக்கிரமே நடக்கும். கடவுள் கிருபையில் வெகு சீக்கிரம் நடக்கும். 'பிபிசி உலக எக்ஸ்ப்ளோரர்' என்று தேர்ந்தெடுக்கப்பட்டுள்ளார் - அவருக்குப் பணம் கொடுத்து உலகம் முழுவதும் பயணித்து அதைப் பற்றிய கட்டுரைகளைப் படம் பிடித்து பிபிசிக்கு கொடுப்பதுதான் வேலை!

அவர் இன்றிலிருந்து ஐந்து அல்லது பத்து ஆண்டுகளில் என்னவாக இருப்பார் என்றால், அதை இரண்டு விதமாகப் பார்க்கலாம்.

"நான் இப்பொழுது செய்வதையே தொடர்ந்து பத்து ஆண்டுகளுக்குப் பிறகும் செய்தால், செய்ய முடிந்தால் எனக்கு மிகுந்த மகிழ்ச்சியாக இருக்கும். எனக்குப் பதவி உயர்வு தேவையேயில்லை!"

கல்யாண் தன் நேரத்திற்கும் தன் திட்டத்திற்கும் ஏற்ப வேலை செய்கிறார். தேவையானால் பயணிக்கிறார். விரும்பியதைச் செய்கிறார். இவை எல்லாவற்றையும் உதறிவிட்டு வேறு வித்தியாசமான ஒன்றைச் செய்வாரா என்றால், மாட்டார் என்றுதான் தோன்றுகிறது.

"நான் ஒன்றை விரும்பினால் நிச்சயம் அதை நடத்த முடியும்.

நாளையே நான் ஒரு விண்வெளியாளராக மாறவேண்டும் என்று ஆசைப்பட்டால், நான் ஒரு கிளப் ஆரம்பிப்பேன். பெங்களூரின் ஹெச்ஏஎல்லில் வேலை செய்வேன் அல்லது வர்ஜின் கலாக்டிக்கில் வேலை செய்வேன். "நான் ஒரு மெக்கானிக்காக வேலை செய்யட்டுமா? அடுத்த ஐந்து ஆண்டுகளுக்குப் பணம் இல்லாமல் வேலை செய்வேன்! எப்படியாவது அந்த வாசலில் கால் பதிப்பேன்."

"உங்கள் விதியின் வாசலைக் கண்டுபிடியுங்கள்; உங்களின் சிறந்தவற்றோடு உள்ளே நுழையுங்கள்!"

அது திறக்கும், என்னை நம்புங்கள்.

இளம் தொழிலதிபர்களுக்கு...

யோசிக்காமல், எதுவும் வைத்துக் கொள்ளாமல் மொத்தமாக போய்க்கொண்டே இருக்கவேண்டும். மற்றவர்களின் கருத்துக்கு மாறாக நான் சொல்வது, இந்தியாவில் வனவிலங்கியல் விஞ்ஞானியாக நிறைய வாய்ப்புகள் உள்ளன; வனவிலங்குப் புகைப்படக் கலைஞருக்கும் வாய்ப்பிருக்கிறது. நாம் அதை எப்படிப் பயன்படுத்துகிறோம் என்பதில்தான் எல்லாமே அடங்கியிருக்கிறது.

இரண்டாவது ஒரு வெறி வேண்டும் - தகுதியைக் காட்டிலும். நிறையபேர் என்னிடம் வந்து, "நான் படமெடுப்பதில் டிப்ளமோ படித்திருக்கிறேன். நான் எப்படி BBCயில் அல்லது நேஷனல் ஜியோகிராஃபிக்கில் வேலை செய்வது? எனக்கு வனவிலங்குகள் பற்றி படமெடுக்க வேண்டும்..."

நான் அவர்களைக் கேட்கும் கேள்வி, "நீங்கள் எவ்வளவு காடுகளுக்குச் சென்றிருக்கிறீர்கள்?"

அவர்கள் சொல்வது "ஒன்றும் இல்லை."

இந்தியாவில் உள்ள பத்து பறவைகளின் பெயரைச் சொல்லச் சொல்லுங்கள். ஒன்றைக் கூடச் சொல்லமுடியாது. என்னை நம்புங்கள் - BBCயிலோ, நேஷனல் ஜியாகிராபிக்கிலோ - யாரும் பயிற்சி பெற்ற படம் எடுப்பவர்களோ அல்லது உயிரியல் படித்தவர்களோ அல்ல. அவர்கள் வேறு வேறு துறையிலிருந்து வருகின்றனர். அவர்கள் எல்லோரும் வெறித்தனமாகத் திரைப்படத்தையும், வனவிலங்குகளையும் நேசிப்பவர்கள்.

நீங்கள் எதை அதிகம் விரும்புகிறீர்கள் என்பதைக் கண்டறிய வேண்டும் - அதை நிறைவேற்ற வேண்டும். நான் மூன்று ஆண்டுகள் சம்பளமில்லாமல் உழைத்தேன். என் காலை வாசலில் பதிப்பதற்காக. ஒரு பெரிய வீடோ, அதைவிடப் பெரிய காரை வாங்குவதோ என் சொந்த மைல்கல்லாக நான் வைத்துக் கொள்ளவில்லை.

உங்களுக்கு வனவிலங்குகளைப் பற்றிப் படம் எடுக்க சில

சாதனங்கள் தேவை. ரூ 50,000 இருந்தால் அடிப்படை காமெரா, மலிவு ஜூம் லென்ஸ் வாங்கலாம். இது கணினி போலத்தான். உங்களுக்கு மாக் புக்கோ, 4 GB RAM தேவையில்லை நல்ல புரோக்ரமராக மாற. கைபேசியிலோ, பழைய கணினியிலோ கூடச் செய்யலாம் - என்னுடைய பல நல்ல படங்கள், சிறந்தவை - பழைய மலிவு லென்ஸுகளில் எடுத்தவையே. மக்கள் இன்னும் அவற்றை நேசிக்கிறார்கள்.

கடைசியாக "மாற்றி யோசியுங்கள்." இது எந்தத் துறைக்கும் பொருந்தும். இசை, கலை, இலக்கியம். உங்களின் பாணி மொத்தமாக வித்தியாசமாக இருந்தால் நீங்கள் படு தோல்வியைத் தழுவலாம்; அல்லது யாருமே எட்டாத ஒரு இடத்தைப் பிடிக்கலாம்; மக்களின் அன்பும் ரசனையும் அங்கு தூக்கிச் செல்லும். அது ஒன்று தான் வெற்றி பெற வழி. தனித்து வித்தியாசமாக நிற்பது.

ஆரம்பிக்கும் வழிமுறை

உங்களுக்கு இந்தப் புத்தகத்திலுள்ள தொழிலதிபர்களை தொடர்பு கொண்டு உதவி/அறிவுரை/விளக்கம் பெற வேண்டுமானால் கீழே அவர்களின் Email id தரப்பட்டுள்ளது. தெளிவாக உங்கள் கேள்விகளை அனுப்பி விட்டு பதிலுக்கு கொஞ்சம் பொறுமையுடன் காத்திருங்கள்.

1. Prem Ganapathy, Dosa Plaza : *g.dosaplaza@gmail.com*
2. Kunwer Sachdev, Su-kam: *ks@su-kam.com*
3. Ganesh Ram, Veta: *ganeshram@vetaglobal.com*
4. Sunita Ramnathkar, Fem: *sunitaramnathkar@hotmail.com*
5. M Mahadevan, Oriental Cuisine: *madico55@gmail.com*
6. Hanmant Gaikwad, BVG India: *gaikwad.hr@gmail.com*
7. Ranjiv Ramchandani, Tantra: *tantratshirts@gmail.com*
8. Suresh Kamath, Laser Soft: *kamath@lasersoft.co.in*
9. Raghu Khanna, Cashurdrive: *raghu@cashurdrive.com*
10. R Sriram, Crossword: *sriram@nextpracticeretail.com*
11. Saurabh Vyas & Gaurav Rathore, PoliticalEDGE: *saurabh.vyas@gmail.com & gaurav.rathore@gmail.com*
12. Satyajit Singh, Shakti Sudha: *info@shaktisudha.com*
13. Sunil Bhu, Flanders Dairy: *sunil@flandersdairy.com*
14. Chetan Maini, Reva: *maini.chetan@mahindrareva.com*
15. Mahima Mehra, Haathi Chaap: *pooper@elephantpoopaper.com*
16. Samar Gupta, Trikaya Agriculture: *samar@trikaya.net*
17. Abhijit Bansod, Studio ABD: *abhijitbansod@studioabd.in*
18. Paresh Mokashi, 'Harishchandrachi Factory': *pareshmokashi@hotmail.com*
19. Krishna Reddy, Prince Dance Group: *Pareshmokashi@hotmail.com*
20. Kalyan Varma, Wildlife Photographer: *mail@kalyanvarma.net*

4

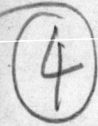